AF761458

ഗ്രീൻ ബുക്സ്

അസ്വാഭാവിക കാരണങ്ങൾ

പി.ഡി. ജയിംസ്

ഫില്ലിസ് ഡൊറോത്തി ജയിംസ് എന്നാണ് മുഴുവൻ പേര്. 1920ൽ ഇംഗ്ലണ്ടിലെ ഓക്സ്ഫോർഡിൽ ജനനം. 1949 മുതൽ 1968 വരെ നാഷണൽ ഹെൽത്ത് സർവീസിലും പൊലീസ് ഡിപ്പാർട്ടുമെന്റിലെ ക്രിമിനൽ പോളിസി വിഭാഗത്തിലുമായി ജോലി ചെയ്തു. അവിടെനിന്ന് ലഭിച്ച അനുഭവസമ്പത്താണ് ജയിംസിന്റെ കുറ്റാന്വേഷണ നോവലുകളിൽ പ്രകടമാകുന്നത്. റോയൽ സൊസൈറ്റി ഓഫ് ലിറ്ററേച്ചർ, റോയൽ സൊസൈറ്റി ഓഫ് ആർട്സ്, ആർട്സ് കൗൺസിൽ എന്നിവയിൽ അംഗമായിരുന്നു. ബി.ബി.സിയുടെ ഗവർണറായും ലിറ്റററി അഡ്വൈസറി പാനലിന്റെ ചെയർമാനായും സേവനമനുഷ്ഠിച്ചിട്ടുണ്ട്. ബ്രിട്ടൻ, അമേരിക്ക, ഇറ്റലി, സ്കാൻഡിനേവിയ എന്നീ രാജ്യങ്ങൾ പുരസ്കാരം നൽകി ജയിംസിനെ ആദരിച്ചിട്ടുണ്ട്. ഏഴ് ബ്രിട്ടീഷ് സർവകലാശാലകൾ ഓണററി ബിരുദങ്ങൾ നൽകി ആദരിച്ചിട്ടുണ്ട്. 1977ൽ സൊസൈറ്റി ഓഫ് ഓതേഴ്സ് എന്ന സംഘടനയുടെ പ്രസിഡണ്ടായിരുന്നു. 2014 നവംബർ 27ന് മരണമടഞ്ഞു.

സുരേഷ് എം.ജി.: 1962ൽ തൃശൂർ ജില്ലയിലെ ചൊവ്വന്നൂർ പഞ്ചായത്തിൽ പുതുശ്ശേരിയിൽ ജനനം. ഇംഗ്ലീഷ് സാഹിത്യത്തിൽ ബിരുദം. നിരവധി കൃതികളുടെ പരിഭാഷകനാണ്.

ഗ്രീൻ ബുക്സ് പ്രസിദ്ധീകരിച്ച
ഗ്രന്ഥകർത്താവിന്റെ ഇതര കൃതി

മനോരോഗക്ലിനിക്കിലെ കൊലപാതകം
(നോവൽ)

കുറ്റാന്വേഷണ നോവൽ

അസ്വാഭാവിക കാരണങ്ങൾ

പി.ഡി. ജയിംസ്

വിവർത്തനം
സുരേഷ് എം.ജി.

ഗ്രീൻബുക്സ്

green books private limited
gb building, civil lane road, ayyanthole,
thrissur- 680 003, kerala, ph: +91 487-2381066, 2381039
website: www.greenbooksindia.com
e-mail: info@greenbooksindia.com

original title
(english)
unnatural causes
detective novel
by
p.d. james

malayalam
aswabhavika karanangal

translated by
suresh m.g.

first published march 2022

cover design : rajesh chalode

printed in india
manipal technologies ltd, manipal

branches:
thrissur 0487-2422515
thiruvananthapuram 0471-2335301
calicut 0495 4854662

isbn : 978-93-91072-59-9

₹ 350.00
GBPL/1213/2022

മുഖക്കുറി

കുറ്റാന്വേഷണ നോവൽ രചയിതാക്കളിൽ പ്രശസ്തയായ പി.ഡി. ജയിംസിന്റെ ഗ്രീൻ ബുക്സ് പ്രസിദ്ധീകരിക്കുന്ന രണ്ടാമത്തെ നോവലാണിത്. ഒരു കൊലപാതകത്തിന്റെ കാരണങ്ങളെ തേടിയുള്ള യാത്രയിൽ അസ്വാഭാവികത കളുണ്ടോ എന്ന അന്വേഷണം. മനോരോഗക്ലിനിക്കിലെ കൊലപാതകം എന്ന നോവലിനുശേഷം 'അസ്വാഭാവിക കാരണങ്ങൾ' എന്ന കൃതി കൂടി പ്രസിദ്ധീകരിക്കാനായ തിന്റെ ചാരിതാർത്ഥ്യത്തോടെ...

എഡിറ്റർ

ഒന്ന്

സഫെക്ക്

ഒന്ന്

സഫെക് തീരത്തുനിന്ന് കാണാവുന്ന ദൂരത്തിൽ ഒഴുകി നടന്നിരുന്ന ഒരു ചെറുതോണിക്കടിയിലായിരുന്നു കൈകളില്ലാത്ത ആ ശവം. ഒരു മദ്ധ്യവയസ്കന്റേതായിരുന്നു അത്. നല്ല പ്രസരിപ്പുള്ള ഒരു മൃതദേഹം. രണ്ടു നിറമെന്നു തോന്നിപ്പിക്കുന്ന തുണികൊണ്ടുള്ള ഒരു സ്യൂട്ടാണ് ആ മെലിഞ്ഞ ശരീരത്തിനു ശവക്കച്ചയായത്. ജീവിച്ചിരിക്കുമ്പോഴെന്നപോലെ മരണത്തിലും വിശിഷ്ടവും രമണീയവുമായിരുന്നു ആ സ്യൂട്ട്. കാൽവിരൽത്തുമ്പുകൾക്കരികിൽ ഇത്തിരി ഉരസൽ ബാധിച്ചതൊഴിച്ചാൽ, കൈകൊണ്ട് നിർമ്മിച്ച ഷൂസിന്റെ തിളക്കം ഒട്ടും നഷ്ടപ്പെട്ടിട്ടില്ല. പട്ടുകൊണ്ടുള്ള ടൈ, വീർത്ത തൊണ്ടമുഴയ്ക്ക് കീഴെ ഭംഗിയായി കെട്ടിയൊതുക്കിയിരിക്കുന്നു. പട്ടണവാസത്തിനു വേണ്ട പൂർണ്ണ ശ്രദ്ധയോടെയാണീ ഹതഭാഗ്യനായ സമുദ്രയാത്രികൻ വസ്ത്രം ധരിച്ചിരിക്കുന്നത്. കടൽ യാത്രകൾക്ക് മാത്രമല്ല, മരണത്തിലും അതുപോലെത്തന്നെ.

ഒക്ടോബർ മദ്ധ്യത്തിലെ മദ്ധ്യാഹ്നത്തിനടുത്ത സമയമായിരുന്നു. കണ്ണുകൾ ആശ്ചര്യപ്പെടുത്തുന്ന നീലാകാശത്തെ നോക്കി തിളങ്ങുന്നുണ്ട്. തെക്കു-പടിഞ്ഞാറൻ കാറ്റ് കീറിപ്പറിഞ്ഞ ഏതാനും മേഘങ്ങളെ വലിച്ചിഴച്ച് കൊണ്ടുപോകുന്നുണ്ട്. മരത്തോണിക്ക് പായ കെട്ടിയിട്ടില്ല. പങ്കായം കെട്ടിനിർത്താനുള്ള സംവിധാനങ്ങളുമില്ല. അത് വടക്കൻ കടലിലെ ഓളങ്ങളിൽ മന്ദം ഇളകിയാടുന്നുണ്ട്. ഉറക്കത്തിലെന്നപോലെ അതിന്റെ തല ഉരുണ്ടു കളിക്കുന്നുണ്ട്. ജീവനുള്ളപ്പോഴേ അത്രയൊന്നും ശ്രദ്ധേയമല്ലാത്ത ഒരു മുഖമായിരുന്നു അത്. മരണമാകട്ടെ ദയനീയമായ, ഒരു ഭാവശൂന്യതയല്ലാതെ മറ്റൊന്നും അതിനു നൽകിയിട്ടുമില്ല. ഉയർന്ന നെറ്റിത്തടത്തിനു മുകളിൽ, ഇത്തിരി വെളുത്ത മുടി അവിടവിടെ തെറിച്ച് നില്പുണ്ട്. മെലിഞ്ഞ് നീണ്ട മൂക്കിന്റെ എല്ലുപോലെ വെളുത്ത അഗ്രം മാംസം കുത്തിക്കീറാൻ തയ്യാറെടുത്തിരിക്കുന്നതുപോലെയുണ്ടായിരുന്നു. ചെറിയ വായ്ക്ക് അരികു പാകിയത് ഘനം കുറഞ്ഞ ചുണ്ടുകളാണ്. അത് തുറന്ന് വച്ചിരിക്കുന്നു. അതിലൂടെ രണ്ട് പല്ലുകൾ വ്യക്തമായും

കാണാനാകുന്നുണ്ട്. ആ പല്ലുകൾ മുഖത്തിന് അഹങ്കാരിയായ, ചത്ത, മുയലിന്റെ ഭാവം നൽകി.

അയാളുടെ കാലുകൾ കൂട്ടിക്കെട്ടിയിട്ടുണ്ട്. വള്ളത്തിന്റെ മദ്ധ്യത്തിലെ പലകയിൽ ഇരുവശത്തേക്കും ഞാത്തിയിട്ട്, ലോഹ ക്ലാമ്പുകൾ ഉപയോഗിച്ച് കെട്ടിവച്ചിട്ടുണ്ട്. ഇരുകൈപ്പത്തികളും വെട്ടിക്കളഞ്ഞിരിക്കുന്നു. അവിടെ നിന്ന് ഇപ്പോഴും ഇത്തിരി രക്തം പൊടിഞ്ഞ് നില്പുണ്ട്. കൈത്തണ്ടയിലെ രോമത്തിൽ രക്തം കട്ട പിടിച്ചിരിക്കുന്നു. വള്ളത്തിൽ വിലങ്ങനെയിട്ടിരിക്കുന്ന മരത്തണ്ടാണ് കൈ വെട്ടാനായി ഉപയോഗിച്ചിരിക്കുന്ന പ്രതലമെന്ന തോന്നലുണ്ടാക്കും വിധം അവിടേയും രക്തവും പാടുകളുമുണ്ട്. അതല്ലാതെ ശരീരത്തിൽ മറ്റെവിടെയും രക്തമില്ല. വള്ളത്തിലുമില്ല.

വലതുകൈപ്പത്തി പൂർണ്ണമായും വെട്ടിമാറ്റിയിരിക്കുന്നു. അങ്ങനെ വെട്ടിയെടുത്തയിടത്തെ വളഞ്ഞ ഭാഗം വെളുത്ത് തിളങ്ങുന്നു. ഇടതുകൈപ്പത്തിയിൽ അവിടവിടെ എല്ലിൻ തുണ്ടുകൾ തുറിച്ച് നിൽക്കുന്നു. സൂചിപോലെ കൂർത്ത എല്ലിൻ തുണ്ടുകൾ മാംസത്തിൽ നിന്ന് പുറത്തേക്ക് തുറിച്ച് നിൽക്കുന്നു. ഈ അക്രമം പ്രവർത്തിക്കുന്നതിനു മുമ്പ് അയാൾ ധരിച്ചിരിക്കുന്ന ജാക്കറ്റിന്റെയും ഷർട്ടിന്റെയും കയ്യഗ്രം വലിച്ചു കയറ്റിയിരിക്കുന്നു. സ്വർണ്ണനിറമുള്ള രണ്ട് കുടുക്കുകൾ ഞാന്ന് കിടക്കുന്നു. ശരൽക്കാല സൂര്യൻ അവയിൽ പ്രതിഫലിക്കുന്നു.

വള്ളത്തിന്റെ ചായം അവിടവിടെ പൊളിഞ്ഞ് തുടങ്ങിയിരിക്കുന്നു. ബാക്കിയുള്ളിടത്ത് നിറം മങ്ങിയിട്ടുമുണ്ട്. ഉപേക്ഷിച്ച് വലിച്ചെറിഞ്ഞ കളിപ്പാട്ടം പോലെ അത് കടലിൽ ഒഴുകി നടക്കുകയാണ്. കരയിലേക്കടുക്കുന്ന ഒരു കപ്പലിന്റെ നിഴൽച്ചിത്രം അങ്ങ് ചക്രവാളത്തിൽ പ്രത്യക്ഷപ്പെട്ടിരിക്കുന്നു. അത് യാർ മൗത്ലെയ്ൻസിലേക്കാണ് നീങ്ങുന്നത്. അതല്ലാതെ ചുറ്റിലും മറ്റൊന്നുമില്ല. ഏകദേശം രണ്ട് മണിയോടെ ഒരു കറുത്ത കുത്ത് ആകാശം മുറിച്ച് കടക്കുന്നത് കണ്ടു. കരയിലേക്കാണത് നീങ്ങിയത്. അതിന്റെ തൂവൽ നിറഞ്ഞ വാലും അന്തരീക്ഷവും എഞ്ചിനുകളുടെ സ്വരത്താൽ മുഖരിതമായി. കുറച്ച് കഴിഞ്ഞപ്പോൾ ആ ഗർജ്ജന സ്വരങ്ങൾ എവിടേയോ അലിഞ്ഞ് ചേർന്ന് ഇല്ലാതായി. വള്ളത്തിൽ തിരയടിക്കുന്ന സ്വരവും വല്ലപ്പോഴുമൊരു കടൽകാക്കയുടെ കരച്ചിലും മാത്രം ബാക്കിയായി.

ചെറുവള്ളം പെട്ടെന്ന് ആകെയൊന്ന് ആടിയുലഞ്ഞു. പിന്നെ പൂർവ്വസ്ഥിതി പ്രാപിച്ചു. വീണ്ടും ആടിയിളകാൻ തുടങ്ങി. കരയ്ക്കടുത്തേക്ക് ശക്തമായ പ്രവാഹം തുടങ്ങിയതറിഞ്ഞു എന്ന മട്ടിൽ അതിന്റെ ചലനങ്ങൾക്ക് ഒരു ലക്ഷ്യം കൈവന്നു. ഒരു കരിന്തലയൻ

പക്ഷി സാവധാനം വള്ളത്തിന്റെ അണിയത്തിൽ വന്നിരുന്നു. കുറച്ച് സമയം അത് അണിയത്ത് വയ്ക്കുന്ന പ്രതിമ പോലെ അനങ്ങാതിരുന്നു. പിന്നെ വന്യമായ രോദനങ്ങളുയർത്തി പറന്നുയർന്നു. വള്ളത്തിൽ കിടക്കുന്ന ശരീരത്തെ വലം വച്ചു. സാവധാനത്തിൽ, എന്നാൽ ലക്ഷ്യബോധത്തോടെ, ചുറ്റിലും നൃത്തം വയ്ക്കുന്ന വെള്ളത്തിലൂടെ, കൊച്ചുവള്ളം, അതിലുള്ള ഭീകരമായ ചരക്കിനോടൊപ്പം കരയെ ലക്ഷ്യമിട്ട് നീങ്ങാനാരംഭിച്ചു.

രണ്ട്

അന്ന്, രണ്ട് മണിക്ക് തൊട്ടുമുമ്പ്, സൂപ്രണ്ട് ആദം ഡൽഗ്ലീഷ് തന്റെ കൂപ്പർ ബ്രിസ്റ്റോൾ സാവധാനത്തിൽ ബ്ലൈത്ബർഗ് പള്ളിക്ക് പുറത്തുള്ള പുല്ലുകൾ അരികു പാകുന്ന വഴിയിലൂടെ ഓടിച്ചു. ഒരു നിമിഷം കഴിഞ്ഞപ്പോൾ അയാൾ സഫെക്കിലെ ഏറ്റവും സുന്ദരമായ അകത്തളങ്ങളുള്ള പള്ളികളിൽ ഒന്നിന്റെ പടിവാതിൽ കടന്ന്, അവിടത്തെ വെള്ളിവെളുപ്പിലേക്കെത്തിച്ചേർന്നു. ഡാണിഡ്ജിലുള്ള, അവിവാഹിതയായ അമ്മായിക്കൊപ്പം പത്തു ദിവസത്തിനുള്ള അവധിയാഘോഷത്തിനിറങ്ങിയതാണയാൾ. ഈ അമ്മായി ഒഴികെ അയാളുടെ മറ്റ് ബന്ധുക്കളാരും ജീവിച്ചിരിപ്പില്ല. ഈ പള്ളിയങ്കണം അങ്ങോട്ടേക്കുള്ള യാത്രയ്ക്കിടയിലെ അവസാനത്തെ വിശ്രമസ്ഥാനമാണ്. ലണ്ടൻ ഉണർന്നെഴുന്നേൽക്കുന്നതിനു മുമ്പ്, നഗരത്തിലെ ഫ്ളാറ്റിൽ നിന്നിറങ്ങിയതാണയാൾ. ഇപ്സ്വിച്ചിലൂടെ മോങ്ക്സ്മെയറിലേക്കുള്ള പാത സ്വീകരിക്കുന്നതിനു പകരം അയാൾ വടക്കോട്ട് നീങ്ങി ചെംസ്ഫോഡിലെത്തുകയും അവിടെ നിന്ന് സഡ്ബ്രീ വഴി സഫെക്കിലേക്ക് പോകാം എന്ന് തീരുമാനിക്കുകയുമായിരുന്നു. ലോങ്ങ് മെൽഫെഡിൽ നിന്നാണയാൾ പ്രാതൽ കഴിച്ചത്. അതിനു ശേഷം ഇടത്തോട്ട് തിരിഞ്ഞു. ലാവനാം വഴി. പിന്നെ പച്ചപ്പും സ്വർണ്ണവർണ്ണങ്ങളും നിറഞ്ഞ നാട്ടിൻപുറങ്ങളിലൂടെയായി യാത്ര. അന്നത്തെ അന്തരീക്ഷത്തിനും കാലാവസ്ഥയ്ക്കും ഒത്താകുമായിരുന്നു അയാളുടെ മാനസിക നില. പക്ഷേ എന്തോ ഒരു അസ്കിത മനസ്സിനെ വല്ലാതെ അലട്ടിക്കൊണ്ടിരുന്നു. സ്വകാര്യമായ ചില തീരുമാനങ്ങൾ ഈ അവധിദിനങ്ങളിലേക്ക് നീക്കിവച്ചിരിക്കുകയാണയാൾ. ലണ്ടനിലേക്ക് തിരിച്ചു പോകുന്നതിനു മുമ്പ് ദെബോറ റിസ്കോയോട് തന്നെ വിവാഹം കഴിക്കാൻ തയ്യാറാണോ എന്ന് ചോദിക്കണം.

അവളുടെ ഉത്തരം എന്തായിരിക്കും എന്നറിയില്ലായിരുന്നെങ്കിൽ ഈ തീരുമാനം അത്ര ബുദ്ധിമുള്ളതാകുമായിരുന്നില്ല. ഇത് അയാളിൽ

ഒരു ഉത്തരവാദിത്വമാകുകയാണ്. ഒരു തീരുമാനമെടുക്കേണ്ടുന്ന ഉത്തരവാദിത്വം. അതുവഴി നിലവിലുള്ള, സംതൃപ്തമായ സ്ഥിതിയിൽ മാറ്റം വരുത്തേണ്ടതുണ്ടോ എന്ന തീരുമാനമെടുക്കേണ്ടുന്ന ഉത്തരവാദിത്വം. അയാൾക്ക് സംതൃപ്തമായത് എന്നും പറയാം. ദെബോറയ്ക്കാകട്ടെ ഒരു വർഷം മുമ്പുണ്ടായിരുന്നതിനേക്കാൾ ഇന്ന് സന്തോഷമുണ്ട് എന്ന് വാദിക്കുന്നതിൽ തെറ്റുണ്ടാകില്ല. അവരെടുക്കുന്ന തീരുമാനത്തിന്റെ അനന്തരഫലമെന്തെന്ന വ്യത്യാസമില്ലാതെ, ഒരിക്കലും തിരിച്ചെടുക്കാനോ മാറ്റം വരുത്താനോ സാധ്യമല്ലാത്തതായിരിക്കും അതെന്ന് അയാൾക്കറിയാം. ഇവരെപ്പോലെ അസന്തുഷ്ടരായ ദമ്പതികൾ പിന്നെയുമുണ്ടാകും. അസന്തുഷ്ടി തുറന്ന് സമ്മതിക്കുന്നത് ആത്മാഭിമാനത്തെ വ്രണപ്പെടുത്തുന്നതായി കണക്കാക്കുന്നവരുമുണ്ടാകും. എടുക്കുന്ന തീരുമാനത്തിലെ ചില അപകടങ്ങൾ എന്തൊക്കെ എന്ന് അയാൾക്കറിയാം. തന്റെ ജോലി അവൾക്ക് ഇഷ്ടമല്ല എന്നു മാത്രമല്ല അതിനെ വെറുക്കുന്നു എന്നും അറിയാം. അതിൽ അത്ഭുതപ്പെടാൻ ഒന്നുമില്ല. അത്ര പ്രാധാന്യമുള്ള കാര്യവുമല്ല അത്. ജോലി അയാളുടെ തിരഞ്ഞെടുപ്പായിരുന്നു. അതിനാരുടെയും അനുമതിയോ പ്രോത്സാഹനമോ അയാൾ തേടിയിട്ടില്ല. പക്ഷേ, വൈകി അവസാനിക്കുന്ന ജോലി, അടിയന്തിര സാഹചര്യങ്ങൾ എന്നിവയ്ക്കൊക്കെ മുമ്പ്, ക്ഷമ ചോദിച്ചൊരു ഫോൺ കോൾ വേണമെന്ന നിർബന്ധം പലപ്പോഴും ഭയപ്പെടുത്തുന്നതായിരുന്നു.

വാക്സ് പോളിഷിന്റെയും പൂക്കളുടെയും പഴയ ഗ്രന്ഥങ്ങളുടെയും ഗന്ധത്തോടുകൂടിയ മുറിയിൽ, ചരിഞ്ഞ, വിസ്മയാവഹമായ, മച്ചിനു കീഴെ ഉലാത്തിക്കൊണ്ടിരിക്കുന്നതിനിടയിൽ, തനിക്കിനി ആവശ്യമില്ല എന്ന് സംശയിച്ച അതേ നിമിഷത്തിൽ, അയാൾക്കു വേണ്ടത് ലഭിക്കുകയുണ്ടായി. വിവേകിയായ ഒരു മനുഷ്യനിൽ എന്നെന്നും നിലനിൽക്കുന്ന നിരാശയ്ക്ക് കാരണമാക്കാവുന്നയത്രയൊന്നുമില്ലാത്ത വിധം സാധാരണമെങ്കിലും ഈ അനുഭവത്തിന് അയാളെ സംഭ്രമിപ്പിക്കാനുള്ള കരുത്തുണ്ടായിരുന്നു. സ്വാതന്ത്ര്യമില്ലായ്മയല്ല അയാളെ ഭയപ്പെടുത്തിയത്. അതിനെതിരെ എന്നും ഒച്ചപ്പാടുണ്ടാക്കിയവർ മിക്കപ്പോഴും അസ്വതന്ത്രരായിരുന്നു. അതിലുപരി അയാളെ വിഷമിപ്പിച്ചത് സ്വകാര്യതയായിരുന്നു. ശാരീരിക സ്വകാര്യത നഷ്ടമായതു തന്നെ സ്വീകരിക്കാവുന്നതിലും അംഗീകരിക്കാവുന്നതിലും അപ്പുറത്തായിരുന്നു. പതിനഞ്ചാം നൂറ്റാണ്ടിൽ കടഞ്ഞെടുത്ത പ്രസംഗ മണ്ഡപത്തിന്റെ കൈവരികളിൽ വിരലോടിച്ച് അയാൾ ക്വീൻഹിതെയിലെ ഫ്ളാറ്റിലെ ജീവിതം എങ്ങനെയുണ്ടാകും എന്ന് ചിന്തിക്കാൻ ശ്രമിച്ചു. ദെബോറയ്ക്കൊത്ത് ആ ഫ്ളാറ്റിലെ ജീവിതം. കാത്തിരിക്കുന്ന സന്ദർശകയായിട്ടല്ല, തന്റെ ജീവിതത്തിന്റെ ഭാഗമായി. നിയമാനുസൃതമായ, യോഗ്യതാപത്രങ്ങൾ കൈവശപ്പെടുത്തിയ ബന്ധുവായി.

യാഡിലും അതൊരു നല്ല കാലമൊന്നുമായിരുന്നില്ല. വ്യക്തിഗത പ്രശ്നങ്ങളുമായി അലയാൻ പറ്റിയ സമയമായിരുന്നില്ല. ഒരു പുനഃസംഘടന നടന്നിട്ട് അധിക കാലമായിട്ടുണ്ടായിരുന്നില്ല. ആ പുനഃസംഘടന ലഭ്യമായിക്കൊണ്ടിരുന്ന കൂറിലും ദിനചര്യകളിലും വലിയ മാറ്റങ്ങൾ വരുത്തിയിരിക്കുന്നു എന്നു മാത്രമല്ല കിംവദന്തികളും അതൃപ്തിക്കു കാരണമാക്കിയിരിക്കുന്നു. ജോലി സമ്മർദ്ദത്തിനൊരു കുറവും വന്നിട്ടില്ല. സീനിയർ ഓഫീസർമാർ മിക്കവരും ദിവസത്തിൽ പതിന്നാലു മണിക്കൂർ ജോലി ചെയ്യുന്നുണ്ട്. അയാൾക്ക് അവസാനം ലഭിച്ച കേസിൽ വിജയം കാണാനായി എങ്കിലും വല്ലാതെ അദ്ധ്വാനം വേണ്ടിവന്നതും ക്ഷീണിപ്പിക്കുന്നതുമായിരുന്നു. ഒരു കുഞ്ഞിന്റെ കൊലപാതകമായിരുന്നു വിഷയം. അതിന്റെ അന്വേഷണം തനിക്കിഷ്ടമില്ലാത്ത രീതിയിലുള്ള വേട്ടയായി. വല്ലാതെ ജനശ്രദ്ധയാകർഷിച്ച ഒരു കേസായിരുന്നതിനാൽ, ഇടയ്ക്കിടെ, കേസിന്റെ വാസ്തവങ്ങൾ പരിശോധിക്കേണ്ടിവന്നു. വിട്ടുവീഴ്ചകൾ അപകടകരമാകുമായിരുന്നു. ജനങ്ങൾക്കാകട്ടെ ഈ കേസിനെ പ്രതി ഒരു തരം ഉന്മാദം തന്നെയുണ്ടായിരുന്നു. കുട്ടിയുടെ മാതാപിതാക്കൾ മുങ്ങിത്താഴാൻ പോകുന്നവനു ലഭിച്ച കച്ചിത്തുരുമ്പുപോലെ അയാളിൽ അള്ളിപ്പിടിച്ചു. അവരുടെ ദുഃഖവും കുറ്റബോധവും എല്ലാം മാറാനുള്ള ഏക ആശ്രയമാണയാൾ എന്ന രീതിയിലായിരുന്നു അവരുടെ പെരുമാറ്റം. അയാൾക്കതിനാൽ അവരെ സമാശ്വസിപ്പിക്കുകയും അവരുടെ പിതാവാകുകയും അവരുടെ ശത്രുവിനോട് പ്രതികാരം ചെയ്യുന്നവനാകുകയും നീതിന്യായ കോടതിയാകുകയുമൊക്കെ ചെയ്യേണ്ടി വന്നു.

ഇതിലൊന്നും സത്യത്തിൽ അയാൾക്ക് പുതുമയില്ല. അവരുടെ ദുഃഖം അയാളെ വ്യക്തിപരമായി സ്വാധീനിച്ചില്ല. ആ നിസ്സംഗത തന്നെയായിരുന്നു എന്നും അയാളുടെ കരുത്ത്. അതേ സമയം അയാളുടെ സഹജീവനക്കാരിൽ പലരും ആ കോപവും മറ്റും സ്വന്തമാക്കി മാറ്റുമായിരുന്നു. ഈ കേസിന്റെ പൂർണ്ണ ഭാരം അയാളിലായിരുന്നു. സഫൈക്കിലെ അനേകം ശരത്കാല കാറ്റുകൾക്കൊന്നും ആ കേസ് അയാളുടെ മനസ്സിൽ സൃഷ്ടിച്ച പല ചിത്രങ്ങളെയും മായ്ച്ച് കളയാനാകില്ലായിരുന്നു. ഇങ്ങനെയൊരു അന്വേഷണം നടക്കുന്നതിനിടയിൽ സാമാന്യ വിവേകമുള്ള ഒരു പെണ്ണും അയാളോട് വിവാഹാഭ്യർത്ഥന നടത്തില്ല. ഡെബോറയും അത് ചെയ്തില്ല. അറസ്റ്റ് നടക്കുന്നതിനു തൊട്ടു മുമ്പ് അയാൾ തന്റെ രണ്ടാമത്തെ കവിതാപുസ്തകവും പൂർത്തീകരിച്ചു എന്നത് ഇരുവരും പ്രതിപാദിച്ചേയില്ല. ലളിതമായ, ലഘുവായ നിപുണതകൾ പോലും സ്വാർത്ഥത, ആലസ്യം എന്നിവയ്ക്കുള്ള ഒഴികഴിവായി കണക്കാക്കുമോ എന്ന ഭയം അയാളിലുണ്ടായിരുന്നു. അടുത്തയിടെയായി അയാൾക്ക് അയാളെത്തന്നെ

അത്ര ഇഷ്ടമല്ലാതായിട്ടുമുണ്ടായിരുന്നു. അതിനാൽ ഈ അവധി അതിനൊരു മാറ്റം വരുത്തും എന്ന പ്രത്യാശയിലുമായിരുന്നു.

അരമണിക്കൂർ കഴിഞ്ഞപ്പോൾ അയാൾ പള്ളിയുടെ വാതിലടച്ചു. മോങ്ക്സ്മെയറിലേക്കുള്ള അവസാനത്തെ ഏതാനും നാഴിക യാത്ര പൂർത്തീകരിക്കാനൊരുങ്ങി. രണ്ടരയോടെ താനെത്തും എന്നാണ് അമ്മായിയെ അറിയിച്ചിരുന്നത്. ഭാഗ്യമുണ്ടെങ്കിൽ കൃത്യം രണ്ടരയ്ക്ക് തന്നെ എത്തിച്ചേരാനായേക്കും എന്ന്. പതിവനുസരിച്ച് അമ്മായി രണ്ടരയ്ക്ക് തന്റെ കോട്ടേജിനു വെളിയിലിറങ്ങുകയാണെങ്കിൽ മുന്നിൽ കൂപ്പർ ബ്രിസ്റ്റോൾ വന്ന് നിൽക്കുന്നത് കാണാനായേക്കും. നല്ല ഉയരമുള്ള, ഒന്ന് വളഞ്ഞ ആ രൂപം തന്നെ കാത്തുനിൽക്കുന്നത് അയാൾ മനസ്സിൽ കണ്ടു. സ്നേഹം നിറഞ്ഞ ഒരു രൂപം. അവരുടെ കഥയിൽ അസ്വാഭാവികതകൾ അധികമില്ല. ആ കഥയിലെ ഭൂരിഭാഗവും അയാൾ ഊഹിച്ചെടുത്തതുമായിരുന്നു. തന്റെ കുട്ടിക്കാലത്ത് അമ്മ നടത്തിയിരുന്ന അലസ സംഭാഷണങ്ങളിൽ നിന്ന് കൂട്ടിക്കെട്ടിയത്. അവർ കൗമാരത്തിലായിരുന്നപ്പോൾ, 1918ൽ, യുദ്ധമവസാനിക്കുന്നതിന് ആറു മാസം മുമ്പ് അവരുടെ പ്രതിശ്രുത വരൻ കൊല്ലപ്പെട്ടു. അമ്മ വളരെ ലോല പ്രകൃതയായിരുന്നു. താന്തോന്നിയായിരുന്നു. നാട്ടിൻപുറത്തെ പണ്ഡിതനായ ഒരു പുരോഹിതനൊട്ടും യോജിച്ച ഭാര്യയായിരുന്നില്ല അവർ. ഇത് അവർ തന്നെ പലപ്പോഴും സമ്മതിച്ചിട്ടുള്ളതുമാണ്.

ഇങ്ങനെ തുറന്ന് പറയാനുള്ള തന്റെ ആർജ്ജവം അതിനു പുറകെ വരാനിരിക്കുന്ന സ്വാർത്ഥതകളെയും ആഡംബരങ്ങളേയും ന്യായീകരിക്കുന്നതാകും എന്നും അവർ കരുതിയിരുന്നു. മറ്റുള്ളവരുടെ ദുഃഖം കാണുന്നത് അവർക്ക് ഇഷ്ടമില്ലാത്ത കാര്യമായിരുന്നു. അങ്ങനെയൊരു അവസ്ഥയിൽ, താത്കാലികമായെങ്കിലും പ്രാധാന്യം തന്നെക്കാൾ ഉപരി ആരാണോ ദുഃഖിക്കുന്നത് അവർക്ക് ലഭിച്ചേക്കുമോ എന്ന ഭയമായിരുന്നു ഇങ്ങനെയൊരു വികാരത്തിനു പുറകിലുണ്ടായിരുന്നത്. അതിനാൽ യുവാവായ ക്യാപ്റ്റൻ മാസ്കെലിന്റെ മരണത്തെ കഠിനമായിത്തന്നെ നേരിടാൻ അവർ തീരുമാനിച്ചു. വളരെ പെട്ടെന്ന് വൈകാരികമായി പ്രതികരിക്കുന്ന, അധികം സംഭാഷണപ്രിയയല്ലാത്ത മകൾ എന്താണപ്പോൾ സഹിച്ചിരുന്നത് അതിലുപരിയായിരുന്നു അമ്മയുടെ വിഷമം. അതുകൊണ്ടാകണം, ക്യാപ്റ്റന്റെ മരണവാർത്തയറിയിച്ച ടെലിഗ്രാം വന്ന് മൂന്ന് ആഴ്ച കഴിഞ്ഞപ്പോൾ അമ്മ പകർച്ചപ്പനി ബാധിച്ച് മരിച്ചത്. അത്ര ദൂരം പോകാനൊക്കെ അവർക്ക് ലക്ഷ്യമുണ്ടായിരുന്നോ എന്നതിൽ സംശയമുണ്ട്. എന്തായാലും അങ്ങനെയൊരു ഫലം ലഭിച്ചതിൽ അവർ സന്തോഷിച്ചിരിക്കും.

തീവ്രദുഃഖിതനായ അവരുടെ ഭർത്താവ് ഒരൊറ്റ രാത്രികൊണ്ട് തന്റെ വിവാഹജീവിതത്തിലെ ആകാംക്ഷകളും അസ്വസ്ഥതകളും

മറന്നു. അദ്ദേഹത്തിന്റെ ഓർമ്മയിൽ ഭാര്യയുടെ സൗന്ദര്യവും ആനന്ദവും മാത്രമായി. വീണ്ടും വിവാഹിതനാകുക എന്നത് ചിന്തിക്കാൻ കൂടിയാകാത്തതായിരുന്നു. അങ്ങനെ അയാളും ചിന്തിച്ചില്ല. അപ്പോഴേക്കും മകൾ, ജെയ്ൻ ഡൽഗ്ലീഷിന്റെ ദുഃഖമെല്ലാം ചുറ്റിലുമുള്ളവർ ഓർക്കാതായി. അവർ അമ്മയുടെ സ്ഥാനത്ത് വികാരിയുടെ സഹായിയായി.

1945ൽ അദ്ദേഹം അടുത്തൂൺ പറ്റുകയും അതിനു പത്ത് വർഷങ്ങൾക്ക് ശേഷം അന്തരിക്കുകയും ചെയ്യുന്നത് വരെ അവർ പിതാവിനൊപ്പം നിന്നു. വിവേകിയായിരുന്നു അവർ. വീട്ടുവേലകളും ഇടവക പ്രവർത്തനങ്ങളും പ്രാർത്ഥനാക്രമം പോലെ ഒഴിച്ചുകൂടാനാകാത്തതും പ്രവചിക്കാനാകുന്നതുമായതിനാൽ അസംതൃപ്തി നൽകുന്നതെന്ന് തോന്നിപ്പിച്ചെങ്കിലും അവർ അതൊന്നും വിളിച്ചു പറഞ്ഞില്ല. അവരുടെ പിതാവാകട്ടെ തന്റെ ദൈവവിളിക്ക് വലിയ പ്രാധാന്യം നൽകുന്നവനായിരുന്നു. അതിനാൽ തനിക്ക് വേണ്ടി മറ്റുള്ളവരുടെ നിപുണതകൾ പാഴാകുന്നത് അയാൾ കാണുകയുണ്ടായില്ല. ജെയ്ൻ ഡൽഗ്ലീഷിനോട് ഇടവകയിലുള്ളവർക്കെല്ലാം ബഹുമാനമായിരുന്നു. പക്ഷേ അവരെ സ്നേഹിക്കാൻ ആരുമുണ്ടായില്ല. അവരാകട്ടെ അവർക്കെന്തൊക്കെ ചെയ്യാനുണ്ടായിരുന്നോ ആ പ്രവർത്തനങ്ങളിൽ ഏർപ്പെട്ടു. പിന്നെ സ്വന്തം മനസ്സമാധാനത്തിനായി പക്ഷികളെക്കുറിച്ച് വിശദമായി പഠിക്കാനുമിറങ്ങി. പിതാവിന്റെ മരണശേഷമാണ് ഈ നിരീക്ഷണങ്ങൾ അവർ എഴുതി പ്രസിദ്ധീകരിച്ചത്. അതിലൂടെ അവർക്ക് കുറച്ച് ഖ്യാതിയൊക്കെ ലഭിച്ചു. ഒരു കാലത്ത് ഇടവക, 'മിസ് ഡൽഗ്ലീഷിന്റെ ഒരു ചെറിയ നേരമ്പോക്ക്' എന്ന് വിശേഷിപ്പിച്ചിരുന്നത് പിന്നീട് അവരെ അറിയപ്പെടുന്ന പക്ഷി നിരീക്ഷകയാക്കി. അഞ്ച് വർഷങ്ങൾക്ക് മുമ്പ് അവർ ലിങ്കൺഷയറിലെ തന്റെ വീട് വിറ്റ് പെന്റ്ലാൻഡ്സിൽ ഒരു കോട്ടേജ് വാങ്ങി. മോങ്ക്സ്മെയറിനരികിലാണിത്. ഡൽഗ്ലീഷ് വർഷത്തിൽ രണ്ട് തവണയെങ്കിലും അവരെ കാണാൻ ഇവിടേക്കെത്തുമായിരുന്നു.

അതങ്ങനെ ഒരു കർത്തവ്യം പോലെ നടത്തപ്പെടുന്ന സന്ദർശനങ്ങളല്ല. അവർ തന്റെ ഉത്തരവാദിത്വമാണെന്ന് അയാൾക്കപ്പോൾ ഉറപ്പുണ്ടാകും. അവർ സ്വയം പര്യാപ്തയല്ലെന്ന മട്ടിലുള്ള അയാളുടെ പെരുമാറ്റങ്ങൾ ചിലപ്പോൾ അവർക്ക് ഒരു അധിക്ഷേപമോ അപമാനമോ ഒക്കെയായി തോന്നാറുണ്ട്. എന്നിരുന്നാലും ഇരുവരും തമ്മിലുള്ള സ്നേഹബന്ധത്തെ അതൊന്നും ബാധിച്ചില്ല. അത് അവർ ഇരുവർക്കും അറിയാവുന്നതുമായിരുന്നു. അവരെ കാണാൻ പോകുന്നു എന്ന സന്തോഷത്തിലായിരുന്നു അയാളപ്പോൾ. മോങ്ക്സ്മെയറിലെ ഒരു അവധിയാഘോഷത്തിന്റെ സന്തോഷത്തിൽ.

വീടിനകത്ത് ഒരു വിറകടുപ്പുണ്ട്. അതിൽ നിന്നുള്ള ഗന്ധം ആ കോട്ടേജിൽ നിറഞ്ഞ് നിൽക്കും. അതിനരികിൽ വലിയ ഒരു ചാരുകസേരയിട്ടിട്ടുണ്ടാകും. അത് ഒരു കാലത്ത് അവരുടെ പിതാവിന്റെ പൗരോഹിത്യപഠനങ്ങൾക്ക് സഹായിച്ചിരുന്നതാണ്. അതിനവരുടെ ബാല്യത്തിന്റെ ഗന്ധമുണ്ട്. അധികം ഫർണീച്ചറൊന്നുമില്ലാത്തതാണ് കിടപ്പു മുറി. അതിനകത്തിരുന്നാൽ ആകാശവും കടലും കാണാം. വീതിയില്ലാത്ത കട്ടിലിലെ മെത്തവിരിപ്പിന് വിറകടുപ്പിൽ നിന്ന് വരുന്ന പുകയുടെ ഗന്ധമുണ്ട്. അതിനോടൊപ്പം കർപ്പൂരത്തിന്റേയും. ആറടി രണ്ടിഞ്ച് നീളമുള്ള ഒരാൾക്ക് സുഖമായി നിവർന്ന് കിടക്കാവുന്ന, ധാരാളം ചൂടുവെള്ളം ലഭിക്കുന്ന ഒരു കുളിമുറി അതിനരികിലുണ്ട്.

അമ്മായി ആറടിയിലധികം ഉയരമുള്ളവളാണ്. അതുകൊണ്ടുതന്നെ അവശ്യ സുഖസൗകര്യങ്ങളോട് പൗരുഷത്തോടെയുള്ള ആരാധനയുണ്ട്. നെരിപ്പോടിനരികിൽ ചൂടുചായയുണ്ടാകും. അതിനോടൊപ്പം വെണ്ണ പുരട്ടിയ റൊട്ടിയും വീട്ടിൽ തന്നെ പാചകം ചെയ്ത ഇറച്ചിയും. അതിലെല്ലാം ഉപരിയായി സൗഖ്യം തരുന്നതെന്തെന്നാൽ, അവിടെ ശവങ്ങളുണ്ടാകില്ല എന്നതും ശവങ്ങളെക്കുറിച്ചുള്ള സംസാരങ്ങളുണ്ടാകില്ല എന്നതുമാണ്. വിവേകിയായ ഒരു മനുഷ്യൻ തന്റെ ഉപജീവനത്തിനായി ഇങ്ങനെ കൊലപാതകികളെ പിടിക്കുന്നതിൽ മാത്രം വ്യാപൃതനാകുന്നതെന്തുകൊണ്ട് എന്ന് ജെയ്ൻ ഡൽഗ്ലീഷിനു മനസ്സിലാകുന്നുണ്ടായിരുന്നില്ല. അത്തരം കാര്യങ്ങളിൽ മര്യാദയും വിനയവും നടിക്കുന്ന സ്വഭാവക്കാരിയുമായിരുന്നില്ല അവർ. അവർക്ക് അയാളിൽ നിന്ന് പ്രത്യേകിച്ച് ആവശ്യങ്ങളൊന്നുമുണ്ടായിരുന്നില്ല. സ്നേഹം പോലും ആവശ്യപ്പെടാറില്ല. അതുകൊണ്ടു തന്നെ ഈ ഒരൊറ്റ സ്ത്രീക്കരികിൽ മാത്രമേ, ഈ ലോകത്തിൽ, അയാൾക്ക് മനസ്സമാധാനം തോന്നാറുള്ളൂ. അവധി ദിവസങ്ങൾ തനിക്ക് എന്ത് സമ്മാനിക്കും എന്ന് അയാൾക്ക് കൃത്യമായി അറിയാം. അവർ ഒന്നിച്ച് നടക്കാനിറങ്ങും. മിക്കപ്പോഴും പരസ്പരം സംസാരിക്കാതെ നിശ്ശബ്ദരായാകും നടക്കുന്നത്. കടലിൽ നിന്ന് വരുന്ന പത നിറഞ്ഞ ഉറച്ച മണലിനും കടൽത്തീരത്തിനപ്പുറത്തുള്ള ചരൽ വഴിക്കും ഇടയിലൂടെയാകും ഈ നടത്തം. അവർ ചിത്രം വരയ്ക്കാനുപയോഗിക്കുന്ന ആഡംബരവസ്തുക്കളെല്ലാം അയാൾ കൈവശം വച്ചിട്ടുണ്ടാകും. അവർ കീശയിൽ കൈ തിരുകി മുന്നിൽ നടക്കും. അവരുടെ കണ്ണുകളപ്പോൾ ചരൽക്കല്ലുകളിൽ നിന്നധികം വ്യത്യസ്തമല്ലാത്ത വീറ്റയർ പക്ഷികളെ തിരയുകയാകും. അവ മേച്ചിലോടുകളിലും ഉരുളൻകല്ലുകളിലും ചേക്കേറിയിട്ടുണ്ടാകും. അതല്ലെങ്കിൽ അവ കടൽകാക്കകൾക്കൊപ്പം പറന്ന് കളിക്കുന്നുണ്ടാകും. തീർത്തും

ശാന്തമായതും വിശ്രാന്തി നൽകുന്നതുമായ നിമിഷങ്ങളാകും അവ. നിർബന്ധങ്ങളൊന്നുമില്ലാത്തവ. പത്ത് ദിവസങ്ങൾ അവസാനിച്ചാൽ ഇത്തിരി ആശ്വാസത്തോടെ അയാൾ ലണ്ടനിലേക്ക് തിരിച്ച് പോകും.

അയാളിപ്പോൾ ഡണിഡ്ജ് കാടുകളിലാണ്. വഴിക്കിരുവശവും ഫോറസ്ട്രി കമ്മീഷൻ നട്ടുവളർത്തിയ ഇരുണ്ട ഫിർ വൃക്ഷങ്ങളുണ്ട്. തനിക്കിപ്പോൾ കടലിന്റെ ഗന്ധമറിയാനാകുന്നുണ്ടെന്ന് അയാൾ കരുതി. ഉപ്പ് ഗന്ധം കാറ്റിലൂടെ അയാളിലെത്തുന്നുണ്ട് എന്ന്. അതിന് വൃക്ഷങ്ങളുടെ ഗന്ധത്തിനേതിനേക്കാൾ രൂക്ഷതയുണ്ടെന്ന്. അതൊരു ഉന്മേഷം നൽകി. വീട്ടിലേക്ക് മടങ്ങിയെത്തുന്ന കുട്ടിക്കുണ്ടാകുന്ന ഉന്മേഷം. കാട് അവസാനിക്കാറായിരിക്കുന്നു. കമ്പിവേലിക്കപ്പുറത്തെ ഫിർ വൃക്ഷങ്ങൾ നൽകുന്ന ഇരുണ്ട പച്ചപ്പ് ജലം നിറഞ്ഞ വയലുകൾക്കും ചതുരക്കള്ളികൾക്കും വഴിമാറുന്നു. അവയും കടന്ന് പോയി. അയാളിപ്പോൾ കുറ്റിച്ചെടികൾ നിറഞ്ഞ തരിശിലാണ്. ഡണിഡ്ജിലേക്കുള്ള വഴിയിൽ.

ഗ്രാമാതിർത്തിയിലെത്തി കുന്നുകയറാൻ തുടങ്ങിയപ്പോൾ ഫ്രാൻസിസ്കൻ ക്രിസ്തീയ സഭയുടെ മതിൽക്കെട്ടിൽ നിന്ന് ഒരു കാറിന്റെ ഹോൺ കേട്ടു. അധികം താമസിയാതെ ഒരു ജാഗ്വാർ അയാൾക്കെതിരെ വന്നു. അതിവേഗം കടന്ന് പോയി. അതിൽ ഒരു കറുത്ത തലയുള്ളത് അയാൾ കണ്ടു. അതിനോടൊപ്പം സല്യൂട്ട് രൂപത്തിൽ ഒരു കൈ ഉയർന്നതും. പിന്നെയെന്തെങ്കിലും ശ്രദ്ധിക്കാനാകുന്നതിനു മുമ്പ് കാർ കാഴ്ചയിൽ നിന്ന് മറഞ്ഞിരുന്നു. ഇതിനർത്ഥം വിമർശകനായ ഒലിവർ ലാഥം ആഴ്ചാവസാനമാഘോഷിക്കാനായി തന്റെ കോട്ടേജിലുണ്ടെന്നാണ്. അത് ഡൽഗ്ലീഷിനൊരു അസൗകര്യമാകാൻ കാരണമൊന്നുമില്ല. ലാഥം സഫെക്കിലേക്ക് ഒരു കൂട്ടിനു വേണ്ടി വരുന്നതല്ല. അയാളുടെ അയൽക്കാരനായ ജസ്റ്റിൻ ബ്രൈസിനെപ്പോലെ അയാളും ലണ്ടനിൽ നിന്നുള്ള പലായനങ്ങൾക്ക് പറ്റിയ ഇടമായി മാത്രം ഈ കോട്ടേജിനെ കണ്ടു. ജനത്തിരക്കിൽ നിന്നൊരു മാറ്റം. ഈ മനുഷ്യനാകട്ടെ അപൂർവ്വമായി മാത്രമേ മൊങ്ക്സ്മെയറിലേക്കെത്താറുള്ളൂ. ബ്രൈസ് വരുന്നയത്രപോലുമില്ല. ഒന്നോ രണ്ടോ തവണ ഡൽഗ്ലീഷ് അയാളെ കണ്ടിട്ടുണ്ട്. തന്റെ തനത് സ്വഭാവങ്ങളായ അസ്വസ്ഥത, പിരിമുറുക്കം എന്നിവയുടെ പ്രതിഫലനം അന്ന് അയാളിലും ദർശിക്കാനായിരുന്നു. വേഗതയേറിയ കാറുകളോടും വേഗത്തിൽ വണ്ടിയോടിക്കുന്നതിനോടും ഇത്തിരി ഇഷ്ടക്കൂടുതലുള്ള വ്യക്തിയാണയാൾ. മൊങ്ക്സ്മെയറിലേക്കും തിരിച്ചും വണ്ടിയോടിക്കുന്നതിലാണയാൾ വിശ്രാന്തിയും ആശ്വാസവും കണ്ടെത്തുന്നതെന്ന് പലപ്പോഴും ഡൽഗ്ലീഷ് കരുതാറുണ്ട്. ഈ കോട്ടേജ് എന്തിനാണയാൾ ഇങ്ങനെ നിലനിർത്തുന്നത് എന്ന് ഊഹിക്കുക

വിഷമമമാണ്. വളരെ അപൂർവ്വമാണിവിടേക്കുള്ള വരവ്. വരുമ്പോൾ കൂടെ സ്ത്രീകളൊന്നുമുണ്ടാകാറില്ല. കോട്ടേജിൽ ഫർണിച്ചറുകൾ വാങ്ങിയിടുന്നതിൽ ഒട്ടും താത്പര്യം കാണിക്കാറില്ല. വന്യമായ തന്റെ കാറോട്ടങ്ങൾക്ക് ഒരു ഉപാധിയെന്ന നിലയിൽ മാത്രമാണ യാൾ ഇതിനെ ഉപയോഗിക്കുന്നത്. തീർത്തും യുക്തിരഹിതവും അക്രമാസക്തവുമാകും പലപ്പോഴും ആ കാറോട്ടങ്ങൾ. അടിച്ചമർ ത്തപ്പെട്ട വികാരത്തിന് പെട്ടെന്ന് സ്വാതന്ത്ര്യം ലഭിച്ചതുപോലെ!

ഒരു വളവ് തിരിഞ്ഞപ്പോൾ റോസ്മേരി കോട്ടേജ് കാഴ്ചയിലെ ത്തി. ഡൽഗ്ലീഷ് വേഗം വർദ്ധിപ്പിച്ചു. ആരുമറിയാതെ അതിലൂടെ വണ്ടിയോടിച്ച് പോകാം എന്നൊരു പ്രതീക്ഷയൊന്നുമില്ല. എന്നിരു ന്നാലും അനാവശ്യമായി നിർത്താതെ ലക്ഷ്യത്തിലെത്താമല്ലോ എന്ന് കരുതി. അതിനാൽ മാത്രമാണ് വേഗം വർദ്ധിപ്പിച്ചത്. അങ്ങനെ കടന്ന് പോകുന്നതിനിടയിൽ ഒരു വീടിന്റെ മുകൾനിലയിലെ ജാലക ത്തിലൊന്നിലേക്ക് കണ്ണോടിക്കാനായി. പ്രതീക്ഷിച്ചതുപോലെ തന്നെ. മോങ്ക്സ്മെയറിലെ ചെറുസമൂഹത്തിന്റെ നായകസ്ഥാനം തന്റേതാ ണെന്ന് കരുതുന്നവളാണ് സെലിയ കാൽത്രോപ്. അതിനാൽ തനിക്ക് ചില കർത്തവ്യങ്ങളും അവകാശങ്ങളുമുണ്ടെന്നും അവർ കരുതുന്നു. തന്റെ അയൽക്കാരെല്ലാം അവരുടെ യാത്രകളും, സന്ദർശകരെത്തുന്ന വിവരങ്ങളും അവരെ ധരിപ്പിച്ചില്ലെങ്കിൽ അത്തരം വിവരങ്ങൾ അവർ സ്വയം അന്വേഷിച്ച് കണ്ടെത്തും. അതവർക്ക് ഒരു ബുദ്ധിമുട്ടായി തോന്നിയിട്ടില്ല. ഒരു കാർ അതുവഴി വരുന്നത് ആദ്യമറിയുന്നത് അവരായിരിക്കും. അതിനനുയോജ്യമായ ഒരിടത്താണവരുടെ കോട്ടേജ്. ഡണിഡ്ജിലേക്ക് ചെന്നുകയറുന്നിടത്ത്. അത് അവർക്ക് എല്ലാതിലും കണ്ണുവയ്ക്കാനുള്ള ഒരു അവസരവും നൽകി.

ബ്രോഡിസിന്റെ കളപ്പുര വാങ്ങി അതിനെ റോസ്മേരി കോട്ടേജ് എന്ന് പുനർനാമകരണം ചെയ്യുകയായിരുന്നു മിസ് കാൽത്രോപ്. അത് പന്ത്രണ്ട് വർഷങ്ങൾക്ക് മുമ്പായിരുന്നു. വളരെ കുറഞ്ഞ വില യിലാണവർക്ക് അത് ലഭിച്ചത്. അതിനുശേഷം പ്രാദേശിക തൊഴി ലാളികൾക്കുമേൽ നിരന്തരം കുതിരകയറി അതിലും കുറഞ്ഞ ചില വിൽ അവർ അതിനെ കൽച്ചുമരുകളുള്ള കളപ്പുരയിൽ നിന്ന് കാല്പനികമായ വീടാക്കി മാറ്റി. തന്റെ വായനക്കാർക്ക് മുന്നിൽ അവതരിപ്പിക്കാനുതകുന്ന തരത്തിൽ കാല്പനികമായ ഒന്ന്. ആ വീട്ടിലേക്ക് വനിതകൾക്കായുള്ള ആനുകാലികങ്ങളിൽ നിന്നുള്ളവർ ഇടയ്ക്കിടെ വരാറുണ്ട്. ഈ വീടും ആ ആനുകാലികങ്ങളിൽ പ്രത്യക്ഷ പ്പെടാറുണ്ട്. 'നമ്മുടെ വായനക്കാരെ ഉദ്വേഗത്തിന്റെയും കാല്പനി കതയുടെയും മുൾമുനയിൽ നിർത്തുന്ന സൃഷ്ടികൾ സെലിയ കാൽത്രോപ് തന്റെ സഫെക്കിലെ ഈ വസതിയിലിരുന്നാണ് രചി ക്കുന്നത്. ഗ്രാമഭംഗിയും ശാന്തിയും ഒന്നു ചേർന്ന ഈ സഫെക്

വസതിയിലിരുന്ന്.' റോസ്മേരി കോട്ടേജിന്റെ അകത്തളങ്ങൾ തീർത്തും സൗകര്യപ്രദമാണ്. ഇത്തിരി കപടവും ഒട്ടും രുചികരമല്ലാത്തതു മാണെങ്കിലും സൗകര്യപ്രദമാണ്. ബാഹ്യരൂപമാകട്ടെ ഒരു ഗ്രാമ ത്തിലെ കോട്ടേജിനുതകുന്നതെന്ന് ഉടമ കരുതിയ ഭാവമെല്ലാമുണ്ട്. ഓലമേഞ്ഞ മേൽക്കൂര. (അതിന്റെ പരിപാലനം വളരെ ചിലവേറി യതാണെന്ന് പറയേണ്ടതില്ലല്ലോ). ഔഷധച്ചെടികളുടെ ഒരു തോട്ടം. (നീരസം തോന്നും അത് കണ്ടാൽ. ഔഷധച്ചെടികളുടെ കാര്യത്തിൽ മിസ് കാൽത്രോപ് അത്ര വിജയിയല്ല.). ഒരു കൃത്രിമക്കുളം. (വേന ലിൽ അത് ദുർഗന്ധം പരത്തും.) പിന്നെ ഒരു പ്രാവിൻ കൂടും. (പ്രാവു കൾ പക്ഷേ അതിനകത്ത് ചേക്കാറാൻ വിസമ്മതിച്ചു.) മെലിഞ്ഞ ഒരു പുൽത്തകിടിയുമുണ്ട്. അതിലേക്കാണ്, സെലിയയുടെ വാക്കു കൾ ഉപയോഗിച്ചാൽ, എഴുത്തുകാരുടെ സമൂഹത്തെ, എല്ലാ വേന ലിലും ചായയ്ക്കായി ക്ഷണിക്കുന്നത്.

ആദ്യമൊക്കെ ജെയ്ൻ ഡൽഗ്ലീഷിനെ അത്തരം സൗഹൃദക്കൂട്ടാ യ്മകളിൽ നിന്ന് ഒഴിച്ച് നിർത്തുകയായിരുന്നു പതിവ്. അവർ എഴുത്തു കാരി എന്നതവകാശപ്പെടാതിരുന്നതല്ല കാരണം, അതിലുപരി, പ്രായം ചെന്ന, ഏകയായ, അവിവാഹിത എന്നതായിരുന്നു. അത്തരക്കാർ മിസ് കാൽത്രോപിന്റെ മൂല്യനിർണ്ണയമനുസരിച്ച് ലൈംഗികമായ പരാ ജയങ്ങളും ദയയെ മാത്രം പ്രോത്സാഹിപ്പിക്കുന്നവരുമാണ്. അതിനു ശേഷമാണ് മിസ് കാൽത്രോപ് ചില കണ്ടെത്തലുകൾ നടത്തിയത്. തന്റെ അയൽക്കാരി വിശ്രുതയും വിശിഷ്ടയുമാണെന്നതായിരുന്നു അതിലൊന്ന്. അങ്ങനെ അവരെ കരുതുന്നവരിൽ അധികവും അത്തരം കാര്യങ്ങളിൽ തീർപ്പ് പറയാൻ തക്ക യോഗ്യതകളുള്ള വരാണെന്നും അവർ പെന്റ്ലാൻഡിൽ, തങ്ങളുടെ ആതിഥേയയ് ക്കൊപ്പം സന്തോഷത്തോടെ കടൽക്കരയിലലയാറുണ്ടെന്നും മിസ് കാൽത്രോപ് കണ്ടെത്തി. ആ അലച്ചിലുകാരും ഇതുപോലെ വിശ്രു തരും വിശിഷ്ടരുമായിരുന്നു എന്നും കണ്ടെത്തി.

കണ്ടെത്തലുകൾ ഇവിടം കൊണ്ടവസാനിച്ചില്ല. പിന്നെയുള്ളത് അത്ഭുതപ്പെടുത്തുന്നതായിരുന്നു. ജെയ്ൻ ഡൽഗ്ലീഷ്, ആർ.ബി. സിങ്ക്ളയറിനൊപ്പം പ്രയറി ഹൗസിൽ വച്ച് അത്താഴവിരുന്നുണ്ടി ട്ടുണ്ട്. അതിലും വലിയ ആശ്ചര്യം തന്റെ മൂന്നാമത്തേതും അവ സാനത്തേതുമായ നോവൽ മുപ്പത് വർഷം മുമ്പെഴുതിയ സിങ്ക്ളയർ ഇന്നും ജീവിച്ചിരിക്കുന്നു എന്ന അറിവായിരുന്നു. അയാൾക്കൊപ്പം അത്താഴ വിരുന്നിനങ്ങനെ അധികമാർക്കും ക്ഷണം ലഭിക്കാറില്ല. തന്റെ തെറ്റുകളിൽ എന്നെന്നും മുങ്ങിത്താഴുന്നതരം വ്യക്തിയല്ല മിസ് കാൽത്രോപ്പ്. അതിനാൽത്തന്നെ ഒട്ടും കാലവിളംബമില്ലാതെ മിസ് ഡൽഗ്ലീസ് 'പ്രിയപ്പെട്ട ജെയ്ൻ' ആയി മാറി. മറുഭാഗത്തുനിന്നാകട്ടെ

അയൽക്കാരി അന്നുമിന്നും 'മിസ് കാൽത്രോപ്' തന്നെയായിരുന്നു. അതിൽ മാറ്റമുണ്ടായില്ല എന്ന് മാത്രമല്ല, ആദ്യമൊക്കെ അവർക്ക് നേരെയുണ്ടായിരുന്ന അധിക്ഷേപത്തെക്കുറിച്ചോ പുച്ഛത്തെക്കുറിച്ചോ അവർക്ക് അറിവുമുണ്ടായിരുന്നില്ല. സെലിയയെക്കുറിച്ച് അവർ എന്ത് ചിന്തിക്കുന്നു എന്ന കാര്യത്തിൽ ഡൽഗ്ലീഷിനൊരു ഉറപ്പുമില്ലായിരുന്നു. അവർ അയൽക്കാരെക്കുറിച്ചങ്ങനെ സംസാരിക്കാറില്ല. ഇവരെ രണ്ടുപേരേയും അങ്ങനെ ഒരുമിച്ച് കണ്ടിട്ടുമില്ല. അങ്ങനെയൊന്ന് കാണാനായെങ്കിൽ എന്തെങ്കിലും ഊഹിച്ചെടുക്കാമായിരുന്നു.

മോങ്ക്സ്മെയർ ഹെഡിൽ നിന്ന് പെന്റ്ലാൻഡിലേക്കുള്ള വഴി ദുർഘടമായിരുന്നു. അമ്പത് വാര ദൂരം അതിലൂടെ നീങ്ങിയാൽ റോസ്മേരി കോട്ടേജിലെത്തും. സാധാരണ നിലയിൽ അതിന്റെ പടിവാതിൽ അടഞ്ഞ് കിടക്കാറാണ് പതിവ്. ഇന്നത് തുറന്ന് കിടക്കുകയായിരുന്നു. മുൾച്ചെടികളിലും കുറ്റിച്ചെടികളിലും അത് ഉടക്കിക്കിടക്കുന്നു. കാർ വഴിയിലെ കുഴികളിലും വൈക്കോൽ കുറ്റികളിലും ചാടി മുന്നോട്ട് നീങ്ങി. കുഴികൾ പിന്നെ പുൽച്ചെടികൾക്ക് വഴി മാറിക്കൊടുത്തു. പുൽച്ചെടികൾ നീളമുള്ള ചിത്രപ്പുല്ലുകൾക്കും. ലാഥമിന്റെയും ജസ്റ്റിൻ ബ്രൈസിന്റെയും കോട്ടേജുകൾ കടന്ന് വണ്ടി നീങ്ങി. ലാഥമിന്റെ ജാഗ്വർ അവിടെ പാർക്ക് ചെയ്തിട്ടുണ്ടെങ്കിലും ഈ രണ്ട് മാന്യരും അവിടെയുള്ളതിന്റെ ലക്ഷണമൊന്നും കാണാനായില്ല. ബ്രൈസിന്റെ പുകക്കുഴലിൽ നിന്ന് ചെറിയ പുക ഉയരുന്നുണ്ട്. വഴി ഇവിടെ നിന്ന് കുന്ന് കയറാൻ തുടങ്ങും. കലപ്പ കാണാത്ത തരിശുനിലമാണ് ചുറ്റിലും. തിളങ്ങുന്ന കടലിലേക്കും കുന്നിൻ മുകളിലേക്കും നീളുന്ന ഇളം ചുവപ്പും സ്വർണ്ണവർണ്ണവും കലർന്ന മണ്ണ്. വഴിയുടെ മുനമ്പിൽ ഡൽഗ്ലീഷ് കാർ നിർത്തി ശ്രദ്ധിച്ചു. ശരത്കാലം ഒരിക്കലും അയാളുടെ ഇഷ്ടകളതുവായിരുന്നില്ല. എന്നാൽ വണ്ടിയുടെ എഞ്ചിൻ ഓഫ് ചെയ്ത ആ നിമിഷത്തിൽ അപ്പോഴത്തെ പ്രസന്നമായ ശാന്തിക്ക് പകരം ഒരു വസന്തകാലത്തേയും അയാൾ പകരം വയ്ക്കുമായിരുന്നില്ല.

ചില കുറ്റിച്ചെടികളും അതിലെ പൂക്കളും വാടിത്തുടങ്ങിയിരുന്നു. എന്നാൽ രണ്ടാമതും പുഷ്പിച്ച ചിലവയുണ്ട്. അതിന് മെയ് മാസത്തിൽ വിരിഞ്ഞ പൂക്കളുടെ ധന്യതയും സ്വർണ്ണവർണ്ണവുമുണ്ട്. അതിനപ്പുറം കടലാണ്. ഇളം ചുവപ്പ്, ഇളം നീല, തവിട്ട്... എല്ലാ വർണ്ണങ്ങളും ഒന്ന് ചേർന്നത്. തെക്ക് ഭാഗത്ത് ചതുപ്പിലേക്ക് മൂടൽമഞ്ഞ് ഇറങ്ങിക്കിടക്കുന്നു. അവിടെയാണ് പക്ഷിസംരക്ഷണ കേന്ദ്രം. ആ പക്ഷിസംരക്ഷണകേന്ദ്രം അതിനൊരു പച്ചപ്പ് നൽകുന്നു. ആവശ്യത്തിനു നീലിമയും. അന്തരീക്ഷത്തിന് തരിശിൽ വളരുന്ന ഹെതർ എന്ന പാഴ്ച്ചെടിയുടേയും വിറകിന്റെ പുകയുടേയും ഗന്ധമുണ്ട്. ശരത്കാലത്തിൽ ഒഴിച്ചുകൂടാനാകാത്ത ഗന്ധങ്ങളാണിവ. താനിപ്പോൾ കാണുന്നത് ഒരു യുദ്ധക്കളത്തെയാണെന്ന് വിശ്വസിക്കാൻ

കുറച്ച് നേരം ഡൽഗ്ലീഷിന്റെ മനസ്സിനായില്ല. ഒമ്പത് നൂറ്റാണ്ടുകളോളം ഇവിടെ കരയും കടലും തമ്മിൽ യുദ്ധം നടന്നു. കരയാണെന്നും പരാജയപ്പെട്ടത്. അപ്പുറത്ത് കാണുന്ന ശാന്തമായ ജലത്തിനടിയിൽ പഴയ ഡണിഡ്ജിലെ ഒമ്പത് പള്ളികൾ മുങ്ങിക്കിടപ്പുണ്ട് എന്ന് വിശ്വസിക്കാനാകില്ല. മുനമ്പിൽ ഇപ്പോൾ ചില കെട്ടിടങ്ങൾ തലയുയർത്തി നില്പുണ്ട്. എന്നാൽ അവയൊന്നും അത്ര പഴക്കമുള്ളതല്ല. വടക്ക് സെറ്റൺ ഹൗസിന്റെ ചുമരുകൾ കാണാം. മലമുകളിൽ ഒരു മുഴ പോലെ. തന്റെ ഏകാന്തമായ ജീവിതത്തിനനുയോജ്യമായ വിധത്തിൽ ഡിറ്റക്ടീവ് നോവലിസ്റ്റായ മൗറിസ് സെറ്റൺ പണിതതാണത്. തെക്ക്, അര നാഴിക ദൂരത്തിൽ പ്രയറി ഹൗസിന്റെ ചതുരൻ ചുമരുകൾ. കടലിനറ്റത്തെ അവസാനത്തെ കോട്ടപോലെയുണ്ടത്. പക്ഷിസംരക്ഷണകേന്ദ്രത്തിന്റെ അരിക് ചേർന്ന് പെന്റലാൻഡ്സ് കോട്ടേജ് ശൂന്യതയിൽ നിന്ന് തൂങ്ങിക്കിടക്കുന്നതുപോലെ കാണപ്പെട്ടു.

കണ്ണുകളങ്ങനെ പരതിക്കൊണ്ടിരുന്നപ്പോൾ ഒരു കുതിരവണ്ടി അങ്ങ് ദൂരെ പ്രത്യക്ഷപ്പെട്ടു. വടക്ക്. അത് മഞ്ഞപ്പൂക്കളുള്ള കുറ്റിച്ചെടികൾ കടന്ന് പ്രയറി ഹൗസിലേക്ക് നീങ്ങുകയായിരുന്നു. അതിന്റെ വണ്ടിക്കാരൻ മുന്നിൽ കൂനിക്കൂടിയിരിപ്പുണ്ട്. അയാളുടെ കൈവശം ഒരു ചാട്ടയുണ്ട്. അതൊരു സ്ത്രീയാണെന്ന് രണ്ടാമത്തെ നോട്ടത്തിൽ തിരിച്ചറിഞ്ഞു. വണ്ടിക്കാരനല്ല, വണ്ടിക്കാരിയാണ്. ലോലയാണ്. ആർ. ബി. സിങ്ക്ളയറുടെ വീട്ടുവേലക്കാരിയാകണം അത്. അവർ വീട്ടിലേക്കാവശ്യമുള്ള സാധനങ്ങൾ വാങ്ങി വരുന്നതാകണം. ആ വാഹനത്തിനൊരു ഗരിമയുണ്ട്. ഒരു സ്വകാര്യവാഹനത്തിന്റെ ഗരിമ. അത് കണ്ണിൽനിന്നപ്രത്യക്ഷമാകുന്നത് വരെ ഡൽഗ്ലീഷ് അതിനെത്തന്നെ നോക്കി നിന്നു. വൃക്ഷങ്ങൾക്ക് പുറകിൽ പാതി മറഞ്ഞ് നിൽക്കുന്ന പ്രയറി ഹൗസിലേക്ക് അത് കയറിപ്പോകുന്നത് കണ്ടുനിന്നു. ആ നിമിഷത്തിൽ അയാളുടെ അമ്മായി കോട്ടേജിൽ നിന്ന് പുറത്തിറങ്ങി വഴിയിലേക്ക് നോക്കി. ഡൽഗ്ലീഷ് തന്റെ വാച്ചിലേക്ക് നോക്കി. രണ്ട് മണികഴിഞ്ഞ് മുപ്പത്തിമൂന്ന് നിമിഷം. അയാൾ കൂപ്പറിന്റെ ക്ലച്ച് പ്രവർത്തിപ്പിച്ചു. കൂപ്പർ ബ്രിസ്റ്റൾ സാവധാനത്തിൽ അവരെ ലക്ഷ്യമിട്ടു.

മൂന്ന്

ഒലിവർ ലാഥം തന്റെ മുകൾനിലയിലെ മുറിയിലെ നിഴലുകൾക്കുള്ളിലേക്ക് നീങ്ങി നിന്നു. അവിടെ നിന്ന്, കുന്ന് കയറി വരുന്ന കാറിനെ നോക്കി നിന്നു. ഉറക്കെ ചിരിച്ചു. പിന്നെ ചിരി വരുത്തിയ

പൊട്ടിത്തെറിയെ നിശ്ശബ്ദമാക്കി, സ്വയം നിയന്ത്രിച്ചു. ആ ചിരി കോട്ടേജിനെ ആകെ ഇളക്കിമറിച്ചിരിക്കുന്നു. ഇത് ആവശ്യത്തിലധി കമായി! സ്കോട്ലണ്ട് യാഡിലെ അത്ഭുത ബാലൻ, തന്റെ അവ സാന രക്തക്കളിയും കഴിഞ്ഞ് ഇപ്പോഴിതാ തന്റെ സൂചകത്തെത്തേടി കൃത്യമായി എത്തിച്ചേർന്നിരിക്കുന്നു. കാർ ഇപ്പോൾ കുത്തനെ ഇറങ്ങുകയാണ്. ആ വണ്ടിയൊന്ന് കേടുവന്നെങ്കിൽ എത്ര നന്നാ യിരുന്നു. എന്നാൽ അത് സംഭവിച്ചില്ല. ഡൽഗ്ലീഷ് അവിടെ കാഴ്ച കണ്ട് നിൽക്കുകയാണ്. ആ പാവം വിഡ്ഢി ഒരുപക്ഷേ, രണ്ടാഴ്ച പെന്റ്ലാൻഡ്സിൽനിന്ന് ലഭിക്കാനിരിക്കുന്ന ലാളനാമധുരങ്ങളെക്കുറിച്ച് ചിന്തിക്കുകയാകാം. എന്നാൽ അയാളുണ്ടോ വരാൻ പോകുന്ന ആശ്ചര്യങ്ങളെന്തൊക്കെ എന്നറിയുന്നു. ചോദ്യം ഒന്നേയുള്ളു. താൻ, അതായത് ലാഥം, ഇങ്ങനെ ഇവിടെ കറങ്ങി നടന്ന് ഈ തമാശ കളൊക്കെ കാണുന്നത് അത്ര നല്ലതാകുമോ? എന്തുകൊണ്ടായി ക്കൂടാ? കോട്ട് തിയറ്ററിൽ വ്യാഴാഴ്ചത്തെ കളിക്കേ താനെത്തുക യുള്ളൂ എന്നാണവിടെ, പട്ടണത്തിൽ, എല്ലാവരോടും പറഞ്ഞിരി ക്കുന്നത്. അതിനിടയിൽ പെട്ടെന്നങ്ങ് ചെന്നാൽ അത് വിചിത്രമായി കണക്കാക്കപ്പെട്ടേക്കാം. മാത്രമല്ല അയാളിലും കുറച്ച് ആകാംക്ഷ യൊക്കെയുണ്ട്. മോങ്ക്സ്മെയറിലേക്കെത്തിയത്, ഇവിടെയെത്തി യാൽ എന്തായാലും മുഷിയും എന്ന പ്രതീക്ഷയിലാണ്. എന്നാൽ ഇപ്പോഴിതാ ഭാഗ്യം കടാക്ഷിച്ചിരിക്കുന്നു. സുന്ദരങ്ങളായ അവധി ദിനങ്ങൾ തന്നെ കാത്തിരിക്കുന്നു.

നാല്

പ്രയറി ഹൗസിനു മറയായി നിന്ന വൃക്ഷങ്ങൾക്ക് പുറകിലേക്ക് ആലിസ് കെരിസൺ തന്റെ വണ്ടിയോടിച്ചു. മുനമ്പിന്റെ വടക്കൻ ഭാഗത്തുനിന്നാണാ വണ്ടി വന്നത്. പ്രയറി ഹൗസിലെത്തിയപ്പോൾ അവർ വണ്ടിയിൽ നിന്ന് ചാടിയിറങ്ങി. തകർന്നു കൊണ്ടിരിക്കുന്ന കമാനത്തിലൂടെ, പെൺകുതിരയെ പതിനാറാം നൂറ്റാണ്ടിൽ പണി കഴിപ്പിച്ച കുതിരലായത്തിലേക്ക് നയിച്ചു. കുതിരയെ വണ്ടിയിൽ നിന്ന് മുക്തയാക്കാനുള്ള ശ്രമത്തിൽ അവർ ഞരങ്ങുകയും മൂളു കയും ചെയ്യുന്നുണ്ടായിരുന്നു. അതിനിടയിൽ അവരുടെ പ്രായോ ഗിക ബുദ്ധി അന്ന് പ്രഭാതത്തിൽ ചെയ്ത് തീർത്ത ജോലികളെ ക്കുറിച്ച് ഒരു അവലോകനം നടത്തി. വരാനിരിക്കുന്ന ആനന്ദങ്ങളെ ക്കുറിച്ച് ചിന്തിച്ചു. ആദ്യം അവരൊന്നിച്ച് ചായ കുടിക്കും. കടുപ്പ മുള്ള, അധിക മധുരമിട്ട ചായ. അങ്ങനെയുള്ള ചായയാണ് സിങ്ക്ള യറിനിഷ്ടം. ഹാളിലെ നെരിപ്പോടിനിരുവശത്തുമിരുന്നാണവർ ചായ

കുടിക്കുക. പിന്നെ സൂര്യനസ്തമിക്കുന്നതിനും മഞ്ഞ് പെയ്ത് തുടങ്ങുന്നതിനും തൊട്ടുമുമ്പ് അവരൊന്നിച്ച് മുനമ്പിലൂടെ നടക്കും. ചില വസ്തുക്കളെല്ലാം കുഴിച്ച് മൂടാനുണ്ട്. ഒരു ലക്ഷ്യമൊക്കെ യുണ്ടാകുന്നത് എപ്പോഴും നല്ലതാണ്. സിങ്ക്ളയർ കൗശലത്തോടെ സംസാരിക്കുമെങ്കിലും അപൂർണ്ണമായ മനുഷ്യാവശിഷ്ടങ്ങൾ, മനുഷ്യാവശിഷ്ടങ്ങൾ തന്നെയാണ്. അവയെ ബഹുമാനിക്കേണ്ടതുണ്ട്. മാത്രമല്ല, അവരൊന്നിച്ച് പുറത്തിറങ്ങിയിട്ടും കാലം കുറച്ചായിരി ക്കുന്നു.

അഞ്ച്

അത്താഴമൊക്കെ കഴിഞ്ഞ്, നെരിപ്പോടിനിരുവശത്തും സുഖകര മായ നിശ്ശബ്ദതയിൽ ഡൽഗ്ലീഷും അമ്മായിയുമിരുന്നപ്പോൾ സമയം എട്ടര കഴിഞ്ഞിരുന്നു. പെന്റ്ലാൻഡ്സിന്റെ താഴത്തെ നില മിക്കവാറും മുഴുക്കെ ഈ മുറിയാണെന്ന് പറയാം. കല്ലുകൊണ്ടുള്ള ചുമരും ഓക്ക് മരങ്ങൾകൊണ്ടുള്ള തൂണുകളുമുണ്ട് ആ മുറിക്ക്. നിലത്ത് ചുവന്ന ഇഷ്ടിക പാകിയിരിക്കുന്നു. തുറന്ന നെരിപ്പോടിൽ തീ ഇടയ്ക്കിടെ പൊട്ടിത്തെറികളുണ്ടാക്കുന്നുണ്ട്. തീപ്പൊരികൾ ചിലപ്പോൾ പുറ ത്തേക്ക് തുപ്പുന്നുണ്ട്. അതിനു മുകളിൽ നനഞ്ഞ വിറക്, നദിയി ലൂടെ ഒലിച്ചെത്തിയ നനഞ്ഞ വിറക്, ഉണങ്ങുന്നുണ്ട്. വിറകുപുക യുടെ ഗന്ധം കോട്ടേജിൽ നിറഞ്ഞിരിക്കുന്നു. കടൽക്കാറ്റ് അന്തരീ ക്ഷത്തെ കമ്പനം കൊള്ളിക്കുന്നു. ആ അവസ്ഥയിൽ, പാതിമയക്ക ത്തിൽ സ്വപ്നാടനത്തിലായ ഡൽഗ്ലീഷ് ഉണർന്നിരിക്കുക എന്നത് ബുദ്ധിമുട്ടായി കണ്ടു. പെന്റ്ലാൻഡ്സിലെ കല അല്ലെങ്കിൽ പ്രകൃതി യിലുള്ള വൈരുദ്ധ്യങ്ങൾ അയാളെ എന്നും ആകർഷിച്ചിട്ടുണ്ട്. രാവായിക്കഴിഞ്ഞാൽ ഈ വൈരുദ്ധ്യങ്ങളുടെ ആനന്ദം സ്വയം എളുപ്പ ത്തിൽ ആകർഷകമാക്കുകയും ചെയ്യും. കോട്ടേജിനകത്ത് ചെറു ചൂടുണ്ട്. വെളിച്ചമുണ്ട്. സാംസ്കാരിക ഗാർഹികതയുടെ എല്ലാ സൗകര്യങ്ങളും വർണ്ണങ്ങളുമുണ്ട്. പുറത്ത്, മേഘങ്ങൾക്കടിയിൽ ഇരുട്ടായിരുന്നു. ഏകാന്തതയായിരുന്നു. നിഗൂഢതയായിരുന്നു. താഴെ, നൂറടി താഴെ, അപ്പോൾ കടൽത്തീരം എങ്ങനെയുണ്ടാകും എന്നൊന്ന് ചിന്തിക്കാൻ അയാൾ ശ്രമിച്ചു. കടലപ്പോൾ തണുത്തുറഞ്ഞ കടൽ ക്കരയിലേക്ക് പതഞ്ഞെത്തുന്നുണ്ടാകും. മോങ്ക്സ്മെയറിയിലെ പക്ഷി സംരക്ഷണകേന്ദ്രം ആ രാവിൽ നിശ്ശബ്ദമാകും. അവിടത്തെ വള്ളി ച്ചെടികൾ പോലും അപ്പോൾ അനങ്ങുന്നുണ്ടാകില്ല.

കാലു നീട്ടിവച്ച്, തല കസേരയിൽ ഒന്നുകൂടി സൗകര്യപ്രദമാക്കി അമർത്തി വച്ച്, അയാൾ അമ്മായിയെ നോക്കി. അവർ പതിവു

പോലെ നിവർന്ന് ഇരിക്കുന്നു. തീർത്തും സുഖകരമായ ഒരു ഇരിപ്പ്. കമ്പിളി നൂലുകൊണ്ട് സോക്സ് തുന്നുകയാണവർ. കടും ചുവപ്പ് വർണ്ണമുള്ള നൂലുകൊണ്ട്. അത് തനിക്കാകരുതെ എന്ന് പ്രതീക്ഷിക്കാനേ ഡൽഗ്ലീഷിനാകുമായിരുന്നുള്ളൂ. അതിനു സാധ്യതയില്ല എന്നയാൾ കരുതി. അത്തരം ഗാർഹിക സ്നേഹങ്ങൾ അമ്മായിയിൽ നിന്ന് സാധാരണ പ്രകടമാകാറില്ല. തീ അവരുടെ മുഖത്തിന് ഒരു ചുവപ്പ് വർണ്ണം നൽകി. ആസ്റ്റെക്കുകളുടേതിനു സമാനമായ തവിട്ട് മുഖത്ത്. കടഞ്ഞെടുത്തതുപോലെയുള്ള മുഖത്ത്. കണ്ണുകൾക്ക് മീതെ പുരികം ഫണം നിവർത്തി. നീളൻ മൂക്ക് വലിയ വായ്ക്ക് മുകളിൽ നിവർന്ന് നിന്നു. അവരുടെ മുടി ഇപ്പോൾ ഇരുമ്പിന്റെ ചാരവർണ്ണത്തിലേക്ക് മാറിയിരിക്കുന്നു. അത് കഴുത്തിനു മുകളിൽ വട്ടത്തിൽ കെട്ടിവച്ചിരിക്കുന്നു. ബാല്യം മുതൽ അയാളുടെ മനസ്സിൽ ഇടം പിടിച്ച ഒരു മുഖമാണത്. അവരിൽ ഒരു മാറ്റവും അയാൾ ഇതുവരെ കണ്ടിട്ടില്ല. അവരുടെ മുകൾനിലയിലെ മുറിയിൽ, കണ്ണാടിയിൽ, യദൃച്ഛയാ എന്ന പോലെ ഒരു ചിത്രം ഒട്ടിച്ച് വച്ചിട്ടുണ്ട്. 1916ൽ അവർ തന്റെ ഭാവിവരനാകാനിരുന്നവനൊപ്പമെടുത്ത ചിത്രം. ആ ചിത്രം ഡൽഗ്ലീഷിനോർമ്മ വന്നു. കൂർമ്പൻ തൊപ്പിയും അയാൾക്ക് യോജിക്കാത്ത വസ്ത്രവും ധരിച്ച ഒരു യുവാവ്. അയാൾക്ക് യോജിക്കാത്തതെന്ന് ഇപ്പോൾ തോന്നുമെങ്കിലും സത്യത്തിൽ അതിൽ പ്രണയകാല്പനികതകൾ നിറഞ്ഞ് നിന്നിരുന്നു. എന്നോ മരിച്ചുപോയ ഒരു കാലഘട്ടത്തിൽ, തകർന്ന ഒരു ഹൃദയത്തെ ഓർമ്മപ്പെടുത്തുന്നതായിരുന്നു. ആ ചിത്രത്തിലെ പെൺകുട്ടിക്ക് ആൺകുട്ടിയേക്കാൾ അരയിഞ്ച് ഉയരക്കൂടുതലുണ്ട്. കൗമാരത്തിൽ നിന്ന് പുറത്ത് കടക്കുകയാണവൾ. നീളൻ മുടി റിബ്ബൺ കൊണ്ട് കെട്ടിയൊതുക്കിയിരിക്കുന്നു. കൂർത്ത ഷൂസാണവൾ ധരിച്ചിരിക്കുന്നത്. ഒഴുകിക്കിടക്കുന്ന ഉടുപ്പിനടിയിൽ അത് വ്യക്തമായി കാണാം. തന്റെ യൗവ്വനത്തെക്കുറിച്ച് ജെയ്ൻ ഡൽഗ്ലീഷ് ഒരിക്കലും അയാളോട് സംസാരിച്ചിട്ടില്ല. അയാൾ ചോദിച്ചിട്ടുമില്ല. അയാളറിഞ്ഞിട്ടുള്ളതിൽ വച്ച് ഏറ്റവും സ്വയംപര്യാപ്തയും ഒട്ടും വൈകാരികമായി പ്രതികരിക്കാത്തവളുമാണവർ. ദെബോറ എങ്ങനെ ഇവരുമായി ഒത്തുപോകും എന്ന് ഡൽഗ്ലീഷ് ചിന്തിച്ചു. ഇവർ ഇരുവരും ഒന്നിച്ചാൽ എന്ത് സംഭവിക്കും എന്നത്ഭുതപ്പെട്ടു.

ലണ്ടനു പുറത്ത് താമസിക്കുന്ന ദെബോറയെ ചിത്രീകരിക്കുക അസാധ്യമാണ്. അമ്മ മരിച്ചതിനു ശേഷം അവൾ വീട്ടിലേക്ക് പോയിട്ടേയില്ല. അവർ ഇരുവർക്കും മാത്രമറിയാവുന്ന കാരണങ്ങളാൽ അയാൾ അവർക്കൊപ്പം മാർടിൻഗേയ്‌ലിലേക്കും ഇതുവരെ പോയിട്ടില്ല. നഗരത്തിലെ ഫ്ളാറ്റിന്റെയും ഭക്ഷണശാലകളുടെയും തിയറ്ററുകളുടെയും മദ്യശാലകളുടെയും പശ്ചാത്തലത്തിലല്ലാതെ അവളെ

ഊഹിക്കുക പ്രയാസമാണ്. അയാൾക്കാകട്ടെ പല തലങ്ങളിൽ ജീവിച്ച് പരിചയമുണ്ട്. ദെബോറ അയാൾക്ക് തന്റെ ജോലിയുടെ ഭാഗമല്ല. പെന്റലാൻഡ്സിൽ അവൾക്ക് പ്രത്യേകിച്ച് സ്ഥാനങ്ങളൊന്നുമില്ല. എന്നാൽ, അയാൾ അവരെ വിവാഹം കഴിച്ചാൽ അവൾക്ക് ഇത് രണ്ടിലും പങ്കുണ്ടാകും. കുറച്ചെങ്കിലും. അതാണോ തനിക്ക് വേണ്ടതെന്ന് ഈ ചെറിയ അവധിയാഘോഷത്തിനുള്ളിൽ തീരുമാനിക്കേണ്ടിയിരിക്കുന്നു.

"കുറച്ച് സംഗീതമായാലോ? മാഹ്ലറുടെ പുതിയ റെക്കോഡുകളുണ്ട്" ജെയ്ൻ ഡൽഗ്ലീഷ് അഭിപ്രായപ്പെട്ടു.

സംഗീതം ഡൽഗ്ലീഷിന്റെ ഇഷ്ടവിഷയമൊന്നുമല്ല. എന്നാൽ അമ്മായിക്കങ്ങനെയല്ല എന്ന് അയാൾക്കറിയാം. അതുകൊണ്ട് തന്നെ അവരുടെ കൈവശമുള്ള റെക്കോഡുകൾ കേൾക്കുന്നത് പെന്റലാൻഡ്സിലെ അവധിയാഘോഷങ്ങളുടെ ഭാഗമായിരിക്കുന്നു. അവരുടെ ജ്ഞാനവും ആനന്ദവും പകർച്ചവ്യാധിയാണ്. അയാളും പുതിയ കണ്ടെത്തലുകൾ തുടങ്ങിയിരിക്കുന്നു. ഇപ്പോഴത്തെ മാനസികാവസ്ഥയിൽ മാഹ്ലറെ ഒന്ന് പരീക്ഷിക്കാൻ അയാളും തയ്യാറായിരിക്കുന്നു.

അപ്പോഴാണവർ ആ കാറിന്റെ സ്വരം കേട്ടത്.

"ദൈവമേ, ആരാകും? ആ സെലിയ കാൽത്രോപ്പാകരുതേ എന്ന് പ്രാർത്ഥിക്കുന്നു" അയാൾ പറഞ്ഞു. മിസ് കാൽത്രോപിനെ നിരുത്സാഹപ്പെടുത്തിയില്ലെങ്കിൽ, കസേരയിൽ വേരുറപ്പിക്കുന്ന സന്ദർശകയാകും. ക്ഷണിക്കാതെ വരുന്ന സന്ദർശക. മോങ്ക്സ്മെയറിലെ ഏകാന്തതകൾക്ക് മീതെ ഊഷ്മളമായ നാഗരിക സാമൂഹ്യജീവിതത്തിന്റെ മുദ്ര പതിപ്പിക്കാൻ ഒരുങ്ങുന്നവൾ. ഡൽഗ്ലീഷ് കോട്ടേജിലില്ലാത്തപ്പോൾ അവർ വരുന്നതുകൊണ്ട് കുഴപ്പമില്ല. കാണാൻ ചേലുള്ള, മറ്റ് ബന്ധങ്ങളില്ലാത്ത ഒരു പുരുഷൻ അവർക്ക് ഒരു സ്വാഭാവിക ഇരയാണ്. അവർക്ക് സ്വയം അയാളെ വേണമെന്നില്ലെങ്കിൽ, അവർ ആവശ്യക്കാരെയുണ്ടാക്കും. എന്തും ഏതും ഇങ്ങനെ പാഴായിപ്പോകുന്നത് കാണാൻ അവർ താത്പര്യപ്പെടുന്നില്ല. ഒരു സന്ദർശനത്തിനിടയിൽ അയാളുടെ ബഹുമാനാർത്ഥം അവർ ഒരു വിരുന്ന് തന്നെ നൽകുകയുണ്ടായി. അന്ന് അയാൾ അത് ആസ്വദിച്ചു. ആ അവസരത്തിന്റെ അനൗചിത്യവും അസംബന്ധവും ആസ്വദിച്ചു. അന്ന് മോങ്ക്സ്മെയർ നിവാസികൾ, പരസ്പരം ആദ്യമായി കാണുകയാണെന്നതുപോലെ, സെലിയയുടെ ഇളം ചുവപ്പും വെളുപ്പും നിറമുള്ള സ്വീകരണമുറിയിലിരുന്ന്, കാനപെ കൊറിച്ചു, വില കുറഞ്ഞ ഷെറി നുണഞ്ഞു. ഒരു സാംഗത്യവുമില്ലാത്ത, വിനീതമായ സംഭാഷണങ്ങളിൽ ഏർപ്പെട്ടു. അപ്പോൾ പുറത്ത് കാറ്റ് ശക്തമായി

വീശിയടിക്കുന്നുണ്ടായിരുന്നു. മുനമ്പിൽ കൊടുങ്കാറ്റ് രൂപം കൊള്ളുന്നുണ്ടായിരുന്നു. ഹാളിൽ അത്തരം കാറ്റുകൾ വരുമ്പോൾ ഉപയോഗിക്കുന്ന വിളക്കുകൾ കുന്നുകൂട്ടിയിരുന്നു. അതൊരു വൈരുദ്ധ്യമായിരുന്നു. പക്ഷേ അത് പ്രോത്സാഹിപ്പിക്കേണ്ട ഒന്നല്ലായിരുന്നു.

''മിസ് കാൽത്രോപ്പിന്റെ മോറിസിന്റെ സ്വരമാണെന്ന് തോന്നുന്നു. അവർക്കൊപ്പം അനന്തിരവളുമുണ്ടാകും. എലിസബത്ത് കാംബ്രിഡ്ജിൽ നിന്ന് വീട്ടിലെത്തിയിട്ടുണ്ട്. പനിയിൽ നിന്ന് സുഖം പ്രാപിച്ച് വരികയാണവർ. ഇന്നലെയാണവർ വന്നത്.'' ജെയ്ൻ ഡൽഗ്ലീഷ് പറഞ്ഞു.

''അങ്ങനെയെങ്കിൽ അവൾ വിശ്രമിക്കണം. അവർ രണ്ടിൽ കൂടുതലുണ്ടെന്ന് തോന്നുന്നു. അതോ ആ വരുന്നത് ജസ്റ്റിൻ ബ്രൈസിന്റെ സ്വരമാണോ?''

അതായിരുന്നു.

മിസ് ഡൽഗ്ലീഷ് വാതിൽ തുറന്നപ്പോൾ പോർച്ചിലെ ജാലകങ്ങൾക്കിടയിലൂടെ ഒരു കാറിന്റെ ഇരട്ട വെളിച്ചം കണ്ടു. അതിനോടൊപ്പം ഇരുട്ടിന്റെ ആശയക്കുഴപ്പം സാവധാനത്തിൽ പരിചിത രൂപങ്ങളിലേക്ക് മാറുന്നതും കണ്ടു. മോങ്ക്സ്മെയറിലുള്ളവരെല്ലാം ഒന്നിച്ച് അമ്മായിയെ കാണാനെത്തുകയാണെന്ന് തോന്നി. സിൽവിയ കെഡ്ജ് എന്ന മൗറിസ് സെറ്റോണിന്റെ സെക്രട്ടറിയും അവർക്കൊപ്പമുണ്ട്. മുടന്തുള്ളവരാണവർ. ഊന്നുവടിയുടെ കരുത്തിൽ അവർ വെളിച്ചത്തിലൂടെ നീന്തി തുറന്ന് കിടക്കുന്ന വാതിൽക്കലെത്തി. അവർക്കൊരു പിന്തുണ എന്നതുപോലെ മിസ് കാൽത്രോപ് ഒപ്പമുണ്ടായിരുന്നു. അവർക്ക് പുറകിൽ ജസ്റ്റിൻ ബ്രൈസുണ്ട്. അയാളപ്പോഴും രാവിലേക്ക് ആടിന്റെ കരച്ചിൽ പോലെയുള്ള സ്വരത്തിൽ വാക്കുകളുതിർക്കുന്നുണ്ട്. അയാൾക്കരികിൽ ഒലിവർ ലാഥമിന്റെ നീളൻ രൂപം കണ്ടു. പിന്നെ വിഷണ്ണമായ മുഖത്തോടെ എലിസബത്ത് മാർലിയുമുണ്ട്. ചുമലൊന്ന് വളച്ച്, കൈകൾ ജാക്കറ്റിന്റെ കീശയിലിട്ടാണവർ വരുന്നത്. അവർ വഴിയിൽ അലഞ്ഞ് നടക്കുകയാണെന്ന് തോന്നി. ഇടയ്ക്ക് ഇരുട്ടിൽ അപ്രത്യക്ഷയായും പിന്നെ അതിൽ നിന്ന് പുറത്ത് വന്നും, സംഘത്തിൽ നിന്ന് സ്വയം വേർപെടുത്തുകയാണവർ.

''ശുഭസായാഹ്നം മിസ് ഡൽഗ്ലീസ്'' ബ്രൈസ് ഉച്ചത്തിൽ പറഞ്ഞു. ''ശുഭസായാഹ്നം ആദം. ഇങ്ങനെ കടന്ന് കയറി വന്നതിനെന്നെ കുറ്റപ്പെടുത്തരുത്. ഇത് സെലിയയുടെ ആശയമായിരുന്നു. ചില ഔദ്യോഗിക ഉപദേശങ്ങൾ തേടിയെത്തിയതാണ് ഞങ്ങൾ. ഒലിവറൊഴികെ എല്ലാവരും. ഒലിവറിനെ വഴിയിൽ വച്ച് കണ്ടുമുട്ടുകയായിരുന്നു. അപ്പോൾ കാപ്പിക്ക് ഒപ്പം ചേരാമെന്ന് പറഞ്ഞു.''

ലാഥം ശാന്തനായി പറഞ്ഞ് തുടങ്ങി.

''ഇന്നലെ പട്ടണത്തിൽ പോയപ്പോൾ കാപ്പിപ്പൊടി വാങ്ങാൻ മറന്നു. അതിനാൽ അയൽവക്കത്ത് പോയി, എന്റെ വീട്ടുകാര്യങ്ങളിലെ അശ്രദ്ധയെക്കുറിച്ച് വാചാലമാകാതെ, നല്ല കാപ്പിപ്പൊടി ലഭിക്കുമോ എന്ന് തിരയാൻ ഇറങ്ങിയതായിരുന്നു. നിങ്ങളിവിടെ ഒരു വിരുന്ന് നടത്തുന്നുണ്ടെന്നറിഞ്ഞാൽ ഞാൻ നാളെ വരെ കാത്തിരിക്കുമായിരുന്നു.''

ഇത്രയൊക്കെ പറഞ്ഞെങ്കിലും പോകാനുള്ള ഒരു മനോഭാവത്തിലൊന്നുമായിരുന്നില്ല അയാൾ.

വെളിച്ചത്തിൽ കണ്ണൊന്ന് ചിമ്മി, മുറിക്കകത്തെ വെളുത്ത പുകയിലേക്ക് തണുത്ത വായുവിനെ അടിച്ചുകയറ്റി അവർ അകത്തെത്തി. സെലിയ കാൽത്രോപ്പ് നേരെ ഡൽഗ്ലീഷിന്റെ കസേരക്കരികിലേക്ക് നീങ്ങി. സായാഹ്നാരാധനകൾക്ക് തയ്യാറാകുന്നതുപോലെ അയാൾക്കരികിലിരുന്നു. അവരുടെ ഭംഗിയുള്ള കാലുകളും കാല്പാദങ്ങളും എല്ലാവർക്കും വ്യക്തമായി കാണാവുന്ന വിധത്തിലായിരുന്നു ആ ഇരിപ്പ്. അവയാകട്ടെ തടിച്ച ശരീരത്തിനും ഉയർന്ന നിതംബത്തിനും വിരുദ്ധമായിരുന്നു താനും. അതുപോലെ ആ കൈകളും ഒട്ടും യോജിപ്പില്ലാത്തവിധം തടിച്ചവയായിരുന്നു. അവർക്ക് നാല്പതുകളുടെ അവസാനത്തിലാകും പ്രായം എന്ന് ഡൽഗ്ലീഷ് കരുതി. പക്ഷേ കണ്ടാൽ അതിലധികം തോന്നും. പതിവുപോലെ ഇത്തിരി കനത്തിൽത്തന്നെ മെയ്ക്കപ്പ് ഉപയോഗിച്ചിട്ടുണ്ടവർ. ചെറിയതും കുടിലതയുള്ളതുമായ വായ കടും ചുവപ്പ് നിറത്തിലായിരുന്നു. താഴോട്ടിറങ്ങി നിൽക്കുന്നതുപോലെയുള്ള കണ്ണുകൾ അവരുടെ മുഖത്തിനൊരു വ്യാജ ആത്മീയ ഭാവം നൽകി. അവരുടെ ഫോട്ടോഗ്രാഫുകളിലെ പ്രധാന ആകർഷണമാണീ കണ്ണിണകൾ. അതിൽ നീലച്ചായം തേച്ചിട്ടുണ്ട്. കൺപീലികളിൽ കൺമഷി ധാരാളമായി ഉപയോഗിച്ചിട്ടുണ്ട്. അവർ ഷിഫോൺ കൊണ്ടുള്ള സ്കാർഫ് അഴിച്ച് മാറ്റി അവരുടെ തലമുടിയിലെ പുതിയ കരകൗശലം പ്രദർശിപ്പിച്ചു. മുടി ഒരു കുഞ്ഞിന്റേതുപോലെ സുന്ദരമായിരുന്നു. അതിൽ അവിടവിടെ ഇളം ചുവപ്പ് നിറമുണ്ട്. മാത്രമല്ല പലയിടങ്ങളിലും മിനുസമേറിയ തലയോട്ടി കാണാനുണ്ട് എന്ന അഭംഗിയുമുണ്ട്.

അവരുടെ അനന്തിരവളെ ഇതിനു മുമ്പ് രണ്ട് തവണ മാത്രമേ ഡൽഗ്ലീഷ് കണ്ടിട്ടുള്ളൂ. അവർക്ക് കൈ കൊടുത്തപ്പോൾ കേംബ്രിഡ്ജ് അവരിൽ ഒരു മാറ്റവും വരുത്തിയിട്ടില്ല എന്നൊരു ചിന്ത ഡൽഗ്ലീഷിലുണ്ടായി. തന്റെ ഓർമ്മയിലുള്ള വിഷണ്ണ മുഖക്കാരി തന്നെയിവൾ. അത്രയ്ക്ക് അവിവേകമായ മുഖമല്ല അത്. അതിൽ ചില

ചലനങ്ങളൊക്കെയുണ്ടായിരുന്നെങ്കിൽ കൂടുതൽ ആകർഷകമാകു മായിരുന്നു.

മുറിയ്ക്ക് അതിന്റെ ശാന്തത നഷ്ടമായിരിക്കുന്നു. ഏഴാളുകൾ ഒന്നിച്ചാൽ എത്രമാത്രം സ്വരമുണ്ടാക്കാനാകും എന്ന അനതിസാധാരണതയെക്കുറിച്ച് അത്ഭുതപ്പെടുകയായിരുന്നു ഡൽഗ്ലീഷ്. സിൽവിയ കെഡ്ജിനിരിക്കാൻ സൗകര്യമൊരുക്കുക എന്ന പതിവു പരിപാടി യുണ്ടായി. ആ നടപടിക്രമത്തിനു മേൽനോട്ടം മിസ് കാൽത്രോപ്പി ന്റേതായിരുന്നു. എന്നാൽ ശാരീരികമായി യാതൊരു സഹായവും അവരിൽ നിന്നുണ്ടായില്ല. അവളുടെ വളഞ്ഞ് പുളഞ്ഞ കാലുകൾ മറക്കുകയാണെങ്കിൽ ആ പെൺകുട്ടി അസാധാരണമെന്നോ സുന്ദരി യെന്നോ ഒക്കെ വിളിക്കപ്പെടും. ആ വളഞ്ഞ കാലുകൾ മൂലം തോളു കൾക്ക് ഘനമേറിയിരിക്കുന്നു. കൈകൾ പുരുഷന്റേതുപോലെ മാംസപേശികൾ നിറഞ്ഞതായിരിക്കുന്നു. നീളൻ മുഖമാണവൾക്ക്. നാടോടികളുടേതുപോലെ തവിട്ടു നിറമുള്ള നീളൻ മുഖം. ചുമൽ വരെ ഞാന്ന് കിടക്കുന്ന കറുത്ത മുടി ആ മുഖത്തിനരിക് പാകുന്നുണ്ട്. മുകളിൽ നടുക്ക് നിന്ന് ഇരുവശത്തേക്കും വകഞ്ഞിട്ടിരിക്കുകയാണാ മുടി. കരുത്തും സ്വഭാവദാർഢ്യവും വിളിച്ച് പറയാനുതകുന്ന മുഖ മാണതെങ്കിലും അവളതിൽ ദയനീയമായ വിനയം പ്രകടമാക്കാൻ നിശ്ചയിച്ചിരിക്കുന്നു. അവൾ പരാതികളില്ലാതെ സഹിക്കുന്ന ക്ലേശ ങ്ങളുടെ പ്രതിഫലനം ഒട്ടും ചേർച്ചയില്ലാതെ പുരികങ്ങളിൽ തത്തി ക്കളിക്കുന്നുണ്ട്. വലിയ കറുത്ത കണ്ണുകൾ അനുകമ്പയെ ക്ഷണിച്ച് വരുത്തുന്നുണ്ട്. ഒട്ടും സൗകര്യപ്രദമായിരുന്നില്ല അവരുടെ ഇരുപ്പെ ങ്കിലും തനിക്ക് സുഖകരമായിരിക്കുന്നു എന്ന് കൂടെക്കൂടെ പറഞ്ഞ് പൊതുവെയുള്ള വിഭ്രാന്തിക്ക് ആക്കം കൂട്ടുന്നുണ്ടവൾ. ഒരു നിർദ്ദേശ ത്തിന്റെ എല്ലാ കരുത്തുമുണ്ടെങ്കിലും തീർത്തും യാചന പോലെ അവർ തന്റെ ഊന്നുവടികൾ കയ്യെത്തും ദൂരത്ത് വയ്ക്കണം എന്നോർ മ്മിപ്പിക്കുന്നുണ്ട്. അവയെ കാൽമുട്ടുകളിലിട്ട് തട്ടിക്കളിക്കുന്നുണ്ട്. അങ്ങനെ അവിടെയുള്ളവരെയെല്ലാം അവർക്കുള്ള പൂർണ്ണ ആരോഗ്യ ത്തെക്കുറിച്ച്, അവരർഹിക്കാത്ത അവരിലുള്ള പൂർണ്ണ ആരോഗ്യ ത്തെക്കുറിച്ച് ഓർമ്മിപ്പിക്കുന്നുണ്ട്. ഈ നാടകങ്ങളെല്ലാം ഡൽഗ്ലീഷ് മുമ്പും കണ്ടിട്ടുള്ളതാണ്. എന്നാൽ ഇന്ന് അവളുടെ ഹൃദയം ഇവിടെ യല്ല എന്നൊരു ചിന്ത അയാളിലുണ്ടായി. ഇന്ന് ചെയ്യുന്നതിലധി കവും അവൾ യാന്ത്രികമായി ചെയ്യുന്നതാണെന്ന്. അവൾക്ക് സത്യ മായും ചില ബുദ്ധിമുട്ടുകളുണ്ട്. വേദനകളുണ്ട്. അവളുടെ കണ്ണുകൾ കല്ലുപോലെ വിരസമായിരിക്കുന്നു. മൂക്കിനു കീഴെ നിന്ന് വായ് വരെ ചില ചുളിവുകളും വരകളും കാണുന്നു. അവൾക്ക് ക്ഷീണ മുണ്ടെന്നും ഉറങ്ങാനാഗ്രഹിക്കുന്നെന്നും തോന്നി. അയാൾ അവൾക്ക്

ഒരു ഗ്ലാസ് ഷെറി നീട്ടി. അത് വാങ്ങുമ്പോൾ അവളുടെ കൈകൾ വിറയ്ക്കുന്നത് കണ്ടു. സത്യമായ സ്നേഹത്താൽ അയാളപ്പോൾ അവളുടെ വിരലുകളെ തന്റേതുകൊണ്ട് പൊതിഞ്ഞു. ഗ്ലാസിന്റെ വിറയൽ മാറുന്നത് വരെ പിടി വിടാതെ നിന്നു. പിന്നെ പുഞ്ചിരിച്ചു കൊണ്ട്, മൃദുത്വത്തോടെ അവളോട് ചോദിച്ചു:

''എന്തുപറ്റി? എന്തെങ്കിലും സഹായം ആവശ്യമുണ്ടോ?''

പക്ഷേ അവളുടെ വക്താവായി സെലിയ കാൽത്രോപ് സ്വയം പ്രഖ്യാപിച്ചിരുന്നു.

''നിങ്ങൾ വന്ന അന്ന് തന്നെ നിങ്ങളേയും ജെയ്നിനേയും ഞങ്ങ ളെല്ലാം കൂടി വന്ന് വിഷമിപ്പിക്കുന്നത് ശരിയല്ല എന്നറിയാം. പക്ഷേ ഞങ്ങൾക്ക് ചില വിഷമങ്ങളുണ്ട്. ചുരുങ്ങിയ പക്ഷം സിൽവിയയും ഞാനുമെങ്കിലും വിഷമത്തിലാണ്. ആശങ്കയിലാണ്.''

''എനിക്ക് അത്ര വിഷമമൊന്നും തോന്നുന്നില്ല, അതിനേക്കാൾ ഉപരി അമ്പരപ്പിലാണെന്ന് പറയാം. പ്രതീക്ഷയുണ്ട് എന്നൊന്നും പറയുന്നില്ല. മൗറിസ് സെറ്റൺ അപ്രത്യക്ഷനായിരിക്കുന്നു. അതൊരു പരസ്യപ്രചാരണത്തിനുള്ള മാർഗ്ഗമായിരിക്കും എന്നാണ് ഞാൻ പ്രതീക്ഷിക്കുന്നത്. അയാളുടെ അടുത്ത ത്രില്ലർ നോവലിന്റെ പ്രചാരണത്തിനുള്ള മാർഗം. അധികം വൈകാതെ അയാൾ തിരി ച്ചെത്തും. എന്നാലും ഇതിലെ വിഷാദവശങ്ങളിലേക്കു കൂടി നമു ക്കൊന്ന് നോക്കുന്നത് നന്നായിരിക്കും'' ജസ്റ്റിൻ ബ്രൈസ് കൂട്ടി ച്ചേർത്തു.

അയാൾ അത്ര വിഷണ്ണനൊന്നുമായിരുന്നില്ല. അടുത്ത് കണ്ട ഒരു സ്റ്റൂളിൽ അയാൾ ഇരിപ്പുറപ്പിച്ചു. അതിഗംഭീരനായ ഒരു ആമയെ പ്പോലെ, നെരിപ്പോടിനരികിൽ, തീയിലേക്ക് കഴുത്ത് വളച്ച്. യൗവ്വന ത്തിൽ സുന്ദരമായിരുന്നു ഈ മുഖം. ഉയർന്ന കവിളെല്ലുകളും വീതി യുള്ള ചുണ്ടുകളും തിളങ്ങുന്ന കണ്ണുകളുമൊക്കെയുള്ളത്. എന്നാൽ ഇപ്പോൾ പ്രായം അമ്പതായിരിക്കുന്നു. അതിനാൽ ഒരു രേഖാചിത്രം പോലെയായിത്തുടങ്ങിയിരിക്കുന്നു. ഇന്നും കണ്ണുകളുടെ വലുപ്പ ത്തിനൊട്ടും കുറവില്ലെങ്കിലും അതിലെ തിളക്കം ഇല്ലാതായിരിക്കുന്നു. എപ്പോഴും അതിലേക്ക് കാറ്റ് വീശിയടിക്കുന്നുണ്ടെന്നപോലെ അതിൽ വെള്ളം നിറയുന്നു. തലമുടി നെറ്റിയിൽ നിന്ന് ധാരാളമായി മുകളിലേക്ക് കയറിയിരിക്കുന്നു. പലയിടത്തും അതൊരു പരുക്കൻ വൈക്കോൽത്തുറുപോലെയായിരിക്കുന്നു. താടിയെല്ലുകൾ ചർമ്മം തുളച്ച് പുറത്തു വരാൻ തയ്യാറായതുപോലെയുണ്ട്. അത് മരിച്ച വന്റെ മുഖത്തിനു സമാനമായ പ്രകൃതം നൽകുന്നു. മാറ്റമില്ലാത്തത് ആ കൈകൾക്ക് മാത്രം. അയാൾ അവ തീയിലേക്ക് നീട്ടി. അതിലെ

ചർമ്മം ഇപ്പോഴും മൃദുത്വമുള്ളതാണ്. വെളുത്തതാണ്. ഒരു പെൺകുട്ടിയുടേതുപോലെ ലോലമാണ്. അയാൾ ഡൽഗ്ലീഷിനെ നോക്കി പുഞ്ചിരിച്ചു.

''കാണാനില്ല. സുരക്ഷിതമാണെന്ന് കരുതുന്നു. മദ്ധ്യവയസ്കനായ ഒരു ഡിറ്റക്ടീവ് എഴുത്തുകാരൻ. എളുപ്പത്തിൽ ഭയക്കുന്ന പ്രകൃതം. അത്ര ആരോഗ്യമുള്ള ശരീരമല്ല. മെലിഞ്ഞ മൂക്ക്. മുട്ടനാടിന്റേതുപോലെയുള്ള പല്ലുകൾ. തലയിൽ അവിടവിടെ മാത്രം മുടി. തൊണ്ടമുഴ തെറിച്ച് നിൽക്കുന്നത് കാണാം. കണ്ടെത്തുന്നവർ ദയവായി... അതിനാലാണ് ഞങ്ങൾ നിങ്ങളുടെ ഉപദേശത്തിനായെത്തിയത് സുഹൃത്തേ. നിങ്ങളാകട്ടെ നിങ്ങളുടെ അവസാന ഉദ്യമത്തിൽ ഇതാ ഇപ്പോൾ വിജയം കൈവരിച്ചതേയുള്ളൂ. മൗറിസ് വീണ്ടും സ്വയം പ്രത്യക്ഷപ്പെടുന്നതിനായി ഞങ്ങൾ കാത്തിരിക്കണോ? അങ്ങനെ അയാൾ അപ്രത്യക്ഷനായത് ഞങ്ങളറിഞ്ഞേയില്ല എന്ന് അഭിനയിക്കണോ? അതോ അയാളെ കണ്ടെത്താൻ പൊലീസിന്റെ സഹായം തേടണോ? ഇതൊരു പരസ്യപ്രചാരണ തന്ത്രമാണെങ്കിൽ അതിനയാളെയൊന്ന് സഹായിക്കാനുമാകുമല്ലോ. അതിൽ നമ്മളും സഹകരിക്കേണ്ടതുണ്ടല്ലോ. ആ ദിശയിൽ എന്തൊക്കെ സഹായം നമുക്ക് നൽകാനാകുമോ അതെല്ലാം പാവം മൗറിസിനിപ്പോൾ ആവശ്യമുണ്ട്.''

''ഇതൊരു തമാശയല്ല ജസ്റ്റിൻ'' മിസ് കാൽത്രോപ്പിന് സഹിച്ചില്ല.

''മാത്രമല്ല ഇതൊരു പരസ്യ തന്ത്രമാണെന്നും കരുതരുത്. അങ്ങനെ ഞാൻ കരുതുന്നെങ്കിൽ ഞാനിങ്ങനെ ഈ സമയത്ത് ആദമിനെ അന്വേഷിച്ചെത്തില്ലായിരുന്നു. ഒരു കേസ് തെളിയിക്കാൻ കഷ്ടപ്പെട്ടതിന്റെ വിഷമങ്ങളിൽനിന്ന് മുക്തനായി ഒന്ന് വിശ്രമിക്കാനെത്തിയതാണദ്ദേഹം. അയാൾ വീണ്ടും അത്തരം പ്രവൃത്തികളിലേർപ്പെടുന്നതിനു മുമ്പ് പിടികൂടിയത് ഗംഭീരമായി ആദം. ബുദ്ധിമാനും കൗശലക്കാരനുമാണ് നിങ്ങൾ. ആ കേസ് എന്നെ വല്ലാതെ അസ്വസ്ഥയാക്കുന്നു. ശരിക്കും ശാരീരികമായി അസ്വസ്ഥയാക്കുന്നു. ഇനി അയാൾക്ക് എന്ത് സംഭവിക്കും? സർക്കാർ ചെലവിൽ ഏതാനും വർഷം ജയിലിൽ കിടക്കും. പിന്നെ പുറത്തിറങ്ങി മറ്റൊരു കുഞ്ഞിനെ കൊല്ലും. അതല്ലേ സംഭവിക്കാൻ പോകുന്നത്? ഈ രാജ്യത്തുള്ള നമുക്കെല്ലാം ഭ്രാന്താണെന്ന തോന്നലുണ്ടാകുന്നു. അയാളെ മറ്റൊന്നും ചിന്തിക്കാതെ എന്തുകൊണ്ട് തൂക്കിക്കൊല്ലുന്നില്ല എന്നാണെനിക്ക് മനസ്സിലാകാത്തത്.''

തന്റെ മുഖത്തപ്പോൾ വെളിച്ചം വീഴുന്നില്ല എന്നതിൽ ഡൽഗ്ലീഷിനു സന്തോഷം തോന്നി. ആ അറസ്റ്റ് നടന്ന നിമിഷം അയാളുടെ ഓർമ്മയിലേക്ക് തിരിച്ചെത്തി. വളരെ കുറിയ ഒരു മനുഷ്യനായിരുന്നു

ആ പ്രതി. പൂലി എന്ന പേരിലാണയാൾ അറിയപ്പെട്ടിരുന്നത്. ചെറിയ രൂപം. വൃത്തികെട്ട രൂപം. നാറുന്ന രൂപം. ഒരു വർഷം മുമ്പാണ യാളുടെ ഭാര്യ അയാളെ ഇട്ടെറിഞ്ഞ് പോകുന്നത്. അയാളുടെ സ്യൂട്ടിന്റെ കൈത്തണ്ടയിലെ, അത്ര നിപുണതയില്ലാത്ത, തുന്നൽ വേല, സ്വന്തം കൈകൊണ്ട് ചെയ്തതായിരുന്നു. പൂലി അപ്പോഴും ഒരു മനുഷ്യനാണെന്ന് ഉറപ്പിക്കാനെന്ന മട്ടിൽ ആ തുന്നലിൽ അയാൾ കണ്ണുകളുറപ്പിച്ച് നിർത്തിയിരിക്കുന്നത് ഡൽഗ്ലീഷ് കാണുക യുണ്ടായി. എന്തായാലും ആ വന്യമൃഗം കൂട്ടിനകത്തായി. പൊതു ജനങ്ങൾക്കും മാധ്യമങ്ങൾക്കും പൊലീസിന്റെ ചടുലതയേയും കർത്തവ്യബോധത്തേയും പൊതുവായും സൂപരിന്റന്റ് ഡൽഗ്ലീഷി ന്റേതിനെ പ്രത്യേകമായും ഉച്ചത്തിൽ പുകഴ്ത്താൻ അവസര മായി. എന്നാൽ തന്നിൽ കുറ്റബോധത്തിന്റെ ദുഷിപ്പെന്തുകൊണ്ടെന്ന് ഒരുപക്ഷേ ഒരു മനശ്ശാസ്ത്രജ്ഞനു മാത്രം പറയാനായേക്കും. ഈ വികാരം അത്ര പുതിയതൊന്നുമല്ല. അതിനെ അയാൾ സ്വന്തം നില യിൽ കൈകാര്യം ചെയ്യാറുമുണ്ട്. അത്തരം വികാരങ്ങൾ തന്നെ ഒരിക്കലും ദീർഘകാലത്തേക്ക് അലോസരപ്പെടുത്തിയിട്ടില്ല എന്ന യാൾ ഓർത്തു. അതുകൊണ്ട് തന്നെ ഈ ജോലിയിൽ നിന്ന് മാറി മറ്റൊന്നിലേക്ക് പോകണം എന്ന ചിന്തയും ഇതുവരെയുണ്ടായിട്ടില്ല. എന്നാൽ സെലിയ കാൽത്രോ പുമൊത്ത് പൂലിയുടെ വിശേഷങ്ങൾ ചർച്ച ചെയ്യേണ്ടി വരിക എന്നത് അത്ര അഭികാമ്യമല്ല.

മുറിയുടെ മറുതലയ്ക്കൽ നിന്ന് അമ്മായിയുടെ കണ്ണുകൾ അയാളെ തേടിയെത്തി.

''എന്റെ അനന്തിരവൻ എന്ത് ചെയ്യണം എന്നാണ് നിങ്ങൾ ആഗ്ര ഹിക്കുന്നത് മിസ് കാൽത്രോപ്? സെറ്റണെ കാണാനില്ലെങ്കിൽ അത ന്വേഷിക്കേണ്ടത് പ്രാദേശിക പൊലീസല്ലേ?''

''അങ്ങനെയാണോ? ഇത് നമ്മുടെ പ്രശ്നമല്ലേ?'' മിസ് കാൽ ത്രോപ് ഒറ്റവലിക്ക് അവരുടെ കൈവശമുണ്ടായിരുന്ന ഗ്ലാസ് കാലി യാക്കി. അത് വീണ്ടും നിറയ്ക്കാനായി നീട്ടിപ്പിടിച്ചു.

''തന്റേതായ എന്തെങ്കിലും ആവശ്യത്തിനായിരിക്കും മൗറിസ് അപ്രത്യക്ഷനായിട്ടുണ്ടാകുക. ഒരു പക്ഷേ തന്റെ അടുത്ത പുസ്തക ത്തിനാവശ്യമുള്ള കാര്യങ്ങൾ അന്വേഷിച്ച് കണ്ടെത്താനാകും. അടുത്ത പുസ്തകം ഇത്തിരി വ്യത്യസ്തമാകും എന്ന സൂചന അയാൾ തരാ റുണ്ടായിരുന്നു. തന്റെ പതിവ് ക്ലാസിക് ഡിറ്റക്ടീവ് നോവലുകളിൽ നിന്ന് വ്യത്യസ്തം. തനിക്ക് വ്യക്തിപരമായി അനുഭവമില്ലാത്ത ഒന്നും കഥകളിലൂടെ കൈകാര്യം ചെയ്യാൻ ഇഷ്ടപ്പെടാത്ത സത്യ സന്ധനായ ഒരു കലാകാരനാണ് അയാൾ. അത് നമുക്കൊക്കെ

അറിയാവുന്നതുമാണ്. 'മർഡർ ഓൺ ദ ഹൈ വയർ' എന്ന നോവലെഴുതുന്നതിനു മുമ്പ് മൂന്ന് മാസം ഒരു സഞ്ചരിക്കുന്ന സർക്കസ് സംഘത്തിനൊപ്പം അയാൾ ചിലവിട്ടത് ഓർമ്മയില്ലേ? സർഗ്ഗാത്മക ഭാവനയിൽ ഇത്തിരി പുറകിലാണെന്നേയുള്ളൂ എന്ന് വേണമെങ്കിൽ ഇതുകൊണ്ട് അർത്ഥമാക്കാം. എന്റെ നോവലുകളിൽ എന്റെ അനുഭവങ്ങൾ മാത്രമല്ല ഉള്ളത്.''

''നിങ്ങളുടെ അവസാനത്തെ നായിക കടന്ന് പോയതിനെക്കുറിച്ചൊക്കെ ആലോചിക്കുമ്പോൾ, ഇത് കേട്ട് എനിക്ക് വലിയ ആശ്വാസം തോന്നുന്നു സെലിയ, പ്രിയേ.'' ജസ്റ്റിൻ ബ്രൈസ് ഇടപെട്ടു.

സെറ്റണിനെ അവസാനമായി എപ്പോഴാണ് കണ്ടത് എന്ന് ഡൽഗ്ലീഷ് ചോദിച്ചു. മിസ് കാൽത്രോപ്പിനതിനൊരു ഉത്തരം നൽകാനാകുന്നതിനു മുമ്പ് തന്നെ സിൽവിയ കെഡ്ജ് ഇടപെട്ടു. ഷെറിയും, നെരിപ്പോടിന്റെ ചൂടും അവരുടെ മുഖത്ത് ഇത്തിരി വർണ്ണമൊക്കെ വരുത്തിയിരിക്കുന്നു. അവൾക്ക് ഒരു ആത്മനിയന്ത്രണം കൈവന്നിരിക്കുന്നു. അവൾ ഡൽഗ്ലീഷിനോട് നേരിട്ട് തന്നെ സംസാരിക്കാൻ തുടങ്ങി.

''കഴിഞ്ഞ തിങ്കളാഴ്ച പ്രഭാതത്തിൽ ലണ്ടനിലേക്ക് പോയതാണ്. ടാവിസ്റ്റോക് ചത്വരത്തിലെ കാദവെർ ക്ലബ്ബിൽ താമസിക്കാനായിരുന്നു ഉദ്ദേശ്യം. എല്ലാ ഒക്ടോബർ മാസങ്ങളിലും ഒന്നു രണ്ടാഴ്ച അവിടെ അദ്ദേഹം ചിലവിടാറുണ്ട്. ശരത്കാലങ്ങളിൽ ലണ്ടനാണദ്ദേഹത്തിനിഷ്ടം. അവിടെ ക്ലബ്ബ് ലൈബ്രറിയിലിരുന്ന് തന്റെ പുസ്തകങ്ങൾക്കാവശ്യമുള്ള ഗവേഷണം നടത്തും. ഒരു ചെറിയ സ്യൂട്ട്കേസും കൊണ്ടുനടക്കാവുന്ന ടൈപ്പ്റൈറ്ററും ഒപ്പം കൊണ്ടുപോയിരുന്നു. ഹെയ്ൽസ്‌വർത്തിൽ നിന്ന് തീവണ്ടിയിലാണദ്ദേഹം പോയത്. പുതിയ പുസ്തകം തുടങ്ങിവയ്ക്കാൻ പോകുന്നു എന്നാണെന്നോട് പറഞ്ഞത്. പതിവ് ശൈലിയിൽ നിന്ന് വ്യത്യസ്തമായ ഒന്ന്. അതിനെക്കുറിച്ച് എന്നോട് വിശദമായി ചർച്ചയൊന്നും ചെയ്തില്ലെങ്കിലും വലിയ ആവേശത്തിലാണദ്ദേഹം എന്നെനിക്ക് മനസ്സിലായി. അത് എല്ലാവരേയും അത്ഭുതപ്പെടുത്തുന്ന ഒന്നാകും എന്നും എന്നോട് പറയുകയുണ്ടായി. അദ്ദേഹം തിരിച്ചെത്തുന്നതു വരെ പ്രഭാതത്തിൽ മാത്രം ഞാൻ ജോലിക്കെത്തിയാൽ മതി എന്ന് പറഞ്ഞിരുന്നു. എന്നും പത്തുമണിക്ക് ഫോൺ ചെയ്ത് തനിക്കെന്തെങ്കിലും സന്ദേശങ്ങളുണ്ടോ എന്നന്വേഷിക്കാമെന്നും പറഞ്ഞിരുന്നു. അതും പതിവുള്ളതാണ്. എപ്പോഴൊക്കെ ഇതുപോലെ ക്ലബ്ബിലാകുന്നോ അപ്പോഴൊക്കെ ഇങ്ങനെ പതിവുള്ളതാണ്. താനെഴുതിയതെല്ലാം സ്വയം ടൈപ്പ് ചെയ്ത് എനിക്കയയ്ക്കുകയാണ് പതിവ്. എന്നിട്ട് എന്നോട്

തിരുത്തലുകൾ വരുത്തി അവസാന കോപ്പി തയ്യാറാക്കാൻ ആവശ്യപ്പെടും. ഗഡുക്കളായാണ് എഴുതിയതൊക്കെ വരിക. അതിനു ശേഷം പുസ്തകരൂപത്തിലായാൽ, അവസാന മിനുക്ക് പണികൾ വരുത്തും. അത് ഞാൻ പ്രസാധകർക്ക് കൊടുക്കാനായി വീണ്ടും ടൈപ്പ് ചെയ്യും. ഗഡുക്കളായി വരുന്നത് മിക്കപ്പോഴും പരസ്പര ബന്ധമില്ലാതെയാകും. ലണ്ടനിലായിരിക്കുമ്പോൾ പട്ടണങ്ങളിലെ രംഗങ്ങൾ എഴുതുന്നതിലായിരിക്കും കൂടുതൽ താത്പര്യം. അതിനാലൊക്കെത്തന്നെ അടുത്ത തവണ ഏത് ഭാഗമാണ് വരിക എന്നെനിക്കറിയില്ല. മനസ്സിലാക്കാനാകില്ല. ചൊവ്വാഴ്ച അദ്ദേഹം വിളിച്ചിരുന്നു. ബുധനാഴ്ച താനെഴുതിയ ചില ഭാഗങ്ങൾ അയയ്ക്കുമെന്ന് പറഞ്ഞു. വീട്ടിലെ ഒന്ന് രണ്ട് ചെറിയ കാര്യങ്ങൾ ചെയ്ത് തീർക്കേണ്ടതിനെക്കുറിച്ചും സംസാരിച്ചു. അപ്പോഴൊന്നും ഒരു കുഴപ്പവുമുള്ളതായി തോന്നിയില്ല.''

അത്രയുമായപ്പോഴേക്കും മിസ് കാൽത്രോപ്പിനു സഹിക്കവയ്യാതായി. തന്റെ ഭാഗം കൂട്ടിച്ചേർത്തേ മതിയാകൂ എന്ന വിമ്മിട്ടമായി.

''അയാളുടെ സോക്സ് തുന്നി ശരിയാക്കുക, വീട്ടിലെ വെള്ളിപ്പാത്രങ്ങളെല്ലാം മിനുക്കുക എന്നതിനൊക്കെ നിങ്ങളെ അയാൾ ഉപയോഗിക്കുന്നത് ഒട്ടും ശരിയായ കാര്യമല്ല. നിങ്ങൾ യോഗ്യത നേടിയ ഒരു ഷോർട്ട് ഹാൻഡ് വിദഗ്ധയാണ്. ഇങ്ങനെ നിങ്ങളെ ഉപയോഗിക്കുന്നത് നിപുണതകൾ പാഴാക്കുന്നതിനു തുല്യമാണ്. നിങ്ങൾക്ക് ടൈപ്പ് ചെയ്യാനായി ഞാൻ ഒരുപാട് കാര്യങ്ങൾ ടെയ്പ്പ് റെക്കോർഡറിൽ സൂക്ഷിച്ചിട്ടുണ്ട്. അത് വിടൂ. അതൊന്നും ഇതുമായി ബന്ധമുള്ളതല്ലല്ലോ. എന്റെ വീക്ഷണമെന്തെന്ന് എല്ലാവർക്കുമറിയാമല്ലോ.''

എല്ലാവർക്കുമറിയാം. അവരുടെ ധാർമ്മിക രോഷം സ്വന്തം നിലയിലുള്ളതായിരുന്നു എങ്കിൽ സെലിയയെ ആരും സംശയിക്കുകയില്ലായിരുന്നു എന്നു മാത്രമല്ല കൂടുതൽ അനുകമ്പ ലഭിക്കുകയും ചെയ്യുമായിരുന്നു. എവിടെയെങ്കിലും ചൂഷണമുണ്ടെങ്കിൽ അതിൽ മുൻപന്തിയിൽ നിൽക്കാൻ ആഗ്രഹിക്കുന്നവരാണവർ.

ആ പെൺകുട്ടി ഈ തടസ്സത്തെ അവഗണിച്ചു. അവളുടെ കണ്ണുകൾ ഡൽഗ്ലീഷിൽ ഉറച്ചിരിക്കുകയായിരുന്നു. ''പിന്നെ എപ്പോഴാണ് സെറ്റണിൽ നിന്നെന്തെങ്കിലും സന്ദേശം ലഭിച്ചത്?'' അയാൾ അവളോട് ചോദിച്ചു.

''പിന്നെ ഒന്നും ലഭിച്ചില്ല. ബുധനാഴ്ച ഞാൻ സെറ്റൺ ഹൗസിലെത്തി ജോലിയിൽ വ്യാപൃതയായി. വിളികളൊന്നും വന്നില്ല. അത് പക്ഷേ എന്നെ വിഷമിപ്പിച്ചില്ല. അസ്വസ്ഥയാക്കിയില്ല. ചിലപ്പോൾ

ദിവസങ്ങളോളം അങ്ങനെ വിളിക്കാതിരുന്നിട്ടുണ്ട്. ഇന്ന് പ്രഭാത ത്തിലും ഞാൻ അവിടെയെത്തി. ചില ഉടുപ്പുകൾ ഇസ്തിരിയിടാൻ ബാക്കിയുണ്ടായിരുന്നു. അപ്പോഴാണ് മിസ്റ്റർ പ്ലാന്റിന്റെ ഫോൺ വന്നത്. കാദവെർ ക്ലബ്ബിലെ രക്ഷാധികാരിയാണദ്ദേഹം. അയാളുടെ ഭാര്യയാണവിടത്തെ പാചകക്കാരി. ചൊവ്വാഴ്ച അത്താഴത്തിനു മുമ്പ് സെറ്റൺ പുറത്ത് പോയതാണെന്നും പിന്നെ തിരിച്ച് വന്നിട്ടില്ലെന്നും അതിനാൽ അവർ ചിന്താകുലരാണെന്നും അയാളെന്നോട് പറഞ്ഞു. ആ രാത്രിയിൽ അദ്ദേഹം മെത്ത ഉപയോഗിച്ചതിന്റെ ലക്ഷണ ങ്ങളൊന്നും കാണാനില്ല. എഴുതിക്കൊണ്ടിരുന്നതൊക്കെ അവിടെ ത്തന്നെയുണ്ട്. ടൈപ്പ്റൈറ്ററും തുണികളും അവിടെയുണ്ട്. അതിനെ ക്കുറിച്ച് വല്ലാതെ വേവലാതിപ്പെടാനോ ഒരു ബഹളമുണ്ടാക്കി എല്ലാവരേയും അറിയിക്കാനോ പ്ലാന്റ് ആദ്യമൊന്നും തയ്യാറായില്ല. തന്റെ ജോലിയുമായി ബന്ധപ്പെട്ട എന്തെങ്കിലും ആവശ്യത്തിന് സെറ്റൺ പുറത്തെവിടെയെങ്കിലും പോയതാകും എന്നയാൾ കരുതി. എന്നാൽ രണ്ടാം രാത്രിയിലും സന്ദേശങ്ങളൊന്നുമില്ലാതായപ്പോൾ അയാൾ അസ്വസ്ഥനാകാൻ തുടങ്ങി. അതിനാൽ വീട്ടിലേക്കൊന്ന് ഫോൺ ചെയ്ത് അന്വേഷിക്കാമെന്ന് കരുതി. എന്ത് ചെയ്യണം എന്ന് എനിക്കറിയില്ലായിരുന്നു. സെറ്റണിനൊരു അർദ്ധസഹോദരനുണ്ട്. അയാൾ അടുത്തയിടെയാണ് ഫ്ളാറ്റ് മാറിയത്. ആ പുതിയ വിലാസം എന്റെ കൈവശമില്ല. അതിനാൽ അദ്ദേഹവുമായി ബന്ധപ്പെടാനാ യില്ല. അതല്ലാതെ മറ്റ് ബന്ധുക്കളൊന്നുമില്ല. ഞാൻ എന്തെങ്കിലും ചെയ്യാൻ സെറ്റൺ ആഗ്രഹിച്ചിരുന്നോ എന്നും എനിക്കുറപ്പില്ല. നമ്മൾ കുറച്ചുകൂടി കാത്തിരിക്കുന്നതല്ലേ നല്ലത് എന്ന നിർദ്ദേശം ഞാൻ പ്ലാന്റിനു മുന്നിൽ വച്ചു. എന്തെങ്കിലും വാർത്ത ലഭിച്ചാൽ ഉടൻ ഫോൺ ചെയ്യാമെന്ന ഉഭയസമ്മതത്തിൽ സംസാരം അവസാനിപ്പിച്ചു. അന്ന് ഉച്ചഭക്ഷണത്തിനു മുമ്പ് എനിക്ക് അദ്ദേഹം എഴുതിയത് തപാലിൽ ലഭിക്കുകയും ചെയ്തു.''

''അത് ഞങ്ങൾ കൊണ്ടുവന്നിട്ടുണ്ട്.'' മിസ് കാൽത്രോപ് വീണ്ടും അസ്വസ്ഥയായി. ''ഇതാണാ എൻവലപ്.'' അവർ തന്റെ വിശാല മായ ബാഗിൽ നിന്ന് ഒരു എൻവലപ്പെടുത്ത് ഡൽഗ്ലീഷിനു കൊടുത്തു. അതൊരു സാധാരണ എൻവലപ്പായിരുന്നു. മങ്ങിയ മഞ്ഞ നിറത്തി ലുള്ളത്. നാലിഞ്ച് വീതിയും ഒമ്പതിഞ്ച് നീളവുമുള്ളത്. അതിനു മുകളിൽ മൗറിസ് സെറ്റൺ എസ്ക്വയർ, സെറ്റൺ ഹൗസ്, മോങ്ക് സ്മെയർ, സഫെക് എന്ന് വിലാസം ടൈപ്പ് ചെയ്തിട്ടുണ്ട്. അതി നകത്ത് ഡബിൾ സ്പേസിൽ ടൈപ്പ് ചെയ്ത മൂന്ന് കടലാസുകളുണ്ട്. മിസ് കെഡ്ജ് തന്റെ വിവരണം തുടർന്നു.

''അദ്ദേഹം എന്നും സ്വന്തം മേൽവിലാസമെഴുതിയാണിതൊക്കെ

അയയ്ക്കാറുള്ളത്. എന്നാൽ ഇത് അദ്ദേഹം ചെയ്തതല്ല ഡൽഗ്ലീഷ്. ഇത് അദ്ദേഹം എഴുതിയതോ ടൈപ്പ് ചെയ്തതോ അല്ല.''

''എങ്ങനെ ഉറപ്പിക്കാനാകും?''

ആ ഒരു ചോദ്യത്തിന്റെ ആവശ്യമേ ഉണ്ടായിരുന്നില്ല. ടൈപ്പിങ്ങിലെ വ്യത്യാസം പോലെ മറച്ചു പിടിക്കാനാകാത്ത അനേകം കാര്യങ്ങളൊന്നുമില്ല. ആ പെൺകുട്ടിയാകട്ടെ മൗറിസ് സെറ്റണിന്റെ ടൈപ്പിങ്ങ് പല തവണ പകർത്തി എഴുതിയിട്ടുള്ളതാണ്. അതിനാൽ അയാളുടെ ശൈലി വ്യക്തമായും അവർക്കറിയാം. എങ്കിലും അവർക്കൊന്ന് മറുപടി പറയാനാകുന്നതിനു മുമ്പ് മിസ് കാൽത്രോപ് ഇടപെട്ടു.

''അതിലെ ഒരു ഭാഗം വായിച്ചാൽ മാത്രം മതിയാകുമെനിക്ക് ഒരു അഭിപ്രായം പറയാൻ എന്ന് തോന്നുന്നു.''

അവർ തന്റെ ബാഗിൽ നിന്ന് ആഭരണത്തിനു സമാനമായ ഒരു കണ്ണടയെടുക്കുന്നതുവരെ അവരെല്ലാം കാത്തു. അതവർ ശ്രദ്ധാപൂർവ്വം മൂക്കിൻ തുമ്പത്ത് വച്ചു. തന്റെ കസേരയിലെ ഇരിപ്പ് സൗകര്യപ്രദമാക്കി. മൗറിസ് സെറ്റണിനെ ആദ്യമായി ഒരു പൊതുവേദിയിൽ വായിക്കപ്പെടുന്നു, ഡൽഗ്ലീഷ് ആത്മഗതം പൂണ്ടു. ഈ ശ്രോതാക്കൾ നൽകുന്ന ശ്രദ്ധയിലും മിസ് കാൽത്രോപിന്റെ അഭിനയമികവിലും അയാൾ സന്തുഷ്ടനായേക്കും. തന്റെ സഹ കലാകാരന്റെ പുസ്തകം കൈകാര്യം ചെയ്യാൻ സെലിയ തയ്യാറെടുത്തു. തനിക്കാകാവുന്നതിൽ മികച്ച ഒരു പ്രകടനം കാഴ്ച വയ്ക്കാൻ.

''കാരുതേഴ്സ്, പർദ്ദ തള്ളിമാറ്റി നൈറ്റ് ക്ലബ്ബിൽ പ്രവേശിച്ചു. ഒരു നിമിഷം വാതിൽക്കൽ ചലനമില്ലാതെ നിന്നു. അതിസുന്ദരമായ ഡിന്നർ ജാക്കറ്റിൽ അയാൾ കൂടുതൽ ആകർഷണീയതയുള്ളവനായി. നിറഞ്ഞിരിക്കുന്ന മേശകളിലൂടെ അയാളുടെ വികാരങ്ങളൊന്നുമില്ലാത്ത കണ്ണുകൾ ഓടി നടന്നു. അകത്തെ സ്പാനിഷ് എന്ന് തോന്നിപ്പിക്കുന്ന ആഭാസമായ അലങ്കാരങ്ങൾ ശ്രദ്ധിച്ചു. പ്രാകൃതരായ ഉപഭോക്താക്കളെ ശ്രദ്ധിച്ചു. അപ്പോൾ, ഇതാണ് യൂറോപ്പിലെ ഏറ്റവും അപകടകാരികയായ സംഘത്തിന്റെ ആസ്ഥാനം! ക്ഷുദ്രമെങ്കിലും സാധാരണമെന്ന് തോന്നിപ്പിക്കുന്ന ഈ നൈറ്റ് ക്ലബ്ബ് സോഹോയിലുള്ള മറ്റ് നൂറുകണക്കിനു ക്ലബ്ബുകളിൽ നിന്ന് ഒട്ടും വ്യത്യസ്തമല്ല. എങ്കിലും ഇതിനു പുറകിൽ പശ്ചിമദിക്കുകളിലെ ഏറ്റവും കരുത്തരായ കുറ്റവാളി സംഘങ്ങളെ നിയന്ത്രിക്കുന്ന ഒരു ബുദ്ധി ഒളിച്ചിരിക്കുന്നുണ്ട്. ഒറ്റനോട്ടത്തിൽ അത് അസാധ്യമെന്ന തോന്നലുണ്ടാക്കും. അയാൾ വാതിലിനരികിലുള്ള ഒരു മേശ സ്വന്തമാക്കി. അവിടെയിരുന്ന് നിരീക്ഷിക്കാം എന്ന തീരുമാനത്തിലെത്തി.

ഒരു പരിചാരകൻ ഭക്ഷണത്തെക്കുറിച്ചന്വേഷിക്കാനെത്തി. ഉണങ്ങിയ ചെമ്മീൻ പൊരിച്ചതും സാലഡും ഒരു കുപ്പി ചിയാന്തിക്കും ഓർഡർ നൽകി. ആ പരിചാരകൻ വ്യത്തിഹീനനായ ഒരു സൈപ്രസുകാര നായിരുന്നു. അയാൾ എല്ലാം എഴുതിയെടുത്തു. താൻ ഇവിടെ എത്തി യതെന്തെന്ന് ഇവർക്കറിയാമോ എന്ന് കാരുതെഴ്സ് അത്ഭുതപ്പെട്ടു. അവർക്ക് മനസ്സിലായെങ്കിൽ തനിക്ക് മുന്നിൽ പ്രത്യക്ഷപ്പെടാൻ ഇനി അവരെത്ര സമയമെടുക്കും?

'ക്ലബ്ബിന്റെ ഒരറ്റത്ത് ഒരു മണ്ഡപം കെട്ടിയുണ്ടാക്കിയിട്ടുണ്ട്. ഒരു ചുവന്ന കസേരയും ചൂരൽ കൊണ്ടൊരു പർദ്ദയും മാത്രമാണതി ലുള്ളത്. പെട്ടെന്ന് വെളിച്ചം മങ്ങി. ഒരാൾ പിയാനോ വായിക്കാൻ തുടങ്ങി. മന്ദഗതിയിൽ അതിവൈകാരികമായി വായിക്കാൻ തുടങ്ങി. പർദ്ദയ്ക്ക് പുറകിൽ നിന്നൊരു പെൺകുട്ടി പ്രത്യക്ഷപ്പെട്ടു. സുന്ദരി യാണവൾ. യുവത്വത്തിലേക്കെത്തിയിട്ടില്ലെങ്കിലും പക്വതയുള്ളവളും ശരീരാവയവങ്ങൾക്ക് പൂർണ്ണ വളർച്ച വന്നവളുമാണ്. അവളുടെ ചലനങ്ങളിൽ ഒരു റഷ്യൻ പ്രഭാവം, റഷ്യൻ ഉത്പത്തിയുടെ സ്വഭാവം, കാണാനുണ്ടെന്ന് കാരുതേഴ്സ് കരുതി. റഷ്യൻ രക്തമൊഴുകുന്ന വളാണവളെന്ന്. അവൾ വൈകാരികമായിത്തന്നെ ആ ഒറ്റക്കസേര യിലേക്ക് നീങ്ങി. എന്നിട്ട് തന്റെ നിശാവസ്ത്രമഴിക്കാനൊരുങ്ങി. അത് നിലത്തേക്ക് ഊർന്ന് വീണു. അതിനടിയിൽ അവൾ കറുത്ത ബ്രാ മാത്രമേ ധരിച്ചിരുന്നുള്ളൂ. കാണികൾക്ക് പുറംതിരിഞ്ഞാണവൾ നിന്നത്. അങ്ങനെ നിന്ന്, കൈവളച്ച് അവൾ ബ്രാസിയറിന്റെ കൊളുത്ത് അഴിക്കാൻ തുടങ്ങി. കാണികൾ അത് കണ്ട് ഉച്ചത്തിൽ മുറുമുറുക്കാനാരംഭിച്ചു. ''റോസീ! എളുപ്പം റോസീ! വേഗമാകട്ടെ റോസീ!'' എന്നാർക്കാൻ തുടങ്ങി.''

മിസ് കാൽത്രോപ് വായന നിർത്തി. മുറിയിലെല്ലാവരും നിശ്ശ ബ്ദത പാലിച്ചു. കേൾവിക്കാരെല്ലാം അമ്പരന്നിരിക്കുന്നു.

''തുടരൂ സെലിയ'' ബ്രൈസ് വിളിച്ചു പറഞ്ഞു. ''കാര്യങ്ങൾ ഇങ്ങനെ ഉദ്വേഗഭരിതമായിരിക്കുമ്പോൾ വായന നിർത്തരുത്. റോസി ബഹുമാന്യനായ മാർട്ടിൻ കാരുതേഴ്സിന്റെ മടിയിൽ വന്ന് വീണ് അയാളെ ബലാത്സംഗം ചെയ്തോ? വർഷങ്ങളായി അയാൾ അതിനു കാത്തിരിക്കുകയാണല്ലോ. അതോ അങ്ങനെയൊക്കെ പ്രതീക്ഷി ക്കുന്നതേ അതിരു കടന്നതാണോ?''

''തുടരേണ്ട ആവശ്യമില്ല'' കാൽത്രോപ്പിനക്കാര്യത്തിൽ സംശയ മില്ല. ''നമുക്കാവശ്യമുള്ള തെളിവ് ഇവിടെത്തന്നെയുണ്ട്.''

സിൽവിയ കെഡ്ജ് വീണ്ടും ഡൽഗ്ലീഷിലേക്ക് തിരിഞ്ഞു.

''സെറ്റൺ തന്റെ ഒരു കഥാപാത്രത്തിനും റോസി എന്ന് പേരി ട്ടില്ല ഡൽഗ്ലീഷ്. അത് അദ്ദേഹത്തിന്റെ അമ്മയുടെ പേരാണ്. ആ

പേര് ഒരു പുസ്തകത്തിലും ഉപയോഗിക്കില്ല എന്ന് അദ്ദേഹം എന്നോട് പറഞ്ഞിട്ടുണ്ട്. ഇതുവരെ അതുപയോഗിച്ചിട്ടുമില്ല.''

''പ്രത്യേകിച്ചും ഇത്തരത്തിലുള്ള ഒരു വേശ്യയ്ക്ക്.'' മിസ് കാൽത്രോപ്പ് ഇടയ്ക്ക് കയറി. ''അമ്മയെക്കുറിച്ച് അദ്ദേഹം എന്നോട് പലതവണ പറഞ്ഞിട്ടുണ്ട്. ആരാധനയായിരുന്നു അമ്മയോടദ്ദേഹത്തിന്. സത്യമായ ആരാധന. അമ്മ മരിച്ചതും അച്ഛൻ വീണ്ടും വിവാഹിതനായതും അദ്ദേഹത്തിന്റെ ഹൃദയം തകർത്തിരുന്നു.''

അതിനെക്കുറിച്ചോർത്ത് മിസ് കാൽത്രോപ്പിന്റെ ഹൃദയം ശക്തമായി മിടിക്കാൻ തുടങ്ങി. അതിനിടയിൽ ''ഞാനതൊന്ന് കാണട്ടെ'' എന്ന് പറഞ്ഞ് ഒലിവർ ലാഥം കൈ നീട്ടി.

സെലിയ കടലാസുകൾ അയാൾക്ക് നീട്ടി. അയാൾ അത് പരിശോധിക്കുന്നത് ആകാംക്ഷയോടെ, പ്രതീക്ഷയോടെ, അവരെല്ലാം നോക്കി ഇരുന്നു. അയാൾ ഒരക്ഷരം പറയാതെ അത് തിരികെ നൽകി.

''എന്താണ് പറയാനുള്ളത്?'' മിസ് കാൽത്രോപ് ചോദിച്ചു.

''ഒന്നുമില്ല. എനിക്കതൊന്ന് കാണണം എന്ന് തോന്നി. സെറ്റണിന്റെ കയ്യെഴുത്ത് എനിക്ക് പരിചിതമാണ്. പക്ഷേ അദ്ദേഹം ടൈപ്പ് ചെയ്തതുമായി അത്ര പരിചയമില്ല. അദ്ദേഹമല്ല ഇത് ടൈപ്പ് ചെയ്തത് എന്നാണോ പറയുന്നത്?''

''അതെനിക്കുറപ്പുണ്ട്.'' മിസ് കെഡ്ജിനക്കാര്യത്തിൽ സംശയമില്ല. ''അതെന്തുകൊണ്ട് എന്ന് കൃത്യമായി പറയാൻ എനിക്കാകില്ല. എന്നാലും ഇത് അദ്ദേഹത്തിന്റെ കൃതിയല്ല എന്നൊരു ചിന്തയുണ്ടാകുന്നു. പക്ഷേ, ഇത് അദ്ദേഹത്തിന്റെ ടൈപ്പ്റൈറ്ററിൽത്തന്നെ ടൈപ്പ് ചെയ്തതാണ്.''

''ശൈലിയെക്കുറിച്ച് എന്ത് പറയുന്നു?'' ഡൽഗ്ലീഷ് ചോദിച്ചു. ആ ചെറുസംഘം തമ്മിൽ തമ്മിൽ ഒരു ചർച്ചയുണ്ടായി. ചോദ്യത്തിനുത്തരം നൽകിയത് ബ്രൈസായിരുന്നു.

''ഇത് തീർത്തും സെറ്റണിന്റെ ശൈലിയാണെന്ന് പറയാനാകില്ല. അയാൾക്ക് അയാൾക്കിഷ്ടമുള്ള ശൈലിയിൽ എഴുതാനാകും എന്നതും ശരിയാണ്. എങ്കിലും ഇതിൽ കുറച്ച് കൃത്രിമത്വമുണ്ട്. ഇല്ലേ? ഒരു മോശം കഥ എഴുതാനുള്ള ശ്രമത്തിലായിരുന്നു അയാളെന്നപോലെയുണ്ട് ഇത് വായിക്കുമ്പോൾ.''

എലിസബത്ത് മാർലി അതുവരെ നിശ്ശബ്ദയായിരുന്നു. ഒന്നിലും താത്പര്യമില്ലാത്ത ഒരു കുഞ്ഞിനെപ്പോലെ ഒരു മൂലയിൽ ഇരിക്കുകയായിരുന്നു. തന്റെ ഇഷ്ടപ്രകാരമല്ലാതെ മുതിർന്നവർക്കൊപ്പമിരിക്കേണ്ടി വന്ന് മുഷിയുന്ന ഒരു കുട്ടിയെപ്പോലെ. അക്ഷമയോടെ അവർ ഇടപെട്ടു.

‘‘ഇത് വ്യാജമാണെങ്കിൽ അത് കണ്ടെത്തേണ്ടത് നമ്മുടെ ചുമതലയാണ്. ജസ്റ്റിൻ പറഞ്ഞതിൽ ന്യായമുണ്ട്. ഈ ശൈലി തീർത്തും വ്യാജമാണെന്നു തന്നെ കരുതേണ്ടിയിരിക്കുന്നു. സംശയമുണർത്തുന്ന ഒരു പേര് ഈ വ്യാജൻ ഉപയോഗിച്ചത് യാദൃച്ഛികമാകാനേ സാധ്യതയുള്ളൂ. അയാൾ എന്തുകൊണ്ട് റോസി എന്ന പേരുപയോഗിച്ചു? എനിക്ക് തോന്നുന്നത് മൗറിസ് സെറ്റൺ ഇത്തിരി കൗശലം കാണിക്കുന്നു എന്നാണ്. നിങ്ങൾ അതിൽ വീണുപോയി എന്നും. അയാളുടെ പുതിയ പുസ്തകമിറങ്ങിയാൽ നിങ്ങൾ അതിനെക്കുറിച്ചൊക്കെ അറിയും. അദ്ദേഹത്തിന് ചില പരീക്ഷണങ്ങൾ നടത്തുന്നതിനോട് താത്പര്യമുണ്ടായിരുന്നു എന്ന് എനിക്കറിയാം.’’

‘‘അങ്ങനെയെങ്കിൽ അതയാൾ കാണിക്കുന്ന ബാലിശമായ കളിയായി പോയി.’’ ലാഥം ഇടപെട്ടു. ‘‘ഇത്തരം വിലകുറഞ്ഞ, നശിച്ച, പരീക്ഷണങ്ങളിൽ സ്വമേധയാ തലവച്ചുകൊടുക്കാൻ എനിക്ക് താത്പര്യമില്ല. നമുക്കിതൊക്കെ മറക്കാം എന്നേ ഞാൻ പറയൂ. അയാൾ, അയാൾക്ക് സൗകര്യമാകുന്ന സമയത്ത് പ്രത്യക്ഷപ്പെടട്ടെ.’’

‘‘മൗറിസിനിങ്ങനെ പല വിചിത്ര രീതികളുമുണ്ടായിരുന്നു. എല്ലാം രഹസ്യമാക്കി വയ്ക്കുന്ന സ്വഭാവവുമുണ്ടായിരുന്നു.’’ മിസ് കാൽത്രോപ് സമ്മതിച്ചു. ’’പ്രത്യേകിച്ചും താനെഴുതാൻ ഉദ്ദേശിക്കുന്നവയെക്കുറിച്ച്. മറ്റൊന്നു കൂടിയുണ്ട്. മുമ്പ് ഒന്നു രണ്ട് തവണ എഴുതാനുതകുന്ന ഒന്ന് ചില കാര്യങ്ങൾ ഞാൻ അയാളോട് സൂചിപ്പിച്ചിരുന്നു. അതൊക്കെ അയാൾ ഉപയോഗിച്ചു എങ്കിലും എന്നോട് അതിനെക്കുറിച്ച് ഒരക്ഷരം പറഞ്ഞില്ല. ഔദ്യോഗികമായി ഒരു കൃതജ്ഞത രേഖപ്പെടുത്തും എന്നൊന്നും ഞാൻ പ്രതീക്ഷിച്ചിട്ടില്ല കേട്ടോ. എന്നോടൊപ്പമുള്ള ഒരു എഴുത്തുകാരനെ സഹായിക്കാനായാൽ സന്തോഷമേയുള്ളൂ. എന്നിരുന്നാലും ഒരു പുസ്തകം പ്രസിദ്ധീകരിച്ചു വരുമ്പോൾ നമ്മുടെ ചില ആശയങ്ങൾ അതിലുണ്ടാകുകയും അതിനു മൗറിസ് നന്ദി രേഖപ്പെടുത്താതിരിക്കുകയും ചെയ്യുന്നത് അത്ര മികച്ച കാര്യമായി തോന്നിയില്ല.’’

‘‘അയാൾ ഒരുപക്ഷേ മറന്നതാകാം. അത് സ്വയം ആലോചിച്ചതല്ല എന്നതേ മറന്നതാകാം.’’ ലാഥം സഹിഷ്ണുതയോടെയുള്ള പുച്ഛം പ്രകടമാക്കി.

‘‘അയാളങ്ങനെ ഒന്നും മറക്കാറില്ല, ഒലിവർ. വ്യക്തമായ മനസ്സും ചിന്തയുമുള്ളവനാണ് മൗറിസ്. വളരെ അടുക്കും ചിട്ടയോടെ ജോലി ചെയ്യുന്നവനുമാണ്. ഞാൻ എന്തെങ്കിലും നിർദ്ദേശം മുന്നോട്ട് വച്ചാൽ അയാൾക്ക് അതിലൊന്നും താത്പര്യമില്ല എന്ന മട്ടിൽ പ്രതികരിക്കും. എന്തെങ്കിലുമൊക്കെ പിറുപിറുക്കും. അതിനെക്കുറിച്ച് പിന്നീടൊരിക്കൽ സംസാരിക്കാമെന്ന് പറയും. എന്നാൽ ആ കണ്ണിലേക്ക് നോക്കി

യാലെനിക്ക് അയാൾ അത് പിടിച്ചെടുത്തിരിക്കുന്നു എന്നും വീട്ടി ലെത്തിയാലുടൻ അതുപയോഗപ്രദമാക്കുമെന്നും മനസ്സിലാകും. അതിലൊക്കെ എനിക്കെന്തെങ്കിലും അസ്വസ്ഥത തോന്നിയിരുന്നു എന്നല്ല. എന്നിൽ നിന്നുള്ള സഹായങ്ങൾക്ക് ഇടയ്ക്കെങ്കിലും ഒരു നന്ദിയൊക്കെ രേഖപ്പെടുത്താം എന്ന് മാത്രം. ഒരു മാസം മുമ്പ് ഇതുപോലെ ഒരു ആശയത്തെക്കുറിച്ച് ഞാനയാളുമായി സംസാരി ച്ചിരുന്നു. അതെന്തായാലും അയാളുടെ അടുത്ത പുസ്തകത്തി ലുണ്ടാകും എന്നെനിക്ക് ഉറപ്പുണ്ട്. ഞാൻ വേണമെങ്കിൽ വാതു വയ്ക്കാം.''

വാതുവയ്ക്കാനുള്ള വെല്ലുവിളി ആരും സ്വീകരിച്ചില്ല.

''അയാളെക്കുറിച്ച് നിങ്ങൾ പറഞ്ഞതൊക്കെ ഒരുപക്ഷേ ശരി യാകാം സെലിയ. ഒരാൾ തന്റെ സംഭാവന ഇങ്ങനെ ഇടയ്ക്കിടെ കൊടുത്തുകൊണ്ടേയിരിക്കണം. എന്നാൽ അയാളെന്തിനാണിങ്ങനെ കൊലപാതകങ്ങൾക്കുള്ള പുതിയ ആശയങ്ങൾ പാഴാക്കുന്നത് എന്ന് മനസിലാകുന്നില്ല. എന്തായാലും പാവം സെറ്റണിനാശയങ്ങൾ ഇ ല്ലാതെ വരുമ്പോൾ അതുപയോഗിക്കുന്നതിൽ തെറ്റില്ല. ഇരപിടിയ നെപ്പോലെയുള്ള അയാളുടെ കണ്ണിലെ തിളക്കം കാണേണ്ടത് തന്നെ. ഒരു നന്ദിപോലും പറഞ്ഞില്ല എന്ന് വരുന്നത് അംഗീകരിക്കാനാ കാത്തതാണ്. എന്തായാലും ഞാൻ അയാളെ ഒരു വിധത്തിലും സഹായിച്ചിട്ടില്ല. പ്രത്യേകിച്ചും അയാൾ അരബെല്ലയോട് എന്ത് ചെയ്തു എന്നോർക്കുമ്പോൾ.''

''ഞാൻ കൊടുത്തത് കൊലപാതകങ്ങൾക്കായുള്ള പുതു ആശയ ങ്ങളല്ലായിരുന്നു. ചില അവസ്ഥകൾ വിശദീകരിച്ച് കൊടുക്കുക യായിരുന്നു. നല്ല പ്രഭാവം ചെലുത്തുന്ന ആദ്യ അദ്ധ്യായമാകാൻ കെല്പുള്ളവയാകും അതൊക്കെ എന്ന് ഞാൻ കരുതി. ആദ്യ വാക്യം മുതൽ വായനക്കാരെ പിടിച്ച് നിർത്തണം എന്ന് ഞാൻ മൗറിസി നോട് പറയാറുണ്ട്. ഞാൻ ഒരിക്കൽ ഒരു കളിവള്ളത്തിൽ കടലിൽ ഒഴുകി നടക്കുന്ന ശവം ഭാവനയിൽ കാണുകയുണ്ടായി. കൈപ്പത്തി യെല്ലാം വെട്ടിക്കളഞ്ഞ ഒരു ശവം.''

മുറി വീണ്ടും നിശ്ശബ്ദമായി. പൂർണ്ണ നിശ്ശബ്ദത. അതുകൊണ്ടു തന്നെ ക്ലോക്കിൽ മണിയടിച്ചപ്പോൾ എല്ലാ കണ്ണുകളും ഒന്നിച്ച് വധ ശിക്ഷ നടപ്പിലാക്കാനുള്ള സമയമായി എന്ന മട്ടിൽ അതിലേക്ക് തിരിഞ്ഞു. ഡൽഗ്ലീഷ് അപ്പോൾ ലാഥമിനെ നോക്കുകയായിരുന്നു. അയാൾ തന്റെ കസേരയിൽ നിവർന്ന് ഇരിക്കുന്നു. കണ്ണടയിൽ മുറുകെ പിടിച്ചിരിക്കുന്നു. ആ പിടുത്തത്തിൽ കണ്ണടയുടെ കാലൊ ടിഞ്ഞ് പോകും എന്ന് തോന്നി. വിളറി, കാർക്കശ്യത്തോടെയിരിക്കുന്ന ആ മുഖാവരണത്തിനു പുറകിൽ എന്താണെന്ന് ഊഹിച്ചെടുക്കുക

എളുപ്പമല്ല. ബ്രൈസ് പെട്ടെന്ന് ഉച്ചത്തിൽ ചിരിച്ചു. അത് മുറിയിലെ പിരിമുറുക്കമില്ലാതാക്കി. എല്ലാവരും ഒന്നിച്ച് നിശ്വസിച്ചു.

''എന്തൊരു അനതിസാധാരണവും വികൃതവുമായ ഭാവന സെലിയ! ഇത്തരം ഉൾപ്രേരണകളെ നിയന്ത്രിക്കണം. അതല്ലെങ്കിൽ ലീഗ് ഓഫ് റൊമാന്റിക് നോവലിസ്റ്റ്സ് നിങ്ങളെ ക്ലബ്ബിൽ നിന്ന് പുറത്താക്കാൻ സാധ്യതയുണ്ട്.''

നിയന്ത്രിത സ്വരത്തിൽ, വർണ്ണങ്ങളില്ലാതെയാണ് ലാഥം അത്രയും പറഞ്ഞത്.

അയാൾ തുടർന്നു.

''ഇതൊന്നും ഇപ്പോഴത്തെ അവസ്ഥയെ സഹായിക്കുന്നില്ല. സെറ്റൺ അപ്രത്യക്ഷനായതിനെച്ചൊല്ലി നമ്മൾ ഒന്നും ചെയ്യുന്നില്ല എന്ന തീരുമാനത്തിലെത്തി എന്ന് ഞാൻ വിശ്വസിച്ചോട്ടെ? മൗറിസ് ചെയ്യുന്ന അസംബന്ധങ്ങളിൽ ഒന്നാകും ഇത് എന്ന എലിസയുടെ വീക്ഷണം ശരിയാകാനാണ് സാധ്യത. നമ്മൾ എത്രയും പെട്ടെന്ന് ഡൽഗ്ലീ ഷിനെ അദ്ദേഹത്തിന്റെ അവധിയാഘോഷിക്കാൻ വിടുന്നതല്ലേ നല്ലത്?''

അയാൾ പോകാനെന്നതുപോലെ എഴുന്നേറ്റു. ഈ വിഷയം വല്ലാതെ മുഷിപ്പനാകുന്നു എന്നതുപോലെ. അപ്പോഴാണ് കോട്ടേ ജിന്റെ വാതിൽക്കൽ ആരോ ശക്തമായി മുട്ടുന്നത് കേട്ടത്. ജെയ്ൻ ഡൽഗ്ലീഷ് തന്റെ കൺപുരികമൊന്നുയർത്തി അനന്തിരവനെ നോക്കി. നിശ്ശബ്ദം എഴുന്നേറ്റ് വാതിൽക്കലേക്ക് നടന്നു. സംഘം നിശ്ശബ്ദ മായി, വാതിൽക്കൽ നിന്നുള്ള സംസാരം ലജ്ജയില്ലാതെ കേൾക്കാൻ തയ്യാറെടുത്തു. ഒറ്റപ്പെട്ട ഈ പ്രദേശത്ത് ഒരാൾ സന്ധ്യയ്ക്കുശേഷം വാതിൽക്കൽ മുട്ടി വിളിക്കുന്നത് വിരളമായേ സംഭവിക്കാറുള്ളു. രാത്രി യായാൽ അവർ തമ്മിൽ കാണുക വിരളമാണ്. കാലൊച്ചയിൽ നിന്നു തന്നെ ആരാണ് വരുന്നതെന്ന് അവർക്ക് മനസ്സിലാകുകയും ചെയ്യും. എന്നാൽ ഈ വിളി ഒരു അപരിചിതന്റേതാണ്. പുറത്തുനിന്ന് മൃദു സ്വരങ്ങൾ വരുന്നത് കേട്ടു. മന്ത്രോച്ചാരണം പോലെ താഴ്ന്ന സ്വര ങ്ങൾ. മിസ് ഡൽഗ്ലീഷ് വീണ്ടും വാതിൽക്കൽ പ്രത്യക്ഷപ്പെട്ടപ്പോൾ, റെയിൻ കോട്ട് ധരിച്ച രണ്ട് രൂപങ്ങൾ അവർക്ക് പുറകിലുണ്ടായി രുന്നു.

''ഇത് ഡിറ്റക്ടീവ് ഇൻസ്പെക്ടർ റക്ലസും സർജന്റ് കോർട് നിയുമാണ്. കൗണ്ടിയിലെ സി.ഐ.ഡി വിഭാഗത്തിൽ നിന്നാണിവർ. ഡിഗ്ബി സെറ്റണെ അന്വേഷിച്ചെത്തിയതാണ്. കോഡ് ഹെഡിൽ അയാളുടെ കളിവള്ളം കരയ്ക്കടിഞ്ഞിരിക്കുന്നു എന്ന് ഇവർ പറ യുന്നു.''

‘‘ഇത് വിചിത്രമായിരിക്കുന്നു’’ ബ്രൈസണ് അത്ഭുതം അടക്കാനായില്ല. ‘‘ടാനേഴ്സ് ലെയ്നിൽ ഇന്നലെ അഞ്ചുമണിക്ക് പതിവുപോലെ കെട്ടിയിട്ടതാണല്ലോ അത്.’’

കാണാതായ ഒരു കെട്ടുവള്ളത്തിനായി രാത്രിയിൽ ഒരു ഡിറ്റക്ടീവ് ഇൻസ്പക്ടറും സർജന്റും അന്വേഷിച്ചെത്തുന്നു എന്നത് വിചിത്രമാണെന്ന് അവിടെയുള്ളവരെല്ലാം ചിന്തിക്കാതിരുന്നില്ല. മറ്റുള്ളവർ ഇതിനെപ്രതി എന്തെങ്കിലും ചോദിക്കുന്നതിനു മുമ്പ് തന്നെ ലാഥം ഇടപെട്ടു.

‘‘എന്തെങ്കിലും കുഴപ്പമുണ്ടോ ഇൻസ്പെക്ടർ?’’

ജെയ്ൻ ഡൽഗ്ലീഷാണതിനുത്തരം പറഞ്ഞത്.

‘‘ഞെട്ടിപ്പിക്കുന്ന ഒരു വിവരമുണ്ടെന്ന് ഞാൻ ഭയക്കുന്നു. ആ ബോട്ടിൽ മൗറിസ് സെറ്റണിന്റെ ശവമുണ്ട്.’’

‘‘മൗറിസിന്റെ ശവമോ? മൗറിസിന്റെ.....? ഇത് അസംബന്ധമാണ്.’’ മിസ് കാൽത്രോപ്പിന്റെ കൂർത്ത സ്വരം മുറിയിൽ പ്രതിഷേധത്തിന്റെ അലകളുണ്ടാക്കി.

‘‘അത് മൗറിസാകാൻ ഒരു സാധ്യതയുമില്ല. അയാൾ ബോട്ടിൽ യാത്ര പോകാറേയില്ല. അത്തരം യാത്രകൾ അയാൾക്ക് ഇഷ്ടമല്ല.’’

ഇൻസ്പെക്ടർ വെളിച്ചത്തിനു മുന്നിലേക്കു വന്നു നിന്ന് സംസാരിക്കാനാരംഭിച്ചു.

‘‘അദ്ദേഹം അതിൽ യാത്ര ചെയ്യുകയല്ലായിരുന്നു മാഡം. സെറ്റണിന്റെ ശവമാണതിലുള്ളത്. ഇരു കൈപ്പത്തികളും വെട്ടിക്കളഞ്ഞ നിലയിലുള്ള ശവം.’’

ആറ്

തന്റെ നിർബന്ധബുദ്ധിയെക്കുറിച്ച്, ധാർഷ്ട്യത്തെക്കുറിച്ച്, ഓർമ്മ വന്ന സെലിയ കാൽത്രോപ്പ് ഒറ്റശ്വാസത്തിൽ പത്ത് തവണയെങ്കിലും ‘‘ഞാൻ പിന്നെയും പറയുകയാണ്. ആ കഥ മൗറിസിനോടല്ലാതെ മറ്റാരോടും ഞാൻ പറഞ്ഞിട്ടില്ല. ഞാനെന്തിനത് മറ്റുള്ളവരോട് പറയണം. ഒരു പ്രണയത്തെക്കുറിച്ചൊന്നുമല്ലല്ലോ പറയുന്നത്. അത് പറഞ്ഞിട്ട് ആറുമാസമായിക്കാണും. അല്ലെങ്കിൽ അതിലുമധികം. എപ്പോഴാണ് പറഞ്ഞതെന്ന് തന്നെ ഓർമ്മയില്ല. പക്ഷേ വാൽബെർസ്വിക്കിലെ കടലോരത്ത് നടന്നുകൊണ്ടിരിക്കുമ്പോഴാണത് പറഞ്ഞത്. ഒരു ഡിറ്റക്ടീവ് കഥ അങ്ങനെ തുടങ്ങിയാൽ അത് ഗംഭീരമാകും

എന്ന് ഞാൻ കരുതി. കടലിൽ ഒരു വള്ളത്തിൽ കയ്യില്ലാത്ത ഒരു ശവം ഒഴുകി നടന്നു, എന്ന് പറഞ്ഞ് തുടങ്ങിയാൽ. അതിനാലാണത് മൗറിസിനോട് പറഞ്ഞത്. ഇന്ന് രാത്രി വരെ പിന്നെ അതിനെക്കുറിച്ച് ആരോടും പറഞ്ഞിട്ടില്ല. മൗറിസ് ചിലപ്പോൾ പറഞ്ഞിട്ടുണ്ടാകാം.''

അതുകേട്ട് എലിസബത് മാർലി കോപിച്ചു.

''തീർച്ചയായും അയാൾ ആരോടെങ്കിലും പറഞ്ഞിട്ടുണ്ടാകും. അല്ലാതെ അയാൾ സ്വയം കൈ വെട്ടി ഇങ്ങനെയൊരു ആഭാസം കാണിക്കും എന്ന് നമുക്ക് ചിന്തിക്കാനാകില്ലല്ലോ. നിങ്ങളും ആ കൊലപാതകിയും ഒരുപോലെ ചിന്തിച്ചു എന്നൊക്കെ കരുതുന്നത് തന്നെ യാദൃച്ഛികതയെ വല്ലാതെ വലിച്ച് നീട്ടുകയായിരിക്കും. ഇരുവരുടെയും മനസ്സിൽ ഒരേ ആശയം ഉദിച്ചു എന്ന് കരുതുന്നത്. എന്നാലും നിങ്ങളിത് മറ്റാരോടും പറഞ്ഞിട്ടില്ല എന്ന് എങ്ങനെ നിങ്ങൾക്കിത്ര ഉറപ്പിച്ച് പറയാനാകും എന്നും എനിക്ക് മനസ്സിലാകുന്നില്ല. മൗറിസിന്റെ കഥകൾ വല്ലാതെ ഇഴഞ്ഞു നീങ്ങുന്നുണ്ടെന്ന കാര്യം ഒരിക്കൽ നമ്മൾ ചർച്ച ചെയ്തുകൊണ്ടിരിക്കേ നിങ്ങൾ ഈ വിഷയം എന്നോടു പറഞ്ഞത് ഓർക്കുന്നു.''

അവർ പറഞ്ഞത് വിശ്വസിച്ചതായി ആരും നടിച്ചില്ല. ജസ്റ്റിൻ ബ്രൈസ് വളരെ ശാന്തമായി, മൃദുവായി, എന്നാൽ മറ്റുള്ളവർക്ക് കേൾക്കാവുന്നത്ര ഉച്ചത്തിൽ ''എലീസ, നിങ്ങൾ എന്നും കൂറുള്ളവളാണ്'' എന്ന് പറഞ്ഞു. അത് കേട്ട് ഒലിവർ ലാഥം ചിരിച്ചു. പിന്നെ വീണ്ടും എല്ലാം നിശ്ശബ്ദമായി. കുറച്ച് കഴിഞ്ഞപ്പോൾ സിൽവിയ കെഡ്ജിന്റെ പരുക്കൻ സ്വരം വന്നു.

''അദ്ദേഹം അതെന്നോട് ഒരിക്കലും പറഞ്ഞിട്ടില്ല.''

''ഇല്ല പ്രിയേ.'' മിസ് കാൽത്രോപ്പ് മധുരമായി പ്രതികരിച്ചു. സെറ്റൺ നിന്നോട് സംസാരിക്കാത്ത, ചർച്ച ചെയ്യാത്ത, പിന്നെയും പലതുമുണ്ടായിരുന്നുവല്ലോ. ആരും തങ്ങളുടെ പരിചാരികയോട് എല്ലാം തുറന്ന് പറയാറില്ല. അങ്ങനെയാണല്ലോ അയാൾ നിന്നെ കണക്കാക്കിയിരുന്നത്. ഒരു വീട്ടുവേലക്കാരിയായി അയാൾ ഉപയോഗിക്കാതിരിക്കാൻ തക്ക ആത്മാഭിമാനം നീ കാണിക്കേണ്ടതായിരുന്നു. അങ്ങനെയുള്ളവരെയാണ് പുരുഷന്മാർക്കിഷ്ടം.''

അത് അനാവശ്യമായി വിരോധമുണ്ടാക്കുന്ന വാക്കുകളായി. അത് കേട്ട് പൊതുവെയുണ്ടായ അമ്പരപ്പ് ഡൽഗ്ലീഷ് പെട്ടെന്ന് തിരിച്ചറിയുകയും ചെയ്തു. ആരും പ്രതികരിച്ചില്ല. അയാൾക്ക് ആ പെൺകുട്ടിയുടെ മുഖത്ത് നോക്കാൻ ലജ്ജ തോന്നി. അവളാകട്ടെ, ഈ അധിക്ഷേപത്തെ സ്വീകരിക്കുന്നു എന്നതുപോലെ തല താഴ്ത്തി ഇരുന്നു. അവളുടെ തലയിലെ രണ്ട് കറുത്ത അരയന്നങ്ങൾ മുന്നിലേക്ക് ചാഞ്ചാടി വന്നു. അവ അവളുടെ മുഖം മറയ്ക്കാൻ ശ്രമിച്ചു.

അപ്പോഴുണ്ടായ നിശ്ശബ്ദതയിൽ അവളുടെ ശ്വസനസ്വരം അയാൾക്ക് കേൾക്കാനായി. അവളെ പ്രതി ദുഃഖം തോന്നി. സെലിയ കാൽത്രോപ്പിനെ സഹിക്കുക പലപ്പോഴും ബുദ്ധിമുട്ടാണ്. എന്നാൽ സിൽവിയ കെഡ്ജിന്റെ ചില രീതികൾ ഇത്തരത്തിലുള്ള ദയയില്ലായ്മയ്ക്ക് ഹേതുവാകുന്നുമുണ്ട്. ഇത്തരം കാടത്തങ്ങൾക്ക് പുറകിലുള്ള കാരണമെന്താകും എന്നയാൾ ചിന്തിക്കാതിരുന്നില്ല.

ഇൻസ്പെക്ടർ റക്ലസും അയാളുടെ സർജന്റും വന്നിട്ട് ഒരു മണിക്കൂറായി. ആ ഒരു മണിക്കൂറിൽ ഇൻസ്പെക്ടർ അധികമൊന്നും സംസാരിച്ചിട്ടില്ല. എന്നാൽ മുറിയിലുണ്ടായിരുന്നവരിൽ ഡൽഗ്ലീഷും അദ്ദേഹത്തിന്റെ അമ്മായിയും ഒഴികെയുള്ളവർ ഒരുപാട് സംസാരിക്കുകയും ചെയ്തു. അതിലെല്ലാ വാക്കുകളിലും വിവേകം ഉണ്ടായിരുന്നു എന്ന് പറയാനാകില്ല. വന്നപാടെ ഒരു വലിയ കസേരയിൽ കയറി ഉപവിഷ്ടനായതാണ് റക്ലസ്. അയാൾ ഇപ്പോഴും അതേ കസേരയിൽ അനങ്ങാതെ ഇരിക്കുന്നു. കോടതി ഉത്തരവുകൾ നടപ്പാക്കുന്ന ആമ്യനെപ്പോലെ ഗൗരവത്തിൽ. നെരിപ്പോടിൽ നിന്ന് വരുന്ന വെളിച്ചത്തിൽ അയാളുടെ കണ്ണുകളുടെ ജാഗ്രത വ്യക്തമായി കാണാനാകുന്നുണ്ട്. മുറിയിലെ ചെറുചൂടിനെ വകവയ്ക്കാതെ അയാൾ മഴക്കോട്ട് ധരിച്ചിരിക്കുന്നു. മലിനമായ ഒരു രോമക്കുപ്പായവുമുണ്ട്. അതിന്മേൽ കുത്തിനിറച്ചിരിക്കുന്ന ലോഹ ബട്ടണുകളുടേയും ബക്കിളുകളുടേയും സ്റ്റഡുകളുടേയും ഭാരം താങ്ങാൻ കെല്പില്ലാത്ത ഒന്ന്. മടിയിൽ ഒരു ജോടി ലോഹ കയ്യുറ വച്ചിരിക്കുന്നു. അതിനെ താലോലിക്കുന്നു. അതിനോടൊപ്പം തൊപ്പിയും മടിയിൽത്തന്നെ വച്ചിട്ടുണ്ട്. ആരെങ്കിലും അത് തന്നിൽ നിന്ന് തട്ടിപ്പറിച്ച് കൊണ്ടുപോകുമോ എന്ന് ഭയക്കുന്നതുപോലെ, കൈവശം വച്ചിട്ടുണ്ട്. വലിഞ്ഞുകയറി വന്നവനെപ്പോലെയുണ്ടയാളുടെ ഇരിപ്പ്. സമ്മതമില്ലാതെ എത്തിച്ചേർന്ന ഒരു ഉദ്യോഗസ്ഥനെപ്പോലെ. ജോലിയിലായിരിക്കുമ്പോൾ ഇത്തിരി മദ്യം കഴിച്ച് അപായങ്ങൾ വിളിച്ച് വരുത്താൻ തയ്യാറല്ലാത്തവനെപ്പോലെ. അങ്ങനെയൊരു പ്രഭാവം സൃഷ്ടിക്കാൻ തന്നെയാണയാൾ ഉദ്ദേശിക്കുന്നതെന്ന് ഡൽഗ്ലീഷ് ചിന്തിച്ചു.

വിജയിയായ ഏതൊരു ഡിറ്റക്ടീവിനേയും പോലെ അയാൾക്കും തന്റെ വ്യക്തിത്വത്തെ അടിച്ചമർത്താനാകുന്നു. തന്റെ ഭൗതിക സാന്നിദ്ധ്യം പോലും ആ മുറിയിലെ ഏതെങ്കിലുമൊരു ഫർണീച്ചറിനേക്കാൾ ഉപരി പ്രാധാന്യമില്ലാത്തതാക്കാനാകുന്നു. അയാളുടെ രൂപം അതിനു സഹായകരമാണെന്നതും വിസ്മരിക്കാനാകില്ല. കുറിയ മനുഷ്യനാണയാൾ. ഒരു പൊലീസുകാരനു വേണ്ട ഏറ്റവും ചെറിയ രൂപമെന്തോ അത്രമാത്രം. വിവർണ്ണമാണാ മുഖം. നിഷ്പക്ഷം. വിശേഷങ്ങളൊന്നുമില്ലാത്തത്. ഒരു ശനിയാഴ്ച പന്തുകളി കാണാനെത്തുന്ന ദശലക്ഷക്കണക്കിനു വരുന്ന ജനക്കൂട്ടത്തിൽ ഒന്നെന്ന

പോലെയുള്ളത്. അയാളുടെ സ്വരവും അതിനു യോജിച്ചതായിരുന്നു. കേൾക്കുന്നവർക്ക് ആ സ്വരത്തിലെ വികാരമെന്തെന്ന് ഒട്ടും മനസ്സിലാകുകയില്ല. വലിയ കണ്ണുകളാണയാളുടേത്. തെറിച്ച് നിൽക്കുന്ന പുരികങ്ങൾക്ക് കീഴെ ആഴത്തിൽ നിൽക്കുന്നവയാണവ. അത് ഒരു മുഖത്തുനിന്ന് മറ്റൊന്നിലേക്ക് ഒരു വികാരവും കാണിക്കാതെ ചലിച്ചുകൊണ്ടിരിക്കുന്നു. ആരാണോ സംസാരിക്കുന്നത് അവരുടെ ഭാവം പിടിച്ചെടുക്കുന്നു. ആ സംഘം ശ്രദ്ധിച്ചിരുന്നു എങ്കിൽ അവരിൽ അത് പരിഭ്രമം ജനിപ്പിക്കുമായിരുന്നു. സർജന്റ് കോർട്നി അയാൾക്കരികിലിരുന്നു. നിവർന്നിരിക്കണം എന്ന ഉത്തരവ് ലഭിച്ച ഒരുവനെപ്പോലെ, വളയാതെ ഇരുന്നു. അവിടെ നടക്കുന്ന സംഭാഷണവും ചലനങ്ങളുമെല്ലാം അയാൾ പിടിച്ചെടുക്കുന്നുണ്ടായിരുന്നു. അതല്ലാതെ അയാൾ ഒന്നും ചെയ്യുന്നില്ല. ഒന്നും പറഞ്ഞതുമില്ല.

ഡൽഗ്ലീഷ് ഒരിക്കൽക്കൂടി മുറിയാകെ കണ്ണോടിച്ചു. അമ്മായി തന്റെ സ്ഥിരം സ്ഥാനത്ത് ഇരിപ്പുണ്ട്. അവിടെ നടക്കുന്നതിലൊന്നിലും തനിക്ക് താത്പര്യമില്ല എന്ന മട്ടിൽ തുന്നൽ തുടരുന്നുണ്ട്. ഒരു ജർമ്മൻ സുഹൃത്താണവരെ തുന്നൽ പഠിപ്പിച്ചത്. അതിനാൽ ഭൂഖണ്ഡത്തിലെമ്പാടും ചെയ്യുന്നതുപോലെ സൂചി കുത്തനെപ്പിടിച്ചാണ് തുന്നുന്നത്. തന്റെ വായിൽ നിന്ന് ഉതിർന്ന് വീണ വാക്കുകളുടെ മാസ്മരവിദ്യയിലകപ്പെട്ടതുപോലെ കണ്ണുകൾ തുറിപ്പിച്ച് ഇരിക്കുകയാണ് സെലിയ കാൽത്രോപ്പ്. തന്റെ ആതിഥേയയുടെ അസാധാരണമായ നിപുണതയിൽ അത്ഭുതപ്പെട്ടും അതേസമയം ആ രീതിയോട് നിന്ദ പ്രകടമാക്കിയുമാണവർ ഇരിക്കുന്നത്. അത്ര സ്വസ്ഥമല്ല അവരുടെ മനസ്സ്. കാലുകൾ ഇടയ്ക്ക് ഒന്നിനു മീതെ മറ്റൊന്ന് കയറ്റി വച്ചും ചിലപ്പോൾ നേരെയിട്ടും, ആട്ടിക്കളിച്ചും തലയൊന്ന് പുറകിലേക്കിട്ടും നെരിപ്പോടിലെ തീയിനെ ശ്രദ്ധിച്ചും ആ അസ്വസ്ഥത പ്രകടമാക്കുന്നുമുണ്ടവർ. അകത്തെ ചൂട് അസഹ്യമാകുന്നു എന്നൊരു ഭാവം അവരുടെ മുഖത്ത് പ്രത്യക്ഷപ്പെടാൻ തുടങ്ങി. അത് സത്യവുമായിരുന്നു. അകത്ത് ചൂട് വർദ്ധിച്ച് തുടങ്ങിയിരുന്നു. സഹിക്കാവുന്നതിനപ്പുറത്തായിരിക്കുന്നു. റക്ലസ് ഒഴികെയുള്ള എല്ലാ സന്ദർശകർക്കും അത് അനുഭവപ്പെടുന്നുണ്ട്. ഒലിവർ ലാഥം മുറിയിൽ ഉലാത്തിക്കൊണ്ടിരിക്കുന്നു. അയാളുടെ പുരികം വിയർക്കാൻ തുടങ്ങിയിരിക്കുന്നു. അയാളിലെ അസ്വസ്ഥത ഊഷ്മാവിന്റെ വർദ്ധനയ്ക്ക് കാരണമാക്കുന്നുണ്ടെന്ന് തോന്നി. ഉലാത്തുന്നതിനിടയിൽ ഒരിക്കൽ റക്ലസിനരികിലെത്തിയപ്പോൾ അയാൾ നിന്നു.

‘‘എപ്പോഴായിരുന്നു അയാളുടെ മരണം? എന്തെങ്കിലും ചില യാഥാർത്ഥ്യങ്ങൾ, വിവരങ്ങൾ, ഞങ്ങളുമറിയട്ടെ. സെറ്റൺ എപ്പോഴാണ് മരിച്ചത്?’’

''പോസ്റ്റ്മോർട്ടം റിപ്പോർട്ട് കിട്ടുന്നതു വരെ അത് കൃത്യമായി അറിയാനാകില്ല സർ.''

''മറ്റ് വാക്കുകളിൽ പറഞ്ഞാൽ, ഇപ്പോൾ പറയാൻ നിങ്ങൾ തയ്യാറല്ല എന്ന്. അങ്ങനെയെങ്കിൽ ഈ ചോദ്യം ഞാൻ മറ്റൊരു രൂപത്തിലാക്കാം. കുറ്റകൃത്യം നടന്ന സമയത്ത് പ്രതി മറ്റൊരിടത്തായിരുന്നു എന്ന വാദം നിരത്താൻ ഇനി നിങ്ങൾക്ക് എത്ര സമയം വേണം?''

സെലിയ കാൽത്രോപ് പ്രതിഷേധിച്ചു. പിന്നെ പെട്ടെന്ന് ആകാംക്ഷയോടെ റക്ലസിലേക്ക് അയാളുടെ ഉത്തരമെന്തെന്നറിയാൻ തിരിഞ്ഞു.

''എനിക്ക് നിങ്ങളിൽ എല്ലാവരിൽ നിന്നും ഒരു പ്രസ്താവം വേണം. സെറ്റണിനെ അവസാനമായി കണ്ട സമയത്തെക്കുറിച്ച്, ആ സമയത്ത് നിങ്ങൾ എവിടെയായിരുന്നു എന്നതിനെക്കുറിച്ച്. ഞാൻ മനസിലാക്കുന്നതനുസരിച്ച് ചൊവ്വാഴ്ച ഏഴരയ്ക്കും ബുധനാഴ്ച അർദ്ധരാത്രിക്കും ഇടയിലുള്ള വിശേഷങ്ങളാണറിയേണ്ടത്.''

ലാഥമാണ് അതിനോട് പ്രതികരിച്ചത്.

''അത് കുറച്ച് വൈകിയില്ലേ? അർദ്ധരാത്രിക്ക് മുമ്പേ അയാളെ കടലിലേക്ക് കൊണ്ടുപോയിട്ടുണ്ടാകും. സൂര്യാസ്തമയം, സായാഹ്നത്തിലെ നക്ഷത്രം, എനിക്കൊരു വിളി.... ഞാൻ തുടങ്ങാം. അങ്ങനെയാകാം, അല്ലേ? കഴിഞ്ഞ ചൊവ്വാഴ്ച രാത്രി ഞാൻ ന്യൂ തിയറ്റർ ഗിൽഡിൽ ആദ്യ കളി കാണാൻ പോയിരുന്നു. അതിനുശേഷം ഒരു വിരുന്നുണ്ടായിരുന്നു. ഒരു മണി കഴിഞ്ഞാണ് ഞാൻ ഞങ്ങളുടെ ഫ്ളാറ്റിലേക്ക് പോയത്. ഒരു സുഹൃത്തിന്റെ ഫ്ളാറ്റിലേക്ക്. അന്ന് രാത്രി മുഴുക്കെ പിന്നെ അവിടെ കഴിച്ചുകൂട്ടി. ആ സുഹൃത്ത് ആരായിരുന്നു എന്ന് ഇപ്പോൾ പറയാനാകില്ല, പക്ഷേ നാളെ ഞാൻ ആ പേര് വെളിപ്പെടുത്താം. വൈകിയാണ് പിറ്റേന്ന് ഉണർന്നത്. ഐവിയിൽ നിന്നാണ് ഉച്ചഭക്ഷണം കഴിച്ചത്. ഇന്നലെ സായാഹ്നത്തിൽ എഴരയോടെ എന്റെ കോട്ടേജിലെത്തി. അതിനു ശേഷം ഉറങ്ങുന്നതിനു മുമ്പ് കടൽക്കരയിലൊന്ന് ഉലാത്താൻ പോയതല്ലാതെ പുറത്തിറങ്ങിയിട്ടില്ല. ഇന്ന് ഞാൻ ഇവിടെയൊക്കെ വണ്ടിയെടുത്ത് കറങ്ങി. അത്യാവശ്യത്തിനുള്ള സാധനങ്ങളൊക്കെ വാങ്ങി. അത്താഴം കഴിഞ്ഞപ്പോഴാണ് കാപ്പിപ്പൊടിയില്ല എന്ന് ഓർത്തത്. അയൽക്കാരന്റെ വീട്ടിൽ ചെന്നാൽ എനിക്കിഷ്ടപ്പെട്ട കാപ്പിപ്പൊടി ലഭിക്കും. അവിടെ നിന്ന് പുരുഷന്മാർക്ക് വീട്ടിലെ കാര്യങ്ങളിൽ ശ്രദ്ധയില്ലാത്തതിനെ പ്രതി അധികം വാചകമടിയും കേൾക്കേണ്ടി വരില്ല. നിങ്ങൾക്ക് കാര്യങ്ങൾ എളുപ്പമാക്കാനായി, ഈ മരണ സമയത്ത് ഞാൻ സംഭവ സ്ഥലത്തുണ്ടായിരുന്നില്ല എന്ന ഒഴികഴിവ് എനിക്കുണ്ട് എന്ന് പറയാം.

അയാൾ ചൊവ്വാഴ്ച മരിച്ചിട്ടുണ്ടാകും എന്ന ഊഹത്തിലാണിത് പറയുന്നത്. എന്നാൽ ഇന്നലെ രാത്രിയാണയാളെ അവസാന യാത്രയ്ക്ക് വിധേയനാക്കിയത് എന്ന ഊഹത്തിലല്ല.''

അയാളുടെ വിവരണത്തിന്റെ ആദ്യ ഭാഗങ്ങളിൽ മിസ് കാൽത്രോപ്പിന്റെ മുഖത്ത് വിവിധ ഭാവങ്ങൾ മിന്നിമറയുകയുണ്ടായി. ആകാംക്ഷ, വിസമ്മതം, സ്നിഗ്ദ്ധത, ലഘു വിഷാദം എന്നിങ്ങനെ. ഇതിലേതാകും തനിക്ക് ഏറ്റവും അനുയോജ്യം എന്നന്വേഷിക്കുകയാണവർ എന്ന മട്ടിൽ. അവസാനം ലഘുവിഷാദം അവർ തിരഞ്ഞെടുത്തു. പുരുഷന്മാരുടെ ദുർബലതകളെക്കുറിച്ചാലോചിച്ച് വിഷമിക്കുന്ന ഒരു നല്ല സ്ത്രീയായി.

''എനിക്ക് ആ പെണ്ണിന്റെ പേരു ചോദിക്കേണ്ടി വരും സർ'' ഇൻസ്പെക്ടർ റക്ലസ് ശാന്തതയോടെ പറഞ്ഞു.

''അതുകൊണ്ട് ഒരു ഉപകാരവും ഇപ്പോഴുണ്ടാകില്ല. ചുരുങ്ങിയ പക്ഷം എനിക്കവരോടൊന്ന് സംസാരിക്കാൻ അവസരം ലഭിക്കുന്നതുവരെ ഉണ്ടാകില്ല. ഒരു കാര്യം ശ്രദ്ധിക്കണം ഇൻസ്പെക്ടർ. വിവേകബുദ്ധിയോടെ, യുക്തിസഹമായി ചിന്തിക്കണം. എനിക്ക് സെറ്റണിന്റെ മരണവുമായി എന്തെങ്കിലും ബന്ധമുണ്ടായിരുന്നു എങ്കിൽ എനിക്ക് വേണ്ട ഒഴികഴിവുകൾ ഞാനിതിനകം തിരഞ്ഞ് കണ്ടെത്തിയിട്ടുണ്ടാകും. ഞാനൊന്ന് കെട്ടിച്ചമയ്ക്കുകയാണെങ്കിൽ അതിൽ ഒരു പെണ്ണുണ്ടാകില്ല. വലിയ ധീരോദാത്തതയൊക്കെ അപ്പോൾ പ്രകടിപ്പിക്കാനാകുമെങ്കിലും അങ്ങനെ കെട്ടിച്ചമച്ചാൽ അധികനേരമൊന്നും നിങ്ങളെ കബളിപ്പിക്കാനാകില്ല. അങ്ങനെ കെട്ടിച്ചമച്ചതിന്റെ എല്ലാ വിശദാംശങ്ങളും ഒരാൾക്ക് എല്ലായ്പ്പോഴും ഓർത്തിരിക്കാനാകില്ല. ഞങ്ങൾ എന്തൊക്കെ സംസാരിച്ചു, ആരാണ് പർദകൾ താഴ്ത്തിയത്, മെത്തയുടെ ഏത് ഭാഗത്താണ് ഞാൻ കിടന്നത്, എത്ര പുതപ്പുണ്ടായിരുന്നു, പ്രാതലിനു കഴിച്ചതെന്തായിരുന്നു എന്നൊക്കെ നിങ്ങൾ ചോദിച്ചാൽ മതിയല്ലോ. ആരെങ്കിലും ഇങ്ങനെ ഒഴികഴിവുകൾ കെട്ടിച്ചമയ്ക്കുന്നുണ്ടാകും എന്നതു തന്നെ എന്നെ അത്ഭുതപ്പെടുത്തുന്നു. എനിക്കുള്ളതിനേക്കാൾ വിശദാംശങ്ങളോട് ഒരു ഇഷ്ടക്കൂടുതലുണ്ടാകും അവർക്ക്.''

''നിങ്ങളുടെ കാര്യം വ്യക്തമായി എന്ന് തോന്നുന്നു ഒലിവർ'' സെലിയ പ്രസ്താവിച്ചു. ''ഇതൊരു കൊലപാതകത്തിന്റെ കാര്യമാണല്ലോ. വിവേകിയായ ഒരു പെണ്ണും ഇത്തരം വിഷമങ്ങളിലേക്കവരെ വലിച്ചിഴയ്ക്കുകയില്ല.''

ലാഥം ചിരിച്ചു.

''പക്ഷേ അവളത്ര വിവേകിയൊന്നുമായിരുന്നില്ല പ്രിയ സെലിയ. അവളൊരു നടിയായിരുന്നു. ഞാനിപ്പോൾ ഒരു വിഷമവും പ്രതീക്ഷിക്കുന്നില്ല. എന്റെ പിതാവ് എനിക്കൊരു ഉപദേശം നൽകിയിട്ടുണ്ട്.

പ്രഭാതത്തിലെഴുന്നേറ്റ് തലേന്ന് രാത്രി താനൊരു പെണ്ണിനൊപ്പം ഉറങ്ങി എന്നും അതേത് പെണ്ണായിരുന്നു എന്നും പറയുന്നതിൽ അമ്പരപ്പോ വൈക്ലബ്ല്യമോ തോന്നുന്നു എങ്കിൽ, അങ്ങനെയൊരു പെണ്ണിനെ കൂട്ടിനെടുക്കാതിരിക്കുക എന്നതാണാ ഉപദേശം. അത് ഒരു പക്ഷേ ഒരുവന്റെ ലൈംഗിക ജീവിതത്തിനെ പരിമിതപ്പെടുത്തുന്നതാകാം. എന്നാലും അതിലെ പ്രായോഗിക വശം കാണാതെ പോകരുത്.''

അതിൽ പരിമിതപ്പെടുത്തുന്നതായി ലാഥം എന്താണ് കണ്ടതെന്ന് അത്ഭുതപ്പെടുകയായിരുന്നു ഡൽഗ്ലീഷപ്പോൾ. തന്റെ സൗഹൃദവൃന്ദത്തിൽ, ഇത്തരത്തിലൊരു സഹവാസം ജനങ്ങളറിയുന്നതിൽ, പരസ്യപ്പെടുന്നതിൽ, വിഷമിക്കുന്നവർ വളരെ കുറച്ചേയുള്ളൂ. ഒലിവർ ലാഥമാകട്ടെ ധനികനാണ്. സുന്ദരനാണ്. നാഗരികനാണ്. അതിനാൽ അങ്ങാടിനിലവാരം വച്ച് നോക്കിയാൽ വിലകൂടിയവനാണ്.

ബ്രൈസ് സംസാരിച്ച് തുടങ്ങി. ഇത്തിരി മുൻകോപത്തോടെയാണയാൾ സംസാരിച്ചത്.

''അങ്ങനെയെങ്കിൽ, സെറ്റൺ ചൊവ്വാഴ്ച രാത്രിയാണ് മരിച്ചതെങ്കിൽ പിന്നെ നിങ്ങൾക്ക് വിഷമിക്കാനായി ഒന്നുമില്ല. സാധ്യതകൾ ചൂണ്ടുന്നതും അയാൾ ചൊവ്വാഴ്ചയാണ് മരിച്ചതെന്നാണല്ലോ. അതല്ലെങ്കിൽ നിങ്ങൾക്കൊപ്പം ഉറങ്ങിയ പങ്കാളി ഒരു ഒഴികഴിവ് മാത്രമാണെന്ന് ഇൻസ്പെക്ടർ വാദിക്കണം.''

''ചോദിച്ചാൽ അവൾ എന്ത് തെളിവ് വേണമെങ്കിലും തരും.'' ലാഥം അതിനെ ലളിതമായെടുത്തു. ''എന്നാൽ അത് അപകടകരമാകുകയും ചെയ്യും. ഇത് അഭിനയത്തിന്റെ കാര്യമാണല്ലോ. അവൾ ഒരു നുണച്ചിയുടെ ഭാഗം അഭിനയിക്കുകയായിരുന്നു എങ്കിൽ, തന്റെ കാമുകനെ ജയിലിലയയ്ക്കാതിരിക്കാൻ തന്റെ തന്നെ ഖ്യാതിയെ അപകടത്തിലാക്കുകയായിരുന്നു എങ്കിൽ, എനിക്ക് കുഴപ്പമൊന്നുമുണ്ടാകില്ല. എന്നാൽ തന്റെ ഭാഗമൊന്ന് മാറ്റി അഭിനയിക്കാൻ അവൾ തീരുമാനിച്ചാലോ? അങ്ങനെയെങ്കിൽ സത്യം പറയാൻ ഞാനവളെ ഉപയോഗിക്കുന്നതാകില്ലേ നല്ലത്.''

സെലിയ കാൽത്രോപ്പിന് ലാഥമിന്റെ ലൈംഗിക ജീവിതത്തിൽ അത്ര താത്പര്യമൊന്നും തോന്നിയില്ല. അവർ അക്ഷമ പ്രകടമാക്കി.

''ഞാനെന്ത് ചെയ്യുകയായിരുന്നു എന്നത് വിശദീകരിക്കേണ്ട ആവശ്യമേ ഉണ്ടെന്ന് തോന്നുന്നില്ല. ഞാൻ പാവം മൗറിസിന്റെ നല്ല സുഹൃത്തായിരുന്നു. ഒരു പക്ഷേ അയാൾക്കുണ്ടായിരുന്ന ഏക നല്ല സുഹൃത്ത്. എന്നിരുന്നാലും ഒരു കാര്യം തുറന്ന് പറയുന്നതിൽ എനിക്ക്

വിഷമമില്ല. അത് മറ്റ് ചിലരെക്കൂടി സംശയത്തിൽ നിന്ന് മുക്തമാക്കാനാകും എന്നും ഞാൻ കരുതുന്നു. ലഭിക്കാവുന്ന ഓരോ വിവരത്തിനും അതിന്റേതായ പ്രാധാന്യമുണ്ടല്ലോ. ഞാനന്ന് മിക്കവാറും വീട്ടിൽത്തന്നെയായിരുന്നു. എന്നാൽ ചൊവ്വാഴ്ച, മദ്ധ്യാഹ്ന ശേഷം ഞാൻ സിൽവിയയുമൊത്ത് നോർവിച്ച് വരെ പോയി. ഞങ്ങൾ ഇരുവരും മുടിയൊക്കെ കഴുകി. മാഡർമാർക്കറ്റിനു സമീപമുള്ള എസ്റ്റെല്ലയിലേക്കാണ് ഞങ്ങൾ പോയത്. സിൽവിയയ്ക്കും അത് വലിയ സന്തോഷം നൽകി. കുറേ വൈകിയാണന്ന് ഞങ്ങൾ ചായ കുടിച്ചത്. നോർവിച്ചിൽ നിന്ന് തന്നെയാണത് കഴിച്ചത്. അതിനു ശേഷം എട്ടരയോടെ സിൽവിയയെ വീട്ടിൽ കൊണ്ടുവിട്ടു. പിന്നെ ഞാൻ എന്റെ കോട്ടേജിലേക്ക് മടങ്ങി. ഇന്നലെ കാലത്ത് മുഴുക്കെ ഞാൻ ജോലിയിലായിരുന്നു. ടേപ്പിനു മുന്നിലിരുന്ന് റെക്കോഡ് ചെയ്യുകയായിരുന്നു. ഉച്ച കഴിഞ്ഞ് ഇപ്സ്വിച്ചിലേക്ക് പോയി. ചില സാമാനങ്ങൾ വാങ്ങാനുണ്ടായിരുന്നു. അതിനോടൊപ്പം വെൽ വാക്കിലെ ലേഡി ബ്രിഗ്സ് എന്ന സുഹൃത്തിനെ സന്ദർശിക്കാൻ തീരുമാനിച്ചു. അവിടെയെത്തിയതുകൊണ്ട് ചെന്നു കണ്ടതാണ്. അവർ അപ്പോൾ അവിടെയില്ലായിരുന്നു. അവരുടെ പരിചാരികയ്ക്ക് എന്തായാലും എന്നെ ഓർമ്മയുണ്ടാകും. തിരിച്ച് വരുമ്പോൾ എനിക്ക് വഴി തെറ്റി. അതുകൊണ്ട് വീട്ടിലെത്താൻ പത്ത് മണിയായി. അപ്പോഴേക്കും എന്റെ അനന്തിരവൾ കേംബ്രിഡ്ജിൽ നിന്ന് വന്നിട്ടുണ്ടായിരുന്നു. ശേഷിച്ച രാത്രി ഞാൻ അവിടെത്തന്നെയുണ്ടായിരുന്നു എന്നതിനവൾ സാക്ഷിയാണ്. ഇന്ന് ഉച്ചഭക്ഷണത്തിനു തൊട്ടു മുമ്പ് സിൽവിയ ഫോൺ ചെയ്തിരുന്നു. അവരാണെന്നോട് മൗറിസിനെ കാണാനില്ലെന്നും അയാളയച്ച കയ്യെഴുത്ത് പ്രതിയെക്കുറിച്ചുമൊക്കെ പറഞ്ഞത്. എന്ത് ചെയ്യണം എന്ന് എനിക്കറിയില്ലായിരുന്നു. എന്നാൽ സൂപരിന്റന്റ് ഡൽഗ്ലീഷ് ഇന്ന് സായാഹ്നത്തിൽ ഇവിടേക്ക് വരുന്നത് കണ്ടപ്പോൾ ഞാൻ ബ്രൈസിനെ വിളിച്ചു. ഒന്നിച്ച് ഡൽഗ്ലീഷിനരികിൽ ചെന്ന് ഉപദേശമാരായാം എന്ന നിർദ്ദേശം വച്ചു. എന്തോ കാര്യമായ കുഴപ്പമുണ്ടെന്നൊരു തോന്നൽ എന്നിൽ ശക്തമായിരുന്നു. അത് ശരിയാണെന്ന് ഇപ്പോഴിതാ തെളിഞ്ഞിരിക്കുന്നു.''

അടുത്തത് ജസ്റ്റിൻ ബ്രൈസിന്റെ ഊഴമായിരുന്നു. ഔദ്യോഗികമായി ആവശ്യപ്പെടാതെ തന്നെ ഈ സംശയിക്കപ്പെടുന്നവരെല്ലാം സ്വമേധയാ മുന്നോട്ട് വന്ന് വിവരങ്ങൾ നൽകുന്നത് കണ്ട് ഡൽഗ്ലീഷ് അമ്പരന്നു. മതപരിവർത്തനം നടത്തുന്നവർ ഒരു യോഗത്തിൽ അവരുടെ സാക്ഷ്യാനുഭവങ്ങൾ വിവരിക്കുന്നതുപോലെയാണിവർ തങ്ങളുടെ ഒഴികഴിവുകൾ നിരത്തുന്നത്. ഈ സന്തോഷത്തിനും വൈകാരിക മന്ദതയ്ക്കും നാളെ ഇവർ വിലകൊടുക്കേണ്ടി വരും എന്നതിൽ

സംശയമില്ല. പക്ഷേ അവർക്ക് മുന്നറിയിപ്പ് കൊടുക്കേണ്ടുന്ന ജോലി തന്റേതല്ല. റക്ലസിനോടുണ്ടായിരുന്ന ബഹുമാനം അയാളിൽ വർദ്ധിച്ചു തുടങ്ങി. റക്ലസിന് കുറഞ്ഞത് ചലനമില്ലാതെ, നല്ലൊരു ശ്രോതാവാകേണ്ടതെപ്പോൾ എന്നെങ്കിലും അറിയാം.

ബ്രൈസ് സംസാരിച്ചു തുടങ്ങി.

''ഇന്നലെ വരെ ഞാൻ ബ്ലൂംസ്ബറിയിലെ പട്ടണത്തിലുള്ള എന്റെ ഫ്ളാറ്റിലായിരുന്നു. സെറ്റൺ ചൊവ്വാഴ്ച രാത്രിയാണ് മരിച്ചതെങ്കിൽ ഈ വിഷയത്തിൽ നിന്ന് ഞാൻ പുറത്താണ് സുഹൃത്തുക്കളേ. അന്ന് രാത്രി രണ്ട് തവണ ഞാൻ എന്റെ ഡോക്ടർക്ക് ഫോൺ ചെയ്തിരുന്നു. എനിക്ക് ഒട്ടും സുഖമില്ലായിരുന്നു. ആസ്തമയുടെ ശല്യം മൂലം ഞാൻ ബുദ്ധിമുട്ടുകയായിരുന്നു. അത് വന്നാൽ ഞാനെത്ര കഷ്ടപ്പെടാറുണ്ടെന്ന് നിങ്ങൾക്കറിയാമല്ലോ സെലിയ. ലയോണൽ ഫോർബ്സ് ഡെൻബിയാണെന്റെ ഡോക്ടർ. അവർ ഇതിനു സാക്ഷ്യം പറയും. അർദ്ധരാത്രിക്ക് തൊട്ടുമുമ്പാണ് ഞാൻ ആദ്യം അദ്ദേഹത്തിന് ഫോൺ ചെയ്തത്. എന്നെ ഒന്ന് വന്ന് സന്ദർശിക്കണം എന്ന് ഞാൻ യാചിച്ചു. വരാൻ പക്ഷേ അദ്ദേഹം തയ്യാറായില്ല. എന്റെ കൈവശമുള്ള നീലഗുളികകൾ രണ്ടെണ്ണമെടുത്ത് കഴിക്കാൻ ഉപദേശിച്ചു. ഒരു മണിക്കൂറിനകം ഫലമൊന്നും കണ്ടില്ലെങ്കിൽ വിളിക്കണം എന്നും പറഞ്ഞു. അതയാൾ ചെയ്തത് അത്ര മര്യാദയാണെന്നൊന്നും ഞാൻ കരുതുന്നില്ല. മരിച്ചുകൊണ്ടിരിക്കുകയാണെന്നു വരെ അയാളോട് ഞാൻ പറഞ്ഞിരുന്നു. എനിക്കുള്ളതുപോലെയുള്ള ആസ്തമ വളരെ അപകടകാരിയാണ്. നിങ്ങൾ മരിച്ചേക്കും എന്ന് കരുതിയാൽ ചിലപ്പോൾ മരിച്ചുപോകും.''

''ഫോബ്സ് ഡെൻബി മരിക്കുന്നതിൽ നിന്ന് വിലക്കിയാൽ പിന്നെ മരിക്കില്ല അല്ലേ?'' ലാഥം ഇടപെട്ടു.

''അയാൾക്കും തെറ്റുപറ്റാം ഒലിവർ.''

''അയാൾ മൗറിസിന്റെയും ഡോക്ടറായിരുന്നില്ലേ?'' മിസ് കാൽത്രോപ് ചോദിച്ചു. ''മൗറിസ് എപ്പോഴും അയാളെക്കുറിച്ച് സംസാരിക്കാറുണ്ട്. തന്റെ ഹൃദയത്തിന്റെ കാര്യത്തിൽ വളരെ ശ്രദ്ധാലുവാകേണ്ടതുണ്ടായിരുന്നു മൗറിസിന്. ഫോബ്സ് ഡെൻബിയുള്ളതുകൊണ്ടാണ് താൻ ജീവിക്കുന്നത് എന്നയാൾ പറയാറുണ്ട്.''

''ചൊവ്വാഴ്ച രാത്രി അയാൾ എന്നെ സന്ദർശിക്കേണ്ടതായിരുന്നു.'' ബ്രൈസിന് ആ ദുഃഖം ഇപ്പോഴും അടങ്ങിയിട്ടില്ല. ''മൂന്നരയ്ക്ക് ഞാൻ വീണ്ടും വിളിച്ചു. ആറുമണിയ്ക്കാണയാൾ വന്നത്. അപ്പോഴേക്കും എന്റെ മോശം സമയം കടന്ന് പോയിരുന്നു. എന്നിരുന്നാലും ഇതിനേയും ഞാൻ സംഭവസ്ഥലത്തില്ലായിരുന്നു എന്നതിന്റെ തെളിവായി കണക്കാക്കാം.''

''ആകില്ല ജസ്റ്റിൻ.'' ലാഥം പറഞ്ഞു. ''നിങ്ങൾ നിങ്ങളുടെ ഫ്ളാറ്റിൽ നിന്ന് തന്നെയാണ് ഫോൺ ചെയ്തത് എന്നതിനു തെളിവില്ല.''

''ഞാൻ എന്റെ ഫ്ളാറ്റിൽ നിന്ന് തന്നെയാണ് ഫോൺ ചെയ്തത്. അതിൽ സംശയത്തിന്റെ ആവശ്യമേയില്ല. ഞാനപ്പോൾ മരണത്തിന്റെ വാതിൽക്കലായിരുന്നു എന്നും പറഞ്ഞുവല്ലോ. അതല്ല ഞാൻ സെറ്റണിനെ കൊല്ലാനായി ലണ്ടൻ നഗരത്തിലോടിക്കളിക്കുകയായിരുന്നു, അപ്പോഴാണിങ്ങനെ തെറ്റായ ഒരു സന്ദേശം ഡോക്ടർക്ക് കൊടുത്തതെങ്കിൽ, അയാൾ വീട്ടിൽ കയറി വന്നാൽ എന്ത് സംഭവിക്കുമായിരുന്നു? പിന്നെ അയാൾ എന്നെ ചികിത്സിക്കുകയേയില്ല.''

ലാഥം ഉറക്കെ ചിരിച്ചു.

''ഫോബ്സ് ഡെൻബി താനിപ്പോൾ വരുന്നില്ല എന്ന് പറഞ്ഞാൽ അതിനർത്ഥം അയാൾ വരുന്നില്ല എന്ന് തന്നെയാണ്. നമുക്കൊക്കെ അതറിയാം. നിങ്ങൾക്കും അതറിയാം.''

ബ്രൈസ് ദുഃഖത്തോടെ അതിനോട് യോജിച്ചു. തന്റെ ന്യായവാദത്തെ തകർത്തതിനെ അയാൾ തത്ത്വചിന്താപരമായിത്തന്നെ സ്വീകരിച്ചു. ഫോബ്സ് ഡെൻബിയെക്കുറിച്ച് ഡൽഗ്ലീഷ് കേട്ടിട്ടുണ്ട്. നല്ലൊരു ഡോക്ടറാണയാൾ. ഫോബ്സ് ഡെൻബിയുടെ വൈദ്യ അപ്രമാദിത്വത്തെക്കുറിച്ച് അയാൾക്കും അയാളുടെ രോഗികൾക്കും ഒരേ അഭിപ്രായമായിരുന്നു. അയാളുടെ അനുവാദമില്ലാതെ ഈ രോഗികളൊന്നും, ഭക്ഷിക്കുകയോ, കുടിക്കുകയോ, കല്യാണം കഴിക്കുകയോ, കുട്ടികളെയുണ്ടാക്കുകയോ, രാജ്യം വിടുകയോ മരിക്കുകയോ ചെയ്യില്ല എന്നൊരു കിംവദന്തി തന്നെയുണ്ട്. അയാളുടെ ഉന്മാദാവസ്ഥകളെ അവർ മഹത്വവത്കരിച്ചു. അയാളുടെ അഭിരുചികളെക്കുറിച്ച് പലവുരു ആവർത്തിച്ച് സംസാരിച്ചു. അത് ചിലപ്പോൾ അവരുടെ ഇഷ്ട പേറ്റന്റ് മരുന്ന് ഫോബ്സ് ഡെൻബി ജാലകത്തിലൂടെ വലിച്ചെറിഞ്ഞതാകാം അല്ലെങ്കിൽ പാചകക്കാരനെ പിരിച്ച് വിട്ടതാകാം. ഈ മെരുക്കമില്ലാത്ത ഉന്മാദരോഗിയോട് മരിച്ച വ്യക്തിയുടെ രോഗാവസ്ഥകളെക്കുറിച്ചും സംശയിക്കപ്പെടുന്നവരിലൊരാളുടെ താൻ സംഭവസ്ഥലത്തുണ്ടായിരുന്നില്ല എന്ന വാദത്തെക്കുറിച്ചും ചോദിച്ചറിയേണ്ടത് റക്ലസ്സോ അല്ലെങ്കിൽ അയാളുടെ കീഴ്ജീവനക്കാരിൽ ആരെങ്കിലുമോ ആയിരിക്കും എന്നതോർത്തപ്പോൾ ഡൽഗ്ലീഷിനു സമാധാനവും സന്തോഷവും തോന്നി.

പെട്ടെന്ന് ജസ്റ്റിൻ പൊട്ടിത്തെറിച്ചു. എല്ലാവരുടെയും കണ്ണുകൾ അയാളിലേക്കു തിരിഞ്ഞു.

''ഞാനല്ല അയാളെ കൊന്നത്. എന്നാൽ അയാളുടെ മരണത്തിൽ എനിക്ക് ദുഃഖമൊന്നുമില്ല. പ്രത്യേകിച്ചും അയാൾ അരബെല്ലയോട് ചെയ്തതോർക്കുമ്പോൾ.''

തന്റെ മകന്റെ കുസൃതികൾ കണ്ട് വിഷമിച്ചിരിക്കുന്ന, അതിനാൽ ആതിഥേയർക്ക് ശല്യമായല്ലോ എന്ന് വിഷമിച്ചിരിക്കുന്ന, അമ്മയുടെ നോട്ടം അപ്പോൾ സെലിയ കാൽത്രോപ്പ് റക്ലസിലേക്ക് നീട്ടി. എന്നാൽ അതങ്ങനെ വെറുതെയായിരുന്നില്ല. ആത്മവിശ്വാസത്തോടെ അവർ സ്വരം താഴ്ത്തി സംസാരിച്ചു തുടങ്ങി.

‘‘അരബെല്ല. ഈ മനുഷ്യന്റെ സയാമീസ് പൂച്ചയാണ്. അതിനെ കൊന്നത് മൗറിസാണെന്നാണ് ബ്രൈസ് കരുതുന്നത്.’’

‘‘കരുതുകയല്ല സെലിയ. എനിക്കറിയാം അങ്ങനെയാണെന്ന്.’’ അയാൾ റക്ലസിലേക്ക് തിരിഞ്ഞു.

‘‘മൂന്ന് മാസം മുമ്പ് എന്റെ വണ്ടി അയാളുടെ നായയുടെ മേൽ കയറി. അതൊരു അപകടമായിരുന്നു. എനിക്ക് മൃഗങ്ങളെ ഇഷ്ട മാണ്. സത്യമായും ഇഷ്ടമാണ്. ആ ടുസറെ വരെ. അതാകട്ടെ ഒരു ചന്തവുമില്ലാത്ത ചാവാളിയായിരുന്നു. അങ്ങനെ ഞാൻ പറഞ്ഞാൽ അത് സെലിയ പോലും സമ്മതിക്കും എന്ന് എനിക്കറിയാം. അതൊരു വല്ലാത്ത അനുഭവമായി. ഭീകരമായ അനുഭവം. ആ നായ എന്റെ വണ്ടിച്ചക്രത്തിനടിയിലേക്ക് ഓടി വന്നു. സെറ്റണിനാകട്ടെ അതിനെ വലിയ ആരാധനയായിരുന്നു. ഞാൻ ബോധപൂർവ്വം അതിനെ വണ്ടി യിടിച്ച് കൊന്നതാണെന്ന ആരോപണം അയാൾ ഉന്നയിച്ചു. നാലു ദിവസം കഴിഞ്ഞപ്പോൾ അരബെല്ലയെ അയാൾ കൊന്നു. അത്തര ക്കാരനാണയാൾ. അയാൾക്ക് ആരെങ്കിലും തടയിട്ടില്ലെങ്കിലല്ലേ അത്ഭുതമുള്ളൂ?’’

മിസ് കാൽത്രോപ്, മിസ് ഡൽഗ്ലീഷ്, ലാഥം എന്നിവർ ഒന്നിച്ച് സംസാരിച്ചു.

‘‘പ്രിയ ജസ്റ്റിൻ. അതിനൊരു തെളിവുമില്ല എന്ന് മറക്കരുത്....’’

‘‘ബ്രൈസ്....ആ സംഭവവും അരബെല്ലയുമായി എന്തെങ്കിലും വിധത്തിൽ ബന്ധമുണ്ടെന്ന് കരുതരുത്...’’

‘‘ദൈവത്തെയോർത്ത് ജസ്റ്റിൻ, എന്തിനാണിങ്ങനെ...’’

റക്ലസ് അപ്പോൾ ശാന്തമായി ഇടപെട്ടു.

‘‘നിങ്ങൾ മോങ്ക്സ്മെയറിലെപ്പോഴാണെത്തിയത് സർ?’’

‘‘ബുധനാഴ്ച ഉച്ചയ്ക്ക്. നാലുമണിയ്ക്ക് തൊട്ടു മുമ്പ്. അങ്ങനെ വന്നപ്പോൾ എന്റെ കാറിൽ സെറ്റണിന്റെ ശവമൊന്നുമില്ലായിരുന്നു. ഇപ്സ്വിച്ചിൽ നിന്ന് പുറപ്പെട്ടപ്പോൾ മുതൽ ഗിയർ ബോക്സിനു ചില തകരാറുകൾ കണ്ടു തുടങ്ങി. അതെന്റെ ഭാഗ്യം. കാർ ഞാൻ സാക്സ്മണ്ഡാമിനു പുറത്ത് ബൈൻസിന്റെ ഗരാഷിൽ ഉപേക്ഷിച്ചു. അതിനുശേഷം ടാക്സിയിലാണ് വന്നത്. എനിക്കൊപ്പം യുവ ബൈൻ സുമുണ്ടായിരുന്നു. കാറിൽ ഇനി രക്തക്കറയോ വിരലടയാളമോ

മറ്റോ ഉണ്ടോ എന്ന് പരിശോധിക്കണമെങ്കിൽ ആകാം. വണ്ടി ബൈൻ സിന്റെ ഗരാഷിൽ കിടപ്പുണ്ട്.''

''നമ്മളെന്തിനാണിതിനെക്കുറിച്ചൊക്കെ ആലോചിച്ച് വിഷമിക്കുന്നത്'' ലാഥം ചോദിച്ചു. ''അയാളുടെ ബന്ധുക്കളൊക്കെ എവിടെ? മൗറിസിനൊരു അർദ്ധസഹോദരനുണ്ടല്ലോ? പൊലീസ് എന്തുകൊണ്ടാണയാളെ തിരയാത്തത്? അയാളാണല്ലോ അവകാശി. അയാളല്ലേ എല്ലാം വിശദീകരിക്കേണ്ടത്?''

''ഡിഗ്ബി ഇന്നലെ രാത്രി സെറ്റൺ ഹൗസിൽ വന്നിരുന്നു.'' എലിസ മാർലി പറഞ്ഞു. ''ഞാനാണയാളെ അവിടെ വിട്ടത്. എന്റെ വണ്ടിയിലാണയാൾ വന്നത്.''

ഇൻസ്പെക്ടർ വന്നതിനു ശേഷം ഇത് രണ്ടാം തവണയാണവൾ വാ തുറക്കുന്നത്. സംസാരിക്കാൻ അവളിൽ പ്രത്യേക ആവേശമോ ജിജ്ഞാസയോ ഇല്ല എന്ന് ഡൽഗ്ലീഷ് ശ്രദ്ധിച്ചു. എന്നാൽ ഒരു വൈകാരികത പ്രതീക്ഷിച്ചിരുന്നവർക്ക് ഇതിലും തൃപ്തികരമായ ഒരുത്തരം ലഭിക്കാനില്ലായിരുന്നു. പിന്നീട് വന്ന നിശ്ശബ്ദതയെ തകർക്കാൻ വീണ്ടും മിസ് കാൽത്രോപ്പ് ഇടപെടേണ്ടി വന്നു. അവരുടെ കൂർത്ത സ്വരം വരേണ്ടി വന്നു.

''അയാളെ അവിടെ കൊണ്ടുവിട്ടു എന്ന് വച്ചാൽ?''

ആ പെൺകുട്ടി തോളൊന്ന് കുലുക്കി.

''ഞാൻ പറഞ്ഞതു തന്നെ. ഇന്നലെ അയാളെ എന്റെ വണ്ടിയിൽ ഞാനാണയാളെ അവിടെ ഇറക്കി വിട്ടത്. ഇപ്സ്വിച്ച് സ്റ്റേഷനിൽ നിന്ന് അയാൾ എനിക്ക് ഫോൺ ചെയ്തു. എട്ടരയ്ക്ക് കാണാനാകുമോ എന്ന് എന്നോട് ചോദിച്ചു. സാക്സ്മന്ധാമിൽ നിന്നുള്ള വണ്ടിയിൽ വരുന്നു എന്ന് പറഞ്ഞു. മൗറിസ് വീട്ടിലില്ല എന്നയാൾക്ക് അറിയാമായിരുന്നു. ടാക്സിയുടെ പൈസ ലാഭിക്കാനായിരിക്കും എന്ന് ഞാൻ കരുതി. ഞാൻ ചെന്നു. മിനി എടുത്താണ് ഞാൻ പോയത്.''

''ഞാൻ വീട്ടിലെത്തിയപ്പോൾ നീ ഇതിനെക്കുറിച്ചൊന്നും പറഞ്ഞില്ലല്ലോ.'' മിസ് കാൽത്രോപ് കുറ്റപ്പെടുത്തി. സംഘത്തിലെ ശേഷിച്ചവർക്കും ഒരു അസ്വസ്ഥത അനുഭവപ്പെട്ടു. ഇവിടെ ഒരു കുടുംബ വഴക്കിനു സാധ്യതയുണ്ടെന്ന അസ്വസ്ഥത. ചുമർ ചാരിയിരുന്നിരുന്ന ഇരുണ്ട രൂപത്തിനു മാത്രം ഇതിലൊന്നും താത്പര്യം കണ്ടില്ല.

''നിങ്ങൾക്കതിൽ പ്രത്യേകിച്ച് താത്പര്യമൊന്നുമുണ്ടായിരുന്നില്ല എന്ന് മനസ്സിലാക്കുന്നു. എന്തായാലും തിരിച്ചെത്തിയപ്പോഴേക്കും വളരെ വൈകിയിട്ടുണ്ടാകും അല്ലേ?''

''ഇന്ന് രാത്രി എന്തു പറ്റി? നീ ഇതിനെക്കുറിച്ചൊന്നും മുമ്പ് പറഞ്ഞില്ലല്ലോ?''

''ഞാനെന്തിന് പറയണം? ഡിഗ്ബിക്ക് മറ്റൊരിടത്തേക്ക് പറക്കണമെങ്കിൽ അതിൽ ഞാനെന്തിനിടപെടണം? എന്നെ ബാധിക്കുന്ന കാര്യമാണോ അത്? എന്തായാലും അതൊക്കെ സംഭവിച്ചത് മൗറിസ് മരിച്ചുപോയി എന്നറിയുന്നതിനു മുമ്പല്ലേ?''

''അതായത് എട്ടരയ്ക്ക് ഡിഗ്ബിയുടെ അഭ്യർത്ഥനപ്രകാരം നിങ്ങൾ അയാളെ കണ്ടു എന്ന് അല്ലേ?'' ലാഥം കാര്യങ്ങൾക്ക് വ്യക്തത വരുത്താനെന്ന പോലെ ചോദിച്ചു.

''അതെ. വണ്ടി വന്നപ്പോൾ അയാൾ അതിലുണ്ടായിരുന്നു. അയാൾ എന്നെ കാത്ത് നിൽക്കുകയോ സ്റ്റേഷനു പുറത്ത് കറങ്ങി നടക്കുകയോ അല്ലായിരുന്നു. ഞാൻ പ്ലാറ്റ്ഫോം ടിക്കറ്റ് വാങ്ങി. അയാൾ വണ്ടിയിൽ നിന്നിറങ്ങി വരുന്നത് കണ്ടു. അയാൾ ടിക്കറ്റ് പരിശോധകന് ടിക്കറ്റ് കൈമാറുമ്പോഴും ഞാനുണ്ടായിരുന്നു. ആ ടിക്കറ്റ് പരിശോധകൻ അയാളെ തിരിച്ചറിയും, ഓർക്കും. അയാളെ കൂടാതെ ഒരു അരഡസൻ യാത്രികർ മാത്രമേ വണ്ടിയിൽ നിന്നിറങ്ങിയുള്ളു.''

''അയാളുടെ കൈവശം അപ്പോൾ ശവമൊന്നുമുണ്ടായിരുന്നില്ല എന്ന് അനുമാനിക്കാമല്ലോ അല്ലെ?'' ലാഥം വീണ്ടും സംശയം തീർത്തു.

''ശവത്തെ രണ്ടടി വീതിയും മൂന്നടി നീളവുമുള്ള പെട്ടിയിലാക്കിയിട്ടില്ലെങ്കിൽ ഇല്ലായിരുന്നു.''

''നിങ്ങളാണ് വണ്ടിയോടിച്ച് അയാളെ വീട്ടിൽ കൊണ്ടുവിട്ടത്. ഇടയ്ക്ക് എവിടേയും നിർത്താതെ?''

''അതെ. തീർച്ചയായും. അതിനാണെന്നെ വിളിച്ചത്. എട്ട് മണി കഴിഞ്ഞാൽ സാക്സ് അത്ര ഉല്ലാസവാനാകാറില്ല. ഡിഗ്ബിയാകട്ടെ എനിക്ക് മദ്യസേവനത്തിനിഷ്ടപ്പെട്ട കൂട്ടുകാരനുമല്ല. ഞാനയാൾക്ക് ടാക്സിയുടെ പൈസ ലാഭിച്ചു കൊടുത്തു, അത്രമാത്രം.''

''തുടരൂ എലിസ'' ബ്രൈസ് പ്രോത്സാഹിപ്പിച്ചു. ''നിങ്ങൾ ഡിഗ്ബിയെ സെറ്റൺ ഹൗസിലെത്തിച്ചു. അതിനു ശേഷം?''

''ഒന്നുമില്ല. മുൻവാതിൽക്കൽ അയാളെ ഞാൻ ഇറക്കി വിട്ടു. വീട്ടിൽ നിന്ന് ശബ്ദങ്ങളൊന്നുമില്ലായിരുന്നു. വിളക്കുകളെല്ലാം അണഞ്ഞ് കിടക്കുകയായിരുന്നു. ഒക്ടോബർ മദ്ധ്യത്തിൽ മൗറിസ് ലണ്ടനിലാകും എന്ന് എല്ലാവർക്കും അറിയാവുന്ന കാര്യമാണ്. ഒരിറക്ക് മദ്യം ഒപ്പമിരുന്ന് കഴിക്കാമെന്ന് പറഞ്ഞ് ഡിഗ്ബി എന്നെ ക്ഷണിച്ചു. ഞാനത് നിരസിച്ചു. ക്ഷീണം തോന്നുന്നുണ്ടെന്നും, സെലിയ അമ്മായി വീട്ടിലെത്തി എന്നെ കാത്തിരിക്കുന്നുണ്ടാകുമെന്നും ഒഴികഴിവ് പറഞ്ഞു. ഞങ്ങൾ ശുഭരാത്രി പറഞ്ഞു. ഡിഗ്ബിയുടെ

കൈവശം വീടിന്റെ ചാവിയുണ്ടായിരുന്നു. അതുപയോഗിച്ചാണയാൾ വാതിൽ തുറന്നത്.''

''അയാളുടെ കൈവശം ചാവി ഉണ്ടായിരുന്നു എന്നോ?'' റക്ലസ് എടുത്തു ചോദിച്ചു. ''എന്ന് വച്ചാൽ അയാളും സഹോദരനും തമ്മിൽ അത്രയും സൗഹൃദമുണ്ടായിരുന്നു എന്ന്.''

''അവർ തമ്മിലുള്ള സൗഹൃദത്തെക്കുറിച്ചൊന്നും എനിക്കറിയില്ല. ഡിഗ്ബിയുടെ കൈവശം ചാവിയുണ്ടായിരുന്നു എന്ന് മാത്രമറിയാം.''

അത് കേട്ട് റക്ലസ് സിൽവിയ കെഡ്ജിലേക്ക് തിരിഞ്ഞു.

''ഇതിനെക്കുറിച്ച് നിങ്ങൾക്കും അറിയാമായിരുന്നോ? ഡിഗ്ബി സെറ്റണിനെപ്പോൾ വേണമെങ്കിലും ആ വീട്ടിലേക്ക് കയറി വരാൻ സ്വാതന്ത്ര്യമുണ്ടായിരുന്നതിനെക്കുറിച്ച്?''

''രണ്ട് വർഷം മുമ്പാണ് മൗറിസ് സെറ്റൺ തന്റെ സഹോദരന് വീടിന്റെ ഒരു ചാവി നൽകിയത്.'' സിൽവിയ കെഡ്ജ് അറിയിച്ചു. ''ഇടയ്ക്കിടെ മൗറിസ് അത് തിരികെ ചോദിക്കാറുണ്ടായിരുന്നു. പക്ഷേ ഡിഗ്ബി അത് അധികമൊന്നും ഉപയോഗിക്കാറില്ല. സഹോദരനില്ലാത്തപ്പോൾ അധികം അവിടേക്ക് വരാറുമില്ല. അതിനാൽ ഡിഗ്ബി അത് കൈവശം വയ്ക്കുന്നതിനെ മൗറിസ് തെറ്റായി കാണുകയോ എതിർക്കുകയോ ചെയ്തില്ല എന്ന് ഞാൻ കരുതുന്നു.''

''അയാൾ അത് തിരികെ ചോദിച്ചിരുന്നോ?'' ബ്രൈസ് ചോദിച്ചു. ഇത്തരം ചോദ്യങ്ങൾക്ക് ഉത്തരം നൽകാനുതകുന്ന വ്യക്തിയല്ല സിൽവിയ എന്ന് മിസ് കാൽത്രോപ് അഭിപ്രായപ്പെട്ടു. ''പരിചാരകർക്ക് മുന്നിൽ വച്ചാകില്ല'' എന്നവർ വ്യക്തമായി പറയുകയും ചെയ്തു.

''ഒരിക്കൽ എന്നോട് മൗറിസ് ഈ ചാവിയെക്കുറിച്ച് പറഞ്ഞിരുന്നു. അത് തിരികെ ചോദിക്കണം എന്നും പറഞ്ഞിരുന്നു. ഡിഗ്ബിയെ അവിശ്വസിക്കുക എന്നൊരു പ്രശ്നം തന്നെ ഉദിക്കുന്നുണ്ടായിരുന്നില്ല. പക്ഷേ, ഡിഗ്ബിക്ക് നിശാക്ലബ്ബുകളോട് ഒരു ഇഷ്ടക്കൂടുതലുണ്ടായിരുന്നതിനാൽ ആ ചാവി നഷ്ടപ്പെടുകയോ അതയാളിൽ നിന്ന് ആരെങ്കിലും മോഷ്ടിക്കുകയോ ചെയ്യും എന്നായിരുന്നു ഭയം.''

''അതായത് അയാൾക്ക് അത് തിരികെ ലഭിച്ചില്ല എന്നർത്ഥം.'' ലാഥം പൂരിപ്പിച്ചു.

''കഴിഞ്ഞ രാത്രി ഏകദേശം ഒമ്പത് മണിയോടെ ഡിഗ്ബി വീട്ടിലെത്തിയിട്ടുണ്ട്. അതിനു ശേഷം അയാളെ ആരും കണ്ടിട്ടില്ല. വീട് ഒഴിഞ്ഞ് കിടക്കുകയായിരുന്നു എന്ന് ഉറപ്പുണ്ടോ എലിസാ?''

‘‘അതെനിക്കെങ്ങനെ അറിയാം. ഞാൻ വീടിനകത്തേക്ക് പോയില്ല. അവിടെ നിന്ന് ശബ്ദമൊന്നും കേട്ടില്ല. വിളക്കുകളെല്ലാം അണഞ്ഞ് കിടക്കുകയായിരുന്നു.’’

‘‘നേരം വെളുത്ത് ഒമ്പതരയോടെയാണ് ഞാനവിടെ എത്തിയത്.’’ സിൽവിയ കെഡ്ജ് തുടർന്നു. ‘‘മുൻവാതിൽ പതിവുപോലെ അടഞ്ഞ് കിടന്നു. താഴിട്ട് പൂട്ടിക്കിടന്നു. വീടിനകത്ത് ആരുമില്ലായിരുന്നു. അകത്തെ മെത്തകളൊന്നും ആരും ഉപയോഗിച്ചിട്ടില്ലായിരുന്നു. ഡിഗ്ബി ഒരിറക്ക് മദ്യം കഴിച്ചതിന്റെ തെളിവുകൾ പോലുമില്ലായിരുന്നു.’’

അതിദ്രുതം, നാടകീയമായ എന്തോ സംഭവിച്ചിരിക്കുന്നു എന്നതിനു പകരമായുള്ള വാക്കുകൾ ഉപയോഗിക്കാത്ത ഒരു ടിപ്പണിയായി അത്. ഡിഗ്ബി സെറ്റണിന് സ്വയം പ്രതിരോധിക്കാനാകാത്ത ചില അപകടങ്ങൾ ഇവിടെ കാണുന്നു.

സെലിയ സംസാരിച്ച് തുടങ്ങി.

‘‘അങ്ങനെ അവിടെ നിന്ന് ഒന്നും എടുത്തിട്ടുണ്ടാകില്ല. ഡിഗ്ബിയുടെ കൈവശം എപ്പോഴും ഒരു ഫ്ളാസ്കുണ്ടാകും. മൗറിസിനെ കോപാകുലനാക്കാൻ അയാൾ കണ്ടെത്തിയ വിഡ്ഢിത്തങ്ങളിൽ ഒന്നാണതും. എന്നാലും, പിന്നെ അയാൾ എവിടേക്ക് പോയിട്ടുണ്ടാകും?’’

‘‘പുറത്ത് പോകും എന്നൊന്നും അയാൾ പറഞ്ഞില്ലായിരുന്നോ?’’ ലാഥം എലിസ മാർലിയിലേക്ക് തിരിഞ്ഞു. ‘‘അങ്ങനെയെന്തെങ്കിലും സൂചനകൾ?’’

‘‘ഇല്ല. അയാൾ ഒന്നും പറഞ്ഞില്ല. ഡിഗ്ബിയുടെ മാനസികനില അളക്കാനൊന്നും എനിക്കാകില്ല. എന്നാലും അതിൽ അങ്ങനെ സാധാരണയിൽ നിന്ന് വ്യത്യസ്തമായി എന്തെങ്കിലുമുള്ളതായി തോന്നിയില്ല.’’

‘‘അസംബന്ധം തന്നെ’’ മിസ് കാൽത്രോപ്പ് പ്രസ്താവിച്ചു. ‘‘വന്നു കയറിയ ഉടൻ തന്നെ ഡിഗ്ബി ഇറങ്ങിപ്പോകുകയൊന്നുമില്ല. പോകുന്നെങ്കിലും എവിടേക്ക് പോകാനാണ്? അങ്ങനെ ഒരു പദ്ധതിയും സൂചിപ്പിച്ചില്ല എന്ന് നിനക്ക് ഉറപ്പുണ്ടോ?’’

‘‘പുറത്ത് പോകാനായി ആരെങ്കിലും വിളിച്ചിട്ടുണ്ടാകാം.’’ എലിസബത്ത് മാർലി അഭിപ്രായപ്പെട്ടു.

അത് കേട്ട് അവളുടെ അമ്മായിയുടെ സ്വരം ഇത്തിരി പരുക്കനായി.

‘‘ആരെങ്കിലും വിളിക്കുകയോ? അയാൾ അവിടെയുണ്ടെന്ന് ആർക്കും അറിയില്ലായിരുന്നല്ലോ? വിളിച്ചെങ്കിൽത്തന്നെ അതാരാകും?’’

‘‘എനിക്കറിയില്ല. അതൊരു സാധ്യതയാണെന്ന് പറഞ്ഞെന്നേയുള്ളൂ. ഞാൻ തിരിച്ച് കാറിലേക്ക് നടക്കുന്നതിനിടയിൽ അകത്തുനിന്ന് ടെലിഫോൺ മണി മുഴങ്ങുന്നത് കേട്ടിരുന്നു.’’

‘‘ഉറപ്പാണോ?’’ ലാഥമിനു സംശയം തീരുന്നില്ല.

‘‘എന്താണിങ്ങനെ ഉറപ്പാണോ എന്ന് ചോദിച്ചുകൊണ്ടേയിരിക്കുന്നത്? ആ മുനമ്പിൽ എല്ലാം ശാന്തമാണെന്ന് നിങ്ങൾക്ക് അറിഞ്ഞുകൂടേ. തീർത്തും ഏകാന്തമാണാ പ്രദേശം. ഏതൊരു സ്വരവും അങ്ങ് ദൂരെ വരെ കേൾക്കും. ആ ഫോൺ ശബ്ദിക്കുന്ന സ്വരം ഞാൻ കേട്ടു എന്ന് ഉറപ്പാണ്.’’

മുറി വീണ്ടും നിശ്ശബ്ദതയിലേക്ക് കൂപ്പുകുത്തി. അവൾ പറഞ്ഞത് ശരിയായിരുന്നു. അതിൽ സംശയമില്ല. മുനമ്പിലെ രാത്രികൾ എത്ര ശാന്തമാണെന്ന്, നിശ്ശബ്ദമാണെന്ന്, എല്ലാവർക്കും അറിയാവുന്നതാണ്. അതേ നിശ്ശബ്ദത, ഏകാന്തത, നിഗൂഢത, അവരെ പുറത്ത് കാത്ത് നില്പുണ്ടായിരുന്നു. മുറിക്കകത്ത് ചൂടുണ്ടായിരുന്നിട്ടും സെലിയ കാൽത്രോപ് വിറച്ചു. എന്നാൽ അകത്ത് ചൂട് അസഹനീയമാകുന്നുണ്ടായിരുന്നു.

ബ്രൈസ് ഒരു സ്റ്റൂൾ വലിച്ചിട്ട് നെരിപ്പോടിനരികിലിരുന്ന് അതിലേക്ക് വിറകു തുണ്ടുകൾ വലിച്ചെറിഞ്ഞുകൊണ്ടിരിക്കുകയായിരുന്നു. തീകത്തിക്കുന്ന രാക്ഷസനെപ്പോലെയുണ്ടയാളിപ്പോൾ. അഗ്നിനാളങ്ങൾ ഉയർന്ന് ചാടി. ചൂളം വിളിച്ചു. അത് പുതുതായെത്തിയ വിറകു തുണ്ടുകളിലേക്ക് ആർത്തിയോടെ നീങ്ങിക്കൊണ്ടിരുന്നു. മുറിയുടെ കൽച്ചുമരുകളിൽ നിന്ന് രക്തം ഇറ്റുവീഴുന്നുണ്ടെന്ന് തോന്നി. ഡൽഗ്ലീഷ് ഒരു ജാലകത്തിനരികിലെത്തി. അതിന്റെ പാളികളുമായി മൽപ്പിടുത്തത്തിലായി. അതൊന്ന് തള്ളിത്തുറന്നപ്പോൾ തണുത്ത കാറ്റ് അകത്തേക്ക്, അയാളുടെ ശരീരത്തിലേക്ക് ഇരച്ചെത്തി. അത് നിലത്ത് കിടന്ന തുണികളെയെല്ലാം പൊക്കിയെടുത്തു. അതിനിടയിൽ റക്ലസിന്റെ അത്രയൊന്നും ദൃഢമല്ലാത്ത സ്വരം വന്നു. അത് കേട്ടുകൊണ്ടാണയാൾ തല തിരിച്ചത്.

‘‘മിസ് കെഡ്ജിനെ ആരെങ്കിലും വീട്ടിൽ കൊണ്ടുചെന്നാക്കുന്നതാകും നല്ലത് എന്നെനിക്ക് തോന്നുന്നു. അവർക്ക് എന്തൊക്കെയോ ബുദ്ധിമുട്ടുകളുണ്ട്. ഇന്ന് അവരുമൊത്ത് സംസാരിക്കാൻ ഞാൻ താത്പര്യപ്പെടുന്നില്ല.’’

അവൾ, താൻ പശ്ചാത്തപിക്കുന്നു എന്ന് പറയുന്നതുപോലെ തലയുയർത്തി. അവൾക്കെന്തെങ്കിലും പറയാനാകുന്നതിനു മുമ്പ് എലിസബത്ത് മാർലി ഇടപെട്ടു.

“ഞാൻ കൊണ്ടു ചെന്നാക്കാം. എനിക്കും പോകണം. ഞാനിപ്പോൾ രോഗവിമുക്തയായിക്കൊണ്ടിരിക്കുന്നേയുള്ളൂ. ഈ സായാഹ്നത്തിൽ എനിക്ക് വിശ്രമം ലഭിച്ചിട്ടേയില്ല. ഇവളുടെ കോട്ടെവിടെ?”

മുറിക്കകത്ത് ചില ചലനങ്ങളുണ്ടായി. എല്ലാവരിലും ഒരു ആശ്വാസം വന്നതുപോലെ. സിൽവിയ കെഡ്ജിന്റെ കോട്ടെവിടെ എന്ന് എല്ലാവരും ഒന്നിച്ച് തിരയാൻ തുടങ്ങി. അതിനോടൊപ്പം അവളുടെ ഊന്നുവടിയെക്കുറിച്ചും പൊതു സൗഖ്യത്തിനെക്കുറിച്ചും അന്വേഷണങ്ങളുണ്ടായി. മിസ് കാൽത്രോപ് തന്റെ കാറിന്റെ ചാവി കൈമാറി. താൻ ആരെയെങ്കിലും കൂട്ടി വീട്ടിലേക്ക് നടന്ന് വന്നോളാം എന്ന വിശാലമനസ്കത പ്രകടമാക്കി. അങ്ങനെ കൂട്ടുണ്ടാകുന്നത് ഒലിവറും ജസ്റ്റിനുമായിരിക്കും എന്നും അവർ ഉറപ്പിച്ചു. ഒരു പറ്റം സഹായികളുടെ അകമ്പടിയോടെ സിൽവിയ കെഡ്ജ് വാതിൽക്കലേക്ക് മുടന്തി നീങ്ങാൻ തുടങ്ങി.

അപ്പോഴാണ് ടെലിഫോൺ ശബ്ദിച്ചത്. അത് സംഘത്തിനൊരു ആശങ്കയായി. എല്ലാവരും ഒന്നിച്ച്, ഒരേ നിമിഷത്തിൽ, നിശ്ചലരായി. ഒരു ടാബ്ലോ കാണുന്നതുപോലെയുണ്ടായിരുന്നു ആ രംഗം. തീർത്തും സാധാരണവും എന്നാൽ ദുസ്സൂചകവുമായിരുന്നു പരുഷമായ ആ സ്വരം. അതാണവരെ നിശ്ശബ്ദരാക്കിയത്. മിസ് ഡൽഗ്ലീഷ് ഫോണിനരികിലേക്ക് നീങ്ങി. റിസീവറെടുത്തു. റക്ലസ് അപ്പോൾ യാതൊരു ക്ഷമാപണവുമില്ലാതെ റിസിവർ പിടിച്ച് വാങ്ങി.

ഫോണിലൂടെ അധികം സംസാരമൊന്നുമുണ്ടായിരുന്നില്ല. ഉണ്ടായ സംസാരം മറുഭാഗത്തുനിന്നായിരുന്നു. റക്ലസ് ഒറ്റവാക്കുകളിൽ ഉത്തരം നൽകി. അല്ലെങ്കിൽ വെറുതെ മൂളി. അയാളപ്പോൾ പോലീസ് സ്റ്റേഷനുമായാണ് സംസാരിക്കുന്നതെന്ന് തോന്നി. മിക്കപ്പോഴും ഇടയ്ക്കൊരു മൂളൽ മാത്രം പുറപ്പെടുവിച്ച് അയാൾ കേട്ടുകൊണ്ടിരിക്കുകയായിരുന്നു. സംസാരം അവസാനിച്ചു എന്നുറപ്പായപ്പോൾ “ശരി, നന്ദി. കാലത്തു തന്നെ ഞാനയാളെ സെറ്റൺ ഹൗസിൽ വച്ച് കണ്ടോളാം. ഗുഡ് നൈറ്റ്” എന്നയാൾ പറയുന്നത് കേട്ടു. എന്നിട്ട് റിസീവർ താഴെ വച്ച് മുറിയിലുള്ള മറ്റുള്ളവരിലേക്ക് തല തിരിച്ചു. അവരൊന്നും അവരുടെ ആകാംക്ഷ മറച്ച് പിടിക്കാൻ ശ്രമിച്ചിരുന്നില്ല. അയാൾ അവരെ ചെറിയ തോതിൽ നിരാശപ്പെടുത്തും എന്ന് ഡൽഗ്ലീഷ് പ്രതീക്ഷിക്കാതിരുന്നില്ല. എന്നാൽ അയാളാകട്ടെ “ഡിഗ്ബി സെറ്റണെ കണ്ടെത്തിയിരിക്കുന്നു. അയാൾ ലൗസ്ടോഫ്റ്റ് പൊലീസ് സ്റ്റേഷനിലേക്ക് ഫോൺ ചെയ്ത്, കഴിഞ്ഞ രാത്രി ലൗസ്ടോഫ്റ്റ് റോഡിൽ വച്ച് തന്റെ വണ്ടി ഒരു കുഴിയിൽ വീണു എന്നും അതിനാൽ ആശുപത്രിയിലാണെന്നും അറിയിക്കുകയായിരുന്നു. നാളെ നേരം

വെളുത്താലുടൻ അയാളെ ആശുപത്രിയിൽ നിന്ന് ഡിസ്ചാർജ് ചെയ്യും.''

മിസ് കാൽത്രോപ്പിനൊരു ചോദ്യമുന്നയിക്കാതിരിക്കാനാകില്ല എന്നതിന്റെ സൂചകമായി അവർ വായ് തുറന്നു. പക്ഷേ സ്വരമെന്തെങ്കിലും വരുന്നതിനു മുമ്പ് റക്‌ലസ് തുടർന്നു.

''രാത്രി ഒമ്പത് കഴിഞ്ഞപ്പോൾ ആരോ തന്നോട് ഫോൺ ചെയ്ത് ഉടൻ ലൗസ്ടോഫ്റ്റ് പോലീസ് സ്റ്റേഷനിലെത്തി തന്റെ സഹോദരന്റെ ശവം തിരിച്ചറിയണം എന്നാവശ്യപ്പെട്ടു എന്നാണയാൾ പറയുന്നത്. മൗറിസ് സെറ്റണിന്റെ ശവം, ഇരുകൈപ്പത്തികളും ഛേദിച്ചു കളഞ്ഞ നിലയിൽ, ഒരു നൗകയിൽ കിടക്കുന്നത് കണ്ടു എന്നും ആ നൗക കരയ്ക്കണഞ്ഞിരിക്കുന്നു എന്നും വിളിച്ചയാൾ അയാളോട് പറഞ്ഞുവത്രെ.''

ലാഥമിന് വിശ്വസിക്കാനായില്ല.

''അത് പക്ഷേ അസാധ്യമാണ്. ഇന്ന് സായാഹ്നത്തിലാണ് ശവം കണ്ടെത്തിയത് എന്നല്ലേ നിങ്ങൾ പറഞ്ഞത്?''

''അത് മാത്രമല്ല സർ. ഇന്നലെ രാത്രി ലൗസ്ടോഫ്റ്റ് പൊലീസ് സ്റ്റേഷനിൽ നിന്ന് അങ്ങനെ ആരും ഫോൺ ചെയ്തിട്ടില്ല. മൗറിസ് സെറ്റണിന്റെ ശവം ഇന്ന് സായാഹ്നത്തിൽ കരയ്ക്കടിയുന്നത് വരെ അയാൾക്ക് എന്ത് സംഭവിച്ചു എന്ന് ആർക്കും അറിയില്ലായിരുന്നു. ആർക്കും എന്ന് പറഞ്ഞാൽ, ഒരാൾക്കൊഴികെ ആർക്കും.''

അയാൾ ചുറ്റിലും നോക്കി. വിഷാദം തുളുമ്പുന്ന കണ്ണുകൾ ഓരോ മുഖവും തിരഞ്ഞു. ആരും സംസാരിച്ചില്ല. ആരും അനങ്ങിയില്ല. അവർ ആ നിമിഷത്തിൽ ആണിയടിച്ചുറപ്പിച്ചതുപോലെ നിശ്ചലരായിരുന്നു. നിസ്സഹായരായിരുന്നു. ഒഴിവാക്കാനാകാത്ത അത്യാപത്തിനു നടുക്കാണെന്ന ചിന്തയിലായിരുന്നു. ഒരു വാക്കും മതിവരാത്ത ഒരു നിമിഷമാണതെന്ന തോന്നലുണ്ടായി. വാക്കുകളല്ല പ്രവൃത്തിയാണിവിടെ ആവശ്യം. സിൽവിയ കെഡ്ജ്, തനിക്കാകാവുന്ന വിധത്തിൽ പിടിച്ച് നിൽക്കാൻ ശ്രമിച്ചെങ്കിലും, ഒന്ന് ഞരങ്ങി, എലിസയുടെ കൈകളിൽ നിന്ന് ഊർന്ന് വീണു. നിലത്തേക്ക് കുഴഞ്ഞ് വീണു.

ഏഴ്

''ചൊവ്വാഴ്ച അർദ്ധരാത്രിക്കായിരുന്നു അയാളുടെ മരണം.'' റക്‌ലസ് പറഞ്ഞു. ''ഒരു മണിക്കൂർ അങ്ങോട്ടോ ഇങ്ങോട്ടോ മാറിയിട്ടുണ്ടാകാം. അയാളുടെ ശരീരം കണ്ടപ്പോഴുണ്ടായ എന്റെ ഊഹമാണത്. പോസ്റ്റ്മോർട്ടത്തിൽ ഇത് ദൃഢീകരിക്കാനാകും എന്നെനിക്ക് ഉറപ്പുണ്ട്. മരണ

ശേഷമാണ് കൈ വെട്ടിമാറ്റിയിരിക്കുന്നത്. അധികം രക്തം വാർന്ന് പോയിട്ടില്ല. കളിവള്ളത്തിലെ ഇരിപ്പിടത്തിൽ കൈ വച്ചാണത് വെട്ടി മാറ്റിയത് എന്ന് തോന്നുന്നു. ബ്രൈസ് പറഞ്ഞത് വാസ്തവമാണെന്നും, കളിവള്ളം ബുധനാഴ്ച ഉച്ചവരെ കരയിലുണ്ടായിരുന്നു എന്നും ഊഹിക്കുകയാണെങ്കിൽ, അതിനൊരു മണിക്കൂർ കഴിഞ്ഞാകണം ആ ശവം കടലിലേക്ക് തള്ളിവിട്ടത്. അതായത് വേലിയിറക്കം കഴിഞ്ഞ് ഒരു മണിക്കൂറിനു ശേഷം. ഇരുട്ടായതിനു ശേഷമാകും കൈ വെട്ടി മാറ്റിയത്. അപ്പോഴേക്കും മരണം സംഭവിച്ചിട്ട് പതിനെട്ട് മണിക്കൂറായിട്ടുണ്ടായിരുന്നു. അല്ലെങ്കിൽ അതിലധികമായിട്ടുണ്ടായിരുന്നു. അയാൾ എങ്ങനെ എവിടെ വച്ചു മരിച്ചു എന്നെനിക്കറിയില്ല. അത് ഞാൻ കണ്ടെത്താം.''

മൂന്ന് പൊലീസുകാരും ചർച്ചയിലായിരുന്നു. അവരെ തനിച്ചാക്കാൻ ഒരു ഒഴികഴിവിനായി താൻ കാപ്പി കൊണ്ടുവരാം എന്ന് പറഞ്ഞ് ജെയ്ൻ ഡൽഗ്ലീഷ് അവിടെ നിന്ന് മാറി നിന്നു. അടുക്കളയിൽ നിന്നുള്ള സ്വരങ്ങൾ ഡൽഗ്ലീഷിനു കേൾക്കാനുണ്ടായിരുന്നു. ശേഷിച്ചവരെല്ലാം പോയിട്ട് പത്ത് നിമിഷത്തിലേറെയായിരിക്കുന്നു. സിൽവിയ കെഡ്ജിനെ ഉണർത്താൻ അധികം ബുദ്ധിമുട്ടൊന്നുമുണ്ടായില്ല. അവളും ലിസ് മാർലിയും ഇറങ്ങിയപ്പോൾ, ആ സായാഹ്നത്തിലെ ഉദ്വേഗങ്ങൾക്കും വിനോദങ്ങൾക്കും തത്കാലത്തേക്ക് വിരാമമിടാം എന്ന് ശേഷിച്ചവരെല്ലാം ഒന്നിച്ച് തീരുമാനിച്ചു. സന്ദർശകർക്കെല്ലാം പെട്ടെന്ന് ക്ഷീണവും ഉറക്കവും വന്നു. അവരുടെ ക്ഷീണത്തിൽ നിന്ന് ആവേശവും ഊർജ്ജവും ഉൾക്കൊണ്ടവനെപ്പോലെ അപ്പോൾ റക്ലസ് കൊലയ്ക്കുപയോഗിച്ച ആയുധത്തെക്കുറിച്ച് അവരോട് ചോദിക്കാൻ തുടങ്ങി. അജ്ഞതയല്ലാതെ അയാൾക്ക് മറ്റൊന്നും ലഭിച്ചില്ല. തന്റെ കൈവശം ഒരു വെട്ടുകത്തിയുണ്ടോ എന്ന് അവർക്കാർക്കും ഓർമ്മിച്ചെടുക്കാൻ പോലുമായില്ല. അല്ലെങ്കിൽ സമാനമായ രീതിയിൽ ഉപയോഗിക്കാവുന്ന മഴുവോ ഇറച്ചി വെട്ടാനുപയോഗിക്കുന്ന കത്തിയോ ഉണ്ടോ എന്ന്. അവയൊക്കെ വീട്ടിൽ എവിടെ സൂക്ഷിച്ചിരിക്കുന്നു, എന്നാണവ അവസാനം ഉപയോഗിച്ചത് എന്നൊന്നും അവർക്ക് അറിയില്ലായിരുന്നു. ജെയ്ൻ ഡൽഗ്ലീഷ് മാത്രമായിരുന്നു ഒരു അപവാദം. ഏതാനും മാസങ്ങൾക്ക് മുമ്പ് വിറകുപുരയിൽ നിന്ന് തന്റെ ഒരു വെട്ടുകത്തി കളഞ്ഞുപോയി എന്ന അവരുടെ വെളിപ്പെടുത്തൽ പോലും സംഘത്തിൽ വലിയ പ്രതിഫലനങ്ങളോ താത്പര്യങ്ങളോ ഉണർത്തിയില്ല. കൊലപാതക ചർച്ചകൾ അവർക്ക് മതിയായിരുന്നു. ഒരു വിരുന്നിന്റെ തുടക്കത്തിൽ അമിതാവേശം കാണിച്ച് അവസാനമാകുമ്പോഴേക്കും ക്ഷീണിതരാകുന്ന കുട്ടികളെപ്പോലെയായിരുന്നു അവരപ്പോൾ. വീട്ടിലേക്ക്

പോകണം എന്ന ഒരൊറ്റ ചിന്ത മാത്രമേ അപ്പോൾ അവരിലുണ്ടായിരുന്നുള്ളൂ.

മിസ് ഡൽഗ്ലീഷും മുറി വിടുന്നത് വരെ റക്ലസ് കേസിനെക്കുറിച്ച് സംസാരിച്ചില്ല. അതങ്ങനെ പ്രതീക്ഷിക്കേണ്ടതുമാണ്. എന്നാൽ സ്പഷ്ടമായ ഈ കുരുക്കിൽ അയാൾ എത്ര കണ്ട് മുഷിപ്പ് കാണിക്കുന്നു എന്നതിൽ ഡൽഗ്ലീഷ് അസന്തുഷ്ടനായി. റക്ലസ് വിഡ്ഢിയോ നിർവ്വികാരനോ അല്ല. അയാളങ്ങനെ മുന്നറിയിപ്പുകൾ ഒന്നും നൽകരുത്. ഡൽഗ്ലീഷിൽ നിന്ന് സഹകരണം തീർച്ചയായും ലഭിക്കും എന്നറിയാവുന്ന അയാൾ അതിനാൽത്തന്നെ ഡൽഗ്ലീഷിനെ അതൃപ്തിപ്പെടുത്താൻ ഒരുങ്ങുകയില്ല. അതുപോലെ തിരിച്ചും. പക്ഷേ ഇത് റക്ലസിന്റെ കേസാണ്. അയാളുടെ ചുമതലയാണ്. ഡൽഗ്ലീഷിന്റെ പരിശോധനയ്ക്കായി ഈ കടംകഥയുടെ ഏതൊക്കെ ഭാഗങ്ങൾ വിട്ടുകൊടുക്കണം എന്ന് തീരുമാനിക്കേണ്ടത് അയാളാണ്. ആരെ എത്ര കണ്ട് ചോദ്യം ചെയ്യണം എന്ന് തീരുമാനിക്കേണ്ടതും അയാളാണ്. ഡൽഗ്ലീഷിനെ സംബന്ധിച്ചിടത്തോളം ഈ അവസ്ഥയിൽ ചില പുതുമകളുണ്ട്. എന്നാൽ അത് സ്വയം ഇഷ്ടപ്പെടാനാകുമോ എന്ന കാര്യത്തിൽ ഉറപ്പില്ല.

മുറി അടച്ചിട്ടിരിക്കുകയായിരുന്നു. നെരിപ്പോടിലെ തീ അണഞ്ഞ് തുടങ്ങിയിരുന്നു. അഗ്നിനാളങ്ങൾക്ക് പകരം വെളുത്ത ചാരം അവിടെ കുന്നുകൂടാൻ തുടങ്ങിയിരിക്കുന്നു. എന്നിരുന്നാലും കൽച്ചുമരുകളിൽ കുടുങ്ങിക്കിടന്ന ചൂട് അവരുടെ മുഖത്തടിക്കുന്നുണ്ട്. പുകയുടെ ഗന്ധം അപ്പോഴും മുറിയിലുണ്ട്. അതൊന്നും ഇൻസ്പെക്ടറെ ബാധിച്ചിട്ടില്ല.

''ഇവരൊക്കെ ഇന്ന് ഇവിടെയുണ്ടായിരുന്നല്ലോ ഡൽഗ്ലീഷ്. അവരെക്കുറിച്ച് എന്തെങ്കിലും പറയാനാകുമോ? ഇവരൊക്കെ സ്വയം എഴുത്തുകാർ എന്ന് വിളിക്കുന്നവരാണോ?''

''ഒലിവർ ലാഥം സ്വയം ഒരു നാടക വിമർശകൻ എന്നൊക്കെ വിളിക്കുന്നുണ്ടെന്ന് തോന്നുന്നു. മിസ് കാൽത്രോപ്പ് ഒരു റൊമാന്റിക് നോവലിസ്റ്റ് എന്ന നിലയിൽ അറിയപ്പെടാനാണാഗ്രഹിക്കുന്നത്. ആ വാക്കിന്റെ അർത്ഥം എന്തെന്ന് എനിക്കറിയില്ല. ജസ്റ്റിൻ ബ്രൈസ് അയാളെ എന്ത് വിളിക്കുന്നു എന്ന് എനിക്കറിയില്ല. സാഹിത്യവും രാഷ്ട്രീയവുമൊക്കെ ചർച്ച ചെയ്യുന്ന ഒരു മാസികയുടെ എഡിറ്ററാണയാൾ. അയാളുടെ മുത്തച്ഛനാണതിന്റെ സ്ഥാപകൻ.''

''അറിയാം. മന്ത്ലി ക്രിട്ടിക്കൽ റിവ്യൂ. എന്റെ അച്ഛൻ അത് വാങ്ങാറുണ്ടായിരുന്നു. ഒരു തൊഴിലാളിയ്ക്ക് ആറു പെൻസ് എന്നാൽ വലിയ തുകയായിരുന്ന കാലമായിരുന്നു അത്. ആറു പെൻസിന്

ഈ മാസിക ചൂടും കരുത്തുമുള്ള സന്ദേശങ്ങൾ നൽകാറുണ്ടായിരുന്നു. ഇന്നതിന്റെ സ്ഥാനം ഫിനാൻഷ്യൽ ടൈംസ് കരസ്ഥമാക്കിയിരിക്കുന്നു. അത് നിക്ഷേപങ്ങൾക്കായുള്ള ഉപദേശങ്ങൾ, ആരും വായിക്കാനാഗ്രഹിക്കാത്ത പുസ്തകങ്ങളെക്കുറിച്ചുള്ള വിവരങ്ങൾ എന്നിവ നൽകുന്നു. അതിനോടൊപ്പം ബുദ്ധിജീവികൾക്കായുള്ള മത്സരങ്ങളും. ഈ മാസിക അയാളുടെ ഉപജീവനത്തിനിപ്പോൾ തികയുമെന്ന് തോന്നുന്നില്ല.''

മാസികയ്ക്കായി ബ്രൈസ് സ്വന്തം കീശയിൽ നിന്ന് കാശിറക്കുന്നു, അല്ലാതെ അത് അയാൾക്കൊരു ഉപജീവനമല്ല എന്നായിരുന്നു ഡൽഗ്ലീഷിന്റെ മറുപടി.

''താനൊരു വിചിത്ര ജീവിയാണെന്ന് മറ്റുള്ളവർ ധരിക്കുന്നതുകൊണ്ട് കുഴപ്പമില്ലാത്ത വ്യക്തിയാണയാൾ അല്ലേ ഡൽഗ്ലീഷ്?'' റക്ലസ് ചോദിച്ചു.

അതത്ര പ്രാധാന്യമില്ലാത്ത ഒരു ചോദ്യമല്ല. സംശയിക്കപ്പെടുന്ന ഒരാളുടെ സ്വഭാവവിശേഷങ്ങളിൽ ഒന്നിനും പ്രാധാന്യക്കുറവുണ്ടാകില്ല. അതും ഒരു കൊലപാതകത്തിന്റെ അന്വേഷണത്തിലാകുമ്പോൾ. ഈ കേസ് എന്തായാലും കൊലപാതകം എന്ന നിലയിൽ തന്നെയാണ് കൈകാര്യം ചെയ്യപ്പെടുന്നത്. എന്നിട്ടും ഡൽഗ്ലീഷ് കോപിച്ചു.

''എനിക്കറിയില്ല. ഒരു പക്ഷേ ഉഭയഭാവനകളുള്ളവനോ മനസിനിത്തിരി ചാഞ്ചല്യമുള്ളവനോ ആയിരിക്കാം.''

''വിവാഹിതനാണോ അയാൾ?''

''എനിക്കറിയാവുന്നിടത്തോളം അല്ല. എന്നാലും, നാല്പതിനു മുകളിലുള്ള അവിവാഹിതരൊക്കെ സംശയത്തിന്റെ നിഴലിലാകുന്ന അവസ്ഥയിലേക്ക് നമ്മൾ എത്തിയിട്ടുമില്ലല്ലോ.''

അതിന് റക്ലസ് മറുപടിയൊന്നും പറഞ്ഞില്ല. മിസ് ഡൽഗ്ലീഷ് കാപ്പിയുമായെത്തി. റക്ലസ് തനിക്കുള്ള കപ്പ് സ്വീകരിച്ചു. നന്ദി പറഞ്ഞു. യാന്ത്രികമായ നന്ദിപറച്ചിലായിരുന്നു അത്. മിസ് ഡൽഗ്ലീഷ് വീണ്ടും മുറിയിൽ നിന്നിറങ്ങി. റക്ലസ് അപ്പോൾ കാപ്പി മൊത്തിക്കുടിക്കാൻ തുടങ്ങിയിരുന്നു. വികാരങ്ങളില്ലാത്ത അയാളുടെ കണ്ണുകൾ കാപ്പിക്കപ്പുകൾക്ക് മുകളിലൂടെ ചുമരിൽ ജെയ്ൻ ഡൽഗ്ലീഷ് ഞാത്തിയിട്ടിരുന്ന ചില വസ്തുക്കളിലേക്ക് നീണ്ടിരുന്നു.

''അസൂയയുണ്ടവരിൽ. വിചിത്രതയുമുണ്ട്. എല്ലാവരും അങ്ങനെയാണെന്നല്ല. ഈ കുറ്റകൃത്യത്തിനു പുറകിലും അസൂയയുണ്ടാകും. ആ സെക്രട്ടറി പെൺകുട്ടിയില്ലേ, മുടന്തുള്ളവൾ, അവൾ എവിടത്തുകാരിയാണ്, ഡൽഗ്ലീഷ്?''

താനിപ്പോൾ ഒരു വാചാ പരീക്ഷയെ നേരിടുകയാണെന്ന പ്രതീതി ഡൽഗ്ലീഷിലുണ്ടായി. അയാൾ ശാന്തത കൈവിട്ടില്ല.

''സിൽവിയ കെഡ്ജ് അനാഥയാണ്. ടാനർ ലെയ്നിലെ ഒരു കോട്ടേജിലാണവൾ താമസിക്കുന്നത്. നല്ല നിപുണതയുള്ള ചുരുക്കെഴുത്തുകാരിയും ടൈപ്പിസ്റ്റുമാണവൾ. മൗറിസ് സെറ്റണിനൊപ്പമാണ് മുഖ്യമായും ജോലി ചെയ്യുന്നതെങ്കിലും ഇടക്കിടെ മിസ് കാൽത്രോപ്പിനേയും ബ്രെസിനേയും സഹായിക്കാറുണ്ട്. അവളെക്കുറിച്ച് എനിക്ക് അധികമൊന്നും അറിയില്ല. അവളെക്കുറിച്ച് മാത്രമല്ല, മറ്റുള്ളവരെക്കുറിച്ചും.''

''എന്റെ ഇപ്പോഴത്തെ ആവശ്യത്തിനുള്ള വിവരങ്ങൾ താങ്കൾക്കെന്തായാലും അറിയാമല്ലോ ഡൽഗ്ലീഷ്. മിസ് മാർലിയുടെ കാര്യമോ?''

''അവളും അനാഥ തന്നെ. അവളുടെ അമ്മായിയാണവളെ വളർത്തിയത്. ഇപ്പോൾ കേംബ്രിഡ്ജിലാണ്.''

''ഇവരൊക്കെ നിങ്ങളുടെ അമ്മായിയുടെ സുഹൃത്തുക്കളാണോ?''

ഡൽഗ്ലീഷ് ഒന്ന് ശങ്കിച്ചു. തന്റെ അമ്മായി അത്രയെളുപ്പത്തിൽ ഉപയോഗിക്കുന്ന ഒരു വാക്കല്ല സൗഹൃദം എന്നത്. മോങ്ക്സ്മെയറിലെ ഒരാളെയൊഴിച്ച് മറ്റാരെയെങ്കിലും സുഹൃത്ത് എന്നവർ പരിചയപ്പെടുത്തുമോ എന്ന കാര്യത്തിലും ഉറപ്പില്ല. എന്നാൽ കൊലപാതകത്തിന്റെ സംശയനിഴലിലാകുമ്പോൾ പരിചയമില്ല എന്ന് ഒരാളെക്കുറിച്ച് പറയുന്നത് ശരിയാകില്ല. അവർക്ക് അടുത്തറിയാം എന്നാൽ അത്ര അടുത്തറിയില്ല എന്ന് പറയാനായി മനസ്സ് വെമ്പിയെങ്കിലും ''അമ്മായിയോട് തന്നെ ചോദിക്കുന്നതാകും നല്ലത്'' എന്ന് വാക്കുകളിൽ ഒതുക്കി. ''അവർക്കെല്ലാം പരസ്പരം അറിയാം. ഇതൊരു ചെറിയ ഗ്രാമമാണല്ലോ. ഒറ്റപ്പെട്ട ഒരു പ്രദേശം. അതിനാൽ എല്ലാവരും ഒന്നിച്ച് മുന്നോട്ട് നീങ്ങുന്നു.''

''അതെ. പരസ്പരം വളർത്തുമൃഗങ്ങളെ കൊല്ലാത്തപ്പോൾ'' റക്ലസ് പ്രതികരിച്ചു.

അതിന് ഡൽഗ്ലീഷ് മറുപടിയൊന്നും പറഞ്ഞില്ല. റക്ലസ് തുടർന്നു.

''അവർക്കൊന്നും അങ്ങനെ വിഷമം കണ്ടില്ല. ഉണ്ടായിരുന്നോ? ഇത്രയും സംസാരിച്ചിട്ടും വിഷമം പ്രകടിപ്പിക്കുന്ന ഒരു വാക്ക് പോലും വന്നില്ല. എഴുത്തുകാരിയായതിനാൽ അവരിൽ നിന്ന് നല്ല ശൈലിയിലുള്ള ഒരു കൊച്ചു ഓർമ്മയെങ്കിലും വരേണ്ടതായിരുന്നു.''

''മിസ് കെഡ്ജിനത് സഹിക്കാനായിട്ടില്ല.''

''അത് ദുഃഖമായിരുന്നില്ല. ഞെട്ടലായിരുന്നു. നിർവികാരമായ,

ചികിത്സ ആവശ്യപ്പെടുന്ന ഞെട്ടൽ. നാളെയായിട്ടും അവർക്ക് സുഖ മാകുന്നില്ലെങ്കിൽ ഒരു ഡോക്ടറുടെ ഉപദേശമാരായണം.''

അതിൽ വാസ്തവമുണ്ടെന്ന് ഡൽഗ്ലീഷിനും തോന്നി. അതൊരു ഞെട്ടലായിരുന്നു. താത്പര്യമുണർത്തുന്ന ഒരു ഞെട്ടൽ. സായാഹ്ന ത്തിൽ വന്ന ഈ വാർത്ത അത്തരത്തിലുള്ള ഒന്നാണെന്നതിലും സംശയമില്ല. എന്നാൽ അത് വാർത്തയല്ലാത്ത ഒരാൾക്ക് ഇങ്ങനെ ഞെട്ടലുണ്ടാകില്ലല്ലോ? അവസാനം അവൾ തലകറങ്ങി വീണതിൽ വ്യാജമൊന്നും കാണാനാകുന്നില്ല. അതിൽ കുറ്റബോധത്തോടെയുള്ള ഒരു അറിവിന്റെ കണികയില്ല.

റക്ലസ് പെട്ടെന്ന് കസേരയിൽ നിന്നെഴുന്നേറ്റു. തന്റെ ഒഴിഞ്ഞ കാപ്പിക്കപ്പിലേക്ക് നോക്കി. അതെങ്ങനെ തന്റെ കൈവശമെത്തി എന്ന് ഉറപ്പില്ലാത്തതുപോലെ നോക്കി. സാവധാനത്തിൽ, ബോധ പൂർവ്വം, അത് തിരികെ ട്രേയിൽ വച്ചു. ഒരു നിമിഷം ശങ്കിച്ചതിനു ശേഷം സർജന്റ് കോർട്നിയും അത് അനുകരിച്ചു. അവർ യാത്ര പറയാനുള്ള തയ്യാറെടുപ്പിലാണെന്ന് തോന്നി. എന്നാൽ അതിനു മുമ്പ് റക്ലസിനോട് ചിലതെല്ലാം പറയാനുണ്ട്. അത് ഒട്ടും വളച്ചു കെട്ടില്ലാത്ത ഒരു വിവരമാണ്. അതിനെന്തെങ്കിലും പ്രാധാന്യമുണ്ടോ ഇല്ലയോ എന്നറിയില്ല. അതൊന്ന് പുറത്ത് വിടാതെ ഡൽഗ്ലീഷി നൊരു സമാധാനവും ലഭിക്കുന്നില്ല. അടുത്ത ഏതാനും ദിവസങ്ങൾ വിഷമമേറിയതാകും എന്ന് അയാൾ സ്വയം പറഞ്ഞു. അല്ലെങ്കിൽ റക്ലസ് തന്നെ ഒരു സ്വയം വിശകലനത്തിന്റെ മാനസികാവസ്ഥ യിൽ നിന്ന് മുക്തമാക്കണം. അതിനാൽ അയാൾ പറഞ്ഞ് തുടങ്ങി.

''ആ വ്യാജ കയ്യെഴുത്ത് പ്രതിയെക്കുറിച്ച് നിങ്ങൾ അറിയേണ്ട ചിലതുണ്ട്. ഒരു പക്ഷേ എന്റെ ചിന്തകൾ തെറ്റായിരിക്കാം. അത്ര വലിയ വിഷയമൊന്നുമല്ലായിരിക്കാം. എന്നിരുന്നാലും ആ നിശാ ക്ലബ്ബിന്റെ വിവരണത്തിൽ നിന്ന് അതേത് നിശാക്ലബ്ബാണെന്ന് എനിക്ക് തിരിച്ചറിയാനാകുന്നതുപോലെ. സോഹൊയിലെ കോർ ടെസ് ക്ലബ്ബാണതെന്ന് ഞാൻ കരുതുന്നു. എൽ.ജെ. ല്യൂക്കറിന്റേത്. ആ കേസ് നിങ്ങൾക്ക് ഓർമ്മയുണ്ടാകുമല്ലോ. 1959ലായിരുന്നു അത്. ല്യൂക്കർ അന്ന് തന്റെ പങ്കാളിയെ വെടിവച്ച് കൊന്നു. അയാൾക്ക് വധശിക്ഷ ലഭിച്ചുവെങ്കിലും മേൽക്കോടതി ആ വിധി റദ്ദാക്കി.

''എനിക്കോർമ്മയുണ്ട്.'' റക്ലസ് ശാന്തതയോടെ പറഞ്ഞു. ''ജസ്റ്റിസ് ബ്രോത്‌വിക്കിന്റെ കേസല്ലേ? ആരുടെയെങ്കിലും കൊല പാതകമന്വേഷിക്കുമ്പോൾ കോർടെസ് ക്ലബ്ബിനെക്കുറിച്ച് അറിഞ്ഞിരി ക്കുന്നത് എപ്പോഴും നല്ലതാണ്. അതുപോലെ ല്യൂക്കറിനെക്കുറിച്ചും.''

അയാൾ വാതിൽക്കലേക്ക് നടന്നു. സർജന്റ് അയാളുടെ നിഴലിൽ പുറകെ നടന്നു. പിന്നെ ഒരു അവസാന വാക്കിനായി തിരിഞ്ഞ് നിന്നു.

''നിങ്ങൾ ഇവിടെയുള്ളത് വലിയ സഹായമാകും എന്ന് ഞാൻ കാണുന്നു ഡൽഗ്ലീഷ്.''

ആ സ്വരത്തിൽ അധിക്ഷേപമുണ്ടായിരുന്നു.

എട്ട്

സ്വീകരണ മുറിയിലെ വെളിച്ചവും പുറത്ത് ശരത്കാല രാവിന്റെ തണുത്ത ഇരുട്ടും തമ്മിലുള്ള വൈപരീത്യം വ്യക്തമായിരുന്നു. ഒരു കുഴിയിലേക്ക് വീഴുന്നതുപോലെയുണ്ട് പുറത്തെ ഇരുട്ടിലേക്കിറങ്ങുന്നത്. പെന്റ്ലാൻഡ്സിന്റെ വാതിലിനു പുറത്ത് കടന്ന്, പുറകിൽ വാതിലടഞ്ഞപ്പോൾ സെലിയ കാൽത്രോപ്പിനൊരു നിമിഷത്തേക്കെങ്കിലും ഒരു പരിഭ്രാന്തിയുണ്ടായി. രാത്രി അവരിൽ സമ്മർദ്ദമുണ്ടാക്കി. രാവായപ്പോൾ വായുവിനു ഘനം വച്ചതുപോലെയുണ്ട്. ഈ കനത്ത വായുവിലൂടെ വേണം അവർക്ക് മുന്നിലേക്കുള്ള പാത വെട്ടിയുണ്ടാക്കാൻ. ഈശ്വരചൈതന്യമുള്ളതെങ്കിലും വിഷണ്ണമായ ഇരുട്ട്. അതിലൂടെ കടലിന്റെ വിഷാദാത്മകമായ താളം അലയടിച്ചെത്തുന്നു. അവർക്കപ്പോൾ താൻ വഴിതെറ്റിയ ഒരു നാവികനാണെന്നും എവിടേക്ക് നീങ്ങണമെന്നറിയാതെ നിൽക്കുകയാണെന്നും തോന്നി. ലാഥം ടോർച്ച് തെളിയിച്ചു. ആ വെളിച്ചത്തിൽ കണ്ട ഭൂമി യഥാർത്ഥമല്ലെന്നും അവാസ്തവമാണെന്നും തോന്നി. ദൂരെയെങ്ങോ ഉള്ള മണ്ണ്. ചന്ദ്രന്റെ ഉപരിതലം പോലെയുണ്ടതിനെ കാണാൻ. ഇതുമായി മനുഷ്യന്റെ പാദത്തിനൊരു ബന്ധം സ്ഥാപിക്കാനാകില്ല. അവർ സമതുലിതാവസ്ഥ കൈവിടാതിരിക്കാൻ വിഷമിച്ചു. എന്നിട്ടും അത് നഷ്ടപ്പെട്ടു. ലാഥം അവരുടെ കൈ പിടിച്ചില്ലായിരുന്നെങ്കിൽ അവർ നിലത്തേക്കടിച്ച് വീഴുമായിരുന്നു.

അവർ മുന്നോട്ട് നടന്ന് തുടങ്ങി. വീട്ടിലേക്ക് നടന്ന് പോകേണ്ടിവരും എന്ന് സെലിയ കരുതിയിരുന്നില്ല. അതിനാൽ കനമില്ലാത്ത, ഹൈഹീലുള്ള ഷൂസാണവർ ധരിച്ചിരുന്നത്. അത് ചരൽക്കല്ലുകളിലൂടെയുള്ള നടത്തം ബുദ്ധിമുട്ടിക്കുന്നുണ്ടായിരുന്നു. നനവുള്ളിടത്തെല്ലാം അത് ഒട്ടിപ്പിടിച്ച് നിന്നു. ഒരു കൊച്ചു കുഞ്ഞിനെപ്പോലെ അവർ ലാഥമിന്റെ കൈ മുറുകെ പിടിച്ചു. കുറച്ച് കഴിഞ്ഞപ്പോഴേക്കും പരിഭ്രാന്തി വിട്ടുപോയി. ഇരുട്ടുമായി അവരുടെ കണ്ണുകൾ താദാത്മ്യപ്പെട്ടു. ഓരോ ചുവട് മുന്നിലേക്ക് നീങ്ങും തോറും കടലിന്റെ ഗർജ്ജന

സ്വരത്തിനു കാഠിന്യം കുറഞ്ഞുതുടങ്ങി. എന്നാൽ യഥാർത്ഥ ആശ്വാസമെത്തിയത് തീർത്തും സാധാരണമായ സ്വരത്തിൽ ജസ്റ്റിൻ ബ്രൈസ് സംസാരിച്ച് തുടങ്ങിയപ്പോഴാണ്.

''ആസ്തമ എന്നത് വളരെ വ്യത്യസ്തമായ ഒരു രോഗമാണ്. ക്ലേശകരമായ ഒരു സായാഹ്നമായിരുന്നു ഇത്. ഒരു കൊലപാതകവുമായി ബന്ധത്തിലാകുക. എന്നിട്ടും മനസ്സിന്റെ സ്വസ്ഥത നഷ്ടപ്പെടാതിരിക്കുക. കഴിഞ്ഞ ചൊവ്വാഴ്ച ഒരു കാരണവുമില്ലാതെയാണ് രോഗം മൂർച്ഛിച്ചത്. ഇന്നും ഒരു പക്ഷേ ഇതിന്റെ പ്രതിപ്രവർത്തനം വന്നേക്കാം.''

''ഉണ്ടായേക്കാം'' ലാഥം യോജിച്ചു. ''പ്രത്യേകിച്ചും ഫോബ്സ് ഡെൻബി ഇതിലൊരാളുടെ സംഭവസ്ഥലത്ത് ഞാനുണ്ടായിരുന്നില്ല എന്ന ഒഴികഴിവിനെ പിന്താങ്ങിയില്ലെങ്കിൽ.''

''അയാൾ മറിച്ചൊന്നും പറയില്ല ഒലിവർ. എന്തായാലും നിങ്ങൾക്കൊപ്പമുറങ്ങി എന്ന് പറയുന്ന ആ പെണ്ണിന്റെ വാക്കുകളുടെ അതേ വില തന്നെയായിരിക്കുമല്ലോ അയാളുടെ വാക്കുകൾക്കും.''

അവർ സമീപത്തുണ്ടല്ലോ എന്ന ആത്മധൈര്യത്തിലായി അപ്പോൾ സെലിയ കാൽത്രോപ്. അവർ തന്റെ തനതു സ്വഭാവത്തിലേക്ക് തിരിച്ചെത്തി.

''ആദം ഡൽഗ്ലീഷ് ഇവിടെയുണ്ടായത് നന്നായി. ഒന്നുമില്ലെങ്കിലും അയാൾക്ക് നമ്മളെയൊക്കെ അറിയാമല്ലോ. സമൂഹത്തിൽ കണ്ട് പരിചയമെങ്കിലുമുണ്ടല്ലോ. അയാളും ഒരു എഴുത്തുകാരനായതുകൊണ്ട് അയാളെ ഞാൻ മോങ്ക്സ്മെയറുകാരനായാണ് കണക്കിലെടുത്തിരിക്കുന്നത്.

ലാഥം ചെറുതായൊന്ന് ചിരിച്ചു.

''ആദം ഡൽഗ്ലീഷിനെ നിങ്ങൾ ഒരു സൗഖ്യമായി കാണുന്നെങ്കിൽ ആത്മവഞ്ചനയ്ക്കുള്ള നിങ്ങളുടെ നിപുണതയെയോർത്ത് ഞാൻ അസൂയപ്പെടുന്നു. അയാളെ നിങ്ങൾ എങ്ങനെ കാണുന്നു എന്നൊന്ന് പറയൂ സെലിയ! മാന്യനായ വേട്ടനായ. സ്വന്തം ആത്മസംതൃപ്തിക്ക് വേണ്ടി കുറ്റാന്വേഷണങ്ങളിലേർപ്പെടുന്നവൻ. താൻ സംശയിക്കുന്നവരുമൊത്ത് ശ്രദ്ധയോടെയുള്ള ഔപചാരികതയോടെ ഇടപെടുന്നവൻ. സെറ്റണിന്റെ കഥകളിൽ വരുന്ന കാരുതേഴ്സിനെ പോലെ ഒരാൾ. സെലിയ, നിങ്ങൾ ഒന്ന് മറക്കരുത്. ഈ ഡൽഗ്ലീഷ്, തന്റെ ഖ്യാതി ഇത്തിരിയെങ്കിലും വർദ്ധിപ്പിക്കാൻ അവസരമുണ്ടെന്നറിഞ്ഞാൽ നമ്മെയൊക്കെ ഒന്നിച്ച് ആ റക്ലസിനു വിൽക്കും. എനിക്കറിയാവുന്നതിൽ ഏറ്റവും അപകടകാരിയാണയാൾ.''

അയാൾ വീണ്ടും ചിരിച്ചു. അയാൾ അവരുടെ കൈ പിടിച്ചിരുന്നിടത്തെ മർദ്ദം വർദ്ധിച്ചത് സെലിയ അറിഞ്ഞു. അതവരെ വേദനിപ്പിക്കാൻ തുടങ്ങി. അവർ കസ്റ്റഡിയിലാണെന്നതുപോലെ അയാൾ അവരെ വലിച്ചിഴച്ച് വേഗം കൂട്ടാൻ ശ്രമിച്ചു. അവർക്കാകട്ടെ കുതറി

മാറാനുമാകുന്നുണ്ടായിരുന്നില്ല. അവിടെ വഴിക്ക് വീതി കൂടുതലുണ്ടായിരുന്നു എങ്കിലും നിറയെ ഉരുളൻ കല്ലുകളും കുഴികളുമുണ്ടായിരുന്നു. അവർ വഴുക്കിയും കാലിടറിയും മുന്നോട്ട് നീങ്ങി. കാല്പാദങ്ങൾ ഉളുക്കി വേദനിക്കാൻ തുടങ്ങി. ലാഥമിന്റെ ഉരുക്കുമുഷ്ടിയില്ലായിരുന്നെങ്കിൽ അവർക്കൊപ്പമെത്താൻ സെലിയയ്ക്കാകില്ലായിരുന്നു. ഒറ്റയ്ക്കാകാനും അവർക്കാകില്ല. ബ്രൈസിന്റെ സ്വരം വീണ്ടും അവർക്ക് സമാധാനമായെത്തി.

''ഒലിവർ പറഞ്ഞതിൽ കാര്യമുണ്ട് സെലിയ. ഡൽഗ്ലീഷ് ഒരു പ്രൊഫഷണൽ ഡിറ്റക്ടീവാണ്. ഈ രാജ്യത്തെ ഏറ്റവും വിവേകശാലികളായ ഡിറ്റക്ടീവുമാരിൽ ഒരാൾ. അയാൾ രണ്ട് കവിതാസമാഹാരങ്ങൾ ഇറക്കിയിട്ടുണ്ട് എന്നത് ഇക്കാര്യത്തിൽ ബാധകമാകും എന്നെനിക്ക് തോന്നുന്നില്ല. ആ കവിതകളൊക്കെ എനിക്കും ഇഷ്ടമാണെന്നത് വേറെ കാര്യം.''

''റക്ലസും ഒരു വിഡ്ഢിയൊന്നുമല്ല.'' ലാഥം പറഞ്ഞു. ''അയാൾ ഒരക്ഷരം സംസാരിക്കാതെ നമ്മളുടെ സംസാരത്തെ പ്രോത്സാഹിപ്പിക്കുകയായിരുന്നു എന്നത് ശ്രദ്ധിച്ചോ. നമ്മളെ നമ്മുടേതായ മാർഗ്ഗത്തിൽ വിടുകയായിരുന്നു അയാൾ. ഒരു പക്ഷേ സംശയത്തിന്റെ നിഴലിലുള്ളവരെ മണിക്കൂറുകളോളം ചോദ്യം ചെയ്താൽ ലഭിച്ചേക്കാവുന്നതിലും അധികം വിവരങ്ങൾ അയാൾക്ക് അഞ്ച് നിമിഷത്തിനകം നമ്മെക്കുറിച്ച് ലഭിച്ചിട്ടുണ്ടാകും. നമ്മളൊക്കെ ഇനി എന്നാണ് വായ് അടച്ച് പിടിക്കാൻ പഠിക്കുന്നതാവോ?''

''നമുക്കൊന്നും ഒളിക്കാനില്ലാത്തതുകൊണ്ട് അതൊന്നും വലിയ പ്രശ്നമായി എനിക്ക് തോന്നുന്നില്ല'' സെലിയ കാൽത്രോപ്പ് സ്വയം സമാധാനിച്ചു. ഒലിവർ ഈ രാത്രിയിൽ സത്യമായും അനതിസാധാരണവും ശല്യവുമായിരുന്നു. അയാൾ കുറച്ച് മദ്യപിച്ചിട്ടുണ്ടെന്ന ചിന്തയും ചിലപ്പോഴുണ്ടാകുന്നു.

''എന്റെ സെലിയ. പൊലീസിൽ നിന്ന് എല്ലാവർക്കും എന്തെങ്കിലുമൊക്കെ മറച്ച് പിടിക്കാനുണ്ടാകും. അതുകൊണ്ടാണ് എല്ലാവരും പൊലീസിന്റെ കാര്യത്തിലെത്തുമ്പോൾ ഉഭയജീവികളാകുന്നത്. ഇനി ആ ഡൽഗ്ലീഷെത്തി നിങ്ങൾ എന്തുകൊണ്ടാണ് സെറ്റണിനെക്കുറിച്ച് സംസാരിക്കുമ്പോൾ ഭൂതകാലത്തിലെന്ന പോലെ പരാമർശിച്ചത് എന്ന് ചോദിക്കും. അതും അയാളുടെ ശവം കണ്ടെത്തുന്നതിനു മുമ്പ്. അതിനായി കാത്തിരുന്നുകൊള്ളുക. നിങ്ങൾ ഭൂതകാലത്തിലാണ് പരാമർശിച്ചതെന്ന് മനസ്സിലാക്കണം. അതൊക്കെ റക്ലസിനെ അറിയിക്കേണ്ടത് ഇനിയൊരു പക്ഷേ തന്റെ കർത്തവ്യമാണെന്നും അയാൾ കരുതിയേക്കാം.''

എന്നാൽ ബ്രൈസിന്റെ ഇത്തരം വാക്കുകൾ കേട്ടാലൊന്നും ഭയക്കുന്നവളല്ല സെലിയ. ''വിഡ്ഢി വേഷം കെട്ടരുത് ജസ്റ്റിൻ. എനിക്ക്

നിങ്ങൾ പറഞ്ഞതിലൊന്നും വിശ്വാസമില്ല. അങ്ങനെ സംഭവിച്ചിട്ടുണ്ടെങ്കിൽ തന്നെ മൗറിസ് എന്ന എഴുത്തുകാരനെ മാത്രമാണ് ഞാൻ പരാമർശിച്ചിരുന്നത്. ഒരു എഴുത്തുകാരൻ എന്ന നിലയിൽ പാവം മൗറിസ് എന്നേ ഇല്ലാതായിരിക്കുന്നു എന്ന് പലർക്കും തോന്നിത്തുടങ്ങിയിരിക്കുന്നു.''

''ദൈവമേ! സത്യം.'' ലാഥം പിന്താങ്ങി. ''ആ എഴുത്തുകാരൻ എന്നേ മരിച്ചിരിക്കുന്നു. എല്ലാവരും അയാളെ എഴുതിത്തള്ളിയിരിക്കുന്നു. തന്റെ ആയുസ്സിൽ മൗറിസ് സെറ്റൺ ആകെ ഒരൊറ്റ ഖണ്ഡികയേ മൂല്യവത്തായുള്ളതെഴുതിയിട്ടുള്ളൂ. ആ ഒരു ഖണ്ഡിക അയാളുടെ ഹൃദയത്തിൽ നിന്ന് വന്നതായിരുന്നു. അതിനയാൾ തലച്ചോറും ഉപയോഗിച്ചിട്ടുണ്ട്. അയാൾ ഉദ്ദേശിച്ച പ്രഭാവം അത് നൽകുകയും ചെയ്തു. അതിലെ ഓരോ വാക്കും നെഞ്ചിൽ തറയ്ക്കുന്നതായിരുന്നു.''

''അയാളുടെ നാടകത്തെക്കുറിച്ചാണോ പറയുന്നത്?'' സെലിയ സംശയം തീർത്തു. ''ആ നാടകം നിങ്ങൾക്ക് ഇഷ്ടമായില്ല എന്നാണ് ഞാൻ കരുതുന്നത്. നിങ്ങൾ എഴുതിയതിനാലാണത് ചത്തുപോയതെന്ന് മൗറിസ് എന്നും പറയാറുണ്ടായിരുന്നു.''

''സെലിയ, പ്രിയേ, അങ്ങനെ ഞാൻ സ്പർശിച്ചതുകൊണ്ട് ഒരു നാടകം ചത്തുപോകുമായിരുന്നെങ്കിൽ ഇന്ന് ലണ്ടനിൽ കളിച്ചുകൊണ്ടിരിക്കുന്നതിൽ പാതിയും ഇല്ലാതായിട്ടുണ്ടാകുമായിരുന്നു. ആദ്യ രാത്രിയിലെ കളിക്ക് ശേഷം അവയൊന്നും പിന്നെ രംഗത്ത് അവതരിപ്പിക്കപ്പെടുകയില്ലായിരുന്നു.'' അയാൾ ഒന്ന് വേഗം കൂട്ടി. കുറച്ച് നേരം ജസ്റ്റിൻ ബ്രൈസ് അയാൾക്ക് പുറകിലായി. അയാളും വേഗം വർദ്ധിപ്പിക്കാൻ ഒരു ശ്രമം നടത്തി. കിതച്ചു.

''ചൊവ്വാഴ്ച രാത്രി മൗറിസ് കൊല്ലപ്പെട്ടിരിക്കാനാണ് സാധ്യത. ബുധനാഴ്ച വൈകിട്ടാകും ആ ശവം കടലിലേക്ക് തള്ളിവിട്ടത്. അങ്ങനെയെങ്കിൽ ഈ കൊലപാതകി മൊങ്ക്സ്മെയറിലെത്തിയതെങ്ങനെ? നിങ്ങൾ ബുധനാഴ്ചയല്ലേ ലണ്ടനിൽ നിന്ന് വണ്ടിയെടുത്ത് ഇങ്ങോട്ട് വന്നത് ഒലിവർ? അത് നിങ്ങളുടെ ജാഗ്വാറിന്റെ അകത്തൊന്നും ഉണ്ടായിരുന്നില്ലല്ലോ അല്ലേ?''

''ഇല്ല പ്രിയനേ. വണ്ടിയിൽ എന്തൊക്കെ കൊണ്ടുനടക്കുന്നു എന്ന കാര്യത്തിൽ എനിക്ക് ചില വ്യക്തതകളൊക്കെയുണ്ട്.''

''എന്തായാലും ഞാനീ കുഴപ്പത്തിലൊന്നും ചെന്ന് പെട്ടിട്ടില്ല.'' സെലിയ പ്രസന്നയായി. ''ചൊവ്വാഴ്ച വൈകുന്നത് വരെ ഞാനെവിടെയായിരുന്നു എന്ന കാര്യത്തിൽ സിൽവിയ സാക്ഷിയുണ്ട്. അതാണല്ലോ ഏറ്റവും നിർണ്ണായകമായ സമയം. ബുധനാഴ്ച രാത്രി ഞാൻ ഒറ്റയ്ക്കാണ് പുറത്തിറങ്ങിയത് എന്ന് സമ്മതിക്കുന്നു. എന്നാൽ ആ ശരീരം അങ്ങനെ കൊത്തി നുറുക്കിയത് ഞാനാണെന്ന് എന്തായാലും

റക്ലസ് സംശയിക്കില്ല. എന്തായാലും എനിക്കിപ്പോൾ ഒരു കാര്യം ഓർമ്മ വരുന്നുണ്ട്. അന്ന്, അതായത് ചൊവ്വാഴ്ചയും ബുധനാഴ്ചയും താൻ സംഭവസ്ഥലത്തുണ്ടായിരുന്നില്ല എന്ന് വാദിക്കാത്ത ഒരാളുണ്ട്. ജെയ്ൻ ഡൽഗ്ലീഷ്. അതിലെല്ലാം ഉപരി - ആ വെട്ടുകത്തി തന്നെ അവരുടേതായിരുന്നു.''

''മിസ് ഡൽഗ്ലീഷ് എന്തിനാണ് സെറ്റണിനെ കൊല്ലുന്നത്'' ലാഥ മിന് സംശയമായി.

''നമ്മളിൽ ഒരാൾ എന്തിനത് ചെയ്യണം?'' സെലിയ മറുചോദ്യ മുന്നയിച്ചു. ''അവർ ചെയ്തു എന്നല്ല ഞാൻ പറയുന്നത്. ആ വെട്ടു കത്തി അവരുടേതായിരുന്നിരിക്കാൻ സാധ്യതയുണ്ട് എന്ന് മാത്രമേ പറഞ്ഞുള്ളൂ.''

''എനിക്കയാളെ കൊല്ലണം എന്ന് ആഗ്രഹമൊക്കെ തോന്നിയി ട്ടുണ്ട്.'' സന്തോഷത്തോടെ ബ്രൈസ് സമ്മതിച്ചു. ''അരബെല്ല ചത്ത് കിടക്കുന്നത് കണ്ടപ്പോൾ എനിക്കയാളെ കൊല്ലണം എന്ന് തോന്നി. എന്നാൽ ഞാനത് ചെയ്തില്ല. അങ്ങനെ ചിന്തിച്ചതിൽ എനിക്ക് ദുഃഖമൊന്നും തോന്നിയിട്ടില്ല. അയാൾ മരിച്ചതിലും ദുഃഖമില്ല. എനിക്കാ ശവമൊന്ന് കാണണമെന്നുണ്ട്. ഒരു പക്ഷേ അതിന്റെ രൂപം കണ്ടാൽ ഞാൻ ഞെട്ടുമായിരിക്കും. ഈ അവിവേകത്തിലും ഞാൻ ഞെട്ടു മായിരിക്കും. അത്ര ആരോഗ്യകരമായ ഒരു ചിന്തയൊന്നുമല്ലല്ലോ ഇത്.''

ലാഥമിന്റെ മനസ്സിൽ അപ്പോഴും ആ വെട്ടുകത്തിയായിരുന്നു. കാണാതായ വെട്ടുകത്തി.

''അത് ആരെങ്കിലും മോഷ്ടിച്ചതാകാം. ആരു വേണമെങ്കിലു മാകാം അത്. നമ്മളൊക്കെ ഒരു സമ്മതവുമില്ലാതെ എല്ലാവരുടേയും വീടുകളിൽ കയറി ഇറങ്ങുന്നതല്ലേ. ഇവിടെ ആരും ഒന്നും താഴിട്ട് പൂട്ടി വയ്ക്കാറുമില്ല. അങ്ങനെയൊരു ആവശ്യമേയില്ല. അതൊരു ആയുധമാണെന്ന് ഇതുവരെ നമ്മൾ മനസ്സിലാക്കിയിട്ടുമില്ല.''

''നിങ്ങൾ സ്വയം ശാന്തരാകണം.'' ബ്രൈസ് വീണ്ടും ഇടപെട്ടു. ''മരണകാരണം അറിയുന്നത് വരെ മൗറിസ് കൊല്ലപ്പെടുകയായി രുന്നു എന്ന് ഉറപ്പിക്കാനാകില്ല എന്ന് മനസ്സിലാക്കണം. അങ്ങനെ തത്കാലത്തേക്കെങ്കിലും ശാന്തരാകണം.''

ഒമ്പത്

റോസ്മേരി കോട്ടേജിന്റെ വാതിൽക്കൽ സെലിയയെ അവർ കൊണ്ടു വിട്ടു. അവർ ഇരുട്ടിലേക്ക് അപ്രത്യക്ഷരാകുന്നത് സെലിയ നോക്കി നിന്നു. ജസ്റ്റിന്റെ കൂർത്ത സ്വരവും ലാഥമിന്റെ ചിരിയും പിന്നെയും

കുറച്ച് സമയം അവരിലേക്കെത്തിക്കൊണ്ടിരുന്നു. അവർ ഇരുട്ടിൽ നിഴലുകളായി പിന്നെ കാണാതായിപ്പോയിട്ടും ആ സ്വരം വന്നു. കോട്ടേജിൽ വിളക്കുകളൊന്നും തെളിച്ചിട്ടില്ലായിരുന്നു. സ്വീകരണ മുറിയിൽ ആരുമില്ലായിരുന്നു.

എലിസബത്ത് ഉറങ്ങാൻ കിടന്നിരിക്കുന്നു. ടാനേഴ്സ് കോട്ടേ ജിൽ നിന്ന് വളരെ വേഗത്തിൽ അവൾ വണ്ടിയോടിച്ചെത്തിയിട്ടു ണ്ടാകും. താനിപ്പോൾ സന്തോഷിക്കണോ അതോ ദുഃഖിക്കണോ എന്നറിയാത്ത അവസ്ഥയിലാണവളുടെ അമ്മായി. അവർക്ക് ഒരു സൗഹൃദത്തിന്റെ ആവശ്യമുണ്ട്, എന്നാൽ, ചോദ്യോത്തരങ്ങൾക്കുള്ള മാനസികാവസ്ഥയിലല്ല. ചർച്ച ചെയ്യാൻ പലതുമുണ്ടാകും. എന്നാലും ഈ രാത്രിയിൽ അത് വേണ്ട. വല്ലാത്ത ക്ഷീണം തോന്നുന്നുണ്ട്. അവർ വിളക്കണച്ചു. അടുപ്പിനരികിൽ വയ്ക്കുന്ന തുണിക്കഷണ ത്തിൽ മുട്ടുകുത്തി. ചത്ത തീയിലെ കരിക്കട്ടകളും ചാരവുമിളക്കി. പിന്നെ നിവർന്ന് നിന്നു. ഒരു വൃദ്ധയെപ്പോലെ ഒന്ന് മൂളി എഴുന്നേറ്റ് നിന്നു. അടുത്ത് കിടന്ന ചാരുകസേരയിലേക്ക് നീങ്ങി. അതിനെ തിരെ സമാനമായ മറ്റൊരു ചാരുകസേരയുണ്ട്. ധാരാളം കുഷനു കളൊക്കെയിട്ടത്.

ആറുവർഷം മുമ്പ് ഒരു ഒക്ടോബർ മദ്ധ്യാഹ്നത്തിലൊരിക്കൽ മൗറിസ് അതിലാണിരുന്നത്. അത് അന്വേഷണത്തിന്റെ ദിവസമാ യിരുന്നു. തണുത്ത ദിവസം. കാറ്റുവീശിക്കൊണ്ടിരുന്ന ദിവസം. അന്ന് സായാഹ്നത്തിൽ ഈ നെരിപ്പോടിൽ നല്ല തീയ്യുണ്ടായിരുന്നു. അവർ അയാളെ പ്രതീക്ഷിച്ചിരുന്നു. അവരും മുറിയും അയാളെ സ്വീകരി ക്കാൻ തയ്യാറായിരിക്കുന്നു എന്നവർ ഉറപ്പാക്കിയിരുന്നു. നെരിപ്പോ ടിൽ നിന്നും, മറച്ച് വച്ച ഒരു വിളക്കിൽ നിന്നുമുള്ള വെളിച്ചം മഹാ ഗണി മരങ്ങൾ കൊണ്ട് നിർമ്മിച്ച ഫർണീച്ചറുകളെ സുന്ദരകാഴ്ച കളാക്കുന്നുണ്ടായിരുന്നു. അതിന്മേലുള്ള ഇളം ചുവപ്പും നീലയും കലർന്ന കുഷനുകൾക്കും അതേ നിറമുള്ള കാർപ്പറ്റിനും സൗന്ദര്യം വർദ്ധിപ്പിക്കുന്നുണ്ടായിരുന്നു. പാനീയം നിറച്ച കുപ്പികളും മറ്റും അതിനരികിൽ ഒരു ട്രെയിലുണ്ടായിരുന്നു. ഒരു കൊച്ചു പെൺകുട്ടി തന്റെ ആദ്യ പ്രണയസമാഗമത്തിനു തയ്യാറെടുക്കുന്നതിനു സമാന മായ ജിജ്ഞാസ അവരിലെ കാത്തിരിപ്പിനപ്പോഴുണ്ടായിരുന്നു. ഇളം നീല കലർന്ന ചാരനിറമുള്ള കമ്പിളി വസ്ത്രമാണവർ ധരിച്ചിരു ന്നത്. ആ വസ്ത്രത്തിൽ അവർ മെലിഞ്ഞവളും യുവത്വമുള്ളവളു മായി. അതിപ്പോഴും അവരുടെ അലമാരയിൽ സൂക്ഷിച്ചിട്ടുണ്ട്. അന്നത്തെ ആ ദിവസത്തിനു ശേഷം അവരത് ധരിച്ചിട്ടേയില്ല അയാൾ അവർക്കെതിരിലെ ചാരുകസേരയിലിരുന്നു. വടിപോലെ, ദൃഢമായി. ദുഃഖാചരണത്തിലെന്ന പോലെ കറുത്ത വസ്ത്രം ധരിച്ച്. അസം ബന്ധമെന്ന് തോന്നിപ്പിക്കുന്ന മനുഷ്യരൂപത്തിൽ. കറുത്ത ടൈയും

കയ്യിന്മേൽ ഒരു കെട്ടുമായി. മുഖത്ത് വിഷണ്ണതയല്ലാതെ മറ്റ് വികാരങ്ങളില്ലാതെ. എന്നാൽ അന്ന് അയാളെ കണ്ടപ്പോൾ ആ മുഖത്തുള്ളത് വിഷാദമാണെന്ന് അവർക്ക് മനസ്സിലായില്ല. അതെങ്ങനെ മനസ്സിലാകും. കാമാർത്തിപൂണ്ട, രാക്ഷസീയതയുള്ള, അസൂയ മൂത്ത ഒരുവൾക്ക് വേണ്ടി ഇങ്ങനെ ദുഃഖിക്കും എന്ന് കരുതാനാകില്ലല്ലോ. ഡൊറോത്തി മരിച്ചു എന്നറിഞ്ഞതിന്റെ ഞെട്ടലുണ്ടായിരുന്നു എന്നത് സത്യം. അവൾ സ്വയം ജീവനൊടുക്കുകയായിരുന്നു. മുങ്ങി മരിച്ച ആ ശരീരം തപ്പിയെടുക്കുക, അന്വേഷണത്തെ നേരിടുക, കുറ്റപ്പെടുത്തുന്ന മുഖങ്ങളെ അഭിമുഖീകരിക്കേണ്ടി വരിക എന്നിങ്ങനെയുള്ള പ്രവൃത്തികളെല്ലാം കഠിനം തന്നെയായിരുന്നു. ഭാര്യയെ ആത്മഹത്യയിലേക്ക് നയിച്ചു എന്നാണെല്ലാവരും കുറ്റപ്പെടുത്തുന്നത് എന്ന് അയാൾക്കറിയാമായിരുന്നു. അതിന്റെ ഞെട്ടലിലായിരുന്നു അയാൾ. എന്നാലും ദുഃഖം? അയാൾ ഈ വിഷയത്തിൽ ദുഃഖിക്കും എന്നവർ ഒരിക്കലും കരുതിയില്ല. അയാളുടെ ഹൃദയത്തിനകത്ത് ഒരു ആശ്വാസമാണപ്പോൾ ഉണ്ടായിരുന്നിരിക്കുക എന്നാണവർ കരുതിയിരുന്നത്. ദീർഘ വർഷങ്ങളിലെ കൊടും പീഡയ്ക്കും ആത്മനിയന്ത്രണത്തിനും അവസാനമായല്ലോ എന്ന ആശ്വാസം. ഇനി വീണ്ടും ജീവിച്ച് തുടങ്ങാമല്ലോ എന്ന ആശ്വാസം. അയാൾക്ക് സഹായത്തിനായി താനുണ്ടാകും എന്നവർ കരുതി. ഡൊറോത്തി ജീവനോടെയുള്ളപ്പോഴും അവർ ചില ഉപദേശങ്ങളും സഹായങ്ങളും ചെയ്തു കൊടുക്കാറുണ്ടായിരുന്നു. അത് അനുകമ്പ മൂലമായിരുന്നു. അയാൾ ഒരു എഴുത്തുകാരനാണ്. ഒരു കലാകാരനാണ്. അയാൾക്ക് സ്നേഹം വേണം. അയാളെ മനസ്സിലാക്കണം. ഇന്ന് രാത്രി മുതൽ അയാളൊരിക്കലും ഏകനാകുകയില്ല.

തനിക്കയാളോട് പ്രണയമായിരുന്നോ? അവൾ അത്ഭുതപ്പെട്ടു. അതൊന്നും ഇപ്പോൾ ഓർമ്മയിലില്ല. അങ്ങനെയുണ്ടാകാൻ സാധ്യതയില്ല. പ്രണയം എന്ന സങ്കല്പത്തിനനുസൃതമായിരുന്നിരിക്കില്ല ആ പ്രണയം. എന്നാലും അതിനടുത്തെവിടേയോ ആയിരുന്നു. അത്തരത്തിൽ ഭാവനയിൽ കണ്ടിരുന്ന ഒരു അത്യാപത്ത്. അത്തരം പ്രണയങ്ങളെ തന്റെ നാല്പത് നോവലുകളിൽ അവർ കൈകാര്യം ചെയ്തിട്ടുണ്ട്. എന്നാലും ആ നാണയം ഒരിക്കലും അവരുടെ കൈപ്പിടിയിലൊതുങ്ങിയിട്ടില്ല.

ചത്ത നെരിപ്പോടിനരികിലിരുന്ന് ഓർമ്മകളെ ഉണർത്തിയപ്പോൾ താൻ സത്യത്തെ തിരിച്ചറിഞ്ഞ ആ നിമിഷം അവരിലേക്കോടിയെത്തി. അപ്പോൾ ഓർമ്മകൾ കവിളുകളെ പൊള്ളിച്ചു. അവർ കരയാൻ തുടങ്ങി. ഒരു കുഞ്ഞിനെപ്പോലെ കരയാൻ തുടങ്ങി. ആ നിമിഷത്തിൽ എല്ലാ വ്യാജങ്ങളും തന്ത്രങ്ങളും മറക്കപ്പെട്ടു. ദയ, അനുകമ്പ,

മാത്രം അവശേഷിച്ചു. അവർ അയാൾക്കരികിൽ മുട്ടുകുത്തി നിൽക്കുകയായിരുന്നു. അയാളുടെ തല തടവുന്നുണ്ടായിരുന്നു. അയാളെ സാന്ത്വനപ്പെടുത്തുകയും അയാളോടുള്ള ഇഷ്ടം പറയുകയും ചെയ്യുന്നുണ്ടായിരുന്നു. അപ്പോഴാണെല്ലാം സംഭവിച്ചത്. അയാളുടെ ശരീരം പെട്ടെന്ന് വലിഞ്ഞ് മുറുകി. അയാൾ ശ്വാസമടക്കി അവളെ നോക്കി. അവർ അയാളുടെ മുഖം കണ്ടു. ആ മുഖത്തെല്ലാമുണ്ടായിരുന്നു. കാരുണ്യം, ആശ്ചര്യം, അമ്പരപ്പ്, ഇത്തിരി ഭയം. പിന്നെ എല്ലാത്തിലുമുപരിയായി ശാരീരിക വികർഷണം. ഒരു നിമിഷത്തിൽ അവർക്ക് പരിപൂർണ്ണ വ്യക്തത ലഭിച്ചു. അയാളുടെ കണ്ണുകൊണ്ട് തന്നെ സ്വയം കണ്ടു. അയാൾ മെലിഞ്ഞ, സുന്ദരിയായ ആ ജീവിയെപ്രതി വിഷണ്ണനായിരുന്നു. അങ്ങനെയൊരു നിമിഷത്തിലാണ് വിരൂപയായ ഒരു മദ്ധ്യവയസ്ക തന്നെ ആ കൈകളിലേക്കെടുത്തെറിയാൻ വെമ്പി നിന്നത്. അയാൾ അതിൽ നിന്ന് മുക്തനായി. ഒന്നും പറഞ്ഞില്ല. അയാളുടെ തേങ്ങൽ പോലും പാതിയിൽ മുറിഞ്ഞു. കരയുന്നതിനിടയിൽ മധുരം കണ്ട കുഞ്ഞിനെപ്പോലെ തേങ്ങൽ മുറിഞ്ഞുപോയി. ദുഃഖത്തിന്റെ അരികുപറ്റുക എന്നതുപോലെ അപായകരമായി ഒന്നുമില്ല എന്ന് അവർ തിരിച്ചറിഞ്ഞു. ഒരുവിധത്തിൽ അവർ വേച്ചുവേച്ച് സ്വന്തം കസേരയിലെത്തി. കവിളുകളപ്പോഴും പൊള്ളുന്നുണ്ടായിരുന്നു. മര്യാദ ആവശ്യപ്പെട്ട അത്രയും സമയം അയാൾ അവിടെ തുടർന്നു. അതിനിടയിൽ അവർ അയാൾക്ക് മദ്യം പകർന്ന് കൊടുത്തു. അയാളുടെ ഭാര്യയെക്കുറിച്ച് വൈകാരികമായ ചില ഓർമ്മകൾ പങ്കിട്ടു. മനസ്സിൽ ഈ പാവം വിഡ്ഢി എല്ലാം ഇത്ര പെട്ടെന്ന് മറന്നോ എന്ന് പറഞ്ഞു. അയാൾ വിദേശത്ത് ഒരു ദീർഘ അവധിക്കായി പദ്ധതിയിടുന്നു എന്ന് പറഞ്ഞപ്പോൾ അതിൽ താത്പര്യം നടിച്ചു. 'എല്ലാം മറക്കാൻ' നല്ലതാണെന്ന് ഉപദേശിച്ചു. പിന്നെ ആറു മാസം കഴിഞ്ഞാണയാൾ ഒരിക്കൽ റോസ്മേരി കോട്ടേജിൽ കയറി വന്നതും തനിക്ക് ഒരു സ്ത്രീക്കൊപ്പം നടക്കാൻ ഇച്ഛ തോന്നുമ്പോൾ ഒപ്പം വരാനായി ക്ഷണിച്ചതും. അവധിയാഘോഷങ്ങൾക്കായി വിദേശത്തേക്ക് പോകുന്നതിനു തൊട്ടു മുമ്പ് അയാൾ അവർക്കൊരു കത്ത് നൽകി. അതിൽ തന്റെ വിൽപ്പത്രത്തിൽ അവരുടെ പേരുണ്ടെന്ന് എഴുതിയിരുന്നു. 'ഭാര്യയുടെ മരണശേഷം കാണിച്ച അനുകമ്പയ്ക്കും എന്റെ അവസ്ഥയോട് പ്രതികരിച്ചതിന്റെ അനുമോദനത്തിനുമായി' അയാൾ വിൽപത്രത്തിൽ തന്റെ പേര് ഉൾപ്പെടുത്തിയിരിക്കുന്നു എന്ന്. അയാളെ അവർ മനസ്സിലാക്കി എന്നത് ശരി. എന്നാലും ഇത് അപക്വവും വിവേകമില്ലാത്തതുമായ ഒരു നീക്കമായിപ്പോയി. അയാളതിനെ മതിയായ ഒരു ക്ഷമാപണം പോലുമല്ലാത്തത് എന്ന് കണക്കാക്കി. അവരുടെ ആദ്യ പ്രതികരണം കോപമോ അവഹേളിക്കപ്പെടുന്നു എന്ന വികാരമോ ആയിരുന്നില്ല. തന്റെ പേരിൽ നടത്തിയ

പരാമർശം എന്തായിരിക്കും, അതിന്റെ മൂല്യമെന്തായിരിക്കും എന്നായിരുന്നു. അന്ന് മുതൽ അതിനെക്കുറിച്ച് അത്ഭുതപ്പെട്ട് തുടങ്ങിയതാണ്. ഇപ്പോഴത് ആശ്ചര്യപ്പെടുത്തുന്ന സാമീപ്യമാകുന്നു. അത് വേണമെങ്കിൽ വെറും നൂറിൽ ഒതുങ്ങിയേക്കാം. അല്ലെങ്കിൽ ആയിരങ്ങളാകാം. അതുമല്ലെങ്കിൽ ഒരു നിധി തന്നെയാകാം. ഡൊറോത്തി ധനികയായിരുന്നു. മൗറിസിനാകട്ടെ ഈ ധനമെല്ലാം ഏല്പിക്കാൻ മറ്റൊരാളില്ലായിരുന്നു. അടുത്തയിടയായി ആ അർദ്ധ-സഹോദരനുമൊത്ത് അത്ര സൗഹൃദത്തിലായിരുന്നില്ല. അതിനർത്ഥം എല്ലാം തനിക്കായി നീക്കിവച്ചു എന്നാണോ?

ഹാളിൽ നിന്ന് വെളിച്ചത്തിന്റെ ഒരു രേഖ കാർപ്പെറ്റിൽ പതിക്കുന്നുണ്ട്. എലിസബത്ത് മാർലി നിശ്ശബ്ദം മുറിയിലേക്ക് വന്നു. അവൾ പാദരക്ഷകളണിഞ്ഞിരുന്നില്ല. പാതിവെളിച്ചത്തിൽ അവളുടെ ഗൗൺ വെട്ടിത്തിളങ്ങി. അവൾ അമ്മായിക്കെതിരിലുള്ള ചാരുകസേരയിലിരുന്നു. കാൽ നെരിപ്പോടിലേക്ക് നീട്ടി വച്ചു. മുഖം നിഴലുകൾ കൊണ്ട് മൂടപ്പെട്ടിരുന്നു.

''താങ്കളെത്തിയത് അറിഞ്ഞു. ഞാനെന്തെങ്കിലും കൊണ്ടുവരണോ? ചൂടുള്ള പാലോ മറ്റോ?''

ആ സ്വരത്തിൽ ഒട്ടും സ്നേഹമുണ്ടായിരുന്നില്ല. അമ്പരപ്പുണ്ടായിരുന്നു. ആശ്ചര്യമുണ്ടായിരുന്നു. എങ്കിലും അങ്ങനെയൊരു വാക്ക് അവളിൽ നിന്നപ്പോൾ പ്രതീക്ഷിച്ചിരുന്നില്ല. അത് മിസ് കാൽത്രോപ്പിനെ സ്പർശിച്ചു.

''വേണ്ട. നീ പോയി കിടന്നോളൂ. അല്ലെങ്കിൽ തണുപ്പടിക്കും. ഞാൻ നിനക്ക് കുടിക്കാനുള്ളതുമായെത്താം.''

അവൾ അനങ്ങിയില്ല. മിസ് കാൽത്രോപ്പ് നെരിപ്പോടിലെ കൽക്കരിയൊന്നിളക്കി. ഒരു തീനാളം സീൽക്കാരസ്വരം പുറപ്പെടുവിച്ച് പുറത്ത് വന്നു. അത് അവരുടെ കൈകളും മുഖവും ചൂടുപിടിപ്പിച്ചു.

''സിൽവിയയെ വീട്ടിലെത്തിച്ചില്ലേ? അവൾക്കെങ്ങനെയുണ്ട്?''

''അത്ര സുഖമില്ല എന്ന് തോന്നുന്നു. അവളെപ്പോഴും അങ്ങനെയാണല്ലോ.''

''അവളെ ഇവിടെ നിൽക്കാൻ നിർബന്ധിക്കണമായിരുന്നോ എന്ന് ഞാൻ പിന്നീട് ചിന്തിക്കുകയുണ്ടായി. അവൾക്ക് തീരെ സുഖമില്ല എന്ന് എനിക്ക് തോന്നി. ഒറ്റയ്ക്കാക്കുന്നത് അത്ര സുരക്ഷിതമായിരിക്കില്ല എന്ന്.''

എലിസബത്ത് തോളൊന്ന് കുലുക്കി. ''ഇവിടെ ഒരു മെത്തയുണ്ടെന്നും വീട്ടുവേലക്കാരി വരുന്നതുവരെ അതൊഴിഞ്ഞ് കിടക്കുമെന്നും ഞാനവളോട് പറഞ്ഞു. അവളെ ക്ഷണിക്കുകയും ചെയ്തു.

അവൾ നിരസിച്ചു. ഞാൻ നിർബന്ധിച്ചപ്പോൾ അവൾ മുഷിഞ്ഞു. അതിനാൽ ഞാനുപേക്ഷിച്ചു. അവൾക്കും മുപ്പത് വയസ്സായില്ലേ? കുട്ടിയൊന്നുമല്ലല്ലോ. നിർബന്ധിച്ച് പിടിച്ച് കൊണ്ടുവരാനാകില്ലല്ലോ.''

''തീർച്ചയായും ഇല്ല.'' സിൽവിയയെ ഈ വീട്ടിലേക്ക് തന്റെ അനന്തിരവൾ സ്വാഗതം ചെയ്യുകയേയില്ല എന്നാണ് സെലിയ കാൽ ത്രോപ് കരുതിയത്. പുരുഷന്മാരേക്കാൾ സ്ത്രീകളാണ് പെൺകുട്ടി കളോട് അനുകമ്പ പ്രകടിപ്പിക്കാത്തത് എന്ന് അവർ എന്നും ശ്രദ്ധി ച്ചിരുന്നു. തന്റെ അനിഷ്ടങ്ങൾ മറച്ച് വയ്ക്കുന്നവളല്ല എലിസബത്ത്. ചാരുകസേരയിൽ കിടന്ന് അവൾ വീണ്ടും സംസാരിച്ച് തുടങ്ങി.

''ഞങ്ങൾ ഇറങ്ങിയതിനു ശേഷം എന്ത് സംഭവിച്ചു?''

''അധികമൊന്നുമില്ല. അയാളെ ഒരു വെട്ടുകത്തി കൊണ്ടാകും കൊന്നതെന്ന് ജെയ്ൻ ഡൽഗ്ലീഷ് കരുതുന്നു. അതൊരുപക്ഷേ അവ രുടെ തന്നെ വെട്ടുകത്തിയാകാം എന്നും. നാലാഴ്ച മുമ്പ് അവർക്ക് അവരുടെ വെട്ടുകത്തി നഷ്ടമായിരുന്നു.''

''അങ്ങനെയാണയാൾ കൊല്ലപ്പെട്ടത് എന്ന് ഇൻസ്പെക്ടർ റക്ലസ് നിങ്ങളോട് പറയുകയുണ്ടായോ?''

''ഇല്ല...എന്നാലും ഒരു കാര്യം ഉറപ്പുണ്ട്...''

''അങ്ങനെയെങ്കിൽ അയാൾ എങ്ങനെ മരിച്ചു എന്ന് ഇപ്പോഴും നമുക്കറിയില്ല. കൊല്ലാൻ പിന്നെയും അനേക മാർഗ്ഗങ്ങളുണ്ട്. കൊന്ന തിനു ശേഷമാകും കൈകൾ വെട്ടിമാറ്റിയിട്ടുണ്ടാകുക. അങ്ങനെ യാണെന്നാണ് ഞാൻ അനുമാനിക്കുന്നത്. ഇരയ്ക്ക് ജീവനുണ്ട്, ബോധമുണ്ട്, എങ്കിൽ അത് ചെയ്യുക അത്ര എളുപ്പമല്ല. അങ്ങനെ യാണ് സംഭവിച്ചിരിക്കുക എന്നത് ഇൻസ്പെക്ടർ റക്ലസിനറിയാ മായിരിക്കും. അതിനാലാകും അധികം രക്തം ഒഴുകാതിരുന്നതും. പോസ്റ്റ്മോർട്ടം റിപ്പോർട്ടില്ലാതെ തന്നെ അയാളുടെ മരണസമയവും ഏകദേശം കൃത്യമായി റക്ലസിനറിയാം എന്നും ഞാൻ കരുതുന്നു.

''അയാൾ ചൊവ്വാഴ്ച രാത്രി മരിച്ചു എന്നത് ഉറപ്പാണോ? ചൊവ്വാഴ്ച അയാൾക്ക് എന്തോ സംഭവിച്ചിട്ടുണ്ട്. അല്ലാതെ ആരോടും പറയാതെ അയാൾ ക്ലബ്ബിൽ നിന്ന് ഇറങ്ങിപ്പോകുകയില്ല. ഒരു രാത്രി മുഴുക്കെ പുറത്ത് കഴിയുകയില്ല. ചൊവ്വാഴ്ച, ഞാനും സിൽവിയയും സിനിമ യ്ക്ക് പോയ സമയത്താകും അയാൾ മരിച്ചത്.''

പൂർണ്ണ ആത്മവിശ്വാസത്തിലാണവർ സംസാരിച്ചത്. അങ്ങനെ യാകണം എന്ന് അവർ ആഗ്രഹിച്ചതുപോലെ. ചൊവ്വാഴ്ച രാത്രി യാണ് മൗറിസ് മരിച്ചതെങ്കിൽ, സംഭവവുമായി തനിക്ക് ബന്ധമില്ല എന്ന വാക്യം സാധൂകരിക്കപ്പെടും.

‘‘അന്ന് സായാഹ്നത്തിൽ പട്ടണത്തിലുണ്ടായിരുന്നു എന്നത് ഒലിവറിനും ജസ്റ്റിനും കുഴപ്പമാകും. അത്തരത്തിലുള്ള കാര്യങ്ങളാണവർ പറഞ്ഞത്. സംഭവവുമായി ബന്ധമില്ല എന്നവരും പറയുന്നുണ്ട്. എന്നാലും കാര്യങ്ങൾ അനുകമ്പയർഹിക്കുന്നതാണ്.’’

‘‘ചൊവ്വാഴ്ച രാത്രി ഞാനും ലണ്ടനിലുണ്ടായിരുന്നു.’’ എലിസബത്ത് സ്വരം താഴ്ത്തി പറഞ്ഞു. തന്റെ അമ്മായിക്ക് ഇടപെടാനാകുന്നതിനു മുമ്പ് തുടരുകയും ചെയ്തു.

‘‘അമ്മായി എന്താണ് പറയാൻ പോകുന്നതെന്ന് എനിക്കറിയാം. രോഗം മൂലം കേംബ്രിഡ്ജിൽ വിശ്രമിക്കുകയായിരുന്നു എന്ന് പറയണം എന്നല്ലേ. അവരെന്നെ ഞാൻ പറഞ്ഞതിലും മുമ്പേ അവിടെ നിന്ന് വിട്ടു. ചൊവ്വാഴ്ച പ്രഭാതത്തിലെ ആദ്യ ഫാസ്റ്റ് ട്രെയിനിൽ ലിവർപൂൾ തെരുവിലേക്കെത്തി. അവിടെ ഉച്ചഭക്ഷണത്തിനൊരാളെ കാണാനുണ്ടായിരുന്നു. താങ്കൾക്കറിയാവുന്ന വ്യക്തിയല്ല. കേംബ്രിഡ്ജിൽ നിന്നുള്ളതാണ്. അയാൾ ഇവിടെ നിന്ന് പോയിരിക്കുന്നു. ഇനി എനിക്കരികിൽ വരില്ല. അയാളിൽ നിന്നൊരു സന്ദേശം വന്നിരുന്നു. വളരെ വിനീതമായി. പശ്ചാത്താപത്തോടെ. അറിയാവുന്ന ഒരിടത്ത് കണ്ടുമുട്ടിയത് വേണ്ടായിരുന്നു എന്ന ചിന്ത ഇപ്പോഴുണ്ട്. എന്നെ പരിതാപത്തോടെ നോക്കി നിൽക്കുന്ന മുഖ്യ പരിചാരകന്റെ ഭാവം എനിക്കിഷ്ടമായില്ല. എനിക്കത് കണ്ട് അത്ഭുതം തോന്നി എന്നല്ല. അതിനൊരു പ്രാധാന്യവുമില്ല. അവിടെയിരുന്ന് ഇതൊക്കെ പറഞ്ഞ് ഒലിവറും ജസ്റ്റിനും കൂടി കൂടുതൽ കിംവദന്തികൾ പരത്തേണ്ടെന്ന് കരുതി എന്ന് മാത്രം. ഇതൊക്കെ ഞാൻ റക്ലസിനോടെന്തിനു പറയണം എന്നും എനിക്ക് മനസ്സിലാകുന്നില്ല. അയാൾ സ്വയം അന്വേഷിച്ച് കണ്ടെത്തട്ടെ.’’

‘‘പക്ഷേ നീ എന്നോട് പറഞ്ഞുവല്ലോ.’’ എന്ന് സെലിയ കരുതി. അതിൽ സന്തോഷം തോന്നി. അവർക്കിപ്പോൾ പരസ്പരം മുഖം കാണാനാകുന്നില്ല എന്നതിലും സന്തോഷം തോന്നി. ഈ പെൺകുട്ടിയിൽ നിന്ന് ആദ്യമായാണിത്രയും വിശ്വാസം തനിക്ക് ലഭിക്കുന്നത്. ആ സന്തോഷം അവരെ വിവേകിയാക്കി. അവളെ ആശ്വസിപ്പിക്കാനോ ചോദ്യം ചെയ്യാനോ മുതിർന്നില്ല.

‘‘പകൽ മുഴുക്കെ പട്ടണത്തിൽ അലഞ്ഞത് വിവേകമായിരുന്നോ എന്നെനിക്കറിയില്ല. നിനക്കിപ്പോഴും ആരോഗ്യം വീണ്ടു കിട്ടിയിട്ടില്ല. എന്നാലും അതുകൊണ്ട് കാര്യമായ കുഴപ്പമൊന്നുമുണ്ടായിട്ടില്ല എന്ന് തോന്നുന്നു. ഉച്ചഭക്ഷണത്തിനു ശേഷം നീ എന്ത് ചെയ്തു?’’

‘‘ലണ്ടൻ ലൈബ്രറിയിലായിരുന്നു. അവിടെ നിന്ന് ഒരു തിയറ്ററിൽ പോയി. വല്ലാതെ വൈകുന്നു എന്ന് തോന്നി. അതിനാൽ അവിടെത്തന്നെ തങ്ങിയാലോ എന്നും. ഞാൻ ഏത് സമയത്ത്

എത്തും എന്നൊന്നും അറിയിച്ചിരുന്നില്ലല്ലോ. അതിനാൽ അമ്മായി എന്നെ കാത്തിരിക്കും എന്ന ഭയമില്ലായിരുന്നു. കോവെന്റ്രി സ്ട്രീറ്റ് ല്യോൺസിൽ നിന്ന് ഭക്ഷണം കഴിച്ചു. ബ്ലൂംസ്ബറിയിലെ വാൾട്ടർ സ്കോട്ട് ഹോട്ടലിൽ ഒരു മുറി തരപ്പെടുത്തി. ലണ്ടനിൽ വെറുതെ അലഞ്ഞ് നടന്നു. പതിനൊന്നിനോടടുത്താണ് ഞാൻ ചാവി വാങ്ങി മുറിയിൽ പോയത് എന്നാണെന്റെ ഓർമ്മ.''

''എങ്കിൽ അവിടത്തെ പരിചാരകൻ സാക്ഷ്യം പറയും. ഒരു പക്ഷേ ല്യോൺസിലും ആരെങ്കിലും നിന്നെ ഓർക്കുന്നുണ്ടാകും. നീ ഇതിനെക്കുറിച്ചൊക്കെ ഇതുവരെ പറയാതിരുന്നത് നന്നായി എന്ന് തന്നെയാണെന്റെ അഭിപ്രായം. മരണസമയം അറിയുന്നതു വരെ നമുക്ക് കാത്തിരിക്കാം. അതിനു ശേഷം ഇതിനെക്കുറിച്ചൊക്കെ വീണ്ടും ചിന്തിക്കാം.''

സ്വരത്തിലെ സന്തോഷം അവർക്ക് മറച്ചുപിടിക്കാനാകുന്നുണ്ടായിരുന്നില്ല. അവർ എന്നും കാംക്ഷിച്ചിരുന്നതിതാണ്. അവർ ഒന്നിച്ചിരുന്ന് സംസാരിക്കുന്നു. ഒന്നിച്ച് പദ്ധതികൾ മെനയുന്നു. തന്നോട് ഉപദേശങ്ങൾ ആരായുന്നു. ഇഷ്ടത്തോടെയല്ലെങ്കിലും, നേരിട്ടല്ലെങ്കിലും ഉപദേശങ്ങളും സമാശ്വാസങ്ങളും ആവശ്യപ്പെടുന്നു. രണ്ടു പേരേയും ഒന്നിച്ചാക്കാൻ ഇങ്ങനെയൊരു മരണം, മൗറിസിന്റെ മരണം, വേണ്ടി വന്നു എന്നത് എത്ര വിചിത്രമാണ്.

''അന്നത്തെ ഉച്ചഭക്ഷണത്തിനു ശേഷം നടന്നതിൽ നീ ദുഃഖിതയല്ലെന്നറിയുന്നതിൽ സന്തോഷമുണ്ട്. ഇക്കാലത്തെ യുവാക്കൾക്ക് ഒരു മര്യാദയുമില്ല. അയാൾക്ക് താത്പര്യമില്ലെങ്കിൽ അത് പറയണമായിരുന്നു. എന്തായാലും നിന്റെ അവസ്ഥയെന്തെന്ന് വ്യക്തമായല്ലോ.''

ആ പെൺകുട്ടി എഴുന്നേറ്റു. മറുപടിയൊന്നും പറയാതെ വാതിൽക്കലേക്ക് നീങ്ങി.

''ഞാൻ നിനക്ക് കുടിക്കാനുള്ളതുമായി മുറിയിൽ വരാം. അധികം വൈകില്ല. നീ കിടന്നോളൂ'' അമ്മായി വിളിച്ച് പറഞ്ഞു.

''എനിക്കൊന്നും വേണ്ട. നന്ദി.''

''ചൂടുള്ളതെന്തെങ്കിലുമാകാം. എന്തെങ്കിലും കഴിക്കണം. കുറച്ച് ഒവാൽടീനായാലോ. അതല്ലെങ്കിൽ ചൂടുള്ള പാലാകാം.''

''എനിക്കൊന്നും വേണ്ടെന്ന് പറഞ്ഞല്ലോ. ഞാൻ ഉറങ്ങാൻ പോകുന്നു. എന്നെ വെറുതെ വിട്ടാൽ മാത്രം മതി.''

''എന്നാലും എലിസാ...''

വാതിലടഞ്ഞു. അതിലപ്പുറം ഒരു ശബ്ദവുമുണ്ടായില്ല. പടികളിറങ്ങുന്ന സ്വരം പോലും വന്നില്ല. തീയുടെ സീൽക്കാരം വന്നു. പുറത്ത് എല്ലാം നിശ്ശബ്ദമായിരുന്നു.

പത്ത്

പിറ്റേന്ന് ടെലിഫോണിന്റെ സ്വരം കേട്ടാണ് ഡൽഗ്ലീഷ് ഉണർന്നത്. ഫോൺ അമ്മായി എടുത്തിട്ടുണ്ടാകും. അതിനാലാകും മണിയൊച്ച പെട്ടെന്ന് നിലച്ചത്. അയാൾ വീണ്ടും മയക്കത്തിലായി. അർദ്ധ സുഷുപ്തിയിൽ. നല്ലൊരു രാത്രിക്കുശേഷം ലഭിക്കുന്നത്. അര മണിക്കൂർ കഴിഞ്ഞപ്പോൾ ടെലിഫോൺ വീണ്ടും ശബ്ദിച്ചു. ഇത്തവണ സ്വരം ഇത്തിരി അധികമായിരുന്നു. ഇടതടവില്ലാതെ മുഴങ്ങിക്കൊണ്ടിരിക്കുന്നുണ്ടായിരുന്നു. അയാൾ കണ്ണ് തുറന്നു. ജാലകത്തിലൂടെ ഒരു നീല വെളിച്ചം വരുന്നു. അത് കടലിന്റെ പ്രതിഫലനമാണ്. കടലും ആകാശവും ഒന്ന് ചേരുന്നത് കാണാനാകുന്നുണ്ട്. ഇതൊരു സുന്ദരൻ ശരത്കാല ദിവസമാകും എന്ന കാര്യത്തിൽ സംശയമില്ല. വാച്ചിൽ നോക്കിയപ്പോഴാണ് പത്തേകാലായിരിക്കുന്നു എന്നറിയുന്നത്. അയാൾ ഗൗൺ ധരിച്ചു. പാദരക്ഷകൾ ധരിച്ചു. താഴേക്കിറങ്ങി. അപ്പോഴേക്കും അമ്മായി ടെലിഫോൺ എടുത്തിരുന്നു. അവർ പറഞ്ഞത് അയാൾ കേട്ടു.

''ഞാൻ പറയാം ഇൻസ്പെക്ടർ. അവനുണർന്നാൽ ഉടൻ പറയാം. അത്യാവശ്യമാണോ? ഇല്ല. ഇതവന്റെ അവധി ദിവസങ്ങളാണല്ലോ. പ്രാതൽ കഴിഞ്ഞാൽ ഉടൻ അവിടെയെത്തുന്നതിൽ അവനു സന്തോഷമേയുണ്ടാകൂ. ഗുഡ്ബൈ.''

ഡൽഗ്ലീഷ് അവർക്കരികിലെത്തി. തന്റെ കവിളൊന്ന് അവരുടേതിൽ മുട്ടിച്ചു. മാനിന്റെ തോലുപോലെ മൃദുത്വം അനുഭവപ്പെട്ടു.

''റക്ലസായിരുന്നോ?''

''അതെ. അയാൾ സെറ്റൺ ഹൗസിലുണ്ട്. നിനക്ക് അതുവരെയൊന്ന് ചെല്ലാനാകുമോ എന്നന്വേഷിക്കുന്നു. കാലത്ത് തന്നെ.''

''ഏത് നിലയിലാണ് ഞാനവിടെക്കെത്തേണ്ടതെന്ന് പറഞ്ഞോ? ജോലി ചെയ്യാനാണോ അതോ അയാൾ ചെയ്യുന്നത് കണ്ട് നിന്ന് ആരാധിക്കാനാണോ? അതോ സംശയിക്കുന്നവരുടെ പട്ടികയിൽ ഞാനുമുണ്ടോ?''

''സംശയിക്കുന്നവരുടെ പട്ടികയിൽ ഞാനാണുള്ളത് ആദം. അത് എന്റെ വെട്ടുകത്തി തന്നെയായിരിക്കും എന്നെനിക്ക് ഉറപ്പുണ്ട്.''

''അത് ശ്രദ്ധയിൽ വന്നോ? അങ്ങനെയാണെങ്കിൽക്കൂടി താങ്കൾ പട്ടികയിൽ വളരെ താഴെയാകും. മറ്റ് അയൽക്കാരേക്കാൾ താഴെ എന്നാണെന്റെ അനുമാനം. എന്തായാലും ഡിഗ്ബി സെറ്റണിനു താഴെയാകും. ഞങ്ങൾ പോലീസുകാർ ഹൃദയം കൊണ്ട് നല്ലവരാണ്. ഒരു അറസ്റ്റ് നടത്തുന്നതിനു മുമ്പ് അതിനൊരു ലക്ഷ്യം

കണ്ടെത്താൻ താത്പര്യപ്പെടുന്നവരാണ്. ലാഭമുണ്ടാകും എന്നതിനേക്കാൾ വലിയ സന്തോഷം തരുന്ന ഒരു ലക്ഷ്യവും ഞങ്ങൾക്കില്ല. ഡിഗ്ബി അയാളുടെ അർദ്ധ സഹോദരനാണല്ലോ? അനന്തരാവകാശി?''

''അങ്ങനെയാണ് കരുതേണ്ടത്? മുട്ട രണ്ടെണ്ണം വേണോ അതോ ഒന്നോ ആദം?''

''രണ്ടെണ്ണം. എന്തായാലും ഞാനവരെ കാണാം. അമ്മായി ഇവിടെയുണ്ടായാൽ മതി. രണ്ട് തവണ ഫോൺ അടിച്ച സ്വരം കേട്ടതുപോലെ തോന്നി. ആദ്യം വിളിച്ചതാരായിരുന്നു?''

അത് ആർ.ബി. സിങ്ക്ളയറായിരുന്നു, അമ്മായി വിശദീകരിച്ചു. ഇരുവരേയും ഞായറാഴ്ച അത്താഴ വിരുന്നിന് ക്ഷണിക്കാൻ വിളിച്ചതായിരുന്നു. തിരിച്ച് വിളിക്കാം എന്ന് പറഞ്ഞ് ഫോൺ വച്ചു. ഡൽഗ്ലീഷ് അപ്പോൾ മുട്ട പൊരിക്കുന്നത് സ്നേഹത്തോടെ കണ്ട് നിൽക്കുകയായിരുന്നു. അയാൾക്ക് ആ ക്ഷണത്തിൽ താത്പര്യം തോന്നി. എന്നാലും, പോകാം എന്നതിലുപരി മറ്റ് താത്പര്യങ്ങളൊന്നും പ്രകടമാക്കിയില്ല. ഇതിൽ ഒരു പുതുമ കാണുന്നുണ്ട്. തന്റെ അമ്മായി ഇടയ്ക്കിടെ പ്രയറി ഹൗസിൽ പോകാറുണ്ട് എന്നായിരുന്നു അയാളുടെ ഊഹം. എന്നാൽ അയാൾ പെന്റ്ലാൻഡ്സിലേക്ക് വരാറില്ല. ആർ. ബി. സിങ്ക്ളയർ സന്ദർശനത്തിനായി മറ്റ് വീടുകളിലേക്ക് പോകുകയോ ആരെയും സന്ദർശകരായി ക്ഷണിച്ച് വരുത്തുകയോ ചെയ്യാറില്ല എന്നത് എല്ലാവർക്കും അറിയാവുന്നതാണ്. എന്നാൽ അമ്മായിക്ക് അനന്യമായ ചില വിശേഷാവകാശങ്ങളുണ്ട്. ഈ കണ്ടെത്തലിനു പുറകിലെ കാരണം ഊഹിക്കുക അത്ര ബുദ്ധിമുട്ടുള്ള കാര്യമല്ല. സിങ്ക്ളയറിന് ഈ കൊലപാതകത്തെക്കുറിച്ച് സംസാരിക്കണം. ഔദ്യോഗിക മികവുള്ള ഒരാളുടെ അഭിപ്രായമാരായണം. സാധാരണമായ ജിജ്ഞാസകൾക്ക് അതീതനല്ല ഈ മഹാനും എന്ന കണ്ടെത്തൽ കുറച്ച് മോഹവിമുക്തി നൽകുന്നതെങ്കിലും ചിലതെല്ലാം സ്ഥിരീകരിക്കുന്നു. മാനവമായ പരിഹാസ്യാഭിനയങ്ങളിൽ പങ്കെടുക്കില്ലെന്ന് നിശ്ചയിച്ച ഒരു വ്യക്തിയ്ക്ക് പോലും ഭീകരവും ഭീഷണവുമായ താത്പര്യമുണർത്തുന്നതാണ് അക്രമാസക്തമായ മരണങ്ങൾ. ഡൽഗ്ലീഷ് എന്തായാലും അത്താഴത്തിനു പോകും. പോകാതിരിക്കാനുള്ള ഇച്ഛ അതിഭയങ്കരമായുണ്ട്. പ്രസിദ്ധരോടൊപ്പം സമയം ചിലവിടുക എന്നതിനോളം നിരാശ നൽകുന്ന അനുഭവങ്ങൾ അധികമില്ല എന്നറിയാനുള്ള വിവേകവും അനുഭവസമ്പത്തും അയാളിലുണ്ട്. എന്നിരുന്നാലും ആർ. ബി. സിങ്ക്ളയറിനെപ്പോലെ ഒരു എഴുത്തുകാരന്റെ കാര്യത്തിലാകുമ്പോൾ ഇത്തരം അപായ സാധ്യതകളെ നേരിടാൻ അയാൾ തയ്യാറാണ്.

പ്രാതലിനു ശേഷം കുളിയ്ക്കാനും മറ്റുമായി ഡൽഗ്ലീഷ് ഒട്ടും തിരക്കിട്ടില്ല. കുളി കഴിഞ്ഞ് തന്റെ സ്വറ്ററിനു മുകളിലേക്ക് ഒരു ജാക്കറ്റ് വലിച്ചിട്ടു. കോട്ടേജിന്റെ വാതിൽക്കൽ ഒരു നിമിഷം ശങ്കിച്ച് നിന്നു. അവിടെ കുറേ ഊന്ന് വടികൾ കൂട്ടിവച്ചിരിക്കുന്നു. മുമ്പ് ഇവിടെ വന്ന അതിഥികൾ മറന്ന് വച്ചതാകും. ഇനിയൊരിക്കൽ വരുമ്പോൾ എടുക്കാനായി ഉപേക്ഷിച്ചവയാകും. ഊർജ്ജസ്വലമായ അവധിയാഘോഷക്കാരനൊരു അവസാന മിനുക്കുപണി കൂടി നടത്തിയാലോ എന്നയാൾ ചിന്തിച്ചു. അതിലൊരു വടിയെടുത്ത് ഭാരം നോക്കി. കയ്യിലിട്ടൊന്ന് വട്ടം കറക്കി. പിന്നെ, അമിതാഭിനയം വേണ്ട എന്ന തീരുമാനത്തിൽ, അവിടെത്തന്നെ വച്ചു. വാതിൽക്കൽ നിന്ന് അമ്മായിയോട് ഉച്ചത്തിൽ ഒരു ഗുഡ്-ബൈ പറഞ്ഞു. കാറിനു പോകുകയാകുമായിരുന്നു എളുപ്പം. കവലയിലെത്തി, അരനാഴിക സൗത്വോൾഡ് റോഡിലൂടെ പോകാം. അവിടെ നിന്ന് ഇടുങ്ങിയതെങ്കിലും അത്ര ദുർഘടമല്ലാത്ത പാതയിലൂടെ ആ വീട്ടിലെത്താം. പക്ഷേ അയാൾ നടക്കാൻ തീരുമാനിച്ചു. എന്തായാലും അവധിയാഘോഷത്തിലാണല്ലോ. ഇൻസ്പെക്ടറുടെ വിളിയിൽ അടിയന്തിര സ്വഭാവങ്ങളൊന്നുമില്ലതാനും. റക്ലസിനെയോർത്ത് അയാൾക്ക് വിഷമം തോന്നി. ഒരു ഡിറ്റക്ടീവ് ആകുക എന്നതിലും അലോസരപ്പെടുത്തുന്നതും നിരാശ നൽകുന്നതുമായി ഒന്നുമില്ല. പ്രത്യേകിച്ചും തന്റെ ഉത്തരവാദിത്വം ഏത് വരെ എന്ന കാര്യത്തിൽ അനിശ്ചിതത്വമുള്ളപ്പോൾ. ഇപ്പോൾ ഉത്തരവാദിത്വമെന്നൊന്നില്ല. ഈ അന്വേഷണം റക്ലസിന്റെ മാത്രം ഉത്തരവാദിത്വമാണ്. അത് ഇരുവർക്കും അറിയാം. ചീഫ് കോൺസ്റ്റബിൾ യാഡിന്റെ സഹായം അഭ്യർത്ഥിച്ചാലും കേസ് ഏല്പിക്കുന്നത് ഡൽഗ്ലീഷിനെയാകും എന്ന കാര്യത്തിലും ഉറപ്പില്ല. എന്നാലും ഒരു സി.ഐ.ഡി സൂപരിന്റന്റിന്റെ കണ്ണിനു കീഴെ നിന്ന് ഒരു അന്വേഷണം നടത്തുക എന്നത് റക്ലസിനത്ര ആനന്ദകരമാകില്ല. അതും ഡൽഗ്ലീഷിനെപ്പോലെ വിഖ്യാതനായ ഒരു സി ഐ ഡി സൂപരന്റിന്റിന്റെ. അത് റക്ലസിന്റെ നിർഭാഗ്യം. എന്നാൽ അത് തനിക്ക് അതിനേക്കാൾ വലിയ നിർഭാഗ്യമാണെന്നും ഡൽഗ്ലീഷ് കരുതി.

ഏകാന്തവും സങ്കീർണ്ണതകളില്ലാത്തതുമായ ഒരു അവധിയാഘോഷത്തിന്റെ അവസാനമാകും ഇത്. ശാന്തമായ ഒരു ആഴ്ച പ്രതീക്ഷിച്ചതാണ്. അങ്ങനെയൊരു അവധി തന്റെ ഞരമ്പുകൾക്ക് സൗഖ്യം നൽകും. ഇതിനിടയിൽ തന്റെ വ്യക്തിഗത പ്രശ്നങ്ങൾക്ക് പരിഹാരം കാണാനുമാകും. അമിതമായ ക്ഷീണം മൂലമാണ് ഇങ്ങനെയൊരു പദ്ധതിയിട്ടത്. പിരിമുറുക്കങ്ങളിൽ നിന്നൊന്ന് രക്ഷപ്പെടാൻ. എന്നിട്ടും അതെല്ലാം പെട്ടെന്ന് നശിപ്പിക്കപ്പെടുന്നു എന്നറിയുന്നതിൽ

അയാൾക്ക് വിഷമം തോന്നി. റക്ലസ് സഹായം അഭ്യർത്ഥിച്ചാലും തനിക്ക് ഈ കേസിൽ ഇടപെടാനൊരു താത്പര്യവുമില്ല. യാഡിൽ നിന്ന് ടെലിഫോൺ വിളികളുണ്ടാകും എന്നുറപ്പ്. മോങ്ക്സ്മെയറു മൊത്ത് ഡൽഗ്ലീഷ് പരിചിതനാണെന്ന ചർച്ച ബന്ധപ്പെട്ട എല്ലാവരും നടത്തും. അവിടത്തെ ജനങ്ങളെ അറിയാം എന്നും അവർ ചർച്ച ചെയ്യും. അതിനാൽ ഡൽഗ്ലീഷ് ഇൻസ്പെക്ടറുടെ സഹായത്തിനായി ഉണ്ടാകണം എന്ന തീരുമാനവും വന്നേക്കാം. അതിലുപരി ഡൽഗ്ലീഷ് ഇതിൽ പങ്കെടുക്കണമെന്ന ആഗ്രഹമെന്തെങ്കിലും റക്ലസിന്റെ മനസ്സിലുണ്ടെങ്കിൽ അതിനെ ഉടൻ നിരുത്സാഹപ്പെടുത്തേണ്ടതുണ്ട്.

ആ ദിവസത്തിന്റെ സൗന്ദര്യം ആസ്വദിക്കാതിരിക്കാനാകുന്നില്ല. അതിനാൽ നടത്തത്തിനിടയിൽ മനസ്സിന്റെ അസ്വസ്ഥകൾ ഇല്ലാതായി. മുനമ്പ് മുഴുക്കെ ശരത്കാല വെയിലിൽ കുളിച്ച് നിൽക്കുന്നു. മഞ്ഞ നിറമുള്ള വെയിലിൽ. നല്ല കാറ്റുണ്ട്. തണുപ്പില്ലാത്ത കാറ്റ്. നടപ്പാതയിൽ മണലാണെങ്കിലും അതിനുറപ്പുണ്ട്. ചിലയിടത്ത് പരുക്കൻ കല്ലുകളുണ്ട്. ചിലയിടത്ത് ചെറിയ കുഴികളുണ്ട്. കുറ്റിച്ചെടികളുണ്ട്. നടത്തത്തിലുടനീളം ഡൽഗ്ലീഷിന്റെ കണ്ണുകൾ കടലിലായിരുന്നു. ഇടയ്ക്ക് പ്രയറി ഹൗസിന്റെ ചുമരിന്റെ തടസ്സം വരുന്നതു വരേയും അയാൾ കടൽ കാണുകായിരുന്നു. മലയുടെ മുകളിൽ കടലിനഭിമുഖമാണാ വീട്.

അതിന്റെ തെക്കുഭാഗത്ത് ഉയരമേറിയതും കല്ലുകൊണ്ട് നിർമ്മിച്ചതുമായ ഒരു മതിലും വടക്കു ഭാഗത്ത് ഒരു വരി ഫിർ മരങ്ങളുമുണ്ട്. രാത്രിയായാൽ ഈ പരിസരം രൗദ്രമാകും. വീട് ആർക്കും സ്വാഗതമരുളാത്തതാകും. അങ്ങനെ സ്വാഭാവിക സ്വകാര്യത ഉറപ്പ് വരുത്തും. സിങ്ക്ളയർ ഏകാന്തതയാണാഗ്രഹിക്കുന്നതെങ്കിൽ അതിന് ഇതിലും മികച്ച ഒരു സ്ഥലമില്ല എന്ന് ഡൽഗ്ലീഷ് കരുതി. ആ സ്വകാര്യതയെ തന്റെ ചോദ്യങ്ങൾ കൊണ്ട് റക്ലസ് ഇനിയെന്നാണാവോ ഭേദിക്കാൻ പോകുന്നത് എന്നും ചിന്തിച്ചു. തന്റെ പുരയിടത്തിൽ നിന്ന് കടൽക്കരയിലേക്കെത്താൻ സിങ്ക്ളയർ സ്വകാര്യമായി പടികൾ നിർമ്മിച്ചിരുന്നു എന്ന് അയാൾ അറിയാൻ ഇനി അധികം താമസമുണ്ടാകില്ല. ശവം വള്ളത്തിലേക്കെത്തിക്കുകയായിരുന്നു എന്നും അല്ലാതെ വള്ളം തുഴഞ്ഞ് ശവത്തിനരികിലേക്ക് കൊണ്ടുപോകുകയല്ലായിരുന്നു എന്നും ഊഹിച്ചാൽ, അത് കടൽക്കരയിലെത്തിച്ചത് ലഭ്യമായ മൂന്ന് പാതകളിൽ ഒന്നിലൂടെയാകും. അതല്ലാതെ മറ്റ് വഴികളില്ല. ഇതിൽ ഏറ്റവും വ്യക്തതയുള്ളതും പ്രകടമായതും ടാനേഴ്സ് ലെയ്നാണ്. അതിലാണ് സിൽവിയ കെഡ്ജിന്റെ കോട്ടേജ്. ടാനേഴ്സ് ലെയ്ൻ ചെന്നവസാനിക്കുന്നിടത്താണാ വള്ളം കെട്ടിയിട്ടിരുന്നത്. അതിനാൽ ആദ്യ സംശയം വീഴുക ഈ പാതയിലേക്ക്

തന്നെ. രണ്ടാമത്തേത് പെന്റ്ലാൻഡ്സിൽ നിന്ന് കടൽക്കരയിലേക്ക് നീളുന്നതാണ്. പകൽ വെളിച്ചത്തിൽ അതുപയോഗിച്ച് ഇങ്ങനെ യൊരു കൃത്യം നടത്തുക എളുപ്പമല്ല. രാത്രിയായാൽ, അനുഭവസമ്പ ന്നർക്കും ഭാരമൊന്നും കയ്യിലില്ലാത്തവർക്കും പോലും അപകടകര മാണത്. കൊലപാതകി ആ വഴി സ്വീകരിക്കാനുള്ള സാധ്യത കാണുന്നില്ല. ദൂരെ നിന്ന് കാറിന്റെ സ്വരം അമ്മായി കേൾക്കാതിരു ന്നാൽ പോലും തന്റെ കോട്ടേജിനരികിൽ എന്തെങ്കിലും ചലനമുണ്ടാ യാൽ അവരറിയും. ഒറ്റയ്ക്ക്, ഇങ്ങനെ വിദൂരസ്ഥലങ്ങളിൽ താമസി ക്കുന്നവർ രാത്രികാലങ്ങളിലെ അപരിചിത സ്വരങ്ങളോട് പെട്ടെന്ന് ജാഗ്രത കാണിക്കും. അമ്മായിയാകട്ടെ എല്ലാത്തിൽ നിന്നും പിൻ വലിഞ്ഞ്, ഒട്ടും ജിജ്ഞാസയില്ലാതെ ജീവിക്കുന്നവളാണ്. അവർക്ക് മനുഷ്യരുടെ പ്രകൃതങ്ങളേക്കാൾ താത്പര്യം തോന്നുന്നത് പക്ഷി കളുടേതിനോടാണ്. എന്നിരുന്നാലും തന്റെ വാതിൽക്കലൂടെ ഒരു ശവം കൊണ്ടുപോകുമ്പോൾ അവർ അതിൽ താത്പര്യമെടുക്കാ തിരിക്കില്ല. മാത്രമല്ല, അര നാഴിക ദൂരം ചുമന്ന് വേണം അതിലൂടെ ശവം കടൽക്കരയിലെത്തിക്കാൻ. വള്ളം കിടന്നിരുന്നിടത്തെത്തി ക്കാൻ. അതല്ലെങ്കിൽ കൊലപാതകി ശവം മണലിൽ കുഴിച്ചിട്ട്, കളി വള്ളം അതിനരികിലേക്ക് തുഴഞ്ഞെത്തിച്ചതാകും. എന്നാൽ അതിൽ ഒരു അപായ സാധ്യതയുണ്ട്. അയാൾക്ക് ശവത്തിനു മുകളിൽ നിന്ന് മണലെല്ലാം തട്ടിക്കളയേണ്ടി വരും. പിന്നെ തുഴയും അതിന്റെ അനു ബന്ധ സാമഗ്രികളും വേണം. ഇതൊക്കെ റക്ലസ് പരിശോധിച്ചോ എന്നയാൾ അത്ഭുതപ്പെടുകയുണ്ടായി.

മൂന്നാമത്തേത് സിങ്ക്ളയറുടെ സ്വകാര്യമായ ഈ പടികളാണ്. ടാനേഴ്സ് ലെയ്നിൽ നിന്ന് അമ്പതടി ദൂരെയാണിവ. അവിടെ കുന്നിന് മറ്റ് പ്രദേശങ്ങളേക്കാൾ ഉയരമുണ്ടായിരുന്നു. കടൽ കയറി പലയി ടവും ഇടിഞ്ഞിട്ടുണ്ട്. അങ്ങനെ ഒരു വളവ് രൂപപ്പെട്ടിട്ടുണ്ട്. ഇവിടെ മാത്രമേ കൊലപാതകിക്ക് - അങ്ങനെയൊരാളുണ്ടെങ്കിൽ - സ്വതന്ത്ര മായും സ്വകാര്യമായും ശവത്തിന്മേൽ അയാൾ ചെയ്ത കൈവേല കൾ ചെയ്യാനാകൂ. വടക്കു നിന്നോ തെക്കു നിന്നോ ആരാലും ശ്രദ്ധി ക്കപ്പെടാതെ എന്തെങ്കിലും ചെയ്യാനാകൂ. അന്നാട്ടുകാരാരെങ്കിലും രാത്രി വൈകി അതിലൂടെയൊന്ന് നടക്കാൻ ആഗ്രഹിച്ചാൽ മാത്രമേ അപകടമുണ്ടാകുകയുള്ളൂ. ഇതിനു സാധ്യത വിരളമാണ്. രാത്രിയി രുട്ടിക്കഴിഞ്ഞാൽ ഇന്നാട്ടുകാർ അങ്ങനെ അവിടേയ്ക്ക്, കടലിന്റെ ഈ ഭാഗത്തേക്ക്, നടക്കാനിറങ്ങാറില്ല.

ഡൽഗ്ലീഷ് പ്രയറി ഹൗസ് കടന്ന് നീങ്ങി. അയാളിപ്പോൾ മര ങ്ങൾ അരിക് പാകുന്ന പാതയിലാണ്. ടാനേഴ്സ് ലെയ്നിനരികിൽ.

ഇവിടെ മണലിൽ ചരലുണ്ട്. ഇലകൾ വീണ് കിടപ്പുണ്ട്. വൃക്ഷ ത്തലപ്പുകൾക്കിടയിലൂടെ അയാൾക്ക് കടലും ആകാശവും കാണാം. വൃക്ഷങ്ങളുടെ നിര പെട്ടെന്ന് അവസാനിച്ചു. ഡൽഗ്ലീഷ് ഒരു ചെറു കയറ്റത്തിനു ശേഷം ലെയ്നിലേക്കെത്തി. തൊട്ടു മുന്നിൽ സിൽ വിയ കെഡ്ജ് താമസിക്കുന്ന കോട്ടേജ് കണ്ടു. അമ്മയുടെ മരണ ശേഷം അവർ അവിടെ ഒറ്റയ്ക്കാണ്. ഒരു ഭംഗിയുമില്ലാത്ത കെട്ടിടം. ചതുരാകൃതിയിലുള്ളത്. പാവവീടുപോലെ ഒന്ന്. നാല് ചെറിയ ജാലകങ്ങളുള്ളത്. ജാലകങ്ങളിലെല്ലാം കട്ടിയുള്ള പർദ്ദകളിട്ടിട്ടുണ്ട്. പടിവാതിലും മുൻവാതിലും വീതിയുള്ളവയാണ്. അതൊരു പക്ഷേ അവളുടെ ചക്രക്കസേരയുടെ സൗകര്യത്തിനായി ചെയ്തതാകാം. എന്നാൽ ആ മാറ്റം കൊണ്ട് വീടിന്റെ അഭംഗിക്ക് ഒരു കുറവുമുണ്ടാ യിട്ടില്ല. അതിനെയൊന്ന് മോടിപിടിപ്പിക്കാനൊരു ശ്രമവും നടത്തി യിട്ടില്ല.

മുൻവശത്തുള്ള ചെറിയ പൂന്തോട്ടത്തിനു നടുക്ക് ചരൽക്കല്ല് വിരിച്ച ഒരു നടപ്പാതയുണ്ട്. ഇരുണ്ടത്. ജാലകങ്ങൾക്കും വാതിലു കൾക്കും കടും നിറങ്ങളാണ് കൊടുത്തിരിക്കുന്നത്. കടുംതവിട്ട് നിറം. ഇത് തലമുറകളായി തോൽ ഊറയ്ക്കിടുന്നവരുടെ വീടായി രിക്കണം എന്ന് ഡൽഗ്ലീഷ് കരുതി. ഓരോ തലമുറയായി അവരത് പുതുക്കി പണിതിട്ടുണ്ടാകണം. ഓരോ തവണയും പുതുക്കി പണി താൽ അതിൽ പാതി കടലെടുത്തിട്ടുണ്ടാകും. അടുത്ത തവണ കുറച്ച് മുകളിലേക്ക് മാറ്റും. ഇപ്പോൾ അവസാനം ഇതാ ഇരുപതാം നൂറ്റാ ണ്ടിൽ പണിത ഒരു ചതുരൻ കെട്ടിടം കടലിനെ വെല്ലുവിളിക്കുന്നു. എന്തോ ഒരു വികാരത്തിൽ ഡൽഗ്ലീഷ് പടിവാതിൽ തള്ളിത്തുറന്നു. അകത്തേക്ക് നടന്നു. പെട്ടെന്ന് അയാളുടെ കാതുകളെത്തേടി ഒരു സ്വരം വന്നു. മറ്റാരോ അവിടെയൊക്കെ പരിശോധിക്കുന്നുണ്ട്. അധികം താമസിയാതെ വീടിന്റെ ഒരു മൂലയിൽ നിന്ന് എലിസബത്ത് മാർലി എത്തി. അവർ അമ്പരന്നില്ല. ശാന്തചിത്തയായി ''നിങ്ങളായിരുന്നോ! ആരോ ഇവിടെ പതുങ്ങി നടക്കുന്ന സ്വരം കേട്ടു. എന്താണ് വന്നത്?''

''പതുങ്ങി നടക്കുന്നത് എന്റെ സ്വാഭാവിക പ്രകൃതമാണ്. നിങ്ങൾ മിസ് കെഡ്ജിനെ അന്വേഷിച്ചെത്തിയതാകും അല്ലേ?''

''സിൽവിയ ഇവിടെയില്ല. അവൾ പുറകിലെ ഇരുണ്ട മുറിയി ലാകും എന്ന് ഞാൻ കരുതി. പക്ഷേ കാണാനില്ല. അമ്മായിയിൽ നിന്നൊരു സന്ദേശവുമായെത്തിയതാണ് ഞാൻ. ഇന്നലെ രാത്രി യുണ്ടായ ആഘാതത്തിൽ നിന്ന് അവൾ മുക്തയായോ എന്നറിയാൻ അമ്മായി ആഗ്രഹിച്ചു. ഒലിവർ ലാഥമോ ജസ്റ്റിനോ അവളെ വിളിച്ചു കൊണ്ടുപോകുന്നതിനു മുമ്പ് അമ്മായിക്ക് ചില കാര്യങ്ങൾ അവളെ ക്കൊണ്ട് ചെയ്തവസാനിപ്പിക്കാനുണ്ടായിരുന്നു. ലാ കെഡ്ജിൽ

ഒരു മത്സരമുണ്ട്. അമ്മായി അതിൽ പങ്കെടുക്കും. വിളിച്ചാൽ വരുന്ന ഒരു സെക്രട്ടറി എന്ന ആശയം ഇവിടെ എല്ലാവർക്കും സൗകര്യ പ്രദമായി തോന്നി. അതും ഇത്രയും കുറഞ്ഞ ചിലവിൽ. അധിക മായി കാർബൺ പേപ്പർ മാത്രം നൽകിയാൽ മതിയല്ലോ. ആയിരം വാക്കിന് രണ്ട് ബോബ് കൊടുത്താൽ മതിയല്ലോ.''

''സെറ്റണും അത്ര തന്നെയാണോ കൊടുത്തുകൊണ്ടിരുന്നത്? എന്തിനാണവൾ അവിടെ തുടർന്നത്?''

''അവൾ അയാൾക്കായി ഉഴിഞ്ഞ് വച്ചിരിക്കുകയായിരുന്നു. ചുരു ങ്ങിയ പക്ഷം അങ്ങനെ നടിക്കുകയെങ്കിലും ചെയ്തു. അവൾക്ക് അവിടെ തുടരാൻ തന്റേതായ കാരണങ്ങളുണ്ടായിരുന്നു എന്നാ ണെന്റെ അനുമാനം. മാത്രമല്ല, പട്ടണത്തിൽ ഒരു ഫ്ളാറ്റ് കണ്ടെ ത്തുക അവൾക്കത്ര എളുപ്പമാകില്ല. വില്പത്രത്തിൽ അവൾക്കെന്ത് നീക്കി വച്ചിരിക്കുന്നു എന്നറിയുക രസകരമാകും. എന്തായാലും കൂറുള്ളവളായി നിൽക്കുന്നത് അവൾ ആസ്വദിച്ചിരുന്നു. അദ്ധ്വാനി ക്കുന്നവളാണ്. അവളെ അമ്മായിയിലേക്ക് അടുപ്പിച്ച് അങ്ങോട്ട് മാറ്റണം എന്നെനിക്കുണ്ടായിരുന്നു. പക്ഷേ അത് സെറ്റണിനെ നിരാശപ്പെടുത്തുമോ എന്ന് ഞാൻ ഭയന്നു. അമ്മായിക്കതിന്റെ ഗുണ മൊന്നും മനസ്സിലായില്ല എന്നതും സത്യം. അത്ര ബുദ്ധിയൊക്കെയ ല്ലേയുള്ളു അവർക്ക്.''

''നിങ്ങളാകട്ടെ എല്ലാം കൃത്യമായി പട്ടിക ഉണ്ടാക്കിയിരിക്കുന്നു. അയാളുടെ ചുരുക്കെഴുത്തുകാരിയെ ലഭിക്കാനായിട്ടാണ് മൗറിസ് സെറ്റണിനെ കൊന്നത് എന്നാണോ നിങ്ങൾ പറയുന്നത്?''

അതുകേട്ട് അവൾ കോപിച്ചു. മുഖം ചുവന്നു.

''അയാളെ ആര് എന്തിനു കൊന്നു എന്നതിലൊന്നും എനിക്ക് താത്പര്യമില്ല. അത് ചെയ്തത് ഡിഗ്ബി സെറ്റണല്ല എന്ന് എനി ക്കറിയാം എന്ന് മാത്രം. അന്ന്, ബുധനാഴ്ച, അയാളെ തീവണ്ടിയിൽ നിന്നിറങ്ങിയതിനു ശേഷം ഞാൻ കണ്ടിരുന്നു. അയാൾ ബുധനാ ഴ്ച എവിടെയായിരുന്നു എന്നാണ് നിങ്ങൾ അത്ഭുതപ്പെടുന്നതെങ്കിൽ അതും എനിക്കറിയാം. അത് അയാൾ വീട്ടിലേക്ക് പോകുന്ന വഴി വണ്ടിയിൽ വച്ച് എന്നോട് പറഞ്ഞതാണ്. പതിനൊന്ന് മുതൽ അയാളെ വെസ്റ്റ് സെൻട്രൽ പൊലീസ് സ്റ്റേഷനിൽ അടച്ചിട്ടിരിക്കുകയായി രുന്നു. മദ്യപിച്ച നിലയിൽ അയാളെ അവർ കണ്ടെത്തി. ബുധനാ ഴ്ചയാണയാളെ മജിസ്ട്രേറ്റിനു മുന്നിൽ ഹാജരാക്കിയത്. ചൊവ്വാ ഴ്ച രാത്രി പതിനൊന്ന് മുതൽ ബുധനാഴ്ച ഉച്ചവരെ അങ്ങനെ പൊലീസ് കസ്റ്റഡിയിലായത് അയാളുടെ ഭാഗ്യം. ഇതിനെ ഖണ്ഡി ക്കാമെങ്കിൽ ചെയ്തോളൂ സൂപരിന്റന്റ്.''

അത് തന്റെ ജോലിയല്ലെന്നും റക്ലസിന്റേതാണെന്നും ഡൽഗ്ലീഷ് ചൂണ്ടിക്കാണിച്ചു. അവളൊന്ന് ചുമൽ കുലുക്കി. കൈ മുഷ്ടി ജാക്കറ്റിന്റെ കീശയിൽ തിരുകി. ടാനേഴ്സ് കോട്ടേജിന്റെ പടിവാതിലിൽ കാലുകൊണ്ട് തട്ടി, അതടച്ചു. അവരൊന്നിച്ച് നിശ്ശബ്ദം നടന്ന് തുടങ്ങി. പെട്ടെന്ന് അവൾ വീണ്ടും സംസാരിക്കാൻ തുടങ്ങി.

''ഇതുവഴിയാകും ആ ശവം കടലിലെത്തിച്ചത്. ആ കളിവള്ളം വച്ചിരുന്നിടത്തേക്കെത്താനുള്ള ഏറ്റവും എളുപ്പമാർഗ്ഗം ഇതാണ്. അവസാനത്തെ നൂറുവാര കൊലപാതകിക്ക് ശവം ചുമക്കേണ്ടി വന്നിട്ടുണ്ടാകും. ഇടുങ്ങിയ വഴിയാണല്ലോ ഇത്. ഒരു കാറിനോ എന്തിന് മോട്ടോർ സൈക്കിളിനു പോലുമോ ഇതുവഴി വരാനാകില്ല. കോൾസ് മെഡൊ വരെ കാറിൽ കൊണ്ടുവന്നിട്ടുണ്ടാകും. കാർ അവിടെ പുൽത്തകിടിയിൽ നിർത്തിയിട്ടിട്ടുണ്ടാകും. ഞാനതു വഴി വന്നപ്പോൾ അവിടെ സാധാരണ വസ്ത്രം ധരിച്ച ഒന്ന് രണ്ട് പേർ ടയറിന്റെ പാടുണ്ടോ എന്ന് തിരയുന്നുണ്ടായിരുന്നു. അവർക്ക് സന്തോഷിക്കാനായി ഒന്നും ലഭിക്കില്ല. ആരോ ഇന്നലെ രാത്രി അതിന്റെ പടിവാതിൽ തുറന്നിട്ടു. കോൾസിന്റെ ചെമ്മരിയാടുകൾ ഇന്ന് പ്രഭാതമായപ്പോൾ ഈ വഴിയിൽ നിറഞ്ഞിട്ടുണ്ടായിരുന്നു.''

ഇതിൽ അസാധാരണമായി ഒന്നുമില്ല എന്ന് ഡൽഗ്ലീഷിനറിയാം. ബെൻ കോൾസിന്റെ കൈവശം ഡണിഡ്ജ് റോഡിനു കിഴക്ക് ഭാഗത്തായി നൂറുകണക്കിനു ഏക്കർ തരിശ് നിലമുണ്ട്. അയാൾ പടിവാതിലിന്റെ അറ്റകുറ്റപ്പണികളൊന്നും നടത്താറില്ല. അയാളുടെ ചെമ്മരിയാടുകൾ അതിനാൽത്തന്നെ പലപ്പോഴും കൂട്ടം കൂട്ടമായി ടാനേഴ്സ് ലെയ്നിൽ പ്രത്യക്ഷപ്പെടും. അതവരുടെ സ്വന്തം മേച്ചിലിടമാണെന്ന പോലെ അലഞ്ഞ് നടക്കും. അങ്ങനെ പലപ്പോഴും ആ വഴി ആടുകളെക്കൊണ്ട് നിറയും. ഒരു സഞ്ചാരിക്ക് മുന്നോട്ട് പോകുക അസാധ്യമാകും. അവർ ആടുകളെ തള്ളിമാറ്റാനും ഭയപ്പെടുത്താനുമായി വണ്ടിയുടെ ഹോൺ ഉച്ചത്തിൽ മുഴക്കും. ആടുകൾ അതിലും ഉച്ചത്തിൽ കരയും. എന്നാൽ ഇങ്ങനെ തുറന്ന് കിടക്കുന്ന പടിവാതിൽ പലർക്കും തങ്ങളുടെ വണ്ടി പാർക്ക് ചെയ്യുന്നതിനുപകാരപ്പെടാറുണ്ട്. തങ്ങളുടെ സന്തോഷകരമായ ത്വരിതഗമനങ്ങൾക്കിടയിൽ കോളിന്റെ ചെമ്മരിയാടുകൾ ഒരു പഴയ പ്രാദേശിക പാരമ്പര്യം പിന്തുടരുകയാകാം. കള്ളക്കടത്ത് വ്യാപകമായി നടന്നിരുന്ന കാലങ്ങളിൽ, വെസ്ട്ലെടണിലെ ചതുപ്പുകളിലൂടെ ഇതുപോലെ ചെമ്മരിയാട്ടിൻ കൂട്ടങ്ങളെ ഓടിക്കാറുണ്ടായിരുന്നുവത്രെ. അങ്ങനെ അതിനു മുന്നിൽ പോയ കുതിരകളുടെ കുളമ്പടിപ്പാടുകൾ പാടെ മായ്ക്കപ്പെടും. പുറകെ വരുന്ന എക്സൈസ് ഓഫീസർമാർക്ക് കള്ളക്കടത്തുകാരുടെ കുതിരക്കുളമ്പടികൾ കാണാനാകില്ല.

മോങ്ക്സ്മെയറിന്റെ മുനമ്പിലേക്കുള്ള പടികളെത്തുന്നത് വരെ അവർ ഒന്നിച്ച് നടന്നു. ഡൽഗ്ലീഷ് അവളോട് യാത്ര പറയാനൊരുങ്ങുന്നതിനിടയിൽ അവൾ വീണ്ടും സംസാരം തുടങ്ങി.

''ഞാൻ ഒട്ടും നന്ദിയില്ലാത്തവളാണെന്ന് നിങ്ങൾ കരുതുന്നുണ്ടാകും. അവരെനിക്ക് ഒരു അലവൻസ് തരുന്നുണ്ട്. വർഷത്തിൽ നാനൂറ് പൗണ്ട്. എന്റെ ഗ്രാന്റിനു പുറമെയാണിത്. നിങ്ങളത് അറിഞ്ഞിരിക്കണം എന്ന് ഞാൻ ആഗ്രഹിച്ചു. ഇവിടെയുള്ള മിക്കവർക്കും അതറിയാം.''

അവൾ ആരെയാണുദ്ദേശിച്ചതെന്ന് ചോദിക്കേണ്ട ആവശ്യമില്ലായിരുന്നു. തന്റെ ഔദാര്യങ്ങൾ ആരും കാണാതെ പോകാതിരിക്കാൻ ശ്രദ്ധാലുവാണ് സെലിയ കാൽത്രോപ് എന്ന് ഡൽഗ്ലീഷിനു മറുപടി പറയാമായിരുന്നു.

എന്നാൽ തുക അയാളെ അത്ഭുതപ്പെടുത്തി. തനിക്ക് സ്വകാര്യ വരുമാനങ്ങളൊന്നുമില്ല എന്നത് മറച്ച് വയ്ക്കാത്തവളായിരുന്നു മിസ് കാൽത്രോപ്പ്. 'ഞാൻ ജോലി ചെയ്ത് ജീവിക്കുന്നവളാണ്. പാവം ഞാൻ. എനിക്ക് ലഭിക്കുന്ന ഓരോ പെനിയും അദ്ധ്വാനിച്ചുണ്ടാക്കുന്നതാണ്' എന്നാണവർ പറയാറുള്ളത്. അതിനർത്ഥം അവർക്ക് ദാരിദ്ര്യമായിരുന്നു എന്നല്ല. നല്ല വില്പനയുണ്ടവരുടെ പുസ്തകങ്ങൾക്ക്. കഠിനാദ്ധ്വാനിയാണവർ. ലാഥമിനേയോ ബ്രൈസിനേയോ അപേക്ഷിച്ച് അതികഠിനമായി അദ്ധ്വാനിക്കുന്നവളാണ്. സെലിയയ്ക്ക് ഒരു ചാരുകസേരയിൽ ചാഞ്ഞിരുന്ന്, ടെയ്പ്പ് റെക്കോഡർ ഓൺ ചെയ്ത്, അതിലേക്ക് പറഞ്ഞ് തുടങ്ങിയാൽ മതി. പിന്നെ പുതിയ നോവൽ കുത്തിയൊഴുകിയെത്തും എന്നാണ് അവരെക്കുറിച്ച് ലാഥമും ബ്രൈസും അഭിപ്രായപ്പെട്ടിരിക്കുന്നത്. അവരുടെ പുസ്തകങ്ങളെ ഇകഴ്ത്തുക എളുപ്പമാണ്. എന്നിരുന്നാലും, അവർ സ്നേഹം വിലയ്ക്ക് വാങ്ങുകയാണെന്ന് കരുതിയാലും കേംബ്രിഡ്ജിലെ വിദ്യാഭ്യാസത്തിന് ഏറ്റവും ചുരുങ്ങിയത് വർഷത്തിൽ 400 പൗണ്ട് എന്തായാലും ആവശ്യമായി വരും. ആറുമാസത്തിലൊരിക്കൽ ഒരു നോവൽ. ഹോം ആൻഡ് ഹെർത്തിൽ ആഴ്ചയിലൊരിക്കൽ ഹാജരാകൽ. തീർത്തും മുഷിപ്പനായ ടെലിവിഷൻ പാനലുകളിലേക്ക് അവരുടെ ഏജന്റ് ഇടയ്ക്കൊക്കെ തരപ്പെടുത്തുന്ന പ്രത്യക്ഷപ്പെടൽ. വനിതാ വാരികകൾക്കായി പല പേരുകളിൽ എഴുതപ്പെടുന്ന ചെറുകഥകൾ. പള്ളി അങ്ങാടികളിലെ ദൈവകൃപയാലും ഉദാരശീലത്താലുമുള്ള പ്രത്യക്ഷപ്പെടലുകൾ. അവിടെ ചായയുടെ വില കൊടുക്കേണ്ടി വരുമെങ്കിലും പരസ്യം സൗജന്യമാണ്. സെലിയയെക്കുറിച്ചോർത്ത് അയാൾക്ക് അനുകമ്പ തോന്നി. ലാഥമും ബ്രൈസും സന്തോഷപൂർവ്വം

പുച്ഛിച്ചിരുന്ന അവരുടെ പൊങ്ങച്ചങ്ങളും കോലാഹലങ്ങളും തീർത്തും ഒറ്റപ്പെട്ടതും സുരക്ഷിതമില്ലാത്തതുമായ ആ ജീവിതത്തിന്റെ ദയനീയമായ കെണികളാണെന്ന് അയാൾക്ക് തോന്നി. അവർക്ക് മോറിസ് സെറ്റണോട് എന്തെങ്കിലും അനുകമ്പ സത്യമായുമുണ്ടായിരുന്നോ എന്നയാൾ ചിന്തിക്കാതിരുന്നില്ല. അവരുടെ പേരും സെറ്റണിന്റെ വിൽപ്പത്രത്തിലുണ്ടാകാൻ സാധ്യതയുണ്ടോ എന്നും അത്ഭുതപ്പെട്ടു.

എലിസബത്ത് മാർലിക്ക് അയാളെ വിട്ടുപോകാൻ ഒരു തിരക്കുമില്ല എന്ന് തോന്നി. അവളിൽ നിന്ന് മാറിപ്പോകുകയും ബുദ്ധിമുട്ടായിരുന്നു. ദൃഢനിശ്ചയത്തോടെയെന്നപോലെ അവൾ ഒപ്പമുണ്ട്. അയാൾ എന്നും ആത്മവിശ്വാസമുള്ളവനായിരുന്നു. അത് അയാളുടെ ജോലിയുടെ ഭാഗമാണ്. എന്നാൽ ഇപ്പോൾ ജോലിയിലല്ല. എന്നിരുന്നാലും ഇപ്പോൾ മനസ്സുതുറക്കുന്നവരെല്ലാം അധികം താമസിയാതെ അതിനെക്കുറിച്ച് പശ്ചാത്തപിക്കും എന്നയാൾക്ക് അറിയാം. അതിലുപരി, അയാൾക്ക്, സെലിയ കാൽത്രോപ്പിനെക്കുറിച്ച് അവരുടെ അനന്തിരവളോട് സംസാരിക്കാൻ താത്പര്യമൊന്നുമില്ല. ഈ പെൺകുട്ടി തനിക്കൊപ്പം സെറ്റൺ ഹൗസ് വരെ നടക്കില്ല എന്നയാൾ പ്രതീക്ഷിച്ചു. അവളെ ഒന്ന് സാകൂതം വീക്ഷിച്ചപ്പോൾ ആ 400 പൗണ്ടിന്റെ നല്ലൊരു ഭാഗം എവിടേക്ക് പോകുന്നു എന്ന് മനസ്സിലായി. അവൾ ധരിച്ചിരിക്കുന്ന രോമ അരികുകളുള്ള ജാക്കറ്റ് മൃഗചർമ്മം കൊണ്ടുണ്ടാക്കിയതാണ്. ഞൊറിയും മടക്കുകളുമുള്ള പാവാടയും അതിലെ കൊലുസുകളും കാണുമ്പോൾ അതവൾക്കായി നിർമ്മിച്ചതാണെന്ന തോന്നലുണ്ടാകുന്നു. ഘനമുള്ളതെങ്കിലും ഭംഗിയുള്ള ഷൂസാണവൾ ധരിച്ചിരിക്കുന്നത്. ഒരിക്കൽ ഒലിവർ ലാഥം പറഞ്ഞത് അയാൾ ഓർത്തു. 'എലിസബത്ത് മാർലിക്ക് പണത്തിനോട് വലിയ ഒരു ഇഷ്ടമുണ്ട്. നമ്മളെല്ലാം പണത്തിലുപരി ഒരു മനസ്സിനെ ഇഷ്ടപ്പെട്ടിരുന്ന ഈ പ്രായത്തിൽ ഇത് രസകരമായി തോന്നുന്നു.' അയാളിങ്ങനെ എപ്പോൾ എവിടെ വച്ച് എന്തുകൊണ്ട് പറഞ്ഞു എന്ന് ഓർമ്മയില്ല.

അവളിപ്പോൾ പടികളിൽ ചാരി നിൽക്കുകയാണ്. അതുവഴി അയാളുടെ വഴിമുടക്കുകയാണ്.

"അവരെന്നെ കേംബ്രിഡ്ജിൽ ചേർത്തു എന്നത് ശരി തന്നെ. പണവും സ്വാധീനവുമില്ലാതെ അത് നടക്കില്ല എന്നതും ശരി. പ്രത്യേകിച്ചും ശരാശരി വിവേകം മാത്രമുള്ള എന്നെപ്പോലെയുള്ളവർക്ക്. വിവേകികൾക്ക് അതൊന്നും കുഴപ്പമില്ല. അതായത് നക്ഷത്രത്തിളക്കങ്ങളുള്ളവർക്ക്. മറ്റുള്ളവർക്ക് ശരിയായ സ്കൂൾ, ശരിയായ രീതിയിൽ മനഃപാഠം പഠിക്കൽ, അപേക്ഷാഫോമുകളിൽ ശരിയായ പേരുകൾ എന്നതൊക്കെ പ്രാധാന്യമുള്ളത് തന്നെ. അമ്മായിക്ക്

അതും കൈകാര്യം ചെയ്യാനായി. ജനങ്ങളെ ഉപയോഗപ്പെടുത്താൻ ഒരു നിപുണത അവരിലുണ്ട്. അശ്ലീലം നിറഞ്ഞ ശല്യമാകാനും അവർക്ക് ഭയമില്ല. അത് പലപ്പോഴും അവർക്ക് കാര്യങ്ങൾ എളുപ്പത്തിലാക്കുന്നു.''

''എന്താണ് നിനക്ക് അവരോടിത്ര അനിഷ്ടം?''

''അത് വ്യക്തിപരമൊന്നുമല്ല. ഞങ്ങൾ തമ്മിൽ യോജിക്കുന്ന ഇടങ്ങൾ കുറവാണ്. അങ്ങനെയാണെന്ന് തോന്നുന്നില്ലേ? അവരുടെ ജോലിയാണതിനു കാരണം. ആ നോവലുകളൊന്നും ഒന്നിനും കൊള്ളില്ല. ഞങ്ങൾ ഇരുവരുടേയും പേര് ഒന്നല്ലാത്തതിന് ദൈവത്തിനു സ്തുതി. കേംബ്രിഡ്ജിലുള്ളവർക്ക് സഹിഷ്ണുതയുണ്ട്. കടത്തുകാരന്റെ ഭാര്യയെപ്പോലെ, ഒരു വേശ്യാലയം നടത്തുന്നതിനിടയിൽ കട്ടെടുക്കപ്പെട്ട വസ്തുക്കളുമായി പിടികൂടിയെന്നറിഞ്ഞാലും അവിടെ ആരും ശ്രദ്ധിക്കുകയില്ല. ആരും ഗൗനിക്കില്ല. ഞാനുമില്ല. എന്നാൽ അവർ എഴുതുന്ന ആ പംക്തിയുണ്ടല്ലോ. അത് നാണം കെടുത്തുന്നതാണ്. അവരുടെ പുസ്തകങ്ങളേക്കാൾ മോശമാണത്. അതിലെന്തൊക്കെ വിഴുപ്പാണവർ എഴുതുന്നതെന്ന് നിങ്ങൾക്കറിയാമല്ലോ.' അവളൊന്ന് സ്വരം താഴ്ത്തി. സ്വരത്തിൽ ചില വ്യതിയാനങ്ങൾ വരുത്തി. 'അവനു കീഴ്പ്പെടരുതേ മോളെ. ഈ ആണുങ്ങൾക്കൊക്കെ ആകെ ഒരൊറ്റ വിചാരമേയുള്ളൂ.'

താനുൾപ്പടെയുള്ള പുരുഷന്മാർ മിക്കപ്പോഴും അങ്ങനെയാണെന്ന ചിന്ത ഡൽഗ്ലീഷിലുണ്ടായി. പക്ഷേ അത് പറയാൻ മടിച്ചു. പെട്ടെന്ന് താനൊരു മദ്ധ്യവയസ്കനായിരിക്കുന്നു എന്നും മുഷിപ്പനും ക്ഷിപ്രകോപിയുമായിരിക്കുന്നു എന്നുമുള്ള ചിന്ത അയാളിലുണ്ടായി. താനൊരു സൗഹൃദം ഇപ്പോൾ ആഗ്രഹിച്ചിരുന്നില്ല. അത് പ്രതീക്ഷിച്ചിരുന്നില്ല. ഏകാന്തതയെ ശല്യം ചെയ്യാൻ ഒരു സൗഹൃദം വേണമെന്നാഗ്രഹിച്ചിരുന്നെങ്കിലും ഈ മുൻകോപിയും അസംതൃപ്തയുമായ കൗമാരക്കാരിയേക്കാൾ യോജിക്കാവുന്ന ഒരാളെ കൂടെ കൂട്ടുമായിരുന്നു. അവളുടെ പരാതിയുടെ ശേഷിച്ച ഭാഗം അയാൾ ശ്രദ്ധിച്ചില്ല. അവൾ സ്വരം താഴ്ത്തിയാണ് സംസാരിച്ചത്. അതിനാൽ വാക്കുകൾ കാറ്റിൽ അലിഞ്ഞുപോയി. എങ്കിലും അവസാനത്തെ പിറുപിറുക്കൽ അയാൾക്കരികിലെത്തി. ''സത്യത്തിൽ ഇതൊക്കെ സദാചാരത്തിനെതിരാണ്. ഈ കന്യകാത്വം എന്നൊക്കെ പറയുന്നത് യോഗ്യരായ പുരുഷന്മാരെ ലക്ഷ്യം വയ്ക്കുന്ന ചൂണ്ട മാത്രമാണ്. പ്രത്യേകിച്ചും ഇക്കാലത്ത്.''

''അതിനോട് എനിക്കും വലിയ അനുകമ്പയൊന്നും തോന്നിയിട്ടില്ല. എന്നിരുന്നാലും ഒരു പുരുഷൻ എന്ന നിലയിൽ നിങ്ങളുടെ

അമ്മായി ഞാൻ യുക്തിഹീനനാണെന്ന് കരുതും.'' ഡൽഗ്ലീഷ് പ്രതികരിച്ചു. ''അതെന്തോ ആകട്ടെ. ചുരുങ്ങിയ പക്ഷം അത് യഥാതഥമാണ്. എല്ലാ ആഴ്ചയിലും വായനക്കാരിൽ നിന്ന് ഇത്രയധികം കത്തുകൾ ലഭിച്ചുകൊണ്ടിരിക്കുമ്പോൾ മിസ് കാൽത്രോപ്പിനെ ഇതിലൊന്നും കുറ്റപ്പെടുത്താനുമാകില്ല.''

അവൾ ചുമൽ കുലുക്കി. ''സ്വാഭാവികമായും അവർക്ക് യാഥാസ്ഥിതികമായ ഒരു മാർഗ്ഗം സ്വീകരിക്കേണ്ടി വരും. അവർ സത്യസന്ധത കാണിച്ചാൽ പിന്നെ ആ രാക്ഷസി അവരെ ജോലിയിൽ തുടരാൻ അനുവദിക്കില്ല. സത്യസന്ധയാകുന്നതെങ്ങനെ എന്ന് അവർക്കറിയാം എന്നല്ല ഞാൻ ഉദ്ദേശിച്ചത്. അവർക്കാകട്ടെ ആ പംക്തി ഒരു ആവശ്യവുമാണ്. അവർ ഇങ്ങനെ നേടുന്നതല്ലാതെ മറ്റൊരു വരുമാനം അവർക്കില്ല. നോവലുകളൊക്കെ എല്ലാ കാലത്തും വിറ്റുപോകും എന്നൊന്നും കരുതാനാകില്ലല്ലോ.'' അവളുടെ സ്വരത്തിലെ ആകാംക്ഷ ഡൽഗ്ലീഷിനു പിടിച്ചെടുക്കാനായി. അതിനാൽ ഇത്തിരി പരുഷമായിത്തന്നെ മറുപടി പറഞ്ഞു.

''അതിനെക്കുറിച്ചൊന്നും എനിക്ക് വിഷമിക്കേണ്ടതില്ല. അവരുടെ പുസ്തകങ്ങളുടെ വില്പനയിൽ കുറവുണ്ടാകില്ല. അവർ ലൈംഗികതയെക്കുറിച്ചാണെഴുതുന്നത്. അതെങ്ങനെ പൊതിഞ്ഞ് കെട്ടിയിരിക്കുന്നു എന്നത് ഒരു പക്ഷേ നിങ്ങൾക്ക് ഇഷ്ടമായില്ലെന്ന് വരാം. എങ്കിലും അടിസ്ഥാന വസ്തുവിനെന്നും ആവശ്യക്കാരുണ്ടാകും. നിങ്ങൾക്ക് ലഭിച്ചുകൊണ്ടിരിക്കുന്ന 400 പൗണ്ട് അടുത്ത മൂന്ന് വർഷത്തേക്കെങ്കിലും സുരക്ഷിതമാണെന്നാണെന്റെ അനുമാനം.''

അവൾ മുഷ്ടി ചുരുട്ടി തന്റെ മുഖത്തിപ്പോൾ ആഞ്ഞിടിക്കും എന്നയാൾ പ്രതീക്ഷിച്ചു. എന്നാൽ അതിനു വിപരീതമായി അവൾ പൊട്ടിച്ചിരിച്ചു. ചവിട്ടുപടിയിൽ നിന്ന് മാറി നിന്നു.

''ഞാനത് അർഹിക്കുന്നു. ഞാനെന്നെ വല്ലാതെ ഗൗരവത്തിലെടുത്തു. മുഷിപ്പിച്ചതിനു ക്ഷമ. നിങ്ങൾ സെറ്റൺ ഹൗസിലേക്കായിരിക്കും അല്ലേ?'' അതെ എന്ന് ഡൽഗ്ലീഷ് അറിയിച്ചു. സിൽവിയ കെഡ്ജിനെന്തെങ്കിലും സന്ദേശമെത്തിക്കാനുണ്ടോ എന്ന് ചോദിച്ചു.

''സിൽവിയയോടില്ല. നിങ്ങളെന്തിന് അമ്മായിയുടെ ദല്ലാളാകണം? എനിക്ക് പറയാനുള്ള ഡിഗ്ബിയോടാണ്. അയാൾക്ക് താത്പര്യമുണ്ടെങ്കിൽ, കാര്യങ്ങൾക്കൊക്കെ ഒരു തീർപ്പാകുന്നതു വരെ, ഭക്ഷണം കോട്ടേജിൽ നിന്നാകാം എന്ന് പറഞ്ഞാൽ മതി. ഇന്ന് തണുത്ത ഇറച്ചിയും സാലഡുമെയുള്ളൂ. വരാനാകുന്നെങ്കിൽ നല്ലത്. അയാൾ സിൽവിയയെ ആശ്രയിക്കാൻ താത്പര്യപ്പെടുമെന്ന് എനിക്ക് തോന്നുന്നില്ല. അവർ പരസ്പരം അത്ര യോജിപ്പിലല്ല. തെറ്റിദ്ധരിക്കണ്ട

സൂപരിന്റന്റ്. ഒന്ന് രണ്ട് ദിവസത്തേക്ക് വേണമെങ്കിൽ ഞാൻ ഡിഗ്ബിയെ എന്റെ വണ്ടിയിൽ വീട്ടിൽ കൊണ്ടുപോയി ഭക്ഷണം കൊടുക്കാം. അതിലപ്പുറം പറ്റില്ല. ആ പൊണ്ണനിൽ അതിലപ്പുറം താത്പര്യം എനിക്കില്ല.''

''ഉണ്ടാകില്ല എന്ന് ഞാനും കരുതി.''

അവൾ നാണിച്ചു. അവൾ തിരിഞ്ഞ് നടക്കാനൊരുങ്ങിയപ്പോഴാണ് വെറും ഉദ്വേഗം നിമിത്തം ഡിൽഗ്ലീഷ് വീണ്ടും സംസാരിച്ചു തുടങ്ങിയത്.

''ഒരു കാര്യത്തിൽ മാത്രമാണെനിക്ക് താത്പര്യം തോന്നിയത്. ഡിഗ്ബി സെറ്റൺ നിങ്ങളോട് സാക്സ്മന്ധാമിൽ നിന്ന് അയാളെ കൊണ്ടുപോകണം എന്ന് പറഞ്ഞ് ഫോൺ ചെയ്തുവല്ലോ. അപ്പോൾ അയാൾക്കെങ്ങനെ നിങ്ങൾ കേംബ്രിഡ്ജിലല്ല എന്ന് മനസ്സിലായി?'' അവൾ തിരിഞ്ഞു നോക്കി. ആ നോട്ടത്തിൽ പരിഭ്രമത്തിനേക്കാളുപരി ഭയമായിരുന്നു. ആ ചോദ്യത്തെ പ്രതിരോധിക്കാൻ അവൾ ശ്രമിച്ചില്ല. പകരം അയാളെ ആശ്ചര്യപ്പെടുത്തിക്കൊണ്ട് അവൾ ചിരിച്ചു.

''ഈ ചോദ്യം ആരും ചോദിക്കാഞ്ഞതെന്തേ എന്നത്ഭുതപ്പെടുകയായിരുന്നു ഞാൻ. ചോദിക്കുന്നെങ്കിൽ അത് നിങ്ങളാകുമെന്നും ഞാൻ കരുതിയിരുന്നു. ഉത്തരം ലളിതമാണ്. ലണ്ടനിൽ വച്ച് ഞാൻ ഡിഗ്ബിയെ കണ്ടിരുന്നു. ആകസ്മികമായി. ചൊവ്വാഴ്ച പ്രഭാതത്തിൽ. കൃത്യമായി പറഞ്ഞാൽ പിക്കാഡിലിയിലെ ഭൂഗർഭ പാതയിൽ. അന്ന് രാത്രി ഞാൻ ലണ്ടനിൽ താമസിച്ചു. സ്വന്തം ചെലവിൽ. അതിനാൽ ഒരു പക്ഷേ എന്റെ പക്കൽ, സംഭവം നടക്കുമ്പോൾ ഞാനവിടെയുണ്ടായിരുന്നില്ല എന്നൊരു വാദമില്ല.... ഇതൊക്കെ ഇൻസ്പെക്ടർ റക്ലസിനോടും പറയാനൊരുങ്ങുകയാണോ? നിങ്ങൾ എന്തായാലും പറയുമല്ലാ.''

''ഇല്ല.'' ഡൽഗ്ലീഷ് പറഞ്ഞു. ''നിങ്ങൾ പറയും.''

പതിനൊന്ന്

വാസ്തുശില്പിയുടെ തിരഞ്ഞെടുപ്പിന്റെ കാര്യത്തിൽ ഭാഗ്യവാനായിരുന്നു മൗറിസ് സെറ്റൺ. പ്രാദേശികതയുള്ള ഒരു കെട്ടിടത്തിന്റെ എല്ലാ നല്ല ഗുണവിശേഷങ്ങളും ആ വീടിനുണ്ട്. ഈ സ്ഥലത്തിനു യോജിച്ച മാതൃക. മോങ്ക്സ്മെയർ ഹെഡിലെ ഏറ്റവും ഉച്ചിയിൽ

നിന്ന് വെട്ടിയെടുത്തതാണ് ഇതിനു വേണ്ട ചാരക്കല്ലുകൾ. അതുപയോഗിച്ചാണ് ചുമരുകളും തൂണുകളും പണിതിട്ടുള്ളത്. വടക്ക് ഭാഗത്തെ സോൾ ബെയും തെക്ക് ചതുപ്പ് നിലവും അവിടെയുള്ള പക്ഷിസംരക്ഷണ കേന്ദ്രവും കാണാം. അങ്ങ് ദൂരെ സൈസ്‌വെൽ ഗ്യാപ് വരെയുള്ള ദിക്കുകളെല്ലാം കാണാം. ഒരു വീരവാദങ്ങളുമില്ലാത്ത ഒരു കെട്ടിടം. രണ്ട് നില. എൽ എന്ന ഇംഗ്ലീഷ് അക്ഷരത്തിന്റെ ആകൃതി. കുന്നിന്റെ ഉച്ചിയിൽ നിന്ന് അമ്പത് വാര താഴെയാണത് നിർമ്മിച്ചിരിക്കുന്നത്. സിങ്കളയറിന്റെ ഉറപ്പുള്ള കൊത്തളം പോലെ ഇതും സുന്ദരമായ ഈ ചുമരുകളും കെട്ടിടവും ഒരു ദിനം വടക്കൻ കടലിൽ അമർന്ന് പോയേക്കാം. എന്നാൽ ആ അപകടം വളരെ അടുത്തൊന്നും കാണാനില്ല. ഇവിടെ കുന്നിന് ഉറപ്പുണ്ട്. നല്ല ഉയരവുമുണ്ട്. അതിനാൽ കുന്നിന്റെ ഈ ഭാഗം സ്ഥായിയായി നിലനിൽനിൽക്കും എന്ന തോന്നലുണ്ടാക്കുന്നു. എൽ എന്ന അക്ഷരത്തിന്റെ നീളൻ കൈ തെക്ക്-കിഴക്കായാണ്. അവിടെ വലിയ ജാലകങ്ങളുണ്ട്. ആ ജാലകങ്ങൾ കല്ലുപാകിയ മട്ടുപ്പാവിലേക്ക് തുറക്കുന്നു. ഈ ഭാഗം പണിയുമ്പോൾ അതിന്റെ പദ്ധതിയിൽ സെറ്റണും പങ്കാളിയായിരുന്നു. മട്ടുപ്പാവ് അവസാനിക്കുന്നിടത്ത് അലങ്കരിച്ച രണ്ട് കലശങ്ങൾ സ്ഥാപിക്കാൻ വാസ്തു ശില്പി പദ്ധതിയിടുക അസാധ്യമാണെന്ന് ഡൽഗ്ലീഷ് ചിന്തിച്ചു. ആ കലശങ്ങളിൽ ചില കുറ്റിച്ചെടികൾ വളരുന്നു. സഫൈക് തീരത്തുനിന്നുള്ള തണുത്ത കാറ്റ് ആ കുറ്റിച്ചെടികളെ നിയന്ത്രിച്ച് നിർത്താൻ ശ്രമിക്കുന്നുണ്ട്. അതിനാലാകണം അവ തഴച്ച് വളരാത്തത്. അതുപോലെ രണ്ട് കാലുകൾക്കിടയിൽ ഞാന്ന് കിടക്കുന്ന 'സെറ്റൺ ഹൗസ്' എന്നത് ഊഞ്ഞാലാടാത്തതും. ഈ അക്ഷരങ്ങൾ ഗോഥിക് ശൈലിയിലാണെഴുതിയിരിക്കുന്നത്.

മട്ടുപ്പാവിനരികിൽ നിർത്തിയിട്ടിരിക്കുന്ന കാർ കാണാതെ തന്നെ റക്ലസ് അവിടെയുണ്ടെന്ന് ഡൽഗ്ലീഷിനു മനസിലായി. പുറത്തൊന്നും ആരുമില്ല. എന്നിരുന്നാലും താൻ കടന്ന് വരുന്നത് നിരീക്ഷിക്കപ്പെടുന്നുണ്ട് എന്ന് ഉറപ്പ്. ആ നീളൻ ജാലകങ്ങൾ നിറയെ കണ്ണുകളാണ്. അതിലൊന്ന് തുറന്ന് കിടക്കുന്നു. ഡൽഗ്ലീഷ് വാതിൽ തുറന്ന് സ്വീകരണമുറിയിലേക്ക് കാൽ വച്ചു.

ഒരു രംഗമണ്ഡപത്തിലേക്ക് കാൽ വച്ചതുപോലെ തോന്നി. അതിന്റെ ഓരോ മൂലയിലും ഒരു മുറിയുണ്ട്. അകത്ത് നല്ല വെളിച്ചമുണ്ട്. ആധുനികമായിരുന്നു ആ മുറി. പുറകുവശത്തെ മദ്ധ്യത്തിൽ നിന്ന് ഒരു പിരിയൻ ഗോവണി മുകൾ നിലയിലേക്ക് പോകുന്നു. ഫർണീച്ചറുകളെല്ലാം സമകാലികമാണ്. വിലകൂടിയവയാണ്. അത്

അവിടത്തെ അയഥാർത്ഥതയ്ക്കും ക്ഷണികത്വത്തിനും അനുസരിച്ചുള്ളത് തന്നെ. ജാലകം നിറഞ്ഞ് നിൽക്കുന്നതായിരുന്നു സെറ്റണിന്റെ മേശ. സങ്കീർണ്ണമായ ഒരു പറ്റം വലിപ്പുകളോട് കൂടി പ്രാദേശികമായി നിർമ്മിച്ച ഒന്ന്. വലിപ്പുകളെക്കൂടാതെ അതിൽ പുസ്തകങ്ങൾ സൂക്ഷിക്കാനുള്ള സൗകര്യങ്ങളും മറ്റുമുണ്ട്. ഇരുന്ന് ജോലി ചെയ്യുന്നതിനപ്പുറത്തുള്ള സ്ഥലങ്ങളിൽ അലമാരകളുണ്ട്. ഒരു പക്ഷേ ഇത് ഉടമയുടെ ഇഷ്ടാനുസരണം രൂപകല്പന ചെയ്തതാകാം. പോളിഷ് ചെയ്ത ഓക്ക് മരത്തിലാണതിന്റെ നിർമ്മാണം. വിളറിയ ചാരനിറമുള്ള ചുമരുകളിൽ രണ്ട് മോണറ്റ് ചിത്രങ്ങൾ, ഒട്ടും ഭാവനയില്ലാതെ ഫ്രെയിം ചെയ്ത് ഞാത്തിയിട്ടിരിക്കുന്നു.

അകത്ത് നാലുപേരുണ്ട്. ഡൽഗ്ലീഷ് അകത്ത് കടന്നപ്പോൾ മുതൽ അവർ നിശ്ചലരാണ്. പുഞ്ചിരിക്കാതെ നില്പാണ്. പർദ്ദയുയർത്തുന്നതും കാത്ത് മണ്ഡപത്തിൽ താന്താങ്ങളുടെ സ്ഥാനത്ത് നിൽക്കുന്ന നാടക നടന്മാരെപ്പോലെയുണ്ടവർ. മുറിയുടെ മദ്ധ്യത്തിലുള്ള ഒരു ചെറുകട്ടിലിൽ ഡിഗ്ബി സെറ്റൺ കിടക്കുന്നു. കൃത്രിമ പട്ടുകൊണ്ടുണ്ടാക്കിയ ഒരു ഗൗണും ചുവന്ന പൈജാമയുമാണയാളുടെ വേഷം. നാടകത്തിലെ കാല്പനിക നായകനെപ്പോലെയുണ്ടയാൾ. ആ തൊപ്പിയും സ്റ്റോക്കിങ്ങ്സും മാത്രമാണൊരു അപവാദം. തൊപ്പി കൺപുരികങ്ങൾ മിക്കവാറും മൂടിയിരിക്കുന്നു. സെറ്റണിനു പനിയുണ്ടോ എന്നൊന്ന് ചിന്തിക്കാതിരുന്നില്ല ഡൽഗ്ലീഷ്. രോഗവിമുക്തി നേടിയിട്ടില്ലെങ്കിൽ അയാൾക്ക് ആശുപത്രിയിൽ നിന്ന് വിടുതൽ നൽകില്ലായിരുന്നു. റക്ലസും വിഡ്ഢിയോ അനുഭവസമ്പന്നതയില്ലാത്തവനോ അല്ല. അയാളും ഡോക്ടറോട് ഈ വ്യക്തിയെ ചോദ്യം ചെയ്യാവുന്ന ആരോഗ്യം അയാളിലുണ്ടോ എന്നന്വേഷിച്ചിട്ടുണ്ടാകും. എന്തായാലും അയാളുടെ കണ്ണുകൾക്ക് അസ്വാഭാവികമായ ഒരു തിളക്കമുണ്ട്. കവിളുകളിൽ ചുവന്ന നിലാവുണ്ട്. ആ ചുവപ്പ് സർക്കസിലെ കോമാളികളുടെ കവിളുകളെ ഓർമ്മിപ്പിച്ചു. ചാരനിറമുള്ള ചെറുകട്ടിലിൽ നിന്ന് തീർത്തും വ്യത്യസ്തമായി അത് കാണപ്പെട്ടു. ഇൻസ്പെക്ടർ റക്ലസും സർജന്റ് കോർട്നിയും മേശയ്ക്കരികിലായിരുന്നു. ഇൻസ്പെക്ടറെ പകൽ വെളിച്ചത്തിൽ ഡൽഗ്ലീഷ് ആദ്യമായി കാണുകയാണ്. അയാൾ സുന്ദരനാണ്. സത്യസന്ധതയുള്ളതും ഹൃദ്യവുമായ മുഖമാണയാളുടേത്. പരസ്യങ്ങളിലൊക്കെ വരുന്നതുപോലെയുള്ള ഒരു മുഖം. സർജന്റ് കോർട്നി തനി പൊലീസുകാരനായിരുന്നു.

നാലാമത്തെ അഭിനേതാവ് സ്റ്റേജിലെത്തിയിട്ടില്ല. സ്വീകരണ മുറിയിൽ നിന്ന് തുറന്ന് കിടക്കുന്ന ഒരു വാതിലിലൂടെ ഡൽഗ്ലീഷിന് സിൽവിയ കെഡ്ജിന്റെ രൂപം കാണാനായി. ഒരു മേശയ്ക്കരികിൽ,

തന്റെ ചക്രക്കസേരയിലിരിക്കുകയാണവൾ. അവൾക്ക് മുന്നിൽ ഒരു വെള്ളിത്തളികയുണ്ട്. അവിടെയിരുന്ന അവൾ ഫോക്കുകൾ തുടച്ച് വൃത്തിയാക്കുന്നു. കാണികളുടെ ശ്രദ്ധ ഇപ്പോൾ തന്നിലല്ല എന്ന റിയാവുന്ന ഒരു നടിയുടെ ഭാവമുണ്ടവൾക്ക്. സ്റ്റേജിൽ കയറാൻ സമയമായിട്ടില്ല എന്നറിയാവുന്ന ഒരു നടിയുടെ. അവൾ ഒരു നിമിഷം തന്റെ കണ്ണുകൾ ഡൽഗ്ലീഷിലേക്ക് നീട്ടി. ആ മുഖം കണ്ട് ഡൽഗ്ലീഷ് ഞെട്ടി. അത്രയ്ക്ക് ക്ലേശം ആ മുഖം പ്രതിഫലിപ്പിക്കുന്നുണ്ടായി രുന്നു. അവൾ രോഗിണിയാണെന്നത് വ്യക്തം. അവൾ കണ്ണുകൾ പിൻവലിച്ച് തന്റെ ജോലി തുടർന്നു.

ഡിഗ്ബി സെറ്റൺ കട്ടിലിൽ നിന്നെഴുന്നേറ്റു. ഭക്ഷണ മുറിയുടെ വാതിൽക്കലേക്ക് നടന്നു. വാതിൽ സ്റ്റോക്കിങ്ങ്സ് ധരിച്ച കാലുകൊ ണ്ടൊന്ന് തട്ടി അടച്ചു. പൊലീസുകാരാരും സംസാരിച്ചില്ല.

സെറ്റൺ തന്നെയാണ് സംസാരിച്ച് തുടങ്ങിയത്.

''ക്ഷമിക്കണേ. അവളെ കാണുമ്പോൾ മനസിനൊരു അസ്കൃത. നാശം. മൗറിസ് അവൾക്കായി നീക്കി വച്ച 300 പൗണ്ട് ഞാൻ കൊടുക്കാം എന്ന് പറഞ്ഞു. നിങ്ങൾ വന്നത് നന്നായി സൂപരിന്റന്റ്. നിങ്ങൾ ഈ കേസ് ഏറ്റെടുക്കുകയാണോ?''

ഇതിലും മോശം തുടക്കം എനിക്കാലോചിക്കാനാകില്ലായിരുന്നു.

''അല്ല. ഈ വരവിന് യാഡുമായി ബന്ധമില്ല. ഇൻസ്പെക്ടർ റക്ലസ് ഇതിനകം എല്ലാം വിശദീകരിച്ചിട്ടുണ്ടാകുമല്ലോ. അദ്ദേഹം തന്നെയാണീ കേസ് കൈകാര്യം ചെയ്യുന്നത്.''

റക്ലസ് ഇങ്ങനെയൊരു വിലകുറഞ്ഞ കുത്തുവാക്ക് അർഹി ക്കുന്നു എന്നയാൾ കരുതി.

സെറ്റൺ പ്രതിഷേധിച്ചു.

''ഇത്തരം സങ്കീർണ്ണമായ കൊലപാതക കേസുകളാകുമ്പോൾ അവർ യാഡിനെ വിളിക്കും എന്നാണ് ഞാൻ കരുതിയത്.''

''ഇതൊരു കൊലപാതകമാണെന്ന് കരുതാനെന്താ കാരണം?'' റക്ലസ് ചോദിച്ചു. അയാളപ്പോൾ മേശപ്പുറത്തിരുന്ന കടലാസുകൾ അടുക്കി വയ്ക്കുകയായിരുന്നു. സെറ്റണിലേക്ക് തിരിയാതെയാ ണയാൾ ഈ ചോദ്യമുന്നയിച്ചത്. തീർത്തും ശാന്തമായിരുന്നു ആ സ്വരം. ഒരിടത്തും ഊന്നൽ കൊടുക്കാതെ. ഒട്ടും താത്പര്യമില്ലാത്തതു പോലെ.

''അങ്ങനെയല്ലേ? നിങ്ങൾ തന്നെ പറയൂ. നിങ്ങളൊക്കെയാണല്ലോ നിപുണർ. മൗറിസ് സ്വന്തം കയ്യുകൾ എങ്ങനെ വെട്ടിക്കളഞ്ഞു എന്ന് എനിക്ക് മനസിലാകുന്നില്ല. ഒരു കൈ വെട്ടാനാകും. രണ്ടും വെട്ടാ നാകുമോ? അതൊരു കൊലപാതകിയല്ലാതെ ആര് ചെയ്യാനാണ്?

ഞാനെന്തിനു വാദിക്കണം. ഇവിടെ സ്കോട്ലണ്ട് യാഡിനെ പ്രതിനിധീകരിക്കുന്ന ഒരാളുണ്ടല്ലോ.''

''ഞാൻ അവധിയിലാണെന്നത് ഓർമ്മയുണ്ടാകണം. നിങ്ങളുടെ അതേ അവസ്ഥയിലാണിപ്പോൾ ഞാനും.''

''നിങ്ങളൊക്കെ എന്ത് നാശമാണ്.'' സെറ്റൺ ശരീരം വളച്ച് ഇരുന്നു. കട്ടിലിനു കീഴെ വച്ച ഷൂസ് തപ്പിയെടുത്തു.

''എന്റെ ജ്യേഷ്ഠൻ മൗറിസ് നിങ്ങൾക്കായി രണ്ട് ലക്ഷം പൗണ്ടൊന്നും നീക്കി വച്ചിട്ടില്ല. ഭ്രാന്താണിത്. അവിശ്വസനീയം. ഏതോ മരത്തലയൻ പഴയ വൈരാഗ്യം തീർത്തപ്പോൾ എനിക്ക് ഒരു നിധി ലഭിക്കുന്നു. മൗറിസിനിത്രയും പണം എവിടെനിന്നാണാവോ ലഭിച്ചത്?''

''അതിലൊരു ഭാഗം അയാളുടെ അമ്മയിൽ നിന്ന്. പിന്നെയൊരു ഭാഗം അന്തരിച്ച ഭാര്യയിൽ നിന്ന്'' റക്ലസ് പറഞ്ഞു. അയാൾ അപ്പോഴേക്കും കടലാസുകളൊക്കെ അടുക്കിവച്ചിരുന്നു. അതിനു ശേഷം ഒരു വലിപ്പിൽ കിടന്ന ഇൻഡക്സ് കാർഡിലൂടെ വിരലോടിക്കുകയായിരുന്നു. ഒരു പണ്ഡിതൻ എന്തോ തിരയുന്നതുപോലെ, ശ്രദ്ധിച്ച്.

സെറ്റൺ അത് കേട്ട് ഒന്ന് ചിരിച്ചു. ചിരിക്കുന്നതുപോലെ ചീറ്റി.

''അങ്ങനെയാണോ പെറ്റിഗ്ര്യൂ പറഞ്ഞത്? പെറ്റിഗ്ര്യു! ഞാൻ നിങ്ങളോടാണ് ചോദിക്കുന്നത് ഡൽഗ്ലീഷ്. മൗറിസിന് പെറ്റിഗ്ര്യൂ എന്നൊരു വക്കീലുണ്ടായിരുന്നു എന്ന് വിശ്വസിക്കൂ. അങ്ങനെയൊരു പേരുള്ള ആ ചെകുത്താന്റെ രൂപമെന്താകും? പെറ്റിഗ്ര്യൂ! ജനനം തൊട്ടേ ഒരു സോളിസിറ്ററാകാൻ അഭിവന്ദ്യനായവൻ. അയാളുടെ രൂപം ഊഹിക്കാനാകുന്നുണ്ടോ? വരണ്ട രൂപം. അറുപതുകളിലാകും പ്രായം. വാച്ചിനൊരു ചങ്ങലയൊക്കെയുള്ളയാൾ. സാധുതയുള്ള ഒരു വിൽപ്പത്രം എങ്ങനെ എഴുതണം എന്ന് അയാൾക്കറിയാമായിരുന്നെങ്കിൽ എന്നേ ഞാൻ പ്രതീക്ഷിക്കുന്നുള്ളൂ.''

''അതിനെക്കുറിച്ചാലോചിച്ച് നിങ്ങൾ വിഷമിക്കണമെന്നില്ലെന്ന് തോന്നുന്നു.'' ഡൽഗ്ലീഷ് പറഞ്ഞു. അയാൾക്ക് ചാൾസ് പെറ്റിഗ്ര്യൂവിനെ അറിയാം. തന്റെ അമ്മായിയുടെ സോളിസിറ്ററും അയാൾ തന്നെയാണ്. വളരെ പഴക്കമുള്ള ഒരു വക്കീൽ സ്ഥാപനമാണത്. ഇന്നത്തെ ഉടമയ്ക്ക് അത് അയാളുടെ മുത്തച്ഛനിൽ നിന്ന് ലഭിച്ചതാണ്. മുപ്പതുകാരനാണയാൾ. കഴിവുള്ളവൻ. കടലിനോടും കടൽയാത്രകളോടുമുള്ള ഇഷ്ടക്കൂടുതൽ കൊണ്ട് ഈ നാട്ടിൻപുറത്ത് തൊഴിൽ ചെയ്യാൻ തുടങ്ങിയതാണയാൾ.

''വില്പത്രത്തിന്റെ ഒരു പകർപ്പ് ലഭിച്ചോ?'' അയാൾ ചോദിച്ചു.

''ഇവിടെയുണ്ട്.'' റക്ലസ്റ്റ് ഒരു കടല്ലാസ് നീട്ടി. നല്ല കട്ടിയുള്ള ഒരു കടലാസ്. ഡൽഗ്ലീഷ് അതിലൂടെ ഒന്ന് കണ്ണോടിച്ചു. വളരെ

കുറച്ച് കാര്യങ്ങളേ അതിൽ പറഞ്ഞിട്ടുള്ളൂ. അതിനാൽ എളുപ്പത്തിൽ വായിച്ച് തീർക്കാനായി. തന്റെ ശരീരം വൈദ്യ പഠനങ്ങൾക്കായി വിട്ടുകൊടുക്കുന്നു. എന്ന് മൗറിസ് സെറ്റൺ അതിൽ പറഞ്ഞിരിക്കുന്നു. അതിനു ശേഷമേ അത് സംസ്കരിക്കാൻ പാടുള്ളൂ എന്ന്. രണ്ടായിരം പൗണ്ട് അയാൾ സെലിയ കാൽത്രോപ്പിനു നീക്കി വച്ചിട്ടുണ്ട്. ''എന്റെ ഭാര്യയുടെ മരണ ശേഷം എന്നെ മനസിലാക്കിയതിനും എന്നോട് അനുകമ്പ കാണിച്ചതിനും.'' 300 പൗണ്ട് സിൽവിയ കെഡ്ജിനും നീക്കിവച്ചിരിക്കുന്നു. ''എന്റെ മരണ സമയത്ത് അവൾ എനിക്കൊപ്പം പത്ത് വർഷത്തെ സേവനം പൂർത്തീകരിച്ചിട്ടുണ്ടെങ്കിൽ മാത്രം.'' സ്വത്തിന്റെ ബാക്കിയെല്ലാം ഡിഗ്ബി കെന്നത്ത് സെറ്റണിനുള്ളതാണ്. അതിനുള്ള വ്യവസ്ഥ അയാൾ വിവാഹിതനാകണം എന്നതു മാത്രം. ഈ അർദ്ധ സഹോദരനാണാദ്യം മരിക്കുന്നതെങ്കിലോ അയാൾ അവിവാഹിതനായി തന്നെ മരിക്കുന്നെങ്കിലോ ഈ സ്വത്തെല്ലാം സെലിയ കാൽത്രോപ്പിന്റേതാകും.

''പാവം കെഡ്ജ്.'' സെറ്റൺ പരിഹസിച്ചു. ''കേവലം രണ്ട് മാസത്തിന്റെ കുറവുകൊണ്ടാണവൾക്ക് 300 പൗണ്ട് നഷ്ടമായത്. വെറുതെയല്ല അവൾക്കിന്ന് രോഗം മൂർച്ഛിച്ചത്. മൗറിസിന്റെ അനന്തരവകാശി ഞാനാകും എന്ന് എനിക്ക് നല്ലവണ്ണമറിയാമായിരുന്നു. അങ്ങനെ അദ്ദേഹം പല തവണ പറഞ്ഞിട്ടുണ്ട്. ഞാനല്ലാതെ പിന്നെ ഇതൊക്കെ കൊടുക്കാൻ മറ്റൊരാളുമില്ലല്ലോ. ഞങ്ങൾ അത്ര അടുപ്പത്തിലൊന്നുമായിരുന്നില്ല. എന്നാലും ഒരേ പിതാവിൽ നിന്ന് ജനിച്ചവരാണല്ലോ. മൗറിസിനാകട്ടെ ആ വൃദ്ധനോട് ബഹുമാനമായിരുന്നു. എന്നാലും രണ്ട് ലക്ഷം പൗണ്ടെന്നൊക്കെ പറഞ്ഞാൽ! ആ ഡൊറോത്തി ധനികയായിരുന്നു എന്നർത്ഥം. രസമെന്തെന്നാൽ അവർ മരിക്കുന്ന സമയത്ത് രണ്ടുപേരും തമ്മിൽ ഒരു യോജിപ്പിലുമായിരുന്നില്ല എന്നതാണ്.''

''ശ്രീമതി മൗറിസ് സെറ്റണിനപ്പോൾ മറ്റ് ബന്ധുക്കളൊന്നുമുണ്ടായിരുന്നില്ലേ?'' റക്ലസ് ചോദിച്ചു.

''ഇല്ലെന്നാണെന്റെ അറിവ്. അതെന്റെ ഭാഗ്യം. അല്ലാതെന്താ? അവർ ആത്മഹത്യ ചെയ്തപ്പോൾ ഒരു സഹോദരിയെക്കുറിച്ച് സംസാരമുണ്ടായി. അവരെ ബന്ധപ്പെടണമെന്നൊക്കെ പറയുന്നത് കേട്ടു. സഹോദരിയോ അതോ സഹോദരനോ? എനിക്കോർമ്മയില്ല. എന്തായാലും ആരും വന്നില്ല. അവരുടെ വിൽപ്പത്രത്തിലും മൗറിസിന്റെ പേരല്ലാതെ മറ്റാരുടേയുമില്ലായിരുന്നു. അവരുടെ പിതാവ് ഒരു വസ്തു ഊഹക്കച്ചവടക്കാരനായിരുന്നു. സമ്പന്നനായിരുന്നു. അതെല്ലാം മൗറിസിനു ലഭിച്ചു. എന്നാലും രണ്ട് ലക്ഷം പൗണ്ട് എന്നൊക്കെ പറഞ്ഞാൽ!''

''ഒരുപക്ഷേ നിങ്ങളുടെ അർദ്ധ സഹോദരന് പുസ്തകങ്ങളിൽ നിന്ന് നല്ല വരുമാനം ലഭിച്ചിരിക്കും.'' റക്‌ലസ് നിർദ്ദേശിച്ചു. അയാൾ അപ്പോഴേക്കും ആ ഇൻഡക്സ് കാർഡ് പരതിക്കഴിഞ്ഞിരുന്നു. എങ്കിലും അവിടെത്തന്നെ ഇരിപ്പായിരുന്നു. ഒരു നോട്ടുപുസ്തകത്തിൽ എന്തൊക്കെയോ കുത്തിക്കുറിക്കുന്നുണ്ടായിരുന്നു. സെറ്റണിന്റെ പ്രതികരണങ്ങളിൽ അത്ര തത്പരനല്ല എന്ന് നടിക്കുന്നുണ്ടായിരുന്നു. ഡൽഗ്ലീഷ് പക്ഷേ ഒരു പ്രൊഫഷണലാണ്. ആ അഭിമുഖം ഒരു പദ്ധതിക്കനുസൃതമായാണ് പോകുന്നതെന്ന് അയാൾക്ക് അറിയാമായിരുന്നു.

''ഞാനങ്ങനെ കരുതുന്നില്ല. എഴുത്തുകൊണ്ടൊന്നും ഒരു മെച്ചവുമില്ല എന്നാണ് മൗറിസ് എന്നും പറഞ്ഞിരുന്നത്. അതിനോട് ഒട്ടും ഇഷ്ടമുണ്ടായിരുന്നില്ല. ഇത് 'വിലകുറഞ്ഞ ഫിക്ഷന്റെ' കാലമാണെന്നാണയാൾ പറഞ്ഞിരുന്നത്. ചില കൗശലങ്ങളെല്ലാം അറിയില്ലെങ്കിൽ പിന്നെ ആ എഴുത്തുകാരനിൽ ആർക്കും താത്പര്യമുണ്ടാകില്ല എന്ന്. പരസ്യമാണ് ബെസ്റ്റ് സെല്ലറൊക്കെ സൃഷ്ടിക്കുന്നത്. നല്ല എഴുത്തിന് ചില ഹാനികളുണ്ട്. പൊതു ലൈബ്രറികളും വില്പനയെ കൊല്ലുന്നവയാണ്. അയാൾ ആ പറഞ്ഞതിലൊക്കെ സത്യമുണ്ടെന്ന് ഞാൻ ആണയിടും. രണ്ട് ലക്ഷം പൗണ്ടൊക്കെ കയ്യിലുണ്ടായിരുന്നു എങ്കിൽ പിന്നെ എന്തിനാണിങ്ങനെ ഇതിനെക്കുറിച്ചൊക്കെ വിഷമിച്ചിരുന്നത് എന്നെനിക്കറിയില്ല. ഒരു പക്ഷേ ഒരു എഴുത്തുകാരൻ എന്ന ഖ്യാതി അയാൾ ഇഷ്ടപ്പെട്ടിരുന്നിരിക്കാം. അയാളുടെ ആത്മാഭിമാനത്തിനത് ഗുണം ചെയ്തിരുന്നിരിക്കാം. അതിനെ ഇത്ര ഗൗരവത്തിലയാൾ എന്തുകൊണ്ടെടുത്തു എന്ന് എനിക്കറിയില്ല. തിരിച്ചും അങ്ങനെയായിരുന്നല്ലോ. എനിക്ക് എന്റെ ക്ലബ്ബുകളോട് ഇത്ര ഇഷ്ടമെന്തുകൊണ്ടെന്ന് അയാൾക്കും മനസ്സിലായിരുന്നില്ല. ഇനിയിപ്പോൾ എനിക്ക് എന്റെയിഷ്ടത്തിനാകാമല്ലോ. പലതും എനിക്കനുകൂലമായി ഭവിച്ചിരിക്കുന്നു. ഞാൻ ക്ലബ്ബുകളുടെ ഒരു ശൃംഖല തന്നെ തുടങ്ങും. ആദ്യദിവസത്തെ കളിക്ക് നിങ്ങളെ രണ്ട് പേരേയും ഇപ്പോഴേ ക്ഷണിക്കുന്നു. വെസ്റ്റ് സെൻട്രലിനെ മുഴുക്കെ നിങ്ങൾക്കൊപ്പം കൊണ്ടുവരൂ. ചിലവിനെക്കുറിച്ച് വിഷമിക്കണ്ട. മദ്യത്തിന്റെ ചിലവിനെക്കുറിച്ച്. കളികൾ അശ്ലീലമാകുന്നോ എന്ന് ഒളിഞ്ഞ് നോക്കുകയും വേണ്ട. വിനോദസഞ്ചാരികളുടെ വേഷം കെട്ടിച്ച് വനിതാ പൊലീസിനെ അയയ്ക്കണ്ട. നല്ല മേശകളുണ്ടാകും. എല്ലാം നിങ്ങൾക്കിഷ്ടപ്പെടുന്നതുപോലെ. ഞാനൊരിക്കൽ ഗോൾഡൻ പെസന്റ് വാങ്ങിക്കേണ്ടതായിരുന്നു ഡൽഗ്ലീഷ്. അന്ന് അതിനുള്ള മൂലധനം തികയാതെ പോയി. ഇനിയിപ്പോൾ അതെനിക്ക് ചെയ്യാനാകും.''

‘‘അതിനു മുമ്പൊരു ഭാര്യയെ കണ്ടെത്തേണ്ടി വരും.’’ ഡൽഗ്ലീഷ് ഓർമ്മിപ്പിച്ചു. സെറ്റണിന്റെ വിൽപ്പത്രത്തിൽ പറഞ്ഞിരുന്ന ട്രസ്റ്റികളുടെ പേരുകൾ അയാൾ കുറിച്ചെടുത്തു. രണ്ടാമതൊരു ഗോൾഡൻ പെസന്റ് നിർമ്മിക്കാൻ ഈ പണം അത്രയെളുപ്പത്തിൽ വിട്ടുകൊടുക്കുന്നവരാണെന്ന് അയാൾക്ക് തോന്നിയില്ല. എന്തുകൊണ്ടാണ് ഡിഗ്ബി വിവാഹിതനായി കാണാൻ മൗറിസ് സെറ്റൺ ആഗ്രഹിച്ചത് എന്ന് അയാൾ ചോദിച്ചു.

‘‘മൗറിസ് എന്നും അതിനെക്കുറിച്ച് സൂചിപ്പിക്കാറുണ്ടായിരുന്നു. ഞാൻ എവിടെയെങ്കിലും സ്ഥിരതാമസമാക്കണം എന്നാവശ്യപ്പെടാറുണ്ടായിരുന്നു. കുടുംബത്തിന്റെ പേര് എന്നതിനോട് ഒരു പ്രത്യേക ഇഷ്ടം അയാൾക്കുണ്ടായിരുന്നു. അയാൾക്ക് സ്വന്തമായി കുട്ടികളുണ്ടായില്ല. എനിക്കറിയാവുന്നിടത്തോളം ഇല്ല. ഡോറോത്തിയുമായുള്ള വിവാഹം ആകെ അലങ്കോലമായിരുന്നതിനാൽ രണ്ടാമതൊരു വിവാഹത്തെക്കുറിച്ച് ആലോചിച്ചതുമില്ല. അത് മാത്രമല്ല തുറക്കാത്ത ഹൃദയമായിരുന്നു അയാളുടേത്. ഭയമായിരുന്നു അയാൾക്ക്. ഏതെങ്കിലും അപരിചിതയുമൊത്ത് ഞാനൊരു കുടുംബജീവിതം തുടങ്ങുമോ എന്ന ഭയം. ഒരു പൊണ്ണനുമൊത്ത് തന്റെ പണം പങ്കിടാൻ അയാൾ ആഗ്രഹിച്ചിരുന്നില്ല. പാവം മൗറിസ്. ആയാൾ അവളെ ഒരിക്കലെങ്കിലും കാണേണ്ടതായിരുന്നു. റാണിയാണവൾ. അയാൾ കരുതിയത് ലണ്ടനിലും വെസ്റ്റ് എൻഡിലെ ക്ലബ്ബുകളിലുമൊന്നും നല്ല പെൺകുട്ടികളുണ്ടാകില്ല എന്നാണ്.’’

‘‘അനതിസാധാരണം.’’ ഡൽഗ്ലീഷ് വികാരങ്ങളില്ലാതെ പറഞ്ഞു. അതിലെ വിരോധാഭാസം സെറ്റണിനു മനസ്സിലായില്ല എന്ന് തോന്നി. അയാൾ ആകാംക്ഷയോടെ തുടർന്നു.

‘‘നിങ്ങൾ ഞാൻ പറഞ്ഞ ആ ഫോൺ കോളിന്റെ കാര്യം വിശ്വസിക്കുന്നുണ്ടല്ലോ അല്ലേ? കൊലപാതകി ബുധനാഴ്ച രാത്രി ഞാനിവിടെ എത്തിയ ഉടൻ എനിക്ക് ഫോൺ ചെയ്തു. എന്നെ വിഡ്ഢിയാക്കിക്കൊണ്ട് ലൗവ്സ്‌ടോഫ്ടിലേക്കയച്ചു. മരണസമയത്ത് ഞാനിവിടെ ഉണ്ടായിരുന്നില്ല എന്നൊരു കാരണം പറയാൻ എന്നെ ഈ വീട്ടിൽ നിന്ന് അകറ്റി നിർത്തുക തന്നെയായിരുന്നു അയാളുടെ ലക്ഷ്യം. അങ്ങനെയാണ് ഞാൻ കരുതുന്നത്. അതല്ലാതെ ഒരു കാരണം എനിക്ക് കണ്ടെത്താനാകുന്നില്ല. അതെന്തായാലും എനിക്ക് ചില വിഷമങ്ങൾ തരുമെന്ന് അറിയാം. ലിസ് അപ്പോൾ എന്നോടൊപ്പം വന്നിരുന്നെങ്കിൽ എന്ന് ഇപ്പോൾ ആഗ്രഹിച്ചുപോകുന്നു. ഞാനിവിടെ വന്നപ്പോൾ മൗറിസ് ഇവിടെയില്ലായിരുന്നു എന്ന് ഞാനെങ്ങനെ തെളിയിക്കും എന്നെനിക്കറിയില്ല. അതുപോലെ അന്ന് രാത്രി,

കയ്യിലൊരു കത്തിയുമായി, മൗറിസുമൊന്നിച്ച് ഞാൻ കടൽക്കരയിലേക്ക് നടക്കാൻ പോയിട്ടില്ല എന്നും. ആ ആയുധം കണ്ടെത്താനായോ?''

കണ്ടെത്തിയില്ല എന്ന് ഇൻസ്പെക്ടർ അറിയിച്ചു. ''അത് കണ്ടെത്തിയിട്ടും കാര്യമില്ല സെറ്റൺ. ആ ഫോൺ കോളിനെക്കുറിച്ച് നിങ്ങൾക്ക് കൂടുതൽ കാര്യങ്ങൾ ഓർത്തെടുക്കേണ്ടി വരും.''

''എനിക്കാകുന്നില്ല'' സെറ്റണിനു പെട്ടെന്ന് കോപം വന്നു. മുഖം വീർപ്പിച്ച് അയാൾ തുടർന്നു. ''നിങ്ങൾ ഇത് തന്നെ ചോദിച്ചു കൊണ്ടേയിരിക്കുന്നു. ഞാൻ ഒരേ ഉത്തരം പറഞ്ഞുകൊണ്ടുമിരിക്കുന്നു. എനിക്ക് ഓർമ്മയില്ല. അതിനു ശേഷം എനിക്ക് തലയ്ക്ക് നല്ല ഒരു പ്രഹരം കിട്ടിയത് ഓർമ്മയില്ലേ. നിങ്ങൾ നേരത്തെ പറയുകയായിരുന്നെങ്കിൽ ഞാനും പലതും ഊഹിക്കുമായിരുന്നു അല്ലെങ്കിൽ കാറെടുത്ത് പുറത്തിറങ്ങുകയില്ലായിരുന്നു. അത്രയ്ക്ക് ക്ഷീണമുണ്ടായിരുന്നു എനിക്കപ്പോൾ. വെറുതെ തമാശയ്ക്ക് ലൗസ്ടോഫ്റ്റ് വരെ പോകാനുള്ള മാനസികാവസ്ഥയിലൊന്നുമായിരുന്നില്ല. ആരോ ഫോൺ ചെയ്തു. അതെനിക്ക് ഉറപ്പുണ്ട്. എന്നാൽ ആ സ്വരം എങ്ങനെയുണ്ടായിരുന്നു എന്നൊന്നും ഓർത്തെടുക്കാനാകുന്നില്ല. അതൊരു ആണായിരുന്നോ പെണ്ണായിരുന്നോ എന്ന് തന്നെ ഓർമ്മയില്ല.''

''സന്ദേശം എന്തായിരുന്നു എന്നോർമ്മയുണ്ടോ?''

''അത് ഞാൻ പറഞ്ഞല്ലോ ഇൻസ്പെക്ടർ. ലൗസ്ടോഫ്റ്റ് പൊലീസ് സ്റ്റേഷനിൽ നിന്നാണെന്ന് പറഞ്ഞു. മൗറിസിന്റെ ശവം ഒരു കളിവള്ളത്തിൽ, കൈകൾ കൊത്തിയരിഞ്ഞ അവസ്ഥയിൽ കണ്ടെത്തിയിരിക്കുന്നു എന്ന് പറഞ്ഞു.''

''കൊത്തിയരിഞ്ഞ അവസ്ഥയിലോ അതോ വെട്ടിമാറ്റിയ അവസ്ഥയിലോ?''

''എനിക്കറിയില്ല. കൊത്തിയരിഞ്ഞ് എന്നാണെന്റെ ഓർമ്മ. എന്തായാലും എന്നോട് ലൗസ്ടോഫ്റ്റിലെത്തി ശവം തിരിച്ചറിയണം എന്നാവശ്യപ്പെട്ടു. അതിനായി ഞാൻ ഇറങ്ങി. മൗറിസ് തന്റെ കാറിന്റെ ചാവി എവിടെയാണ് സൂക്ഷിക്കുന്നതെന്ന് എനിക്കറിയാമായിരുന്നു. വണ്ടിയിലാണെങ്കിൽ എണ്ണ ധാരാളമുണ്ടായിരുന്നു. അത് ഭാഗ്യമായോ നിർഭാഗ്യമായോ എന്നൊന്നും പറയാനാകുന്നില്ല. അതുമൂലം എന്റേയും മരണം സംഭവിക്കുമായിരുന്നു. എന്റെ തെറ്റ് എന്നാകും നിങ്ങളിപ്പോൾ പറയാൻ പോകുന്നത് എന്ന് എനിക്കറിയാം. പോകുന്ന വഴിയിൽ കൈവശമുണ്ടായിരുന്ന ഫ്ളാസ്കിൽ നിന്ന് ഒന്ന് രണ്ട് കവിൾ ഞാനിറക്കി എന്നതും സത്യമാണ്. അതിൽ നിങ്ങൾ അത്ഭുതപ്പെട്ടിട്ട് കാര്യമില്ല. ഞാനാകെ ക്ഷീണിച്ച അവസ്ഥയിലായിരുന്നുവല്ലോ.

ചൊവ്വാഴ്ചയും ഉറക്കം ശരിയായിരുന്നില്ല. വെസ്റ്റ് സെൻട്രലിലെ ഒരു ഹോട്ടലിലായിരുന്നു. ഹോട്ടൽ എന്നൊന്നും അതിനെ വിളിക്കാനാകില്ല. അതിനു ശേഷം ദീർഘിച്ച ആ തീവണ്ടി യാത്രയും.''

''എന്നിട്ടും ഒന്ന് പുനഃപരിശോധന നടത്താതെ, ആരോടും ചോദിക്കാതെ, നിങ്ങളുടൻ ലൗസ്ടോഫ്റ്റിലേക്ക് പോകാനൊരുങ്ങിയല്ലേ?'' റക്‌ലസ് ചോദിച്ചു.

''ഞാൻ ചിലയിടത്തൊക്കെ പരിശോധിച്ചു. വണ്ടി നിരത്തിലെത്തിയപ്പോൾ ആ കളിവള്ളം അവിടെയുണ്ടോ എന്നൊന്ന് അന്വേഷിക്കാമെന്ന് വച്ചു. അതിനാൽ ടാനേഴ്സ് ലെയ്നിലേക്ക് പോയി. വണ്ടി എത്താവുന്നിടത്തോളം ദൂരത്തേക്ക്. അവിടെ നിന്ന് കടൽക്കരയിലൂടെ നടന്നു. വള്ളം അപ്പോൾ അവിടെയില്ലായിരുന്നു. അത്രയും മതിയല്ലോ എനിക്ക്. ഞാൻ പൊലീസ് സ്റ്റേഷനിലേക്ക് തിരിച്ച് വിളിക്കണമായിരുന്നു എന്നല്ലേ നിങ്ങൾ ഇപ്പോൾ ചിന്തിക്കുന്നത്? എന്നിട്ട് ആ സന്ദേശം വ്യാജമായിരുന്നോ എന്ന് പരിശോധിക്കണമെന്ന്. ഞാനിറങ്ങിക്കഴിഞ്ഞിരുന്നു. പിന്നെ ഏറ്റവും എളുപ്പം ആ വള്ളം അവിടെയുണ്ടോ എന്ന് പരിശോധിക്കുകയായിരുന്നു. ഞാൻ പറഞ്ഞ് വരുന്നത്...''

''തുടരൂ... എന്താണത്?'' റക്‌ലസ് ശാന്തത കൈവിട്ടില്ല.

''എനിക്ക് ഫോൺ ചെയ്തത് ആരായാലും അവർക്ക് ഞാൻ വീട്ടിലുണ്ടെന്ന് അറിയാമായിരുന്നു. അതെന്തായാലും ലിസ് മാർലിയല്ല. കാരണം ഫോൺ ശബ്ദിച്ചുകൊണ്ടിരിക്കുമ്പോഴാണവൾ ഇവിടെ നിന്ന് പോയത്. അപ്പോൾ ഞാനിവിടെയുള്ളത് ആരറിഞ്ഞിട്ടുണ്ടാകും?''

''നിങ്ങൾ വരുന്നത് ആരെങ്കിലും കണ്ടിരിക്കും.'' റക്‌ലസ് അഭിപ്രായപ്പെട്ടു. ''അകത്ത് കയറിയപ്പോൾ വിളക്കുകൾ തെളിയിച്ചിരുന്നല്ലോ. അത് വളരെ ദൂരെനിന്ന് തന്നെ ആർക്കും കാണാനാകും.''

''ഞാൻ വിളക്കുകൾ തെളിയിച്ചു എന്നത് സത്യം. ഒന്നല്ല. പല വിളക്കുകളും. ഇവിടെയെത്തിയാൽ രാത്രി സമയങ്ങളിൽ എനിക്ക് ഭയമാണ്. എന്നാലും ഇത് വിചിത്രമായി തോന്നുന്നു.''

അത് വിചിത്രം തന്നെയാണ് എന്ന് ഡൽഗ്ലീഷും കരുതി. പക്ഷേ ഇൻസ്പെക്ടറുടെ വിശദീകരണത്തിലും ശരിയുണ്ട്. അവിടെ പെട്ടെന്ന് തെളിഞ്ഞ വിളക്കുകളും ആ വെളിച്ചത്തിൽ നിൽക്കുന്ന മനുഷ്യനേയും മോങ്ക്സ്മെയറിലെ കുന്നിലുള്ളവർ മുഴുക്കെ കണ്ടിട്ടുണ്ടാകും. അവർ പുറത്തിറങ്ങിയപ്പോൾ ഡിഗ്ബി സെറ്റൺ സന്ദേശത്തിനനുസരിച്ച് യാത്രയായിരിക്കുന്നു എന്നും മനസ്സിലാക്കിക്കാണും. പക്ഷേ, അയാളെ എന്തിനാണവർ തിരഞ്ഞെടുത്തത്? സെറ്റൺ

ഹൗസിൽ അവർക്ക് ഇനിയും എന്തെങ്കിലും ചെയ്യാൻ ബാക്കിയുണ്ടായിരുന്നോ? എന്തെങ്കിലും തിരയാനുണ്ടായിരുന്നോ? നശിപ്പിക്കേണ്ട തെളിവുകളെന്തെങ്കിലുമുണ്ടായിരുന്നോ? ആ ശവം ഒളിപ്പിച്ചതു തന്നെ സെറ്റൺ ഹൗസിലായിരുന്നോ? വള്ളം അവിടെയില്ലായിരുന്നു എന്ന് ഡിഗ്ബി പറഞ്ഞത് സത്യമാണെങ്കിൽ പിന്നെ ഇവിടെ ഒളിപ്പിച്ചു എന്നതെങ്ങനെ ശരിയാകും?

ഡിഗ്ബി പെട്ടെന്ന് വീണ്ടും സംസാരിച്ച് തുടങ്ങി.

''വൈദ്യഗവേഷണങ്ങൾക്കായി ആ ശവം വിട്ടുകൊടുക്കേണ്ടുന്ന കാര്യത്തിൽ എനിക്കെന്താണ് ചെയ്യാനുള്ളത്? അതിനെക്കുറിച്ചൊന്നും മൗറിസ് ഒരിക്കലും എന്നോട് ഒരക്ഷരം പറഞ്ഞിട്ടില്ല. എന്നാലും, അയാൾക്ക് അതാണ് വേണ്ടതെങ്കിൽ....''

അയാൾ ഡൽഗ്ലീഷിനേയും റക്ലസിനേയും മാറി മാറി നോക്കി. ഉത്തരം പറഞ്ഞത് ഇൻസ്പെക്ടറാണ്.

''അതിനെക്കുറിച്ച് ഞാനിപ്പോൾ ആലോചിച്ച് ക്ലേശിക്കേണ്ടതില്ല സർ. നിങ്ങളുടെ സഹോദരൻ അതിനാവശ്യമുള്ള നിർദ്ദേശങ്ങളും പത്രികകളുമെല്ലാം പൂർത്തിയാക്കി വച്ചിട്ടുണ്ട്. അതിനൊക്കെ സമയമുണ്ട്. കുറച്ച് കാത്തിരിക്കേണ്ടി വരും.''

''ഞാനും അങ്ങനെ കരുതി. എന്നിരുന്നാലും എനിക്ക്... ഞാനുദ്ദേശിച്ചത് അയാൾക്ക് അതാണ് വേണ്ടതെങ്കിൽ....''

അയാൾ പാതിയിൽ നിർത്തി. അയാളിലെ ആവേശത്തിന് പെട്ടെന്ന് കുറവ് വന്നിരിക്കുന്നു. അയാൾ ക്ഷീണിതനായതുപോലെ തോന്നി. ഡൽഗ്ലീഷും റക്ലസും പരസ്പരം നോക്കി. വാൾട്ടർ സൈദെനാം മൗറിസിന്റെ ശരീരത്തിലെ തന്റെ ജോലി പൂർത്തിയാക്കിയാൽ അതിൽ നിന്ന് ഇനിയും പലതും അറിയാനുണ്ടാകും എന്ന് ആ നോട്ടത്തിലുണ്ടായിരുന്നു. ഡോക്ടർ സൈദനാമിന്റെ ഫോറൻസിക് പാത്തോളജിയെക്കുറിച്ചുള്ള പുസ്തകത്തിൽ അയാൾ ശവത്തെ നെടുകെ പിളർക്കുന്നതിനെക്കുറിച്ച്, കഴുത്ത് മുതൽ, നാഭിക്ക് കീഴെ വരെ പിളർക്കുന്നതിനെക്കുറിച്ച്, പറഞ്ഞിട്ടുണ്ട്. സെറ്റണിന്റെ കൈകാലുകൾ ഒരുപക്ഷേ വിദ്യാർത്ഥികൾക്ക് പഠനത്തിനുപകാരപ്രദമായേക്കാം. എന്നാൽ സെറ്റണിന്റെ മനസ്സിൽ അതായിരുന്നോ എന്ന് ഉറപ്പില്ല. എന്തായാലും അയാളുടെ ശവം ഇപ്പോഴേ വൈദ്യശാസ്ത്രത്തിനു വിട്ടുകൊടുക്കപ്പെട്ടിരിക്കുന്നു.

റക്ലസ് അവിടെ നിന്ന് ഇറങ്ങാനുള്ള തയ്യാറെടുപ്പിലായിരുന്നു. അഞ്ച് ദിവസത്തിനുള്ളിൽ ചോദ്യം ചെയ്യലിനായി വിളിപ്പിക്കും എന്ന് അയാൾ ഡിഗ്ബിയോട് പറഞ്ഞു. ആ ക്ഷണത്തെ അത്ര ഊർജ്ജസ്വലതയോടെയൊന്നുമല്ല അയാൾ സ്വീകരിച്ചത്. റക്ലസ് തന്റെ

കൈവശമുള്ള കടലാസുകൾ ഒതുക്കിക്കെട്ടി. ഒരു ഇൻഷുറൻസ് ഏജന്റ് പ്രഭാതത്തിൽ തയ്യാറാകുന്നതുപോലെ എല്ലാം കൃത്യമായി കെട്ടിവച്ചു. ഒരു കൊച്ചുകുട്ടി കാഴ്ച കാണുന്നതുപോലെ വിടർന്ന കണ്ണുകളുമായി ഡിഗ്ബി അതെല്ലാം നോക്കി ഇരുന്നു. അയാൾ ഇറങ്ങുകയാണെന്ന് ഉറപ്പ് വരുത്തുന്നതുപോലെ നോക്കി ഇരുന്നു. റക്ലസ് എല്ലാം തന്റെ ബ്രീഫ് കേസിൽ വച്ച് അടച്ചു. എന്നിട്ട് ഉത്തര മൊന്നും പ്രതീക്ഷിക്കുന്നില്ല എന്ന മട്ടിൽ അവസാന ചോദ്യവു മായെത്തി.

''നിങ്ങളുടെ അർദ്ധസഹോദരൻ അനന്തരാവകാശിയായി നിങ്ങളെ ത്തന്നെ നിശ്ചയിച്ചതിൽ അത്ഭുതപ്പെടുന്നുണ്ടോ സെറ്റൺ? നിങ്ങൾ തമ്മിൽ അത്ര സ്നേഹത്തിലോ സൗഹൃദത്തിലോ അല്ലായിരുന്നു എന്ന് തോന്നുന്നു.''

''അത് ഞാൻ പറഞ്ഞല്ലോ'' സെറ്റൺ തന്റെ പ്രതിഷേധം നില വിളി രൂപത്തിലാക്കി. ഞാനല്ലാതെ മറ്റൊരാളില്ല. ഞങ്ങൾ തമ്മിൽ ശത്രുതയിലൊന്നുമായിരുന്നില്ല. സൗഹൃദത്തിലായിരുന്നു. ഞാനു ദ്ദേശിച്ചത് അയാളുമായി സൗഹൃദത്തിൽ നീങ്ങാൻ തന്നെയാണ് ഞാനെപ്പോഴും ശ്രമിച്ചിട്ടുള്ളത് എന്നാണ്. അയാളുടെ നശിച്ച പുസ്തക ങ്ങളെക്കുറിച്ചൊന്ന് പുകഴ്ത്തിപ്പറഞ്ഞാൽ പിന്നെ അയാളുമായി ഒത്തുപോകുക അത്ര ബുദ്ധിമുട്ടില്ലാത്ത കാര്യമാണ്. അതുപോലെ മറ്റ് ചില നിഷ്കർഷകളുമുണ്ട്. ഞാൻ എനിക്കാവുന്നിടത്തോളമാളു കളുമായി സൗഹൃദത്തിൽ തന്നെ നീങ്ങാൻ ശ്രമിക്കുന്നു. വഴക്കും മുഖം വീർപ്പിക്കലുമൊന്നും എനിക്ക് ഇഷ്ടമല്ല. ദീർഘനേരം അയാൾക്കൊപ്പമിരിക്കാൻ എനിക്കാകുമായിരുന്നില്ല. ഞാനങ്ങനെ കൂടെക്കൂടെ ഇവിടേക്ക് വരാറുമില്ലല്ലോ. കഴിഞ്ഞ ആഗസ്തിലെ ബാങ്ക് അവധി ദിവസങ്ങൾക്ക് ശേഷം ഞാനയാളെ കണ്ടിട്ടേയില്ല എന്ന് പറഞ്ഞുവല്ലോ. മാത്രമല്ല ഒറ്റയാനായിരുന്നു അയാൾ. ആകെ യുള്ള കുടുംബ ബന്ധു ഞാനായിരുന്നു. സ്വന്തമായി ആരെങ്കിലു മുണ്ടെന്ന് കരുതുന്നതിൽ അയാളും സന്തോഷം കണ്ടെത്തിയിരി ക്കണം.''

''അതായത് പണമുള്ളതിനാലാണ് നിങ്ങൾ അയാളുമൊത്തുള്ള സൗഹൃദം തുടർന്നതെന്ന്. അയാളാകട്ടെ നിങ്ങളെ ഒഴിവാക്കിയാൽ പിന്നെ തീർത്തും ഏകനാകുമോ എന്ന് ഭയന്നു എന്നും.'' റക്ലസ് പ്രതികരിച്ചു.

''മിക്കവാറും അങ്ങനെ തന്നെയാണ് കാര്യങ്ങൾ.'' സെറ്റൺ ലജ്ജയില്ലാതെ സമ്മതിച്ചു. ''ജീവിതം എന്നാൽ അങ്ങനെയൊക്കെ യാണല്ലോ. എല്ലാവർക്കും എല്ലാവരിൽ നിന്നും എന്തെങ്കിലുമൊക്കെ

ലഭിക്കണം. നിങ്ങളോടുള്ള ഇഷ്ടം കൊണ്ട് മാത്രം നിങ്ങളെ സ്നേഹിക്കുന്ന ആരെങ്കിലുമുണ്ടോ, ഇൻസ്പെക്ടർ?''

തുറന്ന് കിടന്ന ജാലകത്തിലൂടെ റക്ലസ് പുറത്തിറങ്ങി. ഡൽഗ്ലീഷ് പുറകെ ചെന്നു. അവർ മട്ടുപ്പാവിൽ കുറച്ച് സമയം നിശ്ശബ്ദരായി നിന്നു. കുളിർമ്മ നൽകുന്ന കാറ്റുണ്ട്. വെയിലുമുണ്ട്. ചൂടുള്ള സ്വർണ്ണവെയിൽ. കടലിന്റെ പച്ച നിറഞ്ഞ നീലിമയിൽ, ദൂരെ, ചില നൗകകളുടെ പായ് തെളിഞ്ഞ് കാണാനുണ്ട്. കാറ്റിൽ ആടിയുലഞ്ഞ് നടക്കുന്ന കടലാസുപോലെ. റക്ലസ് പടികളിലിരുന്നു. മട്ടുപ്പാവിൽ നിന്ന് കുന്നിന്റെ അരികിലേക്കിറങ്ങുന്നിടത്തെ പടികളിൽ. റക്ലസ് ഇരിക്കുമ്പോൾ താൻ നിൽക്കുന്നത് അപമര്യാദയാകും എന്നതിനാൽ അയാൾക്കരികിൽ ഡൽഗ്ലീഷുമിരുന്നു. കല്ലുകൾക്ക് നല്ല തണുപ്പുണ്ടായിരുന്നു. ആ തണുപ്പ് കൈകളിലും തുടയിലുമടിച്ചു. ശരത്കാല വെയിലിന്റെ ചൂടിന് കരുത്തില്ലാതായി.

''ഇവിടെ നിന്ന് കടൽക്കരയിലെത്താൻ വഴിയൊന്നും കാണുന്നില്ല. തനിക്ക് സ്വന്തമായി ഒരു വഴിയുണ്ടാകണം എന്ന് സെറ്റൺ കരുതിയിട്ടുണ്ടായിരിക്കാം. എന്നാൽ ഇവിടെ നിന്നെത്തണമെങ്കിൽ ടാനേഴ്സ് ലെയ്നിലൂടെ തന്നെ പോകണം.'' റക്ലസ് പറഞ്ഞു.

''ഇവിടെ കുന്നിനുയരം കൂടുതലാണ്. ഉറച്ച പാറയും കുറവാണ്. അതിനാൽ പടികൾ പണിയുക അത്ര എളുപ്പമാകില്ല.'' ഡൽഗ്ലീഷ് അഭിപ്രായപ്പെട്ടു.

''ആയിരിക്കാം. ഈ മനുഷ്യൻ ഒരു വിചിത്ര ജീവിയായിരുന്നു എന്ന് തോന്നുന്നു. തൃപ്തിപ്പെടുത്താൻ കഴിയാത്തവൻ. അടുക്കും ചിട്ടയുമുള്ളവൻ. ഉദാഹരണത്തിനായി ആ ഇൻഡക്സ് തന്നെയെടുക്കാം. കഥകൾക്കാവശ്യമുള്ള വിഷയങ്ങൾ അയാൾ വർത്തമാന പത്രങ്ങളിൽ നിന്നും മാസികകളിൽ നിന്നുമാണ് തിരഞ്ഞെടുക്കുന്നത്. അതുപോലെ തനിയ്ക്ക് ചുറ്റിലുമുള്ളവരിൽ നിന്നും. ചിലതൊക്കെ അയാളുടെ ഭാവനയിൽ വിടർന്നതുമാണ്. എന്നാൽ ഇതൊക്കെ അക്കമിട്ട്, ക്രമമായി എഴുതി വച്ചിട്ടുണ്ട്. അവ ഉപകാരപ്രദമാകാൻ കാത്തിരിക്കുകയായിരുന്നു അയാൾ.''

''അപ്പോൾ മിസ് കാൽത്രോപിന്റെ സംഭാവനകളോ?''

''ഇവിടെയില്ല. എന്തായാലും അത് അധികമുണ്ടാകില്ലല്ലോ. സെറ്റൺ ഇവിടെയുള്ളപ്പോൾ സാധാരണ നിലയിൽ വീട് പൂട്ടിയിടാറില്ല എന്നാണ് സിൽവിയ കെഡ്ജ് പറഞ്ഞത്. ഇവരൊക്കെ അങ്ങനെയാണെന്ന് തോന്നുന്നു. ആരും വീട് അടച്ചിടാറില്ല. ആർക്കും അകത്ത് ചെന്ന് ഈ എഴുതി വച്ചതിൽ ഒരു കാർഡ് എടുക്കാനാകും.

അത് വായിച്ച് മനസ്സിലാക്കാനാകും. ഇവരെല്ലാം ഇങ്ങനെ അനുവാദ മില്ലാതെ മറ്റു വീടുകളിൽ കയറി ഇറങ്ങാറുമുണ്ട്. ഏകാന്തതയാകും അതിനു കാരണം എന്ന് ഞാൻ ഊഹിക്കുന്നു. അങ്ങനെ ഒരു കാർഡിൽ സെറ്റൺ ആ വിവരങ്ങളും എഴുതിയിരുന്നിരിക്കും.''

''അല്ലെങ്കിൽ മിസ് കാൽത്രോപ്പ് അങ്ങനെ ഒരു ആശയം പങ്കു വച്ചിട്ടുമുണ്ടാകാം.'' ഡൽഗ്ലീഷ് അഭിപ്രായപ്പെട്ടു. റക്ലസ് അയാളെ നോക്കി.

''അത് നിങ്ങളെ ആകർഷിച്ചു, അല്ലേ? ഡിഗ്ബി സെറ്റണിനെ ക്കുറിച്ച് എന്താണഭിപ്രായം?''

''എന്നും കരുതാറുള്ളത് തന്നെ. സ്വന്തമായി ഒരു ക്ലബ്ബ് എന്നത് തീവ്ര ഇച്ഛയായി നടക്കുന്ന ഒരാളെ മനസിലാക്കാൻ നല്ല അദ്ധ്വാനം തന്നെ ആവശ്യമാണ്. ഒരു പക്ഷേ നമ്മളൊക്കെ എന്തുകൊണ്ട് പൊലീസുകാരാകാൻ ആഗ്രഹിച്ചു എന്ന കാര്യം മനസിലാക്കാനും അയാൾ ഇതുപോലെ വിഷമിച്ചിരിക്കും. ഡിഗ്ബിക്ക് ഈ കൊല പാതകം ചെയ്യാനോ അതിനു പദ്ധതിയിടാനോ വേണ്ട മനക്കരുത്തോ തലച്ചോറോ ഉണ്ടെന്ന് ഞാൻ കരുതുന്നില്ല. അടിസ്ഥാനപരമായി പറഞ്ഞാൽ അയാൾക്ക് വിവേകമില്ല.''

''ചൊവ്വാഴ്ച രാത്രി അയാൾ അകത്തായിരുന്നു. വെസ്റ്റ് സെൻ ട്രലിലേക്ക് ഞാൻ വിളിച്ചിരുന്നു. ആ പറഞ്ഞത് സത്യമാണെന്ന് അവരും സമ്മതിച്ചു. അയാൾ അമിതമായി മദ്യപിച്ചിരുന്നു. അതിൽ ഒളിക്കാനൊന്നുമില്ല.''

''അതയാൾക്ക് വലിയ സൗകര്യമായി.''

''ഒരു ഒഴികഴിവുണ്ടാകുന്നത് എപ്പോഴും സൗകര്യപ്രദമാണ് ഡൽ ഗ്ലീഷ്. എന്നാൽ ചില ഒഴികഴിവുകളെ തകർക്കാൻ സമയം പാഴാ ക്കേണ്ട എന്ന തീരുമാനത്തിൽ ഞാൻ എത്തിച്ചേരാറുണ്ട്. അത്തര ത്തിലൊന്നാണ് ഡിഗ്ബിയുടേത്. ഇപ്പോഴത്തെ കാര്യം തന്നെയെടുക്കൂ. അയാൾ അഭിനയിക്കുകയല്ലെങ്കിൽ, ഉപയോഗിച്ച ആയുധം ഒരു കത്തിയല്ല എന്ന് അയാൾക്ക് അറിയില്ല. മാത്രമല്ല ബുധനാഴ്ച രാത്രിയിലാണ് സെറ്റൺ മരിച്ചത് എന്നും അയാൾ കരുതുന്നു. ബുധ നാഴ്ച ഡിഗ്ബിയും മിസ് മാർലിയും ഇവിടെയെത്തിയപ്പോൾ മൗറിസ് ജീവനോടെയുണ്ടായിരുന്നിരിക്കാനുള്ള സാധ്യത കുറവാണ്. അതി നർത്ഥം അയാളുടെ ശവം ഇതിനകത്തുണ്ടായിരുന്നില്ല എന്നല്ല. എന്നാലും ഡിഗ്ബി കശാപ്പുകാരനാണെന്ന് എനിക്ക് തോന്നിയില്ല. അയാൾ എന്തിനങ്ങനെ ചെയ്യണം എന്നും എനിക്കറിയില്ല. അയാൾ ഇതിനകത്ത് ശവം കണ്ടു എന്ന് തന്നെയിരിക്കട്ടെ, അയാളുടെ പ്രകൃതം

വച്ച് നോക്കിയാൽ അയാൾ സംഭ്രമിക്കും. ഭയക്കും. ഒരു കുപ്പി കാലിയാക്കും. ഉടൻ പട്ടണത്തിലേക്ക് തിരിച്ചോടുകയും ചെയ്യും. പരിഹാസ്യമായ അഭിനയത്തിനു നിൽക്കില്ല. അയാൾക്ക് ബോധം നഷ്ടപ്പെട്ടപ്പോൾ ലണ്ടൻ റോഡിലല്ലായിരുന്നു, ലൗസ്ടോഫ്റ്റിലായിരുന്നു. മാത്രമല്ല, മിസ് കാൽത്രോപ്പിന്റെ ഒരു ഡിറ്റക്ടീവ് കഥയ്ക്കുള്ള തുടക്കം എങ്ങനെ അയാൾ മനസ്സിലാക്കി എന്നും മനസ്സിലാകുന്നില്ല.''

''എലീസ മാർലി പറഞ്ഞ് കൊടുത്തിട്ടില്ലെങ്കിൽ.''

''അവളെന്തിനത് ഡിഗ്ബിയോട് പറയണം? വണ്ടിയിൽ അവരൊന്നിച്ചിവിടേക്ക് വരുന്ന വഴിയിൽ സംസാരിക്കാൻ സാധ്യതയുള്ള ഒരു വിഷയമല്ല അത്. വേണമെങ്കിൽ നമുക്ക്, അവൾക്ക് ഇതറിയാമായിരുന്നു എന്നും ഡിഗ്ബിയോട് പറഞ്ഞു എന്നും ഊഹിക്കാം. അങ്ങനെയോ അല്ലെങ്കിൽ മറ്റേതെങ്കിലും വിധത്തിലോ ഡിഗ്ബി ഇതറിഞ്ഞിരുന്നു എന്നും ഊഹിക്കാം. അയാൾ ഇവിടെയെത്തിയപ്പോൾ സഹോദരന്റെ ശവം കാണുന്നു. അപ്പോൾ ഉടൻ തന്റെ സഹോദരന്റെ കൈകൾ കൊത്തിയെടുത്ത് ആ ശവം കടലിൽ തള്ളാൻ തീരുമാനിക്കുന്നു. എന്തിനങ്ങനെ ചെയ്യണം? അതിനയാളുപയോഗിച്ച ആയുധമെന്താകും? ആ ശവം ഞാൻ കണ്ടതാണ്. ആ കൈകൾ കൊത്തിമാറ്റിയതാണെന്ന് എനിക്ക് ഉറപ്പുണ്ട്. മുറിച്ചെടുക്കുകയായിരുന്നില്ല. അറുത്തെടുക്കുകയുമായിരുന്നില്ല. ഒറ്റക്കൊത്തിന് വേർപ്പെടുത്തിയതാണ്. അത് അടുക്കളയിൽ ഉപയോഗിക്കുന്ന കത്തി കൊണ്ട് ചെയ്യാനാകില്ല. സെറ്റണിന്റെ വീട്ടിലെ വെട്ടുകത്തി സുരക്ഷിതമായി ഇപ്പോഴും അവിടെയുണ്ട്. പിന്നെയുള്ളത് നിങ്ങളുടെ അമ്മായിയുടെ വീട്ടിലെ വെട്ടുകത്തിയാണ്. അത് മൂന്ന് മാസം മുമ്പ് കളവ് പോയതാണ്.''

''എന്ന് വച്ചാൽ ഡിഗ്ബി സെറ്റൺ ചിത്രത്തിൽ നിന്ന് പുറത്തായി എന്ന്. മറ്റുള്ളവരോ?''

''ഒരു പ്രാഥമിക പരിശോധനയ്ക്കുള്ള സമയമേ ലഭിച്ചിട്ടുള്ളൂ. ഇന്ന് ഉച്ചയ്ക്ക് ഞാൻ എല്ലാവരുടെയും പ്രസ്താവം രേഖപ്പെടുത്തുന്നുണ്ട്. എല്ലാവർക്കും മരണസമയത്ത് അവർ മറ്റെവിടെയൊക്കെയോ ആയിരുന്നു എന്ന ഒഴികഴിവുകളുണ്ടെന്ന് തോന്നുന്നു. മിസ് ഡൽഗ്ലീഷിനൊഴികെ മറ്റെല്ലാവർക്കും. അവർ ഒറ്റയ്ക്കാണല്ലോ താമസം. അതിനാൽ ഇതിൽ അത്ഭുതപ്പെടാനുമില്ല.''

ഏകതാനതയുള്ള ആ സ്വരത്തിൽ ഒരു മാറ്റവും വന്നില്ല. അയാളുടെ കണ്ണുകൾ അപ്പോഴും കടലിനെ കാണുകയായിരുന്നു. എന്നാൽ അതിനൊന്നും ഡൽഗ്ലീഷിനെ വഞ്ചിക്കാനായില്ല. ഇതിനാണയാൾ

തന്നെ സെറ്റൺ ഹൗസിലേക്ക് വിളിപ്പിച്ചത്. അവിചാരിതമായ ഈ ആത്മവിശ്വാസപ്രകടനത്തിന്. റക്ലസ് ഇതിനെ എങ്ങനെ കാണുന്നു എന്നയാൾക്ക് മനസ്സിലാകുന്നുണ്ട്. ഏകാന്തമായ ജീവിതം നയിക്കുന്ന അവിവാഹിതയായ ഒരു വൃദ്ധ. മരണ സമയത്തെക്കുറിച്ചോ, ബുധനാഴ്ച രാവിനെക്കുറിച്ചോ അവർക്ക് ഒന്നും പറയാനില്ല. സംഭവ സ്ഥലത്ത് ഞാനില്ലായിരുന്നു എന്ന് പറയാനാകുന്നില്ല. അവർക്കാകട്ടെ കടൽക്കരയിലെത്താൻ, ഒരു സ്വകാര്യ പാതയുണ്ടുതാനും. ആ കളിവള്ളം എവിടെയായിരുന്നു എന്ന് അവർക്കറിയാം. ആറടി ഉയരക്കാരിയാണവർ. കരുത്തുള്ളവളും ചുറുചുറുക്കുള്ളവളുമാണ്. ദീർഘദൂരനടത്തങ്ങളും രാത്രിയിലെ നടത്തങ്ങളുമൊന്നും അവൾക്ക് അന്യമല്ല.

അവർക്ക് പ്രത്യേകിച്ച് ലക്ഷ്യങ്ങളൊന്നും ഇതുമായി ബന്ധപ്പെട്ട് കാണാനില്ല എന്നത് സമ്മതിക്കുന്നു. എന്നാൽ അതിലെന്ത് കാര്യം? അന്ന് കാലത്ത് താൻ അമ്മായിയോട് പറഞ്ഞതെന്തെന്ന് കണക്കിലെടുക്കാതെ തന്നെ, ലക്ഷ്യമല്ല ആദ്യ വിഷയം എന്ന് ഡൽഗ്ലീഷിനറിയാം. ഡിറ്റക്ടീവിന്റെ ചിന്തകൾ യുക്തിസഹമാകും. 'എവിടെ', 'എപ്പോൾ', 'എങ്ങനെ' എന്നതിലൊതുങ്ങും. പിന്നെ ഒഴിച്ചുകൂടാനാകാത്ത ആ 'എന്തുകൊണ്ട്' കയറി വരും. അത് അതിന്റെ എല്ലാവിധ ദയനീയതകളോടേയും വെളിപ്പെടും. പ്രണയം, കാമം, വെറുപ്പ്, ധനം എന്നിവ എന്നും കൊലപാതകത്തിനു കാരണമാകും എന്ന് ഡൽഗ്ലീഷിന്റെ ഒരു ആദ്യകാല മേധാവി പറയാറുണ്ടായിരുന്നു. ഉപരിപ്ലവമായി നോക്കിയാൽ അത് സത്യവുമാണ്. എന്നാൽ ലക്ഷ്യം മനുഷ്യ വ്യക്തിത്വം പോലെ തന്നെ അതിസങ്കീർണ്ണമാണ്. ഇൻസ്പെക്ടറുടെ മനസ്സ് ഭൂതകാലത്തിൽ അയാൾ കൈകാര്യം ചെയ്ത കേസുകളിലൂടെ കടന്ന് പോകുകയാണെന്ന് അയാൾക്ക് മനസ്സിലായി. സംശയം, ഏകാന്തത, കാരണമില്ലാത്ത അനിഷ്ടം എന്നിവ അവിചാരിതമായി അക്രമത്തിലേക്കും മരണത്തിലേക്കും നയിച്ച കേസുകൾ.

പെട്ടെന്ന് ഡൽഗ്ലീഷിന് അതിഭീകരമായ കോപം വന്നു. അത് അയാളുടെ സംസാര ശേഷിയെ മാത്രമല്ല, ചിന്തയെപ്പോലും മരവിപ്പിച്ചു. അത് ഓക്കാനം വരുത്തുന്നതുപോലെ അയാളെ ശാരീരികമായി ആക്രമിച്ചു. അയാൾ നിരാശനായി. വിളറി വെളുത്തു. കോപത്താൽ ശ്വാസം മുട്ടിയതിനാൽ സംഭാഷണത്തിന്റെ വിഡ്ഢിത്തങ്ങളിലേക്കെത്തിക്കുന്നതിൽ നിന്ന് സംരക്ഷിച്ചു. ആക്ഷേപഹാസ്യങ്ങളിൽ നിന്ന്. കുറ്റപ്പെടുത്തലുകളിൽ നിന്ന്. പ്രതിഷേധങ്ങളിൽ നിന്ന്. തന്റെ അമ്മായി ഒരു വക്കീലിന്റെ സാന്നിദ്ധ്യത്തിലല്ലാതെ ഒരു പ്രസ്താവവും നൽകില്ല എന്ന പ്രതിഷേധത്തിൽ നിന്ന്. അവർക്ക് ഒരു വക്കീലിന്റെ

ആവശ്യമില്ല. അയാൾ കൂടെയുണ്ട്. പക്ഷേ, ദൈവമേ, ഇതെന്തു തരം അവധിയാഘോഷമാണ്?

ചക്രങ്ങൾ ഉരുളുന്ന സ്വരം വന്നു. സിൽവിയ കെഡ്ജ് ചക്രക്കസേരയുരുട്ടി അവർക്കരികിലെത്തി. അവൾ സംസാരിച്ചില്ല. പകരം വഴിയിലേക്ക് നോക്കി ഇരുന്നു. അവരുടെ കണ്ണുകൾ ആ നോട്ടത്തെ പിന്തുടർന്നു. പോസ്റ്റ് ഓഫീസിൽ നിന്നൊരു വാൻ വരുന്നു. ഒരു കളിപ്പാട്ടം പോലെയുണ്ടതിനെ, ഈ ദൂരത്തുനിന്ന് കാണുമ്പോൾ. അത് ഈ വീടിനെയാണ് ലക്ഷ്യമിടുന്നത്.

‘‘തപാൽ വരുന്നുണ്ട്.’’ അവൾ പറഞ്ഞു.

അവളുടെ കൈകൾ ചക്രക്കസേരയുടെ അരികുകളിൽ ഉറപ്പിച്ചിരിക്കുകയാണെന്ന് ഡൽഗ്ലീഷ് കണ്ടു. കൈത്തണ്ട വല്ലാതെ വെളുത്തിരിക്കുന്നു. തപാൽ വണ്ടി അരികിലെത്തിയപ്പോൾ അവളുടെ ശരീരം കസേരയിൽ നിന്ന് പാതി ഉയർന്നു. വണ്ടിയുടെ എഞ്ചിൻ നിലച്ചപ്പോൾ അവളുടെ ശ്വാസനസ്വരം ഉയർന്ന് കേട്ടു.

പോസ്റ്റ്മാൻ വണ്ടിയുടെ വാതിൽ വലിച്ചടച്ചു. അവർക്കരികിലേക്കെത്തി. സന്തോഷത്തോടെ അഭിവാദ്യം ചെയ്തു. അവൾ പ്രതികരിച്ചില്ല. അവളുടെ മരവിച്ച മുഖത്തുനിന്ന് മരവിച്ച ഒരു നോട്ടം വന്നു. അമ്പരപ്പിന്റെ നോട്ടം. തപാൽ ശിപായി റക്ലസിനു തപാൽ കൈമാറി. അതൊരു എൻവലപ്പായിരുന്നു. മങ്ങിയ മഞ്ഞനിറത്തിലുള്ളത്. വിലാസം ടൈപ്പ് ചെയ്തത്.

‘‘നേരത്തെ വന്നതും ഇതുപോലെയുള്ളതായിരുന്നു സർ. ഇന്നലെ ഇതുപോലൊന്ന് ഞാനിവിടെ കൊടുത്തിരുന്നു.’’ പോസ്റ്റ്മാൻ പറഞ്ഞു. അവളെ നോക്കി തലയാട്ടി. അവളിൽ നിന്ന് അപ്പോഴും പ്രതികരണമൊന്നും വന്നില്ല. അയാൾ ഒരിക്കൽകൂടി ‘ഗുഡ് മോണിങ്ങ്’ എന്ന് പറഞ്ഞ് തിരിച്ച് നടന്നു.

‘‘മോറിസ് സെറ്റൺ, എസ്ക്വയർ, എന്നാണ് വിലാസം. ബുധനാഴ്ച വൈകീട്ടാണ് പോസ്റ്റ് ചെയ്തിരിക്കുന്നത്. അതല്ലെങ്കിൽ വ്യാഴാഴ്ച പ്രഭാതത്തിൽ. ഇപ്സ്‌വിച്ചിലാണ് പോസ്റ്റ് ചെയ്തിരിക്കുന്നത്. ഇന്നലെ ഉച്ച സമയത്തെ തപാൽ മുദ്രയാണുള്ളത്.’’

എൻവലപ്പിൽ കൂടുതൽ വിരലടയാളങ്ങൾ പതിയരുത് എന്ന നിഷ്കർഷയോടെ അയാൾ അതിന്റെ ഒരു മൂലയിലാണ് പിടിച്ചിരുന്നത്. വലത് പെരുവിരൽ കൊണ്ട് അയാളത് തുറന്നു. അതിനകത്ത് ഒരൊറ്റ കടലാസേ ഉണ്ടായിരുന്നുള്ളൂ. ഡബിൾ സ്പേസിൽ ടൈപ്പ് ചെയ്ത ഒരു കടലാസ്. റക്ലസ് അത് ഉറക്കെ വായിക്കാൻ തുടങ്ങി.

സഫെക് തീരത്തുനിന്ന് കാണാവുന്ന ദൂരത്തിൽ ഒഴുകി നടന്നിരുന്ന ഒരു ചെറുതോണിയ്ക്കടിയിലായിരുന്നു കൈകളില്ലാത്ത ആ ശവം. ഒരു മദ്ധ്യവയസ്കന്റേതായിരുന്നു അത്. നല്ല പ്രസരിപ്പുള്ള ഒരു മൃതദേഹം. രണ്ടു നിറമെന്നു തോന്നിപ്പിക്കുന്ന തുണികൊണ്ടുള്ള ഒരു സ്യൂട്ടാണാ മെലിഞ്ഞ ശരീരത്തിനു ശവക്കച്ചയായത്. ജീവിച്ചിരിക്കുമ്പോഴെന്ന പോലെ മരണത്തിലും വിശിഷ്ടവും രമണീയവുമായിരുന്നു ആ സ്യൂട്ട്...''

സിൽവിയ കെഡ്ജ് പെട്ടെന്ന് കൈ നീട്ടി.

''ഞാനൊന്ന് കാണട്ടെ.''

റക്ലസ് മടിച്ചു. ആ കടലാസ് തന്റെ കണ്ണുകൾക്കരികിൽ പിടിച്ചു.

''അദ്ദേഹം എഴുതിയതാണ്.'' പരുക്കൻ സ്വരത്തിൽ അവൾ പറഞ്ഞു. ''അദ്ദേഹം എഴുതിയതാണ്. അദ്ദേഹം തന്നെ ടൈപ്പ് ചെയ്തതുമാണ്.''

''ആയിരിക്കാം.'' റക്ലസ് അഭിപ്രായപ്പെട്ടു. ''പക്ഷേ തപാൽ പെട്ടിയിലിട്ടത് അയാളാകില്ല. ഇത് ബുധനാഴ്ച രാത്രി പോസ്റ്റ് ചെയ്തു എന്ന് അനുമാനിച്ചാലും അതയാൾ ചെയ്തതാകില്ല. അപ്പോഴേക്കും അയാൾ മരിച്ചിരുന്നു.''

അവൾ കരഞ്ഞു.

''അദ്ദേഹത്തിന്റെ ടൈപ്പിങ്ങാണ്. എനിക്കറിയാം. അദ്ദേഹം ടൈപ്പ് ചെയ്തതാണ്. അപ്പോൾ അദ്ദേഹത്തിനു കൈകളില്ലായിരുന്നു.''

അവൾ പെട്ടെന്ന് ഉന്മാദയായി ചിരിക്കാൻ തുടങ്ങി. അതിന്റെ പ്രതിധ്വനി അവിടെയൊക്കെയുണ്ടായി. ആ സ്വരം കടൽകാക്കകളെ ഭയപ്പെടുത്തി. അവ നിലവിളിച്ചു. കടൽകാക്കകൾ കുന്നിനെ വലംവച്ചു. അതൊരു വെളുത്ത മേഘമായി.

റക്ലസ് ആ മരവിച്ച ശരീരത്തെ, കരയുന്ന വായയെ, വിചാരശീലതയോടെ നോക്കി ഇരുന്നു. അവളെ നിയന്ത്രിക്കാനോ സമാശ്വസിപ്പിക്കാനോ അയാൾ ശ്രമിച്ചില്ല. പെട്ടെന്ന് ഡിഗ്ബി സെറ്റൺ ജാലകത്തിൽ പ്രത്യക്ഷപ്പെട്ടു. അയാളുടെ മുഖത്ത് ബാൻഡേജുണ്ട്. ആ ബാൻഡേജിന്റെ വെളുപ്പിൽ ആ മുഖമൊരു അസംബന്ധം പോലെ തോന്നിച്ചു.

''എന്ത് നാശമാണിത്?''

റക്ലസ് അയാളെ നോക്കി. വികാരമില്ലാതെ നോക്കി. വികാരമില്ലാത്ത സ്വരത്തിൽ ''നിങ്ങളുടെ സഹോദരന്റെ കത്ത് വന്നിരിക്കുന്നു സെറ്റൺ? അത് നല്ലൊരു കാര്യമല്ലേ?'' എന്ന് ചോദിച്ചു.

പന്ത്രണ്ട്

മിസ് കെഡ്ജിനെ സമാധാനിപ്പിക്കാൻ സമയമെടുത്തു. അവരിൽ അപ്പോഴുണ്ടായ ആ ഭ്രാന്താവസ്ഥ അകൃത്രിമമാണെന്നതിൽ സംശയമില്ല. ഇത് അഭിനയമല്ല. എങ്കിലും അവൾ ഇത്രയധികമെന്തിനു വിഷമിക്കുന്നു എന്ന അത്ഭുതം അയാളിലുണ്ടായി. മോങ്ക്സ്മെയറിലെ ഈ ചെറുസമൂഹത്തിൽ സെറ്റണിന്റെ മരണത്തിൽ സത്യമായ ഞെട്ടലും ദുഃഖവുമുള്ളത് സിൽവിയ കെഡ്ജിനു മാത്രമാണോ എന്നും അയാൾ സംശയിച്ചു. ഈ ഞെട്ടൽ സത്യസന്ധമാണുതാനും. അതിലോലമായ ആത്മസംയമനമുള്ള ഒരു സ്ത്രീയെപ്പോലെയായിരുന്നു അവരിതുവരെ. ആ സംയമനമാണ് ഇപ്പോൾ തകർന്നത്. തന്നെ നിയന്ത്രിക്കാൻ അവൾ ശ്രമിക്കുന്നുണ്ട്. ഒരുവിധത്തിൽ നിയന്ത്രണത്തിലായപ്പോൾ കോർട്നി അവളെ ടാനേഴ്സ് കോട്ടേജിലെത്തിച്ചു. അവളുടെ ദുഃഖം അയാളുടെ മനസ്സിളക്കി. അവളുടെ ദയ യാചിക്കുന്ന കണ്ണുകളും കോർട്നിയുടെ മനസ്സിളക്കി. കോർട്നി തന്നെയാണവളുടെ ചക്രക്കസേരയുന്തിയത്. ഒരമ്മ തന്റെ നവജാത ശിശുവിനെയെന്നപോലെ ലാളിച്ച് അയാൾ അവളെ തള്ളിക്കൊണ്ടുപോയി. അവൾ പോകുന്നത് കണ്ടപ്പോൾ ഡൽഗ്ലീഷിനൊരു ആശ്വാസമൊക്കെ തോന്നി. തനിക്ക് അവളോട് ഒരു അനിഷ്ടമുണ്ടെന്ന് അയാൾ കണ്ടെത്തിയിരുന്നു. ഈ വികാരപ്രകടനത്തിൽ അയാൾ ലജ്ജിച്ചു. ഈ വികാരപ്രകടനത്തിന്റെ വേരുകൾ അകാരണവും അനുചിതവുമായ ഇടങ്ങളിലാണെന്ന് അയാൾ അനുമാനിച്ചു. ശാരീരികമായും അവൾ അരുചിയുണർത്തുന്നു. മിക്കവാറും അയൽക്കാരൊക്കെ, ചെറിയ ചെലവിൽ അവരുടെ ദയ എന്ന വികാരത്തെ പുറത്ത് വിടാനുള്ള ഒരു ഉപാധിയായി മാത്രമാണ് സിൽവിയ കെഡ്ജിനെ ഉപയോഗിക്കുന്നത്. അതേ സമയം ചെലവാക്കുന്ന പണത്തിന്റെ ഇരട്ടി മൂല്യം തിരിച്ച് ലഭിക്കുന്നു എന്ന് അവരൊക്കെ ഉറപ്പിക്കുകയും ചെയ്തു. അംഗവൈകല്യമുള്ളവരുടെ കാര്യത്തിൽ സംഭവിക്കുന്നതുപോലെ അവളുടേയും രക്ഷാധികാരിയാകാനും അതിനോടൊപ്പം ചൂഷണം ചെയ്യാനും അനേകമാളുകളുണ്ടായിരുന്നു. അവരെക്കുറിച്ചൊക്കെ അവൾ എന്തായിരിക്കും കരുതുക എന്നും ഡൽഗ്ലീഷ് ചിന്തിക്കാതിരുന്നില്ല. അവളോട് കൂടുതൽ അനുകമ്പ പ്രകടമാക്കണം എന്ന് അയാൾക്കുണ്ട്. പക്ഷേ തന്റെ അംഗപരിമിതത്വത്തെ അവൾ ഉപയോഗിക്കുന്ന രീതി അയാളിൽ വെറുപ്പുളവാക്കി. അതല്ലാതെ അവളുടെ കൈവശം മറ്റ് ആയുധങ്ങളുമില്ലല്ലോ. യുവാവായ ആ പൊലീസുകാരൻ ഇത്രയെളുപ്പത്തിൽ ശത്രുവിനു മുന്നിൽ കീഴടങ്ങിയതിലുള്ള നിന്ദ മനസിൽ സൂക്ഷിച്ച്, തനിക്ക് വികാരങ്ങളൊന്നുമില്ലാത്തതിൽ പരിതപിച്ച്

അയാൾ പെന്റ്ലാൻഡ്സിലേക്ക് തിരിച്ച് നടന്നു. പ്രധാന തെരുവിലൂടെയാണയാൾ തിരികെ നടന്നത്. അതിനാൽ സമയം കൂടുതലെടുത്തു. കാഴ്ചകൾക്കും ഭംഗി കുറവുണ്ടായിരുന്നു. ആ വഴിയിലായിരുന്നു ബ്രൈസിന്റെ കോട്ടേജ്. അതിനരികിലെത്തിയപ്പോൾ മുകൾനിലയിലെ ഒരു ജാലകം തുറന്നു. കോട്ടേജിന്റെ ഉടമ കഴുത്ത് പുറത്തേക്കിട്ട് ഉച്ചത്തിൽ വിളിച്ചു.

''അകത്ത് വരൂ ആദം, എന്റെ പ്രിയ മകനേ. ഞാൻ നിങ്ങളെ നിരീക്ഷിക്കുകയായിരുന്നു. നിങ്ങൾ ആ സുഹൃത്തിനു വേണ്ടി ചാരപ്പണി നടത്തുകയാണെന്ന് എനിക്ക് മനസ്സിലായി. അതിനു ഞാൻ നിങ്ങളെ കുറ്റപ്പെടുത്തുകയില്ല. നിങ്ങളുടെ കൈവശമുള്ള ആ ചാട്ട പുറത്തുപേക്ഷിച്ച് അകത്ത് വരൂ. എന്താണ് വേണ്ടത് അതെടുത്ത് കഴിക്കാൻ തുടങ്ങൂ. ഞാനിതാ ഒരു നിമിഷത്തിൽ താഴേക്കിറങ്ങി വരാം.'' ഡൽഗ്ലീഷ് ഒന്ന് ശങ്കിച്ചു. പിന്നെ കോട്ടേജിന്റെ വാതിൽ തള്ളിത്തുറന്നു. ചെറിയ സ്വീകരണമുറി പതിവുപോലെ അലങ്കോലമായി കിടക്കുന്നു. അപൂർവ്വ ശേഖരങ്ങളുടെ സൂക്ഷിപ്പുശാലയായിരിക്കുന്നു. ലണ്ടനിലെ ഒരു ഫ്ളാറ്റിൽ ഇതൊന്നും കാണുകയില്ല. ഡൽഗ്ലീഷ് മുകളിലേക്ക് വിളിച്ചു.

''അയാൾ എന്റെ നിപുണതയുള്ള നല്ല ഒരു സുഹൃത്താണ്.''

''അതിൽ സംശയമില്ല.'' ബ്രൈസിന്റെ അടക്കിപ്പിടിച്ച സ്വരം വന്നു. അയാൾ തലയ്ക്ക് മീതെക്കൂടി വസ്ത്രം വലിച്ചിടുകയായിരുന്നിരിക്കണം. ''ഞാൻ കൗശലക്കാരനല്ലെങ്കിൽ എന്നെ പിടികൂടാൻ മാത്രം നിപുണതയുള്ളവൻ. ആറാഴ്ച മുമ്പ് എ 13 ൽ അമിതവേഗത്തിനെന്നെ തടഞ്ഞ് നിർത്തി. അന്നെന്നോട് ഒരു ഓഫീസർ ഒട്ടും മര്യാദയില്ലാതെയാണ് പെരുമാറിയത്. ഭീമാകാരനായ ഒരു കാട്ടാളൻ. ഞാൻ ചീഫ് കോൺസ്റ്റബിളിനതിനെക്കുറിച്ച് എഴുതി. അത് വിനാശകാരിയായി എന്ന് ഇപ്പോൾ മനസിലാക്കുന്നു. അവരെന്നെ പിടികൂടാൻ ഒരുങ്ങി നിൽപ്പാണ്. ആ പട്ടികയിൽ എന്റെ പേര് എവിടേയോ ഉണ്ട് എന്നുറപ്പ്.''

അയാൾ അപ്പോഴേക്കും മുറിയിലെത്തിയിരുന്നു. അയാൾ ആശങ്കയിലാണെന്ന സത്യം ഡൽഗ്ലീഷ് അത്ഭുതത്തോടെ തിരിച്ചറിഞ്ഞു. അയാൾ ഷെറി കൊടുത്തു. ഡൽഗ്ലീഷ് അത് സ്വീകരിച്ചു. അവർ ഇരുവരും അതുമായി ഇരുന്നു. വിക്ടോറിയൻ യുഗത്തിലെ ഒരു കസേരയിൽ.

''ശരി ആദം. അവർ പറഞ്ഞതെല്ലാം ചെയ്ത് കൊടുത്തോളൂ. റക്ലസ് എന്തൊക്കെ കണ്ടെത്തി? എന്തൊരു പേരാണയാളുടേത്. ഒട്ടും യോജിക്കാത്ത ഒരു പേര്.''

''ഞാൻ അയാളുടെ വിശ്വാസ കഥാപാത്രമല്ല. പക്ഷേ മറ്റൊരു കടലാസ് കൂടി വന്നിരിക്കുന്നു. കഥയുടെ ഒരു ഭാഗം. ഇത്തവണ എഴുത്ത് കുറച്ചുകൂടി നന്നായിട്ടുണ്ട്. കൈപ്പത്തിയില്ലാത്ത ഒരു ശവം, വള്ളത്തിൽ ഒഴുകി നടക്കുന്നതിന്റെ വിവരണമാണ്. അത് ടൈപ്പ് ചെയ്തിരിക്കുന്നത് സെറ്റൺ തന്നെയാണെന്ന് തോന്നുന്നു.''

ബ്രൈസിനോട് ഈ വിവരം പറയാതിരിക്കാൻ കാരണമൊന്നും കാണാൻ ഡൽഗ്ലീഷിനായില്ല. എന്തായാലും സിൽവിയ കെഡ്ജ് ഈ വാർത്ത രഹസ്യമാക്കി വയ്ക്കില്ല എന്നുറപ്പ്.

''എന്നാണത് പോസ്റ്റ് ചെയ്തിരിക്കുന്നത്?''

''ഇന്നലെ ഉച്ചഭക്ഷണത്തിനു മുമ്പ്. ഇപ്സ്വിച്ചിൽ നിന്ന്.''

അത് കേട്ട് ബ്രൈസ് നിരാശയോടെ ഒരു സ്വരം പുറപ്പെടുവിച്ചു.

''അത് ശരിയാകില്ല. ഇപ്സ്വിച്ചാകരുത്. വ്യാഴാഴ്ച എല്ലാവരും ഇപ്സ്വിച്ചിൽ പോകും. എന്തായാലും പോകും എന്നല്ല. ചില സാധനങ്ങളൊക്കെ വാങ്ങാൻ പോയിരുന്നു എന്ന്.''

''നിങ്ങൾ മാത്രമാകില്ലല്ലോ പോയത്.'' ഡൽഗ്ലീഷ് സമാധാനിപ്പിച്ചു. ''മിസ് കാൽത്രോപ്പ് കാറെടുത്ത് പോയിരുന്നു. ലാഥമും പോയിരുന്നു. ഞാനും പുറത്തിറങ്ങിയിരുന്നു. പ്രയറി ഹൗസിലെ ആ പെണ്ണും തന്റെ കുതിരവണ്ടിയിൽ പുറത്തിറങ്ങിയിരുന്നു. ഞാൻ എന്റെ വണ്ടിയിലായിരുന്നപ്പോൾ ആ വണ്ടി കണ്ടതാണ്.''

''അത് ആലിസ് കെരിസണാകും. സിങ്ക്ളയറുടെ പരിചാരിക. അവർ സൗത്‌വോൾഡിനപ്പുറം പോയിട്ടുണ്ടാകില്ല. വീട്ടുസാമാനങ്ങൾ വാങ്ങാൻ പോയതാകും.''

''വ്യാഴാഴ്ച ഉച്ചയ്ക്ക് അതൊക്കെ അടഞ്ഞ് കിടക്കുകയാകില്ലേ?''

''അതിലൊക്കെ എന്തിരിക്കുന്നു ആദം. അവർ വേണമെങ്കിൽ വെറുതെ വണ്ടിയെടുത്തിറങ്ങിയതുമാകാം. ഇപ്സ്വിച്ച് വരെയൊന്നും അവർ ആ കുതിരവണ്ടിയുമായി പോകാറില്ല. പോകില്ല. അതും ഇത്തരത്തിലൊരു കത്ത് പോസ്റ്റ് ചെയ്യാൻ വേണ്ടി മാത്രം. അവർക്ക് സെറ്റണിനെ ഇഷ്ടമല്ലായിരുന്നു എന്നത് വേറെ കാര്യം. അയാളുടെ ഭാര്യ മരിക്കുന്നതിനു മുമ്പ് അവർ അവിടെയാണ് ജോലി ചെയ്തിരുന്നത്. ഡൊറോത്തി ആത്മഹത്യ ചെയ്തപ്പോൾ സിങ്ക്ളയർ അവരെ ജോലിക്കെടുക്കുകയായിരുന്നു. അതിനു ശേഷം അവർ ആ വീട്ടിലേക്ക് പോയിട്ടേയില്ല. അതിലൊരു അനതിസാധാരണത്വം കാണുന്നില്ലേ? അന്വേഷണമൊക്കെ പൂർത്തിയാകുന്നത് വരെ ആലിസ് സെറ്റണിനൊപ്പമുണ്ടായിരുന്നു. അത് കഴിഞ്ഞപ്പോൾ അയാളോട് ഒരക്ഷരം പറയാതെ, തന്റെ സാമാനങ്ങളൊക്കെ കെട്ടിപ്പെറുക്കി

സിങ്ക്ളയർക്ക് സമീപമെത്തി ഒരു ജോലി തരാമോ എന്ന് ചോദിച്ചു. സിങ്ക്ളയർക്ക് അപ്പോൾ അങ്ങനെയൊരാളുടെ ആവശ്യമുണ്ടായിരുന്നു. അതിനാൽ അയാൾ ഉടൻ അവരെ നിയമിക്കുകയും ചെയ്തു. എനിക്കറിയാവുന്നിടത്തോളം, ആ ഇടപാടിൽ, ഇതുവരെ, ഇരുവരും പശ്ചാത്തപിച്ചിട്ടില്ല.''

''ഡൊറോത്തി സെറ്റണിനെക്കുറിച്ച് എന്തെങ്കിലും പറയാനാകുമോ?'' ഡൽഗ്ലീഷ് ചോദിച്ചു.

''അവർ നല്ലവളായിരുന്നു ആദം. സുന്ദരിയായിരുന്നു. എന്റെ കൈവശം അവരുടെ ഒരു ഫോട്ടോയുണ്ട്. അത് ഞാൻ കാണിക്കാം. ഇത്തിരി ഉന്മാദത്വം, ഞരമ്പ് രോഗമുണ്ടായിരുന്നു എന്ന് മാത്രം. പക്ഷേ സുന്ദരിയായിരുന്നു. ഭ്രാന്തമായ പെരുമാറ്റങ്ങളായിരുന്നു എന്ന് പറയുന്നതാകും ശരി എന്നെനിക്ക് തോന്നുന്നു. ഒരു നിമിഷത്തിൽ വല്ലാത്ത സന്തോഷത്തിലാണെങ്കിൽ അടുത്തതിൽ വിഷണ്ണയാകും. കാരണമൊന്നുമില്ലാതെ. എനിക്കും അത്തരം ബുദ്ധിമുട്ടുകളുണ്ടായിരുന്നു. മറ്റുള്ളവരുമായി യോജിക്കാനാകാതെ എന്റെ സ്വന്തം ഞരമ്പുരോഗങ്ങളുമായി കഴിഞ്ഞ ഒരു കാലമുണ്ടായിരുന്നു. സെറ്റണിന്റെ ജീവിതം അവർ ഭീകരമാക്കി എന്ന് ഞാൻ വിശ്വസിക്കുന്നു. അയാളോട് ദയ തോന്നാതിരിക്കാൻ ഒരു കാരണവുമില്ല. പക്ഷേ അരബെല്ലയോട് അയാൾ ചെയ്തത് എനിക്കതില്ലാതാക്കി.''

''എങ്ങനെയാണവർ മരിച്ചത്?''

''അതായിരുന്നു ഏറ്റവും അമ്പരിപ്പിക്കുന്നത്. സെറ്റൺ അവളെ മാംസം തൂക്കിയിടുന്ന കൊളുത്തിൽ കെട്ടി ഞാത്തിയിട്ടു. അതും എന്റെ അടുക്കളയിൽ. ആ ശവം അവിടെ കിടന്നാടിക്കളിക്കുന്ന കാഴ്ച എന്റെ കണ്ണിൽ നിന്ന് പോകുന്നില്ല. വലിഞ്ഞ് നീണ്ട്, ഒരു ചത്ത മുയലിനെപ്പോലെയുണ്ടായിരുന്നു അത്. അവളെ താഴെയിറക്കിയപ്പോൾ ആ ശരീരത്തിന്റെ ചൂട് പോയിരുന്നില്ല. ഞാൻ കാണിച്ച് തരാം.''

ഡൽഗ്ലീഷിനെ അയാൾ അടുക്കളയിലേക്ക് വലിച്ചിഴച്ച് കൊണ്ടുപോയി. ബ്രൈസ് തന്റെ പൂച്ചയെക്കുറിച്ചാണ് പറയുന്നതെന്നറിയാൻ ഡൽഗ്ലീഷ് വൈകിപ്പോയി. അത് മനസിലായപ്പോൾ ഡൽഗ്ലീഷ് പെട്ടെന്ന് പൊട്ടിച്ചിരിച്ചുപോകും എന്ന അവസ്ഥയിലായി. അതൊന്ന് നിയന്ത്രിക്കാൻ ബുദ്ധിമുട്ടി. ബ്രൈസിനെ പിന്തുടർന്നു. ബ്രൈസ് കോപം കൊണ്ട് വിറയ്ക്കുന്നുണ്ടായിരുന്നു. ഡൽഗ്ലീഷിന്റെ കൈ പിടിച്ച് വലിക്കുകയായിരുന്നു. ഡൽഗ്ലീഷ് കുതറിമാറുമെന്ന് ഭയക്കുന്നതുപോലെ കൈ മുറുകെ പിടിച്ചിരുന്നു. മറുകൈകൊണ്ടയാൾ പൂച്ചയെ കണ്ട ആ കൊളുത്തിലേക്ക് ചൂണ്ടിക്കാണിച്ചു. ആ കൊളുത്തിനും സെറ്റണിന്റെയത്ര ഉത്തരവാദിത്വമുണ്ട് എന്ന മട്ടിലായിരുന്നു

അപ്പോൾ അയാളുടെ പെരുമാറ്റം. അയാളുടെ മനസ്സിൽ അരാബെല്ല നിറഞ്ഞിരിക്കുന്നു. ഡൊറോത്തി സെറ്റണിന്റെ മരണത്തെക്കുറിച്ച് എന്തെങ്കിലും വിവരം ലഭിക്കുക ഇനി എളുപ്പമല്ല. ഡൽഗ്ലീഷിന് ബ്രൈസിനോട് അനുകമ്പ തോന്നി. അയാളും പൂച്ചകളെ ഇഷ്ട പ്പെടുന്ന വ്യക്തിയാണ്. എന്നാൽ അവയെക്കുറിച്ച് ഇത്ര ആകുലത യില്ല. സെറ്റണാണ് ആ സുന്ദരിപ്പൂച്ചയെ, വെറും പകയുടെ പേരിൽ, ഇല്ലാതാക്കിയതെങ്കിൽ ബ്രൈസിനത് മറക്കുക എളുപ്പമാകില്ല. അങ്ങ നെയുള്ള ഒരു വ്യക്തി എന്തായാലും ശത്രുക്കളെ സൃഷ്ടിച്ചിട്ടുണ്ടാകും.

ആരാണ് അരബെല്ലയെ കണ്ടതെന്ന് ഡൽഗ്ലീഷ് ചോദിച്ചു.

''സിൽവിയ കെഡ്ജ്. എനിക്ക് ചുരുക്കെഴുത്തിനു വന്നതായി രുന്നു അവൾ. ഞാൻ പക്ഷേ ലണ്ടനിൽ നിന്നെത്താൻ വൈകി. അവളെത്തി അഞ്ച് നിമിഷം കഴിഞ്ഞിട്ടാണ് ഞാനെത്തിയത്. അവൾ സെലിയയെ വിളിച്ച് അരബെല്ലയെ താഴെയിറക്കാൻ സഹായിക്കണം എന്നാവശ്യപ്പെട്ടു. അവൾക്കൊറ്റയ്ക്ക് ആ ശവത്തിലെത്തില്ലായി രുന്നു. സ്വാഭാവികമായും ഇരുവരും വല്ലാതെ അസ്വസ്ഥരായി. സിൽ വിയ്ക്ക് ശാരീരികാസ്വാസ്ഥ്യമുണ്ടായി. ഞങ്ങൾ അവളുടെ ചക്രക്കസേര പാത്രം കഴുകുന്നിടത്തേക്ക് തള്ളിക്കൊണ്ടുപോയി, കുറേ വെള്ളം കോരിയൊഴിച്ചു. എന്റെ വിഷമത്തെക്കുറിച്ച് ഞാൻ പറയുന്നില്ല. അതൊക്കെ നിങ്ങൾക്ക് മനസിലാകും. മിസ് ഡൽഗ്ലീഷിനോട് ഇതിനെ ക്കുറിച്ചെഴുതാൻ ഞാൻ ആവശ്യപ്പെട്ടിരുന്നു. സെറ്റണാണത് ചെയ്ത തെന്ന് തെളിയിക്കാനാണ് നിങ്ങൾ വന്നത് എന്നാണ് ഞാൻ കരു തിയത്. ഇവിടത്തെ പൊലീസുകാരെക്കൊണ്ടൊന്നും ഒരു ഗുണവു മില്ല. അതൊരു മനുഷ്യജീവനായിരുന്നു എങ്കിൽ ഇവിടെ എന്തൊക്കെ കോലാഹലമുണ്ടാകുമായിരുന്നു എന്നൊന്ന് ആലോചിച്ച് നോക്കൂ. സെറ്റണിന്റെ കാര്യം പോലെ തന്നെ. അസംബന്ധമാണത്. മറ്റേത് ജീവനെക്കാളും പ്രാധാന്യമുള്ളതാണ് മനുഷ്യജീവൻ എന്ന് കരു തുന്ന വൈകാരിക ജീവികളെപ്പോലെയല്ല ഞാൻ. നമ്മൾ, ജനങ്ങൾ, വളരെയധികമുണ്ട്. എന്നാൽ നമ്മളിൽ ഭൂരിപക്ഷമാളുകൾക്കും സ്വയം എങ്ങനെ ആനന്ദിക്കണമെന്നോ മറ്റുള്ളവരെ എങ്ങനെ സന്തോഷി പ്പിക്കണമെന്നോ അറിയില്ല. അത്ര വിരൂപരാണ് നമ്മൾ. തീർത്തും വിരൂപർ. നിങ്ങൾക്ക് അരബെല്ലയെ അറിയാമായിരുന്നല്ലോ ആദം. സുന്ദരിയായിരുന്നില്ലേ അവൾ? അവളെ കണ്ടുകൊണ്ടിരിക്കുന്നത് തന്നെ ഒരു ആനന്ദമായിരുന്നില്ലേ?''

ബ്രൈസ് തിരഞ്ഞെടുത്ത വാക്കുകൾ ഡൽഗ്ലീഷിനെ അത്ഭുത പ്പെടുത്തി. അരബെല്ലയെക്കുറിച്ച് തനിക്കാകാവുന്ന വാക്കുകളിൽ പുകഴ്ത്തി. അതൊരു സുന്ദരിപ്പൂച്ച തന്നെയായിരുന്നു. അമ്മായി

രണ്ടാഴ്ചയിൽ ഒരിക്കൽ എഴുതുന്ന കത്തുകളിൽ ഈ വിഷയം സൂചിപ്പിച്ചിരുന്നു. എന്നാൽ ബ്രൈസിന്റെ അഭ്യർത്ഥനയെക്കുറിച്ച്, താനിവിടെ വന്ന് ഈ അന്വേഷണം ഏറ്റെടുക്കണം എന്ന അഭ്യർത്ഥനയെക്കുറിച്ച് സൂചനയൊന്നുമുണ്ടായിരുന്നില്ല. സെറ്റണിനെതിരെ പ്രാഥമിക തെളിവുകൾ ഒന്നുമില്ല എന്ന് ഡൽഗ്ലീഷ് ചൂണ്ടിക്കാണിച്ചു. ആ വിഷയത്തെപ്രതി കോപം, അനിഷ്ടം, സംശയം എന്നിവ ധാരാളമായുണ്ടായി. എന്നാൽ യുക്തിസഹമായ ചിന്തകൾ ഇല്ലാതെ പോയി. ഇപ്പോഴാകട്ടെ അതിനെക്കുറിച്ചൊക്കെ ചിന്തിക്കാവുന്ന അവസ്ഥയിലുമല്ല അയാൾ. അയാൾ ബ്രൈസിനോട് നമുക്ക് സ്വീകരണ മുറിയിലേക്ക് തിരിച്ച് പോകാം എന്ന് പറഞ്ഞു. എന്നിട്ട് വീണ്ടും ഡൊറോത്തി സെറ്റണിന്റെ മരണത്തെക്കുറിച്ച് ചോദിക്കാമെന്ന് അയാൾ തീരുമാനിച്ചു.

“ഡൊറോത്തിയോ? അവർ ആലിസ് കെരിസണിനൊപ്പം ലെ ടൗകെറ്റിലേക്ക് ശരത്കാല അവധി ആഘോഷിക്കാൻ പോയതാണ്. അക്കാലമായപ്പോഴെക്കും അവരും സെറ്റണും തമ്മിൽ വല്ലാതെ അകൽച്ചയിലായി. അവർ മിക്ക കാര്യങ്ങൾക്കും ആലീസിനെ ആശ്രയിക്കാൻ തുടങ്ങി. അവൾക്ക് മേൽ ആരുടെയെങ്കിലും കണ്ണുണ്ടാകുന്നത് നല്ലതാകും എന്ന് സെറ്റണും കരുതിയിട്ടുണ്ടാകും. അവർ പോയി ഒരാഴ്ച കഴിഞ്ഞപ്പോൾ, ഇനി തനിക്ക് അവരുമായി ഒരിക്കലും ഒത്തുപോകാനാകില്ല എന്ന് സെറ്റൺ തിരിച്ചറിഞ്ഞു. വിവാഹമോചനമാവശ്യപ്പെട്ട് കത്തെഴുതി. ആ കത്തിലെ യഥാർത്ഥ വാക്കുകൾ എന്തായിരുന്നു എന്ന് ആർക്കുമറിയില്ല. പക്ഷേ കത്ത് അവർ തുറന്നപ്പോൾ ആലിസ് കെരിസൺ അടുത്തുണ്ടായിരുന്നു. ആ കത്ത് ശ്രീമതി സെറ്റണിനെ വല്ലാതെ നൊമ്പരപ്പെടുത്തി എന്നാണ് ആലിസ് അന്വേഷണത്തിനിടയിൽ പറഞ്ഞത്. ഉടൻ വിട്ടിലേക്ക് തിരിച്ച് പോകണം എന്നും അവർ ആവശ്യപ്പെട്ടുവത്രെ. കാദവെർ ക്ലബ്ബിലിരുന്നാണ് സെറ്റൺ ആ കത്തെഴുതിയത്. ശ്രീമതി സെറ്റണും ആലീസും തിരിച്ചെത്തിയപ്പോൾ വീട്ടിൽ ആരുമില്ലായിരുന്നു. അപ്പോൾ ഡൊറോത്തി ഉന്മേഷവതിയായിരുന്നു എന്നാണ് ആലിസ് പറയുന്നത്. ശാന്തയായിരുന്നു. പതിവിൽ കൂടുതൽ സന്തോഷത്തിലുമായിരുന്നു. ഡൊറോത്തി തന്നെയാണന്ന് അവർ ഇരുവർക്കുമുള്ള അത്താഴമുണ്ടാക്കാൻ തുടങ്ങിയത്. അത് കഴിഞ്ഞപ്പോൾ ഡോറോത്തി ഒരു കത്തെഴുതി. അതിന് അധികം സമയമൊന്നുമെടുത്തില്ല. കത്തെഴുതി കഴിഞ്ഞതിനു ശേഷം താൻ കടൽക്കരയിലേക്ക് നടക്കാൻ പോകുന്നു എന്ന് പറഞ്ഞു. നിലാവിൽ, നടക്കാൻ. ടാനേഴ്സ് ലെയ്നിലൂടെ അവർ താഴേക്കിറങ്ങി. അർദ്ധനഗ്നയായി. വസ്ത്രം ഒരു കല്ലിൽ വച്ചു. എന്നിട്ട് കടലിലേക്ക് ഇറങ്ങി നടന്നു. ഒരാഴ്ചയ്ക്ക് ശേഷമാണ് ശവം കിട്ടിയത്.

അതൊരു ആത്മഹത്യയായിരുന്നു. തനിക്കോ മറ്റാർക്കെങ്കിലുമോ ഉപകാരമില്ലാത്തവളായിരിക്കുന്നു എന്ന് തിരിച്ചറിയുന്നു എന്നൊരു കത്തെഴുതി അവിടെയൊരു കല്ലിനു കീഴെ വച്ചിരുന്നു. അതിനാൽ ആത്മഹത്യ ചെയ്യാൻ തീരുമാനിച്ചു എന്ന്. വളരെ വ്യക്തതയുള്ള ഒരു കുറിപ്പായിരുന്നു അത്. അക്കാലത്തൊക്കെ ആത്മഹത്യാ കുറിപ്പു കളിൽ എല്ലാം അവസാനിപ്പിക്കുന്നു എന്നൊക്കെ എഴുതുമായിരുന്നു. ഡോറോത്തിയാകട്ടെ താൻ ആത്മഹത്യ ചെയ്യാൻ തീരുമാനിച്ചു എന്ന് മാത്രം എഴുതി.''

''സെറ്റൺ അവർക്കെഴുതിയ കത്തിനെന്ത് സംഭവിച്ചു?''

''അത് പിന്നെ കണ്ടെത്തിയില്ല. ഡൊറോത്തിയുടെ സാധന സാമഗ്രികളിൽ അതില്ലായിരുന്നു. അത് അവർ നശിപ്പിക്കുന്നത് ആലിസ് കണ്ടിട്ടുമില്ല. എന്നാൽ സെറ്റൺ അതിനെക്കുറിച്ച് തുറന്ന് സംസാരിക്കുന്നുണ്ട്. അവരുടെ നന്മയെ ലക്ഷ്യമിട്ടാണങ്ങനെ ചെയ്തത് എന്നാണയാൾ പറയുന്നത്. തുടരുക അസാധ്യമായിരുന്നു. രണ്ട് വർഷങ്ങൾക്ക് ശേഷം അയാളുടെ ഒരു നാടകം കാണുന്നതുവരെ ഡൊറോത്തിയുമൊത്തുള്ള ജീവിതം അയാളെ എങ്ങനെയാണ് ബാധിച്ചത് എന്ന് എനിക്കറിയില്ലായിരുന്നു. ഒരു ഞരമ്പുരോഗിയു മൊത്തുള്ള വിവാഹ ജീവിതമാണ് ആ നാടകത്തിലെ വിഷയം. നാടകത്തിൽ ഭർത്താവാണ് ആത്മഹത്യ ചെയ്യുന്നത്. അത് സ്വാഭാ വികം. പ്രധാന ഭാഗം തനിക്ക് ലഭിക്കണം എന്ന് സെറ്റൺ ആഗ്രഹി ച്ചിരുന്നിരിക്കുമല്ലോ. അയാളല്ല അഭിനയിച്ചത്. എന്നാൽ അവസരം ലഭിച്ചിരുന്നു എങ്കിൽ അയാൾ അതും ചെയ്യുമായിരുന്നു. പാവം ബാരിയേക്കാൾ മോശമൊന്നുമാകുമായിരുന്നില്ല അയാളഭിനയിച്ചാലും. നടിക്കുന്നവരെ കുറ്റം പറഞ്ഞിട്ട് കാര്യമില്ല. അത്രയും മോശമായി രുന്നു ആ നാടകം ആദം. എന്നിരുന്നാലും സത്യസന്ധമായും വേദന യനുഭവിച്ചും എഴുതിയതായിരുന്നു അത്.''

''നിങ്ങൾ ആ നാടകം കണ്ടുവോ?''

''ആദ്യ ദിവസം തന്നെ. മൂന്നാമത്തെ വരിയിലിരുന്ന്. സെറ്റൺ ബോക്സിലുണ്ടായിരുന്നു. ഒപ്പം സെലിയയുമുണ്ടായിരുന്നു. അവർ അയാൾക്കൊരു അഭിമാനമായി എന്ന് പറയാതിരിക്കാനാകില്ല. അനു കരണ ആഭരണങ്ങൾ നിറയെ അണിഞ്ഞ് ഒരു ക്രിസ്തുമസ് മരം പോലെയുണ്ടായിരുന്നു അവരപ്പോൾ. അവർ തന്റെ വെപ്പാട്ടിയാ ണെന്ന് ജനം കരുതണമെന്നെങ്ങാൻ സെറ്റൺ ചിന്തിച്ചിരുന്നോ എന്നെനിക്കറിയില്ല. തന്നെ ഒരു വികൃതിയായി കാണണമെന്ന് മൗറിസ് ആഗ്രഹിച്ചിരുന്നു എന്നാണെനിക്ക് തോന്നിയിട്ടുള്ളത്. അവരെ

കണ്ടാലന്ന് കുലീനരെപ്പോലെ തോന്നിപ്പിച്ചിരുന്നു. സെറ്റൺ അതിനനുസരിച്ചുള്ള ഉടുപ്പുകൾ ധരിച്ചിരുന്നു. ഞാനന്ന് പോൾ മർഖാമിനൊപ്പമായിരുന്നു. പെട്ടെന്ന് വൈകാരികമായി പെരുമാറുന്നവനാണവൻ. ആദ്യ രംഗം കഴിഞ്ഞപ്പോഴേക്കും അവൻ കരയാൻ തുടങ്ങി. അവൻ മാത്രമല്ല, കാണികളിൽ മൂന്നിലൊന്നും അങ്ങനെയായിരുന്നു. എന്നാൽ പോളിന്റെയൊഴികെ മറ്റുള്ളവരുടേതൊക്കെ ചിരിയുടെ കണ്ണുനീരായിരുന്നു എന്നാണെന്റെ അഭിപ്രായം. ആദ്യ ഇടവേളയിൽ തന്നെ ഞങ്ങൾ പുറത്തിറങ്ങി. മൊലോണിസിൽ പോയി മദ്യപിച്ചു. ചിലതൊക്കെ എനിക്ക് സഹിക്കാനാകും. എന്നാൽ പൊതുജനങ്ങളെ വധിക്കുന്നത് സഹിക്കാനാകില്ല. സെലിയ സാഹസികയാണ്. അവരത് അവസാനം വരെ ഇരുന്ന് കണ്ടു. അതിനു ശേഷം അവർക്ക് ഐവിയിൽ ഒരു വിരുന്നുമുണ്ടായി. എന്നാൽ ഞാനിപ്പോഴും അരബെല്ല മരിച്ച ആ സായാഹ്നമാണോർക്കുന്നത്. എന്തിനാണ് നിന്റെ മേൽ ഇങ്ങനെ പ്രതികാരം തീർത്തത്.''

''ലാഥമിന്റേത് വളരെ കഠിനമായ വിമർശനമായി അല്ലേ? അയാൾക്ക് ആ നാടകത്തെ വധിക്കുന്നതിൽ വ്യക്തിപരമായ ഒരു താത്പര്യം തന്നെയുണ്ടായിരുന്നു എന്ന് കരുതുന്നുണ്ടോ?''

''അങ്ങനെ എനിക്ക് തോന്നിയില്ല.'' അയാളുടെ വലിയ കണ്ണുകളിൽ നിഷ്കളങ്കതയായിരുന്നു. എന്നാൽ അവയ്ക്ക് പുറകിലുള്ള വിവേകത്തെ ആദമിനു ബഹുമാനമുണ്ടായിരുന്നു.

''മോശം എഴുത്തും മോശം അഭിനയവും ഒലിവറിനു സഹിക്കില്ല. ഇത് രണ്ടും ഒന്നിച്ചെത്തിയാൽ അയാൾ രാക്ഷസനാകും. ഒലിവറിന്റെ ശവമാണിങ്ങനെ രണ്ട് കൈകളും കൊത്തിക്കളഞ്ഞ രീതിയിൽ കണ്ടെത്തപ്പെടുന്നതെങ്കിൽ അത് മനസിലാക്കാനാകുമായിരുന്നു. ലണ്ടനിൽ കറങ്ങി നടക്കുന്ന അക്ഷരാഭ്യാസമില്ലാത്ത ഈ രണ്ടാംകിട എഴുത്തുകാരിലും അഭിനേതാക്കളിലും പെട്ട ആരു വേണമെങ്കിലും അത് ചെയ്യുമായിരുന്നു.''

''ലാഥമിന് ഡോറോത്തി സെറ്റണിനെ അറിയാമായിരുന്നില്ലേ?''

''എന്തിനാണിങ്ങനെ അതിൽ കിടന്ന് കറങ്ങുന്നത് ആദം. ലാഥമിനവരെ നല്ലവണ്ണമറിയാമായിരുന്നു. ഞങ്ങൾക്കെല്ലാം അറിയാമായിരുന്നു. അവർ ഇടയ്ക്കിടെ ഞങ്ങളുടെയെല്ലാം വീടുകളിൽ വരാറുണ്ടായിരുന്നു. ചിലപ്പോൾ മദ്യപിച്ചായിരിക്കും വരുന്നത്. ചിലപ്പോൾ സന്തോഷചിത്തയായും മറ്റ് ചിലപ്പോൾ വിഷണ്ണയായും.''

''ലാഥമിനെ അവരോട് പ്രണയമുണ്ടായിരുന്നോ?'' വളച്ചുകെട്ടില്ലാതെ ഡൽഗ്ലീഷ് ചോദിച്ചു. ആ ചോദ്യത്തിൽ ബ്രൈസ് അത്ഭുതപ്പെട്ടില്ല. സംഭ്രമിച്ചുമില്ല. കൊച്ചുവർത്തമാനങ്ങളിൽ തത്പരരായ

ഏതൊരാളേയും പോലെ അയാൾക്കും ജനങ്ങളുടെ ഇത്തരം ചെയ്തി കളിൽ താത്പര്യമുണ്ടായിരുന്നു. തന്റെ കൂട്ടത്തിൽ ഒരു പുരുഷനും സ്ത്രീയും പരസ്പരം മതിമറന്നിരിക്കുന്നത് കണ്ടാൽ അയാളും ആദ്യം ചോദിക്കുന്നത് ഇത് തന്നെയാകും.

''സെലിയ അങ്ങനെ പറയാറുണ്ട്. അവർ പറഞ്ഞില്ലെങ്കിലേ അത്ഭു തമുള്ളൂ. എതിർലിംഗത്തിനോട് താത്പര്യമുള്ള ഒരു പുരുഷനും സുന്ദരിയായ പെണ്ണിനും ഇടയിൽ മറ്റൊരു ബന്ധത്തെക്കുറിച്ച് അവർക്ക് സങ്കല്പിക്കാനാകില്ലായിരുന്നു. ലാഥമിന്റെ കാര്യത്തിൽ അവരുടെ ആ ഊഹത്തിൽ തെറ്റില്ല എന്നും തോന്നുന്നു. ഡൊറോ ത്തിയെ ഇതിൽ ആർക്കും കുറ്റപ്പെടുത്താനാകില്ല. സെറ്റണുമൊത്ത് ആ ചില്ലുമേടയിൽ ഒതുങ്ങിക്കഴിയുകയായിരുന്നല്ലോ അവർ. വല്ലാതെ വിരസമായിരുന്നു ആ ജീവിതം. എനിക്കരികിലെത്തിയാലല്ലാതെ മറ്റെവിടെ പോയാലും അവർക്ക് ഒരു സമാധാനം ലഭിക്കില്ലായി രുന്നു.''

''എന്നാലും ലാഥമിന് അവരോട് പ്രത്യേക താത്പര്യമുണ്ടായി രുന്നു എന്ന് കരുതുന്നുണ്ടോ?''

''എനിക്കറിയില്ല. അങ്ങനെ എനിക്ക് തോന്നിയിട്ടില്ല. പാവം ഒലീവിന് തന്നോട് തന്നെ വെറുപ്പും നിരാശയുമാണ്. അയാൾ ഏതെ ങ്കിലും ഒരു പെണ്ണിനു പുറകെ പോകും. അവളുമായി പ്രണയത്തി ലാകും. പിന്നെ വകതിരിവില്ല എന്ന് പറഞ്ഞ് അവളെ തള്ളിക്കളയും. ഒരു പെണ്ണിനും അയാളെ ജയിക്കാനായിട്ടില്ല. ഒരാൾക്ക് തന്നെത്തന്നെ ഇത്ര വെറുപ്പാണെങ്കിൽ അത് ഭീകരമാകും. ഞാനിപ്പോൾ ഭാഗ്യവാ നാണ്.''

ആ ചിത്തം കവരൽ ഡൽഗ്ലീഷിനെ പുതപ്പിക്കുന്ന ശവക്കച്ചയാ കുകയായിരുന്നു. അയാൾ വാച്ചിലേക്ക് നോക്കി. 12:45 ആയി. തനിക്ക് ഉച്ചഭക്ഷണത്തിനെത്താൻ സമയമായി എന്ന് പറഞ്ഞ് എഴുന്നേറ്റു.

''പോകുന്നതിനു മുമ്പ് ഡൊറോത്തിയുടെ ആ ഫോട്ടോയൊന്ന് കണ്ടിട്ട് പോകൂ. ഇവിടെ എവിടേയോ ഉണ്ടത്. അത് കണ്ടാൽ അവ ളെത്ര സുന്ദരിയായിരുന്നു എന്ന് മനസ്സിലാകും.''

അയാൾ മേശവലിപ്പുകളിൽ ഒന്ന് തുറന്നു. അതിനകത്തുള്ള കടലാസുകൾ ചിക്കിപ്പരത്തി. പ്രതീക്ഷയൊന്നും വേണ്ട എന്ന് ഡൽ ഗ്ലീഷിന്റെ മനസ്സ് പറഞ്ഞു. എന്നാൽ, ആ അലങ്കോലത്തിനിടയിലും ചില ക്രമങ്ങളൊക്കെയുണ്ടായിരുന്നു എന്ന് തോന്നുന്നു. ഒരു നിമിഷ ത്തിനകം താൻ എന്താണോ അന്വേഷിച്ചിരുന്നത് അത് ബ്രൈസ് കണ്ടെത്തി. ഒരു ഫോട്ടോഗ്രാഫ് ഡൽഗ്ലീഷിനു നേരെ നീട്ടി.

''ഒരു ജൂലയ് മാസത്തിൽ കടൽക്കരയിൽ പോയപ്പോൾ സിൽവിയ കെഡ്ജ് എടുത്ത ചിത്രമാണിത്. വലിയ കുഴപ്പമില്ലാതെ ഫോട്ടോഗ്രാഫി കൈകാര്യം ചെയ്യാൻ അവൾക്കറിയാം.''

ആ ഫോട്ടോഗ്രാഫ് എന്തായാലും ഫോട്ടോയെടുക്കുന്നത് തൊഴിലാക്കിയ ഒരാൾ എടുത്തതല്ല. ഒരു കളിവള്ളത്തിനു ചുറ്റിലുമിരിക്കുന്ന വിനോദസഞ്ചാരിസംഘമാണാ ചിത്രത്തിലുണ്ടായിരുന്നത്. മൗറിസ്, ഡിഗ്ബി, സെലിയ, ലിസ് മാർലി, ഒലിവർ ലാഥം, ബ്രൈസ് എന്നിവർ ആ ചിത്രത്തിലുണ്ട്. പിന്നെ കുളിവസ്ത്രത്തിൽ ഡൊറോത്തി സെറ്റണും. അവർ കളിവള്ളത്തിൽ ചാരി നിൽക്കുന്നു. ക്യാമറയിൽ നോക്കി ചിരിച്ചാണവർ നിൽക്കുന്നത്. ചിത്രത്തിനു മങ്ങലൊന്നും സംഭവിച്ചിട്ടില്ല. ഡൊറോത്തിക്ക് നല്ല ശരീരമുണ്ടെന്നും അതെങ്ങനെയാണ് പ്രദർശിപ്പിക്കേണ്ടതെന്ന് അവർക്കറിയാം എന്നതിലും ഉപരി ആ ചിത്രം ഒന്നും പറഞ്ഞില്ല. അതിസുന്ദരിയെന്നൊന്നും പറയാനാകില്ലെങ്കിലും സുന്ദരിയാണവർ. ബ്രൈസ് പുറകിൽ വന്ന് നിന്ന് ആ ചിത്രത്തിലേക്ക് നോക്കി. ''ഇത് തമാശയായിരിക്കുന്നു... ഇത് കണ്ടാലൊന്നും അവരെങ്ങനെയായിരുന്നു എന്ന് മനസ്സിലാകില്ല... ഇതിലും നന്നായിരിക്കും എന്നാണ് ഞാൻ കരുതിയത്.'' അപ്പോൾ കണ്ടെത്തിയപോലെ, എന്തോ വെളിപാടുണ്ടായതു പോലെ അയാൾ പറഞ്ഞു.

കോട്ടേജിന്റെ പടിവാതിൽ വരെ ഡിൽഗ്ലീഷിനെ ബ്രൈസ് അനുഗമിച്ചു. ഡിൽഗ്ലീഷ് പടികടന്നപ്പോൾ ഒരു കാർ ഇരച്ചെത്തി, അയാൾക്ക് മുന്നിൽ നിന്നു. അതിൽ നിന്ന് തടിച്ച, കറുത്ത മുടിയുള്ള ഒരു പെണ്ണിറങ്ങി വന്നു. കട്ടിളക്കോൽ പോലെയുള്ള കാലുകളും സ്കൂൾ കുട്ടികളുടെ ഷൂസും വെളുത്ത സോക്സും ധരിച്ചവൾ. അവളെ കണ്ടതും ബ്രൈസ് ആഹ്ലാദചിത്തനായി.

''ശ്രീമതി ബെയ്ൻ പോർട്ടർ! നിങ്ങൾ ഞാൻ പറഞ്ഞത് കൊണ്ടുവന്നിട്ടുണ്ടോ! ഉവ്വോ. ഇത് ഗംഭീരമായി.''

ഉന്നത വർഗ്ഗത്തിലെ സ്ത്രീകളുടേതുപോലെ ആഴമുള്ള സ്വരമാണ് ശ്രീമതി ബെയ്ൻ പോർട്ടറുടേത്. കനത്ത കാറ്റിലും ഒരു ഹോക്കി ഗ്രൗണ്ടിന്റെ എതിർദിശവരെ എത്താവുന്നത്. അവരുടെ വാക്കുകൾ ഡൽഗ്ലീഷിന്റെ കാതിൽ മുഴങ്ങി.

''ഇന്നലെ നിങ്ങളുടെ കത്ത് കിട്ടിയപ്പോൾ ഒന്ന് ശ്രമിച്ച് നോക്കാം എന്ന് ഞാൻ കരുതി. ചവറിൽ കിടന്നിരുന്നതിൽ ഏറ്റവും മികച്ച മൂന്നെണ്ണം ഞാൻ കൊണ്ടുവന്നു. നിങ്ങൾ തന്നെ അതിൽ നിന്നൊരെണ്ണത്തിനെ തിരഞ്ഞെടുക്കുന്നതാകും നല്ലതെന്ന് കരുതി. നിങ്ങൾക്കെന്നപൊലെ അവയ്ക്കും അതായിരിക്കും നല്ലത്.''

അവർ കാറിന്റെ പിൻഭാഗം തുറന്നു. ശ്രീമതി ബെയ്ൻ പോർട്ടറും ബ്രൈസും ചേർന്ന് മൂന്ന് കുട്ടകൾ പുറത്തെടുത്തു. അതിലോരോന്നിലും ഓരോ പൂച്ചയുണ്ടായിരുന്നു. അവ കോപം കൊണ്ട് ബഹളം വയ്ക്കുന്നുണ്ടായിരുന്നു. ശ്രീമതി ബെയ്ൻ പോർട്ടറുടെ സ്വരത്തിനനുയോജ്യമായ വിധത്തിൽ അലയ്ക്കുന്നുണ്ടായിരുന്നു. സംഘം കോട്ടേജിന്റെ വാതിലിലൂടെ അപ്രത്യക്ഷമായി. ഡൽഗ്ലീഷ് ചിന്താമഗ്നനായി വീട്ടിലേക്ക് നടന്നു. ചെറിയ കാര്യങ്ങൾ ഒന്നുകിൽ എല്ലാമാകുന്നു അല്ലെങ്കിൽ തീർത്തും ചെറിയതായി ഒന്നുമല്ലാതാകുന്നു. ശ്രീമതി ബെയ്ൻ പോർട്ടർക്ക് വ്യാഴാഴ്ച ജൂലിയൻ ബ്രൈസിൽ നിന്ന് ഒരു കത്ത് ലഭിച്ചു എങ്കിൽ അത് പോസ്റ്റ് ചെയ്തത് ഏറ്റവും ചുരുങ്ങിയത് ബുധനാഴ്ചയെങ്കിലുമാകും. അതിനർത്ഥം ബുധനാഴ്ച സെറ്റണിന് പൂച്ചയെ കൊല്ലാനുള്ള വാസനയുള്ളതിനെ ബ്രൈസ് വെല്ലുവിളിക്കാൻ തീരുമാനിച്ചിരുന്നു എന്നാണ്. അല്ലെങ്കിൽ ഇനി ഭയക്കാനൊന്നുമില്ല എന്ന് തീരുമാനിച്ചിരുന്നു.

പതിമ്മൂന്ന്

വെള്ളിയാഴ്ച മദ്ധ്യാഹ്നശേഷം സംശയത്തിലുള്ളവർ റക്ലസിന്റെ ആസ്ഥാനമായ ഡണിഡ്ജിലെ ചെറിയ സത്രത്തിലേക്ക് വണ്ടികളിലോ നടന്നോ എത്തിച്ചേർന്നു. അവിടെച്ചെന്ന് അവരുടെ പ്രസ്താവങ്ങൾ കൊടുത്തു. അതിനെ എന്നും അവർ അവരുടെ പ്രാദേശിക മദ്യശാലയായാണ് കണ്ടിരുന്നത്. ജോർജ്ജ് പ്രൈക് അത് നടത്തിക്കൊണ്ടുപോകുന്നതു തന്നെ തങ്ങൾക്ക് വേണ്ടിയാണെന്ന് അവരെല്ലാം കരുതിയിരുന്നു. അതിനാൽ ഈ സ്ഥലം ഇൻസ്പെക്ടർ തിരഞ്ഞെടുത്തത് ഒട്ടും ശരിയായില്ല, വിവേകമായില്ല, എന്നൊക്കെ വിമർശനങ്ങളുണ്ടായി. മറ്റുള്ളവരുടെ സൗകര്യങ്ങൾ മാനിക്കുന്നില്ല എന്ന പരാതിയുണ്ടായി. ഏറ്റവും ശക്തമായ പ്രതിഷേധം സെലിയ കാൽത്രോപ്പിൽ നിന്നായിരുന്നു. അവരാണേറ്റവും കുറവ് ഈ മദ്യശാല ഉപയോഗിച്ചിരുന്നതെന്ന് കണക്കിലെടുക്കാതെയായിരുന്നു പ്രതിഷേധം. ഗ്രീൻ മാൻ എന്നാണാ മദ്യശാലയുടെ നാമം. ഇങ്ങനെയൊരു ആവശ്യത്തിന് ആ മദ്യശാലയിൽ സൗകര്യം ഒരുക്കിയത് ജോർജ്ജ് ചെയ്യുന്ന ഏറ്റവും വലിയ വിഡ്ഢിത്തമാണെന്ന് അവർ പറഞ്ഞു. ജോർജ്ജിന്റെ കടയിൽ നിന്ന് ഇനിയും ഷെറി വാങ്ങുമോ എന്നവർക്ക് ഉറപ്പില്ല. ഇനിമുതൽ എപ്പോഴൊക്കെ അവിടെയെത്തിയോ അപ്പോഴൊക്കെ അവർക്ക് ഇൻസ്പെക്ടർ റക്ലസിനെ ഓർമ്മ വരും. അതിനാൽ ആ മദ്യശാല സന്ദർശിക്കുന്നത് തന്നെ ഒരു പീഡയാകും.

ലാഥമും ബ്രൈസും അവരുടെ ഈ വീക്ഷണകോൺ ഇൻസ്പെക്ടറുമൊത്ത് പങ്കുവച്ചു. അയാളെക്കുറിച്ച് ആദ്യം മുതൽ തന്നെ അവർക്ക് അത്ര മതിപ്പൊന്നുമില്ലായിരുന്നു. ഇതുകൂടിയായപ്പോൾ തങ്ങൾക്ക് അയാളെ ഒട്ടും ഇഷ്ടമില്ല എന്ന നിർണ്ണയത്തിൽ അവർ എത്തിച്ചേർന്നു. സെറ്റണിന്റെ ഇൻസ്പെക്ടർ ബ്രിഗ്സുമൊത്ത് ഇയാൾക്ക് നല്ല സാമ്യമുണ്ടെന്നും അതിനാലാണീ അനിഷ്ടമെന്നും ബ്രൈസ് വാദിക്കുകയുണ്ടായി. ബഹുമാന്യനായ മാർട്ടിൻ ബ്രിഗ്സിനെ പലപ്പോഴും ബ്രിഗ്സി എന്ന് വിളിക്കാറുണ്ട്. സൗഹൃദവും സ്നേഹവും അധികമാകുമ്പോഴാണിങ്ങനെ വിളിക്കുന്നത്. ബ്രിഗ്സിൽ കണ്ടിരുന്ന വിനീതത്വം പക്ഷേ ഇൻസ്പെക്ടർ റക്ലസിലില്ല. യാഡിലെ മിടുക്കന്മാരിൽ ഒരാളായിരുന്നു എങ്കിലും കാരൂതേഴ്സിന്റെ രണ്ടാമനാകുന്നതിലായിരുന്നു അയാൾക്ക് താത്പര്യം. ബഹുമാന്യനായ മാർട്ടിനാകട്ടെ എന്തെങ്കിലും പ്രത്യേകാൽ നിപുണതകളുടേയോ ഉപദേശങ്ങളുടേയോ ആവശ്യം വന്നാലുടൻ ബ്രിഗ്സിനെ വിളിക്കുമായിരുന്നു. വീഞ്ഞ്, പെണ്ണ്, രാജ്ദൗത്യങ്ങൾ, വർണ്ണനകൾ, ഗോപ്യമാക്കിവയ്ക്കാവുന്ന വിഷയങ്ങൾ എന്നിവയിൽ അത്ര നിപുണതയില്ലാത്തവനായിരുന്നു കാരൂതേഴ്സ്. അതുപോലെ എലിസബത്തൻ കാലഘട്ടത്തിലെ കവികളെക്കുറിച്ചും അയാൾക്ക് അധികമൊന്നും അറിയില്ല. അതിനാൽ അയാളുടെ അഭിപ്രായങ്ങൾ മിക്കപ്പോഴും ഉപയോഗശൂന്യമാകാറുണ്ട്.

ബ്രൈസ് ചൂണ്ടിക്കാണിച്ചത് ഇൻസ്പെക്ടർ ബ്രിഗ്സ് ഒരിക്കലും ആരേയും അവരുടെ ഇഷ്ട മദ്യശാലകളിൽ നിന്ന് പുറത്താക്കുകയോ അവരെ ഇരുണ്ട, ദുർമുഖത്തോടെ തുറിച്ച് നോക്കുകയോ ചെയ്യാറില്ല എന്നാണ്. അതുപോലെത്തന്നെ ബ്രിഗ്സ് ഒരിക്കലും അപ്പുറത്തിരിക്കുന്നയാൾ പറഞ്ഞതിൽ പാതി മാത്രം കേൾക്കുകയും കേട്ടത് അവിശ്വസിക്കുകയും ചെയ്യില്ലായിരുന്നു. മാത്രമല്ല, എഴുത്തുകാർ എന്നാൽ, കൂടുതൽ നിപുണതയുള്ള ഒഴികഴിവുകൾ ചമയ്ക്കാനാകും എന്ന വ്യത്യാസമൊഴിച്ചാൽ, മറ്റുള്ളവരെയൊക്കെ പോലെ തന്നെ എന്ന് ബ്രിഗ്സ് ഒരിക്കലും കരുതില്ല. ഇൻസ്പെക്ടർ ബ്രിഗ്സ് സംശയിക്കുന്നവർ എന്തെങ്കിലും പ്രസ്താവം നൽകേണ്ടുന്നതുണ്ടെങ്കിൽ അവ അവരുടെ സ്വന്തം വീട്ടിലിരുന്ന്, സ്വന്തം സൗകര്യത്തിനനുസരിച്ച് നൽകി. അത്തരം അവസരങ്ങൾ തന്നെ വിരളമായിരുന്നു. അതുണ്ടായാലും പാദസേവ ചെയ്യുന്ന പൊലീസുകാരും കാരൂതേഴ്സും ഒപ്പമുണ്ടാകും. ഇൻസ്പെക്ടർ ബ്രിഗ്സ് ഒരിക്കലും അതിരുവിടുന്നില്ല എന്ന് അവരൊക്കെ ഉറപ്പാക്കും.

ഒന്നിച്ച് സത്രത്തിലെത്താതിരിക്കാൻ അവരെല്ലാം ശ്രദ്ധിച്ചു. വ്യാഴാഴ്ച രാത്രിയുണ്ടായ സംഭാഷണങ്ങളും അതിനെത്തുടർന്നുള്ള ക്ഷീണാവസ്ഥകളുമായിരുന്നു അതിനു കാരണം. വെള്ളിയാഴ്ച മദ്ധ്യാഹ്നം

ആയപ്പോഴേക്കും അവർക്കെല്ലാം ചിന്തിക്കാൻ സമയം ലഭിച്ച് കഴിഞ്ഞിരുന്നു. അപ്പോഴേക്കും സെറ്റണിന്റെ മരണം ഒരു കഥ എന്നതിലുപരി ശല്യമാകുന്ന യാഥാർത്ഥ്യമായി മാറിയിരുന്നു. ഒട്ടും രുചിയില്ലാത്ത ചില സത്യങ്ങൾ തിരിച്ചറിയപ്പെട്ടു. അവസാനമായി സെറ്റണിനെ ജീവനോടെ കാണുന്നത് ലണ്ടനിൽ വച്ചാണെന്നത് സത്യം. എന്നാൽ അംഗഭംഗം വന്ന ആ ശരീരം കടലിലൊഴുക്കിയത് മോങ്ക്സ്മെയറിലെ കടൽക്കരയിൽ നിന്നാണ്. അത് മനസ്സിലാക്കാൻ സങ്കീർണ്ണമായ കണക്കുകൂട്ടലുകൾ, ഭൂപടങ്ങൾ, കാറ്റിന്റെ ഗതിയറിയൽ, വേലിയേറ്റ വേലിയിറക്ക സമയങ്ങളറിയൽ എന്നിവയൊന്നിന്റേയും ആവശ്യമില്ല. ലണ്ടനിൽ വച്ചായിരിക്കാം അയാൾക്ക് അപമൃത്യൂ സംഭവിച്ചത്. നിഷ്കളങ്കമായ, നിഷ്കപടമായ ചില തിരച്ചിലുകൾക്കിടയിലാകാം അത് സംഭവിച്ചത്. എന്നാൽ വന്നു ചേർന്ന വ്യാജ പകർപ്പുകൾ, വെട്ടിക്കളഞ്ഞ കൈകൾ സെറ്റൺ ഹൗസിലേക്ക് വന്ന ടെലിഫോൺ എന്നിവയ്ക്കല്ലാം ഒരു പ്രാദേശികത്വമുണ്ട്. ലണ്ടനിലെ ഗൂഢാലോചനക്കാർ, ലണ്ടനിലെ കൊലയാളികൾ, എന്ന ചിന്താഗതിയെക്കുറിച്ച് ഏറ്റവും വാചാലയായത് സെലിയ കാൽത്രോപ്പായിരുന്നു. എന്നാൽ അവർക്ക് പോലും ആ കളിവള്ളം എവിടെ വച്ചിരിക്കുന്നു എന്ന് ഈ കുറ്റവാളികൾ എങ്ങനെ അറിഞ്ഞു എന്ന ചോദ്യത്തിനോ, അവരെന്തിന് ശവം ഇവിടേക്ക് കൊണ്ടുവന്നു എന്ന ചോദ്യത്തിനോ ഉത്തരമില്ലായിരുന്നു. ''സംശയം നമ്മളിലേക്ക് നീട്ടാൻ, അല്ലാതെന്താ?'' എന്ന ചോദ്യം പൊതുവെ ഒന്നിലേറെ ചോദ്യങ്ങൾക്ക് ഉത്തരമായി എന്ന് കരുതപ്പെട്ടു.

എല്ലാവരുടേയും പ്രസ്താവങ്ങളെടുത്തതിനു ശേഷം ചില ടെലിഫോൺ വിളികളുണ്ടായി. ഫോണുകൾ ചോർത്തപ്പെടുന്നു എന്ന പാതി വിശ്വാസത്തിൽ, ആ കൊച്ചു സമൂഹം അവരുടെ കൈവശമുള്ള വിവരങ്ങളുടെ തുണ്ടുകൾ പങ്കുവച്ചു. കിംവദന്തികളും ഊഹങ്ങളും തുന്നിച്ചേർത്തു. അങ്ങനെ അവർക്കറിയേണ്ടുന്നതിൽ കൂടുതലറിഞ്ഞു. പരസ്പരം നേരിൽ കണ്ട് സംസാരിക്കാൻ അവരെല്ലാം മടിച്ചു. നേരിൽ കണ്ട് സംസാരിച്ചാൽ ചിലപ്പോൾ അവരറിയാതെ അവർക്കാവശ്യമില്ലാത്തത് പറയുകയോ കേൾക്കുകയോ ചെയ്യപ്പെടും എന്നവർ ഭയന്നു. എന്നാൽ വിവരങ്ങൾക്കായുള്ള അവരുടെ വിശപ്പ് അവസാനിച്ചതുമില്ല.

പെൻലാൻഡ്സിലേക്കുള്ള ടെലിഫോണുകൾക്കെല്ലാം മറുപടി പറഞ്ഞത് ജെയ്ൻ ഡൽഗ്ലീഷായിരുന്നു. മര്യാദയോടെ, സഹകരിക്കാതെ, വിവരങ്ങളൊന്നും പങ്കുവയ്ക്കാതെ. സെലിയ കാൽത്രോപ്പിനൊഴികെ ആർക്കും തനിക്ക് ആദമിനോട് ഒന്ന് സംസാരിക്കണം എന്ന് ആവശ്യപ്പെടാനുള്ള ധൈര്യം വന്നില്ല. അങ്ങനെ ചെയ്താൽ

താൻ സ്വയം ഒറ്റിക്കൊടുക്കുന്നതിനു തുല്യമാകുമോ എന്ന് അവർ ഭയന്നു. സെലിയയുടെ ഉദ്യമവും വിജയം കണ്ടില്ല. ആദമിനൊന്നും പറയാനില്ല എന്ന് മാത്രം അവർക്കറിയാനായി. സാവധാനത്തിൽ അവരെല്ലാം പരസ്പരം മറകളില്ലാതെ സംസാരിക്കാൻ തുടങ്ങി. അങ്ങനെ വാർത്തകളറിയാനുള്ള വിശപ്പിനെ ശമിപ്പിക്കാൻ തുടങ്ങി. എന്നിരുന്നാലും വിവരങ്ങൾ ഗോപ്യമെന്ന രീതിയിൽ മാത്രം, ചെറുതുണ്ടുകളാക്കി കൈമാറപ്പെട്ടു. അവയിൽ പലതും പ്രതീക്ഷ കളായിരുന്നു; അല്ലാതെ യാഥാർത്ഥ്യങ്ങളായിരുന്നില്ല. അത് അപൂർണ്ണ മായ ചിത്രങ്ങൾ സൃഷ്ടിച്ചു. ചൊവ്വാഴ്ച രാത്രിയെക്കുറിച്ചുള്ള കഥ കളിൽ ആരും മാറ്റം വരുത്തിയില്ല. അവർ എവിടെയായിരുന്നു എന്ന കഥകളിൽ. അവരെല്ലാം ആത്മവിശ്വാസത്തോടെ അതിൽ ഉറച്ച് നിന്നു. ലാഥമിന്റെ അതിഥി അയാളുടെ കഥയെ പിന്തുണയ്ക്കുന്ന തിൽ ക്ലേശങ്ങളൊന്നും പ്രകടമാക്കിയില്ല എന്നറിവായി. റക്ലസ് അതിനെക്കുറിച്ച് ഒന്നും പറഞ്ഞില്ല. ലാഥമാകട്ടെ അതിനെക്കുറിച്ച് മാന്യതയോടെയുള്ള മിതഭാഷിത്വം തുടർന്നു. ആ പെണ്ണിന്റെ പേരറി യാനുള്ള ജിജ്ഞാസ, എല്ലാവരിലും ജിജ്ഞാസയായി നിലനിന്നു. എലിസ മാർലി ചൊവ്വാഴ്ച രാത്രി ലണ്ടനിലുണ്ടായിരുന്നു എന്ന വാർത്ത ചില ഊഹാപോഹങ്ങൾക്ക് കാരണമാക്കി. തന്റെ അനന്തി രവൾക്ക് ലണ്ടനിലെ ലൈബ്രറി സന്ദർശിക്കേണ്ട ചില അത്യാവശ്യ ങ്ങളുണ്ടായിരുന്നു എന്ന തുടർച്ചയായുള്ള സെലിയയുടെ വിശദീ കരണങ്ങൾ ഇതിന്റെ കനം വർദ്ധിപ്പിച്ചു. കേംബ്രിഡ്ജിൽത്തന്നെ ഇത്രയധികം പുസ്തകങ്ങളുള്ളപ്പോൾ ഇവരെന്തിന് മറ്റ് ലൈബ്രറി തേടി എന്ന സംശയം ബ്രൈസ് ലാഥമിനോട് ഉന്നയിക്കാതിരുന്നില്ല. പൊലീസ് ബ്രൈസിന്റേയും ലാഥമിന്റേയും കാറുകൾ പരിശോധിച്ചു. അതിനെപ്രതി അതിന്റെ ഉടമകൾ പ്രതിഷേധിച്ചില്ല. അവർക്ക് ഒന്നും ഭയക്കാനില്ലാത്തതിനാലാണ് പ്രതിഷേധങ്ങളുണ്ടാകാതിരു ന്നത് എന്ന് സംസാരമുണ്ടായി. ബ്രൈസ് ഗ്രീൻ മാനിലുണ്ടായി രുന്നപ്പോൾ, ഡോക്ടർ ഫോബ്സ് ഡെൻബി, താനും രോഗിയു മൊത്തുള്ള സംഭാഷണങ്ങൾ രഹസ്യമാണെന്നും അതൊന്നും വെളി പ്പെടുത്താനാകില്ല എന്നും ഇത്തിരി കോപത്തോടെ തന്നെ ടെലി ഫോണിലൂടെ ഇൻസ്പെക്ടർ റക്ലസിനെ അറിയിച്ചു എന്നും സംഭാഷണമുണ്ടായി. പക്ഷേ അതിൽ ബ്രൈസ് ഇടപെടുകയും കെഞ്ചിയപേക്ഷിക്കുകയും ചെയ്തപ്പോൾ അയാൾ ഇൻസ്പെക്ട റോട് അങ്ങനെ അവർ തമ്മിൽ ടെലിഫോണിലൂടെ സംസാരിക്കു കയുണ്ടായി എന്ന് സമ്മതിച്ചു. താൻ സെറ്റണിന് ഒരു കളിവള്ളത്തിൽ ഒഴുക്കി വിട്ട ശവം എന്ന ആശയം നൽകിയെന്ന സെലിയയുടെ വാക്കുകളെ ഒരു മുക്കുവൻ പിന്തുണച്ചു.

മാസങ്ങൾക്ക് മുമ്പ് ഒരിക്കൽ സെറ്റൺ തന്നെ കണ്ട് മൊങ്ക്സ് മെയറിലെ കടൽക്കരയിൽ നിന്ന് ഒരു കളിവള്ളത്തിൽ ശവം വച്ച് കടലിലേക്ക് തള്ളിവിട്ടാൽ അതെവിടെ വന്നടിയും എന്നന്വേഷി ക്കുകയുണ്ടായി എന്ന് അയാൾ ഗ്രീൻ മാനിൽ വന്ന് പ്രസ്താവം നൽകി. സെലിയയുടെ ഈ പ്രസ്താവത്തെ ആരും അത്ര കണക്കി ലെടുത്തില്ല. അതിനെ മറ്റൊരു വിധത്തിൽ സംശയിച്ചതുമില്ല. അവർ ഉന്നയിച്ച ലണ്ടനിലെ കൊലയാളികൾ എന്ന വാദത്തിനെ പിന്തുണ യ്ക്കാനായി ബ്രൈസ് ഒഴികെ ആരും മോങ്ക്സ്മെയറിൽ ബുധനാ ഴ്ച രാത്രി അപരിചിതരെ കണ്ടതായി അവകാശപ്പെട്ടില്ല എന്നതും ആ വാദത്തെ ദുർബലമാക്കുന്നുണ്ടായിരുന്നു.

ഏഴുമണിക്കു ശേഷം, വിറക് പുരയിൽ നിന്ന് വിറകുമായി അക ത്തേക്ക് കടക്കുമ്പോഴാണ് വഴിയിൽ ഒരു മോട്ടോർ സൈക്കിളുകാരനെ അയാൾ കണ്ടത്. തന്റെ കോട്ടേജിനു മുന്നിലെത്തി അയാൾ തിരിച്ച് പോയി എന്ന് ബ്രൈസ് പറയുന്നു. ജസ്റ്റിന് മോട്ടോർ സൈക്കിളു കളോട് ഒരു വിദ്വേഷം തന്നെയുണ്ടായിരുന്നു. അതിന്റെ സ്വരം ഒട്ടും ഇഷ്ടമല്ലായിരുന്നു. അതിനാൽ അയാൾ പ്രതിഷേധിച്ചു. അയാൾ അതുപോലെ തിരിച്ചും ഒച്ചയിട്ടു. തന്റെ കോട്ടേജിന്റെ മുന്നിൽ നിന്ന് അയാൾ ഏതാനും നിമിഷങ്ങൾ ബഹളം വച്ചു എന്നും ബ്രൈസ് പറയുന്നുണ്ട്. ബഹളം വയ്ക്കുക മാത്രമല്ല ബ്രൈസിനു നേരെ അശ്ലീലാംഗ്യങ്ങൾ കാണിക്കുകയുമുണ്ടായി. പിന്നെ ഉച്ചത്തിൽ ഹോൺ മുഴക്കി ഓടിച്ച് പോയി. റക്ലസ് ആ മോട്ടോർ സൈക്കി ളുകാരനെക്കുറിച്ചുള്ള പൂർണ്ണ വിവരങ്ങൾ ആവശ്യപ്പെട്ടു എങ്കിലും അയാളുടെ മനസ്സിൽ എന്തായിരുന്നു എന്ന് ആർക്കും മനസ്സിലാ യില്ല. ബ്രൈസ് കൊടുത്ത വിവരങ്ങളെല്ലാം അയാൾ എഴുതിയെടു ക്കുകയും ചെയ്തു. മോട്ടോർ സൈക്കിളിൽ വന്നയാൾ കറുത്ത ചർമ്മം കൊണ്ടുള്ള സ്യൂട്ടും ഹെൽമറ്റും കണ്ണടയും ധരിച്ചിരുന്നു. അതിനപ്പുറം ബ്രൈസിനൊന്നും പറയാനായില്ല. അയാൾ ചെറുപ്പ മായിരുന്നു എന്നും പെരുമാറ്റ രീതികൾ വളരെ മോശമായിരുന്നു എന്നും ബ്രൈസിനു പറയാനായി. അതിലപ്പുറമില്ല. അയാൾ കൊല പാതകികളുടെ സംഘത്തിൽപ്പെട്ടതാണെന്ന കാര്യത്തിൽ സെലിയ യ്ക്ക് പക്ഷേ സംശയമുണ്ടായിരുന്നില്ല. അതല്ലെങ്കിൽ അയാളന്ന് മോങ്ക്സ്മെയറിൽ വന്നതെന്തിനാണ്?

ശനിയാഴ്ച ഉച്ചസമയമായപ്പോഴേക്കും കിംവദന്തികളുടെ എണ്ണ ത്തിലും വലിപ്പത്തിലും വർദ്ധനവുണ്ടായി. ഡിഗ്ബിക്ക് വിൽപത്ര ത്തിൽ നീക്കിവച്ച തുക, ഒരു ലക്ഷം, രണ്ട് ലക്ഷം - അഞ്ച് ലക്ഷം എന്നിങ്ങനെ വർദ്ധിച്ച് വന്നു. ഡോക്ടർ സൈദെനാമിന് മരണ കാരണം കണ്ടെത്താനാകാഞ്ഞതിനാൽ പോസ്റ്റ്മോർട്ടം പൂർത്തി യായതായി പ്രഖ്യാപിച്ചിട്ടില്ല. മുങ്ങിമരണമാണ്. ശ്വാസം മുട്ടിച്ച്

കൊന്നതാണ്. വിഷം അകത്ത് ചെന്ന് മരിച്ചതാണ്. തലച്ചോറിലെ രക്തസ്രാവമാണ് കാരണം. സെറ്റണിന് കാര്യമായ ആരോഗ്യ പ്രശ്ന ങ്ങളൊന്നുമില്ലായിരുന്നു എന്ന് ഫോബ്സ് ഡെൻബി റക്ലസിനോട് പറഞ്ഞിട്ടുണ്ട്. സെറ്റണിന്റെ ഹൃദയം ഏത് നിമിഷവും നിലയ്ക്കാവുന്ന അവസ്ഥയിലായിരുന്നു. ആദം ഡൽഗ്ലീഷും ഇൻസ്പെക്ടറും തമ്മിൽ കണ്ടാൽ സംസാരിക്കാത്തത്ര വിരോധത്തിലായിരിക്കുന്നു. ലക്ഷ്യം തിരിച്ചറിയാനായെങ്കിൽ ജെയ്ൻ ഡൽഗ്ലീഷിനെ റക്ലസ് അറസ്റ്റ് ചെയ്യുമായിരുന്നു.

തനിക്കായി നീക്കി വച്ച 300 പൗണ്ട് വാങ്ങാൻ സിൽവിയ കെഡ്ജ് തയ്യാറല്ല. അത് നൽകാമെന്ന് ഡിഗ്ബി പല തവണ അവളെ അറിയിച്ചു കഴിഞ്ഞു. റക്ലസ് വെള്ളിയാഴ്ച രാത്രി പ്രയറി ഹൗസിൽ തിരച്ചിൽ നടത്തിയിരുന്നു. അയാളും കൂട്ടുകാരും ടോർച്ചുമായി കുന്ന് മുഴുക്കെ തിരയുന്നത് കണ്ടു. കൂടുതൽ അന്വേഷണങ്ങൾ ബുധനാഴ്ച ഉച്ചയ്ക്ക് രണ്ടരയ്ക്കേ ഉണ്ടാകുകയുള്ളൂ. ഇതിൽ മാത്രം എകാഭിപ്രായമുണ്ടായിരുന്നു. അടുത്ത ബുധനാഴ്ച കൂടുതൽ ചോദ്യം ചെയ്യലുകളുണ്ടാകും എന്ന കാര്യത്തിൽ. അതിനായി ഡിഗ്ബി സെറ്റണിനേയും സിൽവിയ കെഡ്ജിനേയും വിളിച്ചിട്ടുണ്ട്. അവർ കൂടി അവിടെ സന്നിഹിതരായാൽ അത് എന്തെങ്കിലും ഉദ്വേഗങ്ങൾക്ക് കാരണമാക്കുമോ എന്ന് ചിലരെങ്കിലും ഭയന്നു. അത് സംശയത്തിനിടവരുത്തുമോ അതോ മരിച്ച വ്യക്തിയോടുള്ള ആദരമായി കണക്കാക്കുമോ എന്നവർക്ക് ഉറപ്പില്ലാതായി.

ഇൻസ്പെക്ടർ റക്ലസ് ലണ്ടനിലേക്ക് പോയിരിക്കുന്നു എന്ന് ശനിയാഴ്ച പ്രഭാതത്തിൽ അറിവായി. കാറിലാണയാൾ പോയിരിക്കുന്നത്. വെള്ളിയാഴ്ച സായാഹ്നത്തിലാണ് പോയത്. ഞായറാഴ്ചയേ തിരിച്ചെത്തുകയുള്ളു. അയാൾ കാദവെർ ക്ലബ്ബിൽ അന്വേഷിക്കാനായാണ് പോയത് എന്ന സംസാരമുണ്ടായി. അതിനാൽ പെട്ടെന്ന് അയാൾ മടങ്ങുന്നു എന്നതിൽ അത്ഭുതപ്പെടാനില്ല. അന്വേഷണം എവിടെ എപ്പോൾ നടത്തണം എന്ന് അയാൾക്കറിയാമല്ലോ. പക്ഷേ താത്കാലികമായി പോലും അയാൾ മോങ്ക്സ്മെയറിലില്ലാത്തത് പലർക്കും ആശ്വാസമായി. അയാളുടെ സാന്നിദ്ധ്യം അവിടത്തെ അന്തരീക്ഷത്തെ വിഷണ്ണവും നിശ്ശബ്ദവുമാക്കുന്നുണ്ടായിരുന്നു. അയാൾ പോയി എന്നറിഞ്ഞപ്പോൾ അവിടമാകെ ഒരു സ്വാതന്ത്ര്യത്തിന്റെ കാറ്റുവീശി. ഒരു അസ്വസ്ഥതയെ പുറകിലുപേക്ഷിച്ചാണയാൾ പോയത്. അതിനാണിപ്പോൾ ഇത്തിരി ആശ്വാസമായത്. എല്ലാവരും മോങ്ക്സ്മെയറിൽ നിന്നൊന്ന് പുറത്ത് കടക്കാൻ വിമ്മിട്ടപ്പെട്ടുകൊണ്ടിരിക്കുകയായിരുന്നു.

റക്ലസിന്റെ സാന്നിദ്ധ്യം ഒട്ടും അലോസരപ്പെടുത്താതിരുന്ന ജെയ്ൻ ഡൽഗ്ലീഷും അവരുടെ അനന്തിരവനും പോലും പ്രഭാതമായപ്പോൾ തന്നെ കടൽക്കരയിൽ പ്രത്യക്ഷപ്പെട്ടു. പെയ്ന്റിങ്ങിനു വേണ്ട സാധന സാമഗ്രികളും ബൈനോക്കുലറും ബാഗുമൊക്കെയായി അവർ കടൽക്കരയിലൂടെ നടക്കുന്നത് കണ്ടു. ഇരുട്ടാവാതെ തിരിച്ച് വരാൻ അവർക്ക് ഉദ്ദേശ്യമില്ല എന്ന് വ്യക്തമായിരുന്നു. കുറച്ച് കഴിഞ്ഞപ്പോൾ ലാഥം വണ്ടിയെടുത്ത് പോകുന്നത് കണ്ടു. അയാളുടെ ജാഗ്വർ റോസ് മേരി കോട്ടേജ് കടന്നപ്പോൾ അറുപത്തിയഞ്ച് നാഴിക വേഗത്തിലായിരുന്നു. കഴുത്തൊടിക്കാനുള്ള യാത്രകൾ എന്നാണ് സെലിയ ഇതിനെ വിളിക്കാറുള്ളത്. അവരും എലിസയും ചേർന്ന് സിൽവിയ കെഡ്ജിനെ ആൽഡെർബാഗിലേക്ക് ഒരു വിനോദ യാത്രയ്ക്ക് കൊണ്ടുപോകാനൊരുങ്ങിയതാണ്. എന്നാൽ അവസാന നിമിഷത്തിൽ എലിസയുടെ മനസ്സു മാറി. അവളൊറ്റയ്ക്ക് വാൽബെർസ്വിക്കിലേക്ക് നടന്നു. ഡിഗ്ബി സെറ്റൺ എന്ത് ചെയ്യുന്നു എന്ന് ആർക്കുമറിയില്ലായിരുന്നു. എന്നിരുന്നാലും സെലിയ തന്നോടൊപ്പം വിനോദയാത്രയിൽ പങ്കെടുക്കാൻ ക്ഷണിക്കാനായി സെറ്റൺ ഹൗസിലേക്ക് ടെലിഫോൺ ചെയ്തു. അവിടെ ആരും ടെലിഫോൺ എടുത്തില്ല.

സാക്സ്മന്ധാമിനു പുറത്തൊരിടത്തൊരു വീട്ടിൽ പതിനേഴാം നൂറ്റാണ്ടിലെ പോർസലീൻ വിൽക്കാനുണ്ടെന്നും താനവിടേക്ക് പോകുന്നു എന്നും ബ്രൈസ് അറിയിച്ചു. ഒമ്പതരയായപ്പോഴേക്കും അയാൾ വളരെ ദൂരേക്കെത്തിയിരുന്നു. മോങ്ക്സ്മെയറിൽ ശരത്കാല വെയിലാസ്വദിക്കാൻ വന്ന ചിലർ മാത്രമായി. അവർ ടാനേഴ്സ് ലെയ്നിൽ വണ്ടി പാർക്ക് ചെയ്തു. അവരെക്കൂടാതെ ഡണിഡ്ജിൽ നിന്നോ വാൽബെഴ്സ്വിക്കിൽ നിന്നോ പക്ഷിസംരക്ഷണ കേന്ദ്രത്തെ ലക്ഷ്യമിട്ട് നടക്കുന്നവരുമുണ്ടായിരുന്നു.

ശനിയാഴ്ച വൈകീട്ടാകണം റക്ലസ് മോങ്ക്സ്മെയറിൽ തിരിച്ചെത്തിയത്. പ്രഭാതമായപ്പോൾ അയാളുടെ വണ്ടി ഗ്രീൻ മാനിനു പുറത്ത് പാർക്ക് ചെയ്തിരിക്കുന്നത് കണ്ടു. ഒമ്പത് മണിയോടെ സർജന്റ് കോർട്നി, ഈ വിഷയത്തിൽ സംശയത്തിന്റെ നിഴലിലുള്ളവരോടെല്ലാം അന്വേഷണങ്ങളുമായി സഹകരിക്കാൻ അവിടെയെത്തണം എന്ന് അഭ്യർത്ഥിച്ചു. വളരെ വിനീതനായാണയാൾ എല്ലാവരേയും വിളിച്ചത്. എന്നാൽ വിളിക്കപ്പെട്ടവർക്കെല്ലാം വിളിച്ചിടത്തെത്തുകയല്ലാതെ മറ്റൊന്നും ചെയ്യാനാകില്ല എന്ന ഉത്തമ ബോധ്യമുണ്ടായിരുന്നു. സമയമെടുത്താണവർ അവിടെ എത്തിയത്. പഴയതുപോലെ തന്നെ എല്ലാവരും ഒന്നിച്ചെത്തുന്നില്ല എന്ന പരസ്പര ധാരണയുമുണ്ടായിരുന്നു. സർജന്റ് കോർട്നി തന്നെയാണ് ഒരു പൊലീസ് കാറിൽ

സിൽവിയ കെഡ്ജിനെ കൊണ്ടുവന്നത്. ഇതെല്ലാം സിൽവിയ കെഡ്ജ് ആസ്വദിക്കുന്നുണ്ട് എന്ന ചിന്ത ശക്തമായുണ്ടായി.

സത്രത്തിൽ മൗറിസ് സെറ്റണിന്റെ പോർട്ടബിൾ ടൈപ്പ്റൈറ്റർ അവരെ കാത്തിരിപ്പുണ്ടായിരുന്നു. ഓക്ക് മരം കൊണ്ടുണ്ടാക്കിയ ഒരു മേശപ്പുറത്തിരുന്ന് അത് തിളങ്ങുന്നുണ്ടായിരുന്നു. വിരലടയാള വിദഗ്ധരുടെയും ടൈപ്പ്റൈറ്റർ വിദഗ്ധരുടേയും സാന്നിദ്ധ്യം അതിന് കൂടുതൽ പൊലിമ നൽകുന്നത് പോലെ തോന്നി. ഒരേ സമയം അത് സാധാരണവും അപകടകാരിയും നിഷ്കളങ്കവും ഭീഷണിയുമായി തോന്നി. സെറ്റണിന്റെ ഏറ്റവും ഇഷ്ടവസ്തുക്കളിൽ ഒന്നായിരുന്നു അത്. അതിന്റെ തിളങ്ങുന്ന കീ ബോഡിലേക്ക് നോക്കുന്ന ഏതൊരുത്തനും കാണുക കൈപ്പത്തി വെട്ടിക്കളഞ്ഞ കൈകളാണ്. അതെന്തുകൊണ്ടിവടെ കൊണ്ടുവന്നു എന്ന് എല്ലാവർക്കും വ്യക്തമായിരുന്നു. എല്ലാവരും അതിൽ കാരുതേഴ്സിന്റെ നൈറ്റ് ക്ലബ്ബ് സന്ദർശനത്തെക്കുറിച്ചും കടലിലൊഴുകുന്ന കയ്യില്ലാത്ത ശവത്തെക്കുറിച്ചും രണ്ട് ഖണ്ഡിക ടൈപ്പ് ചെയ്യേണ്ടതുണ്ട്.

സർജന്റ് കോർടിനിയാണിതിന്റെ മേൽനോട്ടം വഹിക്കുന്നത്. അയാളപ്പോഴേക്കും മാനവ പ്രകൃതം പഠിക്കുന്ന വിദ്യാർത്ഥിയായി മാറിയിരിക്കുന്നു. സംശയത്തിന്റെ നിഴലിലുള്ളവരുടെ വിവിധ ചലനങ്ങളും പ്രതിപ്രവർത്തനങ്ങളും അയാൾക്ക് ചാരിതാർത്ഥ്യജനകമായ അസംസ്കൃത വസ്തുക്കളാകുന്നുണ്ട്. ഇരിപ്പിടത്തിൽ ഇരുപ്പുറപ്പിക്കാൻ സിൽവിയ കെഡ്ജിന് കുറച്ച് സമയമെടുത്തു. പക്ഷേ ഇരുന്ന് കഴിഞ്ഞപ്പോൾ അവളുടെ കരുത്തുള്ള വിരലുകൾ, ഏറ്റവും ചുരുങ്ങിയ സമയം കൊണ്ട്, കൃത്യതയുള്ള രണ്ട് പകർപ്പുകൾ തയ്യാറാക്കി.

ഒരു ജോലി കൃത്യമായി ചെയ്ത് തീർക്കപ്പെടുന്നത് കാണുക എന്നതുതന്നെ ചാരിതാർത്ഥ്യം നൽകുന്നതാണ്. സിൽവിയ കെഡ്ജിന്റെ കടലാസുകൾ ബഹുമാനം കലർന്ന നിശ്ശബ്ദതയോടെ സർജന്റ് കോർട്നി ഏറ്റുവാങ്ങി. ഇരുപത് നിമിഷങ്ങൾക്ക് ശേഷമാണ് മിസ് ഡൽഗ്ലീഷ് സത്രത്തിലെത്തിയത്. അപ്രതീക്ഷിതമായി അവർ ഇതിൽ വലിയ നിപുണത കാണിച്ചു. മുൻകാലങ്ങളിൽ തന്റെ പിതാവിനു വേണ്ടി പ്രസംഗങ്ങൾ ടൈപ്പ് ചെയ്ത പരിചയം അവർക്കുണ്ട്. അതുപോലെ പള്ളിയുടെ മാസികകൾക്കും. അവർ അക്കാലത്ത് സ്വയം പഠിച്ചെടുത്തതാണീ വിദ്യ. എല്ലാ അഞ്ച് വിരലുകളും കൃത്യമായിത്തന്നെ അവർ ഉപയോഗിക്കുകയുണ്ടായി. അത്ര വേഗമില്ലായിരുന്നു അവരുടെ ടൈപ്പിങ്ങിന്. മാത്രമല്ല, മിസ് കെഡ്ജിൽ നിന്ന് വ്യത്യസ്തമായി കീബോഡിൽ കണ്ണുവച്ചാണവർ ടൈപ്പ് ചെയ്തത്. മിസ്

കാൽത്രോപ് താൻ ഇതിനു മുമ്പ് ഇങ്ങനെയൊരു യന്ത്രം കണ്ടിട്ടേയില്ല എന്ന മട്ടിൽ അതിലേക്ക് കുറച്ച് നേരം തുറിച്ച് നോക്കി ഇരുന്നു. തനിക്ക് ടൈപ്പ് ചെയ്യാൻ അറിയില്ല എന്നൊന്ന് പ്രതിഷേധിച്ച് നോക്കി. അവർ എല്ലാം ടേപ്പ് റെക്കോർഡറിലാണല്ലോ സൂക്ഷിക്കുന്നത്. ഇത് തന്നിൽ പരീക്ഷിക്കുന്നത് സമയ നഷ്ടമല്ലാതെ മറ്റൊന്നുമല്ല എന്ന അഭിപ്രായക്കാരിയായിരുന്നു അവർ. പക്ഷേ അവർ നിർബന്ധിക്കപ്പെട്ടു. മുപ്പത് മിനിട്ടുകളുടെ പ്രയത്നത്തിനു ശേഷം അവർ ഭീകരമായി ടൈപ്പ് ചെയ്ത രണ്ട് കടലാസുകൾ സർജന്റിനെ ഏല്പിച്ചു. കുറ്റവിമുക്തയായ രക്തസാക്ഷിയെപ്പോലെയുണ്ടായിരുന്നു അവരപ്പോൾ. മിസ് കാൽത്രോപിന്റെ വിരൽ നഖങ്ങളുടെ നീളം കണ്ട കോർട്നി ഇവരെങ്ങനെ ടൈപ്പ് റൈറ്ററിലെ കീ അമർത്തിപ്പിടിച്ചു എന്നത്ഭുതപ്പെട്ടു. ടൈപ്പ് റൈറ്ററിൽ സ്പർശിച്ച ബ്രൈസ്, തുടർച്ചയായി ആ ഖണ്ഡികയെ വിമർശിച്ചുകൊണ്ടേയിരുന്നു എങ്കിലും, ചെയ്യുന്ന ജോലിയിൽ കൃത്യതയും വേഗതയുമുള്ളവനായി. മിസ് കെഡ്ജിനു സമാനമായിരുന്നു ലാഥമിന്റെ നിപുണതയും. അയാൾ നിശ്ശബ്ദമായാണ് പരീക്ഷണത്തിൽ സഹകരിച്ചത്. തനിക്ക് ടൈപ്പ് ചെയ്യാനറിയില്ല എന്ന് മിസ് മാർലിയും ഒന്ന് പ്രതിഷേധിച്ചു നോക്കിയെങ്കിലും, ശ്രമിക്കാൻ ബുദ്ധിമുട്ടില്ല എന്നറിയിച്ചു. കോർട്നി സഹായിക്കാമെന്നേറ്റെങ്കിലും അത് നിരസിച്ചു.

കീബോഡും പരിസരങ്ങളും സൂക്ഷ്മ നിരീക്ഷണം നടത്താൻ പതിനഞ്ച് നിമിഷമെടുത്തു. അതിനു ശേഷം ആ സന്ദേശം ഓരോ വാക്കായി ടൈപ്പ് ചെയ്യാൻ തുടങ്ങി. അവരുടെ അമ്മായി ഇടയ്ക്കിടെ പറയുന്നതുപോലെ 'ശ്രമിച്ചാൽ അവൾക്ക് ഇനിയും നന്നായി ചെയ്യാനാകും' എന്നതിനെ ഖണ്ഡിക്കുന്നതായിരുന്നു ആ കടലാസുകൾ. കൃത്യതയുള്ളത്. വൃത്തിയുള്ളത്. ഡിഗ്ബി സെറ്റൺ പക്ഷേ നിരാശപ്പെടുത്തി. ഈ മനുഷ്യൻ കപടത കാണിക്കുകയാണെന്ന് കോർട്നിക്ക് പോലും വിശ്വസിക്കാനാകാത്ത അവസ്ഥയുണ്ടായി. അവസാനം എല്ലാവരേയും ആശ്വസിപ്പിച്ചുകൊണ്ട് അയാളോട് ആ ശ്രമം ഉപേക്ഷിക്കാൻ ആവശ്യപ്പെട്ടു. കരുതിയതുപോലെ തന്നെ അവരാരും ടൈപ്പ് ചെയ്തതിന് അതേതുമായി ഒത്ത് പരിശോധിക്കപ്പെട്ടോ അതുമായി സാമ്യമില്ലായിരുന്നു. അങ്ങനെ സംഭവിച്ചു എങ്കിലേ സർജന്റ് കോർട്നി അത്ഭുതപ്പെടുമായിരുന്നുള്ളൂ. കാരണം അയാൾ പരിശോധിക്കാനായി മൂലമെന്ന നിലയിലെടുത്ത രണ്ട് പകർപ്പുകളും മൗറിസ് സെറ്റൺ തന്നെ ടൈപ്പ് ചെയ്തതാണെന്ന് അയാൾ ഉറച്ച് വിശ്വസിച്ചിരുന്നു. പക്ഷേ അന്തിമ വിധി അയാളുടേതാകില്ല. ഈ പകർപ്പുകൾ ഒരു നിപുണനെ ഏല്പിക്കും. സാമ്യങ്ങൾ പരിശോധിക്കപ്പെടും. ഇത് സംശയത്തിന്റെ നിഴലിലുള്ളവരോട്

അയാൾക്ക് പറയാനാകില്ല. പറയേണ്ട ആവശ്യവുമില്ല. അവർ മൗറിസ് സെറ്റൺ എഴുതിയതൊക്കെ വായിച്ചത് വെറുതെയാകില്ലല്ലോ.

അവരുടെയെല്ലാം വിരലടയാളങ്ങളും ശേഖരിക്കപ്പെട്ടു. തന്റെ ഊഴം വന്നപ്പോൾ മിസ് കാൽത്രോപ് പൊട്ടിത്തെറിച്ചു. ആദ്യം മുതലേ ഒരു വക്കീലിനെ കൂടെക്കൂട്ടാത്തതിൽ അവർ പരിതപിച്ചു. ചിലവു കുറയ്ക്കുന്നതിന്റെ ഭാഗമായാണവർ ഒരു നിയമവിദഗ്ദ്ധനെ ഒപ്പം കൂട്ടണ്ട എന്ന തീരുമാനത്തിലെത്തിയിരുന്നത്. എന്നാൽ ഇപ്പോൾ അയാളുടെ പേരു പറയാൻ തുടങ്ങി. അതിനോടൊപ്പം ഒരു പാർലമെന്റ് അംഗത്തിന്റേയും പേരുപറഞ്ഞു. അതിനോടൊപ്പം ചീഫ് കോൺസ്റ്റബിളിന്റേയും പേരുകൾ വിളിച്ച് പറഞ്ഞു. സർജന്റ് കോർട്നി, അവരുടെ വികാരങ്ങൾ ഉൾക്കൊണ്ട്, സഹായിക്കാൻ വ്യഗ്രതപ്പെട്ടെങ്കിലും ഇൻസ്പെക്ടർ വഴങ്ങുകയില്ല എന്നുറപ്പിച്ച് പറഞ്ഞു. അതിനാൽ സഹകരിക്കാൻ മിസ് കാൽത്രോപ് നിർബന്ധിതയായി. 'നാടകമാണ്' വിരൽ അമർത്തിപ്പിടിക്കുന്നതിനിടയിൽ അയാൾ മനസിൽ പറഞ്ഞു. 'ശേഷിച്ചവരെല്ലാം ഇത്ര ബഹളം വച്ചില്ലെങ്കിൽ അയാൾ വരുമ്പോഴേക്കും എനിക്ക് ഈ പണിയൊന്ന് തീർക്കാമായിരുന്നു' എന്നും കൂട്ടിച്ചേർത്തു.

ശേഷിച്ചവരാരും ഒരെതിർപ്പും പ്രകടിപ്പിച്ചില്ല. ഈ പ്രക്രിയകളെക്കുറിച്ച് ഡിഗ്ബി സെറ്റൺ തമാശകൾ പറഞ്ഞു. അങ്ങനെ തന്റെ പിരിമുറുക്കത്തെ മറയ്ക്കാൻ ശ്രമിച്ചു. അയാൾ ഈ സാങ്കേതിക വിദ്യകളിൽ താത്പര്യം പ്രകടിപ്പിച്ചു. വിഷണ്ണതയോടെയാണ് എലസ മാർലി സമ്മതിച്ചത്. ജെയ്ൻ ഡൽഗ്ലീഷിന്റെ ചിന്തകൾ അപ്പോൾ മറ്റെവിടെയൊക്കെയോ ആയിരുന്നു എന്ന് തോന്നി. ബ്രൈസിനിതൊന്നും ഒട്ടും ഇഷ്ടപ്പെടുന്നില്ലായിരുന്നു. തനിക്ക് അനന്യമായ ഒരു സൂചകം മറ്റൊരാൾക്ക് കൈമാറുന്നതിൽ അശുഭസൂചകമായ എന്തോ ഉണ്ടെന്ന് അയാൾ കരുതി. തങ്ങളുടെ മുടിയിഴകൾ പോലും ശത്രുക്കളുടെ കൈവശം ചെന്നുപെടരുതെന്ന് പ്രാകൃത ഗോത്രക്കാർ നിഷ്കർഷിച്ചിരുന്നതെന്തുകൊണ്ടെന്ന് അയാൾ തിരിച്ചറിഞ്ഞു. വിരൽ അവർ പറഞ്ഞിടത്ത് അമർത്തിപ്പിടിച്ചപ്പോൾ തന്നിലൊരു ധാർമ്മികച്യുതി തന്നെ സംഭവിക്കുന്നതായി അയാൾക്ക് തോന്നി.

താൻ റക്ലസിന്റെ കണ്ണിലാണ് കുത്തുന്നത് എന്നതുപോലെയാണ് ഒലിവർ ലാഥം വിരലമർത്തിയത്. അത് കഴിഞ്ഞ് തലയൊന്ന് ഉയർത്തിയപ്പോഴാണ്, ഇൻസ്പെക്ടർ നിശ്ശബ്ദം അകത്ത് വന്ന് ഈ കാഴ്ച കാണുന്നുണ്ടായിരുന്നു എന്നയാൾ മനസ്സിലാക്കിയത്.

ഇൻസ്പെക്ടർ കയറി വന്നപ്പോൾ സർജന്റ് കോർട്നി എഴുന്നേറ്റ് നിന്നു.

ഗുഡ് ഈവനിങ്ങ് സർ. ഇതൊരു ഔപചാരികത മാത്രം എന്ന് റക്ലസ് ലാഥമിനോട് പറഞ്ഞു.

''മനസിലായി. എല്ലാ ഔപചാരികതകളെക്കുറിച്ചും വിശദമായി പിന്നെ സംസാരിക്കാം. പട്ടണത്തിലേക്ക് നിങ്ങൾ പോയതിനു ശേഷം എന്ത് സംഭവിച്ചു എന്നത്ഭുതപ്പെടുകയായിരുന്നു ഞാൻ. ചോദ്യം ചെയ്യലൊക്കെ ആസ്വദിച്ചിട്ടുണ്ടാകുമല്ലോ അല്ലേ? എന്റെ പെൺ സുഹൃത്തിന്റെ കാര്യമാണ് പറയുന്നത്. അതുപോലെ ആ ഫ്ളാറ്റിലെ ജീവനക്കാരേയും. ഡൺകോം സഹകരിച്ചിട്ടുണ്ടാകും എന്ന് ഞാൻ പ്രതീക്ഷിക്കുന്നു.''

''എല്ലാവരും സഹകരിച്ചു. നന്ദി സർ.''

''അവർ സഹകരിക്കും എന്നെനിക്ക് അറിയാമായിരുന്നു. അവരും അതൊക്കെ ആസ്വദിച്ചിട്ടുമുണ്ടാകും. പട്ടണത്തിൽ ഇപ്പോൾ കാര്യങ്ങളൊക്കെ ശാന്തമാണല്ലോ. ആഴ്ചകൾക്ക് ശേഷം ഞാനായിരിക്കും അവർക്ക് കൊച്ചുവർത്തമാനത്തിനൊരു അവസരം നൽകിയത്. ഞങ്ങളെല്ലാം സഹകരിക്കുന്നുണ്ട്. പക്ഷേ നിങ്ങളുടെ ഭാഗത്തുനിന്ന് അതുണ്ടോ? സെറ്റൺ മരിച്ചതെങ്ങനെയെന്ന് ഞാനറിയുന്നതിൽ നിങ്ങൾക്ക് വിരോധമില്ല എന്ന് ഞാൻ പ്രതീക്ഷിക്കുന്നു.''

''ഇല്ല സർ. അതിനു സമയമാകുമ്പോൾ പറയാം. പോസ്റ്റ്മോർട്ടം റിപ്പോർട്ട് ഇതുവരെ എന്റെ കൈവശമെത്തിച്ചേർന്നിട്ടില്ല.''

''നിങ്ങളുടെ ഡോക്ടർ വളരെ സാവധാനത്തിലാണല്ലോ കാര്യങ്ങൾ ചെയ്യുന്നത്.''

''മറിച്ചാണ് സർ. ഡോക്ടർ സൈദെനാമിനു നല്ല വേഗതയുണ്ട്. പക്ഷേ ചില പരിശോധനകൾ ഇനിയും ബാക്കിയുണ്ട്. ഇത്തിരി വളഞ്ഞ ഒരു കേസാണല്ലോ ഇത്.''

''ഈ വർഷത്തെ ഏറ്റവും വികൃതമായ വാക്യം എന്ന് ഞാനതിനെ പറയും ഇൻസ്പെക്ടർ.''

ലാഥം കീശയിൽ നിന്ന് ഉറുമാലെടുത്ത് വിരൽ തുടച്ചു. ഇൻസ്പെക്ടർ അത് നോക്കി നിന്നു. ലാഥം വിരൽ തുടച്ചു എന്നുറപ്പായപ്പോൾ തുടർന്നു.

''തീരെ ക്ഷമിക്കാനാകുന്നില്ലെങ്കിൽ നിങ്ങൾ ഏതെങ്കിലും സുഹൃത്തുക്കളോട് ചോദിക്കൂ ലാഥം. നിങ്ങളെപ്പോലെ എനിക്കും മോങ്ക്സ് മെയറിലുള്ള ഏതോ ഒരു വ്യക്തിക്ക് മൗറിസ് സെറ്റൺ എങ്ങനെയാണ് മരിച്ചതെന്ന് കൃത്യമായി അറിയാമെന്നറിയാമല്ലോ?''

പതിന്നാല്

അർദ്ധസഹോദരന്റെ മരണശേഷം ഡിഗ്ബി സെറ്റൺ ഭക്ഷണം കഴിക്കാൻ റോസ്മേരി കോട്ടേജിലെത്തുന്നത് ശീലമാക്കി. അയാളുടെ വൗക്സാൾ കാർ ആ കോട്ടേജിനു പുറത്ത് ഇടയ്ക്കിടെ പാർക്ക് ചെയ്യപ്പെടുന്നതിനെക്കുറിച്ച് അയൽക്കാർ സംസാരിക്കാനും തുടങ്ങി. ധനികനായ ഒരു യുവാവിന്റെ സൗഹൃദം സെലിയ നിരസിക്കുകയില്ല എന്നായിരുന്നു സംസാരം. അതേ സമയം ഡിഗ്ബിയുടെ ലക്ഷ്യങ്ങൾ അത്ര സ്പഷ്ടമല്ല എന്നും.

എലിസയുടെ സൗന്ദര്യമാണയാളെ ആകർഷിച്ചിരിക്കുന്നതെന്ന അഭിപ്രായം ആർക്കുമുണ്ടായിരുന്നില്ല. അവളിലുള്ള അപ്രസന്നമായ അവിനയം മൗറിസിന്റെ ധനം തന്റേതാക്കാനുള്ള മാർഗ്ഗം എളുപ്പമാക്കാൻ ഉപയോഗിക്കാനാകും എന്നയാൾ കരുതുന്നുണ്ടെന്നും ആരും ഊഹിച്ചില്ല. അയാൾക്ക് സെലിയ നൽകുന്ന ഭക്ഷണത്തിനോട് മാത്രമാണ് താത്പര്യമെന്ന അഭിപ്രായക്കാരായിരുന്നു അവരെല്ലാം. അതല്ലെങ്കിൽ ദിവസത്തിൽ രണ്ട് തവണ സൗത്‌വോൾഡിലേക്ക് വണ്ടിയെടുത്ത് പോകുകയോ സ്വയം പാചകം ചെയ്യുകയോ വേണം. അതിനു സിൽവിയ കെഡ്ജിന്റെ സഹായം വേണം. അതൊഴിവാക്കാൻ താത്പര്യപ്പെടുന്നവനാണയാൾ. ആ കൊലപാതകം നടന്നതിനു ശേഷം അവൾ സെറ്റൺ ഹൗസിൽ തന്റെ ഇരയെ കാത്തിരിക്കുന്നതുപോലെയാണ് പെരുമാറുന്നത്. മൗറിസിനവൾ നൽകിയിരുന്ന ശ്രദ്ധ ഇപ്പോൾ അവൾ ആ വീടിനു നൽകുന്നു. ആ വീട് വൃത്തിയാക്കുന്നു. മെത്തവിരിപ്പുകൾ വരെ എണ്ണി കെട്ടിയൊതുക്കുന്നു. തന്റെ ഊന്നുവടിയിൽ ഓടിനടന്നാണവൾ ഇതൊക്കെ ചെയ്യുന്നത്. എല്ലായ്പ്പോഴും എവിടെയെങ്കിലും അവൾ തൂത്തുവൃത്തിയാക്കുന്നുണ്ടാകും. പൊടി തട്ടുന്നുണ്ടാകും. ഡിഗ്ബി ഇതിനെക്കുറിച്ച് എലിസ മാർലിയോട് പറയുകയുണ്ടായി. അത് പറയുമ്പോൾ തന്നെ അയാളുടെ മാനസിക പിരിമുറുക്കം വർദ്ധിക്കുന്നുണ്ടായിരുന്നു. അയാൾക്ക് സെറ്റൺ ഹൗസ് ഇഷ്ടമല്ലായിരുന്നു. ആധുനികമൊക്കെയായിരുന്നെങ്കിലും വിഷണ്ണമാണത് എന്നാണയാൾ പറയാറുള്ളത്. ഇപ്പോഴാകട്ടെ ആ ഉരുണ്ട കറുത്ത കണ്ണുകൾ അയാളെ എല്ലായിടത്തുനിന്നും വേട്ടയാടുന്നു. അത് കാണുമ്പോൾ താനേതോ വിഷണ്ണമായ ഗ്രീക്ക് നാടകത്തിലാണെന്ന ചിന്തയുണ്ടാകുന്നു.

ഈ വാക്കുകൾ എലിസയ്ക്കിഷ്ടമായി. ഡിഗ്ബി മറ്റുള്ളവർ കരുതുന്നതിനേക്കാൾ വൈകാരികതയുള്ളവനും വിചാരശീലമുള്ളവനുമാണെന്ന് അവൾ കരുതി. അയാളോട് അവൾക്ക് യാതൊരു ശാരീരിക ആകർഷണവും തോന്നുന്നില്ല. എന്നിരുന്നാലും അയാളെ പ്രതി ഒരു ഇഷ്ടം തോന്നുന്നു. ഇത്തിരി ഉപജാപത്തോടെയെങ്കിലുമുള്ള ഇഷ്ടം. ഒരു പുരുഷന്റെ കൈവശം രണ്ട് ലക്ഷം പൗണ്ട് വന്ന്

ചേർന്നാൽ അതിനെന്തൊക്കെ ചെയ്യാനാകും എന്നത് അത്ഭുതപ്പെടുത്തുന്നു. പണം അല്ലെങ്കിൽ അധികാരം നൽകുന്ന ആത്മസംതൃപ്തി, വിജയത്തിന്റെ ഇത്തിരി രുചി എന്തെന്ന് അവൾക്ക് മനസ്സിലാകാൻ തുടങ്ങിയിരിക്കുന്നു. നേരത്തെ വന്ന പകർച്ചപ്പനി അവളെ വിഷണ്ണയും ക്ഷീണിതയുമാക്കിയിരിക്കുന്നു. ഈ മാനസികാവസ്ഥയിൽ, ജോലികളൊന്നും ചെയ്യാനുള്ള ഊർജ്ജം അവളിലില്ല. അത് വല്ലാത്തൊരു മുഷിപ്പിനു കാരണമാകുന്നു. അതിനാൽ ആരെങ്കിലും സൗഹൃദത്തിനുള്ളത് ഗുണം ചെയ്യും. ഒന്നുമില്ലാത്തതിലും ഗുണം. ഒരൊറ്റ രാത്രികൊണ്ടാണ് അമ്മായി അയാളെക്കുറിച്ചുള്ള അഭിപ്രായത്തിൽ മാറ്റം വരുത്തിയത്. അതുവരെ മൗറിസിന്റെ ശല്യക്കാരനായ സഹോദരനായിരുന്നവൻ ഇന്ന് സുന്ദരനും നല്ലവനുമായ യുവാവായിരിക്കുന്നു. അവളും ഡിഗ്ബിയിൽ തന്റെ കണ്ണുകൾക്ക് കാണാനാകാത്ത പലതുമുണ്ടാകും എന്ന് വിശ്വസിക്കാനാരംഭിച്ചിരിക്കുന്നു.

ഞായറാഴ്ച രാത്രി അത്താഴത്തിനു മിസ് കാൽത്രോപ്പ് ക്ഷണിച്ചെങ്കിലും അയാൾ അത് നിരസിച്ചിരുന്നു. പക്ഷേ ഒമ്പത് മണിക്ക് ശേഷം അയാൾ റോസ് മേരി കോട്ടേജിൽ പ്രത്യക്ഷപ്പെട്ടു. തിരികെ പോകാൻ ഒട്ടും തിടുക്കം കാട്ടിയുമില്ല. പതിനൊന്നായിട്ടും അയാൾ അവിടെത്തന്നെയുണ്ട്. പിയാനൊയുടെ സ്റ്റൂളിലിരുന്ന് വട്ടം കറങ്ങുന്നുണ്ട്. ഇടയ്ക്ക് പിയാനോ വായിക്കുന്നുണ്ട്. എലിസ നെരിപ്പോടിനരികിൽ ഒരു കസേര വലിച്ചിട്ടിരിപ്പാണ്. അവൾക്കും അയാൾ പോകാൻ ഒരു തിരക്കുമില്ല. അത്ര മോശമല്ല അയാളുടെ പിയാനോ വിദ്യകൾ. ശരിയായ നിപുണതയുണ്ടെന്നല്ല. എങ്കിലും ശ്രമിക്കുന്നുണ്ട്. ഡിഗ്ബിയെ ഒരു പിയാനോവായനക്കാരനാക്കുന്നതിനെക്കുറിച്ച് ഒരിക്കൽ മൗറിസ് സംസാരിച്ചിരുന്നത് അവൾ ഓർത്തു. പാവം മൗറിസ്. അന്നൊക്കെ, തന്റെ ഏക ബന്ധുവിന് ചില നിപുണതകളും കഴിവുകളുമുണ്ടെന്ന് സ്വയം വിശ്വസിപ്പിക്കാനുള്ള ശ്രമത്തിലായിരുന്നു അയാൾ. സ്കൂളിൽ ഡിഗ്ബി വലിയ വിജയങ്ങളൊന്നും നേടാതിരുന്ന കാലങ്ങളിലും ഒരു ബോക്സിങ്ങ് ചാമ്പ്യൻഷിപ്പിൽ വിജയം കൈവരിച്ചപ്പോഴും മൗറിസ് അതിനെയൊക്കെ വലിയ വിജയങ്ങളായി കൊട്ടിഘോഷിച്ചിരുന്നു. മൗറിസ് സെറ്റണിന്റെ അർദ്ധ സഹോദരൻ ഒരു നിപുണതയുമില്ലാത്ത പൊണ്ണനാകുക എന്നത് ചിന്തിക്കാനേ ആകില്ലായിരുന്നു.

അയാൾക്ക് നിപുണതയൊന്നുമില്ലായിരുന്നു എന്നും പറയാനാകില്ല. അയാൾ സ്വന്തം കൈകൊണ്ട് ഒരു കളിവള്ളം നിർമ്മിക്കുകയുണ്ടായി. അതിനെ രണ്ട് വർഷക്കാലം ആവേശത്തോടെ തുഴഞ്ഞ് നടക്കുകയുമുണ്ടായി. എന്നാൽ മൗറിസിനെപോലെ ഒരു ബുദ്ധിജീവിയെ തൃപ്തിപ്പെടുത്താവുന്നതല്ല അയാളിലെ എതിരാളികൾക്ക് മേൽ മാനസിക വിജയം നേടാനുള്ള നിപുണതകൾ. അവസാനം അയാൾ അർദ്ധ സഹോദരനിലെ പ്രതീക്ഷകൾ കൈവിടുകയായിരുന്നു. സെലിയ തന്റെ അനന്തിരവൾ സുന്ദരിയും വിവേകിയുമാണെന്ന്

കരുതിയിരുന്നത് ഉപേക്ഷിച്ചതുപോലെ തന്നെ. എലിസ തന്റെ വലിയ വർണ്ണചിത്രത്തിലേക്കൊന്ന് നോക്കി. അതിൽ അമ്മായിയുടെ അസംബന്ധം നിറഞ്ഞ പ്രതീക്ഷകൾ സാക്ഷ്യം വഹിക്കുന്നുണ്ട്. തന്റെ പതിനൊന്നാം വയസ്സിൽ എടുത്ത ചിത്രമാണത്. അതായത് മാതാപിതാക്കൾ മരിച്ചതിന്റെ മൂന്നാം വർഷം. അവളുടെ കനമേറിയ മുടി വളച്ച് കെട്ടിയിരിക്കുന്നു. റിബൺ കെട്ടിയിരിക്കുന്നു. വെളുത്ത വസ്ത്രത്തിൽ ഇളം ചുവപ്പ് കൊലുസുകളുണ്ട്. ഒരു സുന്ദരിക്കുട്ടി യുടെ രൂപം. എന്നാൽ അമ്മായിയിലെ ആ മിഥ്യാബോധം ഇല്ലാതാ കാൻ അധിക സമയമൊന്നുമെടുത്തില്ല. അതിനെത്തുടർന്ന് സമാന മായ മറ്റൊന്ന് വന്നു. എലീസ സുന്ദരിയല്ലെങ്കിൽ കൗശലക്കാരി യാകണം. 'എന്റെ അനന്തിരവൾ ബുദ്ധിശാലിയാണ്. കാംബ്രിഡ്ജി ലാണവൾ പഠിക്കുന്നത്.' പാവം സെലിയ അമ്മായി. അവരിലെ ഈ ബൗധികാഹ്ലാദത്തിനെതിരെ നീരസം കൊണ്ടിട്ട് കാര്യമില്ല. അവരാ ണല്ലോ തനിക്ക് വേണ്ട പണം നൽകുന്നത്. എന്നിരുന്നാലും എലീസ യ്ക്ക് ഡിഗ്ബി സെറ്റണോട് ഒരു അനുകമ്പയൊക്കെ തോന്നുന്നുണ്ട്. അവർ ഇരുവരും മറ്റൊരാളുടെ ആനന്ദം, വ്യക്തിത്വം എന്നിവയുടെ ഇരകളാണ്. അവർക്കില്ലാത്ത നിപുണതകൾ ഉണ്ടെന്ന് സ്വീകരി ക്കേണ്ടി വന്നവർ. അതിനാൽ ചീത്ത എന്ന് അടയാളപ്പെടുത്തപ്പെട്ടവർ.

അവൾ പെട്ടെന്ന് അയാളോടൊരു ചോദ്യവുമായെത്തി. ‘‘ഞങ്ങ ളിൽ ആരാണ് നിങ്ങളുടെ സഹോദരനെ കൊന്നത് എന്നാണ് നിങ്ങൾ കരുതുന്നത്?’’

അടുത്തയിടെ ലണ്ടനിൽ കളിച്ച ഒരു നാടകത്തിലെ രംഗം ഓർക്കു കയായിരുന്നു അയാളപ്പോൾ. ഇത്തിരി ഉച്ചത്തിൽ തന്നെയാണയാൾ അത് ഓർത്തത്.

‘‘നീ പറയ്. നിനക്കല്ലേ എന്നേക്കാൾ കൗശലമുള്ളത്.’’

‘‘അമ്മായി പറയുന്നത്ര കൗശലമൊന്നും എനിക്കില്ല. എന്നിരു ന്നാലും സാക്സ്മന്ധാമിൽ വച്ച് കാണാമെന്ന് നിങ്ങൾ എന്നോടെ ന്തിനു ഫോൺ ചെയ്തു എന്ന് അത്ഭുതപ്പെടാനുള്ള കൗശലമൊ ക്കെയുണ്ട്. അതിനു മാത്രം സൗഹൃദമൊന്നും നമ്മൾ തമ്മിലുണ്ടാ യിരുന്നില്ല.’’

‘‘സൗഹൃദത്തിലാകേണ്ട സമയമായി എന്നെനിക്ക് തോന്നിയി രിക്കും. അതെന്തോ ആകട്ടെ. എനിക്ക് മോങ്ക്സ്മെയറിലേക്ക് ഒരു സൗജന്യ യാത്ര ആവശ്യമുണ്ടായിരുന്നു. അപ്പോൾ പിന്നെ ഞാൻ മറ്റാർക്ക് ഫോൺ ചെയ്യണം?’’

‘‘അതാണ്. അതുപോലെ തീവണ്ടി യാത്രയ്ക്ക് ഒരു ഒഴികഴിവും വേണം.’’

‘‘അതെനിക്കുണ്ടായിരുന്നു. ടിക്കറ്റ് പരിശോധകൻ എന്നെ തിരി ച്ചറിഞ്ഞിരുന്നു. മാത്രമല്ല വണ്ടിയിൽ വച്ച് ഒരു വൃദ്ധനുമായി ഈ

തലമുറയുടെ തോന്നിവാസങ്ങളെക്കുറിച്ച് വളരെ രസകരമായ ഒരു ചർച്ചയുമുണ്ടായി. അയാളും എന്നെ ഓർക്കും എന്ന് ഞാൻ പ്രതീക്ഷിക്കുന്നു. ആ വണ്ടിയിൽ ഞാനുണ്ടായിരുന്നു എന്ന് തെളിയിക്കാൻ എനിക്കാകും. അതിനു നിന്റെ സഹായമൊന്നും ആവശ്യമില്ല ഡാളിങ്ങ്.''

''എവിടെ നിന്നാണ് കയറിയതെന്ന് തെളിയിക്കാനാകുമോ?''

''ലിവർപൂൾ സ്ട്രീറ്റ്. അവിടെ നല്ല തിരക്കുണ്ടായിരുന്നു അതിനാൽ ആരും എന്നെ ശ്രദ്ധിച്ചിട്ടുണ്ടാകില്ല. റക്ലസ് വേണമെങ്കിൽ ഞാനവിടെ നിന്നല്ല കയറിയതെന്ന് തെളിയിക്കാൻ ശ്രമിക്കട്ടെ. എന്താണിപ്പോൾ നീ ഇങ്ങനെ സംശയാലുവായിരിക്കുന്നത്?''

''എനിക്ക് സംശയമൊന്നുമില്ല. നിങ്ങൾ അതെങ്ങനെ ചെയ്തു എന്നെനിക്ക് മനസ്സിലാകുന്നില്ല.''

''അതിനു നന്ദി. വെസ്റ്റ് സെൻട്രൽ സ്റ്റേഷനിലെ പൊലീസിനും അത് മനസ്സിലാകുന്നില്ല.''

അവൾ ഒന്ന് വിറച്ചു. ''ആ കൈകൾ... അത് ഭീകരമായി. വളരെ ഭീകരം. അങ്ങനെ തോന്നുന്നില്ലേ? അതും ഒരു എഴുത്തുകാരനോട്. അതിനു പ്രാധാന്യമുണ്ട്. ഭീകരമാണത്. നിങ്ങൾക്ക് അയാളോട് അത്ര വെറുപ്പുണ്ടായിരുന്നു എന്നെനിക്ക് തോന്നുന്നില്ല.''

അയാൾ കൈകൾ താഴെയിട്ടു. അവൾക്കഭിമുഖമായി.

''എനിക്കയാളോട് ഒരു വെറുപ്പുമുണ്ടായിരുന്നില്ല. നാശം തന്നെ എലീസ. എന്നെ കണ്ടാൽ ഒരു കൊലപാതകിയെപ്പോലെ തോന്നുന്നുണ്ടോ?''

''എനിക്കെങ്ങനെ അറിയാം? ലക്ഷ്യമുള്ള ഏക വ്യക്തി നിങ്ങളാണല്ലോ? രണ്ട് ലക്ഷം പൗണ്ടാണ് വില.''

''ഒരു ഭാര്യയെ കിട്ടുന്നത് വരെ അതെന്റേതല്ല. ആ ജോലിക്കൊന്ന് അപേക്ഷിച്ചാലോ?''

''വേണ്ട. നന്ദി. കുറച്ച് വിവേകവും ഐ ക്യൂവുമെല്ലാമുള്ള പുരുഷന്മാരെയാണെനിക്ക് ഇഷ്ടം. ചുരുങ്ങിയത് എന്റെയത്രയെങ്കിലും. നമ്മൾ തമ്മിൽ യോജിക്കുകയില്ല. നിങ്ങൾക്കതെന്തിനാ? ക്ലബ്ബിൽ കൊടുക്കാനോ? അതിനൊരു നാല്പത്തിയഞ്ചുകാരി സുന്ദരി മതിയല്ലോ. അധികം മൂല്യമില്ലാത്ത സ്വർണ്ണത്തിന്റെ ഹൃദയമുള്ളവൾ. മനസ് കണക്ക് കൂട്ടാനുപയോഗിക്കുന്ന യന്ത്രം കണക്കുള്ളവൾ.''

''അയ്യോ...വേണ്ട'' അയാൾ ഗൗരവത്തിൽ തന്നെയായിരുന്നു. ''എനിക്ക് കൂട്ടിനെന്തുവേണം എന്നെനിക്കറിയാം. ക്ലബ്ബിലെത്താൻ എന്ത് വേണമെന്നും അറിയാം. ഇപ്പോൾ എന്റെ കൈവശം പണമുണ്ട്. എനിക്ക് ഇത്തിരി ഗുണമേന്മയുള്ളത് വേണം.''

വാതിൽ തുറന്ന് മിസ് കാൽത്രോപ്പ് അകത്തേക്ക് കണ്ണോടിച്ചു.

അവരെ അലക്ഷ്യമായി നോക്കി. എലീസയോട് സംസാരിക്കാൻ തുടങ്ങി.

''എന്റെ ടേപ്പുകളിൽ ഒന്ന് കാണാനില്ല. നീ കണ്ടോ?''

അനന്തിരവൾക്ക് അതിലൊരു താത്പര്യവുമില്ല. അവൾ തോളൊന്ന് കുലുക്കി. ഡിഗ്ബി ചാടിയെഴുന്നേറ്റു. മുറിയിൽ ഉലാത്താൻ തുടങ്ങി. അങ്ങനെ നടന്നാൽ പിയാനോയിൽ നിന്നോ കുഷ്യനുകളിൽ നിന്നോ ആ ടേപ്പ് തെറിച്ച് പുറത്ത് വരും എന്നയാൾ പ്രതീക്ഷിക്കുന്നതു പോലെ തോന്നി. അയാളുടെ ബൗദ്ധിക കോമാളിത്തം കണ്ടപ്പോൾ ''നല്ലൊരു മാന്യൻ. അമ്മായിയെ ഇതിനു മുമ്പൊരിക്കലും ശല്യം ചെയ്തിട്ടില്ല. എന്താണാവോ ഇവിടെ സംഭവിക്കുന്നത്'' എന്ന് മനസ്സിൽ പറഞ്ഞു.

തിരച്ചിൽ ഗുണമൊന്നും ചെയ്തില്ല. ഡിഗ്ബി മിസ് കാൽത്രോപ്പിനെ നോക്കി ചിരിച്ചു.

''ഇവിടെയൊന്നും കാണാനില്ല.'' എന്ന് പറഞ്ഞു.

സെലിയ അതുവരെ ക്ഷമയോടെ കാത്തുനില്പായിരുന്നു. അക്ഷമ മറച്ച് പിടിച്ച് കാത്തുനില്പായിരുന്നു. അവർ നന്ദി പറഞ്ഞ് തിരിച്ച് പോയി. വാതിൽ അടഞ്ഞപ്പോൾ ഡിഗ്ബി വീണ്ടും സംസാരിക്കാൻ തുടങ്ങി.

''അവരത് നല്ലരീതിയിൽ തന്നെയാണെടുത്തിരിക്കുന്നത് എന്ന് തോന്നുന്നു, അല്ലേ?''

''എന്ത്?''

''മൗറിസിന്റെ വില്പത്രം. ഞാനില്ലായിരുന്നെങ്കിൽ അവർ അതി ധനികയാകുമായിരുന്നു.''

അവർക്കത് അറിയില്ല എന്ന് ഈ വിഡ്ഢി കരുതിയോ? ആ കണക്കുകൾ അവർക്ക് മനസ്സിലായില്ല എന്ന് കരുതിയോ? അവൾ ഒളികണ്ണിട്ട് അയാളെ നോക്കി. അയാളുടെ മുഖത്തെ സംതൃപ്തി കണ്ടു. അതുകണ്ട് അത്ഭുതപ്പെട്ടു. എന്തുകൊണ്ടോ അപ്പോൾ മൗറിസിന്റെ മരണത്തെക്കുറിച്ച് ഈ മനുഷ്യനെന്തൊക്കെയോ അറിയാമെന്നൊരു ചിന്ത അവളിലുണ്ടായി. ഗോപ്യമായ ആ പുഞ്ചിരി ഒരു നിമിഷത്തെ സംതൃപ്തിയല്ല കാണിക്കുന്നത്. അവരിലെ നിരാശയുമായി ബന്ധപ്പെട്ട സംതൃപ്തിയുടെ പുഞ്ചിരിയല്ല അത്. അത് സ്വന്തം ഭാഗ്യമോർത്തുള്ളതാണ്. ഒരു മുന്നറിയിപ്പ് നൽകണമെന്നു തോന്നി. അയാൾ സത്യമായും എന്തെങ്കിലും കണ്ടെത്തിയിട്ടുണ്ടെങ്കിൽ അതൊരു പക്ഷേ അയാളെ അപകടത്തിലേക്കെത്തിച്ചേക്കാം എന്ന മുന്നറിയിപ്പ്. പാതി സത്യം മാത്രം അറിയുന്ന വിഡ്ഢിയാണയാൾ. അങ്ങനെയറിഞ്ഞ് അതെല്ലാം വിളിച്ചുപറയുന്നവൻ. അവൾ പക്ഷേ വായ തുറന്നില്ല. അയാളിലെ രഹസ്യ സംതൃപ്തി അവളെ പ്രകോപിപ്പിച്ചു. ഒരു പക്ഷേ അവൾ ചപലയായതാകാം.

ഭാവനയിൽ കണ്ടതാകാം. അയാൾ ഒന്നും ഊഹിച്ചിട്ടുണ്ടാകില്ല. ഉണ്ടെങ്കിലോ? അങ്ങനെയെങ്കിൽ ഡിഗ്ബി സെറ്റൺ സ്വയം രക്ഷ തേടുന്നത് നല്ലതാകും. മറ്റെല്ലാവരേയും പോലെ സ്വന്തം സുരക്ഷിതത്വത്തെക്കുറിച്ച് ചിന്തിക്കുന്നത് നല്ലതാകും.

പതിനഞ്ച്

പ്രയറി ഹൗസിലെ ഭക്ഷണ മുറിയിൽ അത്താഴം കഴിഞ്ഞിരുന്നു. ഡൽഗ്ലീഷിന് ആ ഭക്ഷണം ഇഷ്ടമായി. താൻ എന്താണ് പ്രതീക്ഷിച്ചിരുന്നത് എന്നതിനെക്കുറിച്ച് അയാൾക്കത്ര അറിവില്ലായിരുന്നു. ചൈന പാത്രങ്ങളിൽ വിളമ്പുന്ന ഒരു സിക്സ് കോഴ്സ് ഡിന്നർ? അല്ലെങ്കിൽ അതുപോലെ എന്തൊക്കെയോ. ഒന്നും അയാളെ അത്ഭുതപ്പെടുത്തുകയില്ലായിരുന്നു. കോഴിയും സാലഡും ചീസുമാണവർ വിളമ്പിയത്. വില കുറഞ്ഞ വീഞ്ഞാണവരുടെ കൈവശമുണ്ടായിരുന്നത്. പക്ഷേ അത് ധാരാളമായുണ്ടായിരുന്നു. ഡൽഗ്ലീഷിന് മദ്യത്തിനോടത്ര പ്രിയമില്ല. അതിനാൽത്തന്നെ നല്ലയിനം വീഞ്ഞിനു പകരമാകുന്നത് വീഞ്ഞ് വേണ്ടെന്ന് വയ്ക്കുകയാണെന്നൊരു നയം അയാൾ സ്വീകരിച്ചിരുന്നു. ഇപ്പോൾ അയാൾ സംതൃപ്തനായി ആ വലിയ മുറിയാകെ കണ്ണോടിച്ച് ഇരിപ്പാണ്. അവർ നാലുപേരുണ്ട്. ആ വലിയ മേശയ്ക്ക് ചുറ്റിലുമിരിക്കുമ്പോൾ അവർ കളിപ്പാവകളെപ്പോലെ കുള്ളന്മാരാകുന്നു.

ഈ വീട് പണ്ടുകാലത്ത് ഒരു സന്ന്യാസാശ്രമമായിരുന്നു എന്ന് മനസിലാക്കുക എളുപ്പമാണ്. ഈ മുറിയായിരുന്നിരിക്കണം ഊട്ടുപുര. പെന്റലാൻഡ്സിന്റെ സ്വീകരണമുറിയുടെ ഒരു വലിയ പതിപ്പ്. എന്നാൽ ഇതിനകത്തെ ഓക്ക് മരങ്ങളുടെ മച്ച് പുക കയറി കറുത്തിട്ടുണ്ട്. വലിയ ആർച്ചുകളുണ്ട്. അത് ഇരുട്ടിൽ ലയിച്ചുപോകുന്നു. ഇരുപതടി ഉയരമുണ്ട് മച്ചിന്. ആറു വലിയ മെഴുകുതിരികൾ മേശപ്പുറത്തെരിയുന്നുണ്ട്. നെരിപ്പോട് കല്ലുകൊണ്ട് നിർമ്മിച്ചതാണ്. ഒരു വലിയ ഗുഹ പോലെയുണ്ടത്. വലിയ വിറകുകൾ പോലും കൽക്കരി പോലെ കത്തിക്കാൻ കെല്പുള്ളത്. ആറു പാളികളുള്ള ജാലകങ്ങളുണ്ട്. അതെല്ലാം ഇപ്പോൾ അടച്ചിട്ടിരിക്കുകയാണ്. അടച്ചിട്ടിരിക്കുന്നെങ്കിലും അതിനപ്പുറത്തെ കടലിന്റെ മർമ്മരം ഡൽഗ്ലീഷിനു കേൾക്കാം. ഇടയ്ക്കിടെ ഒരു ഞരക്കം, ഒരു മൂളൽ വരുന്നുണ്ട്. കാറ്റ് ശക്തി പ്രാപിക്കുന്നു എന്നറിയിക്കുന്ന ഞരക്കം, മൂളൽ.

സിങ്ക്ളയർക്കെതിർവശത്തായി ആലിസ് കെരിസണിരിക്കുന്നു. തടിച്ച്, ശാന്തപ്രകൃതയായ, ആത്മവിശ്വാസമുള്ള ഒരു സ്ത്രീ. അവരുടെ സ്ഥാനമെന്തെന്ന് അറിയാവുന്നവൾ. സിങ്ക്ളയർ നന്നായി,

ആവശ്യത്തിലധികം, ഭക്ഷണം കഴിക്കുന്നു എന്നുറപ്പിക്കുകയാണി പ്പോൾ അവരുടെ മുഖ്യ കർത്തവ്യം എന്ന മട്ടിലാണ് ആ ഇരിപ്പ്. അവർ ആദ്യം പരിചയപ്പെട്ടപ്പോൾ തന്നെ, അയാൾക്ക് ഇതിനു മുമ്പും ഞാൻ ഈ സ്ത്രീയെ കണ്ടിട്ടുണ്ടല്ലോ എന്ന ചിന്തയുണ്ടായി. പിന്നെ അതെന്തുകൊണ്ടെന്ന് പെട്ടെന്ന് തിരിച്ചറിഞ്ഞു. തന്റെ കുട്ടിക്കാലത്തെ നോഹയുടെ പെട്ടകത്തിലെ ശ്രീമതി നോഹയാണിത്. അതേ നീളൻ മുടി. കറുത്ത ചായം തേച്ചതുപോലെ മിനുപ്പേറിയ മുടി. അത് നടു വിൽ നിന്ന് ഇരുവശത്തേക്കും ചീകി ഒതുക്കിയിട്ടിരിക്കുന്നു. എന്നിട്ട് പുറകിൽ ഒരു പന്തുപോലെ കെട്ടിവച്ചിരിക്കുന്നു. ഇടുങ്ങിയ അര ക്കെട്ടും ആ ചിത്രങ്ങളിൽ നിന്നും ഓർമ്മിച്ചെടുക്കാവുന്ന മുഖവു മുള്ള അതേ രൂപം. തിളങ്ങുന്ന കണ്ണുകളും ചുവന്ന കവിളും വട്ട മുഖവുമുള്ളവൾ. വസ്ത്രത്തിനു പോലും സാമ്യമുണ്ട്. അലങ്കാര ങ്ങളില്ലാത്ത ഒരു നീളൻ വസ്ത്രമാണവൾ ധരിച്ചിരിക്കുന്നത്. കറുത്ത നിറത്തിലുള്ള വസ്ത്രം. കഴുത്തിൽ ചില ചിത്രപ്പണികളുണ്ട്. ഘനം കുറഞ്ഞ ലെയ്സ് തുന്നിപ്പിടിപ്പിച്ചിട്ടുണ്ട്. ഞായറാഴ്ചകളിൽ അച്ഛ നൊപ്പം പള്ളിയിൽ പോയിരുന്ന ബാല്യത്തെ ഓർമ്മിപ്പിച്ചു ഈ രൂപം. പള്ളിമണികളുടെ നാദം ഓടിയെത്തി. വൃത്തിയുള്ളതും കമ്പിളി കൊണ്ടുള്ളതുമായ അടിവസ്ത്രങ്ങളുടെ ഗന്ധമെത്തി.

അവർ കാപ്പി കപ്പുകളിലേക്കൊഴിക്കുന്നതിനിടയിൽ അയാൾ അവരെയൊന്ന് ഒളികണ്ണിട്ട് നോക്കി. അവർക്ക് സിങ്ക്ളയറുമൊത്ത് എന്തു ബന്ധമായിരിക്കുമുള്ളത് എന്ന് അത്ഭുതപ്പെട്ടു. അത് ഊഹി ച്ചെടുക്കുക ബുദ്ധിമുട്ടാണ്. അയാൾ ഒരു ബുദ്ധിജീവിയാണെന്ന മട്ടിലല്ല അവർ അയാളോട് ഇടപഴകുന്നത്. അയാളാകട്ടെ അവരൊരു പരിചാരികയാണെന്ന മട്ടിലല്ല ഇടപഴകുന്നത്. അവർക്ക് അയാളുടെ കാര്യങ്ങൾ ശ്രദ്ധിക്കുന്നതിൽ ഒരു ആനന്ദമുണ്ട്. എന്നാൽ അയാളെ ശാന്തമായി സ്വീകരിക്കുന്നതിൽ മിക്കവാറും അപ്രസക്തമായ എന്തൊ ക്കെയോ കാണുന്നു. അവരൊന്നിച്ചാണ് ഭക്ഷണം മേശപ്പുറത്തെ ത്തിക്കുന്നത്. അതവരുടെ ശീലമാണെന്ന മട്ടിൽ. ചിലപ്പോഴവർ വീഞ്ഞിനെക്കുറിച്ച് ആകാംക്ഷയോടെ ചർച്ചകൾ നടത്തുന്നുണ്ട്. അപ്പോഴൊക്കെ അവർ രഹസ്യമായെന്തൊക്കെയോ ഗൂഢാലോച നകളിലേർപ്പെടുന്നവരാകും. ആറു വർഷം മുമ്പ് മൗറിസ് സെറ്റ ണിന്റെ വീട്ടിൽ നിന്ന് പെട്ടിയും തൂക്കിയെടുത്ത് സിങ്ക്ളയർക്ക് സമീപത്തേക്ക് അവളെത്താൻ എന്തായിരിക്കും കാരണം എന്നത്ഭുത പ്പെടുകയായിരുന്നു അയാൾ. ഒരു പക്ഷേ ഈ ലോകത്തിൽ സെറ്റ ണിനെക്കുറിച്ചും അയാൾക്ക് അയാളുടെ ഭാര്യയുമായുണ്ടായിരുന്ന ബന്ധത്തെക്കുറിച്ചും മറ്റാരേക്കാളും അധികമറിയാവുന്ന വ്യക്തി ആലിസ് കെരിസണായിരിക്കും എന്ന് അയാൾ തിരിച്ചറിഞ്ഞു. അവർക്ക് എന്തൊക്കെയറിയാം എന്നായി അയാളുടെ അത്ഭുതം.

സിങ്ക്ളയർ നെരിപ്പോടിലേക്ക് പുറം തിരിഞ്ഞാണിരിക്കുന്നത്. അയാളുടെ കണ്ണുകൾ സിങ്ക്ളയറെ വട്ടമിട്ടു. ഫോട്ടോഗ്രാഫുകളിൽ കാണുന്നതിനേക്കാൾ കുറിയ രൂപമാണീ എഴുത്തുകാരന്റേത്. വീതിയുള്ള ചുമലുകളും നീളൻ കൈകളും വലിയ കരുത്തുള്ളവനെന്ന തോന്നൽ നൽകുന്നവയായിരുന്നു. മുഖത്ത് പ്രായാധിക്യം വ്യക്തമാകുന്നുണ്ട്. അതിനാൽ പല ഭാവങ്ങളും വ്യക്തമല്ലാതാകുന്നുമുണ്ട്. മുഖത്ത് ചുളിവുകൾ വീണിരിക്കുന്നു. ക്ഷീണിച്ച കണ്ണുകൾ കട്ടിപ്പുരികങ്ങൾക്ക് കീഴെയുള്ള കുഴിയിൽ വീണ് കിടക്കുന്നു. കണ്ണുകളേയില്ല എന്ന തോന്നലുണ്ടാക്കുന്നു. എന്നാൽ ഉയർന്ന് നിൽക്കുന്ന തലയും വെളുത്ത മുടിയും അയാളുടെ കുലീനത്വം വ്യക്തമാക്കുന്നു. അത് അയാളെ പുരാണങ്ങളിലെ യഹോവയ്ക്ക് തുല്യനാക്കുന്നു. ഈ മനുഷ്യനെത്ര വയസ്സുണ്ടാകും? ഡൽഗ്ലീഷ് ചിന്തിച്ചു.

മുപ്പത് വർഷങ്ങൾക്ക് മുമ്പാണ് അയാളുടെ മഹത്തരങ്ങളായ മൂന്ന് നോവലുകളിൽ അവസാനത്തേത് പ്രസിദ്ധീകരിച്ചത്. അന്ന് മദ്ധ്യവയസ്കനായിരുന്നു. മൂന്ന് പുസ്തകങ്ങളാണ് അയാളുടെ ഖ്യാതിയുടെ അടിത്തറ. സെലിയ കാൽത്രോപ് ഒരിക്കൽ അദ്ദേഹത്തിന്റെ മോങ്ക്സ്മെയർ സാഹിത്യോത്സവത്തിൽ പങ്കെടുപ്പിക്കാൻ ശ്രമിച്ച് പരാജയപ്പെട്ടു. തന്റെ ഒരു നോവൽ അദ്ദേഹത്തിനായി സമർപ്പിക്കട്ടെ എന്ന ചോദ്യത്തിലും പരാജയപ്പെട്ടു. ഒരിക്കലെങ്കിലും തന്നെ ചായയ്ക്ക് ക്ഷണിക്കുമെന്നാഗ്രഹിച്ചെങ്കിലും അത് ഇതുവരേയും സംഭവിച്ചില്ല. അതുകൊണ്ടാണോ എന്നറിയില്ല, അവരെ സംബന്ധിച്ചിടത്തോളം, അനാവശ്യമായി പുകഴ്ത്തപ്പെടുന്ന ഒരു എഴുത്തുകാരൻ മാത്രമായി സിങ്ക്ളയർ. മഹത്വത്തിനു ഗുണനിലവാരത്തിനോടൊപ്പം പുസ്തകങ്ങളുടെ, എഴുത്തിന്റെ ബാഹുല്യവും കണക്കാക്കണം എന്നവർ അഭിപ്രായപ്പെട്ടു. അതിൽ ചില ന്യായങ്ങളില്ലേ എന്ന് ചിലപ്പോഴെങ്കിലും ഡൽഗ്ലീഷിനു തോന്നാറുണ്ട്. എന്നിരുന്നാലും അദ്ദേഹത്തിന്റെ നോവലുകളിലേക്ക് തിരിച്ചെത്തിയാൽ ആരും ഒന്ന് അത്ഭുതപ്പെട്ടുപോകും. കടൽക്കരയിലെ വലിയ പാറക്കെട്ടുകൾ പോലെയാണവ. തിരയടിച്ച് പലതും മണൽതരികളാകുമ്പോൾ ഈ പാറക്കെട്ട് മാറ്റമില്ലാതെ തുടരുന്നു. പ്രയറി ഹൗസ് ഒരിക്കൽ കടലെടുത്ത് പോകും. എന്നാൽ സിങ്ക്ളയറിന്റെ ഖ്യാതി എന്നും നിലനിൽക്കും.

മഹാനായ ഒരു എഴുത്തുകാരൻ ധാരാളം സംസാരിക്കുന്നവനാകുമെന്നോ, സിങ്ക്ളയർ ഒരു അതിഥി എന്ന നിലയിൽ തന്നെ വിനോദിപ്പിക്കാനുതകുന്ന പ്രവർത്തികൾ ചെയ്യുമെന്നോ കരുതാൻ മാത്രം വിഡ്ഢിയായിരുന്നില്ല ഡൽഗ്ലീഷ്. എന്നിരുന്നാലും ഭക്ഷണത്തിനിടയിൽ ആതിഥേയൻ തീർത്തും നിശ്ശബ്ദനായിരുന്നില്ല. ഡൽഗ്ലീഷിന്റെ രണ്ട് കവിതാ പുസ്തകങ്ങളെക്കുറിച്ചും അദ്ദേഹം സംസാരിക്കുകയുണ്ടായി. അതിനെ പ്രകീർത്തിക്കുകയുണ്ടായി. ഒരു കുഞ്ഞിനെ

പോലെ പറയുന്നതിൽ പൂർണ്ണമായും ലയിച്ച്, വളച്ചുകെട്ടില്ലാതെയാണദ്ദേഹം സംസാരിച്ചത്. സംസാരിക്കുന്ന വിഷയത്തിൽ ഏത് നിമിഷത്തിലാണോ താത്പര്യം നഷ്ടപ്പെടുന്നത് അപ്പോൾ തന്നെ വിഷയം മാറ്റും. സംസാരം മിക്കവാറും പുസ്തകങ്ങളെക്കുറിച്ചായിരുന്നു. തന്റെ സ്വന്തം പുസ്തകങ്ങളിൽ അദ്ദേഹത്തിനു വലിയ താത്പര്യമൊന്നും ഇപ്പോഴില്ല എന്നു തോന്നി. ഇപ്പോൾ ലളിത വായനകളോടാണ് താത്പര്യം. പ്രത്യേകിച്ചും കുറ്റാന്വേഷണ കൃതികളോട്. ഈ ലോകത്തിൽ എന്തൊക്കെ സംഭവിക്കുന്നു എന്നതിലൊന്നും അദ്ദേഹം താത്പര്യം പ്രകടിപ്പിച്ചില്ല. മനുഷ്യർ, സ്നേഹം എന്ന വാക്കിന്റെ തീർത്തും വൈകാരികതയില്ലാത്തതും പ്രായോഗികമായതുമായ അർത്ഥത്തിൽ പരസ്പരം സ്നേഹിക്കാൻ പഠിക്കണം അല്ലെങ്കിൽ അവർ സ്വയം നശിപ്പിക്കും, ഡൽഗ്ലീഷ് എന്നദ്ദേഹം പറയുകയുണ്ടായി. എന്നാലും സിങ്ക്ളയർ തീർത്തും മോഹവിമുക്തിയിലാണെന്നോ ദോഷൈകദൃക്കാണെന്നോ ഡൽഗ്ലീഷിനു തോന്നിയില്ല. അദ്ദേഹം ഈ ലോകത്തിൽ നിന്ന് മാറി നിൽക്കുന്നത് നിരാശ കൊണ്ടല്ല. വൃദ്ധാവസ്ഥയിലായതിനാലുള്ള താത്പര്യക്കുറവുകൊണ്ടാണ്.

അദ്ദേഹം ജെയ്ൻ ഡൽഗ്ലീഷിനോട് ചില കിളികൾ ഈ വർഷവും ചതുപ്പിൽ കൂടുവയ്ക്കാനുള്ള സാധ്യതകൾ ആരായുന്നുണ്ടായിരുന്നു. അവർ ഇരുവർക്കും അത് വളരെ ഗൗരവമുള്ള ഒരു വിഷയമാണ്. മറ്റേത് വിഷയത്തിനും ഉണർത്താനാകാത്ത ഒരു ആവേശം അവർ ഇരുവരിലും ഈ പക്ഷിവിശേഷങ്ങൾ നൽകി. ഡൽഗ്ലീഷ് തന്റെ അമ്മായിയുടെ മുഖത്തേക്ക് നോക്കി. അവർ ചെറിപ്പഴത്തിന്റെ ചുവപ്പുള്ള ഒരു കമ്പിളി വസ്ത്രമാണ് ധരിച്ചിരിക്കുന്നത്. കഴുത്ത് ഇറക്കി വെട്ടാത്ത ഒന്ന്. കൈകൾക്ക് മുട്ടുവരെ കുടുക്കുകളുള്ളത്. തണുത്ത രാത്രിയിൽ പുറത്ത് പോയി ഭക്ഷണം കഴിക്കുമ്പോൾ ധരിക്കാൻ യോജിച്ചത് തന്നെ അത്. പക്ഷേ ഇത് അവരുടെ സ്ഥിരം വേഷമാണ്. ഡൽഗ്ലീഷിനോർമ്മ വച്ച കാലം തൊട്ട് കാണുന്നതാണ്. അതിപ്പോൾ ആ വ്യക്തിയുടെ തനത് ഫാഷനായിരിക്കുന്നു. അതവർക്ക് ഒരു കുലീനത്വം നൽകുന്നു. സമകാലിക സാമർത്ഥ്യത്തിന്റെ ലാഞ്ഛന നൽകുന്നു.

അവർ ഇടത് കൈ കവിളിൽ വച്ചാണിരുന്നിരുന്നത്. തവിട്ട് നിറമുള്ള നീളൻ വിരലുകളിൽ കുടുംബസ്വത്തായ മോതിരങ്ങളുണ്ട്. സായാഹ്നങ്ങളിൽ മാത്രമാണവർ ആ മോതിരങ്ങൾ ധരിക്കുക. അതിന്മേലുള്ള പവിഴവും രത്നവും മെഴുകുതിരി വെട്ടത്തിൽ തിളങ്ങി. അവരിപ്പോൾ സംസാരിക്കുന്നത് അടുത്തയിടെ കടൽക്കരയിലേക്ക് നടക്കാനിറങ്ങിയപ്പോൾ സിങ്ക്ളയറിനു കണ്ടുകിട്ടിയ ഒരു തലയോട്ടിയെക്കുറിച്ചാണ്. മുങ്ങിപ്പോയ ശ്മശാനങ്ങളിൽ നിന്ന് ഇത്തരത്തിൽ അസ്ഥികളും മറ്റും കരയ്ക്കടിയുന്നത് സാധാരണമാണ്. പ്രത്യേകിച്ചും കൊടുങ്കാറ്റിനു ശേഷം. അപ്പോൾ നടക്കാനിറങ്ങുന്നവർ

കാലപ്പഴക്കം വന്നതും കടൽ കഴുകി വൃത്തിയാക്കിയതുമായ അസ്ഥികൾ കാണാറുണ്ട്. എന്നാൽ ഒരു മുഴുവൻ തലയോട്ടി ആർക്കും കണ്ടുകിട്ടിയിട്ടില്ല. അതിന്റെ പ്രായത്തെക്കുറിച്ചായിരുന്നു സിങ്കളയറുടെ സംസാരം. അതിൽ തനിക്കിത്തിരി നിപുണതയുണ്ട് എന്ന മട്ടിൽ. എന്നാൽ അവർ ഇരുവരും അടുത്തയിടെ ചർച്ചാവിഷയമായ ശവത്തെക്കുറിച്ച് സംസാരിച്ചതേയില്ല. ഒരു പക്ഷേ ഈ അത്താഴ വിരുന്നിനു തന്നെ ക്ഷണിച്ചതിന്റെ കാരണമായി താനൂഹിച്ചത് തെറ്റിപ്പോയിരിക്കാം എന്നയാൾ കരുതി. സിങ്കളയറിന് സെറ്റണിന്റെ കൊലപാതക വിഷയത്തിൽ താത്പര്യമൊന്നുമുണ്ടാകില്ല എന്ന്. എന്നാലും ജെയ്ൻ ഡൽഗ്ലീഷിന്റെ അനന്തിരവനെ ഒന്ന് കാണണം എന്ന ആഗ്രഹം മാത്രമായിരുന്നു ഈ ക്ഷണത്തിനു പുറകിൽ എന്ന് വിശ്വസിക്കുക ബുദ്ധിമുട്ടാണ്. പെട്ടെന്ന് ആതിഥേയൻ സ്വരം താഴ്ത്തി, വിറച്ചുകൊണ്ട് ഡൽഗ്ലീഷിനു നേരെ തിരിഞ്ഞു.

''നിങ്ങളെന്തുകൊണ്ട് ഒരു ഡിറ്റക്ടീവായി എന്ന് പലരും ചോദിക്കുന്നുണ്ടാകും അല്ലേ?''

''അത്രയധികമൊന്നുമില്ല. അല്ലെങ്കിൽ എനിക്ക് ഉത്തരം നൽകിയേ മതിയാകൂ എന്നെനിക്ക് തോന്നുന്ന അത്രയധികമാളുകളൊന്നും അത് ചോദിക്കാറില്ല. എനിക്ക് ഈ ജോലി ഇഷ്ടമാണ്. മിക്കവാറും നല്ല രീതിയിൽ എനിക്ക് ചെയ്യാനാകുന്ന ഏക ജോലിയും ഇത് തന്നെ. ജനങ്ങളെക്കുറിച്ചുള്ള എന്റെ ആകാംക്ഷയെ പൂർത്തീകരിക്കാൻ ഈ ജോലി സഹായിക്കുന്നുണ്ട്. ഇതുവരെ ഈ ജോലി എന്നെ മുഷിപ്പിച്ചിട്ടില്ല.''

''അതെ. മുഷിപ്പ്. അത് ഏതൊരു എഴുത്തുകാരനും വന്ന് ഭവിക്കുന്ന ഒരു അവസ്ഥയാണ്. എന്നാലും ഇതിലൊക്കെ ഉപരി എന്തെങ്കിലും കാരണമുണ്ടാകില്ലേ? ഒരു പൊലീസുകാരനായാൽ സ്വകാര്യത സംരക്ഷിക്കപ്പെടും എന്ന വിശ്വാസമുണ്ടോ? ഒന്നിലും താത്പര്യം കാണിക്കാതിരിക്കാൻ അപ്പോൾ നിങ്ങൾക്ക് ഒരു ഔദ്യോഗിക ഒഴികഴിവുണ്ടല്ലോ. ഗ്രാമത്തിലെ വികാരിയോടെങ്ങനെ പെരുമാറുന്നോ അതുപോലെയാണ് പൊലീസുകാരോടും ഞങ്ങൾ ഇടപഴകുന്നത്. ഉപരിപ്ലവമായ സൗഹൃദം, അതിനടിയിൽ അവിശ്വാസം. അവർ അടുത്തുള്ളപ്പോൾ മനസ്സ് അസ്വസ്ഥമാകുന്നു. നിങ്ങളും സ്വകാര്യതയെ മാനിക്കുന്നവനാണെന്ന് എനിക്ക് തോന്നുന്നു.''

''നമ്മൾ ഒരുപോലെയാണ്.'' ഡൽഗ്ലീഷ് അഭിപ്രായപ്പെട്ടു. എനിക്ക് എന്റെ ജോലിയുണ്ട്, നിങ്ങൾക്ക് പ്രയറി ഹൗസും.''

''അതെന്നെ ഈ മദ്ധ്യാഹനത്തിൽ സംരക്ഷിച്ചില്ല. ഇന്ന് നിങ്ങളുടെ സഹ ഉദ്യോഗസ്ഥൻ ഇൻസ്പെക്ടർ സ്റ്റാൻലി ജെറാൾഡ് റക്ലസ് ഇവിടെ വന്നിരുന്നു. അതിനെക്കുറിച്ച് ഡൽഗ്ലീഷിന് പറഞ്ഞുകൊടുക്കൂ ആലിസ്.''

റക്ലസിന്റെ കാര്യത്തിൽ, അയാളുടെ അന്വേഷണവിഷയത്തിൽ എന്തെങ്കിലും ഉത്തരവാദിത്വമേറ്റെടുക്കാൻ, അതിൽ താത്പര്യം കാണിക്കാൻ ഡൽഗ്ലീഷിനിഷ്ടമല്ലായിരുന്നു. എന്നാലും സിങ്ക്ളയർ ഇൻസ്പെക്ടറുടെ പൂർണ്ണ നാമം എങ്ങനെ മനസിലാക്കി എന്നറിയാൻ താത്പര്യമുണ്ടായിരുന്നു. ഒരുപക്ഷേ അത് നേരിട്ട് ചോദിച്ചറിഞ്ഞതുമാകാം.

ആലിസ് കെരിസൺ സംസാരിച്ച് തുടങ്ങി.

''റക്ലസ് എന്നത് സഫെക്കുകാരുടെ പേരല്ല. അയാളെ കണ്ടപ്പോൾ തന്നെ എനിക്ക് അസ്വസ്ഥത തോന്നി. ശരീരത്തിൽ പുണ്ണു വന്നതുപോലെ ഒരു അസ്വസ്ഥത. അങ്ങനെയാകാനേ സാധ്യതയുള്ളൂ. ഒരുപക്ഷേ അയാളുടെ മുഖത്തെ ക്ലേശവും അയാൾ ചെയ്തുകൊണ്ടിരിക്കുന്ന അമിതാദ്ധ്വാനവുമാകും കാരണം.''

പുണ്ണ് എന്ന വാക്ക് അവരുപയോഗിച്ചത് ഒരു പക്ഷേ ശരിയാകാം. ഡൽഗ്ലീഷ് ചിന്തിച്ചു. റക്ലസിന്റെ മുഖവും മുഖഭാവങ്ങളും വേദന നിറഞ്ഞ കണ്ണുകളും അയാളുടെ ചിന്തയിലെത്തി. ആലിസിന്റെ സ്വരം തുടരുന്നത് കേട്ടു.

''ഞങ്ങളാണോ സെറ്റണിനെ കൊന്നത് എന്ന് ചോദിക്കാനാണ് അയാൾ വന്നത്.''

''അതങ്ങനെ നേരിട്ട് ചോദിച്ചിട്ടുണ്ടാകില്ല. ഇത്തിരി കൗശലത്തിലാകും.'' ഡൽഗ്ലീഷ് ഇടപെട്ടു. മറുപടി വന്നത് സിങ്ക്ളയറിൽ നിന്നാണ്.

''അതെ. അയാൾക്കറിയാവുന്ന വിധത്തിൽ കൗശലത്തിലും നയത്തിലും. എന്നാൽ അയാൾ വന്നത് അതിനായിരുന്നു. എനിക്ക് ഈ സെറ്റണിനെ അറിയില്ല എന്ന് ഞാൻ പറഞ്ഞു. അയാളുടെ ഒരു പുസ്തകം ഒരിക്കൽ ഞാൻ വായിക്കാൻ ശ്രമിച്ചിരുന്നു എന്നും. അയാൾ ഇതുവരെ ഇവിടെ വന്നിട്ടില്ല. എനിക്കിപ്പോൾ എഴുതാനൊന്നുമാകുന്നില്ല എന്നതിനർത്ഥം എഴുതാൻ ഒരിക്കലുമാകാത്തവർക്കൊപ്പം ഞാൻ സമയം ചിലവിടണം എന്നല്ല. ഭാഗ്യമെന്ന് പറയട്ടെ, ഈ സംഭവത്തിലെ പ്രധാന ദിവസങ്ങളായ ചൊവ്വ, ബുധൻ എന്നിവയ്ക്ക്, അന്നേദിവസങ്ങളിൽ ഞങ്ങൾ എവിടെയായിരുന്നു എന്നത് വിവരിക്കാൻ എനിക്കും ആലീസിനുമാകും. അത് ഭാഗ്യം. ഞങ്ങൾ ഇരുവരും അന്ന് വീടുവിട്ടുപോയിട്ടില്ല എന്ന് ഞാൻ ഇൻസ്പെക്ടറോട് പറഞ്ഞു. അതയാൾ വിശ്വസിച്ചു എന്നൊന്നും ഞാൻ കരുതുന്നില്ല. ഞങ്ങളെന്നെങ്കിലും നിങ്ങളുടെ വെട്ടുകത്തി കടം വാങ്ങിയിരുന്നോ എന്നയാൾ ചോദിക്കുകയുണ്ടായി ജെയ്ൻ. ആ ചോദ്യം അർത്ഥമാക്കുന്നത് ആയുധം നൽകിയത് നിങ്ങളാണെന്നാണ് അയാൾ ഊഹിക്കുന്നതെന്ന് ഞാൻ മനസ്സിലാക്കി. ഞങ്ങൾ അയാൾക്ക് ഞങ്ങളുടെ രണ്ട് വെട്ടുകത്തികൾ കാണിച്ചു. രണ്ടും കേടുപാടുകളില്ലാത്തവ. അതുപയോഗിച്ച് ആരും മൗറിസ് സെറ്റണിന്റെ കൈകൾ കൊത്തിമാറ്റിയിട്ടില്ല എന്ന് അയാൾക്ക് തന്നെ ബോധ്യപ്പെട്ടു.''

‘‘അയാളൊരു ക്രൂരനായിരുന്നു. ചത്തത് നന്നായി‘‘ പെട്ടെന്ന് ആലീസ് ഇടയ്ക്ക് കയറി. ‘‘എന്തായാലും കൊലപാതകത്തിന്റെ കാര്യത്തിൽ ഒഴികഴിവുകളില്ല.’’

‘‘എന്തുകൊണ്ടാണയാൾ ക്രൂരനാണെന്ന് പറഞ്ഞത്?’’ ഡൽഗ്ലീഷ് ചോദിച്ചു.

ആ ചോദ്യം ഒരു ഔപചാരികത മാത്രമായിരുന്നു. അയാൾക്കതറിയണമെന്നില്ലായിരുന്നെങ്കിലും അവരതെല്ലാം പറയാനുറച്ചിരുന്നു. സിങ്ക്ളയറുടെ സന്തോഷഭരിതമായ കണ്ണുകൾ തന്റെ മുഖം തിരയുന്നത് അയാൾ കണ്ടു. അപ്പോൾ അത്താഴവിരുന്നിന്റെ ഒരു കാരണം ഇതാണ്. സിങ്ക്ളയർക്ക് ചില വിവരങ്ങൾ ലഭിക്കണം എന്ന ആഗ്രഹം മാത്രമായിരുന്നില്ല കാരണം. ചിലതെല്ലാം പങ്കുവയ്ക്കാനുമുണ്ടായിരുന്നു. ആലിസ് കെരിസൺ നിവർന്ന് ഇരുന്നു. ആ മുഖം നിറയെ പലവിധ വികാരങ്ങളായിരുന്നു. കൈകൾ മേശയ്ക്കടിയിലായിരുന്നു. അവർ ഡൽഗ്ലീഷിനെ പാതി യാചനയോടെ നോക്കി. അമ്പരന്ന കുഞ്ഞിനെപ്പോലെ. എന്നിട്ട് മന്ത്രിച്ച് തുടങ്ങി.

‘‘അയാളെഴുതിയ ആ കത്ത് തന്നെ. എന്തൊരു ക്രൂരതയായിരുന്നു അത് ഡൽഗ്ലീഷ്. അതാണവരെ മരണത്തിലേക്കെത്തിച്ചത്. അയാൾ നിർബന്ധിച്ച് അവരെ കടലിലേക്കയയ്ക്കുകയായിരുന്നു എന്ന പോലെ. എന്നിട്ട് കടലിൽ മുക്കിയിടുകയായിരുന്നു എന്നപോലെ.’’

‘‘ആ കത്ത് നിങ്ങൾ വായിച്ചോ?’’

‘‘മുഴുവനുമില്ല. അവരത് എന്നെ ഏല്പിച്ചിരുന്നു. ഒട്ടും ആലോചനയില്ലാതെയാണത് ചെയ്തത്. പക്ഷേ പെട്ടെന്ന് തിരിച്ച് വാങ്ങി. അതേ നിമിഷത്തിൽ ആത്മസംയമനം വീണ്ടെടുക്കുകയും ചെയ്തു. ഒരു സ്ത്രീയും മറ്റൊരു സ്ത്രീ വായിക്കരുത് എന്നാഗ്രഹിക്കുന്ന തരത്തിലുള്ള കത്തായിരുന്നു അത്. മറ്റൊരാളോടെനിക്ക് പറയാനാകാത്ത കാര്യങ്ങൾ ആ കത്തിലുണ്ടായിരുന്നു. ഞാൻ തന്നെ മറക്കാനാഗ്രഹിക്കുന്നവ. അയാൾക്ക് അവർ മരിച്ചുപോകണമായിരുന്നു. അതൊരു കൊലപാതകമായിരുന്നു.’’

‘‘അയാൾ തന്നെയാണത് എഴുതിയതെന്ന് ഉറപ്പുണ്ടോ?’’ ഡൽഗ്ലീഷ് ചോദിച്ചു.

‘‘അതയാളുടെ കൈയ്യക്ഷരമായിരുന്നു ഡൽഗ്ലീഷ്. ആ അഞ്ച് പേജും അയാളുടെ കൈയ്യക്ഷരമായിരുന്നു. പേര് മാത്രം ടൈപ്പ് ചെയ്തതും. അതല്ലാതെ ഒന്നും ടൈപ്പ് ചെയ്തതുണ്ടായിരുന്നില്ല. സെറ്റണിന്റെ കയ്യക്ഷരം എനിക്ക് തെറ്റില്ല.’’

തെറ്റില്ലെന്നുറപ്പ്, ഡൽഗ്ലീഷ് മനസിൽ പറഞ്ഞു. സെറ്റണിന്റെ ഭാര്യയ്ക്ക് അത്രയും തെറ്റില്ല. അതിനർത്ഥം സെറ്റൺ ഭാര്യയെ ബോധപൂർവ്വം ആത്മഹത്യയ്ക്ക് പ്രേരിപ്പിക്കുകയായിരുന്നു എന്നാണ്.

ഇത് സത്യമാണെങ്കിൽ, ഇത് ബ്രൈസിന്റെ പൂച്ചയെ കൊന്ന ക്രൂരത യേക്കാൾ വലിയ കുറ്റകൃത്യമാണ്. എന്തുകൊണ്ടെന്നറിയില്ല അന്യന്റെ ദുഃഖത്തിൽ ആനന്ദിക്കുന്ന ഇങ്ങനെയൊരു രൂപം ഇതുവരെ ശ്രദ്ധിച്ചി ട്ടില്ല. ഡൽഗ്ലീഷ് ആകെ രണ്ട് തവണ മാത്രമേ സെറ്റണിനെ കണ്ടി ട്ടുള്ളൂ. അയാൾ ഒരു രാക്ഷസനാണെന്ന് അപ്പോഴൊന്നും തോന്നി യിട്ടില്ല. എപ്പോഴും പിരിമുറുക്കത്തിൽ കാണപ്പെടുന്ന, സ്വന്തം അഭിപ്രായങ്ങളിൽ മാത്രം വിശ്വസിക്കുന്ന ഈ മനുഷ്യൻ, ഇല്ലാത്ത നിപുണതകളെ പ്രതി ആരാധിക്കപ്പെടുന്ന ഈ മനുഷ്യൻ, ഇത്രയ ധികം വെറുപ്പ് ഉള്ളിൽ വച്ച് നടക്കുന്നവനായിരുന്നു എന്നത് സത്യ മാകുമോ?

അതോ ഈ അവിശ്വാസങ്ങൾ, സന്ദേഹങ്ങൾ താനാണ് തിന്മകളെ കണ്ടെത്തുന്നവൻ എന്ന ഒരു ഡിറ്റക്ടീവിന്റെ ധാർഷ്ട്യം മാത്രമായി രുന്നോ? ഈ മനുഷ്യന് സംശയത്തിന്റെ ആനുകൂല്യം നൽകിയാലും തങ്ങളുടെ ഭാര്യമാരെ ഒഴിവാക്കുന്നതിൽ അപ്രാപ്തരായ, അസ മർത്ഥരായ ഒരുപാടാളുകൾ വേറെയുമുണ്ടല്ലോ. ആലീസ് അറിഞ്ഞതു പോലെ എന്തായാലും കേവലം രണ്ടു തവണ മാത്രം കണ്ടിട്ടുള്ള തനിക്ക് സെറ്റണിനെ മനസ്സിലാക്കാനാകില്ല. അതിലുമപ്പുറം അവ രുടെ കൈവശം ഒരു കത്ത് എന്ന തെളിവുമുണ്ട്. സെറ്റൺ ഹൗസിൽ നിന്ന് കണ്ടെത്തിയ എല്ലാ കത്തിടപാടുകളും രേഖകളും ടൈപ്പ് ചെയ്തവയായിരുന്നു. എന്നാൽ ഈ കത്ത് മാത്രം അയാളുടെ സ്വന്തം കൈപ്പടയിലും.

ആ കത്ത് ഡൊറോത്തി സെറ്റൺ എന്ത് ചെയ്തു എന്നു ചോദി ക്കാനൊരുങ്ങുകയായിരുന്നു ഡൽഗ്ലീഷ്. അതിനിടയിൽ ടെലിഫോ ണിന്റെ സ്വരം വന്നു. കർണ്ണകഠോരമായിരുന്നു ആ സ്വരം. മെഴുകു തിരി വെട്ടം മാത്രമുണ്ടായിരുന്ന ആ മുറിയിൽ ടെലിഫോൺ മണിയൊച്ച നിറഞ്ഞ് നിന്നു. ഡൽഗ്ലീഷ് ഞെട്ടി. പ്രയറി ഹൗസിൽ വൈദ്യുതി ബന്ധമില്ല എന്ന് താൻ തെറ്റിദ്ധരിച്ചതാണെന്നുള്ള അറിവാ യിരുന്നു ആ ഞെട്ടലിനു കാരണം. അയാൾ ടെലിഫോൺ എവിടെ യിരിക്കുന്നു എന്ന് കണ്ണോടിച്ചു. മുറിയുടെ ഏറ്റവും അറ്റത്തുള്ള ഒരു പുസ്തക അലമാരയിൽ നിന്നാണാ സ്വരം വരുന്നത്. സിങ്ക്ള യറോ, ആലീസ് കെരിസണോ അതെടുക്കാനായി എഴുന്നേറ്റില്ല.

''ആരെങ്കിലും തെറ്റി വിളിക്കുന്നതാകും.'' സിങ്ക്ളയർ പറഞ്ഞു. ''ഇവി ടേയ്ക്കങ്ങനെ ആരും വിളിക്കാറില്ല. എന്തെങ്കിലും അത്യാവശ്യം വന്നെ ങ്കിലോ എന്ന ചിന്തയിലാണ് ടെലിഫോണെടുത്തത്. അവരുടെ പുസ്തകങ്ങളിലൊന്നും ഈ നമ്പറുണ്ടാകാൻ സാധ്യതയില്ല.'' ആ യന്ത്രം സത്യമായും പ്രവർത്തനക്ഷമമാണല്ലോ എന്നതിൽ സംതൃ പ്തിയുണ്ടെന്ന പോലെ അയാൾ സ്വരം വരുന്നിടത്തേക്ക് നോക്കി. ഡൽഗ്ലീഷ് എഴുന്നേറ്റു. എന്നോട് ക്ഷമിക്കണേ എന്ന് പറഞ്ഞു. ''ഒരു പക്ഷേ എനിക്കുള്ളതാകാം.'' അയാൾ ആ ഉപകരണം തിരഞ്ഞു.

അതിന്റെ വയറിൽ കയ്യുടക്കി. പുസ്തകക്കെട്ടുകളുടെ മുകളിൽ നിന്ന് അതിനെ തപ്പിയെടുത്തു. അലോസരപ്പെടുത്തുന്ന സ്വരം നിലച്ചു. മുറിയിലെ നിശ്ശബ്ദതയിൽ, മറുതലയ്ക്കൽ നിന്നുള്ള ഇൻസ്പെക്ടർ റക്ലസിന്റെ സ്വരം എല്ലാവരും കേൾക്കുന്നുണ്ടെന്ന് അയാൾക്കു തോന്നി.

''ഡൽഗ്ലീഷ്. ഞാനിപ്പോൾ പെന്റ്ലാൻഡ്സിൽ നിന്നാണ് സംസാരിക്കുന്നത്. ചിലതെല്ലാം സംഭവിച്ചിരിക്കുന്നു. അത് നിങ്ങൾ അറിഞ്ഞിരിക്കേണ്ടതാണെന്ന് ഞാൻ കരുതുന്നു. ഒന്നിവിടം വരെ വരാമോ?''

ഡൽഗ്ലീഷ് ഒന്ന് ശങ്കിച്ചു. അയാൾ തുടർന്നു. ''പോസ്റ്റ്മോർട്ടം റിപ്പോർട്ട് ലഭിച്ചു. അത് രസകരമെന്ന് നിങ്ങൾക്ക് തോന്നിയേക്കാം.''

ഒരു കോഴ വാഗ്ദാനം ചെയ്യുന്നതുപോലെയാണയാൾ സംസാരിച്ചതെന്ന് ഡൽഗ്ലീഷിനു തോന്നി. തനിക്കെന്തായാലും പോയേ മതിയാകൂ. തീർത്തും ഔപചാരികമായ, ഊന്നലുകളില്ലാത്ത സ്വരം അവർ ഇരുവരേയും കബളിപ്പിക്കാനുതകുന്നതായിരുന്നില്ല. അവർ സൂപരിന്റൻഡ് ഡൽഗ്ലീഷുമൊന്നിച്ച് ഈ കേസ് അന്വേഷിക്കുകയായിരുന്നു എങ്കിൽ ഇൻസ്പെക്ടർ റക്ലസിനെ ക്ഷണിച്ച് വരുത്തുക ഇങ്ങനെ തന്നെയാകുമായിരുന്നു. പക്ഷേ ഇപ്പോൾ അവരൊന്നിച്ചല്ല ഈ അന്വേഷണം നടത്തുന്നത്. റക്ലസിന് സംശയത്തിന്റെ നിഴലിലുള്ള ആരെയെങ്കിലും ചോദ്യം ചെയ്യേണ്ടതുണ്ടെങ്കിൽ, അത് സംശയത്തിന്റെ നിഴലിലുള്ള വ്യക്തിയുടെ അനന്തിരവനാണെങ്കിൽ പോലും അയാൾക്കിഷ്ടപ്പെട്ട സ്ഥലവും സമയവും തിരഞ്ഞെടുക്കാനാകും. അതിനോടൊപ്പം അയാൾ പെന്റ്ലാൻഡ്സിലെന്തിനെത്തി എന്നും അറിയേണ്ടതുണ്ട്. അവർ പ്രയറി ഹൗസിലേക്കിറങ്ങിയപ്പോൾ മിസ് ഡൽഗ്ലീഷ് വീട് പൂട്ടിയിരുന്നില്ല. മോങ്ക്സ്മെയറിൽ അങ്ങനെ വീട് പൂട്ടിയിറങ്ങുന്നവർ അധികമില്ല. അയൽവക്കത്തൊരു കൊലപാതകം നടന്നത് അമ്മായിയുടെ ശീലങ്ങളിൽ വ്യത്യാസങ്ങളൊന്നും വരുത്തിയിട്ടില്ല. എന്നാലും റക്ലസ് വീടിനകത്ത് കയറിയിരിക്കുക അസാധ്യമെന്ന് തോന്നി.

അയാൾ ആതിഥേയനോട് ക്ഷമ പറഞ്ഞു. സിങ്ക്ളയർ അത് ഒരാംഗ്യത്തോടെ സ്വീകരിച്ചു. തന്റെ അമ്മായിയിൽ കവിഞ്ഞ് ഒരു വിരുന്ന് സംഘം പതിവില്ലാതിരുന്ന സിങ്ക്ളയറിനും അവർ വീണ്ടും മൂന്ന് പേർ മാത്രമാകുന്നതിൽ സന്തോഷമുണ്ടെന്നും തോന്നി. സിങ്ക്ളയർക്ക് ആലീസ് കെരിസണിന്റെ കഥയൊന്ന് ഡൽഗ്ലീഷ് കേൾക്കണമെന്നുണ്ടായിരുന്നു. അതിനയാൾക്ക് അയാളുടേതായ കാരണങ്ങളുണ്ടായിരുന്നു. അത് പറഞ്ഞ് കഴിഞ്ഞിരിക്കുന്നു എന്നത് അതിഥിയെ വേഗത്തിൽ, ആശ്വാസത്തിൽ, സംതൃപ്തിയോടെ യാത്രയാക്കാൻ അയാളെ സഹായിച്ചു. പോകുമ്പോൾ ടോർച്ചെടുക്കണം എന്ന് അയാൾ ഡൽഗ്ലീഷിനെ ഓർമ്മിപ്പിച്ചു. അമ്മായിയെ കൊണ്ടുപോകാനായി വരേണ്ടതില്ലെന്നും ആലീസ് അവർക്കൊപ്പം വരുമെന്നും

പറഞ്ഞു. അതിൽ ജെയ്ൻ ഡൽഗ്ലീഷിനും സന്തോഷമേ ഉണ്ടായിരുന്നുള്ളൂ. അവരും നയതന്ത്രജ്ഞയാകുന്നോ എന്ന് ഡൽഗ്ലീഷ് സംശയിക്കാതിരുന്നില്ല. റക്ലസ് ഡൽഗ്ലീഷിനെ കാണണം എന്നേ പറഞ്ഞിട്ടുള്ളൂ. തന്റെ സ്വന്തം വീട്ടിലാണെങ്കിലും താനപ്പോൾ ഒരു അധികപ്പറ്റായേക്കും എന്ന് ജെയ്ൻ ഡൽഗ്ലീഷിനു തോന്നി.

അയാൾ പുറത്തിറങ്ങി. ഇരുട്ടിൽ ആദ്യം ഒന്നും കാണാനാകുന്നുണ്ടായിരുന്നില്ല. കാലടിയിൽ ഒരു വെളുത്ത പാടപോലെ വെളിച്ചം കെട്ടിക്കിടന്നു. പിന്നെ മേഘങ്ങൾ ഒന്നനങ്ങി. നിലാവ് വന്നു. രാത്രി സുതാര്യമായി. രൂപങ്ങളും നിഴലുകളും പ്രത്യക്ഷപ്പെട്ടു. കടലിന്റെ ഗന്ധം വന്നു. ലണ്ടനിൽ ഇത്തരത്തിൽ രാത്രികളെ ആസ്വദിക്കാനേയാകില്ലല്ലോ എന്നാണപ്പോൾ ഡൽഗ്ലീഷ് ചിന്തിച്ചത്. അവിടെ വിളക്കുകാലുകളുടെ പൊലിമയും ജനങ്ങളുടെ തിരക്കും മാത്രമേയുള്ളൂ. ഇവിടെ രാത്രി തൊട്ടറിയാവുന്ന സാന്നിദ്ധ്യമായി നിലകൊള്ളുന്നു. ഇരുട്ടും അജ്ഞാതത്വവും എന്തുകൊണ്ടെന്നറിയാതെ ഒരു ഭയമായി അയാളുടെ ഞരമ്പുകളിലൂടെ അരിച്ച് കയറി തുടങ്ങി. ഈ പാതകളെല്ലാം നല്ല പരിചയമുള്ള സഫെക്കിലെ നാട്ടുകാർക്ക് പോലും ഇത്തരമൊരു രാത്രിയിൽ മുന്നിലെന്തോ നിഗൂഢതയുണ്ടല്ലോ എന്ന ചിന്തയെ മാറ്റി നിർത്തി, ഈ കുന്നിൻചരിവിലൂടെ നടക്കാനാകില്ല. നാട്ടിൻപുറത്തെ കഥകൾ എന്തുകൊണ്ടിങ്ങനെ വളർച്ച പ്രാപിക്കുന്നു എന്നറിയുക അതിനാൽ തന്നെ വിഷമമില്ലാത്തതായി. ഇവിടെ ശരത്കാല രാവുകളിൽ ചിലപ്പോൾ കുതിരക്കുളമ്പടികൾ കേൾക്കും. കള്ളക്കടത്തുകാർ ചതുപ്പിൽ നിന്ന് വെസ്റ്റ്ലെടൺ തരിശുകളിലേക്ക് സാധനങ്ങളെത്തിക്കുന്ന കുതിരകളുടെ കുളമ്പടി. അങ്ങനെയുള്ള രാത്രികളിൽ നിങ്ങൾ കടലെടുത്ത പള്ളികളിൽ നിന്ന് മണിനാദങ്ങൾ കേട്ടെന്നിരിക്കും. സെയ്ന്റ് ലിയോണാർഡിന്റെ, സെയ്ന്റ് ജോണിന്റെ, സെയ്ന്റ് പീറ്ററിന്റെ... അങ്ങനെയനേകം. ആ സന്ന്യാസിവര്യരൊക്കെ ആത്മാക്കളുമൊത്ത് വിലാപഗാനങ്ങൾ ആലപിക്കുന്നുണ്ടാകും. ഇനിയിപ്പോൾ ഇന്നാട്ടുകാരെ വീടിനകത്ത് തളച്ചിടാൻ പുതിയ കഥകളുടെ ഉത്ഭവമുണ്ടാകും. ഒക്ടോബർ മാസത്തിലെ പുരാണങ്ങൾ. നഗ്നയായ ഒരു സ്ത്രീ, നിലാവിൽ കുളിച്ച്, തിരമാലകളിലേക്ക് ഇറങ്ങി നടക്കുന്നു. കയ്യില്ലാത്ത ഒരാൾ തിരകളിൽ നിന്ന് കയറി വരുന്നു!

കുന്നിൻ ചരിവിലൂടെ വീട്ടിലേക്ക് നടക്കാൻ ഡൽഗ്ലീഷ് തീരുമാനിച്ചു. അപ്പോൾ ഒരു പതിനഞ്ച് മിനിട്ട് കൂടുതൽ സമയം ഒറ്റയ്ക്കാകാനാകും. ആ പതിനഞ്ച് മിനിട്ടുകൊണ്ട് റക്ലസിനൊരു നഷ്ടവും സംഭവിക്കുകയില്ല. അയാൾ പെന്റ്ലാൻഡ്സിൽ സൗകര്യപൂർവ്വമായ അഭയത്തിലാണ്. ടോർച്ച് തെളിയിച്ച് അയാൾ വഴി കണ്ടെത്തി. അത് തെളിയിച്ച വെളിച്ചത്തിന്റെ ചെറുകുളത്തിലൂടെ നടന്ന് തുടങ്ങി. ഇറങ്ങിയ വീടിനെ ഒന്ന് തിരിഞ്ഞ് നോക്കി. അതിന്റെ രൂപം നഷ്ടപ്പെട്ടിരിക്കുന്നു. അതൊരു കറുത്ത പിണ്ഡമായിരിക്കുന്നു. അതിനകത്ത്

ആൾതാമസമുള്ളതിന്റെ ലക്ഷണമൊന്നും കാണാനില്ല. ഇടയ്ക്കെവിടെ നിന്നോ തെറിച്ചെത്തുന്ന വെളിച്ചത്തിന്റെ രേഖകൾ മാത്രമാണതി നൊരു അപവാദം. ഭക്ഷണ മുറിയുടെ ജാലകങ്ങളിൽ നിന്നാകണം അത്. അതിലേക്കയാൾ നോക്കി നിൽക്കുന്നതിനിടയിൽ വെളിച്ച മണഞ്ഞു. അവരിൽ ആരെങ്കിലുമൊരാൾ മുകൾനിലയിലേക്ക് പോയിട്ടുണ്ടാകും. അത് ആലീസ് കെരിസണാകാനാണ് കൂടുതൽ സാധ്യത.

കുന്നിൻചരുവിലൂടെ കുറച്ചുകൂടി മുന്നോട്ട് നിങ്ങിയപ്പോൾ തിരമാലകളുടെ സ്വരം കനത്തു. അത് കാതിൽ ശക്തിയായി അലയ്ക്കാൻ തുടങ്ങി. ഇടയ്ക്കെപ്പോഴോ ഒരു കടൽകാക്കയുടെ കാത് തുളയ്ക്കുന്ന സ്വരം വന്നു. കാറ്റ് ശക്തമാകുന്നു. കുന്നിന്റെ മുകളിൽ നിന്ന് നോക്കുമ്പോൾ കടൽ, ഭൂമി, ആകാശം എന്നിവ യൊക്കെ ഒന്നായി, ശാന്തമായി, സുന്ദരമായി, കൈകോർക്കുന്നതു പോലെ. പാതയിലേക്ക് കുറ്റിച്ചെടികളും പുല്ലുകളും ഇറങ്ങി വന്നി രിക്കുന്നു. പിന്നെയൊരു ഇരുപത് വാര അത് നടത്തം ദുഷ്കരമാക്കി. കുറ്റിച്ചെടികളിലെ മുള്ളുകൾ അയാളുടെ കാലിലുടക്കി. ശരിയായ പാത തന്നെയായിരുന്നു നല്ലതെന്ന് അയാൾ ചിന്തിക്കാൻ തുടങ്ങി. റക്ലസിനെ ഒന്ന് കാത്തിരിപ്പിക്കാം എന്ന ചിന്ത ബാലിശമായി എന്ന് തോന്നി. യുക്തിഹീനമായി എന്ന്. നല്ലൊരു വസ്ത്രത്തെ ഇങ്ങനെ കേടുവരുത്താൻ മാത്രം യുക്തിസഹമായിരുന്നില്ല ആ തീരുമാന മെന്ന്. സെറ്റണിന്റെ ശവം പ്രയറി ഹൗസിൽ നിന്ന് ഇതുവഴിയാണ് കൊണ്ടുപോയതെങ്കിൽ അതിന്റെ എന്തെങ്കിലും തെളിവുകൾ ഇവിടെ യുണ്ടാകും. റക്ലസ് ഇവിടെയൊക്കെ പരിശോധിച്ചിട്ടുണ്ടാകും. അയാൾക്ക് എന്തെങ്കിലും കണ്ടെത്താനായിട്ടുണ്ടാകുമോ എന്ന് ഡൽ ഗ്ലീഷ് അത്ഭുതപ്പെട്ടു. ഇതു മാത്രമല്ല പാതയിലെ വൈഷമ്യങ്ങൾ. മരത്തടികൊണ്ടുള്ള, അഴുകിയ, കേടുവന്ന, നാല്പതോളം പടികളുണ്ട്. അതിറങ്ങിയാലേ കടൽക്കരയിലെത്തൂ. പ്രായാധിക്യമുണ്ടെങ്കിലും സിങ്ക്ളെയർ ആരോഗ്യവാനാണ്. ആലീസ് കെരിസണും നല്ല ആരോ ഗ്യമുണ്ട്. സെറ്റൺ കുറിയ പ്രകൃതമുള്ളവനായിരുന്നു. അയാൾക്ക് അത്ര ഭാരമൊന്നുമുണ്ടാകില്ല. എന്നിരുന്നാലും ആ ശവം താങ്ങി യെടുത്ത് ഇതുവഴി കടൽക്കരയിലെത്തുക എന്നത് വളരെ ദുഷ്കരം തന്നെയാകും.

പെട്ടെന്ന് പാതയുടെ ഇടതുഭാഗത്ത് ഒരു വെളുത്ത രൂപം കണ്ടു. കുന്നിൻ ചരുവിൽ അവശേഷിക്കുന്ന ശ്മശാനസ്തംഭങ്ങളിൽ ഒന്നാ ണത്. അവിടെയുണ്ടായിരുന്ന അത്തരം സ്മാരകശിലകളിൽ പല തിനേയും കാലം കൊണ്ടുപോയിരിക്കുന്നു. കടൽ കൊണ്ടുപോയി രിക്കുന്നു. തിരമാലകൾ പലപ്പോഴും അവയ്ക്കകത്തുണ്ടായിരുന്ന അസ്ഥി കരയിലേക്കെടുത്തെറിയാറുണ്ട്. ഇത് മാത്രം വഴിവക്കിൽ കേടില്ലാതെ നിൽക്കുന്നു. ഡൽഗ്ലീഷ് അതിനെയൊന്ന് പരിശോധിച്ചു.

പ്രതീക്ഷിച്ചതിലും ഉയരമുണ്ടതിന്. അക്ഷരങ്ങൾ വ്യക്തമാണ്. അയാൾ കുനിഞ്ഞിരുന്നു. അതിലേക്ക് ടോർച്ചടിച്ചു.

ഹെൻറി വില്ല്യം സ്ക്രൈവെനറുടെ ഓർമ്മയ്ക്ക്.

ഇതിലൂടെ കുതിരപ്പുറത്തുള്ള യാത്രയ്ക്കിടയിൽ 1786 സെപ്തംബർ 24ന് കള്ളക്കടത്തുകാരാൽ വെടി വച്ച് കൊല്ലപ്പെട്ടു.

ക്രൂരമായ പന്തുകൾ എന്റെ ഹൃദയത്തിൽ തറച്ചു.

പ്രാർത്ഥിക്കാനുള്ള സമയമില്ലാതെ ഞാൻ യാത്രയായി.

യാത്രികരേ ഒന്ന് നിൽക്കുക, നിങ്ങൾക്കീ ദിനം അറിയില്ല.

നിങ്ങൾ സ്രഷ്ടാവിലേക്കെത്തുന്ന ദിനം.

പാവം ഹെൻറി സ്ക്രൈവെനർ. എന്തൊരു വിധിയാണയാളുടേത്. ഡൽഗ്ലീഷ് അത്ഭുതപ്പെട്ടു. എത് വിധിയാകും അയാൾ ഡണിഡ്ജിലേക്ക് ഇതുവഴി നയിച്ചത്? അതും ഏകനായി. അയാൾ നല്ലവനായിരുന്നിരിക്കണം. അതിനാലാകും ഇത്തരത്തിൽ നല്ലൊരു സ്മാരകശില സ്ഥാപിക്കപ്പെട്ടത്. ഈ സ്മാരകശിലയും സ്ക്രൈവനറും കടലെടുത്ത്, എല്ലാവരാലും മറക്കപ്പെടാൻ ഇനിയും എത്ര വർഷങ്ങളെടുക്കും? നിരീക്ഷണം മതിയാക്കി എഴുന്നേൽക്കുന്നതിനിടയിൽ ടോർച്ച് കയ്യിൽ നിന്ന് വഴുതി. അതിന്റെ വെട്ടം കുഴിമാടത്തിൽ വീണു. അയാൾ ഒരു അത്ഭുത കാഴ്ച കണ്ടു. ആ കല്ലറ ആരോ തുറന്നിരിക്കുന്നു. മുകൾഭാഗം പിന്നെ അതുപോലെ അടച്ച് വച്ചിരിക്കുന്നു. മുൾച്ചെടികൾ വീണ്ടും വളച്ചൊടിച്ച് വച്ച് അതിനു മുകളിൽ ഒരു രക്ഷാകവചം സൃഷ്ടിച്ചിരിക്കുന്നു. അതെന്തൊക്കെയായാലും ഈ കല്ലറ അടുത്തയിടെ ആരോ തുറന്നിട്ടുണ്ട് എന്ന് ഉറപ്പ്. അയാൾ വീണ്ടും മുട്ടുകുത്തിയിരുന്നു. കൈകൊണ്ട് മണ്ണ് നീക്കി. മണ്ണ് ഇളകിക്കിടക്കുകയായിരുന്നു. അതിനർത്ഥം ഈ മണ്ണ് ഇതിനു മുമ്പ് ആരോ ഇളക്കിയിട്ടിട്ടുണ്ട് എന്നുതന്നെ. ഏതാനും നിമിഷങ്ങൾക്കകം ഒരു തലയോട്ടിയുടെ തുണ്ട് തടഞ്ഞു. പിന്നെ ഒരു തലയോട്ടിയും. ഹെൻറി സ്ക്രൈവെനെറിന് തന്റെ കല്ലറയിൽ ഒരു പങ്കാളിയെ കൊടുത്തിരിക്കുന്നു. എന്തായിരിക്കും സംഭവിച്ചിരിക്കുക എന്ന് ഊഹിക്കാൻ ഡൽഗ്ലീഷിനധിക സമയമെടുത്തില്ല. കടൽക്കരയിൽ നിന്ന് കണ്ടെത്തുന്ന അസ്ഥികൾ ആലീസ് കെരിസണും സിങ്ക്ളയറും ഒഴിവാക്കിയിരുന്നത് ഇങ്ങനെയാണ്. അതിവിടെ എത്തിച്ചത് ആലീസാകും എന്നയാൾ അനുമാനിച്ചു. ആ അസ്ഥികൾക്ക് വിശുദ്ധമായ ഒരു മണ്ണിൽ വീണ്ടുമൊരു ശവമടക്ക് നൽകാൻ അവർ ഉദ്ദേശിച്ചിരുന്നിരിക്കണം. ആഗ്രഹിച്ചിരുന്നിരിക്കണം.

അയാൾ ഇതിനെക്കുറിച്ചൊക്കെ ചിന്തിച്ച്, പ്രയറി ഹൗസിലെ രണ്ട് വൃദ്ധരുടെ ചെയ്തികളെക്കുറിച്ചാലോചിച്ചിരിക്കുന്നതിനിടയിൽ, ഒരു കാലൊച്ച കേട്ടു. മുൾച്ചെടികൾ വകഞ്ഞ് മാറ്റി ഒരു കറുത്ത രൂപം അയാൾക്ക് പുറകിൽ എഴുന്ന് നിന്നു. അത് ഇത്തിരി നിലാവിനെ

മറച്ചു. ഒലിവൻ ലാഥമിന്റെ കനം കുറഞ്ഞ, വിപരീതാർത്ഥമുള്ള സ്വരം വന്നു.

‘‘അന്വേഷണത്തിലാണോ സൂപരിന്റൻഡ്? എന്നെപ്പോലെ നിങ്ങളും അത്രയൊന്നും പരിശീലനം ലഭിക്കാത്ത കുഴിവെട്ടിയാണെന്ന് എനിക്ക് തോന്നുന്നു. എന്തൊരു ആർത്തിയാണ് നിങ്ങൾക്ക്. എന്നാലും ആ ഹെൻറി സ്ക്രൈവെനറെ വെറുതെ വിട്ടുകൂടെ? അയാൾ ശാന്തമായി ഉറങ്ങട്ടെ. ആ കൊലപാതകം അന്വേഷിക്കാൻ കുറച്ച് വൈകി പ്പോയില്ലേ? അത് മാത്രമല്ല, നിങ്ങൾ അതിക്രമിച്ച് കയറുകയുമല്ലേ?’’

‘‘ഈ നിമിഷത്തെക്കുറിച്ചാണെങ്കിൽ, നിങ്ങളുടെയത്ര വൈകി യിട്ടില്ല, അതിക്രമിച്ചെത്തിയിട്ടുമില്ല’’ സ്വരത്തിൽ വ്യത്യാസങ്ങളൊ ന്നുമില്ലാതെ ഡൽഗ്ലീഷ് പറഞ്ഞു.

ലാഥം ചിരിച്ചു.

‘‘അത്താഴം ആർ. ബി. സിങ്ക്ളയറുടെ വീട്ടിലായിരുന്നു അല്ലേ? ആ ബഹുമതിയെ നിങ്ങൾ വിലമതിക്കുന്നുണ്ടാകും എന്ന് കരുതുന്നു. സെറ്റണിന്റെ അസന്തുഷ്ടമായ ഈ അവസാനത്തെക്കുറിച്ച് ഞങ്ങ ളുടെ ആ മഹാനായ പ്രവാചകന്, സാർവ്വലൗകിക സ്നേഹം എന്ന് പ്രവചിക്കുന്ന മഹാന് എന്താണ് പറയാനുള്ളത്?’’

‘‘ഒന്നുമില്ല.’’

ഡൽഗ്ലീഷ് ഇളകിക്കിടന്ന മണ്ണിൽ ഒരു കുഴിയെടുത്ത് തലയോട്ടി അതിലിട്ട് മൂടി. തലയോട്ടിലെ കണ്ണിന്റെ ദ്വാരങ്ങളിലൂടെ മണ്ണ് അക ത്തേക്കൊലിച്ചിറങ്ങി. പല്ലിനിടയിലൂടെയും. തലയുയർത്താതെ അയാൾ സംസാരം തുടർന്നു.

‘‘രാത്രി നടത്തത്തിന് നിങ്ങൾക്ക് ഇത്ര താത്പര്യമുണ്ടെന്ന് എനിക്കറിയില്ലായിരുന്നു.’’

‘‘അതൊരു ശീലമാണ്. അടുത്തയിടെ തുടങ്ങിയ ശീലം. അതു കൊണ്ട് പല ഗുണങ്ങളുമുണ്ടായി. ഇത്തരം രസകരമായ കാഴ്ചകൾ കാണാനായി.’’

ഡൽഗ്ലീഷ് തലയോട്ടി കുഴിച്ചിടുന്നത് അയാൾ നോക്കി നിന്നു. പിന്നെ സംസാരിക്കാതെ തിരിച്ച് നടക്കാനൊരുങ്ങി. ഡൽഗ്ലീഷ് അയാളെ വിളിച്ചു.

‘‘മരിക്കുന്നതിന് തൊട്ടു മുമ്പ് ഡൊറോത്തി സെറ്റൺ നിങ്ങൾക്ക് ഒരു കത്തെഴുതിയിരുന്നോ?’’

ആ ഇരുണ്ട രൂപം നിശ്ചലമായി. പിന്നെ സാവധാനത്തിൽ തിരിഞ്ഞു.

അത് നിങ്ങളെ ബാധിക്കുന്നതല്ലല്ലോ എന്ന് ചോദിച്ചു. ഡൽഗ്ലീഷ്

മറുപടി പറഞ്ഞില്ല. അയാൾ തുടർന്നു. ''പിന്നെയെന്തിനിതൊക്കെ അന്വേഷിക്കുന്നു?''

അതിലപ്പുറം ഒന്നും പറയാതെ അയാൾ ഇരുട്ടിൽ അപ്രത്യക്ഷ നായി.

പതിനാറ്

കോട്ടേജിന്റെ പൂമുഖത്ത് വെളിച്ചമുണ്ട്. സ്വീകരണമുറി ഇരുട്ടിലാ യിരുന്നു. ഇൻസ്പെക്ടർ റക്ലസ് അണഞ്ഞുകൊണ്ടിരുന്ന തീയി നരികിൽ ഏകനായിരുന്നു. തനിക്കിവിടെ സ്വാഗതമുണ്ടോ എന്ന് സംശയിക്കുന്ന അതിഥിയെപ്പോലെ. അയാൾ തീ കത്തിക്കാനായി എന്തെങ്കിലും ചെയ്യാനാകുമോ എന്ന് തിരയുന്നുണ്ട്. ഡൽഗ്ലീഷ് പ്രവേശിച്ച് ഒരു വിളക്ക് തെളിയിച്ചപ്പോൾ അയാൾ എഴുന്നേറ്റു. ഇരു വരും ആ വെളിച്ചത്തിൽ മുഖാമുഖം നിന്നു.

''ഒറ്റയ്ക്കാണോ ഡൽഗ്ലീഷ്. അവിടെ നിന്ന് പുറത്ത് കടക്കാൻ ബുദ്ധിമുട്ടിയിട്ടുണ്ടാകും അല്ലേ?''

ഇൻസ്പെക്ടറുടെ സ്വരത്തിൽ വികാരങ്ങളൊന്നുമില്ലായിരുന്നു. അതൊരു വിമർശനമാണോ അന്വേഷണമാണോ എന്ന് വിവേചിച്ച റിയുക ബുദ്ധിമുട്ടായിരുന്നു.

''ഇറങ്ങാൻ ബുദ്ധിമുട്ടൊന്നുമുണ്ടായില്ല. കുന്നിൻചരുവിലെ വഴി യിലൂടെ നടന്ന് വരാൻ ഞാൻ തീരുമാനിച്ചു. ഞാൻ അവിടെയായി രുന്നു എന്ന് നിങ്ങളെങ്ങനെ അറിഞ്ഞു?''

''കോട്ടേജ് ഒഴിഞ്ഞു കിടക്കുന്നത് കണ്ടപ്പോൾ നിങ്ങൾ ഇരുവരും ഭക്ഷണത്തിനായി അടുത്തെവിടെയെങ്കിലും പോയിരിക്കും എന്ന് ഊഹിച്ചു. അതിൽ ഏത് വീടാണോ ഏറ്റവും സാധ്യതയുള്ളത് അവിടെ ആദ്യം ശ്രമിക്കാമെന്നും കരുതി. നിങ്ങളുമായി നേരിൽ സംസാരി ക്കണമായിരുന്നു. ഫോണിലൂടെയുള്ള സംസാരം ശരിയാകില്ലായി രുന്നു.''

''ശരി. സംസാരിച്ചോളൂ. കുടിക്കാനെന്തെങ്കിലും വേണോ?''

തന്റെ സ്വരത്തിൽ നിന്നും സന്തോഷത്തെ അടർത്തിമാറ്റാൻ ഡൽഗ്ലീഷിനായില്ല. അയാളപ്പോൾ വീട്ടുടമയായി. പരീക്ഷയ്ക്ക് പോകുന്ന ഒരു വിദ്യാർത്ഥിയുടെ രക്ഷകർത്താവായി. എന്നിട്ടും റക്ല സിനു ഭാവവ്യത്യാസമൊന്നുമുണ്ടായില്ല. അയാളുടെ മ്ലാനമായ കണ്ണുകളിൽ അമ്പരപ്പോ ദാസ്യമോ ഉണ്ടായിരുന്നില്ല. തനിക്കിതെന്തുപറ്റി എന്ന് ഡൽഗ്ലീഷ് ചിന്തിക്കാതിരുന്നില്ല. ഈ മനുഷ്യൻ അരികിൽ വന്നാൽ താനെന്തിനിങ്ങനെ പിരിമുറുക്കത്തിലാകണം?

‘‘ഇപ്പോൾ ഒന്നും വേണ്ട. നന്ദി ഡൽഗ്ലീഷ്. പാതോളജിസ്റ്റിന്റെ റിപ്പോർട്ടിൽ നിങ്ങൾക്കും താത്പര്യമുണ്ടാകും എന്ന് കരുതി. ഇന്ന് സായാഹ്നത്തിലാണത് എനിക്ക് ലഭിച്ചത്. ഡോക്ടർ സൈദെനാം ഇന്നലെ രാത്രി മുഴുക്കെ ഉറക്കം കളഞ്ഞു എന്ന് തോന്നുന്നു. മരണ കാരണം എന്താണെന്ന് ഊഹിക്കാൻ താത്പര്യമുണ്ടോ?’’

‘‘ഇല്ല.’’ ഡൽഗ്ലീഷ് പറഞ്ഞു. ‘‘എനിക്ക് താത്പര്യമില്ല. ഇത് നിങ്ങളുടെ കേസാണ്. നിങ്ങൾ തന്നെ ഇത് തെളിയിക്കണേ എന്ന് ഞാൻ ദൈവത്തിനോട് പ്രാർത്ഥിക്കുന്നു. ഊഹിക്കുക എന്നത് എനിക്ക് ചേർന്ന കളിയല്ല.’’

‘‘ശ്വാസംമുട്ടൽ?’’ അയാൾ ചോദിച്ചു.

‘‘സ്വാഭാവിക കാരണങ്ങൾ ഡൽഗ്ലീഷ്. ഹൃദയസ്തംഭനമായിരുന്നു കാരണം.’’

‘‘എന്ത്?’’

‘‘അതിൽ സംശയമില്ല. ഹൃദയത്തിന്റെ ഇടതുഭാഗത്തെ അറയിൽ ചില കേടുപാടുകളുണ്ടായിരുന്നു. അല്ലാതെ ശ്വാസംമുട്ടിയുള്ള മരണമല്ല. വിഷം അകത്ത് ചെന്നതുമല്ല. മുറിച്ച് മാറ്റിയ കയ്യല്ലാതെ അക്രമത്തിന്റെ മറ്റ് പാടുകളുമില്ല. രക്തം വാർന്നല്ല മരിച്ചത്. മുങ്ങി മരിച്ചതല്ല. അവസാന ഭക്ഷണം കഴിഞ്ഞ് മൂന്ന് മണിക്കൂറിനു ശേഷമായിരുന്നു മരണം. ഹൃദയസ്തംഭനം മൂലം.’’

‘‘ഭക്ഷണം എന്തായിരുന്നു? എനിക്കറിയാൻ അനുവാദമുള്ളതാണെങ്കിൽ...’’

‘‘വറുത്ത ചെമ്മീനും സോസും. സാലഡ്. ബ്രൗൺ ബ്രഡും വെണ്ണയും. ഡാനിഷ് ബ്ലൂ ചീസും ബിസ്കറ്റുകളും. ഇതിന്റെ മുകളിൽ കിയാന്റി വീഞ്ഞും.’’

‘‘അതെല്ലാം മോങ്ക്സ്മെയറിൽ നിന്നാണ് കഴിച്ചതെന്ന് പറഞ്ഞാലേ ഞാൻ അത്ഭുതപ്പെടുകയുള്ളൂ. ഇത് ലണ്ടനിലെ ഭക്ഷണശാലകളിൽ ലഭിക്കുന്നവയാണ്. അപ്പോൾ ആ കൈകൾ?’’

‘‘മരണശേഷം മണിക്കൂറുകൾ കഴിഞ്ഞാണവ വെട്ടിമാറ്റിയിരിക്കുന്നത്. ബുധനാഴ്ച രാത്രിയാകും അത് വെട്ടിമാറ്റിയതെന്ന് ഡോക്ടർ സൈദെനാം കരുതുന്നു. അത് യുക്തിസഹമാകാൻ സാധ്യതയുണ്ട്. കളിവള്ളത്തിന്റെ ഒരു തണ്ടിന്മേൽ വച്ചാണത് കൊത്തിമാറ്റിയിരിക്കുന്നത്. മരിച്ച് സമയമേറെയായതിനാൽ അധികം രക്തമൊന്നും പോയില്ല. മാത്രമല്ല, ഉള്ളതെല്ലാം കഴുകിക്കളയാൻ കടലിന്റെ സഹായവുമുണ്ടായിരുന്നു. എന്തായാലും അത് ഭീകരമായി. ആരോ വിരോധം തീർത്തതാകും. അത് ചെയ്തയാളെ ഞാൻ കണ്ടെത്തും. അതിനർത്ഥം ഇതൊരു കൊലപാതകമാണെന്നല്ല. അയാളുടേത് സ്വാഭാവിക മരണമാണ്.’’

''പെട്ടെന്നുണ്ടായ ഒരു ഞെട്ടലാകും അയാളുടെ മരണകാരണം എന്ന് ഞാൻ ഊഹിക്കുന്നു.''

''എത്ര വലിയ ഞെട്ടൽ? ഈ ഹൃദയസ്തംഭനങ്ങളെക്കുറിച്ചൊക്കെ നിങ്ങൾക്കും അറിയാമല്ലോ. എന്റെയൊരാൾ ഡോക്ടർ ഫോബ്സ് ഡെൻബിയെ സന്ദർശിച്ചിരുന്നു. ഒന്ന് ശ്രദ്ധിക്കുകയാണെങ്കിൽ സെറ്റണിന് വർഷങ്ങളോളം മുന്നോട്ട് പോകാനാകുമായിരുന്നു എന്നാണെയാളുടെ അഭിപ്രായം. അയാൾ ശ്രദ്ധിക്കാറുമുണ്ടായിരുന്നു. അമിതമായ പിരിമുറുക്കങ്ങളില്ല. വിമാനയാത്രകളില്ല. ഭക്ഷണത്തിൽ മിതത്വം പാലിച്ചു. എല്ലാ സൗകര്യങ്ങളും തിരഞ്ഞെടുത്തു. അയാളേക്കാൾ മോശം ഹൃദയമുള്ളവർ വാർദ്ധക്യത്തിന്റെ പടവുകൾ അനേകം ചവുട്ടിക്കയറാറുണ്ട്. ഇതേ ബുദ്ധിമുട്ടുള്ള ഒരു അമ്മായി എനിക്കുമുണ്ടായിരുന്നു. രണ്ട് യുദ്ധങ്ങൾ അവർ അതിജീവിച്ചു. അങ്ങനെ വലിയ ഒരു ഞെട്ടൽ കൊടുത്തൊന്നും ഒരാളെ കൊല്ലാനാകില്ല. ഏറ്റവും വലിയ ഞെട്ടലുകൾ പോലും ഇങ്ങനെ ഹൃദ്രോഗമുള്ളവർ അതിജീവിക്കാറുണ്ട്.''

''എന്നാൽ അവർ ദഹനക്കേടുമൂലമുണ്ടാകുന്ന ചെറിയ കുഴപ്പം കൊണ്ട് മരിച്ചുപോകുകയും ചെയ്യും. എനിക്ക് മനസ്സിലാകുന്നു. അവസാനത്തെ ആ ഭക്ഷണം ഒരു ഹൃദ്രോഗിക്ക് ചേർന്നതായിരുന്നില്ല. എന്നാൽ അയാൾക്ക് ദഹനക്കേടിന്റെ വലിയ അസ്കിതയുണ്ടാക്കും വിധം ഭക്ഷണമൂട്ടാനായി ആരെങ്കിലും ക്ഷണിച്ചുകൊണ്ടുപോയതാണെന്ന് കരുതാനുമാകില്ല.''

''അത്താഴത്തിനൊപ്പം ആരുമില്ലായിരുന്നു ഡൽഗ്ലീഷ്. അയാൾ അത് എവിടെ നിന്ന് കഴിച്ചു എന്ന നിങ്ങളുടെ ഊഹം ശരിയാണ്. സോഹോയിലെ കോർടെസ് ക്ലബ്ബിൽ നിന്ന്. ല്യുക്കേഴ്സ് പ്ലെയ്സിലുള്ളത്. കാദവെർ ക്ലബ്ബിൽ നിന്ന് നേരിട്ട് അങ്ങോട്ടാണ് പോയത്. അതും തനിച്ച്.''

''തനിച്ച് തന്നെയാണോ തിരിച്ച് പോയതും.''

''അല്ല. അയാൾക്ക് അവിടെ ഒരു ആതിഥേയയുണ്ടായിരുന്നു. ലില്ലി കൂംബ്സ് എന്ന് പേരുള്ള ഒരു സ്വർണ്ണത്തലമുടിക്കാരി. ല്യുക്കറിന്റെ വലം കയ്യാണവർ. അവിടെ ജോലി ചെയ്യുന്നവരുടെ മേൽനോട്ടമാണ് ജോലി. നിങ്ങൾക്ക് അവരെ അറിയാമെന്നാണെന്റെ ഊഹം. ല്യുക്കർ മാർട്ടിനെ വെടിവച്ചപ്പോൾ, അമ്പത്തിയൊമ്പതിൽ, അവൾ അയാൾക്കൊപ്പമുണ്ടായിരുന്നു. സെറ്റൺ തന്നെ അരികിലേക്ക് വിളിച്ചു എന്നാണവൾ പറയുന്നത്. ഒരു സുഹൃത്താണത്രെ അവളെ വിളിക്കാൻ സെറ്റണിനോട് നിർദ്ദേശിച്ചത്. ഒരു മയക്കുമരുന്ന് സംഘത്തെക്കുറിച്ചുള്ള വിവരങ്ങൾ അന്വേഷിക്കുകയായിരുന്നു അയാൾ. അവൾക്ക് സഹായിക്കാനാകും എന്ന് ആ സുഹൃത്ത് സെറ്റണിനോട് പറഞ്ഞു.''

''ലില്ലി ഒരു വേദോപദേശ അദ്ധ്യാപികയൊന്നുമല്ല. എന്നാൽ എനിക്കറിയാവുന്നിടത്തോളം മയക്കുമരുന്ന് വ്യാപാരവുമായി അവൾ

ഇതുവരെ ബന്ധപ്പെട്ടിട്ടില്ല. ല്യുക്കറുമില്ല. ആ സുഹൃത്തേതാണെന്ന് സെറ്റൺ അവളോട് പറഞ്ഞുവോ?''

''അവൾ ചോദിച്ചു, പക്ഷേ പറഞ്ഞില്ല എന്നാണ് പറയുന്നത്. എന്തായാലും അവൾ അതൊരു അവസരമായെടുത്തു. ഒന്നിച്ച് ഒമ്പതരയ്ക്ക് ക്ലബ്ബിൽ നിന്ന് ഇറങ്ങി. തന്റെ ക്ലബ്ബിൽ സ്ത്രീകൾക്ക് പ്രവേശനമില്ലാത്തതിനാൽ അവിടെ ചെന്നിരുന്ന് സംസാരിക്കാനാകില്ല എന്ന് സെറ്റൺ പറഞ്ഞു. അത് ശരിയാണ്. അവിടെ സ്ത്രീകൾക്ക് പ്രവേശനമില്ല. അതിനാൽ അവർ ഹൈഡ് പാർക്കിലെക്ക് പോയി. വെസ്റ്റ് എൻഡിലേക്ക് പോയി. ടാക്സിയിൽ ഏകദേശം നാല്പത് മിനിട്ട് യാത്ര. വിവരം നൽകുന്നതിന് അയാൾ അവൾക്ക് അഞ്ച് നോട്ട് കൊടുത്തു. അവൾ എന്തൊക്കെ പറഞ്ഞുകൊടുത്തു എന്ന് എനിക്കറിയില്ല. പാഡിങ്ങ്ടണിലെ ഭൂഗർഭ സ്റ്റേഷനു മുന്നിൽ അയാൾ ഇറങ്ങി. അവളോട് ഒരു ടാക്സിയെടുത്ത് തിരികെ കോർടെസിലേക്ക് പൊയ്ക്കൊള്ളാൻ പറയുകയും ചെയ്തു. പത്തരയോടെ അവൾ തിരിച്ചെത്തി. ഒരു മണിവരെ മദ്യശാലയിൽ തിരക്കുണ്ടായിരുന്നതിനാൽ അവിടെ തങ്ങി.''

''എന്തിനാണവർ പുറത്തിറങ്ങിയത്. അവിടെ തന്നെയിരുന്ന് സംസാരിക്കാമായിരുന്നല്ലോ?''

''അതിനയാൾ തയ്യാറല്ലായിരുന്നു എന്ന് തോന്നി എന്നാണവൾ പറയുന്നത്. അയാൾ പുറത്ത് കടക്കാൻ വെപ്രാളപ്പെടുന്നുണ്ടായിരുന്നു എന്ന്. വല്ലാത്ത പിരിമുറുക്കത്തിലായിരുന്നു അയാൾ എന്ന് പരിചാരകനും പറയുന്നുണ്ട്. ല്യുക്കറിന് അവൾ ഒരേ ഉപഭോക്താവിനരികിൽ അധിക സമയം ചിലവിടുന്നതും ഇഷ്ടമല്ല.''

''എനിക്കറിയാവുന്ന ല്യുക്കർ, അവൾ നാല്പത് നാല്പത്തിയഞ്ച് മിനിട്ട് ക്ലബ്ബിൽ നിന്ന് വിട്ടു നിൽക്കുന്നതിനെയാകും കൂടുതൽ ഗൗരവത്തിൽ കാണുക. എന്തായാലും ഈ വാദം ബഹുമാനിക്കപ്പെടേണ്ടതാണെന്ന് തോന്നുന്നു. ലില്ലി ഒട്ടും മാറിയിട്ടുണ്ടാകില്ല. ഇത് കെട്ടിച്ചമച്ച കഥയാണെന്ന് നിങ്ങൾ കരുതുന്നുണ്ടോ?''

''ഞാനൊരു പ്രാദേശിക പൊലീസ് ഓഫീസറാണ് ഡൽഗ്ലീഷ്. സോഹോയിലെ വേശ്യകളെല്ലാം നുണച്ചികളുമാണെന്ന് ഞാൻ കരുതുന്നില്ല. അവൾ പറഞ്ഞതെല്ലാം സത്യമാണെന്ന് ഞാൻ കരുതുന്നു. ഒരുപക്ഷേ അത് പൂർണ്ണ സത്യമാകില്ല. എന്തായാലും ആ ടാക്സി ഡ്രൈവറെ കണ്ടെത്താനായി. ക്ലബ്ബിനു പുറത്ത് വച്ച് അയാൾ രണ്ടു പേർ തന്റെ വണ്ടിയിൽ കയറ്റി എന്നും പിന്നീട് സെറ്റണിനെ പാഡിങ്ങ്ടൺ സ്റ്റേഷനു മുന്നിൽ വിട്ടു എന്നും അയാളും സമ്മതിക്കുന്നു. നാല്പത്തിയഞ്ച് മിനിട്ടോളം അതിനെടുത്തു എന്നും അയാൾ പറയുന്നുണ്ട്. വണ്ടിയിലുണ്ടായിരുന്നവർ യാത്രയിലുടനീളം വളരെ ഗൗരവത്തിലുള്ള ചർച്ചയിലായിരുന്നു. ഇടയ്ക്കിടെ ആ മാന്യൻ

കീശയിൽ നിന്ന് ഒരു പുസ്തകമെടുത്ത് അതിൽ കുത്തിക്കുറിക്കുന്നുണ്ടായിരുന്നു. അങ്ങനെ അയാൾ ചെയ്തിട്ടുണ്ടെങ്കിൽ ആ നോട്ടുബുക്കിനെന്തു പറ്റി എന്നറിയാൻ എനിക്ക് താത്പര്യമുണ്ട്. ശവം പരിശോധിച്ചപ്പോൾ അങ്ങനെയൊരു നോട്ട് ബുക്ക് ലഭിച്ചിട്ടില്ല.''

''നിങ്ങൾ കാര്യങ്ങൾ വളരെ പെട്ടെന്ന് നീക്കുന്നു. ഇപ്പോൾ പറഞ്ഞുവന്നതനുസരിച്ച് അയാളെ അവസാനമായി ജീവനോടെ കണ്ടത് പത്തിനോടടുത്താണ്. പിന്നെ രണ്ട് മണിക്കൂർ കഴിഞ്ഞ് അയാൾ മരിക്കുകയും ചെയ്തു.''

''സ്വാഭാവിക മരണം, ഡൽഗ്ലീഷ്.''

''മരിക്കാൻ ഉദ്ദേശിച്ചിരുന്നു എന്നെനിക്ക് തോന്നുന്നു.''

''ആയിരിക്കാം. ഞാനതിലൊരു വാഗ്വാദത്തിനില്ല. കഴിഞ്ഞ ചൊവ്വാഴ്ച അർദ്ധരാത്രിയിലായിരുന്നു അയാളുടെ മരണം. ഹൃദയം ബലഹീനമായിരുന്നു. അത് പെട്ടെന്ന് നിലച്ചു. ഇതാണ് ഡോക്ടർ സൈദെനാമിന്റെ റിപ്പോർട്ട്. ഡോക്ടർ പറഞ്ഞത് തെറ്റായിരുന്നു എന്ന് തെളിയിക്കാൻ പൊതുജനത്തിന്റെ പണം പാഴാക്കാൻ ഞാൻ ഉദ്ദേശിക്കുന്നില്ല. ഇപ്പോൾ നിങ്ങൾ പറയുന്നത് ആ ഹൃദയാഘാതം മറ്റാരുടേയോ പ്രവർത്തനം മൂലം സംഭവിച്ചതാണെന്നാണ്. അത് അസാധ്യമാണെന്നൊന്നും ഞാൻ പറയുന്നില്ല. അതിനെ പിന്തുണയ്ക്കാനുള്ള തെളിവുകൾ ഇപ്പോൾ ലഭ്യമല്ല എന്നേ പറയുന്നുള്ളൂ. നിങ്ങളീ പറഞ്ഞ കാര്യത്തിലും എനിക്കുള്ളത് തുറന്ന മനസ്ഥിതിയാണ്. നമുക്കറിയാത്ത പലതും ഇനിയുമുണ്ട്.''

ആ ടിപ്പണി മതിയായ ഒരു പ്രസ്താവമായി ഡൽഗ്ലീഷിനു തോന്നിയില്ല. റക്ലസിനിപ്പോഴുമറിയാത്ത പല യാഥാർത്ഥ്യങ്ങളും മരണകാരണം പോലെ തന്നെ പ്രാധാന്യമുള്ളതാണ്. ഉത്തരം കിട്ടാത്ത ചോദ്യങ്ങളുടെ ഒരു പട്ടിക അയാൾക്കുണ്ടാക്കാമായിരുന്നു. സെറ്റൺ എന്തുകൊണ്ടാണ് പാഡിങ്ങ്ടൺ സ്റ്റേഷനു മുന്നിൽ ഇറങ്ങിയത്? അയാൾ ആരെ കാണാൻ പോകുകയായിരുന്നു? എവിടെ വച്ചാണയാൾ മരിച്ചത്? ചൊവ്വാഴ്ച അർദ്ധരാത്രി മുതൽ ആ ശവം എവിടെയായിരുന്നു? അതിനെ മോങ്ക്സ്മെയറിലേക്ക് കൊണ്ടുവന്നതാരാണ്? എന്തിനാണങ്ങനെ കൊണ്ടുവന്നത്? മരണം മുൻകൂട്ടി കണ്ടതായിരുന്നു എങ്കിൽ കൊലപാതകിക്കെങ്ങനെ അതൊരു സ്വാഭാവികമരണമെന്ന തോന്നലുണ്ടാക്കാനായി? ഇതെല്ലാം എത്തിച്ചത് ഡൽഗ്ലീഷിനേറ്റവും സങ്കീർണ്ണമെന്ന് തോന്നിച്ച മറ്റൊരു ചോദ്യത്തിലേക്കാണ്. അങ്ങനെ ചെയ്തതിനു ശേഷം അയാൾ എന്തുകൊണ്ട് ആ ശവം ലണ്ടനിൽ തന്നെ ഉപേക്ഷിച്ചില്ല. ഏതെങ്കിലും വഴി വക്കിൽ ഉപേക്ഷിച്ചില്ല. അങ്ങനെയെങ്കിൽ അത്രയൊന്നും പ്രാധാന്യമില്ലാത്ത, മദ്ധ്യവയസ്കനായ ഒരു ഡിറ്റക്ടീവ് നോവലിസ്റ്റ്, തന്റേതായ കാര്യങ്ങൾക്ക് ലണ്ടനിലെത്തി അവിടെ അലയുന്നതിനിടയിൽ ഹൃദയാഘാതം വന്ന് മരിച്ചു എന്നാകുമായിരുന്നില്ലേ? എന്തിനാണാ ശവം

മോങ്ക്സ്മെയറിലെത്തിച്ച്, ഇങ്ങനെ വിശാലമായതും പരിഹാസ്യ മായതുമായ ഒരു പ്രവൃത്തി ചെയ്തത്? അത് കൂടുതൽ സംശയ ങ്ങൾക്ക് ഇടവരുത്തുകയല്ലേയുള്ളൂ. അതുമൂലം സഫെക്കിലെ സിഐഡി കൾ അവിടെയൊക്കെ വട്ടമിട്ട് പറക്കുകയല്ലേയുള്ളൂ?

ഡൽഗ്ലീഷിന്റെ ചിന്തകൾ വായിച്ചെടുത്തതുപോലെ റക്ലസ് സംസാരിക്കാനാരംഭിച്ചു.

''സെറ്റണിന്റെ മരണവും അയാളുടെ ശവം അംഗഭംഗപ്പെടുത്തി യതും തമ്മിൽ നേരിട്ടുള്ള ബന്ധമുണ്ടെന്നതിന് തെളിവൊന്നും ലഭി ച്ചിട്ടില്ല. സ്വാഭാവിക കാരണങ്ങളാലാണ് ആ മരണം സംഭവിച്ചത്. അതെവിടെ വച്ചുണ്ടായി എന്ന് അധികം താമസിയാതെ നമുക്ക് കണ്ടെത്താം. അത് കഴിഞ്ഞാൽ പിന്നീടുണ്ടായ അസംബന്ധങ്ങൾക്ക് പുറകിലുള്ള വ്യക്തിയിലേക്കെത്താം. കൈ വെട്ടൽ, ഡിഗ്ബി സെറ്റണു വന്ന വ്യാജ ടെലിഫോൺ, അങ്ങനെയൊന്നുണ്ടെങ്കിൽ, പിന്നെ മിസ് കെഡ്ജിനയച്ചു കൊടുത്ത വ്യാജ പകർപ്പുകൾ എന്നിവയെക്കുറി ച്ചെല്ലാം തെളിവുകളുണ്ടാക്കാം. ഈ കൂട്ടത്തിൽ ഒരു ജോക്കറുണ്ട്. അയാളുടെ ഹാസ്യം എനിക്കത്ര രുചിക്കുന്നില്ല. എന്നാൽ അയാളാണ് കൊലപാതകി എന്ന് ഞാൻ കരുതുന്നുമില്ല.''

''എന്നു വച്ചാൽ ഇതൊക്കെ ഒരു പരിഹാസവും കബളിപ്പിക്ക ലുമായിരുന്നു എന്നാണോ നിങ്ങൾ കരുതുന്നത്? അങ്ങനെയെങ്കിൽ അതെന്ത് ലക്ഷ്യത്തോടെയാകും?''

''പക! മരിച്ചവർക്കെതിരെയുമുള്ള പക, ഡൽഗ്ലീഷ്. ജീവിച്ചിരിക്കു മ്പോഴേ അതുണ്ടായിരുന്നിരിക്കും. അതിനോടൊപ്പം മറ്റുള്ളവരിലേക്ക് സംശയത്തിന്റെ മുൾമുനയെത്തിക്കാനുള്ള ശ്രമം. എന്തെങ്കിലും അശാന്തിയുണ്ടാക്കാനുള്ള ശ്രമം. ഒരുപക്ഷേ മിസ് കാൽത്രോപിനെ ലക്ഷ്യമിട്ടാകാം ഇതൊക്കെ. കളിവള്ളത്തിൽ കയ്യില്ലാത്ത ശവം എന്നത് തന്റെ ആശയമായിരുന്നു എന്ന കാര്യം അവർ നിഷേധി ക്കുന്നില്ല. അതല്ലെങ്കിൽ ഡിഗ്ബി സെറ്റണിനെ ഉദ്ദേശിച്ചാകാം. തന്റെ അർദ്ധ സഹോദരന്റെ മരണം വഴി ഏറ്റവും വലിയ നേട്ടം അയാൾ ക്കാണല്ലോ. ഇനി അതുമല്ലെങ്കിൽ മിസ് ഡൽഗ്ലീഷിനെ ഉദ്ദേശിച്ചു മാകാം. ആ വെട്ടുകത്തി അവരുടേതായിരുന്നുവല്ലോ.''

''അതൊരു അനുമാനം മാത്രം. വെട്ടുകത്തി കാണാനില്ല എന്ന് മാത്രമേ നമുക്കറിയൂ. ആ കാണാതായ വെട്ടുകത്തി തന്നെയാണു പയോഗിച്ചിരിക്കുന്നത് എന്നതിനു തെളിവൊന്നുമില്ല.''

''ഇപ്പോൾ തെളിവുണ്ട്. അത് തിരിച്ചെത്തിയിരിക്കുന്നു. വിളക്കു കൾ തെളിച്ച് നോക്കൂ ഡൽഗ്ലീഷ്. നിങ്ങൾക്കത് കാണാനാകും.''

മുറിയുടെ ഒരു മൂലയിൽ, പതിനെട്ടാം നൂറ്റാണ്ടിൽ പണിത സോഫ യ്ക്കരികിലെ മേശമേൽ വെട്ടുകത്തിയിരിക്കുന്നു. തന്റെ ബാല്യം മുതൽ ഡൽഗ്ലീഷിനു പരിചയമുള്ളതാണത്. മുത്തശ്ശിയുടെ മുറിയുടെ ഭാഗമായിരുന്നു അതെന്നും. പോളിഷ് ചെയ്ത് തിളങ്ങുന്ന പിടിയുണ്ടതിന്.

മൂർച്ചയുള്ള ഭാഗത്തിനൊരു വളവുണ്ട്. മുറിയിൽ നിറഞ്ഞ വെളിച്ചത്തിൽ അതിൽ പറ്റിപ്പിടിച്ചിരിക്കുന്ന തവിട്ട് നിറമുള്ള രക്തക്കറ കാണാം. അത് വിശകലനത്തിനയച്ചിട്ടുണ്ട്. ഒന്നും വെറും സാധ്യതകളായി തള്ളിക്കളയാനാകില്ല. എന്നാൽ, അത് മൗറിസ് സെറ്റണിന്റെ രക്തമാണെന്ന കാര്യത്തിൽ ഡൽഗ്ലീഷിനു സംശയമില്ല.

റക്ലസ് തുടർന്നു.

''പോസ്റ്റുമോർട്ടം റിപ്പോർട്ടിനെക്കുറിച്ച് നിങ്ങളോട് സംസാരിക്കാനാണ് ഞാനെത്തിയത്. അതിൽ നിങ്ങൾക്കും താത്പര്യമുണ്ടാകും എന്ന് കരുതി. ഞാനവിടെ എത്തിയപ്പോൾ വാതിൽ പാതി തുറന്നിട്ടിരിക്കുന്നു. ഞാൻ നിങ്ങളെ പേരെടുത്ത് വിളിച്ച് അകത്ത് കടന്നു. അപ്പോൾ ഈ വെട്ടുകത്തി കണ്ടു. അതിനാൽ, നിങ്ങൾ വരുന്നതുവരെ ഇവിടെ തന്നെ നിൽക്കാനുള്ള സ്വാതന്ത്ര്യമെടുക്കാം എന്ന് ഞാൻ കരുതി.''

തന്റെ അഭിനയത്തിൽ വിജയിച്ചു എന്നതിൽ തൃപ്തിപ്പെടുകയായിരുന്നു അയാൾ. പക്ഷേ, അതിന്റെ സൂചനകൾ ഒന്നും നൽകിയില്ല. ഒരു നാടകീയത സൃഷ്ടിക്കാൻ അയാൾക്കാകും എന്ന് ഡൽഗ്ലീഷും കരുതിയില്ല. അയാൾ രംഗമണ്ഡപം കൃത്യമായി കൈകാര്യം ചെയ്യുന്നു. പെട്ടെന്ന് മുറി നിറഞ്ഞ വെളിച്ചത്തിൽ അതുവരെ നടന്ന സംഭാഷണത്തിന്റെ മൃദുത്വം ഇല്ലാതായി. മിസ് ഡൽഗ്ലീഷും ഇവിടെ സന്നിഹിതയായിരുന്നു എങ്കിൽ ഇത്രയും നാടകീയമായി തന്നെയാകുമോ ഈ വാർത്ത പുറത്ത് വിട്ടത് എന്ന് ഡൽഗ്ലീഷിനു ചോദിക്കണമെന്നുണ്ടായിരുന്നു. എന്തുകൊണ്ടായിക്കൂടാ? പ്രയറി ഹൗസിലേക്കിറങ്ങുന്നതിനു മുമ്പ് ആ വെട്ടുകത്തി ഈ മേശപ്പുറത്ത് വച്ചത് ജെയ്ൻ ഡൽഗ്ലീഷ് തന്നെയാകും എന്ന് റക്ലസിന് ഉത്തമബോധ്യമുണ്ട്. തന്റെ സ്വകാര്യാനന്ദത്തിനായി മരിച്ച മനുഷ്യന്റെ കൈകൾ വെട്ടിമാറ്റാൻ മനക്കരുത്തുള്ള ഒരു പെണ്ണിന് അതേ കാരണത്താൽ ഒരു കൊച്ചുമേശയെ ബലി നൽകാനുമാകും. ഈ നാടകത്തിലേക്ക് ഇൻസ്പെക്ടർ എത്തിയതിലും ഒരു ക്രമമൊക്കെയുണ്ടായിരുന്നു. സംശയിക്കുന്ന വ്യക്തിയുടെ കണ്ണുകളിൽ ഞെട്ടലോ അത്ഭുതമോ കാണുന്നില്ലെന്ന് അയാൾക്ക് ഉറപ്പ് വരുത്തണമെന്നുണ്ടായിരുന്നു. എന്നാൽ ഡൽഗ്ലീഷിന്റെ പ്രതികരണം അയാൾക്ക് വ്യക്തമായി പിടിച്ചെടുക്കാനായില്ല. അയാളുടെ മനസ്സിൽ സാവധാനത്തിൽ രോഷം നിറഞ്ഞ് തുടങ്ങി. അതിനെ നിയന്ത്രിക്കാനായപ്പോൾ ഡൽഗ്ലീഷ് സംസാരവും തുടർന്നു.

''നാളെ ഞാൻ ലണ്ടനിലേക്ക് പോകുന്നു. ഇവിടെ താങ്കൾക്ക് ഒരു കണ്ണുവയ്ക്കാനാകുമെങ്കിൽ അതെനിക്ക് വലിയ ഉപകാരമാകും. ഒരു രാത്രിയിൽ കൂടുതൽ അവിടെ എനിക്ക് ചിലവിടേണ്ടി വരില്ല എന്നാണെന്റെ നിഗമനം.''

''എന്റെ കണ്ണിവിടെ എല്ലാവർക്കും മേലുണ്ടാകും ഡൽഗ്ലീഷ്. അവരോട് എനിക്ക് ചിലതെല്ലാം ചോദിച്ചറിയാനുമുണ്ട്. നിങ്ങളുടെ അമ്മായി ഇവിടെ നിന്നിറങ്ങിയതെപ്പോഴാണ്.''

''ആറേ മുക്കാലിന്.''

''നിങ്ങളൊന്നിച്ചാണോ പോയത്?''

''അതെ. അമ്മായി അതിനിടയിൽ ഒറ്റയ്ക്ക് തിരിച്ച് വീട്ടിൽ കയറുകയുണ്ടായോ എന്നാണടുത്ത ചോദ്യമെങ്കിൽ ഇല്ല എന്നാണുത്തരം. കാര്യങ്ങൾക്ക് വ്യക്തത വരുത്തുന്നതിനായി ഇതും കൂടി പറയാം. ഞങ്ങൾ ഇവിടെ നിന്നിറങ്ങുമ്പോൾ ഈ വെട്ടുകത്തി ഇവിടെയില്ലായിരുന്നു.''

അത് റക്ലസിൽ ഭാവവ്യത്യാസമൊന്നും വരുത്തിയില്ല.

''ഞാനിവിടേക്ക് ഒമ്പതിനു മുമ്പെത്തി. അതിനർത്ഥം അയാൾക്ക് രണ്ട് മണിക്കൂറോളം കൈവശമുണ്ടായിരുന്നു എന്നാണ്. അത്താഴത്തിനു പുറത്ത് പോകുന്നതിനെക്കുറിച്ച് ആരോടെങ്കിലും സൂചിപ്പിച്ചിരുന്നോ?''

''ഇല്ല. ഞാനാരോടും സംസാരിച്ചിട്ടില്ല. അമ്മായിയും അത് ചെയ്തിട്ടുണ്ടാകില്ല എന്ന് ഉറപ്പുണ്ട്. അതിനു വലിയ പ്രാധാന്യമൊന്നുമില്ല. വീട്ടിൽ വിളക്കില്ലെങ്കിൽ അവിടെ ആളില്ല എന്ന് ഇവിടെയുള്ളവർക്കെല്ലാം അറിയാം.''

''നിങ്ങളൊന്നും പുറത്ത് പോകുമ്പോൾ വീട് താഴിട്ട് പൂട്ടാറില്ല അല്ലേ? അത് കാര്യങ്ങൾ എളുപ്പമാക്കി. ഈ കേസിന്റെ കാര്യത്തിൽ ഒന്നുകിൽ അവർക്കെല്ലാം തനിക്കിതുമായി ബന്ധമില്ല എന്നതിനു ന്യായവുമായെത്താനാകും അല്ലെങ്കിൽ ആർക്കുമാകില്ല.'' അയാൾ വെട്ടുകത്തിയിരുന്ന മേശയ്ക്കരികിലേക്ക് നടന്നു. കീശയിൽ നിന്ന് ഒരു വലിയ ഉറുമാലെടുത്തു. അതുകൊണ്ട് വെട്ടുകത്തിയുടെ പിടി പൊതിഞ്ഞു. വെട്ടുകത്തിയെടുത്ത് ഒന്ന് കുടഞ്ഞു. അതുമായി വാതിൽക്കലേക്ക് നടന്നു. അവിടെയെത്തിയപ്പോൾ വീണ്ടും ഡൽഗ്ലീഷിലേക്ക് തിരിഞ്ഞു.

''അർദ്ധരത്രിയിലാണയാൾ മരിച്ചത് ഡൽഗ്ലീഷ്. അർദ്ധരാത്രിയിൽ. അപ്പോൾ ഡിഗ്ബി സെറ്റൺ പൊലീസ് കസ്റ്റഡിയിലായിരുന്നു. ഒരു മണിക്കൂറോളം അയാൾ അതിനകത്തായിരുന്നു. ഒലിവർ ലാഥം നാടകം കാണുകയായിരുന്നു. മിസ് മാർലി തന്റെ ഹോട്ടലിൽ സുരക്ഷിതയായിരുന്നു. മെത്തയിലായിരുന്നു. ജസ്റ്റിൻ ബ്രൈസ് ആസ്തമയുമായി മല്ലിടുകയായിരുന്നു. ഇവരിൽ രണ്ടുപേർക്ക് തങ്ങൾക്ക് ഇതുമായി ബന്ധമില്ല എന്നതിന് പഴുതുകളില്ലാത്ത ഒഴികഴിവുകളുണ്ട്. മറ്റ് രണ്ടുപേരും ഇതിനെക്കുറിച്ച് അത്ര അസ്വാസ്ഥ്യം പ്രകടിപ്പിക്കുന്നുമില്ല. ഒരു കാര്യം പറയാൻ വിട്ടുപോയി. ഞാനിവിടെ കാത്തിരിക്കുന്നതിനിടയിൽ ഒരു ടെലിഫോൺ വന്നിരുന്നു. ഒരു മാക്സ് ഗർനി.

കഴിയുന്നതും വേഗം തിരിച്ച് ഫോൺ ചെയ്യണമെന്ന് നിങ്ങളോട് അഭ്യർത്ഥിക്കാൻ ആവശ്യപ്പെട്ടു. നിങ്ങൾക്ക് നമ്പർ അറിയാം എന്നും പറഞ്ഞു.''

ഡൽഗ്ലീഷ് അത്ഭുതപ്പെട്ടു. താൻ അവധിയിലാണെന്നറിഞ്ഞാൽ ഒരിക്കലും ശല്യം ചെയ്യാത്ത സുഹൃത്താണ് മാക്സ് ഗർനി. മൗറിസ് സെറ്റണിന്റെ കൃതികൾ പ്രസിദ്ധീകരിക്കുന്ന സ്ഥാപനത്തിലെ സീനിയർ പാർട്ണറാണ് ഗർനി. ഇത് റക്ലസിനറിയാമോ എന്ന് അയാൾ അത്ഭുതപ്പെട്ടു. അറിയില്ലെന്ന് തോന്നുന്നു. അത്തരത്തിലുള്ള സൂചനകളൊന്നും അയാളിൽ നിന്ന് വന്നില്ല. ഇൻസ്പെക്ടർ അതിവേഗമാണ് പ്രവർത്തിക്കുന്നത്. സെറ്റണുമായി ബന്ധപ്പെട്ടവരിൽ അയാൾ അഭിമുഖം നടത്താത്തവരായി ഇനി അധികമാരുമില്ല. എന്നാൽ അയാൾ സെറ്റണിന്റെ പ്രസാധകനെക്കുറിച്ച് ഓർത്തിട്ടില്ല. അല്ലെങ്കിൽ അതിൽ നിന്നൊരു ഗുണവുമുണ്ടാകില്ല എന്നയാൾ കരുതിയിരിക്കുന്നു.

റക്ലസ് പോകാനൊരുങ്ങി.

''ഗുഡ് നൈറ്റ് ഡൽഗ്ലീഷ്. ആ മേശയുടെ കാര്യത്തിൽ ഞാൻ ക്ഷമ ചോദിക്കുന്നു എന്ന് അമ്മായിയോട് പറയണം. ഇത് ഒരു കൊലപാതകമാണെന്ന് തന്നെ നിങ്ങൾ വിശ്വസിക്കുന്നു എങ്കിൽ ആ കൊലപാതകിയെക്കുറിച്ച് ഒരു കാര്യം നമുക്കിപ്പോൾ അറിയാം ഇല്ലേ? അയാൾ ഒരുപാട് ഡിറ്റക്ടീവ് കഥകൾ വായിക്കുന്ന വ്യക്തിയാണ് എന്നറിയാം.''

അയാൾ ഇറങ്ങി നടന്നു. അയാളുടെ കാറിന്റെ സ്വരം കേൾക്കാനാകാത്തയത്ര ദൂരത്തായപ്പോൾ ഡൽഗ്ലീഷ് മാക്സ് ഗർനിക്ക് ഫോൺ ചെയ്തു. മാക്സ് കാത്തിരിക്കുകയായിരുന്നു എന്ന് തോന്നി.

''ആദം? നിങ്ങൾ പെട്ടെന്ന് വിളിച്ചത് നന്നായി. നിങ്ങൾ എവിടെയാണെന്ന് പറയാൻ യാഡിലുള്ളവർ വിസമ്മതിച്ചു. പക്ഷേ സഫൈക്കിലാകും എന്ന് ഞാൻ ഊഹിച്ചു. നിങ്ങളെന്നാണ് തിരിച്ചെത്തുന്നത്? വന്നാലുടൻ എനിക്കൊന്ന് കാണാൻ അവസരം നൽകുമോ?''

അടുത്ത ദിവസം തന്നെ താൻ ലണ്ടനിലെത്തും എന്ന് ഡൽഗ്ലീഷ് അറിയിച്ചു. അത് കേട്ടപ്പോൾ മാക്സിന്റെ സ്വരത്തിൽ വന്ന ആശ്വാസം അയാൾ തിരിച്ചറിഞ്ഞു.

''അങ്ങനെയെങ്കിൽ ഉച്ചഭക്ഷണം ഒന്നിച്ചായാലോ, ഒരു മണിക്ക്? സ്ഥലം ഏത് വേണമെന്ന് നിങ്ങൾക്ക് തിരഞ്ഞെടുക്കാം.''

''നിങ്ങൾ ഒരു കാലത്ത് കാദവെർ ക്ലബ്ബിലെ അംഗമായിരുന്നില്ലേ മാക്സ്?''

''ഇപ്പോഴുമതേ. ഉച്ചഭക്ഷണം അവിടെ നിന്ന് വേണമെന്നാണോ, കുഴപ്പമില്ല. ഒരു മണിക്ക് കാദവെർ എന്ന് ഉറപ്പിക്കാം അല്ലേ?''

ഇതിലും നല്ല സ്ഥലം തിരഞ്ഞെടുക്കാനാകില്ല എന്ന് ഡൽഗ്ലീഷ് പറഞ്ഞു.

പതിനേഴ്

ടാനേഴ്സ് ലെയ്നിലെ പാവവീടിന്റെ താഴത്തെ നിലയിലെ സ്വീകരണ മുറിയിലിരുന്ന സിൽവിയ കെഡ്ജ് കാറ്റിന്റെ നിശ്വാസം കേട്ടു ഭയന്നു. നല്ല കാറ്റുള്ള രാത്രികളോട് അവൾക്കെന്നും വെറുപ്പായിരുന്നു. അവൾക്ക് ചുറ്റിലുമുള്ള അക്രമാസക്തതയും കോട്ടേജിനകത്തെ ശാന്തതയും തമ്മിലുള്ള വൈപരീത്യത്തെ അവൾ വെറുത്തു. കനത്ത കാറ്റുള്ളപ്പോൾ അതേ കനം അന്തരീക്ഷത്തിനും ലഭിക്കും. അകമാകട്ടെ നിശ്ചലമാകുകയും ചെയ്യും. ടാനേഴ്സ് കോട്ടേജിലെ മരജാലകങ്ങളേയും വാതിലുകളേയും ചില കാറ്റുകൾ വിറ കൊള്ളിക്കാറുണ്ട്.

നല്ല കാറ്റുള്ളപ്പോൾ പോലും ജാലകത്തിനരികിൽ കൂട്ടം കൂടി നിൽക്കുന്ന വലിപ്പമുള്ള കുറ്റിച്ചെടികൾ സാവധാനത്തിൽ തലയാട്ടുക മാത്രം ചെയ്യുന്നു. ജാലകപ്പാളിയിലൊന്ന് ആഞ്ഞടിക്കാൻ കെല്പില്ലെന്ന മട്ടിൽ തലയാട്ടും. അപ്പോൾ, നെരിപ്പോടിനരികിലേക്ക് കസേര വലിച്ചിട്ട്, അമ്മ മറ്റുള്ളവർ എന്ത് പറയുന്നു എന്നതെനിക്കൊരു പ്രശ്നമല്ല. നമ്മളിതിനകത്ത് സുരക്ഷിതമാണ്. ഇങ്ങനെയൊരു രാത്രിയിൽ പെന്റ്ലാൻഡ്സിലോ സെറ്റൺ ഹൗസിലോ ഒന്നുമാകാൻ എനിക്ക് താത്പര്യമില്ല എന്ന് പറയാറുണ്ട്. മറ്റുള്ളവർ എന്ത് പറയുന്നു എന്നതെനിക്കൊരു പ്രശ്നമല്ല എന്നത് അമ്മയുടെ ഇഷ്ട വാക്യങ്ങളിൽ ഒന്നായിരുന്നു. ജാലകത്തിന്റെ കാട്ടാളത്തത്തിനോടുള്ള പരാതിപോലെ അമ്മ അത് വിളിച്ച് പറയും. എന്നും ഈ ലോകത്തിനെതിരെ പൊരുതിയവളാണവർ. അമ്മ ഇടയ്ക്കിടെ നിഗൂഢയാകും, താൻ അതിനിസ്സാരജീവിയെന്ന് പറയും, സുരക്ഷിതത്വബോധമില്ലാത്തവളാകും. പ്രകൃതി എന്നും അവരെ കളിയാക്കുകയാണെന്ന് അമ്മ ധരിച്ചിരുന്നു. ടാനേഴ്സ് കോട്ടേജിനകത്ത് മാത്രമാണവർ സുരക്ഷിതയായിരിക്കുന്നതെന്നും. എന്നാൽ സിൽവിയയുടെ ചിന്തകൾ വ്യത്യസ്തമായിരുന്നു. തണുപ്പിന്റെ പ്രഹരങ്ങളെ അവൾ സ്വാഗതം ചെയ്യും. കടൽ കാറ്റിനെയയച്ച് ജാലകത്തിലും വാതിലിലും ആഞ്ഞിടിക്കുന്നതിനെ സ്വാഗതം ചെയ്യും. അത് പുറത്തൊരു ലോകമുണ്ടെന്നും അതിപ്പോഴും നിലനിൽക്കുന്നുണ്ടെന്നും അവൾക്ക് ഉറപ്പ് നൽകുന്നു. അവളും അതിന്റെ ഭാഗമാണെന്ന് ഉറപ്പ് നൽകുന്നു. ഈ അസ്വാഭാവിക ശാന്തിയേക്കാൾ പീഡ കുറയ്ക്കുന്നത് അതാണ്. ഈ ഒറ്റപ്പെടലിനേക്കാൾ. പ്രകൃതി തന്നെ ശ്രദ്ധിക്കുക പോലും ചെയ്യാതെ കടന്നുപോകുന്നതിനേക്കാൾ.

ഈ രാത്രിയിൽ പക്ഷേ അവരുടെ ഭയം കൂടുതൽ ആഴമുള്ളതായിരിക്കുന്നു. ഒറ്റപ്പെടലിന്റേയും ഏകാന്തതയുടേയും അസ്വസ്ഥതയേക്കാൾ അടിസ്ഥാനപരമായിരിക്കുന്നു. താൻ കൊല്ലപ്പെടും എന്നവൾ ഭയക്കുന്നു. ഭയവുമൊത്തുള്ള ഒരു കൊഞ്ചലായാണ് അത്

തുടങ്ങിയത്. ഒരു അപകടം അടുത്തെത്തുന്നു എന്ന തോന്നൽ. എന്നാൽ പെട്ടെന്ന് ആ തോന്നലും ഭാവനയുമെല്ലാം നിയന്ത്രണം വിട്ടുപോയി. ഭാവനയിൽ കണ്ട ഭയം, സത്യമായ ഭയമായി. അവൾ കോട്ടേജിൽ തനിച്ചാണ്. നിസ്സഹായയാണ്.

അവൾ വല്ലാതെ ഭയന്നിരിക്കുന്നു. പുറത്തുള്ള പാതയുടെ രൂപം അവളുടെ മനസ്സിലെത്തി. മൃദുവായത്. നനഞ്ഞ മണ്ണുള്ളത്. ഇരുവശത്തും കുറ്റിച്ചെടികൾ നിറഞ്ഞത്. ഇന്ന് രാത്രി കൊലപാതകി അവളെത്തേടി വരികയാണെങ്കിൽ അയാളുടെ കാലൊച്ച അവൾക്ക് കേൾക്കാനാകില്ല. ഇൻസ്പെക്ടർ റക്ലസ് ഇതിനെക്കുറിച്ച് പല തവണ അവളോട് ചോദിച്ചിരുന്നു. ടാനേഴ്സ് കോട്ടേജിലേക്ക് ഒരാളുമറിയാതെ ആർക്ക് വേണമെങ്കിലും രാത്രിയിൽ ചെന്ന് കയറാനാകും. എന്നാൽ ശവം ചുമന്ന് ഒരാൾക്ക് വരാനാകുമോ? അത് സാധ്യമാണോ എന്ന് കണക്ക് കൂട്ടുക എളുപ്പമല്ലായിരുന്നു. എന്നാലും അത് സാധ്യമാണെന്ന് തോന്നി. ഉറക്കം തുടങ്ങിയാൽ പിന്നെ അവൾ ഒന്നും അറിയാറില്ല. ജാലകമടച്ച്, പർദ്ദകൾ വലിച്ചിട്ട്, സുഖമായുറങ്ങും. എന്നാൽ ഇന്ന് അയാൾ വരും. അവളെ തേടി വരും. കയ്യിലൊരു വെട്ടുകത്തിയുണ്ടാകും. അല്ലെങ്കിൽ വെറും കത്തി. അതുമല്ലെങ്കിൽ ഒരു കയർ. അയാളുടെ മുഖമെങ്ങനെയുണ്ടാകും എന്ന് ഊഹിക്കാനൊരു ശ്രമം അവൾ നടത്തി. പരിചയമുള്ള മുഖമാകും. മൗറിസ് സെറ്റണെ കൊന്നത് മോങ്ക്സ്മെയറിലുള്ള ആരോ ആണെന്ന് ബോധ്യം വരാൻ ഇൻസ്പെക്ടറുടെ തുടർച്ചയായ ചോദ്യങ്ങളുടെ ആവശ്യമില്ലായിരുന്നു. എന്നാൽ ഇന്ന് ആ പരിചിത സ്വഭാവവിശേഷങ്ങൾ വെളുത്ത മുഖാവരണമണിയും. അതിന്റെ മനസ്സിൽ ഒരു ദൃഢനിശ്ചയമുണ്ടാകും. ഒച്ചയുണ്ടാക്കാതെ ഇരയ്ക്കരികിലേക്കെത്തുന്ന ഇരപിടിയനെപോലെ. ഒരുപക്ഷേ അയാൾ ഇപ്പോൾ പടിവാതിൽക്കലുണ്ടാകും. ഒരു കൈ പടിയിൽ വച്ച് നില്പുണ്ടാകും. അത് തള്ളിത്തുറക്കണോ അതോ സാവധാനത്തിൽ, സ്വരമുണ്ടാക്കിക്കാതെ, തുറക്കണോ എന്ന് ആലോചിക്കുകയാകും. പടിവാതിൽ കറകറ സ്വരമുണ്ടാക്കിയാൽ അയാൾ അവിടെയുണ്ടെന്ന് അകത്തുള്ളവർ മനസ്സിലാക്കും. മോങ്ക്സ്മെയർ മുഴുക്കെയറിയും. അതുകൊണ്ടെന്താ? അവൾ ഉച്ചത്തിൽ കരഞ്ഞാലും ആരും കേൾക്കില്ല. അവൾക്ക് ഓടിപ്പോകാനാകില്ല എന്നും അയാൾക്കറിയാം.

അവൾ ചുറ്റിലും നോക്കി. മുറി മുഴുക്കെ പരതി. അമ്മ വിവാഹം കഴിഞ്ഞ് താമസം ഇവിടേക്ക് മാറ്റിയപ്പോൾ ഒപ്പം കൊണ്ടുവന്ന ഫർണീച്ചറുകളാണെല്ലാം. അലങ്കാരങ്ങളുള്ള ആ പുസ്തക അലമാരി ഈ വാതിലിനരികിലേക്കൊന്ന് തള്ളി വയ്ക്കാനായെങ്കിൽ അതൊരു തടസ്സമാകുമായിരുന്നു. പക്ഷേ അവളിപ്പോൾ നിസ്സഹായയാണ്. അവൾ തന്റെ മെത്തയിലിരുന്ന് കിതച്ചു. ഊന്നുവടിയിൽ

മുറുകെ പിടിച്ചു. എഴുന്നേറ്റു. അടുക്കളയിലേക്ക് നടന്നു. അടുക്കളയിലെ ചില്ലലമാരയിൽ തന്റെ മുഖം പ്രതിഫലിച്ചു കണ്ടു. വിളറിയ ചന്ദ്രക്കല പോലെ. കറുത്ത തടാകം പോലെയുള്ള കണ്ണുകൾ. കനത്ത തലമുടി വെള്ളത്തിൽ മുങ്ങിമരിച്ച സ്ത്രീയുടേതുപോലെ മുകളിലേക്ക് തെറിച്ച് നിൽക്കുന്നു. യക്ഷിയുടെ മുഖം.

''മുന്നൂറു വർഷം മുമ്പാണെങ്കിൽ നാട്ടുകാർ എന്നെ ജീവനോടെ കത്തിച്ചു കളയുമായിരുന്നു.'' അവൾ ചിന്തിച്ചു. എന്നാൽ ഇക്കാലമായതിനാൽ അവർക്ക് എന്നെ ഭയമില്ലാതായിരിക്കുന്നു. ഭയക്കുന്നതാണോ അനുകമ്പ പ്രകടിപ്പിക്കുന്നതാണോ നല്ലത് എന്ന് അവൾ അത്ഭുതപ്പെട്ടു.

അവൾ അലമാരയിലെ ഒരു വലിപ്പ് വലിച്ച് തുറന്നു. ഒരു മുഷ്ടി മുഴുക്കെ സ്പൂണുകളും ഫോർക്കുകളുമെടുത്തു. അവയെല്ലാം ഒരു വരിയായി വച്ചു. ആ നിശ്ശബ്ദതയിൽ തന്റെ ശ്വസനം അലമാരയുടെ ചില്ലുവാതിലിൽ പതിക്കുന്നത് അവൾക്ക് കേൾക്കാനാകുന്നുണ്ടായിരുന്നു. ഒരു നിമിഷം ചിന്തിച്ചതിനു ശേഷം അവൾ രണ്ട് ഗ്ലാസുകളെടുത്ത് ആ വരിക്കൊപ്പം ചേർത്തു. അയാൾ അടുക്കളയിലെ ജാലകത്തിലൂടെ അകത്ത് കടക്കാൻ ശ്രമിക്കുകയാണെങ്കിൽ ഇതെല്ലാം തട്ടി താഴെ വീഴും. അവൾക്കൊരു മുന്നറിയിപ്പ് ലഭിക്കും. അവൾ അടുക്കളയിൽ ആയുധമെന്തെങ്കിലുമുണ്ടോ എന്ന് പരതി. ഒരു കത്തി? അതിനത്ര മൂർച്ചയില്ല. കത്രിക? അതൊന്ന് തുറക്കാൻ അവളൊരു ശ്രമം നടത്തി. തന്റെ കൈകൾകൊണ്ട് അതിനാകുന്നില്ല. അപ്പോൾ പച്ചക്കറി അരിയാൻ ഉപയോഗിച്ചിരുന്ന ഒടിഞ്ഞ ഒരു കത്തിയെക്കുറിച്ച് ഓർമ്മ വന്നു. ആറിഞ്ച് നീളമുള്ള ചെറിയ പിടി മാത്രമുള്ള ഒന്ന്. അതവളുടെ കയ്യിലൊതുങ്ങുന്നതാണ്. അതൊന്ന് അടുക്കളയിൽ പാത്രം കഴുകുന്നിടത്തിട്ടുരസി. വിരൽ കൊണ്ട് മൂർച്ച നോക്കി. ഒന്നുമില്ലാത്തതിലും നല്ലതാണ്. ഈ ആയുധം കയ്യിലെത്തിയപ്പോൾ ഒരാശ്വാസം തോന്നി. മുൻവാതിലിന്റെ താഴ് ഒന്നുകൂടി പരിശോധിച്ചു. ചില്ലുകൊണ്ടുള്ള ചില വസ്തുക്കൾ അവൾ സ്വീകരണമുറിയുടെ ജാലകപ്പടിയിൽ നിരത്തി വച്ചു. പിന്നെ, ഊന്നുവടിയുടെ കെട്ടുകൾ കാലിൽ നിന്നഴിക്കാതെ മെത്തയിൽ കിടന്നു. തലയിണയ്ക്കരികിൽ കനമുള്ള ഒരു പെയ്പ്പർ വെയ്റ്റ് വച്ചു. കൈയിനരികിൽ കത്തി വച്ചു. എഴുന്നേറ്റിരുന്നു. ഭയം കടന്ന് പോകുന്നതിനായി കാത്തു. ശരീരം വിറയ്ക്കുന്നുണ്ടായിരുന്നു. ഹൃദയം ശക്തമായി മിടിക്കുന്നുണ്ടായിരുന്നു. കണ്ണുകളിൽ കനം തൂങ്ങുന്നു. ദൂരെ നിന്ന് കാറ്റിന്റെ നിശ്വാസം കേൾക്കുന്നു. തോട്ടത്തിന്റെ പടിവാതിൽ ഞരങ്ങുന്നു. ഗ്ലാസ് വീഴുന്ന ഒച്ച കേൾക്കുന്നു.

രണ്ട്

ലണ്ടൻ

ഒന്ന്

പ്രാതൽ നേരത്തെ കഴിച്ച് ഡൽഗ്ലീഷ് യാത്രയ്ക്കൊരുങ്ങി. പോകുന്നതിനു മുമ്പ് റക്‌ലസിനെ ഫോൺ ചെയ്തു. ഡിഗ്ബിയുടെ ലണ്ടനിലെ വിലാസം ചോദിച്ചു. എലിസബത്ത് മാർലി താമസിച്ച ഹോട്ടലിന്റെ വിലാസവും ചോദിച്ചു. അതെന്തിനാണെന്ന് വിശദീകരിക്കാനൊന്നും അയാൾ തയ്യാറായില്ല. റക്‌ലസ് ചോദിച്ചതുമില്ല. ചോദിച്ച വിശദാംശങ്ങൾ അയാൾ കൊടുത്തു. വിജയകരവും സന്തോഷകരവുമായ യാത്ര ആശംസിച്ചു. അത് സന്തോഷകരമോ വിജയകരമോ ആകുമോ എന്ന് സംശയമുണ്ടെന്നായിരുന്നു ഡൽഗ്ലീഷിന്റെ മറുപടി. എന്നാൽ ഇൻസ്പെക്ടറുടെ സഹകരണത്തിനു നന്ദിയുണ്ടെന്നും കൂട്ടിച്ചേർത്തു. ഇരുവരും അവരവരുടെ സ്വരങ്ങളിലെ വ്യാജോക്തി മറച്ചുവയ്ക്കാനൊരു ശ്രമവും നടത്തിയില്ല. അവർ തമ്മിലുള്ള പൊരുത്തക്കേടും ഇഷ്ടമില്ലായ്മയും ആ ടെലിഫോണിലൂടെ പുറത്തു വരുന്നതു പോലെ തോന്നി.

ജസ്റ്റിൻ ബ്രൈസിനെ അത്രയും നേരത്തെ ചെന്ന് കാണുന്നത് അപമര്യാദയായിരുന്നു. പക്ഷേ ഡൽഗ്ലീഷിന് ആ കടപ്പുറത്തുനിന്നെടുത്ത ചിത്രം ആവശ്യമുണ്ടായിരുന്നു. പല വർഷങ്ങൾ പഴക്കമുണ്ടതിന്, എന്നിരുന്നാലും സെറ്റൺ കുടുംബം, ഒലിവർ ലാഥം, ബ്രൈസ് എന്നിവരെ തിരിച്ചറിയാൻ ഉതകുന്നതാണ്.

വാതിൽക്കൽ മുട്ടിവിളിച്ചപ്പോൾ ബ്രൈസ് തുഴഞ്ഞ് താഴേക്ക് വന്നു. അത്രയും നേരത്തെ വിളിച്ചുണർത്തിയതിനാലാകാം അയാൾക്ക് പരിസരബോധമില്ലായിരുന്നു. ഡൽഗ്ലീഷിനെന്താണ് വേണ്ടതെന്ന് തിരിച്ചറിയാൻ അയാൾ കുറച്ച് സമയമെടുത്തു. അത് മനസ്സിലായപ്പോൾ എടുത്ത് കൊടുക്കുകയും ചെയ്തു. കൊടുത്തതിനു ശേഷമാണ് ആ ചെയ്തത് അവിവേകമായോ എന്നൊരു ശങ്ക വന്നത്. ഡൽഗ്ലീഷ് അവിടെനിന്നിറങ്ങിയപ്പോൾ അയാൾ തിരക്കിട്ട് പുറകെ വന്നു.

അത് ഞാൻ തന്നു എന്ന് ഒലിവറിനോട് പറയല്ലേ ആദം എന്ന് നിലവിളിച്ചു. ‘‘അതറിഞ്ഞാൽ ഞാൻ പൊലീസിനൊപ്പം നിൽക്കുന്നു

എന്ന് പറഞ്ഞ് അയാൾ ബഹളം വയ്ക്കും. ഒലിവറിന് നിങ്ങളെ ഒട്ടും വിശ്വാസമില്ല എന്നാണെന്റെ ഭയം.രഹസ്യമായിരിക്കണേ.''

ഡൽഗ്ലീഷ് അയാൾക്ക് ഉറപ്പ് കൊടുത്തു. സുഖമായി ഉറങ്ങിക്കോളൂ എന്ന് സമാധാനിപ്പിച്ചു. എന്നാൽ ജസ്റ്റിന്റെ ചിത്തഭ്രമങ്ങൾ പരിചിതമാണ്. അതിനാൽ അയാളുടെ വാക്കുകളും ചെയ്തികളും മുഖവിലയ്ക്കെടുക്കാനാകില്ല. പ്രാതൽ കഴിഞ്ഞാൽ ബ്രൈസിന് അന്നത്തെ കുസൃതികൾക്ക് വേണ്ട ഊർജ്ജം ലഭിക്കും. അപ്പോൾ അയാൾ സെലിയ കാൽത്രോപ്പിനു ഫോൺ ചെയ്യും. കൊച്ചുവർത്തമാനങ്ങൾ തുടങ്ങും. ആദം ഡൽഗ്ലീഷ് പുലർച്ചെ തന്നെ കാണാനെത്തിയതിനെ വിവരിക്കും. ഉച്ചയാകുമ്പോഴേക്കും ഒലിവർ ലാഥമടക്കമുള്ള മോങ്ക്സ്മെയർ മുഴുക്കെ ഡൽഗ്ലീഷ് ലണ്ടനിലേക്ക് പോയതും പോകുമ്പോൾ ആ ഫോട്ടോഗ്രാഫ് ചോദിച്ച് വാങ്ങിയതുമറിയും.

യാത്ര സുഖകരമായിരുന്നു. ഏറ്റവും എളുപ്പം എത്തിച്ചേരാവുന്ന പാത തന്നെയാണയാൾ സ്വീകരിച്ചത്. പതിനൊന്നരയോടെ അയാൾ നഗരാതിർത്തിയിലെത്തി. ഇത്ര പെട്ടെന്ന് വീണ്ടും ലണ്ടനിൽ തിരിച്ചെത്തുമെന്ന് അയാൾ കരുതിയിരുന്നില്ല. ഒരു അവധിക്കാലം പക്വമാകുന്നതിനു മുമ്പ് കൊഴിഞ്ഞുവീണിരിക്കുന്നു. എന്നിരുന്നാലും അതങ്ങനെയാകില്ല എന്നൊരു പാതി പ്രതീക്ഷ എവിടേയോ കിടക്കുന്നുണ്ട്. അതിനാൽ തെംസിനരികിൽ ക്വീൻഹൈതിലുള്ള തന്റെ ഫ്ളാറ്റിലേക്ക് പോകേണ്ടതില്ല എന്ന തീരുമാനത്തിലെത്തി. നേരെ വെസ്റ്റ് എൻഡിലേക്ക് വണ്ടിയോടിച്ചു. ഉച്ചയോടെ തന്റെ കൂപ്പർ ബ്രിസ്റ്റൾ ലെക്സിങ്ങ്ടൺ തെരുവിൽ പാർക്ക് ചെയ്തു. ബ്ലൂംസ്ബറിയുടേ, കാദവെർ ക്ലബ്ബിന്റെ ദിശയിലേക്ക് നടക്കാൻ തുടങ്ങി.

കാദവെർ ക്ലബ്ബ് തീർത്തും ഇംഗ്ലീഷ് രീതിയിലുള്ള ഒന്നാണ്. അതിന്റെ പ്രവർത്തനവും അങ്ങനെ തന്നെ. അത് എന്തൊക്കെയെന്ന് കൃത്യമായി നിർവചിക്കാനാകില്ല എങ്കിലും അങ്ങനെയാണെന്ന് എല്ലാവർക്കുമറിയാം. 1892ൽ ഒരു ബാരിസ്റ്ററാണ് ഈ ക്ലബ്ബ് സ്ഥാപിച്ചത്. കൊലപാതകത്തിൽ താത്പര്യമുള്ളവർക്ക് ഒത്തുചേരാനൊരിടം എന്ന നിലയിൽ. അയാളുടെ മരണശേഷം ക്ലബ്ബ് ടാവിസ്റ്റോക് ചത്വരത്തിലേക്ക് മാറ്റി സ്ഥാപിക്കപ്പെട്ടു. പുരുഷന്മാർക്ക് മാത്രം പ്രവേശനമുള്ളതാണീ ക്ലബ്ബ്. സ്ത്രീകൾക്ക് അംഗത്വമില്ല എന്നു മാത്രമല്ല പലപ്പോഴും പ്രവേശനവും നിഷേധിക്കപ്പെട്ടിട്ടുണ്ട്.

അംഗങ്ങളിൽ ഒരു പറ്റം ഡിറ്റക്ടീവ് നോവലിസ്റ്റുകളുണ്ട്. അവരുടെ പ്രസാധകരുടെ അഭിമാനത്തിനനുസരിച്ച് തിരഞ്ഞെടുക്കപ്പെട്ടവർ. അല്ലാതെ അവരുടെ പുസ്തകങ്ങളുടെ വില്പനാബാഹുല്യമല്ല തിരഞ്ഞെടുപ്പിനു കാരണമാക്കിയത്. അവരെ കൂടാതെ അടുത്തൂൺ

പറ്റിയ ചില പൊലീസ് ഓഫീസർമാർ, ഒന്ന് രണ്ട് ബാരിസ്റ്റർമാർ, അടുത്തൂൺ പറ്റിയ മൂന്ന് ജഡ്ജിമാർ എന്നിവരുമുണ്ട്. അവരെല്ലാം കുറ്റാന്വേഷണത്തിൽ തത്പരരാണ്. ക്രൈം റിപ്പോർട്ടർമാരാണ്. അതിലുപരി ക്ലബ്ബിലേക്ക് കൊടുക്കാനുള്ള പണം കൃത്യമായി കൊടുക്കാനുള്ള സാമ്പത്തിക ശേഷിയുള്ളവരും, വില്ല്യം വാലസ് ചെയ്ത കുറ്റകൃത്യത്തെക്കുറിച്ചോ മാദെലൈൻ സ്മിത്തിന്റെ പ്രതിരോധത്തിലെ സൂക്ഷ്മവിവരങ്ങളേക്കുറിച്ചോ ചർച്ച ചെയ്യാൻ കെല്പുള്ളവരുമാണ്. സ്ത്രീകളെ പുറത്തിരുത്തിയിരിക്കുന്നതിനാൽ മികച്ച ചില ക്രൈം നോവൽ എഴുത്തുകാർക്ക് അവസരം നിഷേധിക്കപ്പെട്ടിരിക്കുന്നു. ഇത് പക്ഷേ ആരേയും വേവലാതിപ്പെടുത്തുന്നില്ല. അവരുടെ പ്രവേശനവും സാന്നിദ്ധ്യവും രണ്ടാമതൊരു പറ്റം ശൗചാലയങ്ങൾ പണിയുന്നതിന്റെ ചിലവിനു തുല്യമാകില്ല എന്നാണ് കമ്മറ്റിയുടെ അഭിപ്രായം. ക്ലബ്ബ് ടാവിസ്റ്റോക് ചത്വരത്തിലേക്ക് 1900ൽ മാറ്റി സ്ഥാപിച്ചതിനു ശേഷം ഇവിടത്തെ പ്ലംബിങ്ങിൽ മാറ്റമൊന്നും വരുത്തിയിട്ടില്ല. ഇവിടത്തെ കുളിപ്പുരയിലെ ഉപകരണങ്ങൾ ജോർജ്ജ് ജോസഫ് സ്മിത്ത് വാങ്ങിയതാണെന്നത് പക്ഷേ പച്ചക്കള്ളമാണ്. അവിടത്തെ പ്ലംബിങ്ങ് മാത്രമല്ല പഴയ ഫാഷനിലുള്ളത്.

സ്ത്രീപ്രവേശനമില്ലാത്തതിനു മറ്റൊരു ന്യായം കൂടിയുണ്ട്. കൊലപാതകം എന്ന വിഷയം സ്ത്രീകൾക്ക് മുന്നിൽ ചർച്ച ചെയ്യപ്പെടേണ്ടുന്ന ഒന്നല്ല എന്നാണിത്. കാദവെറിൽ ഒരു കൊല എന്നത് സാംസ്കാരികമായി ഒരു ശൈലീപ്രയോഗം മാത്രമാണ്. സമയത്താലോ നിയമത്തിന്റെ കവചത്താലോ സത്യത്തിൽ നിന്ന് വേർപെടുത്തിയത്. അവയ്ക്ക് ഡൽഗ്ലിഷിന്റെ മിക്കവാറും ജോലി സമയം അപഹരിക്കുന്ന നീചവും ശോചനീയവുമായ കുറ്റകൃത്യങ്ങളുമായി ബന്ധമില്ല. ഇവിടെ കൊലപാതകം എന്നാൽ ഒരു വിക്ടോറിയൻ കാലഘട്ടത്തിലെ പരിചാരികയെപ്പോലെയാണ്. വസ്ത്രമെല്ലാം ശരിക്ക് ധരിച്ച്, അഡെലെയ്ഡ് ബാർലറ്റ് തന്റെ ഭർത്താവിനുള്ള മരുന്ന് തയ്യാറാക്കുന്നത് കിടപ്പുമുറിയുടെ വാതിലിലൂടെ എത്തി നോക്കുന്നവളെപ്പോലെ. എഡിൻസ്ബറൊ നിലവറയിലൂടെ ഒരു കപ്പ് കൊക്കൊയുമായി നീണ്ട് വരുന്ന മെലിഞ്ഞ കൈ പൊലെ. ഒരുപക്ഷേ ആ കപ്പിൽ കൊക്കൊയും ആർസനിക്കുമുണ്ടാകും. തന്റെ ധനികനായ ഭാര്യാസഹോദരന്റെ അവസാന വിരുന്നുസത്കാരത്തിൽ വൃത്താകൃതിയിലുള്ള ഡൻഡീ കേയ്ക്കുമായെത്തുന്ന ഡോക്ടർ ലാംസണിനെപ്പോലെ. അതല്ലെങ്കിൽ, ഫാൾ നദിയിലെ ശാന്തമായ വീട്ടിലേക്ക് ഒരു മാസാചുസെറ്റ്സ് വേനലിന്റെ ചൂടിനിടയിൽ കയ്യിൽ മഴുവുമായരിച്ചെത്തുന്ന ലിസ്സി ബോർഡെനെപ്പോലെ.

ഏതൊരു ക്ലബ്ബിനും അതിന്റേതായ പ്രത്യേകതകളും സവിശേഷമായ ആസ്തികളുമുണ്ടാകും. കാദവെർ ക്ലബ്ബിനുള്ളത് പ്ലാന്റ്

കുടുംബമാണ്. പ്ലാന്റ് കുടുംബത്തെ നഷ്ടപ്പെട്ടാൽ നമ്മൾ എന്ത് ചെയ്യും എന്ന് അംഗങ്ങൾ ഒരു ബോംബ് വീണാൽ നമ്മൾ എന്ത് ചെയ്യും എന്ന അതേ വേവലാതിയോടെ ചോദിക്കാറുണ്ട്. രണ്ട് ചോദ്യങ്ങൾക്കും അതിന്റേതായ സാംഗത്യമുണ്ടെങ്കിലും വിലക്ഷണ ചിന്തയുള്ളവർ മാത്രമേ അതിനെക്കുറിച്ച് കൂടുതൽ ചിന്തിക്കാറുള്ളൂ. ബഹുമാന്യനായ പ്ലാന്റിന് നല്ല ശരീരപുഷ്ടിയും അഴകും കഴിവു മുള്ള അഞ്ച് പെൺമക്കളാണ്. റോസ്, മാരിഗോൾഡ്, വയലറ്റ് എന്നി വർ വിവാഹിതരായി എങ്കിലും സഹായങ്ങൾക്ക് എത്താറുണ്ട്. താഴെ യുള്ള രണ്ട് പേർ ഹീതറും പ്രൈംറോസുമാണ്. അവർ ഭക്ഷണമുറി യിൽ പരിചാരികമാരുടെ വേഷം കെട്ടുന്നു. പ്ലാന്റ് കാര്യസ്ഥന്റെ വേഷത്തിലാണ്. കലവറ സൂക്ഷിപ്പുകാരന്റെ. അയാളുടെ ഭാര്യ ലണ്ട നിലെ ഏറ്റവും നിപുണയായ പാചകക്കാരികളിൽ ഒരാളായി കണ ക്കാക്കപ്പെടുന്നു. പ്ലാന്റ് കുടുംബമാണ് ഈ ക്ലബ്ബിന് പട്ടണത്തിലെ ഒരു സ്വകാര്യ വീടിന്റെ അന്തരീക്ഷം നൽകുന്നത്. കുടുംബത്തെ സേവിക്കുന്ന, കൂറുള്ളതും കഴിവുള്ളതും രഹസ്യങ്ങൾ കാത്തു സൂക്ഷിക്കുന്നതുമായ പരിചാരകരാണവർ. ഈ സൗകര്യങ്ങൾ ഒരി ക്കൽ ആസ്വദിച്ചിട്ടുള്ള അംഗങ്ങൾക്ക് അവർ അവരുടെ യൗവ്വന ത്തിലേക്ക് തിരിച്ചെത്തിയിരിക്കുന്നു എന്ന പ്രതീതിയുണ്ടാകും. മറ്റ് ചിലർക്ക് അവർക്ക് എന്തൊക്കെ നഷ്ടപ്പെട്ടു എന്നതിന്റേയും. പ്ലാന്റിന്റെ ഉന്മാദങ്ങൾ പോലും വിചിത്രങ്ങളാണ്. അതിനാൽ രസകരവും. അത യാളുടെ കാര്യപ്രാപ്തിയെ ഒട്ടും കുറയ്ക്കുന്നില്ല. മറ്റ് ക്ലബ്ബിലെ പരി ചാരകരെക്കുറിച്ചൊന്നും ഇങ്ങനെ പറയാനാകില്ല.

ഡൽഗ്ലീഷ് ക്ലബ്ബ് അംഗമല്ലെങ്കിലും ഇതിനുമുമ്പും അവിടെ നിന്ന് ഭക്ഷണം കഴിച്ചിട്ടുണ്ട്. അതിനാൽ പ്ലാന്റിനു പരിചിതനാണ്. ഇത്തരം കാര്യങ്ങളിൽ ജിജ്ഞാസയുണർത്തുന്ന ഒരു രസവാദവിദ്യയുണ്ടല്ലോ, അതനുസരിച്ചും ഡൽഗ്ലീഷ് അംഗീകരിക്കപ്പെട്ടവനായിരുന്നു. ഡൽ ഗ്ലീഷിനു മുന്നിൽ പ്രത്യക്ഷപ്പെടുന്നതിനോ അയാളുടെ ചോദ്യങ്ങൾക്ക് ഉത്തരം നൽകുന്നതിനോ പ്ലാന്റിനതുകൊണ്ട് തന്നെ ബുദ്ധിമുട്ടുക ളൊന്നും തോന്നിയില്ല. ഡൽഗ്ലീഷിനാകട്ടെ ഇപ്പോൾ താൻ ഔദ്യോ ഗികമായല്ല ചോദിച്ചുകൊണ്ടിരിക്കുന്നതെന്ന് ബോധ്യപ്പെടുത്തേണ്ടുന്ന കാര്യവുമില്ലായിരുന്നു. അവർ തമ്മിൽ അധികം സംസാരമൊന്നു മുണ്ടായില്ലെങ്കിലും പരസ്പരം മനസ്സിലാക്കിയിരുന്നു.

പ്ലാന്റ് ഡൽഗ്ലീഷിനു വഴി കാണിച്ചു. അവർ ഒരു കിടപ്പുമുറിയി ലെത്തി. മുൻവശത്തുള്ള ഒന്ന്. അതാണ് സെറ്റൺ എല്ലായിപ്പോഴും ഉപയോഗിക്കാറുള്ളത്. ഡൽഗ്ലീഷ് മുറി പരിശോധിച്ചുകൊണ്ടിരുന്ന പ്പോൾ അയാൾ അകത്ത് തന്നെയുണ്ടായിരുന്നു. ഇങ്ങനെയൊരാൾ മേൽനോട്ടം വഹിക്കുമ്പോഴും ഇത്തരം ജോലികൾ ചെയ്ത് പരി ചയമുള്ളവനാണ് ഡൽഗ്ലീഷ്. അതിനാൽ അയാളുടെ കണ്ണുകൾ

ഡൽഗ്ലീഷിനെ അലോസരപ്പെടുത്തിയില്ല. ആറടി മൂന്നിഞ്ച് നീളമുള്ള ഒരു രൂപമാണ് പ്ലാന്റിന്റേത്. അതിനൊത്ത ചുമൽ വീതിയുമുണ്ട്. വിളറിയ മുഖമാണ്. ഇടത്തെ കവിളിൽ ഒരു നീളൻ മറുകുണ്ട്. തന്റെ യൗവ്വനത്തിലെപ്പോഴോ സൈക്കിളിൽ നിന്ന് ഇരുമ്പിന്റെ കൈവരികളിലേക്ക് കെട്ടിമറിഞ്ഞ് വീണതിന്റെ ഓർമ്മയാണീ മറുക് എന്നാണയാൾ പറഞ്ഞിട്ടുള്ളത്. പ്ലാന്റ് പലവിധത്തിൽ തന്റെ മുഖം അതെടുത്ത് കാണിക്കുന്നതൊഴിവാക്കാൻ ശ്രമിച്ചു എങ്കിലും സാധ്യമായില്ല. അതങ്ങനെ ഒരു നാസി വിരുദ്ധ സിനിമയിലെ കുടിലനായ കമാണ്ടറെപ്പോലെ തിളങ്ങി നിന്നു. കടുംനീല കട്ടിക്കമ്പിളിയാണ് അയാളുടെ ജോലി സമയത്തെ യൂണിഫോം. അതിന്റെ രണ്ട് മാർമടക്കുകളിലും തലയോട്ടി ചിഹ്നങ്ങളുണ്ട്. ക്ലബ്ബിന്റെ സ്ഥാപകൻ 1896ൽ തുടങ്ങിവച്ചതാണീ അപരിഷ്കൃത പൊങ്ങച്ചം. എന്നാൽ കാലവും ആചാരങ്ങളും ഇതിനെ പവിത്രീകരിച്ചു. പ്ലാന്റിന്റെ അസാധാരണമായ രൂപവും വേഷവും കണ്ട് അപരിചിതർ എന്തെങ്കിലും ടിപ്പണികൾ ഉന്നയിച്ചാൽ അതുകൊണ്ട് തന്നെ അംഗങ്ങൾ ആശ്ചര്യപ്പെടുമായിരുന്നു.

ആ കിടപ്പുമുറിയിൽ കാണാൻ അധികമൊന്നുമുണ്ടായിരുന്നില്ല. ടെർലിൻ തുണികൊണ്ടുള്ള കനം കുറഞ്ഞ പർദ്ദകൾ ഒക്ടോബർ മദ്ധ്യാഹ്നത്തെ പുറത്ത് നിർത്താൻ ശ്രമിക്കുന്നു. വലിപ്പുകളും അലമാരകളുമെല്ലാം ശൂന്യമായിരുന്നു. ചെറിയ ഒരു മേശ ജാലകത്തിനരികിൽ കിടപ്പുണ്ട് ഓക്കുമരം കൊണ്ടുണ്ടാക്കിയത്. അതിൽ ഒരു ബ്ലോട്ടിങ്ങ് പേപ്പറും ക്ലബ്ബ് നൽകുന്ന എഴുതാനുള്ള കടലാസുമല്ലാതെ മറ്റൊന്നുമില്ല. ഒരൊറ്റയാൾക്ക് കിടക്കാവുന്നയത്ര വീതിയുള്ള മെത്ത വൃത്തിയിൽ വിരിച്ചിട്ടിരിക്കുന്നു. അടുത്ത താമസക്കാരനെ കാത്തിരിക്കുന്നു.

''സഫെക്കിൽ നിന്നുള്ള സി.ഐ.ഡി ഓഫീസർമാർ അയാളുടെ ടൈപ്പ്റൈറ്ററും വസ്ത്രങ്ങളും എടുത്തുകൊണ്ടുപോയി സർ. കടലാസുകൾക്കായും അവർ തിരഞ്ഞു. പക്ഷേ അങ്ങനെ അധികമൊന്നും ലഭിച്ചില്ല. ഒരു കെട്ട് എൻവലപ്പുകളുണ്ടായിരുന്നു. പിന്നെ അമ്പതിനടുത്ത് ഫുൾസ്കാപ് കടലാസുകളും ഒന്ന് രണ്ട് ഉപയോഗിക്കാത്ത കാർബൺ പേപ്പറുകളും. അദ്ദേഹം വളരെ വൃത്തിയുള്ള ഒരു കുലീനനായിരുന്നു സർ.''

''എല്ലാ ഒക്ടോബർ മാസങ്ങളിലും അയാൾ ഇവിടെ വന്ന് താമസിക്കാറുണ്ട് അല്ലേ?''

''ഒക്ടോബർ മാസത്തിന്റെ അവസാന രണ്ടാഴ്ച സർ. എല്ലാ വർഷവും. ഈ മുറി മാത്രമേ ഉപയോഗിക്കാറുള്ളൂ. ഈ നിലയിൽ ഒരൊറ്റ കിടപ്പുമുറിയേയുള്ളൂ. ഇതിനു മുകളിലേക്ക് കയറാൻ

അദ്ദേഹത്തിന്റെ ഹൃദയം അനുവദിച്ചിരുന്നില്ല. ലിഫ്റ്റ് ഉപയോഗിക്കാമായിരുന്നെങ്കിലും അതിനോടൊരു ആത്മവിശ്വാസം അദ്ദേഹത്തിനില്ലായിരുന്നു. അതിനാൽ എന്നും ഈ മുറി തന്നെയെടുത്തു.''

''ഇവിടെയിരുന്ന് ജോലി ചെയ്യാറുണ്ടോ?''

''ഉവ്വ് സർ. മിക്ക ദിവസങ്ങളിലും കാലത്ത് പത്ത് മണി മുതൽ പന്ത്രണ്ടര വരെ. അതിനു ശേഷം ഉച്ചഭക്ഷണം. പിന്നെ രണ്ടര മുതൽ നാലര വരെ. അത് ടൈപ്പ് ചെയ്യുകയാണെങ്കിലുള്ള സമയക്രമമായിരുന്നു. വായിക്കുകയോ കുറിപ്പുകളെടുക്കുകയോ ആണെങ്കിൽ ലൈബ്രറിയിലാകും. ലൈബ്രറിയിലിരുന്ന് ടൈപ്പ് ചെയ്യാൻ പാടില്ല എന്നൊരു നിയമം ഇവിടെയുണ്ട്. അതനുവദിച്ചാൽ മറ്റുള്ളവർക്കതൊരു ശല്യമാകുമല്ലോ.''

''ചൊവ്വാഴ്ച അയാൾ ടൈപ്പ് ചെയ്യുന്ന സ്വരം കേട്ടിരുന്നോ?''

''അന്ന് ആരോ ടൈപ്പ് ചെയ്തിരുന്നു സർ. ആ സ്വരം ഞാനും ഭാര്യയും കേട്ടു. സ്വാഭാവികമായും അത് സെറ്റണായിരിക്കും എന്ന് ഊഹിച്ചു. വാതിൽക്കൽ 'ശല്യം ചെയ്യരുത്' എന്നൊരു ബോഡെഴുതി ഞാത്തിയിരുന്നു. അതിനാൽ അകത്തേക്ക് എത്തിനോക്കിയില്ല. അല്ലെങ്കിൽ ഒരു അംഗം ജോലി ചെയ്തുകൊണ്ടിരിക്കുമ്പോൾ ഞങ്ങൾ ശല്യം ചെയ്യാറില്ല. അതദ്ദേഹമാകില്ല, മറ്റാരെങ്കിലുമാകും എന്നാണ് ആ ഇൻസ്പെക്ടർ കരുതുന്നത്. അതായത് മറ്റാരെങ്കിലും ഇതിനകത്തിരുന്ന് ടൈപ്പ് ചെയ്തതാകും എന്ന്.

''അതയാൾക്കെങ്ങനെ മനസ്സിലായി?''

''അങ്ങനെയാകാൻ സാധ്യതയൊക്കെയുണ്ട്. പകൽ പതിനൊന്ന് വരെ ഇവിടെ നിന്ന് ടൈപ്പിങ്ങിന്റെ സ്വരം വന്നുകൊണ്ടിരുന്നത് എന്റെ ഭാര്യ കേട്ടിരുന്നു. അതിനുശേഷം ഏകദേശം നാലുമണിവരെ ഞാനും കേട്ടു. അത് സെറ്റണാണോ മറ്റാരെങ്കിലുമാണോ എന്നൊന്നും ഞങ്ങൾക്കറിയില്ല. നല്ല വേഗത്തിലായിരുന്നു ടൈപ്പിങ്ങ്. നല്ല നിപുണതയുള്ളയാൾ ടൈപ്പ് ചെയ്യുന്നത് പോലെ. മറ്റാരെങ്കിലും അകത്ത് പ്രവേശിക്കാൻ സാധ്യതയുണ്ടോ എന്ന് ഇൻസ്പെക്ടർ ചോദിക്കുകയുണ്ടായി. അപരിചിതരെയൊന്നും അന്ന് ഞങ്ങൾ കണ്ടിട്ടില്ല. പക്ഷേ ഞങ്ങളും അന്ന് താഴെ തിരക്കിലായിരുന്നു. ആർക്കും അകത്ത് വരുന്നതിനും പുറത്ത് പോകുന്നതിനും നിയന്ത്രണങ്ങളൊന്നുമില്ല സർ. എന്നാലും ഒരു സ്ത്രീ അകത്ത് വന്നാൽ അത് ശ്രദ്ധിക്കപ്പെടും. ഏതെങ്കിലും ഒരു അംഗം അത് ചൂണ്ടിക്കാണിക്കും. അതല്ലാതെ ഇവിടെ അത്ര കഠിനമായ മേൽനോട്ടങ്ങളൊന്നുമില്ല സർ. ഞങ്ങളുടെ ഈ സുരക്ഷാസംവിധാനങ്ങൾ ആ ഇൻസ്പെക്ടർക്ക് ഇഷ്ടമായില്ല എന്ന് തോന്നുന്നു. എങ്കിലും അയാൾ ഒന്നും പറഞ്ഞില്ല. ഇതൊരു ക്ലബ്ബല്ലേ സർ. പൊലീസ് സ്റ്റേഷനല്ലല്ലോ.''

‘‘അയാളെ കാണാതായതിനു ശേഷം രണ്ട് ദിവസം കാത്തിരുന്നിട്ടാണോ നിങ്ങൾ പൊലീസിൽ അറിയിച്ചത്?’’

‘‘അതെ. അത് മോശമായി സർ. അപ്പോഴും ഞാൻ പൊലീസിനെയല്ല വിളിച്ചതെന്നത് അതിലും മോശമായി. ഞാൻ അദ്ദേഹത്തിന്റെ വീട്ടിലേക്ക് വിളിച്ച് സെക്രട്ടറി കെഡ്ജിനെ വിവരമറിയിച്ചു. ഇപ്പോൾ ഒന്നും ചെയ്യണ്ട എന്നും താൻ സെറ്റണിന്റെ അർദ്ധ സഹോദരനെ കണ്ടെത്തി സംസാരിക്കാം എന്നും അവർ പറഞ്ഞു. അയാളെ ഇതിനു മുമ്പ് ഞാൻ കണ്ടിട്ടില്ല സർ. പക്ഷേ ഒരിക്കൽ മൗറിസ് സെറ്റൺ അയാളെക്കുറിച്ച് പറഞ്ഞതായി ഓർക്കുന്നുണ്ട്. അയാൾ എന്തായാലും ഇതുവരെ ഈ ക്ലബ്ബിൽ വന്നിട്ടില്ല. അത് ആ ഇൻസ്പെക്ടറും എന്നോട് ചോദിച്ചറിയുകയുണ്ടായി.‘‘

‘‘ഒലിവർ ലാഥം, ജസ്റ്റിൻ ബ്രൈസ് എന്നിവരെക്കുറിച്ചും ഇൻസ്പെക്ടർ ചോദിച്ചിട്ടുണ്ടാകുമല്ലോ അല്ലേ?’’

‘‘ഉവ്വ് സർ. ചോദിച്ചു. അവർ ഇരുവരും ഇവിടത്തെ അംഗങ്ങളാണ്. ഞാൻ എല്ലാം പറഞ്ഞു. എന്നാൽ അവരെ അടുത്തയിടെയൊന്നും ഞാൻ കണ്ടിട്ടില്ല. എന്നോടോ ഭാര്യയോടോ സംസാരിക്കാതെ അവരിതിനകത്ത് വന്ന് ഇറങ്ങിപ്പോകുകയുമില്ല. ഈ ഒന്നാം നിലയിലെ ശൗചാലയവും കുളിമുറിയും കാണണോ സർ? ഇതാ ഇവിടെയാണത്. സെറ്റൺ ഇതാണുപയോഗിക്കാറുള്ളത്. ഇതിലെ വെള്ളത്തൊട്ടിയൊക്കെ ആ ഇൻസ്പെക്ടർ പരിശോധിക്കുകയുണ്ടായി.’’

‘‘അതെയോ? എന്നിട്ട് എന്താണയാൾ പ്രതീക്ഷിച്ചത് അത് ലഭിച്ചിട്ടുമുണ്ടാകും അല്ലേ’’

‘‘അയാൾ ഇതിൽ വെള്ളം നിറച്ച് വയ്ക്കുന്ന വാൽവ് കണ്ടെത്തി സർ. അതയാൾ കേടുവരുത്തിയിട്ടില്ല എന്ന് ഞാൻ വിശ്വസിക്കുന്നു. ഈ ശൗചാലയം ചിലപ്പോൾ അതിന്റെ മനമനുസരിച്ച് പ്രവർത്തിക്കാറുണ്ട്. ലൈബ്രറി കാണാൻ താങ്കൾക്ക് താത്പര്യമുണ്ടാകും അല്ലേ സർ. സെറ്റൺ ടൈപ്പ് ചെയ്യുകയല്ലെങ്കിൽ മിക്കപ്പോഴും അവിടെയാണിരിക്കാറുള്ളത്. അത് അടുത്ത നിലയിലണെന്ന് താങ്കൾക്ക് അറിയാമല്ലോ സർ.’’

ലൈബ്രറി സന്ദർശനം പദ്ധതിയുടെ ഭാഗം തന്നെയായിരുന്നു. ഇൻസ്പെക്ടർ റക്ലസ് അതിലൂടെയെല്ലാം കടന്നു പോയിട്ടുണ്ട്. അയാളുടെ ഒരു ശിഷ്യനെത്തിയാൽ അതിൽ കുറഞ്ഞതുമായി തിരിച്ച് പോകാൻ സമ്മതിക്കുന്നവനല്ല പ്ലാന്റ്. അവർ ഒന്നിച്ച് ഒരു ഇടുങ്ങിയ ലിഫ്റ്റിൽ കയറി. അതിനുള്ളിൽ വച്ച് ഡൽഗ്ലീഷ് തനിക്കറിയേണ്ടുന്ന ചിലതു കൂടി ചോദിച്ചു. താനോ തന്റെ കൂടെ ജോലി ചെയ്യുന്ന ആരെങ്കിലുമോ സെറ്റണിന്റെ വിലാസത്തിലേക്ക് ഒന്നും തപാലിൽ

അയച്ചിട്ടില്ല എന്ന് പ്ലാന്റ് മറുപടി നൽകി. ആ മുറി ആരും വൃത്തിയാക്കിയിട്ടില്ല. അതിനകത്തുള്ളതൊന്നും കേടുപാടുകൾ വരുത്തുകയോ നശിപ്പിക്കുകയോ ചെയ്തിട്ടില്ല. തനിക്കറിയാവുന്നിടത്തോളം വച്ച് അതിനകത്ത് നശിപ്പിക്കാനായി ഒന്നുമുണ്ടായിരുന്നുമില്ല എന്നും പ്ലാന്റ് കൂട്ടിച്ചേർത്തു. ടൈപ്പ് റൈറ്ററും സെറ്റണിന്റെ വസ്ത്രങ്ങളും മാത്രമേ അവിടെയുണ്ടായിരുന്നുള്ളൂ. അയാളെ കാണാതായ ദിവസം എങ്ങനെയായിരുന്നോ അതുപോലെത്തന്നെ ആ മുറി നിലനിർത്തിയിരിക്കുന്നു.

ചത്വരത്തിന്റെ തെക്കുഭാഗത്തേക്ക് അഭിമുഖമായാണ് ലൈബ്രറി നിലകൊള്ളുന്നത്. ആ കെട്ടിടത്തിലെ ഏറ്റവും ആകർഷകമായ മുറിയും അതുതന്നെ. ആദ്യമൊക്കെ അതായിരുന്നു സ്വീകരണ മുറി. അതിനു ശേഷം ക്ലബ്ബ് ഈ കെട്ടിടം ഏറ്റെടുത്തപ്പോൾ അവർ മുറിയുടെ ചുമരുകളിലെമ്പാടും അലമാരകൾ പണിതു എന്നതല്ലാതെ മറ്റു മാറ്റങ്ങളൊന്നും വരുത്തിയിട്ടില്ല. പർദ്ദകൾ ആദ്യകാല പർദ്ദകളുടെ പകർപ്പുകളാണ്. വാൾപേപ്പറിന്റെ നിറം മങ്ങിയിരിക്കുന്നു. മേശകൾ ഉയരമേറിയ ജാലകങ്ങൾക്കിടയിലാണ് സ്ഥാപിച്ചിരിക്കുന്നത്. അവ വിക്ടോറിയൻ കാലഘട്ടത്തെ ഓർമ്മിപ്പിക്കുന്നു.

പുസ്തകങ്ങളിൽ അധികവും കുറ്റകൃത്യങ്ങളുമായി ബന്ധപ്പെട്ടവയാണ്. പ്രസിദ്ധങ്ങളായ ബ്രിട്ടീഷ് വിചാരണകളുടെ പുസ്തകങ്ങളുണ്ട്. അതുപോലെ മറ്റ് വിചാരണകളെക്കുറിച്ചുള്ളവയും ടെക്സ്റ്റ് പുസ്തകങ്ങളും വൈദ്യനിയമശാസ്ത്രങ്ങളുടേയും വിഷശാസ്ത്രം, ഫോറൻസിക് പാതോളജി, ജഡ്ജിമാരുടേയും വക്കീലന്മാരുടേയും പാത്തോളജിസ്റ്റുകളുടേയും ഓർമ്മക്കുറിപ്പുകൾ എന്നിവയുണ്ട്. അത് കൂടാതെ അമച്വർ കുറ്റാന്വേഷകരുടെ ഒരു പറ്റം പുസ്തകങ്ങളുണ്ട്. വിവിധങ്ങളായ കൊലപാതകങ്ങളെക്കുറിച്ചും വിവാദങ്ങളായവയെക്കുറിച്ചുമുള്ള പുസ്തകങ്ങൾ. കുറ്റകൃത്യങ്ങളുമായി ബന്ധപ്പെട്ട നിയമങ്ങളെക്കുറിച്ചും പൊലീസ് നടപടിക്രമങ്ങളെക്കുറിച്ചും പറയുന്ന പുസ്തകങ്ങളുണ്ട്. അക്രമാസക്തമായ കുറ്റവാസനയെക്കുറിച്ചുള്ള സാമൂഹികവും മനഃശാസ്ത്രപരവുമായ വിശകലനങ്ങളുമുണ്ട്. അത് പക്ഷേ അധികമാരും തുറന്ന് നോക്കിയതായി കാണപ്പെട്ടില്ല.

പിന്നെയുള്ള ഒരു വിഭാഗം നോവലുകളുടേയും കഥകളുടേയുമാണ്. അവിടെ അലൻ പൊ, ലെ ഫാണു, കോനൻ ഡോയൽ തുടങ്ങിയവരെ അണിനിരത്തിയിരിക്കുന്നു. കുറ്റാന്വേഷണ കഥാവിഭാഗത്തിലെ മിക്കവാറും എല്ലാ ബ്രിട്ടീഷ് അമേരിക്കൻ പ്രസിദ്ധരുമുണ്ടവിടെ. എന്നാൽ അവിടെയുള്ളതിൽ അധികവും അംഗങ്ങൾ തങ്ങളുടെ പുസ്തകങ്ങൾ സംഭാവനയായി നൽകിയവയാണ്. മൗറിസ് സെറ്റണിന്റെ പുസ്തകങ്ങൾ കാണാൻ ഡൽഗ്ലീഷ് താത്പര്യപ്പെട്ടു. അവ പ്രത്യേകം ബൈൻഡ് ചെയ്ത് സ്വർണ്ണ നിറത്തിൽ

അയാളുടെ മുദ്ര പതിപ്പിച്ച് വച്ചിരിക്കുന്നു. ക്ലബ്ബിൽ സ്ത്രീകൾക്ക് അംഗത്വമില്ലെങ്കിലും സ്ത്രീകളുടെ പുസ്തകങ്ങൾക്ക് അവിടെ നിരോധന മില്ല എന്നും അയാൾ കണ്ടു. അങ്ങനെ കഴിഞ്ഞ നൂറ്റിയമ്പറ്റ് വർഷ ങ്ങളിലെ ഈ വിഭാഗത്തിലെ പുസ്തകങ്ങളുടെ നല്ലൊരു പ്രാതി നിധ്യം അവിടെയുണ്ടായിരുന്നു.

മുറിയുടെ ഒരു ഭാഗത്തുള്ള ഷോ-കേസുകളിൽ, കൊലപാതക ത്തിന്റെ മ്യൂസിയം എന്ന് തന്നെ വിളിക്കാവുന്ന വസ്തുക്കൾ നിര ത്തിയിരിക്കുന്നു. അവയെല്ലാം അംഗങ്ങൾ സംഭാവന ചെയ്തവ യാണ്. അല്ലെങ്കിൽ അംഗങ്ങളുടെ ഒസ്യത്തുപ്രകാരം ലഭിച്ചവയാണ്. അതിനാൽ വിമർശനവിധേയമാക്കാതെ സ്വീകരിക്കപ്പെട്ടിരിക്കുന്ന വയും വിവിധ താത്പര്യങ്ങളെ സംരക്ഷിക്കുന്നവയുമാകയാൽ അവ യുടെ ആധികാരികത സംശയിക്കാവുന്നതാണെന്ന് ഡൽഗ്ലീഷ് ചിന്തിച്ചു. അവയെ ക്രമാനുസൃതമായി അടുക്കി വയ്ക്കാനുള്ള ശ്രമ മൊന്നും നടത്തിയിട്ടില്ല. യുക്ത്യാനുസൃതം പ്രദർശിപ്പിക്കുന്നതിനേ ക്കാൾ ഉപരി പ്രദർശനത്തിന്റെ കലാമേന്മയ്ക്കാണവിടെ പ്രാധാന്യം നൽകിയിരിക്കുന്നത്. പഴയ തരം ഒരു കൈത്തോക്ക്, വെള്ളിയും സ്വർണ്ണവും കെട്ടിയ ആയുധങ്ങൾ എന്നിവ അവയുടെ കൂട്ടത്തി ലുണ്ട്. ചില ആയുധങ്ങളിൽ 1779 ൽ ടൈബേണിൽ വച്ച് കൊല പ്പെടുത്തിയ റവറന്റ് ജെയിംസ് ഹാക്മാൻ ഉപയോഗിച്ചിരുന്നത് എന്ന് അടയാളപ്പെടുത്തിയിരിക്കുന്നു. അയാൾ സാൻഡ്‌വിച്ച് പ്രഭുവിയുടെ വെപ്പാട്ടിയായിരുന്ന മാർഗരറ്റ് റിയായെ കൊലപ്പെടുത്താൻ ഉപയോ ഗിച്ചവ എന്നാണവകാശവാദം. അതിനു സാധ്യത കുറവാണെന്ന് ഡൽഗ്ലീഷ് കരുതി. ആ കൈത്തോക്കിന്റെ നിർമ്മിതി ഈ സംഭവം കഴിഞ്ഞ് പതിനഞ്ച് വർഷങ്ങൾക്ക് ശേഷമാകും എന്നയാൾക്ക് മന സ്സിലായി.

തിളങ്ങുന്ന ആ സുന്ദരവസ്തുവിനും സമാനമായ ഒരു ചീത്ത ചരിത്രം പറയാനുണ്ടാകും. തിന്മയുടെ ചരിത്രം. അതിനടുത്തിരി ക്കുന്നതിന്റെ ആധികാരികതയെ സംശയിക്കേണ്ട ആവശ്യമില്ല. കാല പ്പഴക്കത്താൽ പൊടിഞ്ഞു പോകാറായ തവിട്ട് നിറത്തിലുള്ള ഒരു കത്താണത്. മേറി ബ്ലാൻഡി തന്റെ കാമുകന് 'സ്കോച്ച് പെബ്ബിൾ വൃത്തിയാക്കുന്നതിനുള്ള പൗഡർ' സമ്മാനമായി നൽകിയതിനു നന്ദി പറഞ്ഞ് എഴുതിയത്. അത് അവരുടെ പിതാവിനെ കൊല്ലാ നുള്ള ആർസനിക് ആയിരുന്നു. പിതാവിനെ കൊന്ന് അവരെ കഴു മരത്തിലെത്തിക്കാനുള്ളത്. അതിനരികിൽ 'കോൺസ്റ്റൻസ് കെന്റ്' എന്ന് ഒപ്പിട്ട ഒരു ബൈബിളുമുണ്ട്. പിന്നെ കീറിയ ഒരു പൈജാമയും ജാക്കറ്റും. അത് ശ്രീമതി ക്രിപ്പെന്റെ ശരീരത്തെ പൊതിഞ്ഞതാ ണെന്ന് പറയപ്പെടുന്നു. പിന്നെയുള്ളത് പരുത്തികൊണ്ടുള്ള ഒരു

ഗ്ലൗസാണ്. മാദെലൈൻ സ്മിത്തിന്റെ എന്ന് അതിൽ അടയാളപ്പെടുത്തിയിരിക്കുന്നു. ഒരു കുപ്പി ആർസനലിൽ 'മേജർ ഹെർബെർട്ട് ആംസ്ട്രോങ്ങിന്റെ' കൈവശമുണ്ടായിരുന്നത് എന്ന് എഴുതിയിരിക്കുന്നു. ഇത് ശരിക്കും ആർസനിക് തന്നെയാണെങ്കിൽ ഭക്ഷണമുറിയിൽ ഒരു അങ്കലാപ്പിനുള്ള, ഒരു കൊടുങ്കാറ്റിനുള്ള, എല്ലാ സാധ്യതകളുമുണ്ട്. കാരണം അത് സൂക്ഷിച്ചിരുന്ന അലമാരിക്ക് താഴില്ലായിരുന്നു. ഡൽഗ്ലീഷ് ഈ ആശങ്ക പ്രകടമാക്കി. അത് കേട്ട് പ്ലാന്റ് പുഞ്ചിരിച്ചു.

''അത് ആർസനിക്കല്ല സർ. ഏകദേശം ഒമ്പത് മാസം മുമ്പ് സർ ചാൾസ് വിങ്ക്വർത്തും ഇതേ അഭിപ്രായമുന്നയിച്ചിരുന്നു. പ്ലാന്റ്, ഇത് ആർസനിക്കാണെങ്കിൽ നമ്മൾ അതിവിടെ നിന്ന് ഒഴിവാക്കണം. അല്ലെങ്കിൽ ഇത് താഴിട്ട് പൂട്ടിവയ്ക്കണം എന്നാണദ്ദേഹം പറഞ്ഞത്. അന്ന് ഞങ്ങൾ ഇതിന്റെ ഒരു സാമ്പിൾ എടുത്ത് വിശകലനത്തിനയച്ചു. നിശ്ശബ്ദം. ഇത് ബൈകാർബൊണെയ്റ്റാണ്. സോഡയുടെ. ഇത് മേജർ ആംസ്ട്രോങ്ങിൽ നിന്ന് ലഭിച്ചതല്ല എന്നൊന്നും ഞാൻ പറയുന്നില്ല. ഇതേ ബൈകാർബൊണേറ്റല്ലേ അയാളുടെ ഭാര്യയുടെ മരണകാരണമെന്നും ഞാൻ പറയുന്നില്ല. എന്തായാലും ഈ വസ്തു നിരുപദ്രവകാരിയാണ്. അതുകൊണ്ടാണതിനെ ഇവിടെ ഉപേക്ഷിക്കാൻ ഞങ്ങൾ അനുവദിച്ചത്. ഒന്നുമില്ലെങ്കിലും കഴിഞ്ഞ മുപ്പത് വർഷങ്ങളായി ഇത് ആർസനിക്കാണല്ലോ! അതിനാൽ ഇനിയും അത് ആർസനിക്കായി തുടരട്ടെ. സർ ചാൾസ് പറഞ്ഞതുപോലെ ഇവിടെ പ്രദർശിപ്പിച്ചതൊക്കെ സൂക്ഷിച്ച് നോക്കാൻ തുടങ്ങിയാൽ പിന്നെ പ്രദർശനത്തിനു ബാക്കിയായി ഒന്നുമുണ്ടാകില്ല. മ്യൂസിയം തന്നെയുണ്ടാകില്ല. സർ, എന്നോട് ക്ഷമിക്കണേ. എനിക്ക് ഭക്ഷണമുറിയിലെത്താനുള്ള സമയമായി. എന്റെ സഹായം ഇനി ആവശ്യമില്ലെങ്കിൽ അതിനനുവാദം തരണം.''

ഡൽഗ്ലീഷ് അയാളോട് നന്ദി പറഞ്ഞു. പോകാൻ അനുവദിച്ചു. ഏതാനും നിമിഷങ്ങൾ കൂടി ലൈബ്രറിയിൽ കറങ്ങി നടന്നു. സെറ്റണിന്റെ മരണകാരണം എന്തെന്നൊരു സൂചന തനിക്കെവിടേയോ ലഭിച്ചിരിക്കുന്നു എന്നൊരു ചിന്ത അയാളിലുണ്ടായിരുന്നു. തന്റെ ഉപബോധമനസ്സ് അങ്ങനെയെന്തോ പറയുന്നു. എന്നാൽ അതെന്തെന്ന് വ്യക്തമാകുന്നില്ല. തിരിച്ചറിയപ്പെടുന്നില്ല. ഇങ്ങനെയൊരു അനുഭവം അയാൾക്ക് ആദ്യമായിട്ടൊന്നുമല്ല. ഏതൊരു നല്ല ഡിറ്റക്ടീവിനേയും പോലെ അയാളിലും അതുണ്ടാകാറുണ്ട്. ചിലപ്പോഴെങ്കിലും അത് അയാളെ വിജയത്തിന്റെ പാതയിലെത്തിക്കാറുമുണ്ട്. അതിലാണ് അയാളുടെ ഖ്യാതി ഭാഗികമായി നിലകൊള്ളുന്നത്. എന്നാൽ മിക്കപ്പോഴും ഇടയ്ക്കിങ്ങനെ വരുന്ന ചിന്തകൾ വിശദമായ വിശകലനത്തിനു വിധേയമാക്കുമ്പോൾ സാധുതയില്ലാത്തതായി

രൂപാന്തരപ്പെടും. എന്നിരുന്നാലും ഉപബോധ മനസ്സിനെ നിർബന്ധിക്കാനാകില്ല. ഒരു സൂചകം, അത് സൂചകമാണെങ്കിൽ, ഈ നിമിഷം അയാളിൽ നിന്ന് വഴുതി നീങ്ങുന്നു. ക്ലോക്കിൽ ഒരു മണിയടിക്കുന്നത് കേട്ടു. ആതിഥേയൻ അയാളെ കാത്തിരിക്കുന്നുണ്ടാകും.

ഭക്ഷണ മുറിയിലെ നെരിപ്പോടിൽ തീ എരിയുന്നുണ്ടായിരുന്നു. പക്ഷേ, ശരത്കാല വെയിലിൽ ആ നാളം അത്ര വ്യക്തമല്ലായിരുന്നു. മേശപ്പുറത്തും പരവതാനികളിലുമെല്ലാം ആ വെയിൽ നാളം പതിച്ചിരുന്നു. അധികം ആടയാഭരണങ്ങളില്ലാത്ത സൗകര്യപ്രദമായ ഒരു മുറി. ഭക്ഷണം എന്ന ഗൗരവപ്രകൃതമായ പ്രവർത്തനത്തിനായി മാത്രം നീക്കിവച്ചത്. മേശകൾക്കിടയിൽ ധാരാളം ഇടം വിട്ടിട്ടുണ്ട്. പൂക്കളൊന്നും നിരത്തിയിട്ടില്ല. മേശവിരിപ്പിന്റെ നിറം വെട്ടിത്തിളങ്ങുന്ന വെളുപ്പ്. മാർട്ടിൻ ചുസ്സ്ലവിറ്റിന്റെ ജീവിതകഥ ചുമരിൽ ചിത്രീകരിച്ചിട്ടുണ്ട്. ഒരു പ്രമുഖ അംഗം അടുത്തയിടെ തന്നതാണെന്നതിലുപരി അതിനു പ്രത്യേകിച്ച് കാരണമൊന്നുമില്ല. ഈ മുറിയെ അതിനു മുമ്പ് അലങ്കരിച്ചിരുന്നത് പഴയകാല വധശിക്ഷകളുടെ ചിത്രങ്ങളായിരുന്നു എന്ന് ഡൽഗ്ലീഷ് ഓർത്തു. അവയേക്കാൾ എന്തായാലും ഈ ചിത്രങ്ങൾ മികച്ചവ തന്നെ. എന്നാൽ ഭൂതകാലത്തെ മർക്കടമുഷ്ടിയോടെ വിടാതെ നിൽക്കുന്ന കമ്മറ്റി അവയെ ഇത്തിരി വിഷമത്തോടെ തന്നെയാകും നീക്കം ചെയ്തത് എന്നും അയാൾ കരുതി.

കാദവെർ ക്ലബ്ബിൽ ഉച്ചഭക്ഷണത്തിനായാലും അത്താഴത്തിനായാലും ഒരൊറ്റ പ്രധാന വിഭവം മാത്രമേ വിളമ്പാറുള്ളൂ. പരിചാരകരുടെ എണ്ണം പരിമിതമായതിനാൽ ഭക്ഷണത്തിൽ വൈവിധ്യം എന്നതിനേക്കാൾ ശ്രദ്ധിക്കേണ്ടത് അതിലെ ഗുണമേന്മയിലാണെന്ന അഭിപ്രായം എന്നും ശ്രീമതി പ്ലാന്റിനുണ്ടായിരുന്നു. ഒരു ദിവസം സാലഡാണെങ്കിൽ മറ്റൊരു ദിവസം ഇറച്ചിയാകും. ഇതൊന്നും ഇഷ്ടപ്പെടാത്തവർക്ക് മറ്റെവിടെയെങ്കിലും ഭക്ഷണം പരീക്ഷിക്കാനുള്ള സ്വാതന്ത്ര്യമുണ്ട്. ഇന്നത്തെ മെനു ലൈബ്രറിയിലെ നോട്ടീസ് ബോഡിലുണ്ട്. തണ്ണിമത്തൻ, സ്റ്റീക്ക്, വൻപയർ കൊണ്ടുള്ള മധുരം, മുട്ടകൊണ്ടുള്ള മറ്റൊരു മധുരം എന്നിവയാണിന്നുള്ളത്. ആദ്യത്തെ മധുരം കഴിഞ്ഞാൽ നാപ്കിനുകൾ മാറ്റും.

മാക്സ് ഗർനി ഒരു മൂലയിലെ മേശയിൽ അയാളെ കാത്തിരിക്കുന്നുണ്ടായിരുന്നു. പ്ലാന്റിനോട് വീഞ്ഞിനെക്കുറിച്ച് സംസാരിക്കുകയായിരുന്നു അയാൾ. അയാൾ കൈ ഉയർത്തി. ആ ആംഗ്യം തന്റെ അതിഥിയെ സ്വാഗതം ചെയ്യുന്നു എന്നോ ഉച്ചഭക്ഷണത്തിനെത്തുന്നയാളെ ആശീർവദിക്കുന്നു എന്നോ കണക്കാക്കാം. അയാളെ കണ്ടതിൽ ഡൽഗ്ലീഷിനു സന്തോഷം തോന്നി. മാക്സ് ഗർനി ഉത്തേജിപ്പിക്കുന്ന ഒരു വികാരമായിരുന്നു. അയാളുടെ സാന്നിദ്ധ്യം

ഇഷ്ടപ്പെടാത്തവർ ചുരുങ്ങും. നാഗരികനാണ്, സംസ്കാരമുള്ളവൻ, ഉദാരശീലമുള്ളവൻ. ജീവിതം ആസ്വദിക്കുന്നവനാണയാൾ. ജനങ്ങളെ ഇഷ്ടപ്പെടുന്നവനുമാണയാൾ. അത് ഒരു പകർച്ചവ്യാധി പോലെ മറ്റുള്ളവരിലെത്തും. അതങ്ങനെ നിലനിൽക്കുകയും ചെയ്യും. അയാൾ ഒരു വലിയ മനുഷ്യനാണ്. എന്നാൽ അതൊട്ടും പ്രകടമാക്കില്ല. എല്ലാവരുമായും നല്ല രീതിയിൽ ഇടപഴകും. കണ്ണടയ്ക്ക് പുറകിലെ കണ്ണുകൾ എപ്പോഴും തിളങ്ങി നിൽക്കും. അയാൾ ഡൽഗ്ലീഷിനെ കണ്ടപ്പോൾ വിശാലമായി പുഞ്ചിരിച്ചു.

''ആദം, ഇത് ഗംഭീരമായിരിക്കുന്നു. ജോഹന്നിസ്ബെർഗർ ഔസ്ലെസ് 1959 മതി എന്ന് ഞാനും പ്ലാന്റും ഒരു ധാരണയിലെത്തി. അതിലും കനം കുറഞ്ഞ എന്തെങ്കിലും മതി എന്ന അഭിപ്രായം നിങ്ങൾക്കുണ്ടോ? ഈ വീഞ്ഞിനെക്കുറിച്ചുള്ള ചർച്ചയിങ്ങനെ നീട്ടിക്കൊണ്ടുപോകുന്നതിനോട് എനിക്കൊരു താത്പര്യവുമില്ല. അത് ഞാനും ബഹുമാന്യ മാർട്ടിൻ കാരുതേഴ്സിനെപ്പോലെയാകുകയാണോ എന്ന ചിന്ത വരുത്തുന്നു.''

സെറ്റണിന്റെ ഡിറ്റക്ടീവിലേക്ക് വീശപ്പെട്ട ഒരു പുതുവെളിച്ചമായിരുന്നു ഇത്. സെറ്റണിന് വീഞ്ഞിനെക്കുറിച്ച് അറിയാമായിരുന്നു എന്ന് തനിക്കറിയില്ലായിരുന്നു എന്ന് ഡൽഗ്ലീഷ് പറഞ്ഞു.

''അയാൾക്കുമറിയില്ലായിരുന്നു. പാവം മൗറിസ്. അതിനെക്കുറിച്ച് അയാൾ ശ്രദ്ധിക്കാറുമില്ലായിരുന്നു. അത് തന്റെ ഹൃദയത്തിനത്ര നല്ലതല്ല എന്നൊരു ചിന്തയായിരുന്നു അയാൾക്ക്. ഈ വിശദാംശങ്ങളെല്ലാം അയാൾ പുസ്തകങ്ങളിൽ നിന്നെടുത്തതാണ്. അതിനർത്ഥം കാരുതേഴ്സിന്റെ രുചി പരിതാപകരമാംവിധം യാഥാസ്ഥിതികമായിരുന്നു എന്ന് തന്നെ. നിങ്ങൾക്ക് സുഖം തന്നെയല്ലേ ആദം. നിങ്ങൾ പിരിമുറുക്കത്തിലാകും എന്നാണ് ഞാൻ കരുതിയത്. മറ്റൊരാളുടെ അന്വേഷണം നോക്കി നിൽക്കേണ്ടി വരുന്നതിലെ പിരിമുറുക്കം.''

മാനസിക പിരിമുറുക്കമോ ആരോഗ്യപ്രശ്നങ്ങളോ അതിനാലില്ലെന്നും എന്നാൽ അത് ആത്മാഭിമാനത്തെ ബാധിച്ചിട്ടുണ്ടെന്നും ഡൽഗ്ലീഷ് ഗൗരവമായിത്തന്നെ പറഞ്ഞു. മാക്സുമൊത്തുള്ള ഒരു ഉച്ചഭക്ഷണം അതിനൊരു ആശ്വാസമാകും എന്നും.

സെറ്റണിന്റെ മരണത്തെക്കുറിച്ച് പിന്നെയൊരു ഇരുപത് മിനിട്ട് നേരം ചർച്ചകളൊന്നുമുണ്ടായില്ല. രണ്ടുപേരും ഭക്ഷണത്തിൽ ശ്രദ്ധിച്ചു. എന്നാൽ ആദ്യ മധുരവും വീഞ്ഞുമെത്തിയപ്പോൾ മാക്സ് അതിനെക്കുറിച്ച് സംസാരിച്ച് തുടങ്ങി.

''ഈ മൗറിസ് സെറ്റണിന്റെ കാര്യം, ആദം. ഒരു ഞെട്ടലോടെയാണ് ഞാൻ അയാളുടെ മരണമറിഞ്ഞത് എന്ന് പറഞ്ഞാൽ അതിൽ

തെറ്റില്ല.'' അയാൾ ഒരു തുണ്ട് മാട്ടിറച്ചി തിരഞ്ഞെടുത്തു. അതിൽ അനുസാരികൾ പുരട്ടിയെടുത്തു. ''പിന്നെ ഇത്തിരി കോപത്തോടേയും. ഞാൻ മാത്രമല്ല ഞങ്ങളുടെ സ്ഥാപനത്തിലുള്ളവരെല്ലാം. ഞങ്ങൾക്ക് ഞങ്ങളുടെ എഴുത്തുകാരെ ഇങ്ങനെ നാടകീയമായി നഷ്ടപ്പെടുന്നതിൽ താത്പര്യമില്ല.''

''അത് വില്പനയ്ക്ക് നല്ലതാകില്ലേ?'' ഡൽഗ്ലീഷ് ഒരു കുസൃതി പറഞ്ഞു.

''അയ്യോ, അങ്ങനെ പറയരുത്, സുഹൃത്തേ, ഇതൊരു തെറ്റിദ്ധാരണയാണ്. സെറ്റണിന്റെ മരണം ഒരു പരസ്യപ്രചരണമാക്കുകയാണെങ്കിൽ അതൊരു അത്യുത്സാഹം മാത്രമാകും. അതുവഴി ഒരു കോപ്പി പോലും അധികം വിറ്റുപോകും എന്നെനിക്ക് തോന്നുന്നല്ല. ഒരു ഡസൻ വൃദ്ധകൾ വേണമെങ്കിൽ അയാളുടെ അവസാന പുസ്തകം തങ്ങളുടെ ലൈബ്രറിയുടെ പട്ടികയിൽ കൂട്ടിച്ചേർക്കുമായിരിക്കും. അതുകൊണ്ട് പ്രത്യേകിച്ചൊന്നും സംഭവിക്കാനില്ല. അയാളുടെ അവസാന പുസ്തകം നിങ്ങൾ വായിക്കുകയുണ്ടോയോ? വൺ ഫോർ ദ പ്ലോട്ട്, എന്ന പുസ്തകം? മൺപാത്ര നിർമ്മാണ ശാലയിൽ ആർസനിക് കൊണ്ടൊരു കൊലപാതകം. കഴിഞ്ഞ ഏപ്രിൽ മാസത്തിൽ മൂന്ന് ആഴ്ചയോളം അയാൾ അതിനായി മൺപാത്രങ്ങളെക്കുറിച്ച് പഠിക്കുകയായിരുന്നു. നിങ്ങളങ്ങനെ ഡിറ്റക്ടീവ് കഥകളൊന്നും വായിക്കാറില്ലല്ലോ അല്ലേ?''

''അസൂയകൊണ്ടാണെന്ന് കരുതിക്കോളൂ. അല്ലാതെ ഞനൊരു മഹാനായതുകൊണ്ടൊന്നുമല്ല. ഈ നോവലുകളിലും കഥകളിലുമുള്ള ഡിറ്റക്ടീവുകൾ കുറ്റവാളികളെ അറസ്റ്റ് ചെയ്യുന്നതിലേക്കെത്തുന്ന ആ രീതി എനിക്ക് പലപ്പോഴും മനസ്സിലാകാറില്ല. അതുപോലെ അവരിൽ നിന്ന് പൂർണ്ണ കുമ്പസാരം ലഭിക്കുന്നതും. അതിൽ പലതും എനിക്ക് ഒരു വാറന്റ് ലഭിക്കാൻ മാത്രം യുക്തിസഹമായി തോന്നാറില്ല. മാത്രമല്ല ജഡ്ജസ് റൂൾസ് എന്നൊരു സംവിധാനമുണ്ട്. അതിനെക്കുറിച്ച് മിക്കവാറും ഡിറ്റക്ടീവ് നോവലെഴുതുന്നവർക്ക് ഒരു ധാരണയുമില്ല എന്നും തോന്നാറുണ്ട്.''

''എന്തായാലും മാർട്ടിൻ തീർത്തും മാന്യനായിരുന്നു. അയാളിൽ നിന്ന് നിങ്ങൾക്ക് പലതും പഠിക്കാനാകുമായിരുന്നു എന്ന് എനിക്ക് ഉറപ്പുണ്ട്. അവസരത്തിനൊത്ത ഉദ്ധരണികൾ അയാളിൽ നിന്നുണ്ടാകാറുണ്ട്. സ്ത്രീകളോട് ഒരിഷ്ടവുമില്ലായിരുന്നു. അല്ലെങ്കിൽ അവരെയെല്ലാം ഒരുപോലെ ബഹുമാനിച്ചു എന്നും പറയാം. പക്ഷേ സ്ത്രീകളിൽ പലരും സെറ്റൺ അനുവദിച്ചാൽ അയാൾക്കൊപ്പം മെത്ത പങ്കിടാൻ തയ്യാറായി നിൽക്കുകയായിരുന്നു. പാവം മൗറിസ്. അവിടെ അയാൾ എന്തൊക്കെയോ ആഗ്രഹപൂർത്തികൾ നടത്തുകയായിരുന്നു എന്നാണെനിക്ക് തോന്നിയിട്ടുള്ളത്.''

‘‘അയാളുടെ ശൈലിയെക്കുറിച്ച് എന്ത് പറയുന്നു?’’ തന്റെ വായന അനാവശ്യമായി നിയന്ത്രിതമായോ എന്ന സംശയത്താൽ ഡൽഗ്ലീഷ് ചോദിച്ചു.

‘‘ഊതിവീർപ്പിച്ചതും എന്നാൽ വ്യാകരണമുള്ളതും. അക്ഷരഭ്യാസമുള്ളവർ പോലും താനൊരു നോവലിസ്റ്റ് ആണെന്ന് കരുതുന്ന ഇക്കാലത്ത്, ഇക്കാര്യത്തിൽ ഞാൻ ആരുമായി തർക്കിക്കണം? അയാളുടെ ഇടതുഭാഗത്ത് ഫൗളറും വലത് ഭാഗത്ത് റോജറ്റുമായിരുന്നു എന്ന് ഞാൻ ഊഹിക്കുന്നു. വിരസമായതും പഴകിയതുമായതിനാൽ നിരന്തരം ലാഭകരമല്ലാത്തതായിക്കൊണ്ടിരിക്കുന്നുണ്ടായിരുന്നു. അഞ്ച് വർഷം മുമ്പ് അയാൾ മാക്സ്‌വെൽ ഡോസൺ വിട്ടപ്പോൾ എനിക്കയാളെ എടുക്കണമെന്നില്ലായിരുന്നു. പക്ഷേ സ്ഥാപനത്തിലെ ഭൂരിപക്ഷാഭിപ്രായത്തിനൊപ്പം നിൽക്കേണ്ടി വന്നു. അന്നേ അയാൾ കാലഹരണപ്പെട്ടിരുന്നു. ഞങ്ങളുടെ പട്ടികയിൽ എന്നും ഒന്ന് രണ്ട് ക്രൈം നോവലിസ്റ്റുകളുണ്ടായിരുന്നു. അതിനാൽ മാത്രമാണയാളെ എടുത്തത്. ഇരുകക്ഷികളും അതിൽ പിന്നീട് പശ്ചാത്തപിച്ചു. എന്നാലും പരസ്പരം പിരിയേണ്ടുന്ന ഒരു ഘട്ടത്തിലേക്ക് ഞങ്ങൾ എത്തിയതുമില്ല.’’

‘‘ഒരു വ്യക്തി എന്ന നിലയിൽ അയാളെക്കുറിച്ച് എന്താണഭിപ്രായം?’’

‘‘വളരെ വിഷമം പിടിച്ച ഒരു മനുഷ്യൻ. പാവം. നിങ്ങൾക്ക് അയാളെ അറിയാമെന്നാണ് ഞാൻ കരുതിയത്. സ്വന്തം അഭിപ്രായങ്ങൾക്കനുസരിച്ച് നീങ്ങുന്ന, എപ്പോഴും പിരിമുറുക്കത്തിലുള്ള, മനുഷ്യൻ. എന്നും അയാളുടെ പുസ്തകങ്ങളുടെ വില്പനയെക്കുറിച്ച് വേവലാതിപ്പെടുന്നവൻ. അതുപോലെ സ്വന്തം ഖ്യാതിയെക്കുറിച്ചും പുസ്തകപുറംചട്ടകളെക്കുറിച്ചും. സ്വന്തം കഴിവിനെ വല്ലാതെ പൊലിപ്പിച്ച് കണ്ടിരുന്നു അയാൾ. മറ്റുള്ളവരുടേതിനെ വിലകുറച്ചും. അത് അയാളുടെ ജനപ്രിയതെയെ ബാധിക്കുന്നുമുണ്ടായിരുന്നു.’’

‘‘ശരിയായ ഒരു എഴുത്തുകാരൻ എന്ന് പറയാം അല്ലേ?’’ ഡൽഗ്ലീഷ് വീണ്ടും കുസൃതി കാണിച്ചു.

‘‘അത് മോശമായി ആദം. ഒരു എഴുത്തുകാരൻ ഇങ്ങനെ പറയുന്നത് ദ്രോഹമാണ്. സ്വന്തം കുലത്തിനോട് ചെയ്യുന്ന ദ്രോഹം. നമ്മുടെയാളുകൾ കഠിനാദ്ധ്വാനികളും പരസ്പരം യോജിച്ച് പ്രവർത്തിക്കുന്നവരും നിപുണതയുള്ളവരുമൊക്കെയാണെന്ന് നിങ്ങൾക്ക് അറിയാമല്ലോ. ഏതൊരു മാനസികരോഗാശുപത്രിയുടേയും പുറത്ത് കാണാവുന്ന കൂട്ടത്തെ പോലെത്തന്നെ. അയാൾ അങ്ങനെ വർഗ്ഗലക്ഷണമുള്ളവനൊന്നുമായിരുന്നില്ല. മറ്റുള്ളവരേക്കാളൊക്കെ അസന്തുഷ്ടനും സുരക്ഷിതബോധമില്ലാത്തവനുമായിരുന്നു. ഇടയ്ക്കൊക്കെ എനിക്ക്

അയാളെ ഓർത്ത് ദുഃഖം തോന്നാറുണ്ട്. എന്നാൽ അയാൾക്കൊപ്പ മാകുമ്പോൾ ഇത്തരം ധാർമ്മിക ചിന്തകൾക്ക് അധികം ആയുസ്സു ണ്ടാകാറില്ല.''

സെറ്റണിന് എഴുത്തിന്റെ മറ്റൊരു മേഖലയിലേക്ക് മാറണമെന്ന് ആഗ്രഹമുണ്ടായിരുന്നോ എന്ന് ഡൽഗ്ലീഷ് ചോദിച്ചു.

''ഉണ്ടായിരുന്നു. ഏകദേശം പത്താഴ്ച മുമ്പാണ് ഞാനയാളെ അവസാനം കണ്ടത്. അന്നത് സൂചിപ്പിച്ചിരുന്നു. അന്ന് അയാളുടെ അധിക്ഷേപങ്ങളും അപഭാഷണങ്ങളും കുറേ കേൾക്കാൻ അവസര മുണ്ടായി. മാനദണ്ഡത്തകർച്ച, ലൈംഗികചൂഷണം, ക്രൂരതയിൽ ആനന്ദം എന്നിവയെക്കുറിച്ചെല്ലാം അയാൾ സംസാരിച്ചു. അതിനു ശേഷം താനൊരു ത്രില്ലർ നോവൽ എഴുതാനൊരുങ്ങുകയാണെന്നും പറഞ്ഞു. സൈദ്ധാന്തികമായി പറഞ്ഞാൽ ഞാൻ അതിനെ സ്വീകരി ക്കേണ്ടതായിരുന്നു. പക്ഷേ എനിക്കെന്തോ, അയാൾക്കതിനാകും എന്നു തോന്നിയില്ല. അതിനുള്ള പദാവലിയോ അനുഭവസമ്പത്തോ അയാൾക്കില്ല. അതിനു പ്രത്യേകമായ കഴിവ് വേണം. തന്റെ അനുഭവ മേഖലയ്ക്ക് പുറത്ത് കടന്നപ്പോൾ അയാൾക്ക് കാര്യങ്ങൾ പിടി കിട്ടാതെയുമായി.''

''ഒരു ഡിറ്റക്ടീവ് എഴുത്തുകാരന്റെ പ്രാതികൂല്യമാണല്ലോ അത്.''

''എനിക്കറിയാവുന്നിടത്തോളം അയാൾ ഒരു യഥാർത്ഥ കൊല പാതകമൊന്നും ചെയ്തിട്ടില്ല. ചുരുങ്ങിയപക്ഷം എഴുതാനുള്ള അനു ഭവത്തിനുവേണ്ടിയെങ്കിലും അത് ചെയ്തിട്ടില്ല. പരിചിതമായ കഥാ പാത്രങ്ങളിലും പശ്ചാത്തലങ്ങളിലും അയാൾ ഒതുങ്ങി നിന്നു. അതൊക്കെ എന്താണെന്ന് നിങ്ങൾക്കും അറിയാം. സുന്ദരമായ ഒരു ഇംഗ്ലീഷ് ഗ്രാമം അല്ലെങ്കിൽ ഒരു ചെറുപട്ടണം. ഒരു ചെസ് ബോഡി ലെന്ന പോലെ ചലിക്കുന്ന പ്രാദേശിക കഥാപാത്രങ്ങൾ. അവരുടെ സ്ഥാനവും സ്ഥലമഹിമയും കൈവിടാതെയുള്ള നീക്കങ്ങൾ. എഴു തിയ അക്രമസംഭവം അനതിസാധാരണമാണെന്ന മിഥ്യാബോധത്തിന്റെ സാന്ത്വനം, പൊലീസുകാരെല്ലാം സത്യസന്ധരാണെന്ന വിശ്വാസം, കഴിഞ്ഞ ഇരുപത് വർഷമായി ഇംഗ്ലീഷ് വർഗ്ഗബോധത്തിലൊരു വ്യത്യാസവും വന്നിട്ടില്ല എന്ന ചിന്ത, കൊലപാതകികൾ മാന്യരല്ല എന്ന ചിന്ത, എന്നിവയൊക്കെത്തന്നെ. വിശദാംശങ്ങളുടെ കാര്യത്തിൽ അയാൾ വലിയ കൃത്യത പാലിച്ചിരുന്നു. ഉദാഹരണമായി വെടിവച്ച് ഒരാളെ കൊല്ലുന്നത് അയാൾ ഒരിടത്തും വിവരിക്കുകയില്ല. കാരണം തോക്ക് മുതലായ വെടിക്കോപ്പുകളെക്കുറിച്ച് അയാൾക്ക് അത്ര അറി വില്ലായിരുന്നു. എന്നാൽ വിഷശാസ്ത്രത്തിലും ഫോറൻസിക് വൈദ്യ ശാസ്ത്രത്തിലും നല്ല പാണ്ഡിത്യമുണ്ടായിരുന്നു. അത്തരം കാര്യങ്ങ ളിലെ വിശദാംശങ്ങളിലും കൃത്യതയിലും അയാൾ വലിയ നിഷ്കർഷ

കാണിച്ചു. വിമർശകർ അത് ശ്രദ്ധിക്കാതെ പോകുകയോ വായനക്കാർ അതിനെ അവഗണിക്കുകയോ ചെയ്താൽ വേവലാതികൊണ്ടു.''

''പത്താഴ്ച മുമ്പ് അയാളെ കണ്ടു എന്ന് പറഞ്ഞല്ലോ. അതിനെക്കുറിച്ച് പറയാമോ?''

''അയാൾ കാണണം എന്നു പറഞ്ഞ് എനിക്കെഴുതുകയായിരുന്നു. അതിനുവേണ്ടി ലണ്ടനിൽ വന്നു. സായാഹ്നത്തിൽ ആറേകാലിനു ശേഷം, ഓഫീസിൽ മറ്റാരുമില്ലാത്തപ്പോൾ എന്നെ വന്ന് കണ്ടു. അതിനുശേഷം അത്താഴത്തിന് ഞങ്ങൾ ഇവിടെ വന്നു. അതിനെക്കുറിച്ചാണെനിക്ക് നിങ്ങളോട് സംസാരിക്കാനുള്ളത് ആദം. അയാൾക്ക് തന്റെ വിൽപ്പത്രം മാറ്റിയെഴുതണം എന്ന ആഗ്രഹമുണ്ടായിരുന്നു. അതിന്റെ കാരണം ഈ കത്തിലുണ്ട്.'' അയാൾ ഒരു കടലാസെടുത്തു. തന്റെ പേഴ്സിൽ മടക്കി വച്ചിരിക്കുകയായിരുന്നു അത്. ആ കടലാസ് ഡൽഗ്ലീഷിനെ ഏല്പിച്ചു. അതിന്റെ മുകളിൽ ''സെറ്റൺ ഹൗസ്, മോങ്ക്സ്മെയർ ഹെഡ്, സഫെക്'' എന്നെഴുതിയിരുന്നു. ജൂലയ് 30 ആണ് അതിലെ തിയ്യതി. ടൈപ്പ് ചെയ്ത കത്തായിരുന്നു അത്. ടൈപ്പിങ്ങിൽ തെറ്റുകളില്ലായിരുന്നു എങ്കിലും വാക്കുകൾക്കിടയിലും വാക്യങ്ങൾക്കിടയിലും ഇടം വിടുന്നതിൽ അത്ര നിപുണത കാണിച്ചില്ല. വരികളുടെ അവസാനത്തിൽ പലയിടത്തും വാക്കുകൾ മുറിച്ചെഴുതിയിരുന്നു. അടുത്തയിടെ സമാനമായ രീതിയിൽ ടൈപ്പ് ചെയ്ത ഒരു കടലാസ് താൻ കാണുകയുണ്ടായി എന്ന് ഡൽഗ്ലീഷ് ഓർത്തു.

ആ കത്ത് ഇങ്ങനെയായിരുന്നു.

പ്രിയപ്പെട്ട ഗർനി,

കഴിഞ്ഞ വെള്ളിയാഴ്ചത്തെ നമ്മുടെ സംസാരത്തെക്കുറിച്ച് ചിന്തിക്കുകയായിരുന്നു ഞാൻ. അന്ന് എനിക്ക് നൽകിയ അത്താഴത്തിനു നന്ദി. അത് ഞാൻ ആസ്വദിച്ചു. എന്റെ ആദ്യ ചിന്തകൾ ശരിയാണെന്ന നിർണ്ണയത്തിൽ ഞാനെത്തിയിരിക്കുന്നു. കാര്യങ്ങൾ പാതി ചെയ്യുന്നതിൽ ഒരർത്ഥവുമില്ല. ഞാനുദ്ദേശിച്ച തരത്തിൽ മൗറിസ് സെറ്റൺ സാഹിത്യ സമ്മാനം ഒരു വിജയമാകണമെങ്കിൽ അതിനാവശ്യമുള്ള മൂലധനമുണ്ടാക്കണം. പര്യാപ്തമായ മൂലധനം. അത് അവാർഡിന്റെ തുകയുടെ കാര്യത്തിൽ മാത്രമല്ല, അതിന്റെ പ്രാധാന്യത്തെ കാണിക്കാനും ഉതകണം. അതിനോടൊപ്പം ആ സമ്മാനം എന്നെന്നും നിലനിൽക്കാൻ ഉതകുന്നതുമാകണം. എന്റെ സ്വത്തിന് എനിക്ക് നിയമാനുസൃത അവകാശികൾ ആരുമില്ല. തനിക്ക് അവകാശമുണ്ടെന്ന് കരുതുന്ന ചിലരൊക്കെയുണ്ടാകാം. അത്

വേറെ കാര്യം. എന്റെ ഏറ്റവും അടുത്ത ബന്ധുവിന് ഞാനൊരു തുക നീക്കിവയ്ക്കും. അതിനോടൊപ്പം അയാൾ കുറച്ച് കഠിനാദ്ധ്വാനവും മുൻകരുതലും ദീർഘദൃഷ്ടിയും കൂട്ടിച്ചേർത്താൽ അയാളുടെ കാര്യങ്ങൾ ഭംഗിയാകും. അയാൾ ഈ വിവേകം കാണിക്കും എന്നാണ് ഞാൻ പ്രതീക്ഷിക്കുന്നത്. അതിലപ്പുറം ചെയ്യാൻ ഞാൻ ഒരുക്കമല്ല. അതും മറ്റു ചെറിയ മരണശാസനദാനങ്ങളും ചെയ്ത് തീർത്താലും ശേഷിച്ച മൂലധനം ഒരു ലക്ഷത്തി ഇരുപതിനായിരം പൗണ്ടെങ്കിലുമുണ്ടാകും. അത് ഈ സമ്മാനത്തിനായി ഉപയോഗിക്കാനാകും. ഞാനിത് നിങ്ങളോട് പറയുന്നത് ഞാൻ എന്ത് ഉദ്ദേശിക്കുന്നു എന്നതിന്റെ ഏകദേശ രൂപം നിങ്ങൾക്ക് ലഭിക്കാനാണ്. എന്റെ ആരോഗ്യസ്ഥിതി അത്ര മികച്ചതല്ല എന്ന് നിങ്ങൾക്കറിവുള്ളതാണല്ലോ. ഇനിയും അനേക വർഷങ്ങൾ ഞാൻ ജീവിക്കും എന്നതിനുറപ്പൊന്നുമില്ല. അതിനാൽ ഇക്കാര്യത്തിനൊരു തുടക്കമിടാനുള്ള ആകാംക്ഷ എന്നിലുണ്ട്. എന്റെ വീക്ഷണകോണുകളെന്തെന്ന് നിങ്ങൾക്ക് അറിയാവുന്നതാണ്. രണ്ട് വർഷത്തിലൊരിക്കൽ ഒരു ഫിക്ഷനാണ് ഈ സമ്മാനം നൽകേണ്ടത്. യുവാക്കളെ പ്രത്യേകിച്ചും പ്രോത്സാഹിപ്പിക്കുന്നതിലൊന്നും എനിക്ക് താത്പര്യമില്ല. കൗമാരക്കാരായ എഴുത്തുകാരുടെ സ്വയം നിന്ദയോടുകൂടിയ വൈകാരികതയുടെ അനന്തര ഫലങ്ങൾ നമ്മൾ അനേകം അനുഭവിച്ചതാണ്. അതുപോലെ യഥാതഥവാദത്തേയും ഞാൻ അനുകൂലിക്കുന്നില്ല. ഭാവനാപരമായ കരകൗശലത്തിന്റെ ഉത്പന്നമായിരിക്കണം ഒരു നോവൽ എന്നത്. അല്ലാതെ സാമൂഹ്യപ്രവർത്തകരുടെ കേസ് ബുക്കുകളുടെ വിരസമായ പ്രമാണങ്ങളാകരുത്. ഈ സമ്മാനം ഡിറ്റക്ടീവ് ഫിക്ഷനിലേക്കായി ഞാൻ ചുരുക്കിക്കെട്ടുന്നില്ല. നല്ല ഡിറ്റക്ടീവ് ഫിക്ഷനുകൾ ഇക്കാലത്ത് എഴുതപ്പെടുന്നില്ല.

താങ്കൾ ഈ ആശയങ്ങളെക്കുറിച്ച് കൂടുതൽ ആലോചിച്ച് നിർദ്ദേശങ്ങൾ നൽകണം. നമുക്ക് ട്രസ്റ്റികളുടെ ഒരു സംഘമുണ്ടാക്കേണ്ടി വരും. എന്റെ പുതിയ വിൽപ്പത്രത്തിൽ ഇതിനായുള്ള വ്യവസ്ഥകൾ എങ്ങനെ ഉൾക്കൊള്ളിക്കണം എന്നറിയാൻ ഞാൻ വക്കീലന്മാരുമായി ചർച്ച നടത്തുന്നതാണ്. അതുവരെ ഞാൻ എന്റെ ഈ പദ്ധതിയെക്കുറിച്ച് ആരോടും സംസാരിക്കുന്നതല്ല. ഇത് താങ്കളും രഹസ്യമാക്കി വയ്ക്കും എന്ന് ഞാൻ പ്രതീക്ഷിക്കുന്നു.

വിശദാംശങ്ങൾ അറിവായാൽ എന്തായാലും പരസ്യങ്ങ ളുണ്ടാകും. എന്നാലും എല്ലാം പക്വമാകുന്നതിനു മുമ്പ് ഇതൊന്നും പുറത്ത് വിടണ്ട എന്നാണെന്റെ അഭിപ്രായം. പതിവുപോലെ ഒക്ടോബറിലെ അവസാന രണ്ടാഴ്ചകൾ ഞാൻ കാദവെർ ക്ലബ്ബിൽ താമസിക്കും. അപ്പോൾ അവിടെ വച്ച് കാണാം എന്നാണെന്റെ നിർദ്ദേശം.

വിശ്വസ്തതയോടെ

മൗറിസ് സെറ്റൺ

വായിച്ചുകൊണ്ടിരിക്കുമ്പോൾ ഗർനിയുടെ കറുത്ത കണ്ണുകൾ തന്റെ മുഖത്തുനിന്ന് മാറിയിട്ടില്ലെന്ന് ഡൽഗ്ലീഷിനറിയാമായിരുന്നു. വായിച്ച് കഴിഞ്ഞപ്പോൾ അയാൾ ആ കത്ത് തിരിച്ച് നൽകി.

''നിങ്ങളിൽ നിന്ന് എന്തൊക്കെയോ പ്രതീക്ഷിക്കുന്നുണ്ടായിരുന്നു അല്ലേ? ഇതിൽ നിന്ന് എന്തൊക്കെ വ്യാപാരമാണ് ഉരുത്തിരിഞ്ഞ് വന്നിരുന്നത്?''

''ഒന്നുമില്ല ആദം. കുറേ കഠിനാദ്ധ്വാനം. പിന്നെ മൗറിസ് സെറ്റ ണിന് ഇതിലും മഹത്തരമായ ഖ്യാതി. ഞങ്ങളുടെ പ്രസിദ്ധീകരണ ങ്ങളിലേക്ക് അയാൾ സമ്മാനം ഒതുക്കി നിർത്തിയില്ല. അതായിരിക്കു മായിരുന്നു ന്യായം എന്നൊന്നുമല്ല ഞാൻ പറഞ്ഞ് വന്നത്. അയാ ൾക്ക് വലിയ പേരുകളെ ആകർഷിക്കണമായിരുന്നു. അയാളുടെ ചിന്തകളിൽ ഒന്ന് അവരൊക്കെ ഈ സമ്മാനത്തിനായി അപേക്ഷി ക്കുമോ എന്നായിരുന്നു. വലിയ തുകയാണെങ്കിൽ എല്ലാവരും അപേ ക്ഷിക്കും എന്ന് ഞാൻ പറഞ്ഞു. ഒരു ലക്ഷത്തി ഇരുപതിനായിരം പൗണ്ട്. അയാളുടെ കൈവശം അത്രയൊക്കെയുണ്ടാകും എന്ന് ഞാൻ കരുതിയതേയില്ല.''

''അയാളുടെ ഭാര്യ ധനികയായിരുന്നു. ഈ പദ്ധതിയെക്കുറിച്ച് മറ്റാരെങ്കിലുമൊത്ത് സംസാരിച്ചതായി അറിയുമോ മാക്സ്?''

''ആരുമായും സംസാരിച്ചില്ല എന്നാണയാൾ പറഞ്ഞത്. ഒരു സ്കൂൾ കുട്ടിയുടെ ആവേശത്തിലായിരുന്നു അയാൾ. രഹസ്യമാക്കി വയ് ക്കണം എന്ന് പലതവണ എന്നോട് ആവശ്യപ്പെട്ടു. അതിനെക്കുറിച്ച് സംസാരിക്കാനായി ഞാൻ അയാൾക്ക് ഫോൺ പോലും ചെയ്യില്ല എന്നു വരെ എനിക്ക് വാഗ്ദാനം ചെയ്യേണ്ടി വന്നു. എന്റെ പ്രശ്നം നിങ്ങൾക്ക് മനസ്സിലാകുന്നുണ്ടല്ലോ അല്ലേ? ഞാനിത് പൊലീസിനെ അറിയിക്കണോ വേണ്ടയോ?''

''തീർച്ചയായും വേണം. സഫെക് സി.ഐ.ഡിയിലെ ഇൻസ്പെ ക്ടർ റക്ലസിനെ അറിയിക്കണം. അയാളുടെ വിലാസം ഞാൻ തരാം. ഫോൺ ചെയ്ത് ഇത് അയച്ചിട്ടുണ്ട് എന്നും പറഞ്ഞോളൂ.''

“ഇതായിരിക്കും ഉപദേശം എന്ന് ഞാനും കരുതിയിരുന്നു. അത് പ്രകടവുമായിരുന്നു. എന്നാലും ചിലപ്പോൾ നമുക്ക് ന്യായയുക്തമല്ലാത്ത ചില തോന്നലുകളുണ്ടാകുമല്ലോ. അയാളുടെ ഇന്നത്തെ അവകാശിയെക്കുറിച്ച് എനിക്കൊന്നുമറിയില്ല. എന്നാൽ ഈ കത്ത് ചിലർക്കെങ്കിലും വലിയ ലക്ഷ്യങ്ങൾ പ്രദാനം ചെയ്തേക്കാം എന്ന് ഞാൻ ഊഹിക്കുന്നു.”

“അതെ. എന്നാൽ ആ അവകാശിക്ക് ഇതെല്ലാം അറിയാമായിരുന്നു എന്ന് തോന്നുന്നില്ല. നിങ്ങൾക്ക് സമാധാനമാകുമെങ്കിൽ ഞാൻ പറയാം. പഴയ വിൽപ്പത്രമനുസരിച്ച് ഏറ്റവും അധികം സാമ്പത്തിക ലാഭമുണ്ടാകുന്ന വ്യക്തിക്കാണേറ്റവും കരുത്തുള്ള ഒഴികഴിവുള്ളത്. മരണസമയത്ത് താൻ സംഭവസ്ഥലത്തില്ലായിരുന്നു എന്ന ഒഴികഴിവ്. മൗറിസ് സെറ്റണിന്റെ മരണസമയത്ത് അയാൾ പൊലീസ് കസ്റ്റഡിയിലായിരുന്നു.”

“അത് കൗശലമായിപ്പോയി. ഈ കത്ത് ഞാൻ നിങ്ങളെ ഏല്പിക്കട്ടെ ആദം?”

“ക്ഷമിക്കണം മാക്സ്. അത് വേണ്ട.”

ഗർനി നിശ്വസിച്ചു. കത്ത് തിരികെ പേഴ്സിൽ വച്ചു. ഭക്ഷണത്തിലേക്ക് ശ്രദ്ധ തിരിച്ചു. പിന്നെ ആ ഭക്ഷണത്തിനിടയിൽ അവർ സെറ്റണെക്കുറിച്ച് സംസാരിച്ചില്ല. മാക്സ് അപ്പോൾ ഒരു വലിയ കറുത്ത കോട്ടാണ് ധരിച്ചിരുന്നത്. ഒക്ടോബർ മുതൽ മെയ് വരെയുള്ള കാലയളവിൽ മാത്രം അയാൾ ഉപയോഗിക്കുന്നതാണത് എന്ന് വ്യക്തം. അതയാൾക്ക് ഒരു ഐന്ദ്രജാലകന്റെ ഭാവം നൽകി. നല്ല കാലം പിന്നിട്ട ഒരു ഐന്ദ്രജാലകന്റെ.

“എനിക്ക് പോകണം. പെട്ടെന്നിറങ്ങിയില്ലെങ്കിൽ ബോർഡ് മീറ്റിങ്ങിനെത്താൻ വൈകും. ഞങ്ങൾ വളരെ ഔപചാരികതയോടെ പ്രവർത്തിക്കാൻ തുടങ്ങിയിരിക്കുന്നു ആദം. കാര്യക്ഷമതയുള്ളവരായിരിക്കുന്നു. ബോർഡിലെ ഒരു തീരുമാനമില്ലാതെ ഒന്നും നടപ്പിൽ വരുത്താറില്ല. അത് ആ പുതിയ കെട്ടിടങ്ങളുടെ പ്രഭാവമാണെന്ന് തോന്നുന്നു. പണ്ടൊക്കെ ഞങ്ങൾ പൊടിപിടിച്ച ചെറിയ മുറികളിലിരുന്ന് സ്വന്തമായി തീരുമാനമെടുക്കുകയായിരുന്നു. അത് സ്ഥാപനത്തിന്റെ നയത്തെക്കുറിച്ച് ചില ക്ലിപ്തതയില്ലായ്മയുണ്ടാക്കി. എന്നാലും അതത്ര മോശമായിരുന്നു എന്ന അഭിപ്രായം എനിക്കില്ല. ഞാൻ എവിടെയെങ്കിലും കൊണ്ടുവിടണോ ആദം? ഇനി അന്വേഷണം തുടരുന്നതെവിടെയാണ്?”

“ഞാൻ നടക്കാം മാക്സ്. സോഹോയിലേക്ക് പോകുന്നു. അവിടെ ഒരു കൊലപാതകിയുമൊത്ത് സംസാരിക്കണം.” അത് കേട്ട് മാക്സ് അത്ഭുതപ്പെട്ടു.

''സെറ്റണിന്റെ കൊലപാതകിയല്ലല്ലോ? നിങ്ങളും സഫെക്കിലെ സി.ഐ.ഡികളും സംഭ്രമിച്ചിരിക്കുകയാണെന്നാണ് ഞാൻ കരുതിയത്. എന്റെ മനസ്സാക്ഷിയുമൊത്ത് നിങ്ങൾ വെറുതെയിരുന്ന് ഗുസ്തി പിടിക്കുകയായിരുന്നോ?''

''അല്ല. ഈ കൊലപാതകിയല്ല സെറ്റണെ കൊന്നത്. അങ്ങനെ ചെയ്യുന്നതിനയാൾക്ക് ധാർമ്മികമായ എതിർപ്പുകളൊന്നുമുണ്ടായിരുന്നിരിക്കില്ല എന്നെനിക്കറിയാം. തനിക്ക് പങ്കുണ്ടെന്ന് വരുത്താൻ പൊലീസിനെ നിർബന്ധിപ്പിക്കാനാകും എന്ന് ചിലർ പ്രതീക്ഷിക്കുന്നുണ്ട്. എൽ.ജെ. ല്യൂക്കറെക്കുറിച്ചാണ് ഞാൻ പറയുന്നത്. അയാളെ ഓർമ്മയുണ്ടല്ലോ?''

''അയാളല്ലേ തന്റെ വ്യാപാര പങ്കാളിയെ വെടിവച്ച് കൊന്നത്. അതിൽ ശിക്ഷയിൽ നിന്ന് രക്ഷപ്പെടുകയുമുണ്ടായല്ലോ. 1959ലായിരുന്നു അത് അല്ലേ?''

''അത് തന്നെ. ക്രിമിനൽ അപ്പീൽ കോടതി വിധി തള്ളിക്കളയുകയായിരുന്നു. അനതിസാധാരണമായ വ്യതിചലനത്തിലൂടെ, ജസ്റ്റിൻസ് ബ്രോത്വിക്ക്, ജൂറിയോട്, കുറ്റാരോപിതനായ വ്യക്തി മറുപടി ഒന്നും നൽകുന്നില്ലെങ്കിൽ അതിനർത്ഥം അയാൾക്ക് ഒളിക്കാനെന്തോ ഉണ്ട് എന്നാണെന്ന് പറഞ്ഞു. ആ വാക്കുകൾ ഉച്ചരിച്ചയുടൻ അതിന്റെ അനന്തരഫലങ്ങളെക്കുറിച്ചും അദ്ദേഹം ബോധവാനായിരിക്കണം. പക്ഷേ അവ പറഞ്ഞുപോയി. ല്യൂക്കർ സ്വതന്ത്രനായി.''

''അയാൾക്ക് മൗറിസ് സെറ്റണുമായി എന്ത് ബന്ധം? ഇതിലും പൊരുത്തമില്ലാത്ത രണ്ടുപേരെ എനിക്ക് സങ്കല്പിക്കാനേ ആകുന്നില്ല.''

''അത് കണ്ടെത്താനാകും എന്നാണ് ഞാൻ പ്രതീക്ഷിക്കുന്നത്.''

രണ്ട്

സോഹോയിലൂടെ ഡൽഗ്ലീഷ് കോർടെസ് ക്ലബ്ബിലേക്ക് നടന്നു. സഫെക് മലയിടുക്കുകളിലെ ആളൊഴിഞ്ഞ വീഥികളായിരുന്നു അയാളുടെ മനസ്സിലപ്പോഴും. അതുകൊണ്ട് തന്നെ തിരക്കൊഴിഞ്ഞ ഉച്ചസമയമായിരുന്നെങ്കിലും ഈ തെരുവ് വിഷണ്ണമാണെന്ന് തോന്നി. ഇതിലൂടെയുള്ള നടത്തം ഒരുകാലത്ത് താൻ ആസ്വദിച്ചിരുന്നു എന്ന് വിശ്വസിക്കുക പ്രയാസമായി. ഒരു മാസമേയായിട്ടുള്ളൂ അവസാനം ഇതുവഴി നടന്നിട്ട്. ആ ഒരു മാസം കൊണ്ട് ഇവിടേക്കിങ്ങനെയൊരു മടങ്ങിവരവ് സഹിക്കാവുന്നതല്ലാതാക്കിയിരിക്കുന്നു. മാനസികാവസ്ഥയുടെ പ്രശ്നമാണത് എന്നതിൽ സംശയമില്ല. ഇത് എല്ലാവർക്കും

എല്ലാം നൽകുന്ന ഒരു ഇടമാണ്. കീശയിൽ കാശുണ്ടാകണം എന്നു മാത്രം. അതിനെ നിങ്ങൾക്ക് എങ്ങനെ കാണണോ അങ്ങനെ കാണാം. ഭക്ഷണത്തിനുതകുന്ന സ്ഥലം, പിക്കാഡലിക്ക് പുറകിൽ ഒളിപ്പിച്ചു വച്ചിരിക്കുന്ന നിഗൂഢമായ ഗ്രാമജീവിതം ആസ്വദിക്കാൻ പറ്റിയ ഒരിടം, ഭക്ഷണത്തിന്റെ കാര്യത്തിൽ ലണ്ടനിലെ ഏറ്റവും മികച്ച സ്ഥലങ്ങളിൽ ഒന്ന്, യൂറോപ്പിൽ ഏറ്റവും ഹീനമായ കുറ്റകൃത്യങ്ങൾ നടക്കുന്ന സ്ഥലങ്ങളിൽ ഒന്ന്, അങ്ങനെയെങ്ങനെ വേണമെങ്കിലും. യാത്രാവിവരണമെഴുതാനെത്തുന്ന മാധ്യമ പ്രവർത്തകർക്ക് പോലും അതിന്റെ അനിശ്ചിതത്വത്തിൽ മതിമറന്ന് മനസ്സിൽ സ്വന്തം ഭാവനകൾ കൊണ്ടുവരുത്താനാകും. ക്ലബ്ബുകൾ, വൃത്തികെട്ട നിലവറകളിലേക്കുള്ള ഗോവണികൾ, ജാലകവാതിലുകളിൽ മുഷിഞ്ഞ് നിൽക്കുന്ന പെൺകുട്ടികളുടെ നിഴൽ രൂപങ്ങൾ എന്നിവയെല്ലാം കടന്ന് നീങ്ങുമ്പോൾ, ഇതിലൂടെ എന്നും നടന്നാൽ അയാൾ അവസാനം ഏതെങ്കിലും സന്ന്യാസാശ്രമത്തിലെത്തിച്ചേരും എന്ന് ഡൽഗ്ലീഷ് ചിന്തിച്ചു. ലൈംഗിക നിരാശ മൂലമല്ല. ഒരേ കാഴ്ചകൾ എന്നും കാണുന്നതിലുള്ള അസഹനീയതമൂലം. കാമത്തിൽ പോലും ആനന്ദം കണ്ടെത്താനാകാത്ത അവസ്ഥ മൂലം.

തന്റെ അയൽവക്കത്തുള്ളവരേക്കാൾ ഒട്ടും മെച്ചമുള്ളതോ മോശമോ ആയിരുന്നില്ല കോർടെസ് ക്ലബ്ബ്. പുറത്ത് പതിവ് ഫോട്ടോഗ്രാഫുകളും ഒഴിച്ചുകൂടാനാകാത്ത മധ്യവയസ്കരുടെ സംഘവും. അവരുടെ കണ്ണിൽ സ്ഥായിയായ വിഷാദം. ഒന്നിലും താത്പര്യമില്ലായ്മ. ക്ലബ്ബ് തുറന്നിട്ടില്ലെന്ന് തോന്നി. വാതിലിൽ പിടിച്ച് തള്ളിയപ്പോൾ തുറന്നു. റിസപ്ഷനിൽ ആരുമില്ലായിരുന്നു. ചുവന്ന പരവതാനി വിരിച്ച ഇടുങ്ങിയ ഗോവണിയിലൂടെ അയാൾ താഴേക്കിറങ്ങി. അതെത്തുന്ന ഇടനാഴിയേയും ഭക്ഷണശാലയേയും വേർതിരിക്കുന്ന മുത്തുമണികൾ കൊണ്ടുള്ള കർട്ടനുകൾ വകഞ്ഞ് മാറ്റി.

തന്റെ ഓർമ്മയിലുള്ള അതേ സ്ഥലം. അതിന്റെ ഉടമയെപ്പോലെ കോർടെസ് ക്ലബ്ബിനും നിലനിൽക്കാൻ സഹജമായ ഒരു കഴിവുണ്ട്. ചുമരിലെ സ്പാനിഷ് എന്ന് തോന്നിപ്പിക്കുന്ന അലങ്കാരങ്ങൾ അലങ്കോലവും വൃത്തിഹീനവുമായിരുന്നു എങ്കിലും ആ ഉച്ചവെയിലിൽ അതിനിത്തിരി കാര്യക്ഷമത കൈവന്നിരിക്കുന്നു. മേശകൾ അടുപ്പിച്ച് ഇട്ടിരിക്കുന്നു. പലതിലും ഒരാൾക്കേ ഇരിക്കാനാകൂ. ഇത്രയടുത്തടുത്തായതിനാൽ ഇരിപ്പൊട്ടും സൗകര്യപ്രദമാകുകയുമില്ല. പക്ഷേ കോർടെസ് ക്ലബ്ബിലേക്ക് ആരും കുടുംബമായി വിരുന്നിനു വരാറില്ലല്ലോ. അവിടെയെത്തുന്നവരുടെ പ്രാഥമിക താത്പര്യം ഭക്ഷണവുമല്ല.

ഭക്ഷണശാലയുടെ ഒരറ്റത്ത് ഒരു കസേരമാത്രമിട്ടിരിക്കുന്ന ഒരു സ്റ്റേജ് ഉണ്ട്. അവിടെ ചൂരൽ കൊണ്ടുള്ള ഒരു സ്ക്രീനുമുണ്ട്. അതിന്റെ

ഇടതു ഭാഗത്ത് ഒരു പിയാനോയും അതിനു മുകളിൽ പരന്ന് കിടക്കുന്ന കുറേ കടലാസുകളും. മെലിഞ്ഞ ഒരു യുവാവ്, സ്ലാക്ക് ഷർട്ടും സ്വെറ്ററും ധരിച്ച് ആ ഉപകരണത്തിലേക്ക് വളഞ്ഞ് ഇരിക്കുന്നു. ഇടതുകൈകൊണ്ട് എന്തോ സംഗീതത്തിനായി ശ്രമിക്കുന്നു. വലതുകൈ അതെഴുതിയെടുക്കുന്നു. അന്തരീക്ഷത്തിൽ മുഷിപ്പുണ്ടെങ്കിലും അയാൾ അതിൽ പൂർണ്ണമായും ലയിച്ചിരിക്കുകയായിരുന്നു. ഡൽഗ്ലീഷ് അകത്ത് പ്രവേശിച്ചപ്പോൾ അയാൾ തലയൊന്ന് ഉയർത്തി. ഉടൻ തന്നെ കീബോർഡിൽ വിരലമർത്തുന്ന ജോലിയിലേക്ക് മടങ്ങുകയും ചെയ്തു.

പിന്നെ അതിനകത്താകെയുണ്ടായിരുന്നത് ഒരു പശ്ചിമാഫ്രിക്കക്കാരനായിരുന്നു. അയാൾ അലസം ഒരു ചൂൽ തള്ളിക്കൊണ്ട് നടക്കുന്നു. മൃദുവായ, താഴ്ന്ന സ്വരത്തിൽ ഞങ്ങൾ തുറന്നിട്ടില്ല സർ. ആറരയായിട്ടേ സർവീസ് തുടങ്ങൂ എന്നയാൾ പറഞ്ഞു.

''എനിക്ക് സേവനങ്ങളൊന്നും ആവശ്യമില്ല. നന്ദി. ല്യൂക്കർ അകത്തുണ്ടോ?''

''എനിക്ക് ചോദിക്കേണ്ടി വരും സർ.''

''ദയവ് ചെയ്ത് ചോദിക്കൂ. എനിക്ക് മിസ് കൂംബ്സിനേയും കാണണം എന്നുണ്ട്.''

''എനിക്ക് ചോദിക്കേണ്ടി വരും സർ. അവർ ഇവിടെയുണ്ടോ എന്ന് എനിക്കുറപ്പില്ല.''

''അവർ ഇവിടെയുണ്ടാകും. അവരോട് ആദം ഡൽഗ്ലീഷ് സംസാരിക്കാൻ താത്പര്യപ്പെടുന്നു എന്ന് പറഞ്ഞേക്കൂ.''

അയാൾ അപ്രത്യക്ഷനായി. പിയാനോ വായിക്കുന്ന യുവാവ് തന്റെ പരിശ്രമം തുടർന്നു. അയാൾ തലയുയർത്തി നോക്കിയതേയില്ല. ഡൽഗ്ലീഷ് വാതിലിനരികിലുള്ള ഒരു മേശ തിരഞ്ഞെടുത്ത് ഇരുന്നു. പത്ത് മിനിട്ട് എന്തായാലും ല്യൂക്കർ തന്നെ കാത്തിരിപ്പിക്കും എന്നയാൾക്ക് ഉറപ്പുണ്ടായിരുന്നു. അത്രയും നേരം അയാളെക്കുറിച്ച് ചിന്തിക്കാനായി സമയം ചിലവിടാം എന്നും ഡൽഗ്ലീഷ് തീരുമാനിച്ചു.

തന്റെ വ്യാപാര പങ്കാളിയെ വധിക്കും എന്ന് ല്യൂക്കർ പറഞ്ഞിരുന്നു. അത് നടപ്പിൽ വരുത്തുകയും ചെയ്തു. അതിനു തനിക്ക് വധശിക്ഷയൊന്നും ലഭിക്കുകയില്ല എന്നും പറഞ്ഞിരുന്നു. അതും സംഭവിച്ചു. അന്ന് അയാൾ ജസ്റ്റിൻസ് ബ്രോത്‌വിക്കിന്റെ സഹകരണമുണ്ടാകും എന്നൊന്നും പ്രതീക്ഷിച്ചിട്ടുണ്ടാകില്ല. അതിനാൽ ആ പ്രവചനങ്ങൾ അസാധാരണമായ മുന്നറിവോ അനതിസാധാരണമായ ആത്മവിശ്വാസമോ ആയിരുന്നു. അതുമല്ലെങ്കിൽ അയാളുടെ

ഭാഗ്യം. അയാളുടെ വിചാരണയുമായി ബന്ധപ്പെട്ട് വന്ന ചില കഥകൾ കെട്ടിച്ചമച്ചവയായിരുന്നു എന്ന കാര്യത്തിൽ സംശയമില്ല. എന്നാൽ അവയെ ഉപേക്ഷിക്കാനോ ധിക്കരിക്കാനോ അയാൾ തയ്യാറായില്ല. കുറ്റകൃത്യം ഉപജീവനമാക്കിയവർക്ക് അയാളെ അറിയാമായിരുന്നു, അയാളെ അവരിലൊരാളായി സ്വീകരിച്ചിരുന്നു. പക്ഷേ അയാൾ അവരിൽ ഒരാളായിരുന്നില്ല. അവർ അയാളോട് പാതി മൂഢഭക്തമായ ബഹുമാനം നൽകി. എത്രകണ്ട് അപായ സാധ്യതകളെ നേരിടാം എന്നറിയുന്നവർക്ക് നൽകുന്ന ബഹുമാനം. അവസാന ചുവടുകൾക്കരികിലെത്തിയ ഏതൊരു വ്യക്തിയെക്കുറിച്ചും ഒരു അത്ഭുതം എന്നെന്നും നിലനിൽക്കും. ചിലപ്പോൾ പൊലീസുകാർ പോലും അതിൽ അകപ്പെടുന്നല്ലോ എന്നതിൽ ഡൽഗ്ലീഷ് നീരസപ്പെട്ടിട്ടുണ്ട്. ഒരു സ്വകാര്യ വിരോധം തീർക്കുന്നതിനായി ഇത്രയും ലാഘവത്തിൽ ഒരു കൊല നടത്തിയ ല്യുക്കർ ഇപ്പോൾ രണ്ടാം കിട നൈറ്റ്-ക്ലബ്ബുകളുടെ ഒരു നിരതന്നെ നടത്തുന്നു എന്നത് അവർക്ക് വിശ്വസിക്കാനാകുന്നില്ല. ഇതിലും ഗംഭീരങ്ങളായ ക്രൂരതകൾ ഇപ്പോൾ അവർ അയാളിൽ നിന്ന് പ്രതീക്ഷിക്കുന്നു. ഇപ്പോൾ ചെയ്ത് വരുന്നതാകട്ടെ ആദായ നികുതി റിട്ടേണുകളിലെ വെട്ടിപ്പും ചില ഉപഭോക്താക്കൾക്ക് അശ്ലീലാനന്ദങ്ങൾക്കുള്ള സൗകര്യവും മാത്രം. ഇത് കൂടാതെ എന്തെങ്കിലും വ്യാപാരങ്ങളുണ്ടെങ്കിൽ അതൊന്നും അവർക്കിതുവരേക്കും അറിവായിട്ടില്ല. ഒരുപക്ഷേ ഒന്നുമില്ലായിരിക്കാം. അയാൾ ഇപ്പോൾ ആഗ്രഹിക്കുന്നത് മംഗളകരമായ ഒരു അർദ്ധ-ബഹുമാന്യതയാകാം. രണ്ട് ലോകങ്ങൾക്കിടയിലുള്ള ഈ ശൂന്യതയിലെ സ്വാതന്ത്ര്യം മാത്രമാകാം.

കൃത്യം പത്ത് നിമിഷം കഴിഞ്ഞപ്പോൾ ആ ഇരുണ്ട മനുഷ്യൻ തിരിച്ചെത്തി. ല്യുക്കർ കാണാൻ തയ്യാറായിരിക്കുന്നു എന്നറിയിച്ചു. ഡൽഗ്ലീഷ് മുകളിലേക്ക് കയറി. മുൻവശത്തെ വലിയ മുറിയിലെത്തി. അവിടെയിരുന്നാണ് ല്യുക്കർ കോർടെസ് മാത്രമല്ല മറ്റ് എല്ലാ ക്ലബ്ബുകളും നിയന്ത്രിക്കുന്നത്. അകത്ത് കാറ്റിനു പ്രവേശനമില്ലായിരുന്നു. ചൂടുണ്ടായിരുന്നു. അമിതമായി ഫർണിഷ് ചെയ്തിരുന്നു. മുറിയുടെ നടുക്ക് ഒരു മേശയുണ്ട്. ചുമരുകൾക്കരികിൽ ഒന്ന് രണ്ട് ഫയലിങ്ങ് കാബിനറ്റുകളുണ്ട്. നെരിപ്പോടിനരികിൽ വലിയ ഒരു സേയ്ഫുണ്ട്. പിന്നെ ഒരു സോഫയും മൂന്ന് ചാരുകസേരകളും ഒരു ടെലിവിഷൻ സെറ്റിനു മുന്നിലിട്ടിട്ടുണ്ട്. മറ്റൊരു മൂലയിൽ ഒരു വാഷ്ബേസിൻ. ആ മുറി ഒരു ഓഫീസായും സ്വീകരണമുറിയായും ഒരേ സമയം പ്രവർത്തിക്കത്തക്ക വിധത്തിൽ ഒരുക്കിയിരിക്കുന്നതാണ്. എന്നാൽ ഇത് രണ്ടിലേതെങ്കിലുമൊന്നാകുന്നതിൽ പോലും അത് വിജയം കണ്ടില്ല.

അവിടെ അപ്പോൾ മൂന്നുപേരുണ്ടായിരുന്നു. ല്യുക്കർ, കോർടെ സിന്റെ എല്ലാമെല്ലാമായ സീദ് മാർടെലി, പിന്നെ ലില്ലി കൂംബ്സും. സീദ് ഷർട്ട് മാത്രമേ ധരിച്ചിട്ടുള്ളൂ. അയാൾ ഗ്യാസ് അടുപ്പിൽ പാല് ചൂടാക്കുന്നു. അയാളുടെ മുഖം പതിവുപോലെ നിഗൂഢമായിരിക്കുന്നു. എന്തോ ദുരിതം ബാധിച്ചതുപോലെയിരിക്കുന്നു. മിസ് കൂംബ്സ് തന്റെ സായാഹ്ന വസ്ത്രത്തിലേക്ക് മാറിയിട്ടുണ്ട്. അവർ നഖങ്ങൾ പോളിഷ് ചെയ്ത് ഗ്യാസ് അടുപ്പിനരികിൽ ഇരിക്കുന്നു. ഡൽഗ്ലീ ഷിനെ കണ്ടപ്പോൾ അവൾ കയ്യൊന്ന് ഉയർത്തി. വിശാലമായി പുഞ്ചിരിച്ചു. അവളെക്കുറിച്ചുള്ള ഒരു വിവരണം ഡൽഗ്ലീഷിനോർമ്മ വന്നു. അതാരെഴുതിയതാണെങ്കിലും കൃത്യമായി യോജിക്കുന്നതാ ണെന്ന് ചിന്തിച്ചു. അവളിൽ റഷ്യൻ കുലീനരക്തമൊന്നും അയാൾക്ക് കാണാനായില്ല. ലിൽ വളർന്നത് വൈറ്റ് ചാപ്പൽ റോഡിനിപ്പുറത്താ ണെന്നും അതിന്റെ കിഴക്ക് ഭാഗത്തേക്കവൾ ഒരിക്കലുമെത്തിയിട്ടി ല്ലെന്നും അവളെ നന്നായി അറിയാവുന്ന ഡൽഗ്ലീഷിനു ബോധ്യ മുണ്ട്. നല്ല ഉയരവും ആരോഗ്യവുമുള്ളവളാണവൾ. സ്വർണ്ണത്തല മുടിയും നല്ല ഭംഗിയുള്ള പല്ലുകളുമുള്ളവൾ. കട്ടിയുള്ള വിളറിയ ചർമ്മം പ്രായം മറച്ച് വയ്ക്കുന്നുണ്ട്. നാല്പതുകളുടെ ആദ്യത്തി ലാകണം അവളിപ്പോൾ. എന്നാൽ അത് പറയുക എളുപ്പമല്ല. അഞ്ച് വർഷം മുമ്പ് അവളെ കണ്ടപ്പോൾ എങ്ങനെയായിരുന്നോ അതിൽ നിന്ന് ഒട്ടും വ്യത്യാസം വന്നിട്ടില്ല. ഇനിയും ഒരുപക്ഷേ അഞ്ച് വർഷം കഴിഞ്ഞാലും അവളിൽ മാറ്റമൊന്നുമുണ്ടാകില്ലായിരിക്കാം.

എന്നാൽ ഈ അഞ്ച് വർഷത്തിനുള്ളിൽ ല്യുക്കറിന്റെ ഭാരം വർദ്ധിച്ചിരിക്കുന്നു. വിലകൂടിയ സ്യൂട്ട് അയാളുടെ ചുമലിൽ രണ്ടറ്റം മുട്ടാൻ ബുദ്ധിമുട്ടുന്നു. കോളറിനു മുകളിൽ കഴുത്ത് വീർത്ത് നിൽ ക്കുന്നു. കരുത്തുള്ള, സന്തോഷമില്ലാത്ത ഒരു മുഖമാണയാളുടേത്. വൃത്തിയുള്ള ചർമ്മം പോളിഷ് ചെയ്തതുപോലെ തിളങ്ങുന്നുണ്ട്. കണ്ണുകൾ അനതിസാധാരണമാണ്. കൃഷ്ണമണി ചെറിയ ചാര നിറമുള്ള ഉരുളൻകല്ലുപോലെയുണ്ട്. ജീവനില്ലാത്തവ. അത് കണ്ടാൽ കണ്ണിനെന്തോ കുഴപ്പമുണ്ട് എന്നു തോന്നും. കരുത്തുള്ള കറുത്ത മുടിയാണയാളുടേത്. അത് മുഖത്തിനൊരു സ്ത്രൈണത നൽകുന്നു. കുറുതാക്കി വെട്ടി നിർത്തിയിരിക്കുകയാണത്. തിളങ്ങുന്ന മുടി. പരു ക്കൻ മുടി. അയാളിൽ മറ്റ് മാറ്റങ്ങളൊന്നുമില്ല. എന്നാൽ സംസാരി ക്കാൻ തുടങ്ങിയപ്പോൾ സ്വരത്തിൽ വലിയ മാറ്റം പ്രകടമായി. അതിൽ ഒരു ചെറുപട്ടണത്തിലെ വികാരി, ശ്രദ്ധാപൂർവ്വം നട്ടുപിടിപ്പിച്ച് വളർ ത്തപ്പെട്ട മൃദുത്വം, ഒരു പബ്ലിക് സ്കൂളിലെ വിദ്യാർത്ഥി എന്നിവ മൂന്നും ഒരേസമയം വന്നെത്തി. വലിയ മാറ്റങ്ങൾക്ക് വിധേയനാകാൻ അയാൾക്കായിരിക്കുന്നു. എന്നാൽ സ്വരത്തിൽ വ്യതിയാനങ്ങൾ വരു ത്താനായിട്ടില്ല.

‘‘വരണം സൂപ്പരിന്റന്റ് ഡൽഗ്ലീഷ്. ഇന്ന് മേശകളൊന്നും ഒഴിവുണ്ടാകില്ല എന്ന് ഞാൻ ഭയക്കുന്നു. എന്നാലും മൈക്കൽ നിങ്ങൾക്കായി എന്തെങ്കിലും മാർഗം കണ്ടെത്തും. നിങ്ങൾക്ക് ഇന്നത്തെ കളിയിൽ എന്തായാലും താത്പര്യം കാണും.’’

‘‘അത്താഴത്തിലോ കളിയിലോ താത്പര്യമില്ല. നന്ദി. നിങ്ങൾ നൽകുന്ന ഭക്ഷണം എനിക്കൊപ്പം ഇവിടേക്ക് അവസാനം വന്നയാൾക്ക് ഒട്ടും ഇഷ്ടമായില്ല. മാത്രമല്ല, എനിക്കെന്റെ പെണ്ണുങ്ങളെ കണ്ടാൽ പെണ്ണുങ്ങളാണെന്ന് തന്നെ തോന്നണം. അല്ലാതെ ഹിപ്പൊപ്പൊട്ടാമസുകളാണെന്നല്ല. പുറത്ത് പ്രദർശിപ്പിച്ച ഫോട്ടോഗ്രാഫുകൾ തന്നെ ധാരാളമാണല്ലോ. എവിടെ നിന്നാണ് നിങ്ങൾക്ക് ഇവരെയൊക്കെ കിട്ടുന്നത്?’’

‘‘ഞങ്ങൾ കൊണ്ടുവരുന്നതല്ല. ഈ പെൺകുട്ടികൾക്ക് ചില സ്വാഭാവിക ഗുണങ്ങളുണ്ടെന്ന് സ്വയം തിരിച്ചറിഞ്ഞ് ഞങ്ങൾക്കരികിലേക്ക് വരുന്നതാണ്. നിങ്ങളങ്ങനെ ആക്ഷേപിക്കുകയൊന്നും വേണ്ട സൂപ്പരിന്റന്റ്. ഞങ്ങൾക്ക് ഞങ്ങളുടേതായ സ്വകാര്യ ലൈംഗിക മിഥ്യാബോധങ്ങളുണ്ട്. മായാലോകങ്ങൾ. നിങ്ങളുടെ ഇഷ്ടത്തിനനുസരിച്ചാകുന്നില്ല എന്നതിനർത്ഥം നിങ്ങൾക്ക് അവരെ ആസ്വദിക്കാനാകുന്നില്ല എന്ന് മാത്രം. ഞാനൊരു പാതിരിയുടെ മകനാണെന്നത് ഓർമ്മ വേണം. നിങ്ങളെപ്പോലെത്തന്നെ. എന്നാൽ നമ്മൾ ഇരുവരും രണ്ട് വഴിക്കാണല്ലോ നീങ്ങിയത്.’’ അയാൾ ഒരു നിമിഷം നിർത്തി. പ്രതികരണത്തിൽ താത്പര്യമുള്ളതുപോലെ നിർത്തി. പിന്നെ തുടർന്നു.

‘‘സൂപരിന്റന്റിനും എനിക്കും ഒരേ നിർഭാഗ്യമാണുള്ളത് സീദ്. ഞങ്ങൾ ഇരുവരുടേയും പിതാക്കൾ പാതിരിമാരായിരുന്നു. ഒരു ബാലന്റെ ജീവിതം ഇങ്ങനെ തുടങ്ങരുത്. അവർ ആത്മാർത്ഥതയുള്ളവരാണെങ്കിൽ അവർ വിഡ്ഢികളാണെന്ന് പറഞ്ഞ് നിങ്ങൾ വെറുക്കും. അല്ലെങ്കിൽ അവർ കപടനാട്യക്കാരാണെന്ന് പറഞ്ഞ് എഴുതിത്തള്ളും. എന്തായാലും അവർ വിജയിക്കില്ല.’’

സീദിന്റെ പൂർവ്വികൻ സൈപ്രസുകാരനായിരുന്നു. മദ്യശാലകളിൽ മദ്യം വിളമ്പിക്കൊടുത്തിരുന്നവൻ. അയാൾ ഈ പറഞ്ഞതിനോട് പൂർണ്ണമായും യോജിച്ചു.

‘‘എനിക്ക് നിങ്ങളോടും കൂംബ്സിനോടും മൗറിസ് സെറ്റണെക്കുറിച്ച് ചിലത് ചോദിച്ചറിയാനുണ്ടായിരുന്നു’’ ഡൽഗ്ലീഷ് പറഞ്ഞു. ‘‘സംസാരിക്കാൻ താത്പര്യമില്ലെങ്കിൽ ഇല്ല എന്ന് പറഞ്ഞ് അവസാനിപ്പിക്കാം. അത് നിങ്ങൾക്ക് അറിവുള്ളതാണല്ലോ.’’

‘‘അത് ശരിയാണ്. ഞാൻ ഒരക്ഷരം പറഞ്ഞില്ലെങ്കിലും കുഴപ്പമില്ല. പക്ഷേ ചിലപ്പോഴൊക്കെ ഞാൻ മറ്റുള്ളവരെ സഹായിക്കുന്ന

മാനസികാവസ്ഥയിലാകാറുണ്ട്. അത് എപ്പോഴെന്ന് പറയാനാകില്ല. ഒന്ന് ശ്രമിച്ചു നോക്കൂ.''

''നിങ്ങൾക്ക് ഡിഗ്ബി സെറ്റണിനെ പരിചയമുണ്ടല്ലോ അല്ലേ?''

ആ ചോദ്യം അപ്രതീക്ഷിതമായിരുന്നു എന്ന് ല്യുക്കറിന്റെ ജീവനില്ലാത്ത കണ്ണുകളൊന്ന് തിളങ്ങിയതിൽ നിന്ന് വ്യക്തമായി.

''അയാൾ ഏതാനും മാസങ്ങൾ ഇവിടെ ജോലി ചെയ്തിട്ടുണ്ട്. എനിക്കന്ന് ഒരു പിയാനോ വായനക്കാരൻ ഇല്ലായിരുന്നു. അങ്ങനെയാണയാൾ ഇവിടെ എത്തിയത്. അയാൾ നടത്തിയിരുന്ന ക്ലബ്ബ് തകർന്നതിനു ശേഷം. ഞാനയാളെ സഹായിച്ചു. രക്ഷപ്പെടുത്താനാകുമോ എന്ന് നോക്കി. ഉപകാരമൊന്നുമുണ്ടായില്ല. ഡിഗ്ബിക്ക് അങ്ങനെ കാര്യങ്ങൾ കൈകാര്യം ചെയ്യാനുള്ള കഴിവൊന്നുമില്ല. പക്ഷേ അയാൾ അത്ര മോശം പിയാനോ വാദ്യക്കാരനല്ലതാനും.''

''അയാൾ അവസാനം ഇവിടെ വന്നതെപ്പോഴാണ്?''

ല്യുക്കർ കൈകൾ നിവർത്തി. തന്റെ സുഹൃത്തുക്കളെ നോക്കി.

''കഴിഞ്ഞ മെയ് മാസത്തിൽ ഒരാഴ്ച നമുക്കൊപ്പം ഉണ്ടായിരുന്നു, അല്ലേ? റിക്കി കാർലിസ് ഓവർഡോസായി കിടപ്പായപ്പോൾ. അതിനു ശേഷം കണ്ടിട്ടില്ല.''

''അതിനു ശേഷം ഒന്ന് രണ്ട് തവണ ഞാൻ കണ്ടിട്ടുണ്ട്, എൽ ജെ.'' ലിൽ ഇടപെട്ടു. ''അപ്പോൾ ഇവിടെ നിങ്ങളുണ്ടായിരുന്നില്ല എന്ന് മാത്രം.'' ല്യുക്കറിനൊപ്പം ജോലി ചെയ്യുന്നവരെല്ലാം അയാളെ എൽ ജെ എന്നാണ് വിളിക്കുന്നത്. അത് അവർ തമ്മിലുള്ള അടുപ്പത്തെ അടിവരയിടുന്നതിനാണോ അതോ താനൊരു അമേരിക്കൻ അധോലോകനായകനു തുല്യക്കാരനാണെന്ന പ്രതീതി വരുത്തുന്നതിനാണോ എന്ന് ഡൽഗ്ലീഷിനറിയില്ല. ''ഈ വേനലിലെ പാർട്ടിയിലും അയാളുണ്ടായിരുന്നില്ലേ സീദ്?''

സീദിന്റെ മുഖം വികാരങ്ങളൊന്നുമില്ലാത്ത ഒരു ചിന്തയിലേക്ക് വഴുതിയിറങ്ങി.

''വേനലിലല്ല ലിൽ. വസന്തത്തിന്റെ അവസാനത്തിൽ. മാവിസ് മാന്നിങ്ങിനൊപ്പമല്ലേ അയാൾ വന്നത്. അവൾക്കൊപ്പം അന്ന് ഒരു ജനക്കൂട്ടം തന്നെയുണ്ടായിരുന്നു. മെയ് മാസത്തിലാണല്ലോ അവളുടെ ഇവിടത്തെ ഷോ അവസാനിപ്പിച്ച് പോയത്?''

''അത് റിക്കിയായിരുന്നു സീദ്. നീ റിക്കിയെക്കുറിച്ചാണ് പറയുന്നത്. ഡിഗ്ബി സെറ്റൺ മാവിസിനൊപ്പം ഒരിക്കലും കൂടിയിട്ടില്ല.''

ഇവർ നല്ല രീതിയിൽ പരിശീലനം ലഭിച്ചവർ തന്നെയെന്ന് ഡൽഗ്ലീഷ് ചിന്തിച്ചു. ഒരു നൃത്തനാടകം പോലെയുണ്ടിത്. ല്യുക്കർ പുഞ്ചിരിച്ചു.

''എന്തിനാണിങ്ങനെ ഡിഗ്ബിയെ തിരയുന്നത്? ഇതൊരു കൊല പാതകമൊന്നുമല്ല. ആണെങ്കിൽ തന്നെ ഡിഗ്ബി സുരക്ഷിതനാണ്. യാഥാർത്ഥ്യങ്ങളിലേക്ക് നോക്കൂ. ഡിഗ്ബിയുടെ സഹോദരൻ ധനിക നായിരുന്നു. അത് അവർ ഇരുവർക്കും നല്ലതാണ്. ഡിഗ്ബിയുടെ സഹോദരന് ഹൃദ്രോഗമുണ്ടായിരുന്നു. ഏത് നിമിഷവും അത് പ്രവർ ത്തനമവസാനിപ്പിക്കാവുന്ന അവസ്ഥയിലുമായിരുന്നു. അതയാളുടെ നിർഭാഗ്യം, പക്ഷേ ഡിഗ്ബിയുടെ ഭാഗ്യം. ഒരു ദിവസം അത് സംഭ വിച്ചു. സ്വാഭാവികം സൂപരിന്റഡന്റ്. ആ വാക്കിനെന്തെങ്കിലും അർത്ഥ മുണ്ടെങ്കിൽ. ആരോ ആ ശവം സഫെക്കിലെത്തിച്ച് കടലിലേക്കൊഴുക്കി എന്നത് സത്യം. മാത്രമല്ല ചില അലങ്കോലങ്ങളും ചെയ്ത് വച്ചു എന്ന് ഞാൻ കേൾക്കുന്നു. തന്റെ സാഹിത്യകുതുകികളായ അയൽ ക്കാരുമൊത്ത് സെറ്റൺ അത്ര ചേർച്ചയിലായിരുന്നു, അവർക്കിടയിൽ അയാൾ അത്ര ജനകീയനല്ലായിരുന്നു, എന്നാണ് ഞാൻ മനസ്സിലാ ക്കുന്നത്. നിങ്ങളുടെ അമ്മായിയും ഇത്തരക്കാർക്കിടയിലാണ് താമസം എന്നത് എന്നെ അത്ഭുതപ്പെടുത്തുന്നു സൂപരിന്റന്റ്. അത് മാത്രമല്ല, മരിച്ചവർക്ക് ഉപകരിക്കും വിധം അവർ തന്റെ വെട്ടുകത്തി പ്രദർശി പ്പിക്കുകയും ചെയ്തിരിക്കുന്നു.''

''എല്ലാ വിവരങ്ങളും കൃത്യമായി ലഭിക്കുന്നുണ്ടല്ലോ.'' ഡൽഗ്ലീഷ് പുഞ്ചിരിച്ചു. അതും വളരെ പെട്ടെന്ന് ലഭിച്ചിട്ടുണ്ട്. ഇത്രയും വ്യക്ത തയോടെ ഈ മനുഷ്യനെ കാര്യങ്ങൾ ഗ്രഹിപ്പിക്കുന്നതാരാകും എന്ന് ഡൽഗ്ലീഷ് അമ്പരന്നു.

''അതിൽ നിയമവിരുദ്ധമായി ഒന്നുമില്ലല്ലോ.'' ല്യുക്കർ ചുമൽ കുലുക്കി. ''എന്റെ സുഹൃത്തുക്കളെന്നെ കാര്യങ്ങളൊക്കെ ധരിപ്പി ക്കാറുണ്ട്. അവരിൽ എനിക്ക് താത്പര്യമുണ്ടെന്ന് അവർക്കറിയാം.''

''പ്രത്യേകിച്ചും അവർ രണ്ട് ലക്ഷം പൗണ്ടിന്റെ അനന്തരാവകാശി കളാകുമ്പോൾ?''

''എനിക്ക് പണം വേണം. അത് എങ്ങനെയുണ്ടാക്കണം എന്ന് എനിക്കറിയാം. നിയമാനുസൃതമായ മാർഗ്ഗങ്ങളിലൂടെയാണ് ഞാന തുണ്ടാക്കുന്നത്. നിയമം വിട്ട് കളിച്ചാൽ ഏത് വിഡ്ഢിക്കും വലിയ നിധികൾ തന്നെ നേടിയെടുക്കാനാകും. അയാളുടെ ഗോൾഡൻ ഫസന്റ് ക്ലബ്ബ് രക്ഷിക്കാനായി ഞാൻ ഡിഗ്ബി സെറ്റണിന് ആയി രത്തി അഞ്ഞൂറ് കടം നൽകിയിരുന്നു. അതെപ്പോൾ വേണമെങ്കിലും അയാൾക്ക് തിരിച്ച് തരാം. ഞാനതിന് നിർബന്ധമൊന്നും ചെലുത്തി യിട്ടില്ല.''

സീദ് തന്റെ കണ്ണുകൾ ല്യുക്കറിലേക്ക് തിരിച്ചു. അതിലെ ആരാ ധന ഒട്ടൊന്ന് അസഭ്യവും അപമര്യാദയുള്ളതുമായിരുന്നു.

''മൗറിസ് സെറ്റൺ അന്തരിച്ച അന്ന് അത്താഴം ഇവിടെ നിന്നാണ് കഴിച്ചത്. ഡിഗ്ബി സെറ്റണിന് ഈ സ്ഥലവുമായി ചില ബന്ധങ്ങളുണ്ട്. ഡിഗ്ബി ഇപ്പോൾ രണ്ട് ലക്ഷം പൗണ്ടിന്റെ അനന്തരാവകാശിയാണ്. ആരെങ്കിലും ചില ചോദ്യങ്ങളുമായെത്തിയാൽ അതിനാൽ തന്നെ നിങ്ങൾക്ക് അവരെ കുറ്റപ്പെടുത്താനാകില്ല, പ്രത്യേകിച്ചും മൗറിസിനെ ജീവനോടെ കണ്ട അവസാന വ്യക്തി മിസ് കൂംബ്സാണെന്നിരിക്കെ.''

ല്യൂക്കർ ലിലിലേക്ക് തിരിഞ്ഞു.

''നീ വായ് അടച്ച് ഇരിക്കുന്നതാകും നല്ലത് ലിൽ. അല്ലെങ്കിൽ അതിലും നല്ലത് ഉടൻ ഒരു വക്കീലിന്റെ സഹായം തേടുന്നതാകും. ഞാൻ ഉടൻ ബെർണിക്ക് ഫോൺ ചെയ്യാം.''

''ഞാനെന്തിന് ഭയക്കണം? ഞാനെന്തിന് ബെർണിയുടെ സഹായം തേടണം? ആ സി.ഐ.ഡി ഇവിടെ വന്നപ്പോൾ ഞാൻ എല്ലാം പറഞ്ഞിട്ടുണ്ട്. പറഞ്ഞതെല്ലാം സത്യവുമാണ്. എന്നെ അയാൾ തന്റെ മേശയ്ക്കരികിലേക്ക് വിളിച്ചതിന് മൈക്കലും മറ്റ് പലരും സാക്ഷികളായുണ്ട്. ഞങ്ങളൊന്നിച്ച് അവിടെ ഒമ്പതരവരെ ഉണ്ടായിരുന്നു. നീയും അത് കണ്ടതാണല്ലോ സീദ്. ക്ലബ്ബിലുള്ള നശിച്ചവരെല്ലാം അതിനു സാക്ഷികളാണ്.''

''അത് ശരിയാണ് സൂപരിന്റന്റ്. പത്തരയോടെ ലിൽ തിരിച്ചെത്തുകയും ചെയ്തു.''

''ലിൽ ക്ലബ്ബിനു വെളിയിൽ പോകാൻ പാടില്ലായിരുന്നു.'' ല്യൂക്കർ പറഞ്ഞു. ''പക്ഷേ അത് എന്നെ ബാധിക്കുന്ന പ്രശ്നമാണ്. നിങ്ങളുടേതല്ല.''

ല്യൂക്കറുടെ ആ അനിഷ്ടം തന്നെ ബാധിക്കുന്നതല്ല എന്നതുപോലെ മിസ് കൂംബ്സ് മുഖം വീർപ്പിച്ചു. അയാളുടെ മറ്റ് ജീവനക്കാരെയെല്ലാം പോലെ അവൾക്കും തന്റെ പരിധിയെന്തെന്ന് അറിയാം. വളരെക്കുറിച്ച് നിയമങ്ങളേയുണ്ടായിരുന്നുള്ളൂ. ലളിതങ്ങളായിരുന്നു അവ. അതുകൊണ്ടുതന്നെ എല്ലാവർക്കും അത് മനസ്സിലാകുകയും ചെയ്യുമായിരുന്നു. അങ്ങനെ തിരക്കുള്ള ഒരു സായാഹ്നത്തിൽ ക്ലബ്ബിനു പുറത്ത് പോകുന്നത് പൊറുക്കാവുന്ന പാപമാണ്. ചില പ്രത്യേക സാഹചര്യങ്ങളിൽ നടത്തപ്പെടുന്ന കൊലപാതകങ്ങളും ക്ഷന്തവ്യമാണ്. എന്നാൽ മോങ്ക്സ്മെയറിലെ ആരെങ്കിലും ഈ കൊലപാതകം ല്യൂക്കറുടെ തലയിൽ കെട്ടിവയ്ക്കാൻ വെമ്പുന്നെങ്കിൽ നിരാശയാകും ഫലം. മറ്റൊരാളുടെ ഗുണത്തിനു വേണ്ടി ഒരു കൊല നടത്താൻ ല്യൂക്കർ തയ്യാറാകില്ല. അങ്ങനെ തന്റെ മാർഗ്ഗത്തിൽ ക്ലേശങ്ങൾ വരുത്താൻ തയ്യാറാകില്ല. ല്യൂക്കർ കൊന്നപ്പോൾ

അത് ചെയ്തത് താനാണെന്നതിന്റെ തെളിവുകൾ അവശേഷിപ്പിക്കാനും മടിച്ചിട്ടില്ല.

എന്താണ് സംഭവിച്ചതെന്ന് ഡൽഗ്ലീഷ് ലിലിനോട് ചോദിച്ചു. വക്കീലന്മാരെക്കുറിച്ചുള്ള സംസാരമൊന്നും പിന്നെയുണ്ടായില്ല. അവളിൽ നിന്ന് കഥയുടെ വിശദാംശങ്ങൾ ലഭിക്കുന്നതിനും ബുദ്ധിമുട്ടുണ്ടായില്ല. കഥ തുടങ്ങുന്നതിനു മുമ്പ് ലിൽ തന്റെ യജമാനനിലേക്ക് ഒരു നോട്ടമെറിഞ്ഞത് ഡൽഗ്ലീഷിന്റെ ശ്രദ്ധയിൽപെടാതിരുന്നില്ല. ല്യുക്കർ അവളെ സംസാരിക്കാൻ അനുവദിച്ചു. അതിന്റെ കാരണങ്ങൾ അയാൾക്ക് മാത്രം അറിയാം.

''ഏകദേശം എട്ടിനോടടുത്താണയാൾ എത്തിയത്. വാതിലിനടുത്തുള്ള ഒരു മേശ അയാൾ തിരഞ്ഞെടുത്തു. അയാൾ കയറി വന്നപാടെ ഞാനയാളെ ശ്രദ്ധിച്ചിരുന്നു. ഒരു കുറിയ മനുഷ്യൻ. എന്തോ പിരിമുറുക്കത്തിലാണെന്നതുപോലെയുള്ള മുഖഭാവം. ഒരുപക്ഷേ സർക്കാർ ഉദ്യോഗസ്ഥരാരെങ്കിലുമാകും എന്നാണ് ഞാൻ കരുതിയത്. ഒന്ന് മദ്യപിച്ചുല്ലസിക്കാൻ എത്തിയതാകും എന്ന്. ഇവിടെ അങ്ങനെ പല തരക്കാരും എത്താറുണ്ട്. സ്ഥിരക്കാർ അവരുടേതായ ബഹളങ്ങളോടെയാണെത്താറുള്ളത്. മിക്കപ്പോഴും സംഘം ചേർന്ന്. എന്നാൽ ഒറ്റയ്ക്ക് വരുന്നവരുമുണ്ട്. അങ്ങനെയുള്ളവർ മിക്കവരും ഒരു പെൺസാമീപ്യം കൊതിച്ചെത്തുന്നവരാകും. അത്തരം സേവനങ്ങൾ ഞങ്ങൾ ചെയ്ത് കൊടുക്കാറില്ല. അതവരോട് തുറന്ന് പറയുക എന്നത് എന്റെ ജോലിയുടെ ഭാഗമാണ്.'' മിസ് കൂംബ്സ് മുഖത്ത് ഭക്തിഭാവങ്ങൾ വരുത്തി. അത് ബോധപൂർവ്വമായിരുന്നു എന്നതിൽ ആർക്കും സംശയമുണ്ടാകില്ലായിരുന്നു. പിന്നെയെന്തുണ്ടായി എന്ന് ഡൽഗ്ലീഷ് ചോദിച്ചു.

''മൈക്കലാണ് ഓർഡർ എടുത്തത്. വറുത്ത ചെമ്മീനും സാലഡും റൊട്ടിയും വെണ്ണയും ഒരു കുപ്പി റൂഫിനൊയും. എന്ത് ഭക്ഷിക്കണമെന്ന് അയാൾക്ക് വ്യക്തമായ ധാരണയുണ്ടായിരുന്നു എന്ന് തോന്നി. അതിനാൽ അധികം തിരഞ്ഞില്ല. മൈക്കൽ ഭക്ഷണം വിളമ്പിയപ്പോൾ എന്നോടൊന്ന് സംസാരിക്കാനാകുമോ എന്നയാൾ ചോദിച്ചു. ഞാൻ അയാൾക്കരികിലേക്ക് നീങ്ങി. അയാളപ്പോൾ എന്നോട് കഴിക്കാൻ എന്തെങ്കിലും വേണോ എന്ന് ചോദിച്ചു. ഞാൻ ജിന്നും നാരങ്ങനീരുമെടുത്തു. അയാൾ ചെമ്മീൻ നുള്ളിയെടുത്ത് കഴിച്ചു തുടങ്ങി. അയാൾക്ക് ഒന്നുകിൽ വിശപ്പില്ലായിരുന്നു അല്ലെങ്കിൽ സംസാരിച്ചുകൊണ്ടിരിക്കുമ്പോൾ മുന്നിലെ പ്ലേറ്റിൽ തള്ളിക്കളിച്ചുകൊണ്ടിരിക്കാൻ എന്തെങ്കിലും വേണമായിരുന്നു. പക്ഷേ അതിനിടയിൽ ഭക്ഷണം ധാരാളം കഴിക്കുകയും ചെയ്തു. എന്നാൽ അതൊന്നും

ആസ്വദിച്ച് കഴിച്ചതാണെന്ന് തോന്നിയില്ല. വീണ്ട് കുടിച്ചു. മിക്ക വാറും ആ കുപ്പി മുഴുക്കെ കുടിച്ചു.''

അവർ എന്താണ് സംസാരിച്ചതെന്ന് ഡൽഗ്ലീഷ് ചോദിച്ചു.

'മയക്കുമരുന്നുകൾ' മിസ് കൂംബ്സിനത് പറയാൻ ഒട്ടും മടിയുണ്ടായിരുന്നില്ല. ''അതിലായിരുന്നു അയാൾക്ക് താത്പര്യം. അയാൾക്ക് വേണ്ടിയായിരുന്നില്ല. അയാൾ അതുപയോഗിക്കുന്നവനല്ല. അല്ലെങ്കിൽ അയാൾ അത് ഉപയോഗിക്കുന്നവനാണെന്ന് എനിക്ക് തോന്നിയില്ല. അങ്ങനെയുള്ളവർക്ക് അതെവിടെ കിട്ടുമെന്നതിനെക്കുറിച്ച് വ്യക്തമായ ധാരണയുണ്ടാകുമല്ലോ. കോർടെസിൽ അത്തരക്കാരെ കാണാറില്ല. അയാൾ ഒരു എഴുത്തുകാരനാണ് എന്ന് എന്നോട് പറഞ്ഞു. അറിയപ്പെടുന്ന എഴുത്തുകാരനാണെന്ന്. പ്രശസ്തനാണത്രെ. മയക്കുമരുന്ന് കച്ചവടത്തെക്കുറിച്ച് ഒരു പുസ്തകമെഴുതാനുള്ള തയ്യാറെടുപ്പിലാണെന്നും പറഞ്ഞു. അയാൾ പേരൊന്നും പറഞ്ഞില്ല. ഞാൻ ചോദിച്ചുമില്ല. ആരോ അയാളോട് എന്നെ സമീപിച്ചാൽ ചില വിവരങ്ങൾ ലഭിക്കും എന്ന് പറഞ്ഞു. പക്ഷേ അതിനെന്റെ സമയത്തിനു വിലയിടണം എന്നും. സോഹോയെക്കുറിച്ച് എന്തെങ്കിലും അറിയാൻ താത്പര്യമുണ്ടെങ്കിൽ കോർടെസിൽ പോയി ലിലിനോട് സംസാരിക്കൂ എന്ന് ആ സുഹൃത്ത് പറഞ്ഞു. അത് നന്നായി എന്നേ ഞാൻ പറയൂ. ഈ മയക്കുമരുന്നിന്റെ കാര്യത്തിൽ ആധികാരികമായി സംസാരിക്കാനാകുന്നവളാണ് ഞാൻ എന്നൊന്നും എനിക്ക് തോന്നിയില്ല. എന്നാൽ ആരൊക്കെയോ എന്നെ അതിനായി സഹായിക്കുകയാണെന്ന് എനിക്ക് തോന്നി. അതിൽ പണമുണ്ട്. ആ മനുഷ്യനാകട്ടെ, ലഭിക്കുന്ന വിവരം ആധികാരികമാണോ യഥാർത്ഥമാണോ എന്നതിലൊന്നും താത്പര്യമില്ലായിരുന്നു. തന്റെ പുസ്തകത്തിനിത്തിരി പ്രാദേശിക നിറം വരുത്താൻ ഉതകുന്ന എന്തും അയാൾക്ക് സ്വീകാര്യമായിരുന്നു. അത് നൽകാൻ എനിക്കാകും എന്ന് എനിക്കുറപ്പുണ്ടായിരുന്നു. കയ്യിൽ പണമുണ്ടെങ്കിൽ നിങ്ങൾക്ക് ലണ്ടനിൽ എന്തും വാങ്ങാനാകും. എവിടെ കിട്ടുമെന്ന് മനസ്സിലാക്കിയാൽ മാത്രം മതി. അത് എനിക്കറിയാവുന്നതുപോലെ നിങ്ങൾക്കുമറിയാമല്ലോ. ഈ സാധനം ലഭിക്കുന്ന ഒന്നുരണ്ട് പബ്ബുകളുടെ പേരും വിലാസവും വരെ നൽകാൻ എനിക്കാകുമായിരുന്നു. പക്ഷേ അയാൾക്ക് അതിന്റെ ആവശ്യമില്ലല്ലോ. അയാൾക്ക് ഇത്തിരി പൊലിമയും ഉദ്വേഗവുമൊക്കെയായിരുന്നു വേണ്ടത്. ഈ മയക്കുമരുന്ന് കച്ചവടത്തിൽ അത്ര പൊലിമയൊന്നുമില്ല. അതിന്റെ കച്ചവടക്കാരിലുമില്ല. ചെകുത്താന്മാരാണവർ. ചില വിവരങ്ങൾ കൈമാറാൻ എനിക്കാകും എന്നും അതുകൊണ്ട് എനിക്കെന്ത് ഉപകാരമെന്നും ഞാൻ ചോദിച്ചു. പത്ത് നോട്ടുകൾ എന്ന് അയാൾ പറഞ്ഞു. ഞാൻ സമ്മതിച്ചു. പറഞ്ഞതിൽ

പാതി തട്ടിപ്പായിരുന്നു എന്നൊന്നും പറയണ്ട. അയാളുടെ പണത്തി നുള്ള മൂല്യം അയാൾക്ക് ലഭിച്ചു.''

മിസ് കൂംബ്സ് എന്നും പണത്തിന്റെ മൂല്യം തിരിച്ച് നൽകുന്ന വളാണെന്ന് ഡൽഗ്ലീഷ് അഭിപ്രായപ്പെട്ടു. അവൾ അത് മനസ്സിലാ ക്കാൻ കുറച്ചു സമയത്തെ ഇടവേളയെടുത്തു. പിന്നെയത് അവ ഗണിക്കാൻ തീരുമാനിച്ചു.

''അയാൾ ഒരു എഴുത്തുകാരനാണെന്ന കഥ നിങ്ങൾ വിശ്വസിച്ചോ?'' ഡൽഗ്ലീഷ് ചോദിച്ചു.

''ഇല്ല സുഹൃത്തേ. ആദ്യമൊന്നും വിശ്വസിച്ചില്ല. അത്തരം കഥക ളൊക്കെ ഞാൻ അതിനു മുമ്പും കേട്ടിട്ടുള്ളതാണ്. ഒരു പെൺകുട്ടിയെ കാണാനായി 'എന്റെ പുതിയ നോവലിന് ആധികാരികമായ ഒരു പശ്ചാത്തലം' എന്ന് പറഞ്ഞ് വരുന്നവരെ ഒരുപാട് കണ്ടിട്ടുണ്ട്. അത ല്ലെങ്കിൽ സാമൂഹ്യശാസ്ത്രത്തിൽ ഗവേഷണം നടത്തുന്നവരാകും. അവരൊക്കെ അങ്ങനെയാണെന്ന് ഞാൻ വേണമെങ്കിൽ വാതു വയ്ക്കാം! അത്തരത്തിലൊരാളായാണ് എനിക്കയാളേയും കണ്ട പ്പോൾ തോന്നിയത്. ഒരേ സമയത്ത് അയാളിൽ ആകാംക്ഷയും പിരിമുറുക്കവും പ്രത്യക്ഷപ്പെടുന്നുണ്ടായിരുന്നു. നമുക്ക് ഒരു ടാക്സി യെടുക്കാമെന്നും, ഞാൻ പറയുന്നതെല്ലാം അയാൾക്ക് അപ്പപ്പോൾ ടൈപ്പ് ചെയ്യാനാകുമെന്നുമുള്ള നിർദ്ദേശം അയാളിൽ നിന്ന് വന്ന പ്പോൾ ഞാനൊന്ന് അത്ഭുതപ്പെട്ടു. ഒരു മണിക്കൂറിൽ കൂടുതൽ എനിക്ക് ക്ലബ്ബിൽ നിന്ന് വിട്ടു നിൽക്കാനാകില്ല എന്ന് പറഞ്ഞു. അതിനാൽ എന്റെ മുറിയിൽ പോകുകയാകും നല്ലതെന്നും അഭി പ്രായപ്പെട്ടു. ആരുമൊത്താണ് ഏറ്റുമുട്ടുന്നതെന്ന് അറിയില്ലെങ്കിൽ സ്വന്തം തട്ടകത്തിലാകുന്നതാകും എപ്പോഴും ബുദ്ധി. അതിനാൽ എന്റെ ഫ്ളാറ്റിലേക്ക് ഞങ്ങൾ ടാക്സിയെടുത്തു. ഒമ്പതരയോടെ ഞങ്ങൾ അങ്ങോട്ട് നീങ്ങി. ശരിയല്ലേ സീദ്?''

''അതെ. ലിൽ. ഒമ്പതര.'' സീദ് തന്റെ മുന്നിലിരിക്കുന്ന പാൽ ഗ്ലാസിൽ നിന്ന് കണ്ണുയർത്തി. അതിൽ കെട്ടി നിന്ന പാടയെക്കുറിച്ച് ചിന്തിക്കുകയായിരുന്നു അയാൾ അതുവരെ. ചൂടുള്ള പാലിന്റെ ഗന്ധം ആ ഓഫീസിൽ നിറയുന്നതുപോലെ തോന്നി.

''ദൈവത്തെയോർത്ത്, ഒന്നുകിൽ അത് കുടിക്ക് അല്ലെങ്കിൽ വലിച്ചെറിയ് സീദ്.'' ല്യൂക്കർ വിളിച്ചുപറഞ്ഞു. ''ആ മണം എനി ക്കിഷ്ടമല്ല.''

''അതെളുപ്പം കുടിക്ക്.'' മിസ് കൂംബ്സും പ്രോത്സാഹിപ്പിച്ചു. ''നിന്റെ അൾസറിനു നല്ലതാണത്. ആ സോളി ഗോൾഡ്സ്റ്റീൻ പോയതുപോലെ അല്ലെങ്കിൽ നിനക്കും പോകേണ്ടി വരും.''

''ഹൃദ്രോഗമായിരുന്നു സോളിയുടെ അസുഖം. അതിന് പാലൊട്ടും സഹായകരമാകില്ല. ഞാൻ അതിനെതിരായാണ് ചിന്തിക്കേണ്ടത്. എന്തായാലും ഇത് അണുപ്രസരണമുണ്ടാക്കുന്നതാണ്. ഇതിൽ സ്ട്രോൺഷിയം 90 ഉണ്ട്. അതപകടകാരിയാണ് സീദ്.''

സീദ് വാഷ്ബേസിനിലേക്ക് നീങ്ങി. പാൽ ഒഴിച്ച് കളഞ്ഞു. ജാലകമൊന്ന് തുറന്നിടാൻ ഡൽഗ്ലീഷ് ആഗ്രഹിച്ചു. പക്ഷേ അതിനെ അടക്കിപ്പിടിച്ച് സംസാരം തുടർന്നു.

''നിങ്ങൾ ഒന്നിച്ചിരുന്നപ്പോൾ സെറ്റണിന്റെ പെരുമാറ്റം എങ്ങനെയുണ്ടായിരുന്നു?''

''പിരിമുറുക്കമുണ്ടായിരുന്നു എന്നുറപ്പ്. ആവേശത്തിലായിരുന്നു. അതേസമയം ആകാംക്ഷയിലും. മൈക്കലിന് അയാളെ മറ്റൊരു മേശയിലേക്ക് മാറ്റിയിരുത്തണം എന്ന ആഗ്രഹമുണ്ടായിരുന്നു. വാതിലിനരികിലുള്ള ആ മേശ അത്ര നല്ലതല്ലായിരുന്നു. പക്ഷേ അയാൾ അനുസരിച്ചില്ല. ഞങ്ങൾ സംസാരിച്ചുകൊണ്ടിരിക്കുന്നതിനിടയിൽ ഇടയ്ക്കിടെ അയാൾ വാതിൽക്കലേക്ക് നോക്കുന്നുണ്ടായിരുന്നു.''

''അയാൾ ആരെയെങ്കിലും പ്രതീക്ഷിക്കുന്നുണ്ടായിരുന്നോ?''

''ഇല്ല. ആ വാതിൽ അവിടെയുണ്ട് എന്നയാൾ ഉറപ്പിക്കുകയാണെന്ന് എനിക്ക് തോന്നി. അയാളങ്ങനെ പെട്ടെന്ന് ഓടിപ്പോകാൻ തയ്യാറെടുക്കുകയാണെന്നൊന്നും എനിക്ക് തോന്നിയില്ല. വിചിത്രജീവിയാണയാൾ എന്ന കാര്യത്തിൽ സംശയമില്ല.''

അവർ ക്ലബ്ബിൽ നിന്നിറങ്ങിയതിനു ശേഷം എന്ത് സംഭവിച്ചു എന്ന് ഡൽഗ്ലീഷ് ചോദിച്ചു.

''സഫെക്കിൽ നിന്നുള്ള ആ സി.ഐ.ഡിയോട് ഞാൻ പറഞ്ഞതൊക്കെത്തന്നെ. ഗ്രീക്ക് തെരുവിൽ നിന്ന് ഒരു ടാക്സിയെടുത്തു. ഞാൻ ഡ്രൈവർക്ക് എന്റെ വിലാസം കൊടുക്കാനൊരുങ്ങിയപ്പോൾ നമുക്ക് വെറുതെ കറങ്ങാം എന്ന് സെറ്റൺ നിർദ്ദേശിച്ചു. അതുകൊണ്ടെനിക്ക് കുഴപ്പമില്ലല്ലോ എന്ന് ചോദിച്ചു. അയാളെന്തോ പെട്ടെന്ന് തണുത്തതുപോലെയാണെനിക്ക് തോന്നിയത്. എന്റെ മുറിയിൽ പോയാൽ അയാൾക്ക് എന്തെങ്കിലും സംഭവിക്കുമോ എന്ന് ഭയന്നിട്ടുണ്ടാകും. പാവം. എനിക്ക് അങ്ങനെ കറങ്ങുന്നതുകൊണ്ട് ഒരു കുഴപ്പവുമില്ലായിരുന്നു. ഞങ്ങൾ അതിനാൽ വെസ്റ്റ് എൻഡിൽ കറങ്ങി. ഹൈഡ് പാർക്കിലേക്ക് പോയി. ഞാൻ ഈ മയക്കുമരുന്ന് കച്ചവടത്തെക്കുറിച്ച് കുറച്ച് കെട്ടുകഥകളൊക്കെയുണ്ടാക്കി. അതൊക്കെ അയാൾ കുറിച്ചെടുത്തു. മദ്യം അയാളുടെ തലയ്ക്ക് പിടിച്ചിരുന്നു എന്നെനിക്ക് തോന്നി. പെട്ടെന്നയാൾ എന്നെ കയറിപ്പിടിച്ചു. ചുംബിക്കാൻ ശ്രമിച്ചു. എനിക്കാകട്ടെ അയാളെ മുഷിഞ്ഞിരുന്നു. അയാൾ

എന്നെ പിച്ചുകയും മാന്തുകയുമൊക്കെ ചെയ്യും എന്ന് ഞാൻ പ്രതീക്ഷിച്ചിരുന്നില്ല. താനങ്ങനെയൊക്കെ ചെയ്യേണ്ടതുണ്ട് എന്നതുകൊണ്ട് ചെയ്തതാണയാൾ എന്നേ എനിക്ക് തോന്നിയുള്ളൂ. എനിക്ക് ക്ലബ്ബിലേക്ക് തിരികെ പോകണം എന്ന് ഞാൻ പറഞ്ഞു. തന്നെ പാഡിങ്ങ്ടൺ ഭൂഗർഭ സ്റ്റേഷനു മുന്നിൽ വിടണം എന്ന് അയാളും. അവിടെ നിന്ന് ട്യൂബ് വഴി പൊയ്ക്കൊള്ളാം എന്നാണ് പറഞ്ഞത്. എനിക്കയാൾ അഞ്ചിന്റെ രണ്ട് നോട്ട് നൽകി. ഒരു പൗണ്ട് അധികവും നൽകി. അത് ടാക്സിക്കാരനുള്ളതായിരുന്നു.''

''എവിടേക്കാണയാൾ പോകുന്നതെന്ന് പറഞ്ഞുവോ?''

''ഇല്ല. ഞങ്ങൾ സസക്സ് ഗാർഡൻസിലെത്തി. അവിടെ വൺ വെയാണല്ലോ. പ്രയേദ് തെരുവിലൂടെ. അയാളെ അവിടെയിറക്കി. അയാൾ ചിലപ്പോൾ ബേക്കർലൂവിലേക്കും പോയിട്ടുണ്ടാകാം എന്ന് ഞാൻ കരുതുന്നു. അവിടെ നിന്ന് വഴി മുറിച്ച് കടന്നാൽ മതിയല്ലോ. അതൊന്നും ശ്രദ്ധിക്കാനപ്പോൾ എനിക്ക് താത്പര്യമില്ലായിരുന്നു. ഞാൻ യാത്ര പറഞ്ഞു. അത് പാഡിങ്ങ്ടൺ ഭൂഗർഭ സ്റ്റേഷനു മുന്നിൽ വച്ചായിരുന്നു. ഏകദേശം പത്തരയ്ക്ക്. അതിനു ശേഷം ഞാനയാളെ കണ്ടിട്ടില്ല. അതാണ് സത്യം.''

അങ്ങനെയല്ലെങ്കിൽ കൂടി അത് തെളിയിക്കുക എളുപ്പമാകില്ല എന്ന് ഡൽഗ്ലീഷിന്റെ മനസ്സ് പറഞ്ഞു. ദൃഢീകരിക്കുന്ന തെളിവുകൾ കുറവാണ്. നല്ലൊരു കഥയിൽ മാറ്റം വരുത്താൻ ലിൽ തയ്യാറാകുകയുമില്ല. അങ്ങനെ ചെയ്യേണ്ടി വന്നാൽ അത് ചെയ്യുന്ന ലണ്ടനിലെ അവസാന സ്ത്രീയാകും ലിൽ. കോർടെസിലേക്ക് വന്നത് സമയനഷ്ടമല്ലാതെ മറ്റൊന്നും നൽകിയിട്ടില്ല. ല്യൂക്കർ ഇത്തിരി അസ്വാഭാവികമെങ്കിലും നല്ല രീതിയിൽ സഹകരിച്ചു. ആ സഹകരണം സംശയിക്കപ്പെടേണ്ടതുതന്നെ. ഇതിന്റെ പാതി സമയം കൊണ്ട് റക്ലസിനു തന്നോട് പറയാനാകുന്നതിലധികമൊന്നും ഡൽഗ്ലീഷ് ഇതിനകം അറിഞ്ഞിട്ടില്ല.

പെട്ടെന്ന് ഇരുപത് വർഷം മുമ്പ് യുവാവായിരുന്ന ഡിറ്റക്ടീവ് കോൺസ്റ്റബിൾ ഡൽഗ്ലീഷിനെ പീഡിപ്പിച്ചിരുന്ന ചില അനിശ്ചിതത്വങ്ങളും അപര്യാപ്തതകളും അയാളുടെ മനസ്സിലേക്ക് വീണ്ടുമെത്തി. ബ്രൈസ് നൽകിയ കടൽക്കരദൃശ്യത്തിന്റെ ഫോട്ടോഗ്രാഫെടുത്ത് അവിടെയുള്ളവരെ കാണിക്കുമ്പോൾ അതിൽ നിന്നൊരു വിജയമുഹൂർത്തമൊന്നും പ്രതീക്ഷിച്ചിരുന്നില്ല. വീട്ടുവാതിൽക്കൽ വന്ന ഒരു വില്പനക്കാരൻ തന്റെ കൈവശമുള്ള വില കുറഞ്ഞ വസ്തു പ്രദർശനത്തിനു വച്ച് വാചാലനാകുന്നതുപോലെ മാത്രമേ

തോന്നിയുള്ളൂ. അവർ വിനീതമായി തന്നെ ഫോട്ടോ കണ്ടു. വിനയ മുള്ള വീട്ടുകാരെപ്പോലെ അവർക്കും അയാളോട് ദയ തോന്നിയിട്ടു ണ്ടാകും. ഒട്ടൊന്ന് വൈമനസ്യത്തോടെ ഈ ഫോട്ടോയിലുള്ള ആരെങ്കിലും ഇതിനു മുമ്പ് കോർടെസ് ക്ലബ്ബിൽ വന്നിട്ടുണ്ടോ എന്ന് ചോദിച്ചു. ലിൽ ഒന്നുകൂടി സൂക്ഷിച്ചു നോക്കി. ഫോട്ടോ ഒന്ന് നീട്ടി പ്പിടിച്ച് നോക്കി. ചിത്രം വ്യക്തതയിലും അവ്യക്തതയിലും എങ്ങനെ യിരിക്കുന്നു എന്നവൾ നിരീക്ഷിച്ചു. മറ്റ് പെണ്ണുങ്ങളെയൊക്കെ പോലെ തന്നെയാണ് ഈ ലിൽ എന്ന് ഡൽഗ്ലീഷ് അപ്പോൾ മനസ്സിൽ പറഞ്ഞു. താൻ പറയുന്നത് സത്യമാണെന്ന് തന്നെത്തന്നെ ബോധി പ്പിക്കാനായാൽ ഏറ്റവും വൃത്തിയായി അവൾ നുണ പറയും.

''മൗറിസ്, ഡിഗ്ബി എന്നിവരെയൊഴിച്ച് ആരേയും തിരിച്ചറിയാ നാകുന്നില്ല. എന്ന് വച്ചാൽ അവരൊന്നും ഇവിടെ വന്നിട്ടേയില്ല എന്നല്ല. അത് അവരോട് തന്നെ ചോദിക്കേണ്ടി വരും.''

ല്യുക്കറും സീദും ഇത്രയ്ക്ക് നാടകമൊന്നും കാണിച്ചില്ല. അവർ ചിത്രത്തിലേക്ക് കുറച്ച് സമയം നോക്കിയതിനു ശേഷം അവരെ യൊന്നും തങ്ങളുടെ ആയുസ്സിലിതുവരെ കണ്ടിട്ടില്ല എന്ന് മാത്രം പറഞ്ഞു.

ഡൽഗ്ലീഷ് അവർ മൂന്ന് പേരേയും മാറി മാറി നോക്കി. സീദിന്റെ മുഖത്തൊരു വേദന കാണുന്നു. അതോ ആകാംക്ഷയോ? ക്രൂരരായ മുതിർന്നവർക്കിടയിൽപ്പെട്ട പ്രത്യാശകൾ അസ്തമിച്ച ഒരു കൊച്ചു ബാലന്റെ രൂപം. ല്യുക്കറിന് ചിരിക്കാനറിയാമെങ്കിൽ ഇപ്പോൾ രഹസ്യ മായി ചിരിക്കുകയാകും എന്ന് ഡൽഗ്ലീഷ് ചിന്തിച്ചു. ലിൽ അപ്പോൾ ഡൽഗ്ലീഷിനെ നോക്കി ഇരിക്കുകയായിരുന്നു. അവളിൽ മാതൃത്വം കിനിയുന്നു. അയാളെപ്രതി അനുകമ്പയൊഴുകുന്നു. അത് കണ്ടപ്പോൾ അയാളിൽ നീരസമുണ്ടായി. ഈ നോട്ടം സാധാരണ നിലയിൽ അവൾ തന്റെ ഉപഭോക്താക്കൾക്കായി നീക്കി വച്ചിട്ടുള്ളതാണ്. അവ തിൽ നിന്നറിയാൻ ഇനി ഒന്നുമില്ല. അയാൾ സഹായത്തിനു നന്ദി പറഞ്ഞു. ല്യുക്കറിലെ തണുത്ത വിരോധാഭാസത്തിൽ ഒരു കുറവും വന്നിട്ടില്ല എന്നയാളുടെ മനസ്സ് പറഞ്ഞു. അയാൾ പുറത്തിറങ്ങി.

മൂന്ന്

ഡൽഗ്ലീഷ് പുറത്തിറങ്ങിയപ്പോൾ ല്യുക്കർ തലയൊന്നാട്ടി സീദിനെ നോക്കി. സീദ് ഒരക്ഷരം പറയാതെ, തിരിഞ്ഞ് നോക്കാതെ ആ മുറിയിൽ നിന്ന് പുറത്തേക്ക് നടന്നു. അയാളുടെ കാലൊച്ച മാഞ്ഞ്

പോകുന്നത് വരെ ല്യുക്കർ കാത്തിരുന്നു. ലിൽ തന്റെ യജമാന നൊപ്പം ഒറ്റയ്ക്കായി. അവൾക്ക് അങ്ങനെ ആകാംക്ഷയൊന്നുമില്ല. തന്റെ ചാരുകസേര നെരിപ്പോടിനരികിലേക്ക് വലിച്ചിട്ട് അയാളെ നോക്കിയിരുന്നു. പൂച്ചയുടേത് പോലെ നിർവികാരമായ കണ്ണുകളു മായി ഇരുന്നു. ല്യുക്കർ എഴുന്നേറ്റ് ചുമരിൽ ഘടിപ്പിച്ചിരുന്ന സേഫി ലേക്ക് നീങ്ങി. അവൾ അയാളുടെ വീതിയുള്ള ചുമലുകൾ കണ്ടു. അത് ചലിക്കുന്നില്ല. എന്നാൽ കൈവിരലുകൾ താഴിന്റെ സമ്മിശ്ര സങ്കീർണ്ണതകളുടെ കെട്ടഴിക്കുന്നു. സേഫ് തുറന്ന് അയാൾ ഒരു ചെറിയ പാർസൽ പുറത്തെടുത്തു, ഷൂസിന്റെ പെട്ടിയോളം വലിപ്പ മുള്ള ഒന്ന്. തവിട്ട് കടലാസുകൊണ്ട് പൊതിഞ്ഞത്. അതിന്റെ മുക ളിൽ ഒരു വെളുത്ത ചരടുകൊണ്ട് കെട്ടിയിട്ടുണ്ട്. അതയാൾ മേശ പ്പുറത്ത് വച്ചു.

''ഇത് മുമ്പ് കണ്ടിട്ടുണ്ടോ?'' അയാൾ ചോദിച്ചു.

''ഇന്ന് കാലത്തെ തപാലിൽ വന്നതല്ലേ? സീദാണത് ഇങ്ങോട്ട് കൊണ്ടുവന്നത്. എന്താണ് കുഴപ്പം?''

''കുഴപ്പമൊന്നുമില്ല. എന്ന് മാത്രമല്ല സന്തോഷം നൽകുന്നതു മാണ്. ഞാനൊരിക്കൽ തുറന്ന് നോക്കി. എത്തിയപ്പോൾ ഇതിലും വൃത്തിയുണ്ടായിരുന്നു. വിലാസം കണ്ടോ? എൽ.ജെ. ല്യുക്കർ എ സ്ക്വയർ, ദ കോർടെസ് ക്ലബ്ബ്, ഡബ്ല്യൂ.ഐ.; എല്ലാം വലിയ അക്ഷര ത്തിൽ. പിഴവുകളില്ലാതെ അച്ചടിച്ചത്. ആരയച്ചതെന്ന് ഇതിൽ നിന്ന് കണ്ടെത്തുക അത്ര എളുപ്പമല്ല. ആ എസ്ക്വയർ പ്രയോഗം എനിക്ക് ഇഷ്ടമായി. എന്റെ കുടുംബത്തിൽ അത്ര വിഖ്യാതരൊന്നു മുണ്ടായിട്ടില്ല. അതിനാൽ തന്നെ ഇതെഴുതിയയാൾ ഇത്തിരി അഹ ങ്കാരിയാണെന്ന് തോന്നി. എന്നാൽ അയാൾ എനിക്ക് ആദായ നികുതി ഇൻസ്പെക്ടറും സോഹിയിൽ പാതിയിലധികം വ്യാപാരികളുമാ യുള്ള ഛിദ്രത്തെ സൂചിപ്പിച്ചിട്ടുള്ളതിനാൽ അതിനെയൊരു സൂച കമായെടുക്കാനാകും എന്നു തോന്നുന്നു. പിന്നെ ഒരു കടലാസു മുണ്ട്. തവിട്ട് നിറമുള്ള ഒരു സാധാരണ കടലാസ്. ഏത് കടയിൽ നിന്നും അത്തരം കടലാസു വാങ്ങാനാകും. ഈ ചരടും അങ്ങനെ ത്തന്നെ. ഈ ചരടിനെന്തെങ്കിലും പ്രത്യേകത കാണാനുണ്ടോ ലിൽ?''

ലിൽ ശ്രദ്ധിച്ചു. ഒന്നുമില്ലെന്ന് സമ്മതിച്ചു. ല്യുക്കർ തുടർന്നു.

''ഇതിനയാൾ അല്ലെങ്കിൽ അവൾ നൽകിയിരിക്കുന്ന തപാൽ ചിലവാണ് വിചിത്രം. എന്റെ കണക്ക് കൂട്ടൽ അനുസരിച്ച് ഒരു ഷില്ലെ ങ്കിലും അധികം. അതിനാൽ ഈ പാർസൽ തപാൽ ആപ്പീസിനു പുറത്ത് വച്ച് സ്റ്റാമ്പ് ചെയ്ത് തിരക്കുള്ള സമയത്ത് അകത്തേക്ക് തള്ളിയതാണെന്ന് വേണം നമ്മൾ കരുതാൻ. അതൊന്ന് ഭാരം

നോക്കാൻ കാത്തിരിക്കാനുള്ള ക്ഷമയൊന്നുമുണ്ടായില്ല. അങ്ങനെയാകുമ്പോൾ ഇതാരയച്ചു എന്നത് ശ്രദ്ധയിൽപ്പെടുകയുമുണ്ടായിട്ടുണ്ടാകില്ല.''

''എവിടെനിന്നാണയച്ചിരിക്കുന്നത്?''

''ശനിയാഴ്ച, ഇപ്സ്വിച്ചിൽ നിന്ന്. അതിനെന്തെങ്കിലും അർത്ഥം നീ കാണുന്നുണ്ടോ?''

''ഇവിടെ നിന്ന് വളരെ ദൂരെയൊരിടത്തുനിന്നാണത് പോസ്റ്റ് ചെയ്തത് എന്ന് മാത്രം. മൗറിസ് സെറ്റണെ കണ്ടത് ഈ ഇപ്സ് വിച്ചിനരികിലെവിടേയോ നിന്നല്ലേ?''

''മോങ്ക്സ്മെയറിനരികിലെ ഏറ്റവും വലിയ പട്ടണം. അവിടെയെത്തിയാൽ പെട്ടെന്ന് തിരിച്ചറിയപ്പെടില്ല എന്ന് ഉറപ്പിക്കാം. വാൾബെർസ്വിക്കിലോ സൗത്വോൾഡിലോ പോസ്റ്റ് ചെയ്തിട്ട്, അത് ചെയ്തയാളെ ആരും ഓർത്തിരിക്കില്ല എന്ന് പ്രതീക്ഷിക്കുക എളുപ്പമല്ല.''

''എന്താണതിനുള്ളിൽ എൽ. ജെ?''

''തുറന്ന് കണ്ടോളൂ.''

ലിസ് ശ്രദ്ധയോടെ മുന്നിലേക്ക് നീങ്ങി. തനിക്കിതിലൊന്നും താത്പര്യമില്ല എന്നൊരു ഭാവം വരുത്തി. അവൾ പ്രതീക്ഷിച്ചതിലും അധികം തവിട്ട് കടലാസുകൾ പൊതിയാനായി ഉപയോഗിച്ചിട്ടുണ്ട്. ഒരു വെളുത്ത സാധാരണ പെട്ടി. ഷൂസുകൾ ഇട്ടുവയ്ക്കുന്ന പെട്ടി. അതിന്റെ ലാബലുകളെല്ലാം കീറിക്കളഞ്ഞിരിക്കുന്നു. പഴക്കം തോന്നിപ്പിക്കുന്ന ഒന്നാണത്. മിക്കവാറും വീടുകളിൽ ഇതുപോലൊന്ന് ഏതെങ്കിലും ഒരു അലമാരയുടെ മൂലയിൽ കിടപ്പുണ്ടാകും. ലിൽ അതിന്റെ മൂടി തുറന്നു.

''ഇതിനകത്ത് ഏതെങ്കിലും ഭീകരജീവിയാണെങ്കിൽ അതെന്റെ ശരീരത്തിലേക്ക് ചാടുകയാണെങ്കിൽ, ഞാൻ നിങ്ങളെ കൊല്ലും എൽ.ജെ. അങ്ങനെ വരാതിരിക്കാൻ ദൈവം സഹായിക്കട്ടെ. എനിക്ക് വില കുറഞ്ഞ തമാശകളൊന്നും ഇഷ്ടമല്ല. എന്തായാലും ഇതിനകം നാറുന്നുണ്ട്.''

''ഫോർമാലിന്റെ ഗന്ധമാണ്. തുറന്ന് നോക്ക്.''

അയാൾ അവളെ തന്നെ നോക്കി നിൽക്കുകയായിരുന്നു. ആ തണുത്ത ചാരക്കണ്ണുകളിൽ എന്ത് സംഭവിക്കുന്നു എന്നറിയാനുള്ള താത്പര്യം കാണാം. ഇതുവരെ അവളെ അയാൾ വിഷമിപ്പിച്ചിട്ടില്ല. അവളുടെ കണ്ണുകൾ ഒരിക്കൽ കൂടി അയാളെ തിരഞ്ഞെത്തി. പിന്നെ മേശയിൽ നിന്ന് ഒരടി ദൂരെ മാറി നിന്നു. ആ പെട്ടിയുടെ മൂടി വിരൽ കൊണ്ട് തെറിപ്പിച്ചു.

അതിൽ നിന്നൊരു രൂക്ഷഗന്ധം വന്നു. ബോധം കെടുത്താനുതകുന്ന ഗന്ധം. അതിനകത്ത് നനഞ്ഞ, പരുത്തിയിൽ വെട്ടിമാറ്റിയ കൈകൾ കിടക്കുന്നു. പ്രാർത്ഥിക്കുന്നതുപോലെ കൂട്ടിവച്ചിരിക്കുന്നു. ഇരുകൈപ്പത്തികളും ഒട്ടി നിൽക്കുന്നു. അതിൽ അവശേഷിച്ചിരിക്കുന്ന ചർമ്മത്തിനു ചോക്ക് പോലെ വെളുത്ത നിറമാണ്. കൈപ്പത്തിയിലെ അസ്ഥികളും വിരലുകളുമെല്ലാം ഒരു ഗ്ലൗസിനകത്തിട്ടതുപോലെയുണ്ട് ഇപ്പോൾ ആ ചർമ്മം കണ്ടാൽ. ഒന്ന് തൊട്ടാൽ കീറിപ്പോകുന്ന ഗ്ലൗസ്. വെട്ടിമാറ്റിയ മണിബന്ധത്തിൽ നിന്ന് മാംസം വലിഞ്ഞ് മാറുന്നു. വലതുകയ്യിന്റെ ചൂണ്ടുവിരൽ നഖം സ്ഥാനത്തു നിന്നൊന്ന് തെന്നിമാറിയിരിക്കുന്നു.

അവൾ ആ കൈകളിലേക്ക് തുറിച്ച് നോക്കി നിന്നു. അതിൽ നിന്നൊന്ന് നോട്ടം അകറ്റി. പിന്നെ ആ പെട്ടിയുടെ മൂടി പെട്ടെന്നടച്ചു. അവളുടെ ആ കരുത്തിൽ കാർഡ്ബോർഡ് ഒന്ന് വളഞ്ഞു.

''അതൊരു കൊലപാതകമായിരുന്നില്ല എൽ.ജെ. എനിക്കത് ഉറപ്പുണ്ട്. ഡിഗ്ബിക്ക് അതുമായി യാതൊരു ബന്ധവുമില്ല. അയാൾക്കത്ര ധൈര്യമില്ല.''

''ഞാനും അങ്ങനെ പറയുമായിരുന്നു. നീ എന്നോട് സത്യമാണോ പറഞ്ഞത് ലിൽ?''

''അതെ. തീർച്ചയായും. പറഞ്ഞ ഓരോ വാക്കും സത്യമായിരുന്നു എൽ.ജെ. അയാൾക്ക് അത് ചെയ്യാനകില്ല. ചൊവ്വാഴ്ച രാത്രി മുഴുക്കെ അയാൾ പൊലീസ് സ്റ്റേഷനിലായിരുന്നു.''

''അതെനിക്കറിയാം. ഇത് അയാളല്ല അയച്ചതെങ്കിൽ പിന്നെയാരാണ്? അയാൾക്ക് രണ്ട് ലക്ഷം പൗണ്ടാണ് ലഭിക്കുന്നതെന്നോർക്കണം.''

''തന്റെ സഹോദരൻ മരിക്കും എന്നയാൾ ഒരിക്കൽ എന്നോട് പറഞ്ഞിരുന്നു.''

അവൾ ഭയത്തോടെ ആ പെട്ടിയെ നോക്കി.

''അതെ. അയാൾ മരിക്കാറായിട്ടുണ്ടായിരുന്നു. എന്നെങ്കിലും മരിക്കുമായിരുന്നു. അയാളുടെ ഹൃദയത്തിന്റെ അവസ്ഥ മോശമായിരുന്നു. അതിനർത്ഥം ഡിഗ്ബിയാണയാളെ ഇല്ലാതാക്കിയത് എന്നല്ല. ആ മരണം സ്വാഭാവിക കാരണങ്ങളാലായിരുന്നു.''

തന്റെ സ്വരത്തിൽ ഒരു അസ്വസ്ഥതയുണ്ടായി എന്ന് ലിൽ കണ്ടെത്തിയിരിക്കും. അവൾ അയാളെ നോക്കി.

''അയാൾക്ക് ഇവിടെ നിങ്ങളോടൊപ്പമാകാനുള്ള താത്പര്യം എന്നുമുണ്ടായിരുന്നു എൽ.ജെ. അത് നിങ്ങൾക്കും അറിയാവുന്നതല്ലേ. ഇപ്പോൾ അയാളുടെ കൈവശം രണ്ട് ലക്ഷം പൗണ്ടുണ്ട്.''

''ഇപ്പോൾ ഇല്ല. ആയിട്ടില്ല. ഒരുപക്ഷേ അതിൽ കൈവയ്ക്കാൻ അയാൾക്കായില്ല എന്ന് വരും. കയ്യിൽ കാശുണ്ടെങ്കിലും ഇല്ലെങ്കിലും എന്റെയരികിൽ വന്ന് വെറുതെ വിഡ്ഢിവേഷം കെട്ടിക്കാൻ എനിക്ക് താത്പര്യമില്ല.''

''അയാളാണ് മൗറിസിനെ ഇല്ലാതാക്കി അതൊരു സ്വാഭാവിക മരണംപോലെ വരുത്തിത്തീർത്തതെങ്കിൽ, അയാൾ അത്ര വലിയ വിഡ്ഢിയാകില്ല എൽ. ജെ.''

''ആയിരിക്കില്ല. നമുക്ക് കാത്തിരുന്ന് കാണാം. അയാൾ എങ്ങനെ ഇതിൽ നിന്ന് പുറത്ത് വരുന്നു എന്ന് കാണാം.''

''അപ്പോൾ... ഇതോ?'' ലിൽ നിഷ്കളങ്കമെന്ന് തോന്നിപ്പിച്ച ആ പെട്ടിയെ നോക്കി തലയാട്ടി.

''തിരികെ സേഫിൽ വയ്ക്കുന്നു. നാളെ ഞാനിത് സീദിനെ ക്കൊണ്ട് ഡിഗ്ബിക്ക് പാർസൽ ചെയ്യിക്കും. അത് നമ്മളോട് പലതും പറയും. അതിൽ എന്റെ വിസിറ്റിങ്ങ് കാർഡ് കൂടി വച്ചാൽ ഗംഭീര മാകും. ഡിഗ്ബി സെറ്റണും ഞാനും ഒന്ന് പരസ്പരം സംസാരി ക്കേണ്ട സമയമായിരിക്കുന്നു.

നാല്

കോർടെസ് ക്ലബ്ബിന്റെ വാതിലടച്ച് പുറത്ത് കടന്ന് ഡൽഗ്ലീഷ് സോഹോയിലെ വായു മോങ്ക്സ്മെയർ ഹെഡിലെ കടൽക്കാറ്റാ ണെന്ന് മനസ്സിൽ ധരിച്ച് ആവോളം അകത്തേക്ക് വലിച്ചെടുത്തു. ല്യുക്കറിനെന്നും ഇങ്ങനെ അന്തരീക്ഷം മലീമസപ്പെടുത്തുന്നു എന്നൊരു പ്രഭാവം, ഒരു ധാരണ, നിലനിർത്താനായിട്ടുണ്ട്. വീർപ്പു മുട്ടുന്ന ആ കൊച്ചു ഓഫീസിൽ നിന്ന് പുറത്ത് കടക്കാനായതിൽ അയാൾക്ക് സന്തോഷം തോന്നി. ആ ചത്തകണ്ണുകളുടെ തുറിച്ച് നോട്ടങ്ങളിൽ നിന്ന് പുറത്ത് കടക്കാനായതിൽ. താൻ ക്ലബ്ബിനകത്താ യിരുന്നപ്പോൾ മഴ പെയ്തു എന്ന് തോന്നുന്നു. വഴി നനഞ്ഞ് കിട ക്കുന്നു. നടപ്പാതയിൽ ചെറിയ തോതിൽ വഴുക്കലുണ്ട്. സോഹോ ഉണർന്ന് തുടങ്ങിയിരിക്കുന്നു. ഇടുങ്ങിയ തെരുവിലും അതിന്റെ നടപ്പാതയിലും രണ്ടരികും മുട്ടുന്ന ജനക്കൂട്ടമായിരിക്കുന്നു. കാറ്റ് വീശുന്നുണ്ട്. ആ കാറ്റ് നോക്കിനിൽക്കെ വഴിയെ ഉണക്കിയെടുക്കു ന്നുമുണ്ട്. മോങ്ക്സ്മെയർ ഹെഡിലും ഇതുപോലെ കാറ്റ് വീശുന്നു ണ്ടാകുമോ? ഒരുപക്ഷേ തന്റെ അമ്മായി, രാവിൽ നിന്ന് വേർപെടാ നായി ജാലകപ്പാളികളടയ്ക്കുകയാകാം ഇപ്പോൾ.

ഷാഫ്ട്സ്ബറി അവന്യൂവിലേക്ക് സാവധാനത്തിൽ നടക്കുന്നതിനിടയിൽ അയാൾ ഇനിയെന്ത് ചെയ്യണം എന്ന ആലോചനയിലായി. പെട്ടെന്നുള്ള ഒരു വികാരത്തള്ളിച്ചയിലാണ് ലണ്ടനിലേക്ക് തിരിച്ചത്. ഇവിടെയെത്തിയപ്പോൾ സഫെക്കിലാണെങ്കിലും ഇത്രയും വിവരങ്ങൾ ശേഖരിക്കാനാകുമായിരുന്നു എന്ന ചിന്തയുണ്ടാകുന്നു. മാക്സ് ഗർനിക്ക് തന്റെ കൈവശമുള്ള വാർത്ത ടെലിഫോണിലൂടെ അറിയിക്കാമായിരുന്നു. മാക്സ് വല്ലാതെ ശ്രദ്ധാലുവായിരുന്നു എന്നത് വേറെ കാര്യം. എന്നാൽ ഈ യാത്ര തീർത്തും നിരാശാജനകമാണെന്നും പറയാനാകില്ല. ഈ പകലിനു നല്ല ദൈർഘ്യമുണ്ടായിരുന്നു. അതിനിയും വലിച്ചുനീട്ടേണ്ടതില്ല എന്ന തീരുമാനത്തിൽ അയാളെത്തി. ആ ദൈർഘ്യം അയാളെക്കൊണ്ട് ഇനിയും എന്തൊക്കെയോ ചെയ്യാനുണ്ടെന്ന തോന്നൽ വരുത്തിപ്പിക്കുന്നു. ആ തോന്നൽ അസ്വസ്ഥതയ്ക്ക് കാരണമാക്കുന്നു.

ഇനിയെന്ത് ചെയ്യണം എന്ന് തീരുമാനിക്കുക അത്ര എളുപ്പമായിരുന്നില്ല. സാധ്യതകൾ പലതും ആലോചിച്ചെങ്കിലും ഒന്നും അത്ര ആകർഷകമായിരുന്നില്ല. ലാഥം താമസിച്ചിരുന്ന ആഡംബര ഫ്ളാറ്റ് സന്ദർശിക്കാം. അവിടത്തെ പരിചാരകരിൽ നിന്നെന്തെങ്കിലും വിവരം ലഭിക്കുമോ എന്ന് ശ്രമിക്കാം. എന്നാൽ ഇന്ന് ഈ അന്വേഷണം നടത്തുന്നത് തീർത്തും അനൗദ്യോഗികമായാണ്. ആ അവസ്ഥയിൽ അങ്ങനെയൊരു ചോദ്യം ചെയ്യൽ വിജയകരമാകാൻ സാധ്യത കുറവാണ്. അതിലുപരി റക്ലസോ അയാളുടെ ആളുകളോ തനിക്ക് മുമ്പേ അവിടെ എത്തിച്ചേർന്നിട്ടുണ്ടാകാം. ലാഥമിന്റെ ഒഴികഴിവിനെ തകർക്കാനാകുമായിരുന്നെങ്കിൽ അവർ അത് ചെയ്ത് കഴിഞ്ഞിട്ടുണ്ടാകുമായിരുന്നു. കഴിഞ്ഞ ചൊവ്വാഴ്ച താൻ താമസിച്ചു എന്ന് എലിസ മാർലി അവകാശപ്പെടുന്ന ബ്ലൂംസ്ബറി ഹോട്ടലിൽ ഭാഗ്യം പരീക്ഷിക്കാം. അവിടേയും ഊഷ്മളമായ സ്വാഗതമുണ്ടാകും. പക്ഷേ, റക്ലസിന്റെ പരിശോധന കഴിഞ്ഞിട്ടുണ്ടാകും. ആ ഇൻസ്പെക്ടറുടെ കാലടികളെ ഒരു നായയെപ്പോലെ പിന്തുടരുന്നതിൽ അയാൾക്ക് മുഷിപ്പ് തോന്നി.

നഗരത്തിൽ ജസ്റ്റിൻ ബ്രൈസിനൊരു ഫ്ളാറ്റുണ്ട്. അത് പരിശോധിക്കാം. എന്നാൽ അതുകൊണ്ട് വലിയ കാര്യമൊന്നുമുണ്ടാകില്ല. ബ്രൈസ് സഫെക്കിൽ തന്നെയായതിനാൽ അതിനകത്ത് കയറാനായേക്കില്ല. ആ കെട്ടിടം പരിശോധിച്ചതുകൊണ്ട് പ്രത്യേകിച്ച് ഒരു ഗുണവുമുണ്ടാകാനും പോകുന്നില്ല. നഗരത്തിലെ വിഖ്യാതമായ വാസ്തുശില്പങ്ങളിൽ ഒന്നായതിനാൽ അയാൾക്ക് പരിചിതമാണ് ആ കെട്ടിടം. മന്ത്‌ലി ക്രിട്ടിക്കൽ റിവ്യൂവിന്റെ ഓഫീസിനു

മുകളിലുള്ള നിലയിലാണ് ബ്രൈസ് താമസിക്കുന്നത്. ഫ്‌ളീറ്റ് തെരുവിൽ നിന്ന് മാറി, പതിനെട്ടാം നൂറ്റാണ്ടിൽ പണിത, വലിയ മുറ്റമുള്ള ഒരു കെട്ടിടത്തിൽ. വളരെ ശ്രദ്ധയോടെ സംരക്ഷിച്ചിട്ടുണ്ടത്. എന്നാൽ ഒരു കൃത്രിമത്വം ആ കെട്ടിടം കണ്ടാൽ തോന്നും. അതിൽ നിന്ന് തെരുവിലേക്കിറങ്ങാനുള്ള എക പാത പൈ ക്രസ്റ്റ് പാസ്സേജിലൂടെയാണ്. ഒരാൾക്ക് കടന്ന് പോകാവുന്ന വീതി മാത്രമേയുള്ളൂ. ബ്രൈസ് തന്റെ കാർ എവിടെയാണ് പാർക്ക് ചെയ്യുന്നതെന്ന് ഡൽഗ്ലീഷിനറിയില്ല. എന്തായാലും അത് പൈ ക്രസ്റ്റ് തെരുവിലല്ല. പെട്ടെന്ന് അയാളുടെ മനസ്സിലേക്ക് ഒരാൾ സെറ്റണിന്റെ കുറിയ ശരീരം തോളിലിട്ട് പൈ ക്രസ്റ്റ് തെരുവിലൂടെ നടന്ന് നീങ്ങി, ആ ശവം കാറിന്റെ പുറകിലേക്ക് തള്ളിക്കയറ്റുന്ന ഒരു ചിത്രം മനസ്സിൽ വന്നു. അപ്പോൾ നഗരത്തിലെ പൊലീസ് ഉദ്യോഗസ്ഥരും ട്രാഫിക് ഉദ്യോഗസ്ഥരും അത് നോക്കി നില്പുണ്ട്. അങ്ങനെയൊരു ചിത്രത്തെ വിശ്വസിക്കാനായെങ്കിൽ എന്നയാൾ ആഗ്രഹിച്ചു.

ഈ സായാഹ്നം ചിലവിടാൻ മറ്റൊരു മാർഗ്ഗമുണ്ട്. ദെബോറ റിസ്കൊവിനു ഫോൺ ചെയ്യാം. അവളുടെ ഓഫീസിലേക്ക്. അവളിപ്പോൾ ഇറങ്ങാനുള്ള തയ്യാറെടുപ്പിലാകും. അവളോട് തന്റെ ഫ്‌ളാറ്റിലെത്താൻ ആവശ്യപ്പെടാം. അവൾ തീർച്ചയായും വരും. ഇടയ്ക്കൊക്കെ ചില ക്ലേശങ്ങളുണ്ടായിരുന്നെങ്കിലും ആ ദിനങ്ങൾ രസകരമായിരുന്നു. അതിന്നും ഓർക്കുമ്പോൾ ആനന്ദം ലഭിക്കുന്നു. അന്നൊന്നും പക്ഷേ അവൾ വിളിച്ചാൽ വരുമോ എന്ന കാര്യത്തിൽ ഉറപ്പില്ലായിരുന്നു. ആ കാലം കഴിഞ്ഞിരിക്കുന്നു. ഇന്ന് സായാഹ്നത്തിലേക്കായി അവൾ എന്ത് പദ്ധതിയിട്ടിട്ടുണ്ടെങ്കിലും അയാൾ വിളിച്ചാൽ വരും. അവൾ വന്നാൽ ഇപ്പോഴുള്ള മുഷിപ്പിനും അസ്വസ്ഥതയ്ക്കും അനിശ്ചിതത്വത്തിനുമെല്ലാം ഒരു ശാരീരികാശ്വാസമെങ്കിലും ലഭിക്കും. നാളെ പ്രഭാതത്തിൽ ഇതേ പ്രശ്നങ്ങൾ വീണ്ടുമെത്തും. ആദ്യ കിരണത്തിനോടൊപ്പം അവയെല്ലാം തലയുയർത്തും.

പെട്ടെന്നയാൾ ഒരു തീരുമാനത്തിലെത്തി. ഗ്രീക്ക് തെരുവിലേക്ക് തിരിഞ്ഞു. ആദ്യം കണ്ട ടാക്സിക്ക് കൈ കാണിച്ചു. തന്നെ പാഡിങ്ങ്ടൻ ഭൂഗർഭ സ്റ്റേഷനു മുന്നിൽ ഇറക്കണം എന്നാവശ്യപ്പെട്ടു.

പാഡിങ്ങ്ടൺ സ്റ്റേഷനു മുന്നിൽ നിന്ന് ഡിഗ്ബി സെറ്റണിന്റെ വിലാസത്തിലേക്ക് നടക്കാൻ തീരുമാനിച്ചു. മൗറിസ് സെറ്റൺ ഇതുവഴിയാണ് വന്നതെങ്കിൽ അയാൾ ഒന്നുകിൽ ബസ്സിൽ അല്ലെങ്കിൽ ടാക്സിയിലാകും പോയിരിക്കുക. (റക്ലസ് ആ സാധ്യത പരിശോധിച്ചിട്ടുണ്ടാകുമോ എന്നും അയാൾ അത്ഭുതപ്പെട്ടു.) അയാൾ നടന്ന് പോയിരിക്കാനും സാധ്യതയുണ്ട്. ഡൽഗ്ലീഷ് സമയം കണക്ക് കൂട്ടി. ഇത്തിരി വേഗത്തിൽ, പതിനാറ് മിനിട്ട് നടന്നാൽ കാരിങ്ങ്ടൺ

മ്യൂസിന്റെ തകർന്നുകൊണ്ടിരിക്കുന്ന പുറംചുവരുകൾക്കരികിലെത്തും. മൗറിസ് സെറ്റൺ ഒരുപക്ഷേ അതിലും കൂടുതൽ സമയമെടുത്തിരിക്കും.

ചെറിയ കല്ലുകൾ നിരത്തിയ പ്രവേശന കവാടം അത്രയൊന്നും ആകർഷകമായിരുന്നില്ല. അവിടെ വെളിച്ചം അധികമില്ലായിരുന്നു. മൂത്രത്തിന്റെ രൂക്ഷഗന്ധം വരുന്നുണ്ടായിരുന്നു. ചുറ്റിലും ആരേയും കണ്ടില്ല. അയാൾ കമാനം കടന്ന് അകത്തേക്ക് നീങ്ങി. മുറ്റത്ത് നല്ല വെളിച്ചമുണ്ട്. ഒരൊറ്റ ബൾബിൽ നിന്ന് വരുന്ന വെളിച്ചം. ഒരു പറ്റം ഗരാഷുകൾക്ക് മുകളിലാണ് ആ ബൾബ്. ആ സ്ഥലം ഒരുകാലത്ത് ഒരു ഡ്രൈവിങ്ങ് സ്കൂളിന്റെ ആസ്ഥാനമായിരുന്നു. ഗരാഷുകളൊന്നിനു മുകളിൽ കീറിപ്പറിഞ്ഞ ചില നോട്ടീസുകൾ പാറിക്കളിക്കുന്നുണ്ട്. എന്നാൽ അവയിപ്പോൾ കുലീനമായ ഒരു ലക്ഷ്യത്തിനായി നീക്കിവയ്ക്കപ്പെട്ടിരിക്കുന്നു. ലണ്ടനിൽ വ്യാപകമാകുന്ന ഗൃഹദൗർലഭ്യത്തിന്റെ പരിഹാരത്തിനായി. കുറച്ചുകൂടി കൃത്യമായി പറഞ്ഞാൽ അവയെയെല്ലാം ഇരുണ്ട, വലിപ്പമില്ലാത്ത, വിലകൂടിയ കോട്ടേജുകളാക്കി മാറ്റിയിരിക്കുന്നു. ഇനി അധികം താമസിയാതെ ഇവയെക്കുറിച്ച് ആകർഷകങ്ങളായ പരസ്യങ്ങളും വരും. എന്ത് ബുദ്ധിമുട്ടുകളും സഹിക്കാൻ തയ്യാറുള്ള താമസക്കാരെത്തേടി, അവർക്ക് ലണ്ടനിലെ ഒരു വിലാസമാകാൻ. രണ്ട് വണ്ടികളിട്ടിരുന്ന ഗരാഷുകൾ പാതിയാക്കപ്പെടുന്നു. നല്ല ഉയരമുള്ളവയെ രണ്ട് നിലകളാക്കുന്നു. എല്ലാതിനും എങ്ങനെയെങ്കിലും ഒരു കാർ പാർക്ക് ചെയ്യാനുള്ള സൗകര്യം ഒരുക്കിക്കൊടുക്കുന്നുണ്ട്. ബാക്കി സ്ഥലത്ത് മറ്റ് സൗകര്യങ്ങളെല്ലാം തയ്യാറാകുന്നുണ്ട്.

അതിൽ പൂർത്തിയായിരിക്കുന്ന ഏക കോട്ടേജ് ഡിഗ്ബി സെറ്റണിന്റേതാണ്. അത് യഥാസ്ഥിതിക ശൈലിയിൽ അലങ്കരിക്കപ്പെട്ടിട്ടുമുണ്ട്. ഓറഞ്ച് നിറമാണതിന്റെ വാതിലിന്. ജലകന്യകയുടെ രൂപത്തിലൊരു വാതിൽപ്പിടിയുണ്ട്. രണ്ട് പാളികളുള്ള ജാലകങ്ങളും. മുകളിൽ ഒരു ഇരുമ്പ് ദണ്ഡിൽ ഒരൊറ്റ വിളക്ക് തൂങ്ങിയാടുന്നു. വിളക്ക് കത്തുന്നില്ല. അതിന്റെ കാരണമന്വേഷിച്ച് ഡൽഗ്ലീഷിനധികം അലയേണ്ടി വന്നിട്ടില്ല. ആ ബൾബിലേക്ക് വൈദ്യുതിബന്ധമില്ലായിരുന്നു. ആകർഷകമല്ലാത്ത ഒരു ലജ്ജാവതിയെ ഓർമ്മിപ്പിച്ചു ആ വിളക്ക്. പ്രവർത്തനക്ഷമമല്ലാത്തതിനാൽ അശ്ലീലമായും തോന്നി. മൊത്തം വീടിനെക്കുറിച്ചും ഇങ്ങനെയൊക്കെത്തന്നെ പറയാവുന്നതാണ്. ജാലകങ്ങൾക്കും ഓറഞ്ച് നിറം തന്നെ. ചുറ്റിലും ജമന്തിച്ചെടികൾ നട്ടുപിടിപിച്ചിരിക്കുന്നു. അതിൽ നിറയെ പൂക്കളുള്ള കാലമാണെങ്കിൽ വാടകയിൽ രണ്ട് നാണയം കൂട്ടിപ്പറയാനാകും എന്ന് ഉറപ്പ്.

പക്ഷേ ഇപ്പോൾ ആ പൂക്കളൊക്കെ വാടിയിരിക്കുന്നു. ഇലകളും ഉണങ്ങിത്തുടങ്ങിയിരിക്കുന്നു.

കീശയിലുണ്ടായിരുന്ന ചെറിയ ടോർച്ച് തെളിച്ച് അയാൾ അവിടെയൊക്കെ ചുറ്റി നടന്ന് കണ്ടു. ജാലകത്തിന്റെ ഇരുണ്ട കണ്ണുകളിലേക്ക് ആ ടോർച്ചടിച്ച് നോക്കി. അടുത്തുള്ള രണ്ട് ഗാരാഷുകളിലും അവയെ വീടുകളാക്കുന്ന മിനുക്കുപണികൾ നടക്കുന്നു. അകത്തളം പൂർണ്ണമായും ശൂന്യമാക്കിയിരിക്കുന്നു. അതിനു വാതിലുകൾ ഇപ്പോഴും വച്ചിട്ടില്ലാത്തതിനാൽ അയാൾക്ക് അകത്ത് കയറി നോക്കാനായി. അതിന്റെ ഗരാഷും സ്വീകരണമുറിക്കും ഇടയിൽ വാതിൽ ഉണ്ടാകില്ല എന്ന വിധത്തിലാണ് രൂപരേഖ എന്ന് അപ്പോഴാണ് മനസ്സിലായത്. അതിനകത്ത് മുഴുക്കെ പുതിയ മരത്തിന്റെ ഗന്ധം നിറഞ്ഞ് നിന്നു. അതിനോടൊപ്പം പെയിന്റിന്റേയും ഇഷ്ടികപ്പൊടിയുടേയും. ഈ സ്ഥലത്തെ പണികളെല്ലാം പൂർത്തിയാകാൻ ഇനിയും സമയമെടുക്കും. അതിനു ശേഷമേ ഇവ സാമൂഹികമായി സ്വീകാര്യമാകൂ. ഇതൊരു ഫാഷൻ ലോകമാകാൻ പിന്നെയും സമയമെടുക്കും. എന്നാൽ വളർച്ച അങ്ങോട്ടാണ് എന്നതിൽ സംശയമില്ല. അത് കണ്ടെത്തിയവരിൽ ആദ്യത്തെയാളായിരുന്നു ഡിഗ്ബി എന്ന് മാത്രം.

അതപ്പോൾ മറ്റൊരു ചോദ്യത്തിലേക്ക് നയിക്കുന്നു. എന്തിനായിരിക്കും അയാൾ ഇങ്ങോട്ട് വന്നത്? ഇങ്ങനെയൊരു വീട് തിരഞ്ഞെടുക്കുക സാധാരണ നിലയിൽ സംഭവിക്കാത്തതല്ല. ഇവിടത്തെ മലീമസവും ആഭാസവുമായ പദവിചിഹ്നം അയാൾക്ക് യോജിക്കുന്നതായിരുന്നു. എന്നാൽ ഒരു കൊലപാതകത്തിനുതകുന്ന, അതിനു സൗകര്യപ്രദമായ ഒരു വീട് അയാൾ തിരഞ്ഞെടുത്തു എന്നത് യാദൃച്ഛികമാകില്ലേ? മൗറിസ് സെറ്റൺ താമസിച്ചിരുന്നിടത്തുനിന്ന് കേവലം ഇരുപത് മിനിട്ട് യാത്രയേയുള്ളൂ ഇവിടേക്ക്. ഒരു ഇരുണ്ട സ്ഥലമായിരുന്നു അത്. അവിടെ അപ്പോൾ ജോലി ചെയ്യുന്നവർ അന്നത്തെ ജോലിയവസാനിപ്പിച്ച് പോയാൽ പിന്നെ ഡിഗ്ബിയല്ലാതെ മറ്റാരുമുണ്ടാകില്ല. ഈ വീടുകളിലേക്കുള്ള പ്രവേശനം അതിന്റെ ഗരാഷിൽ നിന്നാണ്. മറ്റൊരു വസ്തുത കൂടിയുണ്ട്. അതായിരിക്കും ഏറ്റവും പ്രാധാന്യമുള്ളതും. ഡിഗ്ബി സെറ്റൺ അടുത്തയിടെയാണിവിടേക്ക് താമസം മാറ്റിയത്. മോങ്ക്സ്മെയറിലെ ആർക്കും അയാളുടെ ഈ വിലാസം അറിയില്ല. അയാൾ കൊടുത്തിട്ടില്ല. മൗറിസിന്റെ മരണവിവരം അറിയിക്കാൻ സിൽവിയ കെഡ്ജിന് ഡിഗ്ബിയെ എവിടെ തിരയണം എന്നറിയില്ലായിരുന്നു. അതിനർത്ഥം ലില്ലി കൂംബ്സ് മൗറിസിനെ അവസാനം കണ്ടത് കാരിങ്ങ്ടൺ മ്യൂസിൽ വച്ചായിരുന്നു എങ്കിൽ, അയാൾക്ക് ഇവിടെ തന്നെ കാത്തിരിക്കുന്നത് ഡിഗ്ബിയാണെന്ന് അറിയില്ലായിരുന്നു എന്നാണ്. അതായത് കോർടെസ്

ക്ലബ്ബിൽ നിന്നും മൗറിസ് പോയത് മരണത്തിലേക്കാണെന്ന്. ക്ലബ്ബു മായി ബന്ധമുള്ളവരിൽ സംശയത്തിന്റെ നിഴലിലുള്ള ഏക വ്യക്തി ഡിഗ്ബി മാത്രമാണ്.

എന്നാൽ ഇതൊക്കെ ഇപ്പോഴും സംശയങ്ങൾ മാത്രമാണ്. തെളിവു കൾ എവിടേയും ലഭ്യമല്ല. ലിൽ മൗറിസിനെ ഇവിടേക്ക് തിരിച്ച് വിട്ടു എന്നതിനു തെളിവില്ല. അവൾ അങ്ങനെ ചെയ്തിട്ടുണ്ടെങ്കിലും താൻ രചിച്ച മികച്ച കഥയിൽ കടിച്ചു തൂങ്ങിനിൽക്കാനുള്ള വാശിയും ധാർഷ്ട്യവും മനോധൈര്യവും ലില്ലിനുണ്ട്. തന്റെ ഭാഗം മെച്ചപ്പെടു ത്താൻ മാത്രമേ അവൾ അതിനെ പിന്നെ ഉപയോഗിക്കുകയുള്ളൂ. ലിൽ വായ് തുറക്കണമെങ്കിൽ ഒരു സാധാരണ ഇംഗ്ലീഷ് പൊലീസ് സേനയ്ക്ക് ചെയ്യാനാകുന്നതിനപ്പുറത്തേക്ക് കടക്കേണ്ടി വരും. മൗറിസ് മ്യൂസിലെത്തിയെന്നതിനു തെളിവില്ല. ഡൽഗ്ലീഷിന് പൂട്ടിയിട്ട ആ കോട്ടേജിനകത്ത് പ്രവേശിക്കാനായില്ല. പക്ഷേ റക്ലസോ അയാ ളുടെ പ്രതിനിധികൾ ആരെങ്കിലുമോ അത് ചെയ്തിരിക്കാം. കണ്ടെ ത്താൻ എന്തെങ്കിലുമുണ്ടെങ്കിൽ അവരത് ചെയ്തിട്ടുണ്ടാകാം. മൗറിസ് കൊല്ലപ്പെട്ടതാണെന്നതിനു പോലും തെളിവില്ല. റക്ലസ് അത് വിശ്വ സിക്കുന്നില്ല. ചീഫ് കോൺസ്റ്റബിൾ തന്നെ അത് വിശ്വസിക്കുന്നില്ലെ ങ്കിൽ മറ്റാരും അത് വിശ്വസിക്കുകയുമില്ല. ആദം ഡൽഗ്ലീഷ് മാത്ര മാണിങ്ങനെ വിഡ്ഢിയെപ്പോലെ ഇതിനുപുറകെ പോകുന്നത്. മൗറിസ് കൊല്ലപ്പെടുകയായിരുന്നു എങ്കിൽ, ഏറ്റവും വലിയ പ്രശ്നം അതുപോലെ നിലനിൽക്കുന്നു. അയാൾ അർദ്ധരാത്രിയിലാണ് അന്ത രിച്ചതെന്ന പ്രശ്നം. ആ സമയത്ത് ഡിഗ്ബി സെറ്റണിനു മാത്രമല്ല സംശയത്തിന്റെ നിഴലിലുള്ള മറ്റുള്ളവർക്കും ശക്തമായ ഒഴികഴിവു കളുണ്ട്. 'എങ്ങനെ' എന്ന് കണ്ടെത്താത്തിടത്തോളം 'ആര്' എന്ന ചോദ്യത്തിലേക്ക് കടക്കാനാകില്ല.

ആളൊഴിഞ്ഞ ആ പറമ്പിലേക്ക് ഒരിക്കൽക്കൂടി ഡൽഗ്ലീഷ് തന്റെ ടോർച്ച് തെളിയിച്ചു. ടാർപോളിൻ കൊണ്ട് മൂടിയിട്ട മരങ്ങളിലേക്ക്. പുതിയ ഇഷ്ടികക്കൂമ്പാരത്തിലേക്ക്. പഴയ നോട്ടീസുകൾ ഇപ്പോഴും പാറിപ്പറക്കുന്ന ഗരാഷ് വാതിലുകളിലേക്ക്. പിന്നെ ഓരോ കമാന ത്തിലൂടേയും അയാൾ നിശ്ശബ്ദം നടന്നു. അവിടെനിന്ന് ലെക്സിങ്ങ് ടൺ തെരുവിലേക്കും പിന്നെ കാറിലേക്കുമെത്തി.

ഇപ്സ്വിച്ചിനരികിലെത്തിയപ്പോഴാണ് ക്ഷീണം മൂലം തനിക്കിനി വണ്ടിയോടിക്കാനാകില്ല എന്ന തീർപ്പിലേക്ക് അയാൾ എത്തുന്നത്. ഭക്ഷണം കഴിക്കണം. മാക്സുമൊത്ത് ഉച്ചഭക്ഷണം കഴിച്ചതാണ്. അതിനു ശേഷം ഒന്നും കഴിച്ചിട്ടില്ല. വഴിയിൽ വണ്ടി നിർത്തി ഉറങ്ങു ന്നതിൽ അയാൾക്ക് വിഷമമില്ല. പക്ഷേ അങ്ങനെ ചെയ്താൽ അർദ്ധ

രാത്രിയിൽ വിശപ്പ് അയാളെ വിളിച്ചുണർത്തും. അടുത്തൊന്നും പ്രാതലിനുള്ള സൗകര്യങ്ങൾ പോലും ലഭ്യമായിരിക്കുകയുമില്ല. നല്ല ഒരു മദ്യശാലയോ ഭക്ഷണശാലയോ അടുത്തൊന്നും കാണുന്നില്ല. നാട്ടിൻപുറത്തുള്ള ഇത്തരം സ്ഥാപനങ്ങളിൽ കയറാൻ അയാൾക്ക് താത്പര്യമില്ല. അവിടെയൊക്കെ ഭക്ഷണത്തിനു നിശ്ചിത സമയവും നിശ്ചിത വിഭവങ്ങളുമാകും. ഗുണനിലവാരവും വളരെ മോശമാകും. അത് കഴിക്കുന്നതിലും നല്ലത് പട്ടിണി കിടക്കുന്നതാകും. ഒന്ന് രണ്ട് നാഴിക കൂടി മുന്നോട്ട് നീങ്ങിയപ്പോൾ രാത്രി മുഴുക്കെ തുറന്നിരിക്കുന്ന ഒരു കഫെ കാണാനായി. അതിനു ചുറ്റിലും അനേകം ലോറികൾ പാർക്ക് ചെയ്തിട്ടുണ്ട്. കഫെയ്ക്കകത്തു നിന്നും വെളിച്ചം കുത്തിയൊഴുകുന്നുണ്ട്. നല്ല ആൾത്തിരക്കുണ്ടവിടെ. അന്തരീക്ഷത്തിൽ പുക നിറഞ്ഞിരിക്കുന്നു. പലവിധ സംസാരങ്ങളും സംഗീതവും നിറഞ്ഞിരിക്കുന്നു. അയാൾ ഒരു മൂലയിലെ മേശ തിരഞ്ഞെടുത്തു. അതിൽ ആരുമില്ലായിരുന്നു. വൃത്തിയുള്ള മേശകളാണവിടെയുള്ളത്. ഒരു പ്ലേറ്റ് മുട്ടയും സോസേജും ചിപ്സും പിന്നെ നല്ല ചൂടും മധുരവുമുള്ള ചായയും ലഭിച്ചു.

അതിനു ശേഷം അയാൾ ടെലിഫോൺ അന്വേഷിച്ചു. അതൊരു ഇടുങ്ങിയ പാതയിലാണ് വച്ചിരുന്നത്. ഒട്ടും സൗകര്യപ്രദമല്ലാത്ത ഒരിടത്ത്. അടുക്കളയ്ക്കും വണ്ടികൾ പാർക്ക് ചെയ്യുന്ന സ്ഥലത്തിനും ഇടയിൽ. അയാൾ പെന്റ്ലാൻഡ്സിലേക്ക് വിളിച്ചു. അതിന്റെ ആവശ്യമൊന്നുമുണ്ടായിരുന്നില്ല. അയാൾ എപ്പോൾ തിരിച്ചുവരും എന്ന് അമ്മായിക്കറിയില്ലായിരുന്നു. അതിനാൽ കാത്തിരിക്കുന്നൊന്നുമില്ല. പക്ഷേ അയാൾക്ക് അവരെക്കുറിച്ച് അസ്വസ്ഥത തോന്നി. അവരിൽ നിന്ന് മറുപടിയൊന്നും ലഭിച്ചില്ലെങ്കിൽ ഉടൻ അവിടെയെത്താനും തീരുമാനിച്ചു. അനാവശ്യമാണീ ആകാംക്ഷ എന്ന് സ്വയം ബോധ്യപ്പെടുത്താനൊരു ശ്രമം നടത്തി. അവരപ്പോൾ പ്രയറി ഹൗസിൽ അത്താഴത്തിലാകാം. അല്ലെങ്കിൽ കടൽക്കരയിലൂടെ നടക്കുകയാകാം. അവർ അപകടത്തിലാണെന്ന് സൂചിപ്പിക്കുന്ന യാതൊരുവിധ കണ്ടെത്തലുകളും അയാൾ നടത്തിയിട്ടില്ല. എന്നാലും എന്തൊക്കെയോ കുഴപ്പങ്ങളുണ്ട് എന്നൊരു തോന്നൽ ശക്തമായിരുന്നു. അതൊരു പക്ഷേ ക്ഷീണവും നിരാശാബോധവും ഒന്നിച്ച് അടിച്ചേല്പിച്ചതാകാം. എന്നാലും അത് അറിഞ്ഞേ മതിയാകൂ.

കുറച്ചുനേരം ഫോൺ ശബ്ദിച്ചതിനു ശേഷമാണ് അപ്പുറത്തു നിന്ന് അമ്മായിയുടെ സ്വരം വന്നത്. പരിചിതമായ സ്വരം. അയാളാണ് വിളിക്കുന്നത് എന്നറിഞ്ഞപ്പോൾ അവർ അത്ഭുതപ്പെട്ടു. അത് പക്ഷേ അവർ പറഞ്ഞില്ല. അവർ സംസാരിച്ചു. അതിനിടയിൽ അടുക്കളയിൽ

നിന്ന് പാത്രം കഴുകുന്ന സ്വരവും അപ്പുറത്ത് ലോറികൾ ഇരമ്പുന്ന സ്വരവും കൂടി സംസാരം ദീർഘിപ്പിക്കാൻ അനുവദിച്ചില്ല. റിസീവർ താഴെവച്ചപ്പോഴും അസ്വസ്ഥത വിട്ടുമാറിയിരുന്നില്ല. എന്നാൽ മുമ്പി ലത്തേക്കാൾ സന്തോഷം തോന്നുന്നുണ്ടായിരുന്നു. ഇന്ന് രാത്രി കോട്ടേജിന്റെ വാതിൽ കുറ്റിയിടാം എന്ന് അവർ സമ്മതിച്ചിട്ടുണ്ട്. വെറുതെ തർക്കിക്കുന്ന ഒരു സ്ത്രീയല്ല അവർ എന്നതിന് ദൈവ ത്തിനു സ്തുതി. തർക്കിക്കുക മാത്രമല്ല, ലളിതങ്ങളായ അഭ്യർത്ഥന കൾക്കെതിരെ ചോദ്യങ്ങളുയർത്തുകയോ അവയെ ചിരിച്ച് തള്ളു കയോ അവർ ചെയ്യാറില്ല. ഇത്രയേ അയാൾക്കിപ്പോൾ ചെയ്യാനാകൂ. തന്റെ അസ്വസ്ഥത അകാരണമാണെന്ന് അയാൾക്കറിയാം. അതിൽ അസ്വസ്ഥനാണയാൾ. അതല്ലെങ്കിൽ ക്ഷീണത്തെ വകവയ്ക്കാതെ അയാൾ വണ്ടിയോടിച്ച് മുന്നോട്ട് നീങ്ങുമായിരുന്നു.

ടെലിഫോൺ ബൂത്തിൽ നിന്ന് ഇറങ്ങുന്നതിനു മുമ്പ് അയാൾക്ക് ചില കാര്യങ്ങൾ ഓർമ്മ വന്നു. കീശയിൽ ഇനിയും നാണയങ്ങളുണ്ടോ എന്ന് പരതി. ഇത്തവണ അപ്പുറത്തെ മണിയടിക്കാൻ കുറച്ചുകൂടി സമയമെടുത്തു. അപ്പുറത്ത് ഫോൺ എടുത്തത് പ്ലാന്റ് ആയിരുന്നു. ഡൽഗ്ലീഷ് തന്റെ ചോദ്യം ഉന്നയിച്ചു. ഡൽഗ്ലീഷ് ചിന്തിച്ചത് ശരി യായിരുന്നു. ബുധനാഴ്ച രാത്രി സെറ്റൺ ഹൗസിലേക്ക് ഫോൺ ചെയ്തത് പ്ലാന്റ് തന്നെയാണ്. അത് നേരിൽ കണ്ടപ്പോൾ പരാമർശി ക്കാൻ വിട്ടുപോയതിൽ പ്ലാന്റ് ക്ഷമ ചോദിച്ചു. സത്യത്തിൽ അയാൾ സെറ്റണുമായി ബന്ധപ്പെടാനായി അവിടേക്ക് പല തവണ ഫോൺ ചെയ്തിരുന്നു. മൂന്ന് മണിക്കൂർ ഇടവിട്ട് ഫോൺ ചെയ്തുകൊണ്ടി രുന്നു. ആറിന്, ഒമ്പതിന്, പിന്നെ പന്ത്രണ്ടിന്. എന്തെങ്കിലും സഹായ ങ്ങൾ ചെയ്യാനാകുന്നതിൽ തനിക്ക് ഇനിയും സന്തോഷമേയുള്ളൂ എന്നും പ്ലാന്റ് പറഞ്ഞു.

ഇതുകൊണ്ട് എന്തുപകാരം? ഡൽഗ്ലീഷ് അത്ഭുതപ്പെട്ടു. പ്ലാന്റ് ടെലിഫോൺ ചെയ്ത മണിയൊച്ചയാകും എലിസബത്ത് മാർലി സെറ്റൺ ഹൗസിൽ നിന്നിറങ്ങിയപ്പോൾ കേട്ടത് എന്നതൊഴികെ ഇതൊന്നും തെളിയിക്കുന്നില്ല. സമയം ഏകദേശം ശരിയായിരുന്നു. റക്ലസിനാകട്ടെ മറ്റൊരു വിളി എവിടെനിന്നായിരുന്നു എന്ന് തിരഞ്ഞ് കണ്ടെത്താനുമായിട്ടില്ല. അതിനർത്ഥം മറ്റാരും വിളിച്ചിട്ടില്ല എന്നല്ല. ഡിഗ്ബി സെറ്റൺ നുണ പറയുകയാണെന്ന് തെളിയിക്കണമെങ്കിൽ ഇനിയും ശക്തമായ തെളിവുകൾ വേണം.

പത്ത് മിനിട്ട് കഴിഞ്ഞപ്പോൾ ഡൽഗ്ലീഷ് വണ്ടി വഴിയോരത്തെ ഒരു പാർക്കിങ്ങിലേക്ക് മാറ്റിയിട്ടു. ലഭിക്കാവുന്ന സൗകര്യത്തിൽ കാറിൽ നിവർന്ന് കിടന്നു. ദഹിക്കാത്ത അത്താഴവും ചായയുമെല്ലാം

അകത്തുണ്ടായിരുന്നുവെങ്കിലും ഉറക്കമെത്താൻ ഒട്ടും വൈകിയില്ല. ഏതാനും മണിക്കൂറുകൾ അയാൾ സുഖമായി ഉറങ്ങി. സ്വപ്നങ്ങ ളൊന്നുമില്ലാതെ ഉറങ്ങി. കാറിന്റെ ജാലകങ്ങളിലേക്ക് ആരോ കല്ലു വാരിയെറിയുന്ന സ്വരം കേട്ടാണയാൾ ഉണർന്നത്. അതിനൊപ്പം അതിശക്തമായ കാറ്റും വീശുന്നു. മൂന്നേകാൽ മണി. കൊടുങ്കാറ്റ് വീശുന്നു. പാർക്കിങ്ങ് സുരക്ഷിതമെങ്കിലും കാർ ചെറിയ രീതിയിൽ ഊഞ്ഞാലാടുന്നുണ്ട്. മേഘങ്ങൾ ചന്ദ്രനെ മറച്ച് പിടിച്ചിരിക്കുന്നു. ചുറ്റിലുമുള്ള കുറ്റിച്ചെടികൾ കാറ്റടിച്ച് ഞരങ്ങാൻ തുടങ്ങിയിരിക്കുന്നു. അവിടമാകെ പ്രേതങ്ങൾ ഓടിനടക്കുന്ന പ്രതീതി. അയാൾ കാറിൽ നിന്നിറങ്ങി. ആളൊഴിഞ്ഞ വഴിയിലൂടെ കുറച്ച് ദൂരം നടന്നു. പാർക്കിങ്ങിന്റെ പടിവാതിലിൽ പിടിച്ച് അപ്പുറത്തെ വയലിലേക്ക് നോക്കി. ഇരുണ്ട്, പരന്ന്, കിടക്കുന്ന വയലുകൾ. കാറ്റിന്റെ കരുത്ത് അവയുടെ മുഖ ത്താണ് പ്രഹരിക്കുന്നത്. അയാളുടെ മുഖത്തും. അത് ശ്വസനം ബുദ്ധിമുട്ടുണ്ടാക്കുന്നു. ബാല്യത്തിലെ തന്റെ സൈക്കിൾ യാത്രകൾ അയാൾക്ക് ഓർമ്മ വന്നു. രാത്രിയിൽ ടെന്റിൽ നിന്നിറങ്ങി ഒറ്റയ്ക്ക് നടന്നതോർമ്മ വന്നു. അക്കാലത്തെ ഏറ്റവും വലിയ ആനന്ദങ്ങളിൽ ഒന്നായിരുന്നു അത്. പരിപൂർണ്ണ ഏകാന്തത ലഭിച്ച അവസരങ്ങൾ. ഒരു കൂട്ടാളി ഒപ്പമില്ല എന്നു മാത്രമല്ല, താൻ എവിടെയാണെന്ന് പോലും ആർക്കുമറിയില്ല. മനസ്സിനും ശരീരത്തിനും ഒരുപോലെ എകാന്തത നൽകിയ അവസരങ്ങളായിരുന്നു അത്. അയാൾ കണ്ണടച്ച് മണ്ണിന്റേയും പുല്ലിന്റേയും നനഞ്ഞ ഗന്ധം ആസ്വദിച്ചു. താൻ അതേ ബാല്യത്തി ലേക്ക് തിരിച്ചെത്തിയിരിക്കുന്നു എന്നറിഞ്ഞു. അതേ ഗന്ധങ്ങൾ തന്നെത്തേടിയെത്തുന്നു. ഈ രാവ് പരിചിതമാണ്. ഈ ആനന്ദം അന്നത്തേതിനു തുല്യമാണ്.

അര മണിക്കൂർ കഴിഞ്ഞപ്പോൾ അയാൾ വണ്ടിയിൽ തിരിച്ചെത്തി. ഉറങ്ങാൻ തയ്യാറെടുത്തു. എന്നാൽ ഉറക്കം തിരിച്ചെത്തുന്നതിനു തൊട്ടു മുമ്പ് എന്തോ സംഭവിച്ചു. അയാളപ്പോൾ സെറ്റണിന്റെ കൊല പാതകത്തെക്കുറിച്ച് ചിന്തിക്കുകയായിരുന്നു. കഴിഞ്ഞ ദിവസം എന്തൊക്കെ സംഭവിച്ചു എന്നതോർത്തെടുക്കുകയായിരുന്നു. പെട്ടെന്ന്, വ്യാഖ്യാനിക്കാനാകാത്ത വിധത്തിൽ, വിശദീകരിക്കാനാകാത്ത വിധ ത്തിൽ, അതെങ്ങനെ നടത്തിയിരിക്കും എന്നയാൾക്ക് മനസ്സിലായി.

മൂന്ന്

സഫൈക്

ഒന്ന്

ഡൽഗ്ലീഷ് പെന്റ്ലാൻഡ്സിൽ തിരിച്ചെത്തിയപ്പോൾ ഒമ്പതു മണി കഴിഞ്ഞിരുന്നു. കോട്ടേജിൽ ആരുമില്ലായിരുന്നു. രാത്രിയിലുണ്ടായ അതേ അശുഭസൂചന വീണ്ടുമെത്തി. അപ്പോഴാണ് അടുക്കളയിലെ മേശപ്പുറത്ത് ഒരു കുറിപ്പ് കണ്ടത്. അമ്മായി പ്രാതൽ നേരത്തെ അവസാനിപ്പിച്ച് സൈസ്വെൽ ഭാഗത്തേക്ക് നടക്കാനിറങ്ങിയിരിക്കുന്നു. ഒരു ജഗ്ഗിൽ കാപ്പിയുണ്ടാക്കി വച്ചിരിക്കുന്നു. അതൊന്ന് ചൂടാക്കണം. പ്രാതൽ മേശപ്പുറത്ത് തയ്യാറാണ്. ഡൽഗ്ലീഷ് പുഞ്ചിരിച്ചു. അമ്മായിയുടെ തനത് സ്വഭാവം. കടൽക്കരയിലൂടെ പ്രഭാതസവാരിക്കിറങ്ങുന്നത് അവർക്കൊരു ശീലം പൊലെയാണ്. തന്റെ അനന്തരവൻ തിരക്കിട്ട് തിരിച്ചെത്തുന്നു, അയാൾ ലണ്ടനും മോങ്ക്സ്മെയറിനുമിടയിൽ ഓടി നടന്ന് ഒരു കൊലപാതകത്തിനു തുമ്പുണ്ടാക്കാൻ ശ്രമിക്കുകയാണെന്നതൊന്നും ആ ശീലത്തെ ബാധിക്കുകയില്ല. അയാളിൽ നിന്ന് വാർത്തകൾ കേൾക്കാൻ അവർക്കൊട്ടും തിരക്കുമില്ല. ആരോഗ്യമുള്ള ഒരു പുരുഷന് പ്രാതൽ സ്വയം വിളമ്പിക്കഴിക്കാനാകില്ല എന്ന് ധരിക്കാനും അവർ തയ്യാറാകില്ല. എന്നത്തേയും പോലെ പെന്റ്ലാൻഡ്സിൽ ആവശ്യമുള്ള സൗകര്യങ്ങൾ എല്ലാമുണ്ട്. തണുപ്പില്ലാത്ത അടുക്കളയുണ്ട്. കടുപ്പമുള്ള കാപ്പിയുണ്ട്. ഒരു പാത്രത്തിൽ മുട്ടയൊതുക്കി വച്ചിട്ടുണ്ട്. ഓവനിൽ നിന്ന് അപ്പോഴെടുത്ത റൊട്ടിയുണ്ട്. അമ്മായി പതിവുപോലെ നേരത്തെ ഉണർന്നിരിക്കുന്നു. ഡൽഗ്ലീഷ് പെട്ടെന്ന് പ്രാതൽ കഴിച്ചു. കാറിലിരുന്ന് പെരുത്ത കാലുകൾക്ക് ഇത്തിരി വ്യായാമമാകാം എന്ന് തീരുമാനിച്ചു. അതിനായി അമ്മായിയെ കാണാൻ കടൽക്കരയിലേക്ക് പോകാൻ തീരുമാനിച്ചു.

മണലും പാറയും നിറഞ്ഞ വഴിയിലൂടെ അയാൾ പെന്റ്ലാൻഡ്സിൽ നിന്ന് കടൽക്കരയിലെത്തി. ചാടിയെത്തുന്ന കടൽ ചക്രവാളം വരെ വെളുത്ത തൊപ്പി ധരിച്ചിരിക്കുന്നു. തവിട്ടും ചാരനിറവും കലർന്ന വെള്ളം, വള്ളങ്ങളില്ലാതെ, ഇളകിയാടുന്നു. അങ്ങ് ചക്രവാളത്തിൽ മാത്രം ഒരു ചെറുകപ്പലിന്റെ നിഴൽ രൂപം കാണാനുണ്ട്. വേലിയേറ്റത്തിന്റെ സമയമായിരിക്കുന്നു. കടൽക്കരയിലെ കല്ലുകളിൽ അത്

ഒളിച്ചുകളിക്കുന്നു. അവിടെ ഒരു സ്ലേറ്റുപാളിപോലെ ഉരുണ്ടു തേഞ്ഞ ചരൽക്കല്ലുകൊണ്ടുള്ള വരമ്പ് കണ്ടു. കടലോരത്തിനും സമതലത്തിനും ഇടയിൽ ചതുപ്പിന് അരികു പാകിക്കൊണ്ട്. ഇവിടെ നടത്തം എളുപ്പമാണ്. എന്നാൽ ഇടയ്ക്കിടെ ശ്വാസമെടുക്കാനായി ഒന്ന് തിരിഞ്ഞ് നിൽക്കണം എന്നു മാത്രം. കാറ്റിന്റെ പ്രഹരമേറ്റും കടലിൽ നിന്ന് വരുന്ന പതയാൽ പൊതിഞ്ഞും അയാൾ ആ വരമ്പിലൂടെ മുന്നോട്ട് നടന്നു. ഇടയ്ക്ക് ചില മണൽത്തിട്ടകൾ കണ്ടു. അവിടെ നിന്ന് അയാൾ തിരകളുടെ അടിവയർ കണ്ടു. അവ വളഞ്ഞുയരുമ്പോൾ അതിലേക്ക് നോക്കി നിന്നു. പിന്നെ അത് തന്റെ കാൽക്കീഴിൽ വന്ന് ആഞ്ഞുപതിച്ച് തകർന്ന് പോകുന്നതും കണ്ടു. ഏകാന്തമാണീ കടൽക്കര. ഈ ലോകത്തിന്റെ അവസാനമാണിത് എന്നതുപോലെ. ഇവിടെ നിൽക്കുമ്പോൾ അത് ഒരു ഓർമ്മയേയും ഉണർത്തുന്നില്ല. ഗൃഹാതുരത്വം നിറഞ്ഞ ബാല്യകാല അവധികളുടെ സ്മരണകളെത്തുന്നില്ല. ഇവിടെ അന്വേഷിച്ച് നടക്കാൻ അപൂർവ്വങ്ങളായ കക്കകളില്ല. പാറക്കെട്ടുകളിലെ ചെറുകുളങ്ങളില്ല. കടൽപ്പായ നിറഞ്ഞ ചെറുകായലുകളില്ല. മഞ്ഞമണലിന്റെ വിശാല പ്രദേശങ്ങളില്ല. ഇവിടെ കടലും ആകാശവും ചതുപ്പും മാത്രമേ ഉണ്ടായിരുന്നുള്ളൂ. വല്ലപ്പോഴും ഒഴുകി വരുന്ന ഒരു മരത്തടി മാത്രം കാണാനാകും. പഴയ കോട്ടക്കൊത്തളങ്ങളുടെ തുരുമ്പിച്ച അവശിഷ്ടങ്ങളും കണ്ടെന്ന് വരും. ഈ ശൂന്യത ഡൽഗ്ലീഷിനിഷ്ടമായിരുന്നു. കടലും ആകാശവും ഒന്നുചേരുന്ന ഈ സ്ഥലം ഇഷ്ടമായിരുന്നു. എന്നാൽ ഇന്ന് അതൊക്കെ ആസ്വദിക്കാനുള്ള ദിവസമല്ല. പുതിയ കണ്ണുകളോടെയാണയാൾ ഇതൊക്കെ കാണുന്നത്. ഒറ്റപ്പെട്ട, ഭീതിദമായ, തീർത്തും നിർജ്ജനമായ കടൽക്കര. തലേന്നുണ്ടായ അസ്വസ്ഥത വീണ്ടുമെത്തുന്നു. അതിനിടയിൽ മണൽക്കൂമ്പാരങ്ങൾക്കിടയിൽ നിന്ന് അമ്മായിയുടെ പരിചിതരൂപം ഉയർന്ന് വന്നു. കാറ്റിൽ കുത്തി നിർത്തിയിരിക്കുന്ന ഒരു കൊടിക്കൂറപോലെയുണ്ടവർ. അവരുടെ ചുവന്ന സ്കാർഫ് ഉയർന്ന് പറക്കുന്നുണ്ട്. ആ കാഴ്ച അയാളുടെ മനസ്സിനു സമാധാനം നൽകി.

അപ്പോൾ തന്നെ അവരും അയാളെ കണ്ടു. അയാൾക്കരികിലേക്ക് വന്നു. അവർ മുഖാമുഖം നോക്കി, കിതച്ച് നിന്നു. കാറ്റ് ശക്തമായിരുന്നു. തലയ്ക്ക് മുകളിലൂടെ രണ്ട് കൊറ്റികൾ ചിലമ്പിച്ച് പറന്ന് പോയി. ചിറകുകൾ കാറ്റിൽ ആഞ്ഞ് തുഴഞ്ഞ് പറന്ന് പോയി. അവ പറന്ന് നീങ്ങുന്നകാഴ്ച ഡൽഗ്ലീഷ് നോക്കി നിന്നു. അവയുടെ നീളൻ കഴുത്ത് അകത്തേക്ക് വളഞ്ഞിരിക്കുന്നു. തവിട്ട് കാലുകൾ പുറകിലേക്ക് നീട്ടിപ്പിടിച്ചിരിക്കുന്നു.

‘‘കൊറ്റികൾ’’ അയാൾ ഗോഷ്ടി കാണിച്ചു.

ജെയ്ൻ ഡൽഗ്ലീഷ് ചിരിച്ചു.

''എന്താണിതുകൊണ്ട് മനസ്സിലാകുന്നത്?''

തവിട്ടും ചാരനിറവും കലർന്ന ഒരു കൂട്ടം നീർപ്പക്ഷികൾ ആ വരമ്പിൽ കൂട്ടംകൂടിയിരിക്കുന്നു. അവയുടെ നിതംബത്തിനു വെളുപ്പും കറുപ്പും നിറമാണെന്ന് മനസിലാക്കാനാകുന്നതിനു മുമ്പ് അവ കൊക്കൊന്ന് താഴ്ത്തി നേരെ മുകളിലേക്ക് പറന്നുയർന്നു. വെളുത്ത പുക പോലെ കാറ്റിൽ അപ്രത്യക്ഷമായി.

''ഡൺലിൻ പക്ഷികളാണോ?'' അയാൾ ചോദിച്ചു.

''നീ അത് പറയും എന്ന് എനിക്കറിയാമായിരുന്നു. ഡൺലിൻ പോലെ തന്നെയാണിവയും. ഇവയെ കർല്യൂ-സാൻഡ്പൈപ്പർ എന്ന് വിളിക്കും.''

''പക്ഷേ കഴിഞ്ഞ തവണ ഈ വർഗ്ഗത്തെ കാണിച്ചപ്പോൾ അതിന്റെ പിൻഭാഗം ഇളംചുവപ്പ് നിറമായിരുന്നല്ലോ.'' ഡൽഗ്ലീഷ് പ്രതിഷേധിച്ചു.

''അത് കഴിഞ്ഞ വേനലിൽ. ശരത്കാലത്ത് അവയ്ക്ക് മങ്ങിയ മഞ്ഞ നിറമാകുന്നു. അതിനാലാണിവയെ കാണുമ്പോൾ ഡൺലിനാണെന്ന് തോന്നുന്നത്. ലണ്ടനിലെ കാര്യങ്ങൾ എന്തായി?''

''ദിവസം മുഴുക്കെ പ്രത്യേകിച്ച് ഗുണമൊന്നുമില്ലാതെ റക്ലസ് പോയ പാത പിന്തുടരുകയായിരുന്നു. എന്നാൽ മാക്സ് ഗർനിക്കൊപ്പം വിശാലമായ ഉച്ചഭക്ഷണത്തിനിടയിൽ പുതിയ ഒരു കാര്യം അറിഞ്ഞു. സെറ്റൺ തന്റെ കൈവശമുള്ള എല്ലാ സമ്പത്തും ഒരു സാഹിത്യ സമ്മാനത്തിനു മൂലധനമെന്ന നിലയിൽ നൽകാനൊരുങ്ങുകയായിരുന്നു. വ്യക്തിഗത ഖ്യാതി തന്നെയായിരുന്നു ലക്ഷ്യം. അങ്ങനെ അനശ്വരത്വം നേടാൻ. പണത്തിന്റെ കാര്യത്തിൽ ഒരു പിശുക്കും കാണിക്കാൻ അയാൾ തയ്യാറല്ലായിരുന്നു. എനിക്കിപ്പോൾ തോന്നുന്നത് സെറ്റൺ കൊല്ലപ്പെടുകയായിരുന്നു എന്നാണ്. പക്ഷേ അത് തെളിയിക്കുക അസാധ്യമാണ്. അതിനാൽ ഈ വിവരം കൈമാറുന്നതിന് റക്ലസ് എന്നോട് നന്ദിപോലും പറയില്ല. എങ്കിലും തിരിച്ച് വീട്ടിലെത്തിയാലുടൻ അയാൾക്കൊന്ന് ഫോൺ ചെയ്യണം.''

അയാളുടെ സംസാരത്തിൽ പ്രത്യേകിച്ച് ആവേശമൊന്നുമുണ്ടായിരുന്നില്ല. ജെയ്ൻ ഡൽഗ്ലീഷ് അവരെ ഒന്ന് നോക്കി. ചോദ്യങ്ങളൊന്നുമുണ്ടായില്ല. അവർ മുഖം പെട്ടെന്ന് തിരിച്ചു. അവർക്ക് അയാളുടെ ആശങ്ക പ്രകോപനപരമായി തോന്നി.

''തനിക്ക് തന്റെ അനന്തരാവകാശം നഷ്ടപ്പെടും എന്ന് ഡിഗ്ബിക്ക് അറിയാമായിരുന്നോ?'' അവർ ചോദിച്ചു.

''മാക്സിനൊഴികെ ആർക്കുമറിയില്ലായിരുന്നു എന്നാണ് തോന്നുന്നത്. വിചിത്രമായ മറ്റൊന്നുണ്ട്. സെറ്റൺ ഇതിനെക്കുറിച്ച് അയാൾക്ക് ഒരു കത്തെഴുതിയിരുന്നു. ആ കത്ത് സെറ്റൺ തന്നെ ടൈപ്പ് ചെയ്തതാണെന്ന് തോന്നുന്നു. പക്ഷേ റക്ലസ് അതിനുപയോഗിച്ച കാർബൺ

സെറ്റൺ ഹൗസിൽ നിന്ന് കണ്ടെത്തിയിട്ടില്ല. അയാൾക്കതിനായിട്ടില്ല. കണ്ടെത്തിയിരുന്നെങ്കിൽ അയാൾ പറയുമായിരുന്നു. മാത്രമല്ല അത് കണ്ടെത്തിയിരുന്നെങ്കിൽ അവർക്ക് അതിനെക്കുറിച്ച് അറിയാമായിരുന്നോ എന്ന് സിൽവിയ കെഡ്ജിനോടും ഡിഗ്ബിയോടും ചോദിക്കുമായിരുന്നു.''

''തന്റെ ലക്ഷ്യം രഹസ്യമാക്കി വയ്ക്കാൻ മൗറിസ് ഉദ്ദേശിച്ചിരുന്നു എങ്കിൽ അയാൾ കാർബൺ കോപ്പിയില്ലാതെയാകും അത് ടൈപ്പ് ചെയ്തിരിക്കുക. അതിനും സാധ്യതയുണ്ടല്ലോ?'' മിസ് ഡൽഗ്ലീഷ് അഭിപ്രായപ്പെട്ടു.

''ശരി. പക്ഷേ ഇവിടെ അയാൾ കാർബൺ ഉപയോഗിച്ചിട്ടുണ്ട്. കാർബൺ പേപ്പറിന്റെ കീഴറ്റം മടങ്ങിപ്പോയിട്ടുണ്ട്. അവസാനത്തെ ഏതാനും വാക്കുകൾ അതിനാൽ കടലാസിന്റെ മറുപുറത്ത് പതിഞ്ഞിട്ടുണ്ട്. മുകളിൽ കാർബണിന്റെ നേരിയ പാടുണ്ട്. ഒരുപക്ഷേ അയാൾ പിന്നീട് ആ പകർപ്പ് നശിപ്പിച്ചിട്ടുണ്ടാകാം. പക്ഷേ ഇത്തരം കാര്യങ്ങളിൽ വളരെ ശ്രദ്ധയുള്ളവനായിരുന്നു അയാൾ. അതിനാൽ അങ്ങനെ പകർപ്പ് നശിപ്പിക്കാനുള്ള സാധ്യതയും കാണുന്നില്ല. ഈ കാർബണെക്കുറിച്ചുള്ള ഏക നിഗൂഢത ഇത് മാത്രമല്ല. തന്റെ നായകൻ കോർടെസ് ക്ലബ്ബിലെത്തുന്ന രംഗം സെറ്റൺ ടൈപ്പ് ചെയ്തത് അയാൾ ലണ്ടനിലായിരുന്നപ്പോഴാണ് എന്നാണനുമാനിക്കപ്പെടുന്നത്. പക്ഷേ കാദവെർ ക്ലബ്ബിലെ പരിചാരകന്റെ മൊഴിപ്രകാരം അയാളുടെ മുറിയിൽ നിന്ന് കാർബൺ കോപ്പികളൊന്നും കണ്ടെടുക്കപ്പെട്ടിട്ടില്ല. അപ്പോൾ ആ പകർപ്പുകൾക്ക് എന്ത് സംഭവിച്ചു?''

അമ്മായി ഒരു നിമിഷം ആലോചിച്ചു. ഇതാദ്യമായാണ് ഈ സംഭവത്തെക്കുറിച്ച് അവർ അയാളുമൊത്ത് ചർച്ച ചെയ്യുന്നത്. അത് അയാളുടെ കേസല്ല എന്നറിഞ്ഞപ്പോൾ അവരിൽ ഇത്തിരി അമ്പരപ്പൊക്കെയുണ്ടായി. ഉത്തരവാദിത്വം റക്ലസിനാണ്. കാർബൺ പേപ്പറുകൾ കാണാതായതിനെന്തെങ്കിലും പ്രാധാന്യമുണ്ടോ ഇല്ലയോ എന്നൊക്കെ തീരുമാനിക്കേണ്ടത് റക്ലസാണ്. പക്ഷേ അതേസമയം താനെന്തിനിതിലിത്ര താത്പര്യമെടുക്കുന്നു എന്നൊരു ചിന്തയും അവരിലുണ്ടായി.

''പല സാധ്യതകളുണ്ടെന്ന് എനിക്ക് തോന്നുന്നു. അതിലൊന്ന് സെറ്റൺ കാർബൺ പകർപ്പുകൾ എടുക്കുന്നേയില്ല എന്നതാണ്. എന്നാൽ അയാളുടെ ശീലങ്ങൾ അടിസ്ഥാനപ്പെടുത്തിയാൽ അതിനു സാധ്യത കുറവാണ്. രണ്ടാമത്തേത് അയാളോ അയാളുടെ മുറിയിലേക്ക് പ്രവേശനമുള്ള മറ്റൊരാളോ അത് നശിപ്പിച്ചിട്ടുണ്ടാകാം എന്നതാണ്. അതുമല്ലെങ്കിൽ സിൽവിയ ഹാജരാക്കിയ പകർപ്പ് സെറ്റൺ അവർക്ക് അയച്ചത് തന്നെയാകണമെന്നില്ല. റക്ലസ് തപാലാപ്പീസിൽ

അവിടെ നിന്ന് മങ്ങിയ മഞ്ഞനിറമുള്ള ഒരു നീളൻ എൻവലപ്പ് ആ വീട്ടിൽ ഏൽപ്പിച്ചിട്ടുണ്ടോ എന്ന് പരിശോധിച്ചിട്ടുണ്ടാകും എന്ന് ഞാൻ പ്രതീക്ഷിക്കുന്നു. പക്ഷേ ഇവിടെയിപ്പോൾ അവളുടെ വാക്കുകളല്ലാതെ മറ്റൊന്നും നമ്മുടെ കൈവശമില്ല. അതിൽ ആ കയ്യെഴുത്ത് പ്രതിയായിരുന്നു എന്ന അവളുടെ വാക്കുകളേ നമ്മുടെ കൈവശമുള്ളൂ. അതല്ല, അവളാണ് ശരിയെങ്കിൽ, സെറ്റൺ ക്ലബ്ബിൽ താമസമുണ്ടെന്നറിയാവുന്ന ആരോ, ആ എൻവലപ് ഒട്ടിക്കുന്നതിനും അത് പോസ്റ്റ് ചെയ്യുന്നതിനും ഇടയിലെപ്പോഴോ അതിലെ കടലാസുകൾ നീക്കം ചെയ്ത് പകരം മറ്റൊന്ന് വച്ചിട്ടുണ്ടാകും. അവർക്കങ്ങനെ ചെയ്യാനാകുമോ? മറ്റുള്ളവർക്ക് കാണാനാകുന്നിടത്താണോ തപാലിൽ കൊടുക്കാനുള്ള എൻവലപ് സെറ്റൺ സൂക്ഷിക്കാറുള്ളത്. അതെങ്ങനെ നമുക്ക് അറിയാനാകും? അതോ അയാൾ അത് ഉടൻ സ്വയം തപാലിൽ കൊടുക്കുകയായിരുന്നോ?''

''ഞാനിത് പ്ലാന്റിനോട് ചോദിക്കുകയുണ്ടായി. സെറ്റൺ കാദവെറിലെ ആർക്കും ഒരു കത്തും തപാലിൽ ഏല്പിക്കണം എന്ന് പറഞ്ഞ് കൈമാറിയിട്ടില്ല. പക്ഷേ ആ എൻവലപ്പ് അയാൾ മുറിയിൽ ഉപേക്ഷിച്ചിട്ടുണ്ടാകാം. ദീർഘനേരം അതവിടെയിരുന്നപ്പോൾ ആരെങ്കിലും കണ്ടിട്ടുണ്ടാകാം. അതല്ലെങ്കിൽ ക്ലബ്ബിലെ ജീവനക്കാരല്ലാതെ മറ്റാരുടെയെങ്കിലും കൈവശം കൊടുത്തതുമാകാം. അക്കാര്യത്തിൽ ആരേയും വിശ്വസിക്കാനാകില്ല എന്നാണോ? ഇതങ്ങനെ മുൻകരുതലുകളോ മുൻവിധികളോ ഇല്ലാത്ത ഒരു കൊലപാതകമല്ല എന്ന് നമുക്കറിയാം. ചുരുങ്ങിയപക്ഷം എനിക്കെങ്കിലും അറിയാം. അക്കാര്യം എനിക്കിതുവരെ റക്ലസിനെ ബോധ്യപ്പെടുത്താനായിട്ടില്ല എന്ന് മാത്രം. അതായത് ഇത് ഒരു കൊലപാതകമാണെന്ന കാര്യം.''

''മറ്റൊരു സാധ്യത കൂടിയില്ലേ? രണ്ടാമത്തെ എൻവലപ്പ്, കയ്യെഴുത്തുപ്രതി, സെറ്റൺ തപാലിൽ അയച്ചതല്ല എന്ന് നമുക്കറിയാം. ആ ശവം കടലിൽ ഒഴുകി നടക്കുന്ന രംഗമുള്ള കടലാസ്. അപ്പോഴേക്കും അയാൾ മരിച്ചുപോയിരുന്നല്ലോ. അയാളാണ് അതെഴുതിയത് എന്ന് തന്നെ ചിന്തിക്കാൻ നമുക്ക് കാരണങ്ങളില്ല. അതയാളുടെ കഥയുടെ ഭാഗമായിരുന്നു എന്ന സിൽവിയ കെഡ്ജിന്റെ വാക്കുകൾ മാത്രമേ അതിനു പിൻബലമായി നമ്മുടെ കൈവശമുള്ളൂ.''

''അതയാൾ തന്നെ എഴുതിയതാണെന്നാണ് ഞാൻ കരുതുന്നത്. മാക്സ് ഗർനി എനിക്ക് സെറ്റണിന്റെ കത്ത് കാണിച്ച് തരികയുണ്ടായി. അപ്പോൾ അയാളുടെ ടൈപ്പിങ്ങ് ഞാൻ കണ്ടു. അതേ വ്യക്തിയാണ് ഈ രണ്ടാമത്തെ ഭാഗം ടൈപ്പ് ചെയ്തിരിക്കുന്നതും.''

സംസാരിച്ചുകൊണ്ടിരിക്കുന്നതിനിടയിൽ അവർ കാറ്റിന്റെ പ്രഹരത്തിൽ നിന്ന് മണൽത്തിട്ടകൾക്കും പക്ഷി സംരക്ഷണ കേന്ദ്രത്തിനും

ഇടയിലുള്ള നടപ്പാതയിലെത്തിയിരുന്നു. അവിടെ നിന്ന് ഇരുപത് വാര കൂടി നീങ്ങിയാൽ പക്ഷിനിരീക്ഷണ കേന്ദ്രത്തിൽ നിരീക്ഷണ ത്തിനായി പണിതിരിക്കുന്ന സ്ഥലങ്ങളിൽ മൂന്നാമത്തേതിലെത്തും. ഇവിടെയെത്തിയാലാണ് അവർ സാധാരണ തങ്ങളുടെ കടൽക്കര യിലെ നടത്തം അവസാനിപ്പിച്ച് തിരിച്ച് നടക്കാറുള്ളത്. അകത്ത് കയറണോ എന്ന് ഡൽഗ്ലീഷ് അമ്മായിയോട് ചോദിച്ചില്ല. അയാൾ അമ്മായിയുടെ ബൈനോക്കുലർ ഉപയോഗിച്ച് കാട്ടുചൂരൽ പരപ്പി ലേക്ക് നോക്കി. പത്ത് മിനിട്ട് അങ്ങനെ ചിലവിട്ടു. മോങ്ക്സ്മെയറി ലേക്കുള്ള ശരത്കാല സന്ദർശനങ്ങളിലെ ആചാരങ്ങളുടെ ഭാഗമാ യിരിക്കുന്നു ഇതെല്ലാം. ഈ നിരീക്ഷണസ്ഥലത്തിനതിന്റേതായ പ്രത്യേകതകളുണ്ട്. പരുക്കൻ മരങ്ങൾ കൊണ്ടു നിർമ്മിതമാണത്. ചൂരൽ മേഞ്ഞത്. അതിനകത്ത് ഒരു ബെഞ്ചുണ്ട്. ക്ഷീണിച്ച കാലു കൾക്ക് താങ്ങാകാൻ തക്ക ബലമുള്ളത്. പുറകിലെ ചുമരിനോട് ചേർന്നാണതുള്ളത്. അവിടെ നിന്ന് നോക്കിയാൽ വിശാലമായ ചതുപ്പ് കാണാം. വേനലിൽ അതിനകത്തേക്ക് വെയിൽ കൊണ്ട് വാടിയ മരങ്ങളുടെ ഗന്ധമെത്തും. നനഞ്ഞ മണ്ണും പച്ചപ്പുല്ലുകളും നൽകുന്ന ഗന്ധമെത്തും. തണുപ്പുള്ള മാസങ്ങളിലും ഈ ചെറുചൂട് അവിടെ അലഞ്ഞ് നടപ്പുണ്ടാകും. വേനലിലെ ഗന്ധങ്ങളും ചൂടു മെല്ലാം ഇപ്പോഴും അതിനകത്ത് തടഞ്ഞ് നിർത്തപ്പെട്ടിരിക്കുന്നതു പോലെ!

അവർ ആ നിരീക്ഷണപ്പുരയ്ക്കരികിലെത്തി. മിസ് ഡൽഗ്ലീഷ് അകത്ത് കടക്കാൻ ഒരുങ്ങി. പെട്ടെന്ന് ഡൽഗ്ലീഷ് അവരെ തടഞ്ഞു.

‘‘അരുത്. ഒരു നിമിഷം.’’ ഒരു മിനിട്ട് മുമ്പ് അയാൾ അവർക്കൊപ്പം അലസം നടക്കുകയായിരുന്നു. ഒരു സ്വപ്നത്തിലെന്നപോലെ നട ക്കുകയായിരുന്നു. എന്നാൽ ഇപ്പോൾ അയാളുടെ ബുദ്ധി പ്രവർത്തി ക്കാൻ തുടങ്ങിയിരിക്കുന്നു. പരിശീലനം ലഭിച്ച ഇന്ദ്രിയങ്ങൾ ചില പ്രധാന സൂചകങ്ങൾ കാണുന്നു. അത് ഉപബോധമനസ്സ് കുറിച്ചെടു ത്തിരിക്കുന്നു. ഒരു ആണിന്റെ കാല്പാദങ്ങൾ. അത് മണൽ നിറഞ്ഞ നടപ്പാതയിൽ നിന്ന് ഈ നിരീക്ഷണപ്പുരയുടെ വാതിൽക്കലേക്ക് നീളുന്നു. കാറ്റിൽ വരുന്ന ഗന്ധത്തിന് മണ്ണിന്റേയോ പുല്ലിന്റേയോ മണവുമായി ബന്ധമില്ല. അമ്മായി പെട്ടെന്ന് നിന്നു. അയാൾ നിരീ ക്ഷണപ്പുരയുടെ മുൻവാതിൽക്കലേക്ക് നീങ്ങി. അവിടെ നിന്നു.

ഇടുങ്ങിയ മുൻവാതിൽ അയാൾ നിന്നപ്പോൾ പൂർണ്ണമായും അടഞ്ഞു. അകത്തേക്ക് വെളിച്ചം കടക്കാതായി. പുളിച്ച ഛർദ്ദിയുടെ ഗന്ധം. രക്തത്തിന്റേയും വയറിളകിയതിന്റേയും ഗന്ധം. ആ കുടിൽ ആകെ വൃത്തികേടായിരിക്കുന്നു. ഈ ഗന്ധമൊന്നും അയാൾക്ക് അത്ര അപരിചിതമല്ല. എന്നിരുന്നാലും എന്നത്തേയും പോലെ, അത് തന്നെ അസ്വസ്ഥമാക്കാതിരിക്കാൻ ഒരു നിമിഷം അയാൾക്ക് ശ്വാസ മടക്കി നിൽക്കേണ്ടി വന്നു. അയാൾ ഒന്ന് കുനിഞ്ഞു. അപ്പോൾ

അകത്തേക്കിത്തിരി വെളിച്ചം അരിച്ചെത്തി. ആ വെളിച്ചത്തിൽ ഒരു ശരീരം അയാൾ കണ്ടു.

മരിക്കാനായി ഒരു നായയെപ്പോലെ ഡിഗ്ബി സെറ്റൺ അകത്തേക്ക് ഇഴഞ്ഞെത്തിയതായിരുന്നു. പക്ഷേ എളുപ്പത്തിൽ മരിച്ചില്ല. തണുത്ത് മരവിച്ച, ശോചനീയമായ ആ ശരീരം എതിർവശത്തെ ചുമരിനരികിൽ പതിഞ്ഞ് കിടക്കുന്നു. കാൽമുട്ടുകൾ കവിളിൽ ഒട്ടി നിൽക്കുന്നു. തല മുകളിലേക്ക് വളഞ്ഞു നിൽക്കുന്നു. കണ്ണുകൾ തുറന്നിരിക്കുന്നു. വെളിച്ചം കാണാനുള്ള അവസാന ശ്രമമെന്നപോലെ തുറന്നിരിക്കുന്നു. മരണവെപ്രാളത്തിൽ അയാൾ കിഴ്ച്ചുണ്ട് അമർത്തി കടിച്ചിട്ടുണ്ട്. ചുണ്ട് മിക്കവാറും രണ്ടായി പിളർന്നിട്ടുണ്ട്. അവിടെ രക്തം കട്ടപിടിച്ച് കറുത്ത നിറമായിരിക്കുന്നു. അത് ഛർദ്ദിയിൽ കൂടിച്ചേർന്നിട്ടുണ്ട്. മുഖത്തും കവിളിലും കുപ്പായത്തിന്റെ മാർമടക്കിലുമെല്ലാം ഛർദ്ദിയുണ്ട്. കീറിപ്പറിഞ്ഞ് രക്തമിറ്റുന്ന കൈകൾ കൊണ്ട് അയാൾ കുടിലിലെ തറ മാന്തിപ്പൊളിച്ച് കുഴിയാക്കിയിട്ടുണ്ട്. ആ മണ്ണ് അയാളുടെ മുഖത്തും തലമുടിയിലും പറ്റിപ്പിടിച്ചിരിക്കുന്നു. വായിലും മണ്ണുണ്ട്. തണുപ്പും വെള്ളവും ആഗ്രഹിച്ചിട്ടെന്നപോലെ വായയ്ക്കകത്ത് മണ്ണ് കുത്തിക്കയറ്റിയിരിക്കുന്നു. അയാളുടെ ശരീരത്തിൽ നിന്ന് ആറിഞ്ച് അകലെ തന്റെ സ്ഥിരം ഫ്ളാസ്ക് കിടക്കുന്നു. അതിന്റെ മൂടി തുറന്നിരിക്കുന്നു.

''ആരാണത് ആദം?'' അമ്മായിയുടെ സ്വരം അയാൾ കേട്ടു.

''ഡിഗ്ബി സെറ്റൺ. അകത്ത് വരണ്ട. നമുക്ക് അയാൾക്കായി ഇനി ഒന്നും ചെയ്യാനില്ല. മരിച്ചിട്ട് പന്ത്രണ്ട് മണിക്കൂറെങ്കിലുമായിക്കാണും. കണ്ടിട്ട് വിഷം അകത്ത് ചെന്നതാണെന്ന് തോന്നുന്നു. പാവം ചെകുത്താൻ.''

അമ്മായി നിശ്വസിച്ച സ്വരം അയാൾ കേട്ടു. അവരെന്തോ പറഞ്ഞു എങ്കിലും അതെന്താണെന്ന് അയാൾക്ക് വ്യക്തമായില്ല. അവർ തുടർന്നു.

''ഇൻസ്പെക്ടർ റക്ലസിനെ ഞാൻ പോയി വിവരമറിയിക്കണോ അതോ നീ പോകുന്നോ?''

''അമ്മായി പോയി വിവരമറിയിക്കൂ. ഞാനിവിടെ കാവൽ നിൽക്കാം.''

അയാൾ സ്വയം പോകുകയാണെങ്കിൽ പത്ത് പതിനഞ്ച് മിനിട്ട് ലാഭിക്കാമായിരുന്നു. പക്ഷേ ഇപ്പോൾ സെറ്റണെ സഹായിക്കാൻ ആർക്കും ഒന്നും ചെയ്യാനാകില്ല. മാത്രമല്ല അമ്മായിയെ ഇങ്ങനെ നാറുന്ന ഒരു സ്ഥലത്ത് ഒറ്റയ്ക്കാക്കി പോകാൻ അയാൾ തയ്യാറുമല്ലായിരുന്നു. അവരാകട്ടെ ഇപ്പോഴും അതിവേഗം നടക്കാൻ കെല്പുള്ളവളാണ്. അതിനാൽ അധികം സമയം നഷ്ടപ്പെടില്ല.

അമ്മായി ഉടൻ തിരിച്ച് നടന്നു. അവർ നടന്ന് മറയുന്നത് അയാൾ നോക്കി നിന്നു. അതിനു ശേഷം മണൽതിട്ടകളിൽ ഒന്നിന്റെ

മുകളിൽ കയറി. അവിടെ ഇരിക്കാനാകുന്ന ഒരു സ്ഥലം കണ്ടെത്തി. വലിയ പുല്ലിൽ പുറം ചാരി ഇരുന്നു. അവിടെയിരുന്നാൽ ആ കുടിൽ കാണാം. കടൽക്കര മുഴുക്കെ കാണാം. ഇടതുഭാഗത്തുള്ള ആ നട പ്പാതയും കാണാം. അമ്മായി നടന്ന് നീങ്ങുന്നത് അയാൾ ഇടയ്ക്കിടെ നോക്കി. അവർ അതിവേഗം നടക്കുന്നുണ്ട്. പക്ഷേ റക്ലസും സംഘവും സ്ട്രച്ചറൊക്കെയായി ഇവിടെയെത്താൻ എന്തായാലും നാല്പത്തിയഞ്ച് മിനിട്ടെങ്കിലുമെടുക്കും. പെന്റ്ലാൻഡ്സിനേക്കാൾ അടുത്ത് ഒരിടത്ത് ആംബുലൻസ് അടുപ്പിക്കാനാകില്ലായിരുന്നു. ആ നടപ്പാതയല്ലാതെ മറ്റൊരു എളുപ്പവഴിയുമില്ലായിരുന്നു. ഇത്രയും സാമഗ്രികളുമായി കാറ്റിനെതിരെ നടന്ന് വരിക എന്നത് അത്ര എളുപ്പ മാകില്ല.

ഡൽഗ്ലീഷ് കുടിലിൽ അധികം സമയം ചെലവിട്ടില്ല. എന്നാൽ വിശദാംശങ്ങളെല്ലാം അതിനകം തന്നെ കൃത്യമായും വ്യക്തമായും പിടിച്ചെടുക്കാനായി. ഡിഗ്ബി സെറ്റൺ കൊല്ലപ്പെടുകയായിരുന്നു എന്ന കാര്യത്തിൽ അയാൾക്ക് സംശയമില്ല. അയാൾ ശരീരം പരതി നോക്കിയിട്ടില്ല. അത് റക്ലസിന്റെ ജോലിയാണ്. അത് തണുത്തിരി ക്കുന്നു എന്നും മരവിച്ചിരിക്കുന്നു എന്നും തൊട്ടറിഞ്ഞതല്ലാതെ ആ ശരീരത്തിൽ പിന്നെ കൈവച്ചിട്ടില്ല. ശരീരത്തിൽ നിന്ന് ആത്മഹത്യാ ക്കുറിപ്പുകളൊന്നും ലഭിക്കില്ല എന്നയാൾക്ക് ഉറപ്പുണ്ട്. സുഖലോലു പനായ, സങ്കീർണ്ണതകളില്ലാത്ത, വിഡ്ഢിയായ ഈ യുവാവ്, പുതിയ ഒരു കളിപ്പാട്ടം ലഭിച്ച കുഞ്ഞിനെപ്പോലെ, തനിക്ക് ലഭ്യമായ നിധി യിൽ സന്തുഷ്ടനും സന്തോഷവാനുമായിരുന്നു. അയാൾ വലിയ പുതിയ നൈറ്റ് ക്ലബ്ബുകൾ തുടങ്ങുന്നതിനെക്കുറിച്ച് പദ്ധതിയിടുക യായിരുന്നു. അതിനാൽത്തന്നെ ആത്മഹത്യയെക്കുറിച്ച് ചിന്തിക്കുക യേയില്ല. വയറും കുടലും വിഷം കൊണ്ട് പൊള്ളിക്കുന്നതിനേക്കാൾ ആത്മഹത്യ ചെയ്യാൻ മറ്റനേകം നല്ല മാർഗ്ഗങ്ങളുണ്ട് എന്ന് ഡിഗ് ബിക്ക് പോലുമറിയാം. അയാളുടെ കൈവശം കാണുന്ന ആ സ്ഥിരം ഫ്ളാസ്ക് അല്ലാതെ മറ്റു കുപ്പികളൊന്നും സമീപത്ത് കാണാനില്ല. അതിനർത്ഥം വിഷം ആ ഫ്ളാസ്കിനകത്തായിരുന്നു എന്നാണ്. വലിയ ഡോസിൽ തന്നെ അത് അകത്ത് ചെന്നിട്ടുണ്ടാകും. ഡൽഗ്ലീഷ് പല സാധ്യതകളെക്കുറിച്ചും ചിന്തിച്ചു. ആർസനൈക്? ആന്റിമണി? രസം? ഈയം? ഇതിലേതായാലും സമാന ലക്ഷണങ്ങൾ കാണിക്കും. എന്നാൽ ഇതിപ്പോൾ വെറും ഊഹം മാത്രം. ശരിയായ ഉത്തരം നൽകേണ്ടത് പാതോളജിസ്റ്റുകളാണ്. വിഷത്തിന്റെ പേര്, എത്രയള വിൽ അകത്ത് ചെന്നു എന്നത്, എപ്പോഴാണത് അകത്ത് ചെന്നത് എന്നത്, അതിനു ശേഷം സെറ്റണിന് മരിക്കാൻ എത്ര സമയമെടുത്തു എന്നത് എല്ലാം അവർ പറയും. ശേഷിച്ച ജോലിയെല്ലാം റക്ലസി ന്റേതാണ്.

വിഷം ആ ഫ്ളാസ്കിലായിരുന്നു എന്ന് അനുമാനിച്ചാൽ സംശയത്തിന്റെ നിഴലിൽ വരുന്നത് ആരാകും? വിഷത്തിലേക്കും ആ ഫ്ളാസ്കിലേക്കും കയ്യെത്താനുള്ള സ്വാതന്ത്ര്യമുള്ള ആരെങ്കിലുമാകും. അത് തീർച്ച. അത് വ്യക്തം. ഇരയെ നല്ലവണ്ണം അറിയാവുന്ന വ്യക്തിയാകും. വീട്ടിലേക്ക് തിരിച്ച് നടക്കുന്നതിനു മുമ്പ്, ശക്തമായ കാറ്റിനെ പ്രതിരോധിക്കാനായി, ആ ഫ്ളാസ്കിൽ നിന്ന് ഇത്തിരിയൊന്ന് ഇറക്കാതെ ഡിഗ്ബിക്ക് ഒരു സമാധാനവുമുണ്ടാകില്ല എന്ന് അറിയാവുന്ന വ്യക്തിയാകും. അതിനർത്ഥം ആ വ്യക്തിക്ക് ഈ കുടിലിലേക്കൊരു വിനോദയാത്രയ്ക്ക് ഡിഗ്ബിയെ നിർബന്ധിക്കാനുള്ള സ്വാതന്ത്ര്യവുമുണ്ടെന്നാണ്. അതല്ലെങ്കിൽ അയാൾ എന്തിനിവിടെ വരണം?

ഡിഗ്ബി സെറ്റണ് കടൽക്കരയിലൂടെയുള്ള നടത്തത്തിലോ പക്ഷി നിരീക്ഷണത്തിലോ താത്പര്യമുള്ളതായി മോങ്ക്സ്മെയറിലുള്ള ആർക്കും അറിവില്ല. ഈ രണ്ട് പ്രവർത്തികളിലേതെങ്കിലും ഒന്നിന് അനുയോജ്യമായ വസ്ത്രമല്ല അയാൾ ധരിച്ചിരുന്നതും. കയ്യിൽ ബൈനോക്കുലറുമില്ല. ഇത് കൊലപാതകം തന്നെയാണ്. ഡിഗ്ബി സെറ്റണിന്റേത് സ്വാഭാവിക മരണമാണെന്നോ അല്ലെങ്കിൽ തല തിരഞ്ഞ ഹാസ്യ മാത്രം കൈമുതലാക്കിയ ആരോ ഒരാൾ അയാളുടെ ശവം ആദം ഡൽഗ്ലീഷിനേയും അയാളുടെ അമ്മായിയേയും ബുദ്ധിമുട്ടിക്കാനായി ഇവിടെ ഈ കുടിലിനകത്ത് ഇട്ടതാണെന്നോ റക്ലസിനു പോലും പറയാനാകില്ല.

രണ്ട് കൊലപാതകങ്ങളും തമ്മിൽ ബന്ധമുണ്ട് എന്ന കാര്യത്തിലും ഡൽഗ്ലീഷിനു സംശയമില്ല. പക്ഷേ രണ്ടിന്റേയും രീതികൾ തമ്മിൽ വലിയ വ്യത്യാസങ്ങൾ കാണുന്നു. രണ്ട് വ്യത്യസ്ത മനസ്സുകളാണിവയ്ക്ക് പുറകിൽ എന്ന ചിന്ത അതിനാലുണ്ടാകുന്നു. മൗറിസ് സെറ്റണിന്റെ കൊലപാതകം ഇതുവഴി അനാവശ്യ സങ്കീർണ്ണതകളിലേക്ക് നീങ്ങുന്നു. പാതോളജിസ്റ്റിന്റെ റിപ്പോർട്ട് അനുസരിച്ച് അതൊരു സ്വാഭാവിക മരണം മാത്രമാണ്. അതിനാൽ അതിനു പുറകിലുള്ള കുറ്റകൃത്യം തെളിയിക്കുക അത്ര എളുപ്പമല്ല. തെളിവുകളും സൂചനകളും കണ്ടെത്തുകയാകില്ല ബുദ്ധിമുട്ട്. അവ ഒരുപാടുണ്ട്. സെറ്റണിനെ കൊല്ലാനുള്ള കൗശലമൊക്കെ തന്നിലുണ്ട് എന്ന് കൊലപാതകി പ്രകടമാക്കാൻ ഉദ്ദേശിച്ചിരുന്നോ എന്നതാണ് കാര്യം. എന്നാൽ ഈ പുതിയ കൊലപാതകം ലളിതമാണ്. നേരിട്ടുള്ളതുമാണ്. ഇവിടെ സ്വാഭാവിക കാരണങ്ങളാൽ മരണപ്പെട്ടു എന്ന നിർണ്ണയങ്ങൾക്ക് സാധ്യത കാണുന്നില്ല. ഈ മരണം അനാവശ്യ വാക്കുതർക്കങ്ങൾക്ക് മുതിരുന്നില്ല. ഇതൊരു ആത്മഹത്യയാണെന്ന് തോന്നിപ്പിക്കാനുതകുന്ന വിധത്തിൽ ഒന്നും ചെയ്തിട്ടില്ല. അതിനാൽ സഹോദരന്റെ മരണത്തിന്റെ പശ്ചാത്താപത്താൽ, അതിന്റെ ദുഃഖത്താൽ, ഡിഗ്ബി

ആത്മഹത്യ ചെയ്തു എന്നൊന്നും അവകാശപ്പെടാനാകില്ല. ഒരു ആത്മഹത്യയാണെന്ന തോന്നൽ വരുത്തിക്കുക എളുപ്പമാണ്. എങ്കിലും അതിനുള്ള ശ്രമങ്ങൾ ഒന്നും നടത്തിയിട്ടില്ല എന്നതിനു പ്രാധാന്യ മുണ്ടെന്ന് ഡൽഗ്ലീഷ് കരുതി. അതിന്റെ കാരണവും അയാൾക്ക് മനസ്സിലായിത്തുടങ്ങി. ഡിഗ്ബി ആത്മഹത്യ ചെയ്തതാണെന്ന പ്രതീതി ഒഴിവാക്കാൻ കൊലപാതകി നിശ്ചയിച്ചതിന്റെ പ്രധാന കാരണം എന്തെന്ന് അയാൾക്ക് ആലോചിക്കാനായി.

കടൽക്കരയിൽ വളരുന്ന പുല്ലിലാണ് അയാൾ ഇരിക്കുന്നത്. ആ പുല്ല് ചെറിയ ചൂട് നൽകുന്നു. അത് ഡൽഗ്ലീഷിനൊരു സൗഖ്യം നൽകി. കാറ്റ് ചൂളം വിളിക്കുന്നത് കേൾക്കാം. അത് മണൽത്തിട്ടകളിൽ ആഞ്ഞടിക്കുന്ന സ്വരവും കേൾക്കാം. പക്ഷേ അയാളിരിക്കുന്നതി നപ്പുറത്തുള്ള കുറ്റിച്ചെടികളും ഉയരമുള്ള പുല്ലും കാറ്റിനെ ശക്ത മായിത്തന്നെ പ്രതിരോധിക്കുന്നു. അതിനാൽ ആ കാറ്റിന്റെ ഗർജ്ജനം അങ്ങ് ദൂരെയെവിടെയോ ആണെന്ന പ്രതീതിയുണ്ടാക്കുന്നു. പുല്ലിന്റെ മറയ്ക്കിടയിലൂടെ പരിചിതമായ, പുരാതനമായ ആ കുടിൽ കാണാം. പക്ഷിനിരീക്ഷണ കേന്ദ്രത്തിന്റെ അതിരിലുള്ള ഒരു ഡസൻ മറ്റു കുടിലുകൾക്ക് സമാനമാണതും. മറ്റ് കുടിലുകളോട് ഇതിനും സമാ നതയുണ്ടെന്ന് മാത്രമല്ല ഒരു വ്യത്യാസവുമില്ല എന്ന് അയാൾക്ക് ഉറപ്പുണ്ട്. ഈ എകാന്തതയും അയഥാർത്ഥതയും അയാളിൽ അപ്പോൾ മറ്റൊരു ചിന്ത വരുത്തി. സെറ്റണിന്റെ ശവം ഇപ്പോഴും അവിടെ തന്നെയുണ്ടോ എന്നൊന്ന് കയറി നോക്കിയാലോ?

ജെയ്ൻ ഡൽഗ്ലീഷ് കാര്യങ്ങൾ വേഗം നീക്കിയിരിക്കണം. നാല്പ ത്തിനഞ്ച് മിനിട്ട് കഴിഞ്ഞപ്പോൾ നടപ്പാതയിൽ ചില ആൾരൂപങ്ങൾ കാണാനായി. ഒരു സംഘമാളുകൾ. അവർ പിന്നെ മണൽത്തിട്ട കൾക്ക് പുറകിൽ മറഞ്ഞു. കുറച്ച് കഴിഞ്ഞ് വീണ്ടും പ്രത്യക്ഷപ്പെട്ട പ്പോൾ അവർ കുറച്ചുകൂടി അരികിലെത്തിയിരിക്കുന്നു. പിന്നെ അവർ ആ പാതയിലെ അവസാന വളവും തിരിഞ്ഞ് അയാൾക്കരികി ലെത്തി. കാറ്റിൽ അലങ്കോലമായ പരസ്പരം പൊരുത്തപ്പെടാത്ത ഒരു സംഘത്തെ അയാൾ കണ്ടു. കയ്യിൽ മതിയായ ഉപകരണങ്ങളുണ്ട്. ഈ യാത്ര അവരിൽ ആത്മവീര്യം കെടുത്തിയിരിക്കുന്നു എന്നു തോന്നി. റക്ലസ് അവർക്കൊപ്പമുണ്ട്. അയാളുടെ മുഖത്തിനൊരു ശോഭയില്ല. അതിൽ കോപം നിഴലിക്കുന്നുണ്ട്. ശരീരം മുഴുക്കെ പൊതിഞ്ഞ മഴക്കോട്ടിന്റെ കുടുക്കുകളെല്ലാം അയാളിട്ടിട്ടുണ്ട്. കവിളു വരെ അത് മൂടുന്നുണ്ട്. അയാൾക്കൊപ്പം ഒരു സർജന്റ്, ഒരു പൊലീസ് സർജൻ, ഒരു ഫോട്ടോഗ്രാഫർ, രണ്ട് യുവ ഡിറ്റക്ടീവ് കോൺസ്റ്റബിൾ മാർ എന്നിവരുണ്ട്. സ്ട്രച്ചർ ഈ കോൺസ്റ്റബിൾമാരുടെ കൈവശ മാണ്. അവരൊന്നും അധികം സംസാരിച്ചില്ല.

ഡൽഗ്ലീഷ് തന്റെ റിപ്പോർട്ട് ഇൻസ്പെക്ടറുടെ കാതിൽ മന്ത്രിച്ചു. താനിരുന്നിരുന്ന പുല്ലിലേക്ക് തിരിച്ച് നടന്നു. ഇനിയുള്ളത് അയാളുടെ ജോലിയല്ല. അയാളിരിക്കുന്നതിനു ചുറ്റിലും ആരൊക്കെയോ മണ്ണ് ചവുട്ടിക്കുഴയ്ക്കുന്നു എന്നൊരു പ്രതീതിയാണപ്പോൾ അയാൾക്കുണ്ടായത്. സംഘം അവരുടെ പ്രവർത്തനങ്ങളിലേക്ക് നീങ്ങി. ഒച്ചയും ബഹളവും ആംഗ്യങ്ങളുമുണ്ടായി. അവരെത്തിയപ്പോഴേക്കും അവരോടുള്ള വിദ്വേഷമെന്ന പോലെ കാറ്റ് അതിന്റെ മൂർദ്ധന്യത്തിലേക്ക് നീങ്ങിയിരിക്കുന്നു. തൊട്ടടുത്തുള്ള വ്യക്തി എന്തെങ്കിലും വിളിച്ച് പറഞ്ഞാൽ പോലും അത് വ്യക്തമായി കേൾക്കുക ബുദ്ധിമുട്ടായിരിക്കുന്നു. റക്ലസും ഡോക്ടറും കുടിലിനകത്ത് കയറി. അതിനകത്ത് കാറ്റിൽ നിന്നൊരു സംരക്ഷണമൊക്കെയുണ്ടാകും എന്ന് ഡൽഗ്ലീഷ് ചിന്തിച്ചു. കാറ്റിൽ നിന്ന് സംരക്ഷണമുള്ളത്, വായുവില്ലാത്തത്, നാറുന്നത്. മരണത്തിന്റെ ഗന്ധമുള്ളത്. കുടിൽ അങ്ങനെ അവരെ സ്വാഗതം ചെയ്തു. അഞ്ച് നിമിഷത്തിനുള്ളിൽ അവർ പുറത്തിറങ്ങി. കൂട്ടത്തിൽ ഏറ്റവും ഉയരമുള്ളയാൾ അതിലെ ഫോട്ടോഗ്രാഫറായിരുന്നു. അയാൾ നടുവളച്ച് തന്റെ ഉപകരണം അകത്തേക്ക് ചൂണ്ടി. അതിനിടയിൽ ആ രണ്ട് കോൺസ്റ്റബിൾമാരും കുടിലിനു ചുറ്റിലും ഒരു മറ സൃഷ്ടിക്കാനുള്ള ശ്രമത്തിലായി. അതിനായി അവർ കൊണ്ടുവന്ന കാൻവാസ് അവരുടെ കൈകളിലും കാലിനു ചുറ്റിലും വട്ടമിട്ട് കളിച്ചു. ഓരോ തവണ കാറ്റ് വീശുമ്പോഴും അത് അവരുടെ കൈപ്പിടിയിൽ നിന്ന് വഴുക്കി. എന്തിനാണവർ ഇതിനെക്കുറിച്ച് വേവലാതിപ്പെടുന്നതെന്ന് ഡൽഗ്ലീഷ് ചിന്തിക്കാതിരുന്നില്ല. ഏകാന്തമായ ഈ കടൽക്കരയിലേക്ക് കാഴ്ച കാണാൻ അധികമാരും എത്തില്ല. കുടിലിലേക്കുള്ള മണൽപ്പാത ഇതിലപ്പുറം സൂചനകളോ തെളിവുകളോ നിരത്തില്ല. വാതിൽക്കലേക്ക് മൂന്ന് കാലടിയടയാളങ്ങൾ മാത്രമുണ്ട്. അതിലൊന്ന് തന്റേതാണ്, രണ്ടാമത്തേത് തന്റെ അമ്മായിയുടേത്. പിന്നെയുള്ളത് ഡിഗ്ബി സെറ്റണിന്റേതാണെന്ന് വേണം അനുമാനിക്കാൻ. അവയുടെ അളവുകൾ എടുത്ത് കഴിഞ്ഞിരിക്കുന്നു. ഫോട്ടോ എടുത്തിരിക്കുന്നു. അധികം താമസിയാതെ അതൊക്കെ മണൽ വന്ന് മൂടിപ്പോകും എന്നതിൽ സംസയമില്ല.

ശവം പുറത്ത് കൊണ്ടുവന്ന് സ്ട്രച്ചറിൽ വയ്ക്കാൻ അര മണിക്കൂർ എടുത്തു. ശവത്തിനു ചുറ്റിലും സ്ട്രാപ്പുകൾ ഉറപ്പിക്കുന്നതിനിടയിൽ അതിനെ പൊതിഞ്ഞിരുന്ന ആവരണം പറന്ന് പോകാതിരിക്കാൻ കോൺസ്റ്റബിൾമാർ ഇരുവരും അത് അമർത്തിപ്പിടിച്ചു. അതിന് അവർക്ക് വല്ലാതെ ബുദ്ധിമുട്ടേണ്ടിയും വന്നു. അത് നടന്നു കൊണ്ടിരിക്കുമ്പോൾ റക്ലസ് ഡൽഗ്ലീഷിനരികിലെത്തി.

''താങ്കളുടെ ഒരു സുഹൃത്ത് ഇന്നലെ ഉച്ചയ്ക്ക് ടെലിഫോൺ ചെയ്തിരുന്നു. ഒരു മാക്സ് ഗർനി. അയാൾ മൗറിസ് സെറ്റണിന്റെ

വിൽപ്പത്രത്തെക്കുറിച്ചുള്ള ചില രഹസ്യങ്ങൾ സൂക്ഷിച്ചിരുന്നു എന്ന് തോന്നുന്നു.''

അത് ഒരു അപ്രതീക്ഷിത തുടക്കമായിരുന്നു.

''ഞങ്ങളൊന്നിച്ചാണ് ഉച്ചഭക്ഷണം കഴിച്ചത്. നിങ്ങളുമായി ബന്ധപ്പെടണോ എന്നയാൾ ചോദിച്ചിരുന്നു.''

''അയാൾ അത് സൂചിപ്പിച്ചു. അത് അയാൾ ആലോചിക്കേണ്ടതായിരുന്നു. സെറ്റണിന്റെ ശവത്തിൽ ചില അക്രമങ്ങളുടെ പാടുകളുണ്ടായിരുന്നു. അതിനാൽ അയാളുമായി ബന്ധപ്പെട്ട പണമിടപാടിൽ ഞങ്ങൾക്ക് താത്പര്യമുണ്ടാകും എന്നതിന് അതൊരു കാരണമാണല്ലോ.''

''അയാളും നിങ്ങളുടെ അഭിപ്രായവുമായി യോജിക്കുന്നുണ്ട്. അതൊരു സ്വാഭാവിക മരണമാണെന്ന അഭിപ്രായം.''

''ഉണ്ടാകാം. അതൊന്നും അയാളെ ബാധിക്കുന്ന പ്രശ്നമല്ല. എന്തായാലും അയാളിപ്പോൾ പറഞ്ഞത് എനിക്കൊരു വാർത്തയാണ്. സെറ്റൺ ഹൗസിൽ അതുമായി ബന്ധപ്പെട്ട ഒരു രേഖയുമുണ്ടായിരുന്നില്ല.''

''ആ കത്തിന്റെ ഒരു കാർബൺ പതിപ്പ് സെറ്റൺ എടുത്തിട്ടുണ്ട്. ഗർനി അതിന്റെ മൂലം നിങ്ങൾക്ക് അയച്ച് തരും. അതിന്റെ പുറകിൽ ആ കാർബൺ പാടുകൾ നിങ്ങൾക്ക് കാണാനാകും. ആരോ ആ പകർപ്പ് നശിപ്പിച്ചിട്ടുണ്ടെന്ന് വേണം കരുതാൻ.''

''ആരോ.'' റക്ലസ് വിഷാദത്തിലായി. ''അതൊരുപക്ഷേ സെറ്റൺ തന്നെയാകാം. ആ മരണത്തെക്കുറിച്ചുള്ള എന്റെ അഭിപ്രായത്തിൽ ഇതുവരെ മാറ്റമൊന്നും വന്നിട്ടില്ല ഡൽഗ്ലീഷ്. പക്ഷേ നിങ്ങൾ പറഞ്ഞതിലും ശരിയുണ്ടാകാം. പ്രത്യേകിച്ചും ഈ പുതിയ കണ്ടെത്തലിന്റെ വെളിച്ചത്തിൽ.'' അയാൾ സ്ട്രച്ചറിനെ നോക്കി തലയൊന്നാട്ടി. അതിന്റെ ഇരുവശത്തുമായി രണ്ട് പൊലീസുകാരും ഇരിപ്പുറപ്പിച്ചിരുന്നു. അതെടുത്തുയർത്താനുള്ള ഉത്തരവിനായി അവർ കാത്തിരിക്കുകയായിരുന്നു. ''എന്നാൽ ഇതിൽ സംശയമില്ല. ഇതൊരു കൊലപാതകം തന്നെ. അതിനാൽ ഇനി നമ്മൾ നമ്മുടെ സാധ്യതകൾ എന്തൊക്കെ എന്ന് ആരായേണ്ടി വരും. ഒരു കൊലപാതകവും അസന്തുഷ്ടനായ ഒരു കോമാളിയും. അല്ലെങ്കിൽ ഒരു കൊലപാതകവും രണ്ട് കുറ്റകൃത്യങ്ങളും. അതല്ലെങ്കിൽ രണ്ട് കൊലപാതകികൾ.''

ഇതിൽ അവസാനത്തേത്, ഇത്രയും ചെറിയ സമൂഹത്തിൽ മിക്കവാറും അസാധ്യമായിരിക്കും എന്ന് ഡൽഗ്ലീഷ് അഭിപ്രായപ്പെട്ടു.

''സാധ്യമാണ് ഡൽഗ്ലീഷ്. ഒന്നുമില്ലെങ്കിലും ഈ രണ്ട് മരണങ്ങളും തമ്മിൽ പരസ്പരപ്പൊരുത്തമുള്ളതൊന്നുമല്ലല്ലോ. ഈ കൊലപാതകത്തിൽ അതിനിപുണതയോ ഗോപ്യതയോ ഇല്ല. സെറ്റണിന്റെ

ഫ്ളാസ്കിൽ ഉയർന്ന അളവിൽ വിഷം കലർത്തുക മാത്രം ചെയ്തിരിക്കുന്നു. അയാൾ ഇനി അധികം താമസിയാതെ അത് അകത്താക്കും എന്നറിയാവുന്ന വ്യക്തിയാണ് അത് ചെയ്തിരിക്കുന്നത്. അങ്ങനെ അയാൾ അത് കഴിക്കുമ്പോൾ അയാൾക്കരികിലെവിടേയും വൈദ്യസഹായം ഉണ്ടാകരുത് എന്ന് മാത്രമേ കൊലപാതകിക്ക് ചിന്തിക്കാനുണ്ടായിരുന്നുള്ളൂ. വൈദ്യസഹായം കൊണ്ട് എന്തെങ്കിലും ഗുണം ഉണ്ടാകും എന്നല്ല, എങ്കിലും...''

സെറ്റൺ എങ്ങനെ ഈ കുടിലിനകത്തെത്തി എന്ന് ഡൽഗ്ലീഷ് അത്ഭുതപ്പെട്ടു. ആരാണയാളെ ഇവിടേക്ക് ആകർഷിച്ചതെന്ന്. അത് നിർബന്ധിച്ചെത്തിച്ചതാണോ അതോ ഭീഷണി വഴിയാണോ? സെറ്റൺ ഒരു സുഹൃത്തിനെ പ്രതീക്ഷിച്ചിരുന്നോ അതോ ഒരു ശത്രുവിനെയാണോ പ്രതീക്ഷിച്ചിരുന്നത്? ശത്രുവിനെയാണെങ്കിൽ അങ്ങനെയൊരാളെ പ്രതിരോധങ്ങളൊന്നുമില്ലാതെ ഒറ്റയ്ക്ക് പോയി കാണാൻ മാത്രം ധൈര്യം അയാളിലുണ്ടായിരുന്നോ? അതോ ഇത് മറ്റൊരു വിധത്തിലുള്ള സമാഗമമായിരുന്നോ? ഒരു കൊടുങ്കാറ്റിന്റെ ആരവമുയർന്ന് കൊണ്ടിരിക്കുമ്പോൾ, ശരത്കാല തണുപ്പ് പതിവിലും അധികമായുള്ളപ്പോൾ ഏതൊക്കെ മോങ്ക്സ്മെയറുകാർക്കൊപ്പം ഡിഗ്ബി സെറ്റൺ ഈ പരുപരുത്ത പാതയിലൂടെ രണ്ട് നാഴിക നടക്കാൻ തയ്യാറാകും?

സ്ട്രച്ചർ മുന്നോട്ട് നീങ്ങിത്തുടങ്ങിയിരിക്കുന്നു. കോൺസ്റ്റബിൾമാരിൽ ഒരാളോട് കുടിലിനു കാവൽ നിൽക്കാൻ ഉത്തരവിട്ടിരിക്കുന്നു. ശേഷിച്ച സംഘം ശവത്തിനു പുറകിൽ നടന്നു. വിലാപയാത്രയുടെ രൂപം നൽകി. ഡൽഗ്ലീഷും റക്ലസും ഒന്നിച്ച് നിശ്ശബ്ദം അവർക്കൊപ്പം നടന്നു. സ്ട്രച്ചർ ചുമക്കുന്നവർ നടപ്പാതയിലെ വരമ്പിലൂടെയുള്ള നടത്തത്തിനു വേഗം കൂട്ടാൻ ശ്രമിച്ചപ്പോൾ അതിനകത്ത് കെട്ടിപ്പൊതിഞ്ഞ് വച്ചിരുന്ന ശവം ചാഞ്ചാടി. അതിന്റെ കാൻവാസ് പുതപ്പ് കാറ്റിൽ ഇളകിയാടി. ഒരു പക്ഷി പറക്കുന്നത് പോലെ കാറ്റിൽ പറന്നു. അത് വിലപിക്കുന്ന ആത്മാവിന്റെ സ്വരമുണ്ടാക്കി. അവസാനം അത് വിശാലമായ ഒരു വളവ് തിരിഞ്ഞ് ചതുപ്പിനപ്പുറത്ത് അപ്രത്യക്ഷമായി.

രണ്ട്

ഡൽഗ്ലീഷിനു പിന്നെ റക്ലസിനെ ഒറ്റയ്ക്ക് കിട്ടാനുള്ള സായാഹ്നമായി. ഇൻസ്പെക്ടർ അത്രയും നേരം മൊഴികളെടുക്കുന്ന തിരക്കിലായിരുന്നു. കഴിഞ്ഞ ഏതാനും ദിവസങ്ങളിലെ ഡിഗ്ബി സെറ്റണിന്റെ

ചലനങ്ങൾ ചോദിച്ചറിയുകയായിരുന്നു. ആറുമണിയോടെ അയാൾ പെന്റ്ലാൻഡ്സിലെത്തി. മിസ് ഡൽഗ്ലീഷിനോട് ആരെങ്കിലും തലേന്ന് കടൽക്കരയിലൂടെ സൈസ്‌വെൽ ഭാഗത്തേക്ക് നടക്കുന്നത് കണ്ടിരുന്നോ എന്ന് ചോദിക്കാൻ തന്നയാണയാൾ വന്നത്. അതുപോലെ ഡിഗ്ബി സെറ്റൺ എന്തിന് ആ കുടിലിലെത്തി എന്ന് ഊഹിക്കാനാകുമോ എന്നും. ഗ്രീൻ മാനിൽ വച്ച് ഡൽഗ്ലീഷും അമ്മായിയും റക്ലസിനെ കണ്ടപ്പോൾ ഈ ചോദ്യങ്ങൾക്ക് ഉത്തരം നൽകിയതായിരുന്നു. അത് ഔദ്യോഗിക തെളിവെടുപ്പായിരുന്നു എന്ന് മാത്രം. തിങ്കളാഴ്ച മുഴുവൻ സമയവും അവർ പെന്റ്ലാൻഡ്സിലുണ്ടായിരുന്നു എന്നും അങ്ങനെ ആരും ആ വഴി പോകുന്നതായി കണ്ണിൽ പെട്ടില്ല എന്നും മിസ് ഡൽഗ്ലീഷ് മറുപടി പറഞ്ഞു. ഇതല്ലാതെയുള്ള വഴികളിലേതെങ്കിലും ഒന്നാകാം ഡിഗ്ബി അല്ലെങ്കിൽ മറ്റൊരാൾ അവിടേക്കെത്താൻ തിരഞ്ഞെടുത്തിരിക്കുക എന്നും അങ്ങനെയൊരു സാധ്യത നിലനിൽക്കുന്നുണ്ടെന്നും അവർ കൂട്ടിച്ചേർത്തു. മണൽത്തിട്ടകൾക്കപ്പുറത്തെ കടൽക്കരയിലൂടെയുള്ള ആ പാത പെൻലാൻഡ്സിൽ നിന്ന് കാണാനാകില്ല.

‘‘അതേസമയം ആ വഴിയിലെത്താനും അയാൾക്ക് നിങ്ങളുടേ ഈ കോട്ടേജ് കടന്ന് പോകണം. നിങ്ങളറിയാതെ അതും സംഭവിക്കാം എന്നാണോ?’’ റക്ലസ് തന്റെ ധാർഷ്ട്യം പ്രകടമാക്കി.

‘‘തീർച്ചയായും. ആ കുന്നിൻചരിവിനരികിലൂടെയാണ് പോകുന്നതെങ്കിൽ ഞാൻ കണ്ടെന്ന് വരില്ല. എന്റെ വീട്ടിൽ നിന്നിറങ്ങിച്ചെല്ലുന്ന പാതയ്ക്കും കടൽക്കരയ്ക്കും ഇടയിൽ ഇരുപത് വാര വീതിയുള്ള ഒരു സ്ഥലമുണ്ട്. അവിടെയാണെങ്കിൽ ഞാൻ കാണും. പക്ഷേ ഞാൻ കണ്ടിട്ടില്ല. ഒരുപക്ഷേ ഞാൻ കാണരുതെന്നത് അയാളുടെ ആവശ്യമായിരുന്നിരിക്കും. അതിനാൽ അതിനുതകുന്ന സമയം തിരഞ്ഞെടുത്തിട്ടുമുണ്ടാകും.’’

താൻ എന്തോ ചിന്തിക്കുകയാണെന്ന മട്ടിൽ റക്ലസ് മനസ്സിലുള്ളതപ്പോൾ ഉച്ചത്തിൽ പറഞ്ഞു.

‘‘അത് രഹസ്യമായ ഒരു കൂടിക്കാഴ്ചയായിരുന്നു എന്നാണപ്പോൾ അർത്ഥമാക്കുന്നത്. അതും ഞങ്ങൾ സംശയിക്കുന്നുണ്ട്. അങ്ങനെ സ്വന്തമായി പക്ഷിനിരീക്ഷണത്തിനു പോകുന്ന വ്യക്തിയൊന്നുമല്ല അയാൾ. ഒരുപക്ഷേ സന്ധ്യയ്ക്ക് ശേഷമാകും അയാൾ അവിടേക്ക് പോയത്. ഇന്നലെ സെറ്റൺ ഹൗസിൽ വച്ച് അയാൾ സ്വയം ചായയുണ്ടാക്കി കുടിക്കുകയായിരുന്നു എന്നാണ് മിസ് കെഡ്ജ് പറഞ്ഞത്. പ്രഭാതത്തിൽ ചെന്നപ്പോൾ അതൊക്കെ കഴുകാനായി അവിടെ നിരത്തിയിട്ടിരുന്നു.’’

‘‘അതിനുശേഷം അത്താഴമുണ്ടായില്ലേ?’’ മിസ് ഡൽഗ്ലീഷ് ചോദിച്ചു.

‘‘അത്താഴം അവിടെനിന്നുണ്ടായിട്ടില്ല മിസ് ഡൽഗ്ലീഷ്. അത്താഴ ത്തിനു മുമ്പേ മരണം സംഭവിച്ചു എന്നു തോന്നുന്നു. അതറിയാൻ എന്തായാലും പോസ്റ്റ്മോർട്ടം റിപ്പോർട്ട് വരെ കാത്തിരിക്കേണ്ടി വരും.’’

ജെയ്ൻ ഡൽഗ്ലീഷ് അത്താഴമുണ്ടാക്കാൻ സമയമായി എന്നു പറഞ്ഞ് അടുക്കളയിലേക്ക് പോയി. അത് തന്നെ റക്ലസിനരികിൽ ഒറ്റയ്ക്ക് വിടാനുള്ള ഒരു കൗശലം മാത്രമാകാം എന്ന് ഡൽഗ്ലീഷ് കരുതി. അവർ പുറത്ത് കടന്ന് വാതിലടച്ചപ്പോൾ ആരാണയാളെ അവസാനം കണ്ടത് എന്ന് ഡൽഗ്ലീഷ് ചോദിച്ചു.

‘‘ലാഥമും ബ്രൈസും. എന്നാൽ മിക്കവാറും എല്ലാവരും അയാൾ ക്കൊപ്പം ഇന്നലെ ഇത്തിരി സമയമെങ്കിലും ചിലവിട്ടതായി സമ്മതി ക്കുന്നുണ്ട്. പ്രാതൽ കഴിഞ്ഞയുടൻ മിസ് കെഡ്ജ് അയാളെ കണ്ടി ട്ടുണ്ട്. അവർ പക്ഷേ അവരുടെ ജോലികളിലായിരുന്നു. അയാൾ അവരെ ഒരു സെക്രട്ടറി എന്നതിലുപരി വീട്ടുവേലക്കാരിയായാണ് കരുതിയിരുന്നത്. അത് അയാളുടെ അർദ്ധസഹോദരൻ ചെയ്തതി നേക്കാൾ ഉപരിയായി, മെച്ചമായി, അവരെ ഉപയോഗപ്പെടുത്തുക യാണ് എന്നാണെന്റെ ഊഹം. മിൽസ് കാൽത്രോപ്പിനൊപ്പമായിരുന്നു അയാളുടെ ഉച്ചഭക്ഷണം. അനന്തരവളുമൊപ്പമുണ്ടായിരുന്നു. റോസ് മേരി കോട്ടേജിൽ തന്നെയായിരുന്നു അത്. മൂന്ന് മണിയോടെ അയാൾ അവിടെ നിന്ന് ഇറങ്ങി. വീട്ടിലേക്ക് പോകുന്നതിനിടയിൽ ബ്രൈ സിനെ കണ്ടു. നിങ്ങളുടെ അമ്മായിയുടെ വെട്ടുകത്തി തിരിച്ച് വന്ന തിനെക്കുറിച്ചായിരുന്നു അവരുടെ സംസാരം. അതിനോടൊപ്പം നിങ്ങൾ ലണ്ടനിലേക്കെന്തിനു പോയി എന്നതിനെക്കുറിച്ചുള്ള കൊച്ചുവർത്ത മാനങ്ങളും. ആ യാത്ര ഇവിടെ വലിയ ചർച്ചയായിട്ടുണ്ടെന്ന് തോന്നുന്നു. അപ്പോൾ ലാഥം അവർക്കൊപ്പമുണ്ടായിരുന്നു. നാലു മണി കഴിഞ്ഞാണയാൾ അവിടെ നിന്ന് ഇറങ്ങിയത്. അതുവരെ അവർ മൂവരും ഒന്നിച്ചായിരുന്നു.’’

‘‘അപ്പോൾ അയാളുടെ വസ്ത്രമെന്തായിരുന്നു?’’

‘‘നമ്മളിന്ന് കണ്ടത് തന്നെ. ഫ്ളാസ്ക് ഒരുപക്ഷേ അപ്പോൾ ജാക്കറ്റിനകത്തായിരുന്നിരിക്കാം. അതല്ലെങ്കിൽ ട്രൗസറിന്റേയോ ഓവർക്കോട്ടിന്റേയോ കീശയിലാകാം. റോസ്മേരി കോട്ടേജിൽ വച്ച് അയാൾ കോട്ട് അഴിക്കുകയുണ്ടായി. മിസ് കാൽത്രോപ്പ് അതെടുത്ത് ഹാളിലെ അലമാരയിൽ കൊളുത്തിയിടുകയും ചെയ്തു. ബ്രൈസിന്റെ വീട്ടിൽ വച്ച് അയാൾ അത് കസേരയിലാണ് തൂക്കിയിട്ടത്. അപ്പോൾ അതിൽ ഫ്ളാസ്ക് കണ്ടവർ ആരുമില്ല. ഇവർ ആരുമാകാം അതിൽ വിഷം കലർത്തിയത്. കെഡ്ജ്, കാൽത്രോപ്പ്, മാർലി, ബ്രൈസ്, ലാഥം ആരും. അത് ഇന്നലെ തന്നെ ചെയ്തതാകണം എന്നും നിർ ബന്ധമില്ല.’’ അയാൾ മിസ് ഡൽഗ്ലീഷിന്റെ പേര് ആ പട്ടികയിൽ

ചേർത്തിട്ടില്ല എന്ന് ഡൽഗ്ലീഷ് ശ്രദ്ധിച്ചു. അതിനർത്ഥം ആ പട്ടികയിൽ അവരില്ല എന്നല്ല. റക്ലസ് തുടർന്നു.

''എനിക്കൊരു പിടിയും കിട്ടുന്നില്ല എന്നത് സത്യം. പോസ്റ്റ്മോർട്ടം റിപ്പോർട്ട് കിട്ടിയാലേ വിഷമേതായിരുന്നു എന്ന് മനസ്സിലാകൂ. എന്നിട്ടേ എനിക്ക് തുടരാനാകൂ. പിന്നെ കാര്യങ്ങൾ നീക്കാൻ അത്ര ബുദ്ധിമുട്ടുണ്ടാകില്ല എന്നു തോന്നുന്നു. ഇതെന്തായാലും ഒരു പലചരക്ക് കടയിലോ മരുന്നുകടയിലോ ലഭിക്കുന്ന വസ്തുവല്ലല്ലോ.''

തനിക്ക് ആ വിഷമേതെന്നും എവിടെ നിന്ന് വന്നു എന്നും ഊഹിക്കാനാകുന്നുണ്ട് എന്ന് ഡൽഗ്ലീഷ് കരുതി. പക്ഷേ അതിനെക്കുറിച്ചൊന്നും പറഞ്ഞില്ല. വസ്തുതകളെക്കുറിച്ചുള്ള ഒരുപാട് സിദ്ധാന്തങ്ങൾ ഇപ്പോൾ തന്നെയായിരിക്കുന്നു. അതിനാൽ പോസ്റ്റ്മോർട്ടത്തിനായി കാത്തിരിക്കുന്നത് തന്നെയാകും നല്ലത്. പക്ഷേ, തന്റെ ഊഹം ശരിയെങ്കിൽ, ഇത് തെളിയിക്കുക റക്ലസിനത്ര എളുപ്പമാകില്ല. ആ സ്രോതസ്സിലേക്ക് മോങ്ക്സ്മെയറിലെ മിക്കവാറും എല്ലാവർക്കും എളുപ്പത്തിൽ എത്തിച്ചേരാവുന്നതാണ്. ഇൻസ്പെക്ടറുടെ അവസ്ഥയോർത്ത് അയാൾക്ക് വിഷമം തോന്നി.

അവർ കുറച്ചു സമയം നിശ്ശബ്ദരായി. അതങ്ങനെ സൗഹൃദത്തിന്റെ നിശ്ശബ്ദതയൊന്നുമായിരുന്നില്ല. അവർക്കിടയിൽ വർദ്ധിച്ചു വരുന്ന പിരിമുറുക്കം ഡൽഗ്ലീഷിനു മനസ്സിലാകുന്നുണ്ടായിരുന്നു. റക്ലസിന്റെ അപ്പോഴത്തെ വികാരം പക്ഷേ അയാൾക്ക് തിരിച്ചറിയാനായില്ല. എന്നാൽ തന്റെ അനിഷ്ടവും വിലക്ഷണതയും എന്തെന്ന്, നിസ്സഹായാവസ്ഥയെന്തെന്ന്, അയാൾ തിരിച്ചറിയുന്നുണ്ടായിരുന്നു. ഇതിലൊന്നും ഒട്ടും താത്പര്യമില്ലാത്തതുപോലെ അയാൾ ഇൻസ്പെക്ടറുടെ മുഖത്തേക്ക് നോക്കി. മുഖത്തെ ഓരോ ഭാവങ്ങളും ശ്രദ്ധിച്ചു. പല തുണ്ടുകൾ ചേർത്തൊരു ചിത്രമുണ്ടാക്കാൻ ശ്രമിച്ചു. വീതിയേറിയ കവിളെല്ലുകൾ. വായുടെ ഇരു വശത്തും മൃദുത്വമുള്ള ചർമ്മം. കണ്ണിന്റെ അഗ്രങ്ങളിലെ താഴോട്ടുള്ള വളവ്. കൺപീലികളുടെ ഇളക്കം. ആ ഇളക്കം മാത്രമാണയാൾക്ക് ഇത്തിരി മനശ്ശക്തിയൊക്കെയുണ്ട് എന്ന് കാണിക്കുന്നത്. തീർത്തും സാധാരണമാണ് ആ മുഖം. അതിനാൽ വിട്ടുവീഴ്ചയില്ലാത്തതും. എന്നിരുന്നാലും ആ മഴക്കോട്ടിൽ ആലോചനയിലിരിക്കുമ്പോൾ അയാളുടെ മുഖത്തിത്തിരി ക്ഷീണമെല്ലാം കാണുന്നുണ്ടെങ്കിലും അതിൽ കരുത്തും വ്യക്തിത്വവും നിറയെയുണ്ട്. മറ്റുള്ളവർക്ക് വശ്യത തോന്നുന്ന വ്യക്തിത്വമായിരിക്കണമെന്നില്ല അത്. പക്ഷേ അതവിടെയുണ്ട്.

എന്തോ ആലോചിച്ചുറച്ചതുപോലെ റക്ലസ് പെട്ടെന്ന് സംസാരിച്ച് തുടങ്ങി. ''ചീഫ് കോൺസ്റ്റബിൾ യാഡിനെ വിളിക്കാൻ തീരുമാനിച്ചിരിക്കുന്നു. അതദ്ദേഹം പുറത്ത് വിട്ടിട്ടില്ല. എന്നാൽ തീരുമാനമായി

എന്നാണെന്റെ അറിവ്. അതിനത്ര വൈകിയിട്ടില്ല എന്ന അഭിപ്രായക്കാരുമുണ്ടാകും.''

ഇതിനെന്ത് മറുപടി പറയണം എന്ന് ഡൽഗ്ലീഷിനറിയില്ലായിരുന്നു. റക്ലസ് അപ്പോഴും അയാളുടെ മുഖത്തേക്ക് നോക്കി ഇരിക്കുകയാണ്. അയാൾ തുടർന്നു.

''അദ്ദേഹത്തിനും നിങ്ങളുടെ അതേ അഭിപ്രായമാണ്. ഈ രണ്ട് കുറ്റകൃത്യങ്ങളും തമ്മിൽ ബന്ധമുണ്ടെന്നാണദ്ദേഹവും കരുതുന്നത്.''

താനാണ് ചീഫ് കോൺസ്റ്റബിളിനെ സ്വാധീനിച്ചതെന്ന് കുറ്റപ്പെടുത്തുകയാണോ ഈ മനുഷ്യൻ എന്ന് ഡൽഗ്ലീഷ് ചിന്തിച്ചു. തന്റെ അഭിപ്രായം റക്ലസിനോട് തുറന്ന് പറയാതിരിക്കാൻ അയാൾക്കാകുമായിരുന്നില്ല. വളരെ പ്രകടമാണ് കാര്യങ്ങൾ. അയാൾ അതിനാൽ തന്റെ അഭിപ്രായത്തിനൊപ്പം ഇത്രയും കൂടി കൂട്ടിച്ചേർത്തു.

''ഇന്നലെ ലണ്ടനിലായിരുന്നപ്പോൾ മൗറിസ് സെറ്റൺ കൊല്ലപ്പെട്ടതെങ്ങനെയാകും എന്നതിനൊരു സൂചന ലഭിച്ചു. അതിപ്പോൾ ഒരു ഊഹത്തിനും അപ്പുറത്താണ്. നിങ്ങൾക്ക് അത് തെളിയിക്കാനാകുമോ എന്ന് ദൈവത്തിനു മാത്രമേ അറിയൂ. പക്ഷേ എങ്ങനെയാണത് സംഭവിച്ചതെന്ന് എനിക്കറിയാമെന്ന് എനിക്കറിയാം.''

അയാൾ തന്റെ സിദ്ധാന്തം ചുരുക്കിപ്പറഞ്ഞു. തന്റെ സ്വരത്തിലെ ഓരോ വ്യതിയാനവും ഇൻസ്പെക്ടർ ഒന്നുകിൽ അയാളോടുള്ള വിമർശനം അല്ലെങ്കിൽ സ്വയം അനുമോദിക്കൽ എന്ന നിലയിൽ കാണും എന്ന വ്യക്തമായ ബോധത്തോടെയാണയാൾ സംസാരിച്ചത്. ഇൻസ്പെക്ടർ നിശ്ശബ്ദം ആ കഥ മുഴുക്കെ കേട്ടു. അതിനു ശേഷം അയാൾ പറഞ്ഞു.

''ഇങ്ങനെ ചിന്തിക്കാൻ നിങ്ങളെ പ്രേരിപ്പിച്ചതെന്താണ് ഡൽഗ്ലീഷ്?''

''അതെനിക്ക് അറിയില്ല. ഉറപ്പില്ല. പല ചെറിയ കാര്യങ്ങളും കൂട്ടിവായിച്ചതാകാം. സെറ്റണിന്റെ വിൽപ്പത്രത്തിലെ വ്യവസ്ഥകൾ, കോർടെസ് ക്ലബ്ബിലെ അയാളുടെ പെരുമാറ്റം, കാദവെർ ക്ലബ്ബിൽ എപ്പോഴൊക്കെ താമസിച്ചോ അപ്പോഴൊക്കെ ഒരേ മുറി മാത്രം ഉപയോഗിക്കുക എന്ന അയാളുടെ നിർബന്ധബുദ്ധി. അയാളുടെ വീടിന്റെ വാസ്തുശില്പം പോലും.''

''സാധ്യതയുണ്ടെന്ന് ഞാനും കരുതുന്നു. പക്ഷേ ആരിലെങ്കിലും പെട്ടെന്നൊരു അമിതഭീതിയുണ്ടായില്ലെങ്കിൽ എനിക്കിത് തെളിയിക്കാനായെന്ന് വരില്ല എന്ന് കുമ്പസാരിക്കട്ടെ.''

''നിങ്ങൾക്ക് ആ ആയുധം തിരയാം.''

''വളരെ വിചിത്രമാണാ ആയുധം ഡൽഗ്ലീഷ്.''

''പക്ഷേ അതൊരു ആയുധമാണ്. മാരകമായ ഒന്ന്.''

റക്ലസ് കീശയിൽ നിന്ന് ഒരു ഭൂപടമെടുത്ത് മേശപ്പുറത്ത് വച്ചു. അവരൊന്നിച്ച് അതിലേക്ക് കുനിഞ്ഞു. ഇൻസ്പെക്ടറുടെ പെൻസിൽ മോങ്ക്സ്മെയറിനു ചുറ്റിലുമുള്ള ഇരുപത് നാഴിക അടയാളപ്പെടുത്തി.

''ഇവിടേയോ?''

''അല്ലെങ്കിൽ ഇവിടെയുമാകാം. കൊലപാതകി ഞാനാണെങ്കിൽ വെള്ളത്തിനാഴമുള്ള സ്ഥലം അന്വേഷിക്കും.''

''എന്തായാലും കടലാകില്ല. നമ്മൾ തിരയുന്നതിനിടയിലും അത് കരയ്ക്കടിഞ്ഞെന്ന് വരാം. അത് കുറ്റകൃത്യവുമായി ആരെയെങ്കിലും ബന്ധിപ്പിക്കും എന്നെനിക്ക് തോന്നുന്നില്ല.''

''അങ്ങനെ സംഭവിക്കുകയും ചെയ്തേക്കാം. എന്തായാലും കൊല പാതകിക്ക് അങ്ങനെയൊരു അപായ സാധ്യതയെ നേരിടാനാകില്ലായിരുന്നു. അതിനി ഒരിക്കലും കണ്ടെത്താത്ത ഒരിടത്ത് ഉപേക്ഷിക്കുകയല്ലാതെ മറ്റൊരു മാർഗ്ഗം അയാൾക്കില്ലായിരുന്നു. അതല്ല കണ്ടെത്തുന്നെങ്കിൽ തന്നെ വളരെ വൈകിമാത്രം അത് സംഭവിക്കുന്നു എന്ന് ഉറപ്പ് വരുത്താവുന്നിടത്ത്. ഒരു കുന്തപ്പിടി ലഭിക്കാൻ ഞാൻ ഒരു നീർച്ചാൽ മാത്രമല്ല, പുഴതന്നെ മുഴുക്കെ തിരയും.''

റക്ലസ് പെൻസിൽ കൊണ്ട് മൂന്നിടത്ത് അടയാളപ്പെടുത്തി.

''ആദ്യം ഇവിടെ തിരയാം ഡൽഗ്ലീഷ്. നിങ്ങൾ പറഞ്ഞത് ശരിയാകട്ടെ എന്ന് ഞാൻ ദൈവത്തിനോട് പ്രാർത്ഥിക്കുന്നു. അതല്ലെങ്കിൽ ഇപ്പോൾ മറ്റൊരു മരണം കൂടി സംഭവിച്ചിരിക്കുന്നതിനാൽ ഇതൊരു സമയനഷ്ടം മാത്രമാകും.''

പിന്നെയൊന്നും പറയാതെ അയാൾ ഭൂപടം മടക്കി, യാത്ര പറഞ്ഞു.

മൂന്ന്

അത്താഴശേഷം കൂടുതലാളുകൾ എത്തി. സെലിയ കാൽത്രോപ്പ്, അവരുടെ അനന്തരവൾ, ലാഥം, ബ്രൈസ് എന്നിവരെല്ലാം. ഒന്നിനു പുറകെ ഒന്നായാണവർ എത്തിയത്. ഒന്നുകിൽ വണ്ടിയിൽ അല്ലെങ്കിൽ വിഷമിച്ച് കാറ്റിൽ തുഴഞ്ഞ്, കാറ്റിനെ എതിർത്ത്, നടന്ന്. അങ്ങനെ അവർ ജെയ്ൻ ഡൽഗ്ലീഷിന്റെ സ്വീകരണമുറിയിലെ നെരിപ്പോടിന്റെ സുരക്ഷിതത്വം തേടി. ഒരുപക്ഷേ അവർക്ക് ഒറ്റയ്ക്കിരിക്കാനോ അല്ലെങ്കിൽ അവരിൽ മറ്റൊരാളുടെ സൗഹൃദത്തിനോ ഇത്ര സുരക്ഷിതത്വം നൽകുന്നില്ലായിരിക്കാം എന്ന് ഡൽഗ്ലീഷ് കരുതി.

ഇത് ചുരുങ്ങിയപക്ഷം ഒരു നിഷ്പക്ഷ ഇടമെങ്കിലുമാണ്. സാധാരണത്വത്തിന്റെ മിഥ്യാബോധവും സൗഖ്യവും നൽകുന്നത്. വെളിച്ചവും ചെറുചൂടുള്ള വായുവും സംരക്ഷണമേകും എന്ന കാലങ്ങളായുള്ള വിശ്വാസങ്ങളെ കാത്ത് സൂക്ഷിക്കുന്നത്. ഒറ്റയ്ക്കിരുന്ന് പിരിമുറുക്കം വർദ്ധിപ്പിച്ച് ഭാവനാലോകത്തിൽ വിലസാനുള്ള സമയമല്ല ഇത്. കാറ്റ് ഇടയ്ക്ക് ഓരിയിടുന്നു. മറ്റു ചിലപ്പോൾ മൂളിപ്പാട്ട് പാടുന്നു. അതങ്ങനെ മുനമ്പിൽ ആഞ്ഞടിച്ചുകൊണ്ടേയിരിക്കുന്നു. വേലിയേറ്റം കടൽക്കരയിൽ വലിയ തിരകളുമായെത്തിയിരിക്കുന്നു. അവിടെയുള്ള ചരൽക്കൽ വരമ്പുകൾ തട്ടിത്തകരുന്നു. പെന്റ്ലാൻഡ്സിലെ സ്വീകരണ മുറിയിൽ നിന്നും അയാൾക്ക് ആ തിരമാലകളുടെ നിശ്വാസം കേൾക്കാം. ഇടയ്ക്കിടെ നിലാവ് മോങ്ക്സ്മെയറിനു മീതെ എത്തിനോക്കുന്നുണ്ട്. കോട്ടേജുകളുടെ ജാലകത്തിലൂടെ കാറ്റിനെ അവിടത്തെ ജനങ്ങൾക്ക് കാണിച്ചുകൊടുക്കാനെത്തിയതാണ് ഞാൻ എന്ന മട്ടിൽ. അങ്ങനെ നിലാവിലേക്ക് നോക്കുമ്പോൾ വൃക്ഷശിഖരങ്ങൾ വളഞ്ഞ് പുളയുന്നത് കാണാം. അവ വെപ്രാളപ്പെടുന്നത് കാണാം. കടലിന്റെ വന്യത വെളുപ്പണിഞ്ഞ് ആകാശത്തിനു ചുവട്ടിൽ കിടക്കുന്നത് കാണാം.

ക്ഷണിക്കപ്പെടാതെ വന്ന അതിഥികൾ, തല താഴ്ത്തി, മിസ് ഡൽഗ്ലീഷിന്റെ വാതിൽക്കലേക്ക്, അഭയാർത്ഥികളുടെ നിരാശയോടെയെത്തി.

എട്ടരയോടെ എല്ലാവരും എത്തിച്ചേർന്നു. അവരിൽ ആരും സിൽവിയ കെഡ്ജിനെ കൊണ്ടുവരേണ്ട കാര്യം ഓർത്തില്ല. സിൽവിയയെ ഒഴിച്ച് നിർത്തിയാൽ അഞ്ച് രാത്രി മുമ്പ് ഇവിടെ കൂടിയ സംഘം പൂർണ്ണമായി. എന്നാൽ അവരിൽ വന്നിരിക്കുന്ന മാറ്റം ശ്രദ്ധേയമായിരുന്നു. അത് വിശകലനം ചെയ്തപ്പോൾ അവർക്കെല്ലാം ഒരു പത്തു വയസ്സെങ്കിലും അധികമായിരിക്കുന്നു എന്നയാൾ ചിന്തിച്ചു. അഞ്ച് രാത്രി മുമ്പ് സെറ്റൺ അപ്രത്യക്ഷമായതിൽ അവർക്കത്ര ആശങ്കയുണ്ടായിരുന്നില്ല. ഉണ്ടായിരുന്നത് അതിൽ കുറച്ച് താത്പര്യം മാത്രം. എന്നാൽ ഇപ്പോൾ അവർ എല്ലാം ആകാംക്ഷയിലാണ്. മിക്കവാറും തകർന്ന അവസ്ഥയിലാണ്. അവരുടെ മനസ്സിലെ ചിത്രങ്ങളിൽ രക്തവും മരണവുമുണ്ട്. അതവർക്ക് കുടഞ്ഞു കളയാനാകുന്നില്ല. അവർ പുറമേയ്ക്ക് ധീരതയൊക്കെ കാണിക്കുന്നുണ്ടെങ്കിലും എല്ലാം സാധാരണമെന്ന് കാണിക്കാൻ വെമ്പുന്നുണ്ടെങ്കിലും അവരിലെ ഭയത്തെ അയാൾക്ക് മണത്തറിയാനാകുന്നുണ്ടായിരുന്നു.

മൗറിസ് സെറ്റൺ ലണ്ടനിൽ വച്ചാണ് അന്തരിച്ചത്. സൈദ്ധാന്തികമായി അതൊരു സ്വാഭാവിക മരണമായിരുന്നു എന്ന് ഇപ്പോഴും കരുതാനാകും. അതല്ലെങ്കിൽ ആ മരണത്തിനു പുറകിൽ പ്രവർത്തിച്ച

വ്യക്തി ലണ്ടനിൽ നിന്നായിരുന്നു എന്ന്. എന്നാൽ ആ ശരീരം അംഗഭംഗം വരുത്തിയതിനു പുറകിൽ അതേ ലണ്ടൻ നിവാസി യാകണമെന്നില്ല. എന്നാൽ ഡിഗ്ബിയുടെ മരണം ഇവിടെ ഈ മണ്ണിലാണ് സംഭവിച്ചിരിക്കുന്നത്. അതിൽ സ്വാഭാവികത ആർക്കും ആരോപിക്കാനാകില്ല. എന്നാൽ സെലിയ കാൽത്രോപ്പ് മാത്രം ഒന്ന് ശ്രമിക്കാൻ തയ്യാറായിരുന്നു. നെരിപ്പോടിനരികെയുള്ള കസേരയി ലാണവർ. കാൽമുട്ടുകൾ സൗകര്യമായി മടക്കിവച്ച്, കൈകൾ മടി യിൽ അശാന്തമായി ഇരിക്കുകയാണവർ.

‘‘ഇത് വളരെ ഭീകരമായി. പാവം! അയാൾക്കെന്തുകൊണ്ട് ഇത് ചെയ്യാൻ തോന്നി എന്ന് നമ്മളറിയുകയേയില്ലായിരിക്കാം. ജീവിക്കാൻ ആവശ്യമായതെല്ലാം അയാളുടെ കൈവശമുണ്ടായിരുന്നു. യൗവ്വനം, പണം, നിപുണത, സൗന്ദര്യം, വശ്യത. എല്ലാം.’’

ഡിഗ്ബി സെറ്റണിനെക്കുറിച്ച് വിചിത്രമായുള്ളതും അയഥാർത്ഥ മായതുമായ ഈ വിശകലനം നിശ്ശബ്ദം എല്ലാവരും ഏറ്റുവാങ്ങി. കുറച്ച് കഴിഞ്ഞപ്പോൾ ബ്രൈസ് സംസാരിച്ചു.

‘‘അയാളുടെ കൈവശം പണമുണ്ടായിരുന്നു എന്ന് ഞാൻ സമ്മതി ക്കുന്നു സെലിയ. ചുരുങ്ങിയ പക്ഷം അത് ലഭിക്കും എന്ന സാധ്യത യെങ്കിലുമുണ്ടായിരുന്നു. അതല്ലെങ്കിൽ ഡിഗ്ബി വിളറിയ മുഖവും അസമർത്ഥനും ഗർവ്വിയും അശ്ലീല സ്വഭാവക്കാരനും മറ്റുള്ളവരെ താഴ്ത്തിക്കെട്ടുന്നതിൽ തത്പരനുമായിരുന്നു. നമുക്കൊന്നും അയാ ളോട് അതിനാൽ എതിർപ്പുണ്ടായിരുന്നു എന്നല്ല അർത്ഥം. അയാൾ ആത്മഹത്യ ചെയ്തു എന്നും ആരും കരുതുന്നില്ല.’’

ലാഥമിന്റെ ക്ഷമ നശിച്ചു.

‘‘അതുറപ്പാണ്. അയാൾ ആത്മഹത്യ ചെയ്തതല്ല. സെലിയ യ്ക്കും അതറിയാം. പിന്നെ എന്തുകൊണ്ട് സത്യസന്ധതയോടെ പറഞ്ഞുകൂടാ സെലിയ? ഞങ്ങളെയൊക്കെ പോലെ നിങ്ങളും ഭയ ന്നിരിക്കുന്നു എന്നൊന്ന് സമ്മതിച്ചുകൂടേ?’’

സെലിയ അന്തസ്സും മാന്യതയും കൈവിട്ടില്ല.

‘‘എനിക്കൊരു ഭയവും തോന്നുന്നില്ല.’’

‘‘ഭയക്കണം.’’

ബ്രൈസിന്റെ മുഖത്തപ്പോൾ ഒരു കുസൃതിയുണ്ടായിരുന്നു. അയാ ളുടെ കണ്ണുകൾ സെലിയയെ നോക്കി തിളങ്ങുന്നുണ്ടായിരുന്നു. ക്ഷീണിതനായ ഒരു വൃദ്ധനെപ്പോലെയാണിപ്പോൾ അയാൾ. എന്നാൽ ക്ലേശങ്ങൾ അയാളെ അലട്ടുന്നില്ലെന്നും തോന്നി.

‘‘ഒന്നുമില്ലെങ്കിലും അയാളുടെ മരണം കൊണ്ട് ഗുണമുണ്ടാകു ന്നത് നിങ്ങൾക്കല്ലേ. ഇരട്ടമരണത്തിനുള്ള ശിക്ഷ കഴിച്ചാലും കുറച്ച്

പണം ബാക്കിയുണ്ടാകും. മാത്രമല്ല, അടുത്തയിടെയായി ഡിഗ്ബി കൂടെക്കൂടെ നിങ്ങളുടെ വീട്ടിൽ സന്ദർശനത്തിനായി എത്തുകയും ചെയ്തിരുന്നു, ഇല്ലേ? ഇന്നലെ നിങ്ങളുടെ വീട്ടിൽ നിന്നല്ലേ അ യാൾ ഉച്ചഭക്ഷണം കഴിച്ചത്? അയാളുടെ ഫ്ളാസ്കിൽ എന്തെങ്കിലും ഇടാൻ നിങ്ങൾക്ക് ധാരാളം അവസരം ലഭിച്ചിട്ടുണ്ടാകും. അയാളുടെ കൈവശം അങ്ങനെയൊരു ഫ്ളാസ്ക് എപ്പോഴുമുണ്ടാകും എന്ന് ഞങ്ങളോട് പറഞ്ഞതും നിങ്ങളാണല്ലോ. ഈ മുറിയിലിരുന്നാണത് പറഞ്ഞത്. ഓർമ്മയുണ്ടോ?''

''എനിക്കപ്പോൾ ആർസനിക് എവിടെ നിന്ന് ലഭിച്ചു എന്നുകൂടി പറയൂ?''

''അത് ആർസനിക്കായിരുന്നു എന്ന് ഇതുവരെ തീർച്ചയായിട്ടില്ല സെലിയ. ഇത്തരം അഭിപ്രായ പ്രകടനങ്ങളാണ് നിങ്ങൾ എപ്പോഴും ഒഴിവാക്കേണ്ടത്. ഞാനും ഒലിവറും മാത്രമുള്ളപ്പോൾ ഇങ്ങനെ യൊക്കെ പറയുന്നതുകൊണ്ട് പ്രശ്നമില്ല. എന്നാൽ ഇൻസ്പെക്ട റോട് ഇങ്ങനെ പറഞ്ഞാൽ അത് തെറ്റിദ്ധാരണകൾക്ക് കാരണമാക്കും. അയാളോട് നിങ്ങൾ ആർസനിക്കിന്റെ കഥയൊന്നും പറഞ്ഞിട്ടി ല്ലല്ലോ.''

''ഞാനയാളോട് ഒന്നും പറഞ്ഞിട്ടില്ല. അയാൾ ചോദിച്ച ചോദ്യ ങ്ങൾക്ക് സത്യസന്ധതയോടെ ഉത്തരം നൽകി. എനിക്കാകാവുന്ന പൂർണ്ണതയോടെ. നിങ്ങളും ഒലിവറും അത് തന്നെ ചെയ്യണം എന്നേ എനിക്ക് പറയാനുള്ളൂ. ഡിഗ്ബി കൊല്ലപ്പെട്ടതാണെന്ന് തെളിയിക്കാൻ നിങ്ങൾക്കൊക്കെ ഇത്ര ആഗ്രഹം എന്തുകൊണ്ടാണെന്ന് എനിക്ക് മനസ്സിലാകുന്നില്ല. എന്തിന്റേയും ഇരുണ്ട വശം മാത്രം തിരയുന്ന ഈ പ്രവണത അനാരോഗ്യകരമാണ്.''

''കാര്യങ്ങൾ അതിന്റെ മുഖവിലയ്ക്കെടുക്കുന്നു എന്ന് മാത്രം കരുതിയാൽ മതി.'' ലാഥം വിരസമായി പറഞ്ഞു.

സെലിയ പക്ഷേ അടങ്ങിയിരിക്കാൻ തയ്യാറായില്ല.

''ശരി. ഇനി അത് കൊലപാതകമാണെന്ന് തന്നെ കരുതുക. അങ്ങനെയാണെങ്കിൽ ശവം കണ്ടെത്തിയപ്പോൾ ആദം കൂടെയു ണ്ടായത് ജെയ്ൻ ഡൽഗ്ലീഷിന്റെ ഭാഗ്യം എന്നേ എനിക്ക് പറയാനാകൂ. അല്ലെങ്കിൽ ജനങ്ങൾ മറ്റ് പലതും ചിന്തിക്കാൻ തുടങ്ങും. കൂടെ യുണ്ടായത് ഒരു സി.ഐ.ഡി. സൂപരിന്റന്റായത് നന്നായി. അവിടെ തെളിവുകളൊന്നും നശിപ്പിക്കാതിരിക്കേണ്ടത് എങ്ങനെയെന്ന് അയാൾക്കറിയാം.''

ഈ വിശകലനം ഡൽഗ്ലീഷിനെ ആകർഷിച്ചു. അത് സെലിയ യ്ക്ക് സ്വയം ഒളിക്കാനുള്ള നിപുണതയെക്കൂടി വ്യക്തമാക്കുന്നു.

താനപ്പോൾ ആ മുറിയ്ക്കകത്തുണ്ട് എന്നത് അവർ മറന്നതാണോ എന്നും ഡൽഗ്ലീഷ് സംശയിച്ചു. മറ്റുള്ളവരും അത് മറന്നിരിക്കുന്നു.

''ജനം എന്ത് ചിന്തിക്കുമെന്ന്?'' ലാഥം ശാന്തതയോടെ ചോദിച്ചു. ബ്രൈസ് ചിരിച്ചു.

''നിങ്ങൾക്ക് മിസ് ഡൽഗ്ലീഷിനെ യാതൊരു കാരണവശാലും സംശയിക്കാനാകില്ല സെലിയ. ഉപചാരങ്ങളുടെ ലോലമായ പ്രശ്നങ്ങൾ നിങ്ങൾ അധികം താമസിയാതെ നേരിടേണ്ടി വരും. നിങ്ങളുടെ ആതിഥേയ ഇപ്പോൾ സ്വന്തം കൈകൊണ്ട് നമുക്കെല്ലാം കാപ്പിയെടുക്കുകയാണ്. അത് മര്യാദയോടെ കുടിക്കുമോ അതോ ഗൂഢമായി ഫ്ളവർവേസിലേക്കൊഴിച്ച് കളയുമോ?''

പെട്ടെന്ന് എലിസ മാർലി രംഗത്തവതരിച്ചു.

''ദൈവത്തെയോർത്ത് ഒന്ന് മിണ്ടാതിരിക്കുന്നുണ്ടോ? ഡിഗ്ബി സെറ്റൺ മരിച്ചു. ഭീകരമായിരുന്നു ആ മരണം. നിങ്ങൾക്കൊന്നും അയാളെ ഇഷ്ടമല്ലായിരുന്നിരിക്കാം. പക്ഷേ അയാളൊരു മനുഷ്യജീവിയായിരുന്നു. അതിലുപരി തന്റേതായ രീതിയിൽ ജീവിതം ആസ്വദിക്കേണ്ടതെങ്ങനെ എന്ന് അയാൾക്ക് അറിയാമായിരുന്നു. അത് നിങ്ങൾക്കിഷ്ടപ്പെട്ടതായിരുന്നില്ല, പക്ഷേ അതുകൊണ്ടെന്ത്? തന്റെ നൈറ്റ് ക്ലബ്ബുകളെക്കുറിച്ച് അയാൾ പദ്ധതിയിട്ടു. അതിൽ സന്തോഷം കണ്ടെത്തി. അയാളുടെ പണം എങ്ങനെ ചെലവിടണം എന്നാലോചിക്കേണ്ടത് അയാൾ തന്നെയാണല്ലോ. അതിനെ നിങ്ങൾക്ക് പുച്ഛിക്കാം. നിന്ദിക്കാം. എന്നാൽ അയാൾ അതുവഴി നിങ്ങൾക്ക് ഒരു ദ്രോഹവും ചെയ്യുന്നുണ്ടായിരുന്നില്ല. ഇപ്പോഴാകട്ടെ അയാൾ മരിച്ചുപോയിരിക്കുന്നു. നമ്മളിലൊരാളാണ് അയാളെ കൊന്നത്. അത്ര രസകരമായി എനിക്ക് തോന്നുന്നില്ല.''

''ഇങ്ങനെ തീവ്രദുഃഖത്തിലാകല്ലേ മകളേ.'' സെലിയയുടെ സ്വരം വൈകാരികമായി. അത് അവരിൽ അബോധമായെത്തിയതായിരുന്നു. തന്റെ നോവലുകളിൽ ഇത്തരം രംഗങ്ങൾ വരുമ്പോഴും അവരുടെ സ്വരം ഇങ്ങനെ മാറാറുണ്ട്.

''ജസ്റ്റിന്റെ രീതികൾ നമുക്കെല്ലാം അറിയുന്നതല്ലേ. അയാൾക്കോ ഒലിവറിനോ മൗറിസിനെക്കുറിച്ചോ ഡിഗ്ബിയെക്കുറിച്ചോ ഒരു വേവലാതിയും ഇതുവരെയുണ്ടായിരുന്നില്ല. അതിനാൽ മര്യാദയോടെ അവർ പെരുമാറും എന്ന് കരുതുന്നത് തെറ്റാകും. മര്യാദയില്ലാത്തിടത്ത് പിന്നെയെന്ത് ബഹുമാനം? അവർക്ക് സ്വന്തം കാര്യമല്ലാതെ മറ്റൊന്നുമില്ല എന്നാണിപ്പോൾ ഞാൻ ഭയക്കുന്നത്. സ്വാർത്ഥത തന്നെയാണത് എന്ന കാര്യത്തിൽ സംശയമില്ല. സ്വാർത്ഥതയും

അസൂയയും. മൗറിസ് സർഗ്ഗാത്മകതയുള്ള ഒരു എഴുത്തുകാരനായിരുന്നു. അത് ഇവർക്ക് ഇഷ്ടമല്ല. ഇവർക്ക് എല്ലാവരേയും വിമർശിക്കണം. മറ്റുള്ളവരുടെ നിപുണതകളെ വിമർശിക്കണം. അത് നമ്മൾ എന്നും കാണുന്നതല്ലേ. സാഹിത്യ പരാന്നഭുക്കുകളുടെ അസൂയ. മൗറിസിന്റെ നാടകത്തിനെന്തുപറ്റി എന്നോർത്താൽ മതി. അത് വിജയിക്കുന്നത് കണ്ടുനിൽക്കാനാകില്ല എന്നതിനാൽ ഒലിവർ അതിനെ കൊന്നു.''

''അതാണോ കാര്യം സെലിയ?'' ലാഥം ചിരിച്ചു. ''മൗറിസിന് വൈകാരിക വിരേചനമായിരുന്നു ആവശ്യമെങ്കിൽ അയാൾ ഒരു മനശ്ശാസ്ത്രജ്ഞനെ സമീപിക്കണമായിരുന്നു. അല്ലാതെ ഒരു നാടകം എന്ന പേരിൽ എന്തെങ്കിലും തട്ടിക്കൂട്ടി പൊതുജനങ്ങൾക്ക് മേൽ അതടിച്ചേല്പിക്കുകയല്ല വേണ്ടിയിരുന്നത്. ഒരു നാടകകർത്താവ് ശ്രദ്ധിക്കേണ്ട മൂന്ന് അടിസ്ഥാന കാര്യങ്ങളുണ്ട്. അവയിൽ ഒന്ന് പോലും മൗറിസ് സെറ്റണിനറിയില്ലായിരുന്നു. സംഭാഷണങ്ങൾ എഴുതാനറിയയണം. നാടകീയത എന്നാൽ എന്താണെന്ന് മനസ്സിലാക്കണം. രംഗമണ്ഡപം എങ്ങനെ ഉപയോഗിക്കണം എന്ന കൗശലം അറിയണം.''

ഇത് ലാഥമിന്റെ ഔദ്യോഗിക പ്രതിപാദ്യ ഗാനമായിരുന്നു. അതിൽ സെലിയയ്ക്ക് വലിയ താത്പര്യമൊന്നും തോന്നിയില്ല.

''ശില്പസാമർത്ഥ്യത്തെക്കുറിച്ചൊന്നും എന്നോട് പറയണ്ട ഒലിവർ. ഇത്തിരിയെങ്കിലും സർഗ്ഗാത്മക നിപുണതകൾ പ്രകടമാക്കുന്ന ഒരു കൃതി നിങ്ങളുടേതായി കാണാനാകുകയാണെങ്കിൽ പിന്നെ ഈ വിഷയം, ശില്പസാമർത്ഥ്യം എന്ന വിഷയം, ചർച്ച ചെയ്യുന്നതു കൊണ്ട് എന്തെങ്കിലും അർത്ഥമുണ്ടാകും. ഇത് നിങ്ങൾക്കും ബാധകമാണ് ജസ്റ്റിൻ.''

''അപ്പോൾ എന്റെ നോവലോ?'' ബ്രൈസിന് സെലിയയുടെ സംസാരം ഇഷ്ടപ്പെട്ടില്ല.

സെലിയ അയാളെ ദീർഘനേരം നോക്കിയിരുന്നു. നിശ്വസിച്ചു. ബ്രൈസിന്റെ നോവലിനെക്കുറിച്ച് ടിപ്പണികളൊന്നും നൽകാൻ അവർ ഒരുക്കമല്ലായിരുന്നു. ചർച്ചയിൽ വന്ന കൃതിയെക്കുറിച്ച് ഡൽഗ്ലീഷ് ഓർത്തെടുത്തു. സാമാന്യം നല്ല ജനസ്വീകാര്യതയുണ്ടായ ഒന്നാണത്. എന്നാൽ ബ്രൈസിന് പിന്നീട് അങ്ങനെയൊന്ന് സൃഷ്ടിക്കാനുള്ള ഊർജ്ജമുണ്ടായില്ല. എലിസ മാർലിയുടെ ചിരി വന്നത് അയാളറിഞ്ഞു.

''ഒരു ചെറുകഥയുടെ തീക്ഷ്ണതയും സംവേദനക്ഷമതയുമുള്ള കൃതി എന്ന് പുസ്തകാവലോകനക്കാർ പറഞ്ഞത് അതിനെക്കുറിച്ചല്ലേ? അത്ര തന്നെയേ ഉണ്ടായിരുന്നുള്ളൂ അത്. ആ സംവേദന

ക്ഷമതയും വൈകാരികതയും ഒരു നൂറ്റിയമ്പത് പേജുവരെയൊക്കെ എനിക്കും ലഭ്യമായി.''

ബ്രൈസിന്റെ പ്രതിഷേധ സൂചകമായ ആദ്യ നിലവിളിക്കപ്പുറത്തേക്ക് കേൾക്കാൻ ഡൽഗ്ലീഷ് തയ്യാറായില്ല. ചർച്ച സാഹിത്യ വിഴുപ്പലക്കലിലേക്ക് നീങ്ങുന്നത് അയാളറിഞ്ഞു. എഴുത്തുകാരായ തന്റെ സുഹൃത്തുക്കളിലെ ഇത്തരം പ്രവണതകൾ ഇതിനു മുമ്പും അയാൾ കണ്ടറിഞ്ഞിട്ടുള്ളതാണ്. അതിൽ ഉൾപ്പെടാൻ അയാൾക്ക് താത്പര്യമുണ്ടായിരുന്നില്ല. ഇനി അധികം താമസിയാതെ അയാളുടെ അഭിപ്രായമെന്തെന്നറിയാനാകും അവരുടെയൊക്കെ ശ്രമം. അയാൾ അവർക്കൊപ്പമാക്കാനുള്ള ചാക്കിട്ടുപിടുത്തങ്ങൾ നടത്തും. തന്റെ കവിതകൾ യുവാക്കളുടേ നിഷ്കളങ്കമായ തകർക്കലുകൾക്ക് വിധേയമാകും. ഈ ചർച്ച അവരുടെ മനസ്സിൽ നിന്ന് കൊലപാതകം എന്ന വിഷയത്തെ മാറ്റി നിർത്താൻ സഹായിക്കുന്നുണ്ടെന്നത് ശരി. എന്നിരുന്നാലും അതിനു പറ്റിയ മറ്റനേകം മാർഗ്ഗങ്ങളുണ്ടല്ലോ.

അമ്മായി കാപ്പിയുമായി അകത്ത് വരുന്നതു കണ്ടപ്പോൾ അയാൾ എഴുന്നേറ്റ് വാതിൽ തുറന്നുപിടിച്ചുകൊടുത്തു. പിന്നെ അതൊരു സൗകര്യമാക്കി അവിടെ നിന്ന് വഴുതിയിറങ്ങി. ആ നിമിഷത്തിൽ അവരെ തനിച്ചാക്കി അവിടെ നിന്നിറങ്ങുന്നത് അത്ര നീതിയല്ലായിരുന്നു. അതിഥികളുടെ ചിന്തകൾ ഒരുപക്ഷേ അവരെ അവിടെ അതിജീവിക്കാൻ അനുവദിച്ചെന്നു വരില്ല. എന്നാൽ അതിലും മോശമാണപ്പോൾ തന്റെ സ്വന്തം കാര്യം.

അയാളുടെ മുറിയിൽ എല്ലാം ശാന്തമായിരുന്നു. വായുപോലും അനങ്ങുന്നില്ലായിരുന്നു. ശബ്ദമില്ല. ചുമരിലെ ഓക്ക് മരപ്പാളികൾ ശബ്ദത്തെ തടഞ്ഞുനിർത്താൻ ശ്രമിക്കുന്നുണ്ടെങ്കിലും താഴെ, സ്വീകരണമുറിയിൽ നിന്ന് ചില ജല്പനങ്ങൾ മന്ത്രോച്ചാരണം പോലെ അകത്തെത്തുന്നു. അയാൾ ഇരുകൈകൊണ്ടും ജാലകപ്പാളി തള്ളിത്തുറന്നു. കാറ്റ് അകത്തേക്ക് ഇരച്ച് കയറി. മെത്തവിരിപ്പിനെ ചുരുട്ടിയെടുത്തു. കടലാസുകളെല്ലാം പറന്നു. മെത്തയ്ക്കരികിൽ വച്ചിരുന്ന ജെയ്ൻ ഓസ്റ്റിൻ പുസ്തകം കാറ്റ് അതിന്റെ രാക്ഷസീയമായ കൈകൊണ്ട് തട്ടിയിട്ടു. അയാൾ ശ്വസിക്കാൻ ബുദ്ധിമുട്ടി. ജാലകത്തിനരികിൽ ചുമരിൽ ചാരി നിന്നു. കാറ്റിൽ വന്ന ഉപ്പുതരികളുള്ള നീരാവി ചുണ്ടിൽ പുരണ്ടതൊന്ന് ആസ്വദിച്ചു. പിന്നെ ജാലകമടച്ചു. വീണ്ടും എല്ലാം നിശ്ശബ്ദമായി. ഇടിവെട്ടുന്നതുപോലെ ശബ്ദമുണ്ടാക്കിയ കാറ്റ് ഒരു നിമിഷം കൊണ്ട് അങ്ങ് കടൽക്കരയിലേക്ക്, അവിടെ നിന്ന് മറ്റൊരു കരയിലേക്ക്, പിൻവലിഞ്ഞതുപോലെ.

മുറിക്കകം തണുപ്പായിരുന്നു. അയാൾ തന്റെ ഗൗണെടുത്ത് തോളിലിട്ടു. വൈദ്യുതി ഹീറ്റർ ഓൺ ചെയ്തു. നിലത്ത് പരന്ന് കിടന്നിരുന്ന കടലാസുകൾ പെറുക്കിയെടുത്തു. അതെല്ലം വളരെ ശ്രദ്ധയോടെ

ഒന്നിനു മുകളിൽ ഒന്നാക്കി മേശപ്പുറത്ത് വച്ചു. വെളുത്ത് ചതുരാകൃതിയിലുള്ള പേജുകൾ അയാളെ ശകാരിക്കുകയാണെന്ന് തോന്നി. അയാൾ ഇതുവരെ ദെബോറയെക്കഴുതിയിട്ടില്ല എന്ന് ഓർമ്മ വന്നു. മടിയായിരുന്നില്ല അതിന്റെ കാരണം. തിരക്കുമായിരുന്നില്ല. സെറ്റണിന്റെ കൊലപാതകവുമായി ബന്ധപ്പെട്ട ജോലിത്തിരക്കുമായിരുന്നില്ല. എന്താണതിനു കാരണം എന്ന് അയാൾക്ക് കൃത്യമായി അറിയാം. ഭീരുത്വം നിറഞ്ഞ ഒരു വിരക്തി. ഭാവിയെക്കുറിച്ച് വ്യക്തമായ ഒരു തീരുമാനമെടുക്കുന്നതിനു മുമ്പ് ഒരു വാക്ക് പോലും വാഗ്ദാനമായി പുറപ്പെടുവിക്കാതിരിക്കാനുള്ള ശ്രമം. അവധിദിനത്തിന്റെ ആദ്യ രാവിൽ താൻ അങ്ങനെയൊരു ഉദ്യമത്തിനെത്രയടുത്തായിരുന്നോ അത്ര തന്നെയായിരുന്നു ഇന്നും അവിടേക്കുള്ള ദൂരം. അവസാനം കണ്ട് യാത്ര പറഞ്ഞിറങ്ങിയപ്പോൾ, ഈ യാത്ര പറയൽ അവരെ സംബന്ധിച്ചിടത്തോളം വളരെ നിർണ്ണായകമാണെന്ന് അവൾക്കറിയാമായിരുന്നു.

ലണ്ടനിൽ നിന്ന് രക്ഷപ്പെടാനോ പിരിമുറുക്കങ്ങളിൽ നിന്നൊരു വിശ്രാന്തിക്കോ വേണ്ടിയല്ല അയാൾ ലണ്ടനിൽ നിന്ന് മോങ്ക്സ് മെയറിലേക്ക് വണ്ടിയോടിക്കുന്നതെന്ന് അവൾക്കറിയാമായിരുന്നു. അങ്ങനെയെങ്കിൽ അവളെ ഒപ്പം കൂട്ടാത്തതിനൊരു കാരണമുണ്ടാകില്ല. അവൾക്ക് അത്രയൊന്നും ജോലിത്തിരക്കില്ലാത്ത സമയമാണ്. പക്ഷേ അങ്ങനെയൊരു നിർദ്ദേശം അയാളുടെ ഭാഗത്തുനിന്നുണ്ടായില്ല. അവളും അതിനെക്കുറിച്ച് ചോദിച്ചില്ല. 'ബ്ലയ്ത്ബർഗിലാകുമ്പോൾ എന്നെ ഓർക്കണം' എന്നു മാത്രം അവൾ പറഞ്ഞു. സൗത്വോൾഡിനടുത്ത ഒരു സ്കൂളിൽ അവൾ പഠിച്ചിട്ടുണ്ട്. അതിനാൽ സഫെക്കിനെ അവൾ ഇഷ്ടപ്പെടുന്നു. അയാൾ അവളെ ബ്ലയ്ത്ബർഗിൽ വച്ച് മാത്രമല്ല ഓർത്തത്. അവളെ കാണണം എന്ന ആഗ്രഹം ചിലപ്പോൾ ശക്തമാകുന്നു. ഇപ്പോഴും. അത് വളരെ ശക്തമായ ഒരു ത്വരയായിരുന്നു. അതിനാൽത്തന്നെ ഇപ്പോൾ എഴുതുന്നത് ശരിയാണോ എന്ന് രണ്ടാമതൊന്ന് ചിന്തിക്കാനൊരുങ്ങിയില്ല. അവളെ വീണ്ടും കാണാനുള്ള ഈ ആഗ്രഹത്തിന്റെ ആർത്തിയിൽ, അവളുടെ സ്വരമൊന്ന് കേൾക്കാനുള്ള ആർത്തിയിൽ, മറ്റ് എല്ലാ അനിശ്ചിതത്വങ്ങളും ആത്മവിശ്വാസമില്ലായ്മയും പ്രാധാന്യമില്ലാത്തതായി. പരിഹാസ്യമാം വിധം അയഥാർത്ഥമായി. അവയെല്ലാം അനാരോഗ്യകരമായ ഒരു പേക്കിനാവ് മാത്രമായി. പകൽ വെളിച്ചം കണ്ടാൽ ഇല്ലാതാകുന്ന പേക്കിനാവ്.

അയാൾക്ക് അവളോട് സംസാരിക്കണമായിരുന്നു. പക്ഷേ ഇപ്പോൾ സ്വീകരണമുറിയിൽ നിറയെ ആളുണ്ട്. അതുകൊണ്ടുതന്നെ ഈ രാത്രിയിൽ അവൾക്ക് ഫോൺ ചെയ്യാനാകില്ല. അയാൾ മേശപ്പുറത്തെ

വിളക്ക് തെളിച്ചു. പേന തുറന്നു. ചിലപ്പോഴൊക്കെ സംഭവിക്കാറുള്ള തുപോലെ വാക്കുകൾ ലളിതമായും എളുപ്പത്തിലും ഒഴുകിയെത്തി. അയാൾ എഴുതി. ഇടതടവില്ലാതെ, വാക്കുകൾക്ക് പരതാതെ. താൻ എഴുതുന്നതെല്ലാം ആത്മാർത്ഥമായാണോ എന്നു പോലും ചിന്തിക്കാതെ.

ബ്ലയ്ത്ബർഗിലെത്തിയാൽ ഓർക്കണം, എന്ന്
നീയെന്നും എന്മനസിലില്ലാത്തതുപോലെ
നിന്നിലേക്ക് വളഞ്ഞ ഒരു ഹൃദയത്തിനെ.
ഇനിയും വളയ്ക്കാനുള്ള കലയാകാം അത്
വശീകരിക്കപ്പെട്ട മനം നിന്നിൽ അലിഞ്ഞു ചേർന്നിരിക്കുന്നു
നിന്റെ രൂപം കൂടുതൽ വ്യക്തതയോടെ ലഭിക്കാനായി.
എല്ലാതിൽ നിന്നും മോചിതമായ ഈ പുണ്യഭൂമിയിൽ
മറക്കാത്ത ആ വശ്യത വീണ്ടും ഓർമ്മ വരുന്നു.
അവശ്യം വേണ്ടവയെ ഞാൻ ഇപ്പോഴും ഓർക്കുന്നു എങ്കിൽ,
ബ്രയ്ബർഗിൽ മാത്രം അല്ല, നീ ഇഷ്ടപ്പെടുന്നിടത്തെല്ലാം.

''ഇത് ഭൗതികാതീതമായി. ഒരു ചെറുകവിത പോലെയായി. അത് വളരെ മോശം ലക്ഷ്യത്തോടെയാണ് നിന്നിലേക്കെത്തുന്നത്. അത് ഞാൻ പറയാതെത്തന്നെ നിനക്കറിയാം. നീ ഇവിടെയുണ്ടായിരുന്നെങ്കിൽ എന്ന് ഞാൻ ആഗ്രഹിക്കുന്നു എന്നൊന്നും ഞാൻ പറയുന്നില്ല. ഇവിടം നിറയെ മരണമാണ്. പരസ്പര ചേർച്ചയില്ലായ്മയാണ്. ഇതിൽ ഏതാണ് മോശം എന്നെനിക്കറിയില്ല. ദൈവവും സഫെക്കിലെ സി.ഐ.ഡികളും അനുവദിച്ചാൽ വെള്ളിയാഴ്ച സായാഹ്നത്തോടെ ഞാൻ തിരികെ ലണ്ടനിലെത്തും. നീ ക്വീൻഹൈതിൽ തന്നെയുണ്ടെന്നറിയണമെന്ന് ആഗ്രഹമുണ്ട്.''

ഇങ്ങനെയൊരു കുറിപ്പെഴുതുന്നതിന് അയാൾ ആവശ്യത്തിലധികം സമയമെടുത്തിട്ടുണ്ടാകും. അമ്മായി വാതിൽക്കൽ മുട്ടിവിളിച്ചു. അതയാളെ അത്ഭുതപ്പെടുത്തി.

''അവരൊക്കെ ഇറങ്ങുന്നു ആദം. ശുഭരാത്രി പറയാൻ നീ ആഗ്രഹിക്കുന്നോ എന്ന് എനിക്കറിയില്ല.''

അയാൾ അവർക്കൊപ്പം താഴേക്കിറങ്ങി. അവർ സത്യമായും ഇറങ്ങുകയായിരുന്നു. സമയം പതിനൊന്ന് ഇരുപതായിരിക്കുന്നു. ആരും അയാളോട് സംസാരിച്ചില്ല. അയാൾ വീണ്ടും പ്രത്യക്ഷപ്പെട്ടതിൽ അവർക്ക് താത്പര്യമൊന്നുമില്ലെന്നപോലെയായിരുന്നു അവർ.

അയാൾ പോയതുപോലെത്തന്നെ. നെരിപ്പോടിലെ തീ അണഞ്ഞിരിക്കുന്നു. തീയിനേക്കാളധികം അതിലിപ്പോഴുള്ളത് വെളുത്ത ചാരം മാത്രം. ബ്രൈസ് സെലിയ കാൽത്രോപ്പിനെ കോട്ടണിയാൻ സഹായിക്കുന്നു. അതിനിടയിൽ ഇത്രയും വൈകാൻ പാടില്ലായിരുന്നു. എനിക്ക് കാലത്ത് നേരത്തെ ഉണരേണ്ടതാണ്. സെറ്റൺ ഹൗസിൽ നിന്ന് സായാഹ്നത്തിൽ സിൽവിയ വിളിച്ചിരുന്നു. അവളെ ഒന്ന് ഗ്രീൻ മാനിലേക്ക് കൊണ്ടുപോകാമോ എന്ന് ചോദിച്ചു. നാളെ കാലത്ത് തന്നെ വേണമത്രേ. അവൾക്ക് അത്യാവശ്യമായി റക്ലസിനോടെന്തൊക്കെയോ പറയാനുണ്ടെന്ന് എന്ന് അവർ പറയുന്നത് ഡൽഗ്ലീഷ് കേട്ടു.

അതുകേട്ട് അപ്പോൾ വാതിൽക്കലെത്തിയിരുന്ന ലാഥം തിരിഞ്ഞ് നിന്നു.

''അതുകൊണ്ട് എന്താണവൾ ഉദ്ദേശിച്ചത്? അത്യാവശ്യമായി ചിലത് എന്നാൽ എന്താണ്?''

മിസ് കാൽത്രോപ് ചുമൽ കുലുക്കി.

''അതെനിക്കെങ്ങനെ അറിയാം ഒലിവർ? ഡിഗ്ബിയെക്കുറിച്ച് അവൾക്കെന്തോ അറിയാം എന്നൊരു സൂചന അവളുടെ വാക്കുകളിലുണ്ടായിരുന്നു. പക്ഷേ അതിലുപരി സിൽവിയ താൻ കുറച്ച് പ്രാധാന്യമൊക്കെയുള്ളവളാണെന്ന് വരുത്തിത്തീർക്കാനുള്ള ശ്രമമാണെന്നാണ് എനിക്ക് തോന്നിയത്. അവളുടെ സ്വഭാവം നിങ്ങൾക്കറിയാമല്ലോ. എന്തായാലും അവളായതുകൊണ്ട് സഹായിക്കില്ല എന്ന് എങ്ങനെ പറയും?''

''എന്നാലും എന്താണതെന്ന് ഒരു സൂചനയും അവൾ നൽകിയില്ലേ?''

ലാഥം അസ്വസ്ഥനായി.

''ഇല്ല. അവൾ ഒന്നും പറഞ്ഞില്ല. എന്താണ് എന്നൊക്കെ ചോദിച്ച് അവളെ സംതൃപ്തയാക്കാൻ ഞാൻ തയ്യാറുമല്ലായിരുന്നു. ഞാനും ഒട്ടും തിരക്കിലല്ല. ഈ കാറ്റ് ഇങ്ങനെ തുടർന്നാൽ എനിക്ക് കുറച്ച് ഉറക്കം കിട്ടിയാൽ അത് ഭാഗ്യമായി കരുതും.''

തനിക്കിനിയും ചിലതൊക്കെ ചോദിച്ചറിയാനുണ്ടെന്ന മട്ടിൽ ലാഥം അവരെ നോക്കി. അപ്പോഴേക്കും സെലിയ അയാളെക്കടന്ന് മുന്നിലേക്ക് നീങ്ങിയിരുന്നു. ആതിഥേയയ്ക്ക് ശുഭരാത്രി നേർന്നു കഴിഞ്ഞിരുന്നു. അവർ മറ്റുള്ളവർക്ക് പുറകെ കാറ്റിലേക്കിറങ്ങി. ഏതാനും നിമിഷങ്ങൾക്ക് ശേഷം കാറ്റിന്റെ അകമ്പടിയിൽ കാറിന്റെ വാതിലുകളടയ്ക്കുന്ന സ്വരം വന്നു. കാറുകൾ മുന്നോട്ട് നീങ്ങുന്ന സ്വരവും വന്നു.

നാല്

മൂന്നു മണിയോടെ കാറ്റ് തന്നെയാണ് ഡൽഗ്ലീഷിനെ ഉണർത്തിയത്. സ്വീകരണ മുറിയിലെ ക്ലോക്ക് മൂന്നടിച്ചത് അയാൾ കേട്ടു. ഉറക്കം വിട്ടുമാറുന്നില്ല. പുറത്തെ കാറ്റിന്റെ ബഹളത്തിലും ഇത്രയും വ്യക്തമായി ക്ലോക്കിന്റെ സുന്ദരസ്വരം കേട്ടപ്പോൾ അതൊരു അത്ഭുതമായി. അയാൾ കണ്ണ് തുറന്ന് കിടന്നു. ശ്രദ്ധിച്ചു. ഉറക്കച്ചടവ് സാവധാനത്തിൽ വിട്ടുപോയി. ആനന്ദമായിത്തുടങ്ങി. അത് പിന്നെ അറിയാതെ ഒരു ആവേശമായി. മോങ്ക്സ്മെയറിലെ കൊടുങ്കാറ്റുകൾ എന്നും അയാൾ ആസ്വദിച്ചിരുന്നു.

ഈ ആനന്ദം പരിചിതമാണ്. പ്രവചിക്കാവുന്നതുമാണ്. അപകടത്തിന്റെ വൈകാരിക കമ്പനം. അലങ്കോലത്തിന്റെ വക്കിലാണെന്ന മിഥ്യാബോധം. മെത്തയിലെ സുഖത്തിനും രാവിന്റെ അക്രമാസക്തതയ്ക്കും ഇടിയിലുള്ള വ്യത്യാസം. അയാൾക്ക് ഒരു അസ്വസ്ഥതയും തോന്നിയില്ല. നാനൂറ് വർഷങ്ങളായി പെന്റ്ലാൻഡ്സ് ഈ കടൽക്കരയിൽ തലയുയർത്തി നിൽക്കുന്നു. ഈ രാത്രിയും അത് അതിജീവിക്കും. ഇന്ന് കേൾക്കുന്ന ഈ സ്വരത്തിനിത്രയും വർഷങ്ങൾ കഴിഞ്ഞിട്ടും ഒരു മാറ്റവും വന്നിട്ടില്ല. നാനൂറ് വർഷങ്ങൾ ഇതേ മുറിയിൽ പലരും ഇതുപോലെ ഉണർന്ന് കിടന്നിട്ടുണ്ട്. കടലിനെ കേട്ടിട്ടുണ്ട്. ഒരു കൊടുങ്കാറ്റ് മറ്റൊന്നിനെപ്പോലെത്തന്നെയാണ്. വിവരിക്കുക അസാധ്യമായത്. അയാൾ അനങ്ങാതെ കിടന്നു. പരിചിതമായ സ്വരങ്ങൾക്ക് കാത് കൊടുത്തു. കാറ്റ് ചുമരിൽ ആഞ്ഞടിക്കുന്നു. അക്രമാസക്തമായ മൃഗത്തെപ്പോലെ ആഞ്ഞടിക്കുന്നു. അതിനു കടൽ പശ്ചാത്തലസംഗീതമൊരുക്കുന്നു. അവസാനിക്കാത്ത സംഗീതം. മഴയുടെ സീൽക്കാരം കേൾക്കുന്നു. കാറ്റ് ഒരു നിമിഷത്തേക്ക് ശാന്തമായാൽ, മേൽക്കൂരയിൽ മഴ നൃത്തം ചെയ്യുന്ന സ്വരം വ്യക്തമാകുന്നു. മഴത്തുള്ളികൾ ജാലകപ്പാളികളിൽ വീശിയടിക്കുന്ന സ്വരം കേൾക്കാനാകുന്നു. നാലുമണി കഴിഞ്ഞ് ഇരുപത് മിനിട്ടായപ്പോൾ കാറ്റ് ശമിക്കാനൊരുങ്ങുകയാണെന്ന പ്രതീതിയുണ്ടായി. ഒരു നിമിഷത്തിൽ എല്ലാം ശാന്തമായി. ഡൽഗ്ലീഷിന് സ്വന്തം ശ്വസനം കേൾക്കാമെന്നായി. കുറച്ച് കഴിഞ്ഞപ്പോൾ അയാൾ വീണ്ടും ഉറക്കത്തിലേക്ക് വഴുതി.

പെട്ടെന്ന് കാറ്റ് വല്ലാതെ ശക്തമായി. കോട്ടേജ് കുലുങ്ങുകയാണെന്ന് തോന്നി. അയാൾ ഉണർന്നു. കടൽ ഗർജ്ജിക്കുന്നു. കാറ്റ് മേൽക്കൂര തകർക്കാനൊരുങ്ങുന്നു. ഇത്രയും ശക്തമായ ഒരു കാറ്റനുഭവം ഇതിനുമുമ്പുണ്ടായിട്ടില്ല. മോങ്ക്സ്മെയറിൽ പോലുമുണ്ടായിട്ടില്ല. ഈ രൗദ്രതയ്ക്കിടയിൽ ഉറങ്ങുക അസാധ്യമാകുന്നു.

അയാൾക്ക് അസ്വസ്ഥത തോന്നി. ഉടൻ എഴുന്നേറ്റ് വസ്ത്രം ധരിക്കണമെന്ന് തോന്നി.

അയാൾ വിളക്ക് തെളിച്ചു. അതേ നിമിഷത്തിൽ അമ്മായി വാതിൽക്കൽ പ്രത്യക്ഷപ്പെട്ടു. തന്റെ പഴയ നിശാവസ്ത്രത്തിൽ. അതിന്റെ കുടുക്കുകളെല്ലാമിട്ട്. തലമുടി മുന്നിലേക്ക് വലിച്ചിട്ട്.

''ജസ്റ്റിൻ വന്നിട്ടുണ്ട്. സിൽവിയ കെഡ്ജിനു കുഴപ്പമൊന്നുമില്ലല്ലോ എന്ന് നമ്മളൊന്ന് അന്വേഷിക്കണം എന്നയാൾ പറയുന്നു.'' അമ്മായി പറഞ്ഞു. ''നമ്മൾ വളരെ വേഗം അവളെ ആ കോട്ടേജിൽ നിന്ന് പുറത്തെത്തിക്കുന്നതാകും നല്ലത്. കടൽ കരയിലേക്ക് അതിവേഗം കയറി വരുന്നു എന്നാണയാൾ പറയുന്നത്.''

ഡൽഗ്ലീഷ് വസ്ത്രമെടുത്തു.

''അയാളെങ്ങനെ ഇവിടെയെത്തി? ഞാൻ ശബ്ദമൊന്നും കേട്ടില്ലല്ലോ.''

''അതിൽ അത്ഭുതപ്പെടണ്ട. നീ ഉറങ്ങുകയായിരുന്നിരിക്കും. നടന്നാണയാൾ വന്നത്. വഴി വെള്ളത്തിൽ മുങ്ങിയിരിക്കുന്നതിനാൽ വണ്ടിയെടുക്കാൻ പറ്റില്ല എന്നയാൾ പറയുന്നു. അതിനാൽ മുനമ്പ് വഴി പോകേണ്ടി വരും എന്ന് തോന്നുന്നു. കോസ്റ്റ്ഗാഡിനെ ഫോൺ ചെയ്യാൻ ശ്രമിച്ചു. ലൈൻ കിട്ടുന്നില്ല.''

അവർ അപ്രത്യക്ഷയായി. സമയമൊട്ടും പാഴാക്കാതെ ഡൽഗ്ലീഷ് വസ്ത്രം ധരിച്ചു. അതിനിടയിൽ ആരെയൊക്കെയോ മൃദുവായി ശപിക്കുകയും ചെയ്തു.

മെത്തയിൽ, പുതപ്പിനു കീഴെയുള്ള സുരക്ഷിതത്വത്തിൽ കിടന്ന് കാറ്റിനെ വിശകലനം ചെയ്യുന്നയത്ര സുഖമില്ല കുന്ന് കയറിയിറങ്ങി മുനമ്പിലൂടെ ഒരു സാഹസയാത്രയ്ക്ക്. യുവാക്കളാണെങ്കിൽ അവരൊരുപക്ഷേ അതാസ്വദിച്ചേക്കാം. അല്ലെങ്കിൽ ഊർജ്ജസ്വലരോ കാല്പനിക ലോകത്തിൽ ജീവിക്കുന്നവരോ ആണെങ്കിലും.

സിൽവിയ കെഡ്ജിനോട് അയാൾക്ക് എന്തിനെന്നറിയാതെ കോപം തോന്നി. അവൾ തന്നെയാണ് അവളുടെ ഈ അപകടാവസ്ഥയ്ക്ക് കാരണമെന്നും തോന്നി. ആ കോട്ടേജ് കൊടുങ്കാറ്റിനെ തടഞ്ഞ് നിർത്താൻ കെൽപുള്ളതാണോ എന്ന് ദൈവത്തിനു മാത്രം അറിയാം. ഒരുപക്ഷേ ബ്രൈസ് അനാവശ്യമായി വേവലാതിപ്പെടുകയാകാം. 1953ലെ വെള്ളപ്പൊക്കം ടാനേഴ്സ് കോട്ടേജിനതിജീവിക്കാനായിട്ടുണ്ടെങ്കിൽ ഇന്നും അത് പിടിച്ച് നിൽക്കും. പക്ഷേ അവൾ അംഗപരിമിതയാണ്. അതിനാൽ സാധ്യതകൾ ആരാഞ്ഞ് സമയം കളയാനാകില്ല. എന്നാൽ അത്ര സ്വാഗതം ചെയ്യാവുന്ന ഒരു കാര്യത്തിനല്ല ഇറങ്ങിപ്പുറപ്പെടുന്നതും. നല്ലവണ്ണം അസൗകര്യങ്ങളെ

നേരിടേണ്ടി വരും. ക്ഷീണിക്കും. അമ്പരപ്പുകളുമുണ്ടായേക്കാം. പ്രത്യേകിച്ചും ബ്രൈസാണൊപ്പമെന്നതിനാൽ ഇത് മൂന്നും അനുഭവപ്പെടാൻ സാധ്യത കാണുന്നുണ്ട്.

താഴേക്കിറങ്ങിയപ്പോൾ അമ്മായി സ്വീകരണമുറിയിൽ തന്നെയുണ്ടായിരുന്നു. അവർ ഫ്ളാസ്കുകളും മഗ്ഗുകളുമെല്ലാം ഒരു ബാഗിൽ വച്ചിരിക്കുന്നു. വസ്ത്രം ധരിച്ച് തയ്യാറായിരിക്കുന്നു. ആ ഗൗണിനു കീഴെ അവരുടെ കൈവശമുള്ള മിക്കവാറും എല്ലാ വസ്ത്രങ്ങളും ധരിച്ചിട്ടുണ്ടെന്ന് തോന്നി. ബ്രൈസിന്റെ വിളി അപ്രതീക്ഷിതമല്ലെന്നും താൻ പ്രതീക്ഷിച്ചതിലും അധികം അപകടത്തിലായിരിക്കാം സിൽവിയ കെഡ്ജിന്റെ അവസ്ഥയെന്നും അത് കണ്ടപ്പോൾ അയാൾക്ക് മനസ്സിലായി. എണ്ണമിനുപ്പുള്ളതുപോലെയൊരു വസ്ത്രമാണ് ബ്രൈസ് ധരിച്ചിരിക്കുന്നത്. മുറിയുടെ നടുക്ക് നിന്നപ്പോൾ അയാൾ ഏതോ പരസ്യചിത്രത്തിലഭിനയിക്കാൻ പോകുകയാണെന്ന് തോന്നി. മീനിന്റെ വേഷത്തിലാണെന്ന് തോന്നി. അയാളുടെ കൈവശം കനമുള്ള ഒരു കയർച്ചുരുളുണ്ടായിരുന്നു. അതുകൊണ്ടെന്തൊക്കെ ചെയ്യാനാകും എന്നയാൾക്ക് അറിയാമായിരുന്നു. കർമ്മനിരതനാകാൻ തയ്യാറായ ഒരു രൂപമായിരുന്നു അയാളുടേത്.

''നീന്തൽ വേണ്ടി വന്നാൽ നിങ്ങൾ ഏറ്റെടുക്കേണ്ടി വരും ആദം. ഞാനൊരു ആസ്തമരോഗിയാണെന്ന് അറിയാമല്ലോ.'' അയാൾ പറഞ്ഞു. എന്നിട്ട് ഡൽഗ്ലീഷിനെ ഒളികണ്ണിട്ട് നോക്കി. ''മാത്രമല്ല എനിക്ക് നീന്തൽ അറിയില്ല.''

''തീർച്ചയായും.'' ഡൽഗ്ലീഷ് മൃദുസ്വരത്തിൽ അറിയിച്ചു. ഇങ്ങനെയൊരു രാത്രിയിൽ ആർക്കും എവിടേയും നീന്തിയെത്താനാകും എന്നാണോ ബ്രൈസ് കരുതിയിരിക്കുന്നത്? ഇതുപക്ഷേ വാഗ്വാദത്തിനുള്ള സമയമല്ല. വിഡ്ഢിത്തമാണെന്നറിയാവുന്ന ഒരു കർമ്മപദ്ധതിയിലേക്കിറങ്ങാൻ തയ്യാറായിരിക്കുന്ന മനുഷ്യനാണ് താൻ എന്ന് ഡൽഗ്ലീഷിനു തോന്നി. തയ്യാറായിട്ടുണ്ടെങ്കിലും അതിനു വേണ്ട ഊർജ്ജം ആവാഹിച്ചെടുക്കാനാകുന്നില്ല.

''ഞാൻ സെലിയയോ ലിസിനേയോ വിളിച്ചില്ല. ഒരു ആൾക്കൂട്ടമുണ്ടാക്കിയിട്ട് കാര്യമൊന്നുമില്ലല്ലോ. വഴിയിലാകെ വെള്ളമാണ്. അതിനാൽ അവർക്ക് വരാനുമാകില്ല. ലാഥമിനെ ശ്രമിച്ചിരുന്നു. അയാൾ വീട്ടിലില്ല. അതിനാൽ ഇത് നമ്മൾ തന്നെ കൈകാര്യം ചെയ്യേണ്ടി വരും.'' ബ്രൈസ് പറഞ്ഞു. ലാഥമിന്റെ അസാന്നിദ്ധ്യം അയാൾ കാര്യമാക്കുന്നില്ല എന്ന് തോന്നി. ഡൽഗ്ലീഷ് എല്ലാം കടിച്ചിറക്കി. ഇപ്പോൾ തന്നെ ആവശ്യത്തിനു പ്രശ്നങ്ങളുണ്ട്. പിന്നെയെന്തിന് പുതിയ ചോദ്യങ്ങളുന്നയിച്ച് രംഗം കൂടുതൽ വഷളാക്കണം? എന്നാലും

ഇങ്ങനെയൊരു രാത്രിയിൽ ലാഥം എവിടെ പോയതാകും? ഈ മോങ്ക്സ്മെയറിലുള്ളവർക്കെല്ലാം ഭ്രാന്തായിപ്പോയോ?''

വീട്ടിൽ നിന്നിറങ്ങി, ഇടവഴിയിലൂടെ, മുനമ്പ് വരെയെത്തിയപ്പോൾ അവരിൽ മുന്നിലേക്ക് ചലിച്ചുകൊണ്ടിരിക്കാനല്ലാതെ മറ്റൊന്നിനും ഊർജ്ജമില്ലാത്ത അവസ്ഥയിലായി. ലാഥം എന്ന ചിന്ത ഡൽഗ്ലീഷ് മനസ്സിൽ നിന്ന് ഒഴിവാക്കി. നിവർന്ന് നടക്കുക ബുദ്ധിമുട്ടായിരുന്നു. അവർ കൈകൾ കൂട്ടിപ്പിടിച്ച് നടന്നു. കുറേ കഴിഞ്ഞപ്പോൾ തുടയും വയറും വേദനിക്കാൻ തുടങ്ങി. അവർ മുട്ടുകുത്തി. കൈപ്പത്തി നിലത്തമർത്തിപ്പിടിച്ചു. അങ്ങനെ കിതപ്പ് മാറ്റാനും ഊർജ്ജം തിരിച്ചെടുക്കാനും ശ്രമിച്ചു. രാത്രി പക്ഷേ ഡൽഗ്ലീഷ് ചിന്തിച്ചത്ര തണുപ്പുണ്ടായിരുന്നില്ല. മഴയും കുറഞ്ഞിരിക്കുന്നു. മുഖത്ത് വീണ മഴത്തുള്ളികൾ ഉണങ്ങാൻ തുടങ്ങിയിരിക്കുന്നു. ഇടയ്ക്കിടെ അവർ കുറ്റിച്ചെടികൾക്കിടയിൽ അഭയം പ്രാപിച്ചു. പിന്നെ സാവധാനത്തിൽ പച്ചമണ്ണ് മണക്കുന്ന ഇരുട്ടിലേക്ക് ആത്മാക്കളെപ്പോലെ ഊളിയിട്ടു.

ഇങ്ങനെ കുറ്റിച്ചെടികളെല്ലാം കടന്ന് പോയപ്പോൾ കടലിനഭിമുഖമായി നിൽക്കുന്ന പ്രയറി ഹൗസ് കണ്ടു. അതിലെ ജാലകങ്ങളിൽ നിന്ന് വെളിച്ചം വരുന്നു. ആ വീടിപ്പോൾ കണ്ടാൽ ഒരു വലിയ കപ്പൽ പോലെയുണ്ട്. കാറ്റിൽ ഉലയുന്ന കപ്പൽ. ബ്രൈസ് അവരെ പിടിച്ച് നിർത്തി. കുറ്റിച്ചെടികൾക്കരികിൽ പിടിച്ച് നിർത്തി. എന്നിട്ട് ഉച്ചത്തിൽ ''മിസ് ഡൽഗ്ലീഷ് നിങ്ങൾ ആ സിങ്ക്ളയറിനേയും അയാളുടെ വേലക്കാരിയേയും സഹായത്തിനു കൂട്ടണം എന്നാണെനിക്ക് തോന്നുന്നത്. അവർ ഉണർന്നിട്ടുണ്ട് എന്നു തോന്നുന്നു. നമുക്ക് നല്ല ഉയരമുള്ള ഒരു കോണി വേണം. ടാനേഴ്സ് ലെയ്നിൽ വെള്ളം അധികമില്ലെങ്കിൽ ആദം മുന്നിൽ നടക്കണം. നിങ്ങൾ കാലൊന്ന് വലിച്ച് വച്ച് എത്രയും പെട്ടെന്ന് അവിടെയെത്തണം. ഞങ്ങളെല്ലാം പുറകിലെത്താം. വടക്കേ കരയിൽ നിന്നുള്ള വഴിയിലൂടെ എത്താം. ആ വഴിയിലൂടെയാകുമ്പോൾ കോണി ഉപയോഗിച്ചെത്താനാകും.''

അയാൾ പറഞ്ഞവസാനിപ്പിക്കുന്നതിനു മുമ്പ് മിസ് ഡൽഗ്ലീഷ് ഒരക്ഷരം പറയാതെ പ്രയറി ഹൗസിനെ ലക്ഷ്യം വച്ച് നീങ്ങി. തന്നെ തന്റെ സമ്മതമില്ലാതെ നായകകഥാപാത്രമാക്കിയതിൽ അത്ഭുതപ്പെടുകയായിരുന്നു ഡൽഗ്ലീഷ്. അതുപോലെ ബ്രൈസിൽ വന്നിരിക്കുന്ന മാറ്റം കണ്ടും അത്ഭുതപ്പെട്ടിരിക്കുകയാണ്. ആ കുറിയ മനുഷ്യനിൽ ചില പ്രവർത്തനങ്ങളോടൊരു ഉത്കർഷേച്ഛയുണ്ട്. അയാളിലുണ്ടായിരുന്ന കാപട്യവും അഹങ്കാരവും ഇല്ലാതായിരിക്കുന്നു. താനിപ്പോൾ മറ്റൊരാളുടെ കല്പനകൾ അനുസരിക്കുന്ന ഭാഗമാണഭിനയിക്കുന്നതെന്ന പുതുമയാർന്നതും എന്നാൽ അനുസരിക്കാൻ ഒട്ടും മടിയില്ലാത്തതുമായ ഒരു ചിന്ത, ഒരു വികാരം,

അപ്പോൾ ഡൽഗ്ലീഷിലുണ്ടായി. മുന്നിൽ അപകടമൊന്നുമില്ല എന്ന് അയാൾക്ക് അപ്പോഴും ഉറപ്പുണ്ട്. ഉണ്ടെങ്കിൽ തന്നെ ബ്രൈസിന്റെ പദ്ധതികൾ മികച്ചവയാണുതാനും.

ടാനേഴ്സ് ലെയ്നിലെത്തിയ അവർ ഒരു ഭാഗത്തൊതുങ്ങി നിന്നു. ടാനേഴ്സ് കോട്ടേജിനെ നോക്കി നിന്നു. അപകടം വളരെ പ്രത്യക്ഷമായിരുന്നു. നിലാവിൽ ആ ഇടവഴി വെളുത്ത് ഉഗ്രകോപത്തിലായിരുന്ന പതപോലെ കാണപ്പെട്ടു. കോട്ടേജിന്റെ വാതിൽ വരെ അതെത്തുന്നുണ്ടായിരുന്നു. താഴത്തെ നിലയിലെ വിളക്കുകൾ തെളിഞ്ഞ് കിടക്കുന്നു. അവർ നിന്നിരുന്നിടത്തുനിന്ന് പാവവീടുപോലെയുള്ള ആ കൊച്ചു കോട്ടേജ് വിചിത്രമാം വിധം ഏകാന്തമായും അപകടത്തിന്റെ വക്കിലെന്ന പോലെയും തോന്നിപ്പിച്ചു. പക്ഷേ താൻ കരുതിയതിലും പ്രതീക്ഷയിലാണ് കാര്യങ്ങൾ എന്നായിരുന്നു ബ്രൈസിന്റെ അഭിപ്രായം. അയാൾ ഡൽഗ്ലീഷിന്റെ കാതിൽ മന്ത്രിക്കാൻ തുടങ്ങി.

''അത്രയുയരത്തിൽ വെള്ളം കയറിയിട്ടില്ല. ഈ കയറുപയോഗിച്ച് നിങ്ങൾക്ക് അതുവരെയെത്താനാകും. ആകെ മുങ്ങിയിട്ടുണ്ടാകും എന്നാണ് ഞാൻ കരുതിയത്. ഇതിലപ്പുറം വെള്ളം കയറില്ല എന്നു തോന്നുന്നു. അത്ര വലിയ അപകടമായി എനിക്ക് തോന്നുന്നില്ല. എന്നാലും താങ്കളൊന്ന് അതുവരെ പോകുന്നതാകും നല്ലതെന്ന് എനിക്ക് തോന്നുന്നു.'' അയാളിൽ ഒരു നിരാശയുള്ളതുപോലെ തോന്നി.

വെള്ളത്തിനു നല്ല തണുപ്പുണ്ടായിരുന്നു. അത് ഡൽഗ്ലീഷ് പ്രതീക്ഷിച്ചതുമായിരുന്നു. ശ്വസിക്കാൻ അയാൾ ബുദ്ധിമുട്ടി. തന്റെ ജാക്കറ്റും അതിനടിയിലിട്ടിരുന്ന കനം കുറഞ്ഞ വസ്ത്രവും അയാൾ അഴിച്ചു മാറ്റി. കയർ അരയിൽ കെട്ടി. മറ്റേയറ്റം ഒരു ചെറുമരത്തിൽ കെട്ടി. കയർ, ബ്രൈസ് ഓരോ മടക്കായി അഴിച്ചുകൊടുത്തു. തോളുയരം വെള്ളമുണ്ടായിരുന്നു. നല്ല ഒഴുക്കുമുണ്ട്. നിവർന്ന് നിൽക്കാൻ ഡൽഗ്ലീഷിനു ബുദ്ധിമുട്ടേണ്ടി വന്നു. ഇടയ്ക്ക് കാല് വഴുതി. അല്ലെങ്കിൽ ഒരേ നിരപ്പിലല്ലാത്ത പ്രതലത്തിൽ കുടുങ്ങി. അങ്ങനെ എപ്പോഴൊക്കെ സംഭവിച്ചുവോ അപ്പോഴൊക്കെ അയാൾ തല വെള്ളത്തിനു മുകളിൽ ഉയർത്തിപ്പിടിക്കാൻ വിഷമിച്ചു. കയർ അയാളെ ചൂണ്ടയിൽ കുടുങ്ങിയ മീനിനെപ്പോലെ പിടിച്ച് നിർത്തി. ഈ ഒഴുക്കിനെതിരെ നീന്താൻ ശ്രമിക്കുന്നത് നിരാശ മാത്രമേ നൽകൂ. കോട്ടേജിലെ വെളിച്ചം അണഞ്ഞിട്ടില്ല. അയാൾ വാതിൽ വരെയെത്തി. അതിൽ പുറം ചാരി നിന്നു. അയാളുടെ കാല്പാദങ്ങളിൽ കടൽ വെള്ളം തിളച്ച് മറിയുന്നു. ഓരോ തിരയും ഉയരം വർദ്ധിപ്പിച്ചുകൊണ്ടിരിക്കുന്നു. ശ്വാസം തിരിച്ച് കിട്ടാൻ കിതച്ച് അയാൾ ബ്രൈസിനോട് കയർ ഒന്നുകൂടി അയച്ച് വിടാൻ ആംഗ്യം കാണിച്ചു. അതിനു

പ്രതികരണമെന്നോണം അപ്പുറത്തുള്ള തടിച്ച് കുറുകിയ രൂപം ആവേശത്തോടെ കൈകാലിളക്കിയെങ്കിലും കയർ വൃക്ഷത്തിൽ നിന്ന് അയക്കാനൊരു ശ്രമവും നടത്തിയില്ല. ഒരുപക്ഷേ ആയാളുടെ ആ ആംഗ്യവിക്ഷേപങ്ങൾ ഡൽഗ്ലീഷ് അപ്പുറമെത്തിയതിന്റെ അഭിനന്ദനം മാത്രമാകാം. ഇത്തരം ഒരു രക്ഷാപ്രവർത്തനത്തിനിടയിൽ കയ്യിലുള്ള ഏക ഉപകരണമായ കയർ എങ്ങനെ ഉപയോഗിക്കണം എന്നതിൽ ബ്രൈസുമായി ആദ്യമേ ഒരു തീരുമാനത്തിലെത്താത്തതിലെ വിഡ്ഢിത്തത്തെ ഡൽഗ്ലീഷ് ശപിച്ചു. പരസ്പരം ഒച്ചയിട്ട് കാര്യങ്ങൾ ധരിപ്പിക്കുന്നത് അസാധ്യമായിരുന്നു. അയാളങ്ങനെ അനിശ്ചിതമായി വൃക്ഷത്തിൽ കെട്ടിയിടപ്പെടാതിരിക്കണമെങ്കിൽ കയർ ബ്രൈസിന്റെ കൈകളിലെത്തിച്ചേരണം. അയാളുടെ അപ്പോഴത്തെ അവസ്ഥ വല്ലാതെ പരിഹാസ്യമായിരുന്നു. അയാൾ അരയിലെ കെട്ടഴിച്ചു. കയർ സ്വതന്ത്രമായി. ബ്രൈസ് ഉടൻ തന്നെ അത് ചുരുളുകളാക്കാനും തുടങ്ങി.

കാറ്റിന്റെ വേഗം കുറഞ്ഞിരിക്കുന്നു. കോട്ടേജിനകത്തുനിന്ന് സ്വരമൊന്നും വരുന്നില്ല. അയാൾ ഒച്ചയിട്ട് വിളിച്ചെങ്കിലും മറുപടിയൊന്നും വന്നില്ല. വാതിൽ തള്ളിനോക്കി പക്ഷേ അത് തുറക്കാനാകുന്നില്ല. അതെവിടെയോ ഉടക്കിക്കിടക്കുന്നു. സർവ്വശക്തിയുമെടുത്ത് തള്ളിനോക്കി. അപ്പുറത്ത് കനമുള്ള ചാക്കുകെട്ടുപോലെ ഒരു തടസ്സമുണ്ടെന്നും അതിനെയാണ് തള്ളിനീക്കുന്നതുമെന്ന പോലെ സർവ്വശക്തിയുമെടുത്ത്. അങ്ങനെ തനിക്ക് അകത്ത് പ്രവേശിക്കാവുന്ന ഒരു വിടവുണ്ടാക്കാനായി. സത്യമായും അപ്പുറത്ത് കനമുള്ള ഒരു തടസ്സമുണ്ടായിരുന്നു. അതൊരു ചാക്കുകെട്ടൊന്നുമല്ലായിരുന്നു. ഒലിവർ ലാഥമിന്റെ ശരീരമായിരുന്നു.

ലാഥം ഇടുങ്ങിയ മുറിയിൽ നെടുകെ കിടക്കുന്നു. അത് സ്വീകരണമുറിയുടെ വാതിൽ തുറക്കുന്നതിനെ തടയുന്നു. തല ഗോവണിയുടെ ആദ്യ പടിയിലാണ്. അവിടെയുള്ള ചെറുതൂണിൽ തലയടിച്ചതുപോലെ. ഇടതുചെവിയുടെ കീഴെ ഒരു മുറിവുണ്ട്. അതിലൂടെ രക്തം അപ്പോഴും ഇറ്റുവീഴുന്നുണ്ട്. അത് വലത്തേ കണ്ണിനെ മൂടിയിട്ടുണ്ട്. ഡൽഗ്ലീഷ് അയാൾക്കരികിൽ കുനിഞ്ഞു. അയാൾക്ക് ജീവനുണ്ട്. ബോധം തിരിച്ച് കിട്ടുന്നുണ്ട്. ഡൽഗ്ലീഷിന്റെ കരസ്പർശമറിഞ്ഞ് അയാൾ ഒന്ന് മുരണ്ടു. മൂളി. തലയൊന്ന് വെട്ടിച്ചു. ചാരക്കണ്ണുകൾ തുറന്നു. ചുറ്റിലുമുള്ള കാഴ്ച കാണാൻ ശ്രമിച്ചു. പിന്നെ വീണ്ടും അടച്ചു.

ഡൽഗ്ലീഷ് മുറിയാകെ പരതി നോക്കി. ദിവാൻ കട്ടിലിൽ ഒരു രൂപം നിവർന്ന് ഇരിക്കുന്നു. ദീർഘവൃത്താകൃതിയിലുള്ള മുഖം. വിളറി വെളുത്ത മുഖം. മുടിയാകെ പാറിക്കളിക്കുന്നു. വലിയ വട്ടക്കണ്ണുകൾ വിടർത്തി വച്ചിരിക്കുന്നു. അത് അയാളെ തുറിച്ച് നോക്കി.

അയാളെന്താണ് ചെയ്യാനൊരുങ്ങുന്നതെന്ന് നോക്കി. പുറത്ത് വെള്ളം കയറുന്നതോ വീടിന്റെ തറയിലേക്ക് തിരകളടിച്ചു കയറുന്നതോ അവൾ അറിഞ്ഞിട്ടില്ല.

''എന്തുപറ്റി?'' ഡൽഗ്ലീഷ് ചോദിച്ചു.

''എന്നെ കൊല്ലാൻ വന്നതാണയാൾ. ഞാൻ എന്റെ കൈവശമുള്ള ഏക ആയുധം ഉപയോഗിച്ചു. പേപ്പർ വെയ്റ്റ് എടുത്ത് എറിഞ്ഞു. അതയാളുടെ തലയിൽ കൊണ്ടു. അയാൾ വീണു. ഞാനയാളെ കൊന്നു എന്ന് തോന്നുന്നു.''

''ഇല്ല. ജീവനുണ്ട്. പരിക്ക് മാരകമല്ല. എനിക്കയാളെ മുകളിലേക്കെത്തിക്കണം. നീ ഇവിടെ തന്നെയിരിക്ക്. അനങ്ങരുത്. ഞാൻ തിരിച്ചെത്താം.''

അവൾ ചുമൽ കുലുക്കി. ''നമുക്ക് വഴി മുറിച്ച് കടന്ന് അപ്പുറത്തേക്ക് പൊയ്ക്കൂടേ? അതുവഴിയല്ലേ നിങ്ങൾ വന്നത്?'' എന്ന് ചോദിച്ചു.

ഡൽഗ്ലീഷ് കോപിച്ചു. ഇത്തിരി ക്രൂരനായി.

''വെള്ളം ഇപ്പോൾ ചുമലുയരത്തിലുണ്ട്. നല്ല ഒഴുക്കുമുണ്ട്. എനിക്ക് ഒരു മുടന്തിയേയും പാതി ബോധം മാത്രമുള്ള ഒരാളേയും താങ്ങിയെടുത്ത് നീന്താനാകില്ല. നമുക്ക് മുകളിലേക്കെത്തണം. ആവശ്യമെങ്കിൽ മേൽക്കൂരയ്ക്ക് മുകളിലേക്കും കയറേണ്ടി വരും.''

അയാൾ ലാഥമിന്റെ ശരീരം എടുത്തുയർത്താൻ തയ്യാറായി. ഗോവണി കുത്തനെയുള്ളതായിരുന്നു. അവിടെ അധികം വെളിച്ചമില്ലായിരുന്നു. അധികം വീതിയില്ലായിരുന്നു. ആ വീതിയില്ലായ്മ ഒരു സൗകര്യമായി. ലാഥമിനെ തോളിൽ ഉയർത്താനായപ്പോൾ പിന്നെ ഗോവണിയുടെ കൈവഴികളിലൂടെ മുകളിലേക്ക് വലിക്കുക എളുപ്പമായി. ഗോവണിക്ക് വളവുകളോ മൂലകളോ ഇല്ലാത്തത് ഭാഗ്യമായി. മുകളിലെത്തിയപ്പോൾ അയാൾ സ്വിച്ച് പരതി. മുകൾ നിലയിൽ വെളിച്ചം നിറഞ്ഞു.

അയാളൊരു നിമിഷം ശങ്കിച്ചു. ആകാശത്തുനിന്നെന്തെങ്കിലും വെളിച്ചം വരുന്നുണ്ടോ എന്ന് നോക്കി. ഇടതുഭാഗത്ത് കണ്ട വാതിൽ തള്ളിത്തുറന്നു. വീണ്ടും വെളിച്ചത്തിനായി പരതി. അത് കണ്ടെത്താൻ ഏതാനും നിമിഷങ്ങളെടുത്തു. ഇടതുതോളിൽ ലാഥമിന്റെ ശരീരവുമായി ഇടതുകൈ ചുമരിൽ പരതിക്കൊണ്ടിരിക്കുന്നതിനിടയിൽ ആ മുറിയുടെ ഗന്ധം അയാളിലെത്തി. വായു കടക്കാത്തതിന്റെ ദുർഗന്ധം. എന്തോ ചീഞ്ഞു നാറുന്നതുപോലെ. അയാളുടെ വിരലുകൾ സ്വിച്ച് കണ്ടെത്തി. മുറിയിൽ വെളിച്ചം നിറഞ്ഞു. മുറിയുടെ മദ്ധ്യത്തിൽ മച്ചിൽ നിന്ന് ഞാന്ന് കിടക്കുന്ന ഒരു ബൾബാണാ

വെളിച്ചമെത്തിച്ചത്. അത് ശ്രീമതി കെഡ്ജിന്റെ കിടപ്പുമുറിയായിരുന്നു എന്ന് വ്യക്തം. അവർ അവസാനമായി ഉറങ്ങിയപ്പോൾ എങ്ങനെയുണ്ടായിരുന്നോ അതേപടി കിടക്കുകയാണത്. വിരൂപമായ, വൃത്തികെട്ട, കനമേറിയ ഫർണീച്ചറുകളാണതിലുള്ളത്. വലിയ ഒരു കട്ടിൽ മുറിയുടെ പാതിയിലേറെ കവർന്നിരിക്കുന്നു. അതിൽനിന്നും നനവിന്റേയും ചീയലിന്റേയും ഗന്ധം വരുന്നുണ്ട്. ഡൽഗ്ലീഷ് ലാഥമിനെ അതിനു മുകളിൽ കിടത്തി. എന്നിട്ട് മച്ചിന്റെ ചരിവിലേക്ക് നോക്കി. അവിടെ എവിടെയോ നിന്ന് നിലാവ് വരുന്നുണ്ട്. അതൊരു കൊച്ചു ജാലകത്തിലൂടെയാണ്. ഇടവഴിക്കഭിമുഖമായുള്ള ഒരു കൊച്ചു ജാലകം. അവർക്ക് കോട്ടേജിൽ നിന്ന് പുറത്ത് കടക്കണമെങ്കിൽ അത് മേൽക്കൂരയിലൂടെ മാത്രമേ സാധ്യമാകൂ.

അയാൾ തിരികെ സ്വീകരണ മുറിയിലെത്തി. ആ പെൺകുട്ടിയെ തിരഞ്ഞു. വെള്ളം അപ്പോഴേക്കും അരയ്ക്കൊപ്പമെത്തിയിരിക്കുന്നു. അവൾ ദിവാൻ കട്ടിലിൽ എഴുന്നേറ്റ് നില്പാണ്. ഭിത്തിയിലൊരിടത്ത് അള്ളിപ്പിടിച്ചിട്ടുണ്ട്. അവളുടെ കഴുത്തിനു ചുറ്റിലും പ്ലാസ്റ്റിക് കൊണ്ടുള്ള ഒരു ബാഗ് ഞാത്തിയിട്ടിരിക്കുന്നത് ഡൽഗ്ലീഷ് ശ്രദ്ധിച്ചു. അതിൽ ഒരുപക്ഷേ അവളുടെ വിലപിടിപ്പുള്ള വസ്തുക്കളാകും. അയാൾ വരുന്നത് കണ്ടപ്പോൾ അവൾ ചുറ്റിലുമൊന്ന് കണ്ണോടിച്ചു. ഇനി എടുക്കാനായി ഒന്നുമില്ലല്ലോ എന്നുറപ്പിക്കുന്നതുപോലെ കണ്ണോടിച്ചു. അയാൾ ഒരുവിധത്തിൽ അവൾക്കരികിലെത്തി. ഈ കൊച്ചുമുറിയിൽ പോലും ഒഴുക്കിന്റെ ശക്തിയെന്തെന്ന് അയാളറിയുന്നുണ്ട്. കോട്ടേജിനിനി എത്ര നേരം പിടിച്ച് നിൽക്കാനാകും എന്നയാൾ അത്ഭുതപ്പെട്ടു. ഈ കോട്ടേജ് ഇതിനു മുമ്പും വെള്ളപ്പൊക്കങ്ങളെ അതിജീവിച്ചിട്ടുണ്ട് എന്ന് പറഞ്ഞ് സ്വയം ആശ്വസിക്കുക എളുപ്പമാണ്. പക്ഷേ ഈ കാറ്റും വേലിയേറ്റവും ഒഴുക്കും പ്രവചനാതീതമാണ്. മുൻവർഷങ്ങളിൽ വെള്ളം ഒരുപക്ഷേ ഇതിലും കൂടുതൽ ഉയർന്നിട്ടുണ്ടാകാം. എന്നാൽ ഒഴുക്കിനിത്ര ശക്തിയുണ്ടായിരുന്നിരിക്കില്ല. തന്നെ കാത്ത് നിൽക്കുന്ന രൂപത്തിനരികിലേക്ക് നീങ്ങുന്നതിനിടയിൽ ചുമരുകൾ കമ്പനം കൊള്ളുന്നത് അയാളുടെ ശ്രദ്ധയിൽ പെട്ടു.

അയാൾ നിശ്ശബ്ദം അവൾക്കരികിലെത്തി. അവളെ എടുത്തുയർത്തി. തീരെ കനമില്ലാത്തവളായിരുന്നു അവൾ. എന്നാൽ ഇരുമ്പുപോലെയുള്ള കാലുകൾ അവളെ താഴേക്ക് വലിക്കുകയാണെന്ന തോന്നലുണ്ടാകുന്നു. ശരീരത്തിന്റെ മുകൾഭാഗത്ത് അസ്ഥികളൊന്നുമില്ല എന്നതുപോലെ. അവൾക്കൊരു ലിംഗം പോലുമില്ലെന്ന പോലെ. അവളുടെ വാരിയെല്ലിലാണയാളുടെ കൈകൾ തടഞ്ഞത്. ദൃഢമായിരുന്നു അവളുടെ മാറിടങ്ങൾ. അയാൾ എടുത്തിയർത്തിയപ്പോൾ അവൾ അയാളുടെ കൈകളിൽ കിടന്നു. അയാൾ അവളെ

ആ ഇടുങ്ങിയ ഗോവണിയിലൂടെ മുകളിലേക്ക്, അവളുടെ അമ്മ യുടെ മുറിയിലേക്കെടുത്തു. അവിടെയെത്തിയപ്പോഴാണ് അവളുടെ ഊന്നുവടികളെ ഓർമ്മ വന്നത്. അതിനെക്കുറിച്ച് സംസാരിക്കാൻ അയാൾ മടിച്ചു. അയാളുടെ ചിന്തകൾ വായിച്ചിട്ടെന്നപോലെ. ക്ഷമി ക്കണം. ഞാൻ ഓർക്കേണ്ടതായിരുന്നു. താഴെ, ഞാനിരുന്നിരുന്നതി നടുത്ത് തന്നെയുണ്ട് എന്നവൾ പറഞ്ഞു.

അതിനർത്ഥം ഒരിക്കൽ കൂടി താഴേക്കിറങ്ങിയേ മതിയാകൂ എന്നാണ്. ഈ ഇടുങ്ങിയ ഗോവണിയിലൂടെ അവളേയും അവളുടെ ഊന്നു വടികളും ഒന്നിച്ച് കൊണ്ടുവരികയും ബുദ്ധിമുട്ടാകുമായിരുന്നു. അയാൾ അവളേയും ആ മെത്തയിൽ കിടത്താനൊരുങ്ങി. അപ്പോ ഴാണ് അവൾ ലാഥമിന്റെ ശരീരം പുളയുന്നത് കണ്ടത്. അത് കണ്ട പ്പോൾ ഇത്തിരി തീക്ഷ്ണമായിത്തന്നെ ''വേണ്ടാ എന്നെ അവിടെ കിടത്തണ്ട. ഇവിടെ കിടക്കാം'' എന്ന് അവൾ പറഞ്ഞു. അയാൾ അവളെ അവിടെയിരുത്തി. ചുമർ ചാരി ഇരുത്തി. ഒരു നിമിഷം അവർ പരസ്പരം നോക്കി. ആ നിമിഷത്തിൽ അവളുടെ കണ്ണുകൾ എന്തോ പറഞ്ഞു എന്നയാൾക്ക് തോന്നി. അതൊരു മുന്നറിയിപ്പായി രുന്നോ അതോ അപേക്ഷയായിരുന്നോ എന്ന തീരുമാനത്തിലെത്താൻ അയാൾക്കായില്ല.

അവളുടെ ഊന്നുവടികൾ കണ്ടെത്തുന്നതിൽ ബുദ്ധിമുട്ടുണ്ടാ യില്ല. സ്വീകരണമുറിയിലെ വെള്ളം പിന്നെയും ഉയർന്നിരിക്കുന്നു. ഗോവണിയിറങ്ങി വന്നപ്പോൾ ഊന്നുവടികൾ വെള്ളത്തിൽ ഒഴുകി നടക്കുന്നുണ്ടായിരുന്നു. അതിന്റെ റബ്ബർ ഉറകളുള്ളിടത്ത് അയാൾ പിടിച്ചു. അത് വലിച്ച് മുകളിലേക്ക് കയറി. അതിനിടയിൽ ഒരു തിര മുൻവാതിൽ തകർത്ത് അയാളുടെ കാല്പാദം വരെയെത്തി. ഗോവണി യുടെ കൈവരികൾ ഒടിഞ്ഞു. അത് ഒന്ന് വട്ടം കറങ്ങി. ചുമരിലിടിച്ച് തകർന്നു. ഇത്തവണ കോട്ടേജ് ഒന്നാകെ ഇളകി എന്നതിൽ അയാൾക്ക് സംശയമുണ്ടായിരുന്നില്ല.

ചെറിയ ജാലകം പത്തടി ഉയരത്തിലാണ്. എന്തിന്റെയെങ്കിലും മുകളിൽ കയറാതെ അതിലേക്കെത്തുകയില്ല. കനമേറിയ കട്ടിൽ അവിടേക്ക് വലിച്ചിടാൻ ശ്രമിക്കുന്നതിൽ അർത്ഥമില്ല. എന്നാൽ അതിനരികിൽ ചതുരാകൃതിയിലുള്ള ഒരു കമ്മോഡ് കിടപ്പുണ്ട്. അതയാൾ വലിച്ചെടുത്തു. ആ ചെറുജാലകത്തിനു താഴെ സ്ഥാപിച്ചു.

''എന്നെയൊന്ന് പുറത്തേക്ക് ആദ്യം തള്ളുകയാണെങ്കിൽ ഒരു പക്ഷേ എനിക്ക് അയാളെ പുറത്തേക്കെടുക്കാൻ സഹായിക്കാനാ യേക്കും.'' അവൾ പറഞ്ഞു.

അവൾ ലാഥമിനെ നോക്കി. ലാഥം എഴുന്നേറ്റിരിക്കുന്നു. തല കൈകൊണ്ട് താങ്ങിയാണിരിക്കുന്നത്. മെത്തയുടെ അരികിലാണിരി ക്കുന്നത്. അയാൾ ശക്തമായി മുരളുന്നുണ്ട്.

''എന്റെ കൈകളും ചുമലും ശക്തമാണ്.'' അവൾ പറഞ്ഞു.

അവൾ ആ കൈകൾ നീട്ടിപ്പിടിച്ചു. ഒരപേക്ഷപോലെ നീട്ടിപ്പിടിച്ചു. അതുതന്നെയായിരുന്നു ഡൽഗ്ലീഷിന്റേയും മനസ്സിലുള്ള പദ്ധതി. ലാഥമിനെ മച്ചിനു മുകളിലെത്തിക്കുക എളുപ്പമല്ല. അവളുടെ സഹായ മില്ലാതെ അത് സാധ്യമാകുകയില്ല.

ആ ചെറുജാലകത്തിൽ ചളിയും പൊടിയും ചിലന്തിവലയും നിറഞ്ഞിരിക്കുന്നു. അതൊക്കെ തൂത്തുകളയുക തന്നെ ബുദ്ധിമുട്ടാകും എന്ന് തോന്നി. അതൊന്ന് തുറക്കാനാകുമോ എന്നും അയാൾ സംശ യിച്ചു. അയാൾ അതിലൊന്ന് ആഞ്ഞിടിച്ചു. അതിലെ മരത്തുണ്ടുകൾ ഒടിയുന്ന സ്വരം കേട്ടു. അതൊന്ന് മുകളിലേക്ക് വളഞ്ഞു. ഒന്നുകൂടി യിടിച്ചപ്പോൾ അതിനെ തുണ്ടുകളായി കാറ്റെടുത്തു. രാവ് അതിലൂടെ കുത്തിയൊഴുകിയെത്തി. തണുത്ത വായുവെത്തി. അതൊരു ആശ്വാസം നൽകി. ആ നിമിഷത്തിൽ വൈദ്യുതി ഇല്ലാതായി. വിളക്കുകളണഞ്ഞു. ഒരു കുഴിയിൽ നിന്ന് ആകാശം കാണുന്നതുപോലെ, ആ ചെറു ജാലകത്തിലൂടെ അവർ നിലാവിനെ കണ്ടു.

ലാഥം ആടിയാടി അവർക്കരികിലെത്തി.

''എന്തൊരു നാശമാണിത്, ആരോ വിളക്കണച്ചിരിക്കുന്നു.''

ഡൽഗ്ലീഷ് അയാളെ വീണ്ടും മെത്തയിൽ പിടിച്ചിരുത്തി.

''ഇവിടെയിരുന്നാൽ മതി. ഉള്ള ഊർജ്ജം കളയണ്ട. അതാവശ്യ മായി വരും. ഇതിന്റെ മേൽക്കൂരയിലൂടെ വേണം നമുക്ക് പുറത്തി റങ്ങാൻ.''

''നിങ്ങൾ പൊയ്ക്കോളൂ. ഞാനിവിടത്തന്നെയിരിക്കാം. പോയി ഒരു ഡോക്ടറെ വിളിച്ചുകൊണ്ടുവരൂ. എനിക്കുടൻ ഒരു ഡോക്ടറെ കാണണം. അയ്യോ... എന്റെ തല...''

ഡൽഗ്ലീഷ് അയാളെ അവിടെ ഉപേക്ഷിച്ചു. ആ പെൺകുട്ടിക്കരി കിലേക്ക് നീങ്ങി.

കസേരയിൽ നിന്ന് ഉയർന്ന് ചാടി അയാൾ ആ ചെറുജാലക ത്തിന്റെ അരികിൽ പിടിച്ചു. അവിടെ നിന്ന് മച്ചിലേക്ക് അധികം ഉയരമില്ല. അങ്ങനെത്തന്നെയായിരുന്നു പ്രതീക്ഷയും. എന്നാൽ അവിടെ മച്ചിന്റെ ചരിവ് അധികമാണ്. പുകക്കുഴലുമുണ്ട്. പുകക്കുഴൽ ഒരുപക്ഷേ സഹായമായേക്കും. ഇടതുഭാഗത്ത് അഞ്ചടി മാറിയാണത്. അയാൾ നിലത്തേക്കിറങ്ങി.

''മുകളിലെത്തി ആ പുകക്കുഴലിനരികിലേക്ക് നീങ്ങാനാകുമോ എന്ന് നോക്ക്. എന്തെങ്കിലും വിഷമം തോന്നിയാൽ പിന്നെ അന ങ്ങരുത്. ശരീരം വിറയ്ക്കുക പോലും ചെയ്യരുത്. ഞാൻ വരുന്ന തുവരെ കാത്തിരിക്കണം. നമ്മൾ രണ്ടു പേരും പുറത്തെത്തിയാൽ

പിന്നെ ലാഥമിനെ വലിച്ച് കയറ്റാം. അതിന് നിന്റെ സഹായം ആവശ്യമായി വന്നേക്കാം. നിനക്ക് ശരീരത്തിന്റെ സമതുലിതാവസ്ഥ ശരിക്കും കിട്ടുന്നതുവരെ അയാളെ ഞാൻ വലിച്ചെടുക്കുകയില്ല. നീ തയ്യാറായാൽ എന്നെ വിളിക്കണം. ഈ ഊന്നുവടികൾ വേണോ?''

''വേണം.'' അവൾ ശാന്തമായി പറഞ്ഞു. ''അതെനിക്ക് വേണം. അവയെ എനിക്ക് മച്ചിൽ കൊളുത്തിയിടാം. അതൊരു പക്ഷേ ഉപകാരമാകും.''

അയാൾ അവളെ ആ ചെറുജാലകത്തിലേക്ക് എടുത്തുയർത്തി. രണ്ട് കാലുകളിലും തുടയിൽ നിന്ന് കാല്പാദം വരെ നീളത്തിൽ കെട്ടിയിരുന്ന ഇരുമ്പ് ദണ്ഡുകളിൽ പിടിച്ചുയർത്തി. അവയുടെ കരുത്ത് അവളുടെ തുടയിൽ പിടിച്ച് മുകളിലേക്ക് തള്ളുന്നത് എളുപ്പമാക്കി. അവൾ ഒറ്റക്കാലിൽ ഒന്ന് ഊഞ്ഞാലാടി. മറുവശത്തെത്തി. അവിടെ കാറ്റിന്റെ രൗദ്രതയിൽ നിന്ന് രക്ഷപ്പെടാനെന്നവണ്ണം കുനിഞ്ഞിരുന്നു. അവളുടെ മുടി പാറിപ്പറക്കുന്നുണ്ടായിരുന്നു. താൻ തയ്യാറായെന്ന് ശക്തമായി തലയാട്ടി അവളറിയിച്ചു. എന്നിട്ട് അയാൾക്കരികിലേക്ക് ചാഞ്ഞ് ഇരുകൈകളും നീട്ടി.

ആ നിമിഷം ഒരു മുന്നറിയിപ്പ് തന്നിലേക്കെത്തുന്നത് അയാളറിഞ്ഞു. അപകടം മുന്നിലുണ്ട് എന്ന് മനസ്സ് പറയുന്നു. വെടിക്കോപ്പുകളെക്കുറിച്ചുള്ള അറിവുപോലെത്തന്നെ ഒരു ഡിറ്റക്ടീവിനു വേണ്ട സഹജവാസനകളിൽ ഒന്നാണിത്. അസ്വാഭാവിക മരണം അടുത്തുണ്ട് എന്ന് മണത്തറിയാനുള്ള കഴിവ്. ആ സഹജവാസന അയാളെ പല അപകടങ്ങളിൽ നിന്നും രക്ഷിച്ചിട്ടുണ്ട്. അങ്ങനെയൊരു സൂചന ലഭിച്ചാൽ ഉണർന്ന് പ്രവർത്തിക്കുന്നതിനാലാണത് സംഭവ്യമായിട്ടുള്ളത്. ഇപ്പോൾ വാഗ്വാദങ്ങൾക്കോ വിശകലങ്ങൾക്കോ ഉള്ള സമയമല്ല. ഇപ്പോൾ ഇവിടെയുള്ള മൂന്ന് പേരും ഈ അപകടാവസ്ഥയെ തരണം ചെയ്യണമെങ്കിൽ അവർ മേൽക്കൂരയ്ക്ക് മുകളിലെത്തേണ്ടതുണ്ട്. എന്നാൽ ലാഥമും ആ പെൺകുട്ടിയും ഒന്നിച്ച് ഒറ്റയ്ക്ക് അവിടെയുണ്ടാകുന്നത് ഒട്ടും സുരക്ഷിതവുമാകില്ല.

ലാഥമിനെ പുറത്തെത്തിക്കുക അത്ര എളുപ്പമല്ലായിരുന്നു. അയാൾക്ക് ബോധം തെളിഞ്ഞ് തുടങ്ങിയിരുന്നു എങ്കിലും അപ്പോഴേക്കും കിടപ്പുമുറിയിലേക്കെത്തിയിരുന്ന വെള്ളം, താനൊരു അപകടത്തിലാണെന്ന ചിന്തവരുത്താൻ മാത്രം ബോധം വന്നിരുന്നുമില്ല. തനിക്ക് ഈ തലയിണയിൽ തലയമർത്തി കിടക്കണമെന്നും ഓക്കാനം വരുന്നുവെന്നുമൊക്കെ അയാൾ പുലമ്പുന്നുണ്ടായിരുന്നു. എന്നാലും കുറേ നിർബന്ധിച്ചപ്പോൾ അയാൾ കുറച്ചൊക്കെ സഹകരിക്കാനുള്ള മാനസികാവസ്ഥയിലായി. അത്രയധികം ഭാരമുള്ള വ്യക്തിയൊന്നുമല്ലായിരുന്നു അയാൾ. ഡൽഗ്ലീഷ് തന്റേയും ലാഥമിന്റേയും ഷൂസഴിച്ചു.

അയാളെ ഒരു കസേരയിരുത്തി. അതെടുത്ത് ആ ചെറുജാലകത്തി ലേക്കുയർത്തി. ആ പെൺകുട്ടി കൈ നീട്ടി ലാഥമിന്റെ തോളിൽ കുരുക്കി. പക്ഷേ ഡൽഗ്ലീഷ് പിടിവിട്ടില്ല. അയാൾ ആ ചെറുജാല കദ്വാരത്തിലൂടെ ആദ്യം മുകളിലേക്ക് സ്വയം കുതിച്ചു. പുറംവെള്ളം നിറഞ്ഞൊഴുകുന്ന ഇടവഴിയിലേക്കാക്കി, കാലുകൾ മുറിയിലേക്ക് ഞാത്തിയിട്ട് ഇരുന്നു. അവരൊന്നിച്ച് പാതി ബോധം മാത്രമുള്ള ആ മനുഷ്യനെ എടുത്തുയർത്തി. അയാൾ ഒരു വിധത്തിൽ മച്ചിന്റെ മുകളിൽ പിടിമുറുക്കി. എന്നിട്ട് സ്വയം സാവധാനത്തിൽ മുകളിലേ ക്കുയർന്നു. മച്ചിനു മുകളിൽ ചലനമില്ലാതെ കിടന്നു. ആ പെൺ കുട്ടി തന്റെ കൈകൾ അയാളിൽ നിന്നെടുത്തു. ഊന്നുവടി തിരഞ്ഞു. സാവധാനത്തിൽ പുറകിലേക്ക് മാറി. പുകക്കുഴലിൽ ചാരി. ഡൽ ഗ്ലീഷ് ലാഥമിനരികിലേക്ക് നീങ്ങി.

അപ്പോഴാണത് സംഭവിച്ചത്. ഡൽഗ്ലീഷ് ലാഥമിനെ പിടിച്ചതൊന്ന് അയച്ചപ്പോൾ അവൾ ആഞ്ഞടിച്ചു. വളരെ പെട്ടെന്നായിരുന്നു അത്. ഇരുമ്പ് ദണ്ഡുള്ള കാലുകളുടെ അടി അയാൾ കണ്ടതേയില്ല. അത്ര പെട്ടെന്നാണത് വന്നത്. പക്ഷേ ആ ഇരുമ്പ് ദണ്ഡ് കൃത്യമായി ലാഥ മിന്റെ കൈകളിൽ പതിച്ചു. മച്ചിൽ ബലമായി പിടിച്ചിരിക്കുകയായി രുന്നു ആ കൈകൾ അതുവരെ. പിടി അയഞ്ഞു. അയാളുടെ ശരീരം തെന്നി. വഴുതി. എന്താണ് സംഭവിക്കുന്നതെന്നറിഞ്ഞ ഡൽഗ്ലീഷ് അതേ നിമിഷത്തിൽ കൈനീട്ടി ലാഥമിന്റെ മണിബന്ധത്തിൽ പിടിച്ചു. ലാഥമിന്റെ ശരീരം അയാളുടെ ആ പിടിയിൽ ആടിയുലഞ്ഞു. അത് മച്ചിൽ നിന്ന് താഴേക്ക് ഞാന്ന് കിടന്നു. അവളപ്പോൾ വീണ്ടും വീണ്ടും തൊഴിക്കാൻ തുടങ്ങി. ഇത്തവണ അടിയെല്ലാം വീണത് ഡൽഗ്ലീഷിന്റെ കൈകളിലായിരുന്നു. ആ കൈകൾ അപ്പോഴേക്കും മരവിച്ചിരുന്നു. വേദന അറിയുന്നുണ്ടായിരുന്നില്ല. പക്ഷേ രക്തമൊഴു കിയത് അയാൾ അറിഞ്ഞു. തന്റെ അസ്ഥിയൊടിയാൻ ഇനി അധികം താമസമുണ്ടാകില്ല എന്നയാൾ തിരിച്ചറിഞ്ഞു. കരുത്ത് നഷ്ടപ്പെട്ട അയാളുടെ കൈകളിൽ നിന്ന് ലാഥം വഴുതി. അടുത്തത് അയാളുടെ ഊഴമായി. അവൾ പുകക്കുഴലിൽ സുരക്ഷിതമായി അള്ളിപ്പിടിച്ചി രുന്നു. കയ്യിൽ ഊന്നുവടി എന്ന ആയുധമുണ്ടായിരുന്നു. കാലിൽ ഭീകരങ്ങളായ ഇരുമ്പ് ദണ്ഡുകൾ കെട്ടിവച്ചിരുന്നു. കടൽക്കരയി ലുള്ളവർക്കാർക്കും അയാളെ കാണാനാകുന്ന അവസ്ഥയിലല്ല. അവരെല്ലാം മച്ചിന്റെ എതിർവശത്താണ്. ഇരുട്ടിലാണ്. ആകാംക്ഷ യോടെ അവർ ആ കാഴ്ച കാണുകയായിരുന്നെങ്കിൽകൂടി ആകാ ശത്തെ നിഴൽക്കാഴ്ച കണ്ട് നിൽക്കുകയല്ലാതെ മറ്റൊന്നും ചെയ്യാ നാകില്ലായിരുന്നു. അയാളുടേയും ലാഥമിന്റേയും ശവം കണ്ടെത്തി യാൽ, അതിൽ കടലിന്റേയും പാറക്കെട്ടുകളുടേയും രൗദ്രതയ്ക്ക്

വിശദീകരിക്കാനാകുന്നതിലപ്പുറം അടയാളങ്ങൾ ഒന്നുമുണ്ടാകില്ലായിരുന്നു. ഇപ്പോൾ ഒന്നേ ചെയ്യാനുള്ളൂ. ലാഥമിനു മേലുള്ള പിടി വിടുക. ഒറ്റയ്ക്കാണെങ്കിൽ ഒരു പക്ഷേ ആ ഊന്നുവടി അവളിൽ നിന്ന് പിടിച്ച് വാങ്ങാനായേക്കും. ഒറ്റയ്ക്കാണെങ്കിൽ അയാൾക്ക് ഒരു വിജയസാധ്യത തന്നെയുണ്ട്. എന്നാൽ ലാഥമിനെ അയാൾ വിടില്ല എന്ന് അവൾക്കറിയാം. തന്റെ ശത്രു എങ്ങനെ പ്രവർത്തിക്കും എന്ന് അവൾക്കറിയാം. അയാൾ പിടിവിട്ടില്ല. അവൾ തൊഴിക്കുന്നത് നിർത്തിയുമില്ല.

അവർ ഇരുവരും ലാഥം ഒപ്പമുണ്ടെന്ന് തത്കാലത്തേക്ക് മറന്നിരിക്കുന്നു. അയാൾ അബോധാവസ്ഥയിലാണെന്ന് അവർ കരുതി. പെട്ടെന്ന് മേച്ചിലോടുകളിലൊന്ന് തെന്നി വീണു. അത് സഹായമായി. അയാൾക്ക് കാലൊന്ന് ഉറപ്പിക്കാമെന്നായി. അയാളിൽ അതിജീവനത്തിന്റെ ഒരാഗ്രഹം ഉണർന്നു. ഇടതുകൈ ഡൽഗ്ലീഷിന്റെ അയയുന്ന പിടിയിൽ നിന്നയാൾ അടർത്തിയെടുത്തു. അവളുടെ ഇരുമ്പുകാലിൽ അത് കടന്ന് പിടിച്ചു. അത് അവൾ പ്രതീക്ഷിച്ചിരുന്നില്ല. അവൾക്ക് കാൽ വഴുതി. കാറ്റ് ശക്തമായി മേൽക്കൂരയിലടിക്കാനാരംഭിച്ചു. ലാഥം ഒരിക്കൽ കൂടി ആ ഇരുമ്പ് ദണ്ഡിൽ പിടിച്ച് വലിച്ചു. അവൾ വീണു. ഡൽഗ്ലീഷ് വീണ്ടും തന്റെ കൈ നീട്ടി. അവളുടെ കഴുത്തിൽ ഞാത്തിയ ബാഗിലാണപ്പോൾ പിടി കിട്ടിയത്. അതിന്റെ വള്ളി അവളുടെ ശരീരത്തിൽ വട്ടം ചുറ്റിക്കിടക്കുകയായിരുന്നു. അവളുടെ പാദരക്ഷകൾക്ക് എവിടേയും തടഞ്ഞ് നിൽക്കാനായില്ല. കരുത്തില്ലാത്ത കാലുകൾ, വടി പോലെയുള്ള കാലുകൾ, ഉരുണ്ട് നീങ്ങാൻ തുടങ്ങി. അത് മേൽക്കൂരയുടെ അരികുവരെയെത്തി. ഒരു യന്ത്രപ്പാവയെപ്പോലെ അവൾ പാത്തിയിൽ ചെന്നിടിച്ചു. കാലുകൾ ആകാശത്തേക്ക് തെറിച്ചു. അവർ ദീനമായ ഒരു രോദനം കേട്ടു. പിന്നെ നിശ്ശബ്ദത. ഡൽഗ്ലീഷ് ആ ബാഗ് തന്റെ കീശയിലിട്ടു. കുറച്ച് സമയം അനങ്ങാതെ കിടന്നു. രക്തമിറ്റുന്ന കൈ തലയിണയാക്കി കിടന്നു. അപ്പോഴാണ് പുറകിൽ ഒരു കോണി ഉയർന്നു വരുന്നത് കണ്ടത്.

പരിക്കുകളില്ലെങ്കിൽ മടക്കയാത്രയ്ക്ക് ഇത്ര ബുദ്ധിമുട്ടുണ്ടാകില്ലായിരുന്നു. എന്നാൽ ഡൽഗ്ലീഷിന്റെ കൈകൾ ഇപ്പോൾ മിക്കവാറും ഉപയോഗശൂന്യമായിരിക്കുന്നു. വേദന ശക്തമായി അനുഭവപ്പെടാനാരംഭിച്ചിരിക്കുന്നു. സഹിക്കാനാകാത്ത വേദന. വിരലുകൾ മടക്കാനാകുന്നില്ല. ഒന്നിലും പിടിച്ച് നിൽക്കാൻ അയാൾക്കാകുന്നില്ല. ലാഥമിന്റെ അവസാന പ്രയത്നങ്ങൾ അയാളേയും ക്ഷീണിപ്പിച്ചിരിക്കുന്നു. അവസാനതുള്ളി ഊർജ്ജവും അയാളിൽ നിന്ന് ഊർന്നു പോയിരിക്കുന്നു. അയാൾ വീണ്ടും അബോധാവസ്ഥയിലേക്ക് നീങ്ങുകയാണെന്ന് തോന്നി. ഡൽഗ്ലീഷ് അയാളുടെ കാതിലേക്ക് ഒച്ചയിട്ടു. കുറച്ച് നിമിഷങ്ങളുടെ അദ്ധ്വാനത്തിനു ശേഷം അയാളെ കോണിയിലേക്കെത്തിക്കാനായി.

ആദ്യം ചെന്നത് ഡൽഗ്ലീഷ് തന്നെയാണ്. ലാഥമിനെ തനിക്കാകാവുന്ന വിധത്തിൽ പിന്തുണച്ച്, പുറംതിരിഞ്ഞ് അയാൾ കോണി കയറി. ലാഥമിന്റെ മുഖം വിയർപ്പിൽ കുളിച്ചിരുന്നു. അത് ഡൽഗ്ലീഷിന്റെ മുഖത്തുനിന്നും അധികം ദൂരെയല്ല. ഡൽഗ്ലീഷിന് അയാളുടെ ശ്വസനത്തിന്റെ ഗന്ധം അനുഭവപ്പെടുന്നുണ്ട്. അമിതമദ്യപാനത്തിന്റെ പുളിച്ച ഗന്ധം.

ഒരു നീർച്ചുഴിയിലേക്കെടുത്തെറിഞ്ഞ് ബോധം നഷ്ടപ്പെടുന്നതിനു മുമ്പ് തന്റെ അവസാന അറിവ് ലാഥമിനു ചെറിയ തോതിലെങ്കിലും വായ്നാറ്റമുണ്ടായിരുന്നു എന്നതാകുമോ എന്നയാൾ അത്ഭുതപ്പെട്ടു. മരിക്കുന്നതിനു മുമ്പ് സന്തോഷം നൽകുന്ന ഓർമ്മകൾ ഇതല്ലാതെ എത്രയോ ഉണ്ട്. ലാഥം എന്തായാലും ഒന്നുകൂടി ശ്രദ്ധിക്കേണ്ടതായിരുന്നു. അയാൾക്കെന്തുകൊണ്ട് സ്വന്തം ആരോഗ്യകാര്യങ്ങൾ ശ്രദ്ധിച്ചുകൂടാ? ഡൽഗ്ലീഷ് തെറി വിളിച്ചു. ലാഥമിനെ തെറി പറഞ്ഞ് സ്വയം പ്രോത്സാഹിപ്പിച്ചു. അതുകേട്ടിട്ടെന്നപോലെ ലാഥം ഇരുകൈകൊണ്ടും കോണിയുടെ ഒരു പടിയിൽ മുറുകെപ്പിടിച്ച് ഒന്നുയർന്നു. ആ പടി വളഞ്ഞു. അതൊടിഞ്ഞു. അത് ലാഥമിന്റെ കയ്യിൽ നിന്ന് തെന്നി. എവിടെയോ അപ്രത്യക്ഷമായി. തിരകളിൽ വീഴുന്ന സ്വരം പോലും വന്നില്ല. അവർ ഇരുവരുടെയും തലകൾ ആ വിടവിലൂടെ അപ്പുറത്തെത്തി. കണ്ണുകൾ തുറിച്ചു. ഇരുപതടി താഴെ തിളയ്ക്കുന്ന വെള്ളം പോലെ കടൽ പതയുന്നു. ലാഥം തലയുയർത്തി. അത് കോണിയുടെ ഒരരികിൽ വച്ചു. ഡൽഗ്ലഷിനെ നോക്കി മുരണ്ടു.

''നിങ്ങൾ ആദ്യം പൊയ്ക്കോളൂ. ഈ കോണിക്ക് രണ്ടാളെ താങ്ങാനുള്ള കരുത്തുണ്ടെന്ന് തോന്നുന്നില്ല. രണ്ടുപേരും ഒന്നിച്ച് വെള്ളത്തിൽ വീഴുന്നതിൽ ഒരർത്ഥവുമില്ല.''

''ശ്വാസമടക്കിപ്പിടിച്ച് മുകളിലേക്ക് കയറൂ.'' ഡൽഗ്ലീഷ് ഉത്തരവിട്ടു.

അയാൾ തന്റെ കൈമുട്ടുകൾ ലാഥമിന്റെ കക്ഷങ്ങളിൽ ഇറുക്കി ഏതാനും പടികൾ തള്ളിക്കയറ്റി. കോണി ഞരങ്ങി. വളഞ്ഞു. അത് കണ്ട് അവർ നിശ്ചലരായി. കുറച്ച് കഴിഞ്ഞ് വീണ്ടും ശ്രമിച്ചു. ഇത്തവണ ലാഥമിന് കോണിപ്പടികളിലൊന്നിൽ കാലൂന്നാനായി. നല്ല കരുത്തോടേ മുകളിലേക്ക് കുതിച്ചു. അത് അപ്രതീക്ഷിതമായിരുന്നു. ഡൽഗ്ലീഷിനതിനിടയിൽ സമതുലിതാവസ്ഥ നഷ്ടമായി. പെട്ടെന്നുള്ള ഈ ചലനത്തിൽ കോണി ഒരു വശത്തേക്ക് ചരിഞ്ഞു. അത് മേൽക്കൂരയിൽ ചരിഞ്ഞ് നിൽക്കുന്നത് അവരറിഞ്ഞു. കോണി ഇളകുന്നുണ്ടായിരുന്നു. ആ ഇളക്കം അവസാനിക്കുന്നതുവരെ അവർ അനങ്ങിയില്ല. പിന്നെയവർ ഒരിഞ്ച് കൂടി മുന്നിലേക്ക് നീങ്ങി. സാവധാനത്തിൽ

ലക്ഷ്യത്തിലേക്ക് നീങ്ങി. താഴെ ചുറ്റിപ്പിണഞ്ഞ മരങ്ങളുടേ ഇരുണ്ട രൂപങ്ങൾ അവർക്ക് കാണാനാകുന്നുണ്ടായിരുന്നു. മുനമ്പിൽ നിന്ന് അവർ അധികം ദൂരെയാകില്ല എന്ന് ഡൽഗ്ലീഷ് കരുതി. കൊടുങ്കാറ്റിന്റെ ഗർജ്ജനമല്ലാതെ മറ്റ് സ്വരങ്ങളൊന്നും വരുന്നില്ല. തന്റെ കൂട്ടുകാർ നിശ്ശബ്ദം കാത്തിരിപ്പുണ്ടാകും എന്ന് അയാൾ ഊഹിച്ചു. അവരുടെ ഭയാനകമായ അവസ്ഥ കണ്ട്, ഒച്ചയിട്ടാൽ അതിൽ വ്യതിചലനങ്ങളുണ്ടാകുമോ എന്ന് ഭയന്ന്, പ്രോത്സാഹന സ്വരങ്ങൾ പോലുമുണ്ടാക്കാതെ കാത്തിരിക്കുന്നുണ്ടാകും. പെട്ടെന്ന് ലക്ഷ്യം വളരെ അടുത്തായി. ആരോ തന്നെ സുരക്ഷിതസ്ഥാനത്തേക്ക് വലിക്കുന്നതായി അയാൾക്ക് തോന്നി.

ആശ്വാസം എന്തെന്ന് അയാൾക്കപ്പോൾ അറിയില്ലായിരുന്നു. അറിഞ്ഞത് ക്ഷീണവും നിരാശയും മാത്രം. അയാളിൽ ഊർജ്ജത്തിന്റെ കണികപോലും അവശേഷിച്ചിട്ടില്ല. എന്നാൽ മനസും ചിന്തകളും വ്യക്തമാണ്. അതിൽ ശക്തമായ നീരസമുണ്ട്. വൈഷമ്യങ്ങൾ ഇത്രത്തോളമുണ്ടാകും എന്നയാൾ കരുതിയിരുന്നില്ല. ബ്രൈസിന്റെ വാക്കുകൾ കേട്ട് സ്വയം അപകടത്തിന്റെ വക്കിലേക്കെടുത്ത് ചാടരുതായിരുന്നു. അതൊരു വിഡ്ഢിത്തമായി. ഒരു പെൺകുട്ടിയെ മുങ്ങിമരണത്തിൽ നിന്ന് രക്ഷിക്കാനിറങ്ങിപ്പുറപ്പെട്ട ബോയ് സ്കൗട്ടുകളെപ്പോലെയായിരുന്നു അവർ. ചെയ്യേണ്ടിയിരുന്നത് മുകളിലെ കിടപ്പുമുറിയിൽ കാത്തിരിക്കുക മാത്രമായിരുന്നു. വെള്ളമിറങ്ങുന്നതുവരെ കാത്തിരിക്കുക. കാറ്റിന്റെ ശക്തി അപ്പോഴേക്കും കുറഞ്ഞ് തുടങ്ങിയിരുന്നു. പ്രഭാതം വരെ കാത്തുവെങ്കിൽ ഇത്ര വിഷമമില്ലാതെ ഇറങ്ങാമായിരുന്നു. തണുത്ത് വിറച്ചിട്ടുണ്ടാകും. എന്നാലും ഇത്രയും പരിക്കുകളുണ്ടാകുമായിരുന്നില്ല.

ആ ചിന്തകൾക്ക് ഉത്തരമെന്ന മട്ടിൽ ഒരു മുരൾച്ച കേട്ടു. അത് പിന്നെ ഒരു ഗർജ്ജനമായി. ആ കോട്ടേജിനെ കടൽ വിഴുങ്ങുന്ന കാഴ്ച സംഘം കണ്ടു. അത് കണ്ട് അമ്പരന്നു. ആ ഗർജ്ജനം മുനമ്പിലും തിരകളിലും പ്രതിധ്വനിച്ചു. തിരകൾ ഇഷ്ടികകൾ തീർക്കാൻ ശ്രമിച്ച അണക്കെട്ടിൽ ആഞ്ഞടിച്ചു. ഉയർന്ന് ചാടി. ഇടിവെട്ടുന്ന സ്വരമുണ്ടാക്കി. നുരയും പതയും ആകാശത്തേക്കുയർന്നു. അതവരുടെ കണ്ണിലേക്ക് തെറിച്ചു. കുറച്ച് കഴിഞ്ഞപ്പോൾ കടലിന്റെ മുരൾച്ചയവസാനിച്ചു. ടാനേഴ്സ് കോട്ടേജിന്റെ അവസാന തരിയും കടലെടുത്തുപോയി.

മുനമ്പിൽ മനുഷ്യർ കറുത്ത രൂപങ്ങളായി. അവർ കൊടുങ്കാറ്റിൽ നിന്ന് പുറത്ത് വന്നുകൊണ്ടിരുന്ന അയാൾക്ക് ചുറ്റിലും കൂടി. അവരുടെ വായ തുറക്കുന്നതും അടയ്ക്കുന്നതും അയാൾക്ക് കാണാനുണ്ട്. എന്നാൽ അവർ പറയുന്നതൊന്നും കേൾക്കാനില്ല. ആർ.ബി.

സിങ്ക്ളയറുടെ വെളുത്ത മുടി നിലാവിൽ പാറുന്നു. ലാഥം തനിക്കു ടൻ ഒരു ഡോക്ടറെ കാണണം എന്ന് അലമുറയിടുന്നു. ഒരു കുഞ്ഞി നെപ്പോലെ വാശി പിടിക്കുന്നു. ഡൽഗ്ലീഷ് സാവധാനത്തിൽ മൃദു വായ പുല്ലുകളിലേക്ക് വലിഞ്ഞെത്തി. വേദന സഹനീയമാകുന്നതുവരെ അവിടെ കിടക്കാനൊരുങ്ങി. എന്നാൽ ആരോ അയാളെ നിവർന്ന് നിൽക്കാൻ സഹായിക്കുന്നു. അത് റക്ലസ് തന്നെയാകും എന്ന യാൾ ഊഹിച്ചു. തന്റെ കക്ഷങ്ങൾക്കിടയിൽ കുരുക്കി വച്ച ആ കൈ കൾക്ക് കരുത്തുണ്ടായിരുന്നു. നനഞ്ഞ പരുത്തിക്കുപ്പായത്തിന്റെ ഗന്ധം വരുന്നുണ്ടായിരുന്നു. ആ പരുത്തിയുടെ പരുപരുപ്പ് മുഖത്തുര യുന്നുണ്ടായിരുന്നു. പിന്നെ ഒരു പാവയെപ്പോലെ തുറന്നും അടഞ്ഞും നിന്നിരുന്ന വായകളെല്ലാം ചില സ്വരങ്ങളുണ്ടാക്കാൻ തുടങ്ങി. എന്തെ ങ്കിലും കുഴപ്പം പറ്റിയോ എന്നാണവർ ചോദിക്കുന്നത്. നമുക്ക് പ്രയറി ഹൗസിലേക്ക് തിരിച്ച് പോകാം എന്ന് ആലിസ് കെറിസൺ പറഞ്ഞുവെന്ന് തോന്നി. ആരോ 'വണ്ടി' എന്ന് പറയുന്നത് കേട്ടു. ലാൻഡ്റോവർ എന്നും. അതിന് ആ ഇടവഴിയിലൂടെ പെന്റ്ലാൻ ഡ്സിലേക്കെത്താനാകും. ആദമിനെ വീട്ടിൽ കൊണ്ടുപോകാനാണ് മിസ് ഡൽഗ്ലീഷ് ആഗ്രഹിക്കുന്നതെങ്കിൽ അതാകും നല്ലത്. ലാൻഡ് റോവറിന്റെ രൂപം, ഇരുണ്ട രൂപം, ആ സംഘത്തിനപ്പുറത്ത് കിടക്കു ന്നത് ഡൽഗ്ലീഷ് അപ്പോൾ കണ്ടു. അത് ബിൽ കോൾസിന്റേതാകണം. അക്കൂട്ടത്തിൽ ഒരാൾ ബിൽ കോൾസ് തന്നെയാകണം. മഞ്ഞവസ്ത്രം ധരിച്ചയാളാകും ബിൽ കോൾസ്. അയാളെങ്ങനെ ഇവിടെയെത്തി? അവിടെയുള്ളവരെല്ലാം തീരുമാനം അയാൾക്ക് വിട്ടുകൊടുത്തിരി ക്കുന്നു എന്നു തോന്നി. ''എനിക്ക് വീട്ടിൽ പോകണം'' അയാൾ പറഞ്ഞു.

തന്നെ സഹായിക്കാനെത്തിയ കൈകൾ അയാൾ കുടഞ്ഞുമാറ്റി. കൈമുട്ടുകൾ കുത്തി ലാൻഡ്റോവറിന്റെ പുറകിൽ കയറി. അതിൽ കുറേ വിളക്കുകൾ വച്ചിരിക്കുന്നു. കൊടുങ്കാറ്റിലും അണയാത്ത വിളക്കുകൾ. അത് അവിടെ ഒരു മഞ്ഞവെളിച്ചം പരത്തി. ആരൊ ക്കെയോ അതിനകത്തിരിപ്പുണ്ട്. അതിൽ തന്റെ അമ്മായിയുമുണ്ട്. അവരൊരു കൈ ലാഥമിന്റെ ചുമലിൽ വച്ച് അയാളിലേക്ക് ചാഞ്ഞ് നിൽക്കുന്നു. അയാളെ ഇപ്പോൾ കണ്ടാൽ ഒരു വിക്ടോറിയൻ ദുരന്ത നാടകത്തിലെ നായകനെപ്പോലെയുണ്ടെന്ന് ഡൽഗ്ലീഷിന്റെ മനസ് പറഞ്ഞു. നീളൻ മുഖം. അടഞ്ഞ കണ്ണുകൾ. വെളുത്ത ഉറുമാൽ നെറ്റിക്ക് മുകളിൽ ചുറ്റിക്കെട്ടിയിരിക്കുന്നു. അതിൽ രക്തക്കറയുണ്ട്. റക്ലസാണവസാനം കയറിയത്. അയാൾ ഡൽഗ്ലീഷിനരികിൽ വന്ന് ഇരുന്നു. ലാൻഡ്റോവർ മുന്നോട്ട് നീങ്ങി. ഡൽഗ്ലീഷ് കീറിപ്പറിഞ്ഞ തന്റെ കൈ നീട്ടിപ്പിടിച്ചു. ഒരു സർജൻ അതിന്റെ കേടുപാടുകൾ

തീർക്കാനൊരുങ്ങിയിരിക്കുകയാണെന്ന പോലെ നീട്ടിപ്പിടിച്ചു. എന്നിട്ട് റക്ലസിനോട് സംസാരിച്ച് തുടങ്ങി.

''എന്റെ കീശയിലേക്കൊന്ന് കയ്യെത്തിക്കാമെങ്കിൽ അതിൽ ഒരു പ്ലാസ്റ്റിക് ബാഗ് കാണാനാകും. നിങ്ങൾക്ക് താത്പര്യമുള്ളതാകും അത്. സിൽവിയ കെഡ്ജിന്റെ കഴുത്തിൽ നിന്നാണെനിക്ക് അത് ലഭിച്ചത്. എനിക്കിപ്പോൾ ഒന്നും സ്പർശിക്കാനാകില്ല.''

ലാൻഡ്റോവർ ഇളകിയാടുന്നതിനൊപ്പം കുലുങ്ങുകയായിരുന്ന റക്ലസിന്റെ സൗകര്യാർത്ഥം അയാൾ തന്റെ ശരീരമൊന്ന് മാറ്റി സ്ഥാപിച്ചു. റക്ലസ് ഡൽഗ്ലീഷിന്റെ കീശയിൽ നിന്ന് ആ ബാഗെടുത്തു. അതിന്റെ കെട്ടഴിച്ചു. അതിലേക്കൊരു വിരൽ കടത്തി. അത് പൂർണ്ണമായും തുറന്നു. അതിലുള്ളതെല്ലാം തന്റെ മടിയിലേക്ക് കുടഞ്ഞിട്ടു. അതിൽ ഒരു സ്തീയുടെ മങ്ങിയ ഒരു ഫോട്ടോഗ്രാഫുണ്ടായിരുന്നു. വെള്ളികൊണ്ടുള്ള ഫ്രെയ്മിനകത്ത്. റെക്കോഡ് ചെയ്ത ടെയ്പ്പുണ്ടായിരുന്നു. മടക്കി വച്ച ഒരു വിവാഹ സർട്ടിഫിക്കറ്റും ഒരു സ്വർണ്ണമോതിരവുമുണ്ടായിരുന്നു.

അഞ്ച്

വെളിച്ചം ഡൽഗ്ലീഷിന്റെ കണ്ണിൽ തറച്ച് കയറുന്നു. അയാൾ വെളിച്ചത്തിന്റെ കാലിഡോസ്കോപ്പിൽ നീന്താൻ തുടങ്ങി. ചുവപ്പും നീലയും അയാളുടെ കണ്ണിണകളിൽ വട്ടം കറങ്ങി. കൺപീലികൾ പശ വച്ചൊട്ടിച്ചതുപോലെ. ഉറക്കം വേറിടുന്നില്ല. എന്നിട്ടും വെളിച്ചം അതിൽ തറച്ച് നിൽക്കുന്നു. സാധാരണ ഉണരുന്നതിൽ നിന്നും വളരെ വൈകിയിരിക്കുന്നു. വെളിച്ചവും ചൂടും മുഖത്തടിക്കുന്നുണ്ട്. അയാൾ ഒരു നിമിഷം അങ്ങനെ കിടന്നു. കണ്ണൊന്ന് തുറന്നു. കാലുകൾ നിവർത്തി. വേദന തിരിച്ച് വരുന്നു. മാംസപേശികൾ വലിഞ്ഞ് മുറുകുന്നു. കൈകൾക്ക് ഭാരം വർദ്ധിച്ചിരിക്കുന്നു. അയാൾ കൈകളെ പുതപ്പിൽ നിന്ന് വലിച്ചെടുത്തു. തന്റെ കണ്ണുകൾക്ക് മുകളിൽ രണ്ട് വെളുത്ത ശലഭകോശങ്ങൾ കാണുന്നു. ഒരു കുഞ്ഞിന്റെ കൗതുകത്തോടെ അയാൾ അതിലേക്ക് കണ്ണുയർത്തി. അവ അമ്മായി കയ്യിൽ കെട്ടിക്കൊടുത്ത ബാൻഡേജുകളായിരുന്നു. വൈദ്യശാസ്ത്ര നിപുണയെപ്പോലെയാണവൾ ആ ബാൻഡേജ് കെട്ടിയിരിക്കുന്നത്. എന്നാൽ അവർ അതെപ്പോഴാണ് ചെയ്തതെന്ന് അയാൾക്കോർമ്മയില്ല. അതിൽ അവർ ചില ഓയിന്റ്മെന്റും പുരട്ടിയിട്ടുണ്ടാകണം. അതിനാലാകണം

അതിനകത്തിങ്ങനെ വഴുവഴുപ്പ്. അയാൾക്ക് ഇപ്പോഴും സന്ധികൾ അനക്കാനാകുന്നില്ല. കൈ വല്ലാതെ വേദനിക്കുന്നു. മൂന്ന് വിരലുകളുടെ അഗ്രം മാത്രം കാണാവുന്ന വിധത്തിലാണ് ബാൻഡേജിട്ടിരിക്കുന്നത്. കാണാവുന്നയിടത്തിനു പരിക്കൊന്നുമില്ല. അസ്ഥികളൊന്നും ഒടിഞ്ഞിട്ടില്ല എന്ന് തോന്നുന്നു.

കൈകൾ ഗൗണിൽ ഒളിപ്പിച്ച് അയാൾ ജാലകത്തിലേക്ക് നടന്നു. പുറത്ത് വെയിലുണ്ട്. ശാന്തമായ വെയിൽ. അത് തന്റെ അവധിയാഘോഷത്തിന്റെ ആദ്യദിനത്തിന്റെ ഓർമ്മകൾ കൊണ്ടുവന്നു. ഒരു നിമിഷത്തേക്കെങ്കിലും തലേ രാത്രിയിലെ പ്രകൃതിയുടെ രൗദ്രത വെറും ഓർമ്മയായി. ഭൂതകാലങ്ങളിലെന്നോ സംഭവിച്ച ഒരു കൊടുങ്കാറ്റു മാത്രമായി. പക്ഷേ അതിന്നലെ രാത്രിയായിരുന്നു എന്നതിന്റെ തെളിവാണീ കൈകൾ. കിഴക്കുഭാഗത്തുള്ള ജാലകത്തിലൂടെ മുനമ്പ് കാണാം. മുനമ്പിന്റെ ഒരു അഗ്രം. അതിലൂടെ ഒരു പട്ടാളമുന്നേറ്റം നടന്നതുപോലെയുണ്ട്. കുറ്റിച്ചെടികളെല്ലാം കീറിപ്പറിഞ്ഞ് ഇളകിക്കിടക്കുന്നു. കൊടുങ്കാറ്റ് ശമിച്ചെങ്കിലും അവിടെ ഒരു ചെറുകാറ്റപ്പോഴും അലഞ്ഞ് നടപ്പുണ്ട്. കടൽ അപ്പോഴും പ്രക്ഷുബ്ധമാണ്. തിരകൾ അങ്ങ് ദൂര ചക്രവാളത്തിൽ നിന്ന് ഓടിയെത്തി മണലിൽ തലതല്ലി വീഴുന്നുണ്ട്. അവിടെയാകെ ചളിപോലെ കലങ്ങിയിരിക്കുന്നു. ആ ചളിയിൽ നീലാകാശത്തിന്റെ പ്രതിഫലനം ഇല്ലാതായിരിക്കുന്നു. പ്രകൃതി അതിനോടു തന്നെ കോപിച്ചിരിക്കുന്നു. കടൽ അതിന്റെ സ്വകാര്യയുദ്ധത്തിന്റെ പ്രാണവേദനയിലാണ്. കര കരുണാമയനായ ആകാശത്തിനു കീഴെ ക്ഷീണിച്ച് തളർന്ന് കിടക്കുന്നു.

അയാൾ ജാലകത്തിലൂടെ ചുറ്റുപാടും നോക്കി. അവിടമൊക്കെ ആദ്യമായി കാണുകയാണെന്നതുപോലെ നോക്കി. ചാരുകസേരയിൽ ഒരു പുതപ്പ് മടക്കി വച്ചിരിക്കുന്നു. ജാലകത്തിനരികിലാണ് ആ ചാരുകസേര. അതിന്റെ കയ്യിൽ ഒരു തലയിണയുമുണ്ട്. അതൊരു പക്ഷേ അമ്മായി ഉപേക്ഷിച്ചതാകാം. അവർ അന്ന് രാത്രി മുഴുക്കെ അവിടെയായിരിക്കാം ഉറങ്ങിയിരിക്കുക. അയാളെക്കുറിച്ചുള്ള ആശങ്കയാലാകില്ല അത്. ചിലതെല്ലാം ഇപ്പോൾ ഓർമ്മയിലെത്തുന്നു. അയാൾക്കൊപ്പം അവർ പെന്റ്ലാൻഡ്സിലേക്ക് ലാഥമിനേയും കൊണ്ടുവന്നിരുന്നു. അതിനാൽ തന്റെ മുറി അമ്മായി ഒഴിഞ്ഞ് കൊടുത്തിരിക്കും. ആ തിരിച്ചറിവ് അയാളിൽ കോപമായി. അമ്മായിക്കിഷ്ടമില്ലാത്ത ഒരു വ്യക്തിയെപ്രതി അവർക്കുള്ള ആശങ്ക അയാളിൽ അമർഷമുണ്ടാക്കി. പക്ഷേ ആ അനിഷ്ടം പരസ്പരമുള്ളതാണ്. സ്വയം വിമർശനത്തിൽ തുടങ്ങാതെ തന്നെ ഈ ദിവസം പ്രയാസകരമാകും എന്ന ചിന്ത വരുന്നു. തലേരാത്രിയിലെ സംഭവങ്ങൾ

ഓർമ്മയിൽ വ്യക്തമായുണ്ട്. അത് ആസ്വദിക്കാവുന്നവയല്ല. പ്രാതലി നിരിക്കുമ്പോൾ ഒരു വിഡ്ഢിയെപ്പോലെ തന്റെ സുഹൃത്തുമൊത്ത് കൊച്ചുവർത്തമാനത്തിനുതകുന്നതല്ല.

അയാൾ താഴേക്കിറങ്ങാൻ തയ്യാറെടുത്തു. ഗോവണിയിലെത്തി യപ്പോൾ അടുക്കളയിൽ നിന്ന് ചില മർമ്മരങ്ങൾ കേട്ടു. പ്രഭാത ത്തിലെ പരിചിതമായ കാപ്പിമണം. സ്വീകരണ മുറിയിൽ ആരുമില്ല. അമ്മായിയും ലാഥമും ഒന്നിച്ചിരുന്ന് പ്രാതൽ കഴിക്കുകയാകണം. ലാഥ മിന്റെ ധാർഷ്ട്യം നിറഞ്ഞ സ്വരം അയാൾക്ക് വ്യക്തമായി കേൾക്കാ നുണ്ട്. അമ്മായിയാകട്ടെ മൃദുസ്വരത്തിലാണ് മറുപടി പറയുന്നത്. അത് അത്ര വ്യക്തമല്ല. അവർ കേൾക്കാതിരിക്കാനെന്നവണ്ണം അയാൾ സാവധാനത്തിൽ അവരുടെ സ്വരം വരുന്നിടത്തേക്ക് നടന്നു. സ്വീക രണമുറി കടന്ന് ചെന്നു. അധികം താമസിയാതെ അയാൾക്ക് ലാഥ മിന്റെ ഒഴികഴിവുകൾ കേൾക്കേണ്ടി വരും. ഒഴിച്ചുകൂടാനാകാത്തതാണത്. വിശദീകരണങ്ങളും കേൾക്കേണ്ടി വരും. അതിലൊക്കെ ഭീകരം അയാളുടെ നന്ദിവചനങ്ങൾ കേൾക്കേണ്ടിവരുമെന്നതാണ്. അധികം താമസിയാതെ മോങ്ക്സ്മെയർ മുഴുക്കെ ചോദ്യങ്ങളുമായെത്തും. അവർ വാഗ്വാദങ്ങളും ചർച്ചകളും നടത്തും. ആശ്ചര്യസ്വരങ്ങൾ പുറ പ്പെടുവിക്കും. കഥയുടെ ഒരു കൊച്ചുഭാഗം പോലും അവർക്ക് വാർത്ത യാകും. തന്റെ ചെയ്തികളും വചനങ്ങളും സത്യമെന്ന് മറ്റുള്ളവരെ ബോധ്യപ്പെടുത്തേണ്ടുന്നതാണെന്ന ചിന്തയൊന്നും ഇപ്പോൾ അയാളി ലില്ല. അക്കാലമൊക്കെ കഴിഞ്ഞുപോയിരിക്കുന്നു. ഇവരെയൊക്കെ ദീർഘകാലമായി അയാൾക്കറിയാം. തിങ്കളാഴ്ച രാത്രി മുതൽ ഇതെല്ലാം എങ്ങനെ നടന്നു എന്നും അയാൾ കണ്ടറിഞ്ഞിരിക്കുന്നു. മനസ്സിലാക്കിയിരിക്കുന്നു. എന്നാൽ സംശയത്തിന്റെ നിഴലിലുള്ള വർക്ക് അന്നത്തെ ദിവസം ചാരിതാർത്ഥ്യജനകമായ നിർദ്ദോഷീക രണത്തിന്റേയും സമർത്ഥനത്തിന്റേയുമായിരിക്കും. അവരെല്ലാം ഭയ ന്നിരിക്കുന്നു. അപമാനിക്കപ്പെട്ടിരിക്കുന്നു. അവരുടെ അപരിഷ്കൃത ത്വത്തെ വിദ്വേഷത്തോടെ കണ്ട് അതൊരു തമാശയാക്കാനാകും. ഇപ്പോൾ അയാൾ അലസം നടക്കുകയാണ്. ഈ ദിവസത്തെ ഉണർത്താൻ മടിച്ച് നടക്കുകയാണ്.

സ്വീകരണമുറിയിലെ നെരിപ്പോടിൽ തീയുണ്ട്. വെയിലിന്റെ പ്രഭ യിൽ ആ നാളങ്ങൾ പെട്ടെന്ന് കാണപ്പെടുന്നില്ല. പതിനൊന്നായിരിക്കുന്നു എന്നയാൾ ശ്രദ്ധിച്ചു. അന്നത്തെ തപാൽ വന്നിരിക്കുന്നു. തനിക്കുള്ള കത്ത് മാറ്റി വച്ചിട്ടുണ്ട്. മുറിക്കപ്പുറത്താണതെന്നാലും ദെബോറയുടെ വലിയ, ചരിഞ്ഞ കൈപ്പട അയാൾക്ക് വ്യക്തമായി തിരിച്ചറിയാ നായി. അയാൾ തന്റെ ഗൗണിന്റെ കീശയൊന്ന് തപ്പിനോക്കി. തപാലിൽ കൊടുക്കാത്ത ഒരു കത്ത് അതിനകത്തുണ്ട്. അയാളുടെ ചെറിയതും

നിവർന്ന് നിൽക്കുന്നതുമായ കൈപ്പട അവളുടെ കുത്തിക്കുറിക്കലി നരികിൽ വൃത്തിയുള്ളതായി തോന്നി. അവളയച്ചിരിക്കുന്നത് വളരെ കനം കുറഞ്ഞ ഒരു എൻവലപ്പാണ്. അതിനർത്ഥം അതിനകത്ത് ഒരു പേജിൽ അധികമില്ല എന്ന് തന്നെ. പെട്ടെന്ന് അതിന്റെ ഉള്ളടക്കം എന്തായിരിക്കും എന്ന് ഉൾവിളിപോലൊരു തോന്നലുണ്ടായി. ആ കടലാസിൽ നാലിലൊന്നിലേ അവളെഴുതിയിട്ടുണ്ടാകൂ. ആ കത്ത് അന്നത്തെ ദിവസത്തെ ഉപദ്രവങ്ങളാൽ ദുഷിച്ചിരിക്കുന്നു. അതൊന്ന് തുറക്കുന്നത് മാറ്റിവയ്ക്കാവുന്നതാണ്. തന്റെ നിർണ്ണയമില്ലായ്മയിൽ അയാൾ കുപിതനായി. തീരുമാനമെടുക്കാൻ അയാൾ സ്വയം നിർ ബന്ധിച്ചുകൊണ്ടിരിക്കേ, ഒരു കാറിന്റെ സ്വരം കേട്ടു. ഇതാ അവരെ ത്തിയിരിക്കുന്നു. ആകാംക്ഷയോടേയും ആനന്ദകരമായ പ്രതീക്ഷ കളോടേയുമാണവർ എത്തിച്ചേർന്നിരിക്കുന്നത് എന്ന കാര്യത്തിൽ സംശയമില്ല. എന്നാൽ ആ കാർ അടുത്തെത്തിയപ്പോൾ അത് റക് ലസ് ഉപയോഗിക്കുന്ന ഫോഡ് ആണെന്ന് അയാൾ തിരിച്ചറിഞ്ഞു. ജാലകത്തിനരികിലേക്ക് നീങ്ങിയപ്പോൾ അതിനകത്ത് റക്ലസ് ഏകനാണെന്നും മനസ്സിലായി. ഒരു നിമിഷത്തിനുശേഷം കാറിന്റെ വാതിൽ തുറന്നടഞ്ഞു. റക്ലസ് ഒരു നിമിഷം ശങ്കിച്ചു. കോട്ടേജി ലേക്ക് നടക്കണോ എന്ന സംശയത്തിലാണയാൾ എന്ന് തോന്നി. അയാളുടെ കയ്യിൽ സെലിയ കാൽത്രോപ്പിന്റെ ടെയ്പ്പ് റെക്കോർഡ റുണ്ട്. ഇതാ, ഇന്നത്തെ ദിവസം ആരംഭിച്ചിരിക്കുന്നു.

അഞ്ച് നിമിഷങ്ങൾക്ക് ശേഷം അവർ നാലുപേരും ഒന്നിച്ചിരുന്ന് കൊലപാതകിയുടെ കുമ്പസാരം കേട്ടു. റക്ലസായിരുന്നു ടെയ്പ്പ് റെക്കോർഡറിന്റെ ഏറ്റവും അരികിൽ. അത് ഏത് നിമിഷവും നിശ്ച ലമായേക്കാം എന്ന് പ്രതീക്ഷിക്കുന്നപോലെ, ഉദ്വേഗത്താൽ, അതിനെ തൊട്ടിരിക്കുകയാണയാൾ. ജെയ്ൻ ഡൽഗ്ലീഷ് തന്റെ പതിവ് കസേര യിൽ, നെരിപ്പോടിനരികിൽ ചലനമില്ലാതെ, കൈകൾ മടിയിൽ വച്ച്, താനൊരു സംഗീതം കേൾക്കുകയാണെന്ന പോലെ ഇരുന്നു. ലാഥം ചുമരിനരികിലായിരുന്നു. ഒരു കൈ നെരിപ്പോടിൽ വച്ച്, ബാൻഡേജിന്റെ തല ചാരനിറമുള്ള കല്ലുകളിൽ ചാരിയാണയാൾ ഇരുന്നത്. ഒരു ഫോട്ടോഗ്രാഫിനായി പോസ് ചെയ്യുന്ന നടനപ്പോലെ യുണ്ടയാൾ എന്ന് ഡൽഗ്ലീഷ് ചിന്തിച്ചു. ഡൽഗ്ലീഷ് അമ്മായിക്കെതി രിൽ മടിയിൽ ഒരു ട്രെയുമായി ഇരുന്നു. ആ ട്രെയിൽ വെണ്ണപുര ട്ടിയ ടോസ്റ്റുണ്ട്. അത് അയാൾക്കായി അമ്മായി പ്രത്യേകമുണ്ടാക്കി യതാണ്. അയാളുടെ കൈകളിൽ ആവിപാറുന്ന കാപ്പിയുണ്ട്.

മരിച്ച പെൺകുട്ടിയുടെ സ്വരം അവരോട് സംസാരിച്ചു. പരിചിത മായ അലോസരപ്പെടുത്തുന്ന സഹിഷ്ണുതയോടെയും അനുസരണ യോടെയുമല്ല. വ്യക്തമായ, ആത്മവിശ്വാസമുള്ള നിയന്ത്രിതമായ

സ്വരം. ഇത് അവളുടെ വിജയത്തിന്റെ സ്തുതിഗീതമായിരുന്നു. അതിൽ ഇടയ്ക്കിടെ ആവേശത്തിന്റെ ചില അലകൾ കയറി വരുന്നുണ്ട്. അത ല്ലെങ്കിൽ അവൾ തന്റെ ഭീകരകഥ ആത്മവിശ്വാസത്തോടെയും നിസ്സംഗമമായും പറഞ്ഞു. ഉറങ്ങുന്നതിനു മുമ്പൊരു പുസ്തകം വായിക്കുന്ന ലാഘവത്തോടെ.

‘‘ഞാൻ എന്റെ കുമ്പസാരം രേഖപ്പെടുത്തുന്നത് ഇത് നാലാം തവണയാണ്. ഇതൊരുപക്ഷേ അവസാനത്തേതാകില്ല. ഈ ടെയ്പ് വീണ്ടും വീണ്ടും ഉപയോഗിക്കാവുന്നതാണ്. ഒരാൾക്ക് എല്ലാ കാര്യ ങ്ങളും മെച്ചപ്പെടുത്താനാകും. ഒന്നും അവസാനത്തേതാകണ മെന്നില്ല. തന്റെ ശോചനീയമായ പുസ്തകങ്ങളെക്കുറിച്ച് മൗറിസ് സെറ്റൺ ഇത് പറയാറുണ്ട്. അവയെല്ലാം എഴുതപ്പെടേണ്ടവയായി രുന്നു എന്നതുപോലെയാണയാൾ സംസാരിക്കാറുള്ളത്. അയാൾ എന്തെഴുതുന്നു എന്നറിയാൻ ഈ ലോകം കാത്തിരിക്കുകയാണെ ന്നതുപോലെ. ഇതെന്റെ അവസാന വാക്കുകളാകണമെന്നുമില്ല. എന്റെ നിർദ്ദേശങ്ങൾ. ശാന്തമായി, താത്കാലികമായി ഞാൻ നൽകുന്ന എന്റെ നിർദ്ദേശങ്ങളാകണമെന്നില്ല. ഈ സ്വരം ഒരു മനുഷ്യജീവിയുടേ താണെന്ന് ആരും ശ്രദ്ധിച്ചെന്ന് വരില്ല. ഞാനയാൾക്ക് ആരുമല്ലായി രുന്നു. ചുരുക്കെഴുത്തിനുപയോഗിക്കുന്ന ഒരു യന്ത്രം മാത്രം. അതി നോടൊപ്പം ടൈപ്പ് ചെയ്യണം, അയാളുടെ വസ്ത്രങ്ങൾ കഴുകി ഉണക്കി ഇസ്തിരിയിട്ട് വയ്ക്കണം, പാചകം ചെയ്യണം. അത്ര നിപു ണതയൊന്നുമുള്ള യന്ത്രമല്ല ഇത്. അത് തീർച്ച. എനിക്ക് എന്റെ കാലുകൾകൊണ്ട് ഒരു ഉപകാരവുമില്ല. എന്നാൽ അത് അയാൾക്ക് കാര്യങ്ങൾ എളുപ്പമാക്കി. പല വിധത്തിലും എളുപ്പമാക്കി. ഞാനൊരു സ്ത്രീയാണെന്നുപോലും അയാൾക്ക് ചിന്തിക്കേണ്ട ആവശ്യം വന്നില്ല. എന്നെ ഒരു പെണ്ണായി അയാൾ കണക്കാക്കിയിട്ടേയില്ല. അത് പ്രതീക്ഷിക്കേണ്ടതുമാണ്. അങ്ങനെ കുറച്ച് കഴിഞ്ഞപ്പോൾ ഞാനൊരു പെണ്ണല്ലാതായി. എന്നോട് രാത്രിയേറെ വൈകുന്നത് വരെ ജോലി ചെയ്യാൻ ആവശ്യപ്പെടാമെന്നായി. രാത്രി അവിടെത്തന്നെ തങ്ങാനാ വശ്യപ്പെടാമെന്നായി. അയാളുടെ കുളിമുറി പങ്കുവയ്ക്കാൻ ആവശ്യ പ്പെടാമെന്നായി. ആരും അതിനെക്കുറിച്ചൊന്നും ചോദിക്കില്ല. ആരും ശ്രദ്ധിക്കുകപോലുമില്ല. ഒരു കിംവദന്തിയും കൊച്ചുവർത്തമാനവു മുണ്ടായില്ല. എന്തിനുണ്ടാകണം? എന്നെ സ്പർശിക്കാൻ ആഗ്രഹി ക്കുന്ന ആരുണ്ട്? ഞാൻ വീട്ടിലുണ്ടെങ്കിൽ അയാൾ സുരക്ഷിത നാണ്. ഞാൻ അയാൾക്കരികിലും സുരക്ഷിതയായിരുന്നു എന്ന് ദൈവത്തിനറിയാം.

എനിക്കൊരു നല്ല ഭാര്യയാകാനാകും എന്ന് പറഞ്ഞാൽ അയാൾ ചിരിക്കും. ചിരിക്കുക മാത്രമല്ല, അയാളിൽ വെറുപ്പും വിദ്വേഷവു മുണ്ടാകും. ഒരു മൃഗവുമൊത്ത്, ഒരു ഭ്രാന്തിയുമൊത്ത് ഇണചേരുന്നതിനു

തുല്യമാണത്. അംഗപരിമിതയെ എന്തിനിങ്ങനെ വിദ്വേഷത്തോടെ കാണണം. അതിനോടെന്തിനിങ്ങനെ ജുഗുപ്സ കാണിക്കുന്നു? അയാൾ മാത്രമല്ല അങ്ങനെയുള്ളത്. മറ്റ് മുഖങ്ങളിൽ നിന്നും അതേ നോട്ടം എനിക്ക് ലഭിച്ചിട്ടുണ്ട്. ആദം ഡൽഗ്ലീഷ്. ഞാനെന്തിനയാളെ ഉദാഹരണമാക്കണം? അയാൾക്ക് എന്നെ നോക്കാൻ പോലും അറപ്പാണ്. സ്ത്രീകൾ സുന്ദരികളാകുന്നതാണെനിക്കിഷ്ടം. വശ്യതയുള്ളവരാകണമവർ. നിന്നെ കാണുമ്പോഴേ എനിക്കൊരു അറപ്പ് തോന്നുന്നു എന്ന് പറയുന്നതുപോലെയാണയാൾ എന്നെ നോക്കുക. എനിക്ക് എന്നോട് തന്നെ അറപ്പായിരുന്നു സൂപരിന്റന്റ്. എന്നോട് തന്നെ. ഇത്തരം പ്രാഥമിക കാര്യങ്ങളൊക്കെ വിസ്തരിച്ച് ടെയ്പ്പിലെ സ്ഥലം കളയുന്നില്ല.

എന്റെ ആദ്യകുമ്പസാരങ്ങൾക്ക് നല്ല നീളമുണ്ടായിരുന്നു. അവയ്ക്ക് സമതുലിതാവസ്ഥയില്ലായിരുന്നു. അവസാനമായപ്പോഴേക്കും അവ എന്നെത്തന്നെ മുഷിപ്പിച്ച് തുടങ്ങി. എന്നാൽ കഥ ശരിയാകുന്ന ഒരു സമയമുണ്ടാകുമല്ലോ. കൃത്യതയോടെ പറയാവുന്നത്. അങ്ങനെയാകുമ്പോൾ എനിക്ക് ഈ ടെയ്പ്പ് പലയാവർത്തി കേൾക്കാം. എന്റെ ജീവിതം മുഴുക്കെ കേട്ടുകൊണ്ടിരിക്കാം. ആദ്യം ലഭിച്ച അതേ ആനന്ദത്തോടെ കേട്ടുകൊണ്ടിരിക്കാം. പിന്നെയൊരു ദിവസം ഞാനിതെല്ലാം മായ്ച്ച് കളയും. അതിനിപ്പോൾ സമയമായിട്ടില്ല. ഒരുപക്ഷേ അങ്ങനെയൊരു സമയം വന്നില്ല എന്നുമുണ്ടാകാം. അതങ്ങനെ വരുംതലമുറകൾക്കായി ഞാൻ വിട്ടുകൊടുത്തേക്കാം. കൃത്യതയാർന്ന ഒരു കൊലപാതകത്തിനു പദ്ധതിയിടുകയും അത് നടപ്പിൽ വരുത്തുകയും ചെയ്യുന്നതിൽ ഏക ന്യൂനത അതിനെ പ്രകീർത്തിക്കാൻ ആരുമുണ്ടാകില്ല എന്നതാണ്. എന്നാൽ എന്റെ മരണശേഷം ഞാൻ തലക്കെട്ടുകളിൽ നിറഞ്ഞ് നിൽക്കും എന്നൊരു സന്തോഷം എനിക്കുണ്ട്. ആ സന്തോഷം ബാലിശമാണെന്നറിയാമെങ്കിലും, അതുണ്ട്.

സങ്കീർണ്ണമായിരുന്നു അത്. അതിൽ സംശയമില്ല. ആ സങ്കീർണ്ണതയാണതിലെ സംതൃപ്തി. ഒരു മനുഷ്യനെ കൊല്ലുന്നതിൽ അത്ര ബുദ്ധിമുട്ടുള്ള ഒന്നുമില്ല. എല്ലാവർഷവും നൂറുകണക്കിനാളുകൾ അത് ചെയ്തുകൊണ്ടിരിക്കുന്നതാണ്. ഹ്രസ്വകാലത്തേക്ക് അവർക്ക് ഒരു കുപ്രസിദ്ധി ലഭിക്കാൻ വേണ്ടി ചെയ്തുകൊണ്ടിരിക്കുന്നതാണ്. പിന്നെ അവരെയെല്ലാം അത് ഇന്നലത്തെ വാർത്ത എന്ന മട്ടിൽ ജനങ്ങൾ മറക്കും. എനിക്ക് എന്ന് വേണമെങ്കിൽ, ഞാൻ തിരഞ്ഞെടുക്കുന്ന ദിവസം, മൗറിസ് സെറ്റണെ കൊല്ലാമായിരുന്നു. പ്രത്യേകിച്ച് വെളുത്ത ആർസനിക്കിന്റെ അഞ്ച് തരികൾ എന്റെ കൈവശം വന്ന് ചേർന്നതിനു ശേഷം. അയാൾ അത് കാദവെർ ക്ലബ്ബിലെ മ്യൂസിയത്തിൽ നിന്ന് കൊണ്ടുവന്നതാണ്. ഈ വിഷമെടുത്ത് പകരം അവിടെ

ബേക്കിങ്ങ് പൗഡർ വച്ചു. അന്നയാൾ 'ഡത്ത് ഇൻ ദ പോട്ട്' എഴുതിക്കൊണ്ടിരിക്കുകയായിരുന്നു. പാവം മൗറിസ്. സാദൃശ്യം, സത്യാഭാസം എന്നിവ അയാൾക്കൊരു ബലഹീനതയായിരുന്നു.

ആർസനിക് ഉപയോഗിച്ചുള്ള കൊലപാതകങ്ങളെക്കുറിച്ചെഴുതാൻ അയാൾക്ക് അതൊന്ന് കൈകാര്യം ചെയ്ത് നോക്കണമായിരുന്നു. അതിന്റെ മണമറിയണമായിരുന്നു. അതെത്ര പെട്ടെന്ന് അലിയും എന്നറിയണമായിരുന്നു. മരണവുമൊത്തുള്ള കളിയുടെ രോമാഞ്ചം അനുഭവിച്ചറിയണമായിരുന്നു. വിശദാംശങ്ങളിലുള്ള ഈ ശ്രദ്ധ, അനുഭവത്തിനോടുള്ള ഈ ത്വര, അതാണെന്റെ പദ്ധതിയുടെ കേന്ദ്രബിന്ദു. അതയാളെ ലില്ലി കൂംബ്സിലേക്കും കോർടെസ് ക്ലബ്ബിലേക്കുമെത്തിച്ചു. അതയാളെ അയാളുടെ കൊലപാതകിയിലേക്കെത്തിച്ചു. അത് അതിനിപുണതയോടെയുള്ള പരോക്ഷലബ്ധമായ ഒരു മരണമായിരുന്നു. അത്, ആ യഥാർത്ഥ വസ്തു അയാൾ എങ്ങനെ അനുഭവിച്ചറിഞ്ഞു, ആസ്വദിച്ചു എന്ന് നേരിൽ കാണാൻ എനിക്ക് ആഗ്രഹമുണ്ടായിരുന്നു. ആ യഥാർത്ഥ വസ്തു തിരികെ വയ്ക്കാൻ അയാൾ ഉദ്ദേശിച്ചിരുന്നു എന്നത് തീർച്ച. കടമെടുത്തതായിരുന്നു അത്. എന്നാൽ അയാൾക്കതിനാകുന്നതിനു മുമ്പ് ഞാൻ അതിനു പകരമുള്ളത് കണ്ടെത്തി.

ക്ലബ്ബിൽ മൗറിസ് വച്ചുപോന്നിരുന്ന ബേക്കിങ്ങ് പൗഡറിനു പകരമായി മൗറിസ് വീണ്ടും ബേക്കിങ്ങ് പൗഡർ വച്ചു. ആർസനിക് എന്നെങ്കിലും ഉപകാരപ്രദമാകും എന്ന് ഞാനും കരുതി. അതാകാതിരിക്കാൻ തരമില്ലല്ലോ. അതിനധികം കാത്തിരിക്കേണ്ടി വരില്ല. അതും ഉറപ്പായിരുന്നു. ഡിഗ്ബി എപ്പോഴും കൊണ്ടുനടക്കുന്ന ഫ്ളാസ്കിൽ അതൊന്ന് നിക്ഷേപിക്കുക എനിക്ക് അത്ര ബുദ്ധിമുട്ടുള്ള കാര്യമല്ല. പിന്നെയോ? ഒഴിവാക്കാനാകാത്ത ആ നിമിഷത്തിനായി കാത്തിരിക്കുക. ഒറ്റയ്ക്കായാൽ അയാൾ ഒരിറക്ക് മദ്യമില്ലാതെ സഹിക്കില്ല. അതിനായി കാത്തിരിക്കണോ? അതോ എലിസ മാർലി മൗറിസിന്റെ മരണത്തെക്കുറിച്ച് ചിലതെല്ലാം മനസ്സിലാക്കിയിരിക്കുന്നു എന്നും അയാളെ രഹസ്യമായി കടൽക്കരയിൽ വച്ച് കാണാൻ ആഗ്രഹിക്കുന്നു എന്നും പറയണോ? ഏതായാലും കുഴപ്പമില്ല. അന്ത്യം ഒരുപോലെയാകും. ഒരിക്കൽ മരിച്ച് കഴിഞ്ഞാൽ പിന്നെ അയാൾക്കെന്ത് തെളിയിക്കാനാകും? കുറച്ച് കഴിഞ്ഞാൽ ഞാൻ എനിക്ക് ഇൻസ്പെക്ടർ റക്ലസിനെ കാണമെന്നാവശ്യപ്പെടും. ഡിഗ്ബി ആയിടെയായി ദഹനക്കേടുണ്ടെന്ന് പരാതി പറയാറുണ്ടെന്നും മൗറിസിന്റെ മരുന്ന് പെട്ടി പരതുന്നത് കണ്ടു എന്നും പറയും.

മൗറിസ് ഒരിക്കൽ കാദെവർ ക്ലബ്ബിൽ നിന്ന് കുറച്ച് ആർസെനിക് കടമെടുത്തിരുന്നു എന്നും അത് പിന്നെ തിരികെ വച്ചു എന്നാണെന്നോട് പറഞ്ഞതെന്നും ഞാൻ പറയും. അദ്ദേഹം അങ്ങനെ ചെയ്തിട്ടില്ലെങ്കിലോ? അത് ഒഴിവാക്കാൻ അദ്ദേഹത്തിനായിട്ടില്ലെങ്കിലോ?

അങ്ങനെയാണ് യഥാർത്ഥ മൗറിസിന്റെ സ്വഭാവം. അതെല്ലാവരും സമ്മതിക്കും. ഡത്ത് ഇൻ ദ പോട്ട് എന്ന കൃതിയെ എല്ലാവർക്കും അറിയാം. മ്യൂസിയത്തിലെ ഷോക്കേസിൽ വച്ചിരിക്കുന്ന പൊടി പരിശോധിച്ച് അത് ഹാനികരമല്ല എന്ന് വിലയിരുത്തപ്പെടും. തന്റെ അർദ്ധസഹോദരൻ ചെയ്ത തെറ്റിന്റെ അനന്തരഫലമായി ഡിഗ്ബി സെറ്റൺ ദാരുണമായ മരണത്തെ നേരിടും. അത് തൃപ്തികരമായി ഞാൻ കാണുന്നു. വിഡ്ഢിത്തമൊക്കെയുണ്ടായിരുന്നെങ്കിലും ഡിഗ്ബി പല ആശയങ്ങളേയും പ്രകീർത്തിച്ചിരുന്നു. എന്നാൽ അയാൾക്ക് ഈ പദ്ധതിയുടെ അവസാന ഭാഗം അറിയില്ലായിരുന്നു.

ആ ആർസെനിക് എനിക്ക് മൗറിസിനായും ഉപയോഗിക്കാമായിരുന്നു. ഞാൻ തിരഞ്ഞെടുക്കുന്ന ദിവസം ഉപയോഗിക്കാമായിരുന്നു. എന്നിട്ടയാൾ തീവ്രവേദനയിൽ മരിക്കുന്നത് കാണാമായിരുന്നു. അതും വളരെ എളുപ്പമായിരുന്നു. വളരെ വളരെ എളുപ്പം. എളുപ്പമെങ്കിലും അവിവേകം. വിഷം കൊണ്ടുള്ള മരണം മൗറിസിന്റെ കൊലപാതകം കൊണ്ട് എന്തൊക്കെ വ്യവസ്ഥകൾ ഉദ്ദേശിക്കുന്നുവോ അതൊന്നും തൃപ്തമാക്കില്ലായിരുന്നു. കുറ്റകൃത്യങ്ങൾക്ക് പദ്ധതിയിടുന്നതും അത് നടപ്പിൽ വരുത്തുന്നതും ഇത്ര സംതൃപ്തവും ഇത്ര രസകരവുമാക്കുന്നത് ആ വ്യവസ്ഥകളാണ്. അതിലാദ്യത്തേത് അയാൾ സ്വാഭാവിക കാരണങ്ങളാൽ മരണപ്പെടണം എന്നതാണ്. അപ്പോൾ സ്വാഭാവികമായും സംശയത്തിന്റെ നിഴലിൽ അയാളുടെ അനന്തരാവകാശിയായ ഡിഗ്ബി വരും. ഡിഗ്ബിയുടെ ആ പിന്തുടർച്ചാവകാശത്തിന് ഹാനി വരുത്താതിരികുക എന്നതിനും പ്രാധാന്യമുണ്ട്. രണ്ടാമത്തേത് അയാൾ മോങ്ക്സ്മെയറിൽ നിന്ന് ദൂരെമാറി മരിക്കണം എന്നതാണ്. അങ്ങനെയാകുമ്പോൾ ഒരാളും എന്നെ സംശയിക്കുകയില്ല. അതേസമയം ആ കുറ്റകൃത്യത്തെ മോങ്ക്സ്മെയർ സമൂഹവുമായി എനിക്ക് ബന്ധപ്പെടുത്തുകയും വേണം. അവരെ എത്രകണ്ട് പീഡിപ്പിക്കുന്നോ, സംശയത്തിന്റെ നിഴൽ എത്രകണ്ട് അവരിലേക്ക് നീളുന്നോ, അവരെത്ര കണ്ട് ഭയക്കുന്നോ, അത്രയും നല്ലത്. ഒരുപാട് കണക്കുകൾ എനിക്ക് തീർക്കാനുണ്ട്. മാത്രമല്ല എനിക്ക് അന്വേഷണപുരോഗതി നിരീക്ഷിക്കുകയും വേണം. അതിനെ ലണ്ടനിൽ നടന്ന ഒരു കുറ്റകൃത്യമായി മാത്രം കണക്കാക്കപ്പെട്ടാൽ അത് എനിക്ക് അനുയോജ്യമാകില്ല. സംശയിക്കപ്പെടുന്നവരുടെ പ്രതികരണങ്ങൾ നിരീക്ഷിക്കുന്നത് ഒരു തമാശയാകും. അതിലുപരി പൊലീസിന്റെ പ്രവർത്തനങ്ങൾ എന്റെ കണ്ണിനു കീഴിലാകുന്നതിലും പ്രാധാന്യമുണ്ട്. നിരീക്ഷണത്തിനും ആവശ്യമെങ്കിൽ അതിനെ നിയന്ത്രിക്കാനും ഞാനുണ്ടാകണം. ഞാൻ പ്രതീക്ഷിച്ചതുപോലെ കൃത്യമായൊന്നും നടന്നില്ല. എന്നാലും എനിക്കറിയാത്തതായി

അധികമൊന്നും സംഭവിച്ചുമില്ല. വിരോധാഭാസമെന്ന് പറയട്ടെ പല യിടത്തും ഞാൻ പ്രതീഷിച്ചതുപോലെ നിപുണത കാണിച്ചില്ല. എന്റെ വികാരങ്ങളെ നിയന്ത്രിക്കുന്നതിൽ നിപുണത കാണിച്ചില്ല. എന്നാൽ മറ്റുള്ളവരെല്ലാം ഞാൻ പ്രതീക്ഷിച്ചതുപോലെത്തന്നെ പെരുമാറു കയുണ്ടായി.

പിന്നെ ഡിഗ്ബിയുടെ ആവശ്യങ്ങളായിരുന്നു. അതായിരുന്നു നേടിയെടുക്കാനുണ്ടായിരുന്നത്. കൊലപാതകിയെ എൽ.ജെ. ല്യൂക്കറും കോർടെസ് ക്ലബ്ബുമായി ബന്ധപ്പെടുത്തണം എന്ന് അയാൾക്കുണ്ടാ യിരുന്നു. അയാളുടെ ലക്ഷ്യങ്ങൾ മറ്റു ചിലതായിരുന്നു എന്നത് സത്യം. ല്യൂക്കറിലേക്ക് സംശയം നീളണം എന്ന് അയാൾക്കില്ലായി രുന്നു. കൊലപാതകത്തിനും അതിൽ നിന്ന് രക്ഷപ്പെടാനും പല മാർഗ്ഗങ്ങളുണ്ട് എന്ന് അയാൾക്ക് കാണിച്ചു കൊടുക്കണം എന്ന തായിരുന്നു ലക്ഷ്യം. പൊലീസ് സ്വാഭാവികം എന്ന് സ്വീകരിക്കുന്ന തരത്തിലുള്ള മരണമാണ് ഡിഗ്ബിക്ക് ആവശ്യമുണ്ടായിരുന്നത്. അതിനു കാരണം അതൊരു സ്വാഭാവിക മരണമായിരുന്നു എന്ന താണ്. എന്നാൽ അതൊരു കൊലപാതകമായിരുന്നു എന്ന് ല്യൂക്കറി നറിയാം. അതുകൊണ്ടാണ് കൈകൾ വെട്ടിയെടുത്ത് ല്യൂക്കറിനയ യ്ക്കണം എന്നയാൾ തീരുമാനിച്ചത്. അതിലെ മാംസം മിക്കവാറും മുഴുവനായി ഞാൻ ആസിഡ് ഒഴിച്ച് നീക്കം ചെയ്തു. കോട്ടേജിൽ ഒരു ഇരുണ്ട മുറിയുണ്ടായതും അതിൽ ആസിഡ് സൂക്ഷിപ്പു ണ്ടായതും എനിക്ക് ഉപകാരമായി. എന്നാൽ ആ ആശയം എനിക്ക് ഇഷ്ടമായില്ല. അത് അനാവശ്യമായിരുന്നു. അനാവശ്യമായി അപ കടം വിളിച്ചു വരുത്തുകയായിരുന്നു. എന്നിരുന്നാലും ഡിഗ്ബിയുടെ ഇഷ്ടത്തിനു ഞാൻ വഴങ്ങിക്കൊടുത്തു. കുറ്റക്കാരനായ, പുച്ഛിക്കപ്പെട്ട ഒരാളെ ഒന്ന് പുകഴ്ത്തുന്നത് പാരമ്പര്യ രീതിയാണല്ലോ. അത്ര യൊന്നും ഉപദ്രവകാരികളല്ലാത്ത ആവശ്യങ്ങൾ ചെയ്ത് കൊടുത്ത് അയാളെ തൃപ്തിപ്പെടുത്താൻ ശ്രമിക്കുന്ന രീതി.

മൗറിസ് എങ്ങനെ മരിച്ചു എന്ന് വിശദീകരിക്കുന്നതിനു മുമ്പ് രണ്ട് കാര്യങ്ങൾ കൂടി വ്യക്തമാക്കേണ്ടതുണ്ട്. അസംഗതമാണവ. അത്ര യ്ക്ക് പ്രാധാന്യമില്ലാത്തവ. പക്ഷേ അവയെ പ്രതിപാദിക്കേണ്ടതുണ്ട്. അവയ്ക്ക് മൗറിസിന്റെ മരണവുമായി നേരിട്ടല്ലാത്ത ബന്ധമുണ്ട്. അത് രണ്ടും ലാഥമിലേക്കും ബ്രൈസിലേക്കും സംശയം നീട്ടുന്നതിൽ പങ്കുവഹിച്ചിട്ടുണ്ട്. ഡൊറോത്തി സെറ്റണിന്റെ മരണത്തിൽ എന്റെ പങ്കിന്റെ കീർത്തിയൊന്നും എനിക്ക് അവകാശപ്പെടാനാകില്ല. എനി ക്കുത്തരവാദിത്വമുണ്ടായിരുന്നു എന്നത് ശരി. പക്ഷേ അവരെ കൊല്ലാ നൊന്നും ഞാനുദ്ദേശിച്ചിരുന്നില്ല. സ്വയം നശിപ്പിക്കാനൊരുങ്ങി നട ന്നിരുന്ന ഒരു പെണ്ണിനെ കൊല്ലാൻ പദ്ധതിയിടുന്നതെല്ലാം പ്രയ ത്നങ്ങളെ വെറുതെ പാഴാക്കുന്നതിനു തുല്യമാണ്. അവർ സ്വയം

നശിപ്പിക്കുന്നതിലേക്ക് അധികം ദൂരമൊന്നുമുണ്ടായിരുന്നില്ല. അവർ മരുന്ന് അമിതമായി ഉപയോഗിച്ചു.

കാമുകനുമൊത്ത് വന്യമായ വിനോദയാത്രകളിലൊന്നിൽ, രാവിൽ, കുന്നിൻ മുകളിൽ നിന്ന്, മയക്കുമരുന്നിന്റെ പ്രഭയിൽ വീണ് മരിച്ചു. കാമുകന്മാരിൽ ഒരാളുമൊത്ത് നാട്ടിൻപുറത്ത് വണ്ടിയിൽ സഞ്ചരിക്കുന്നതിനിടയിൽ കൊല്ലപ്പെട്ടു. അല്ലെങ്കിൽ സ്വയം വിഷം കഴിച്ച് മരിച്ചു. ഇതിലേതെങ്കിലും ഒന്ന് സംഭവിക്കാൻ വൈകാൻ സാധ്യതയില്ലാത്ത കാലമായിരുന്നു അത്. എനിക്കതിൽ പ്രത്യേകിച്ച് താത്പര്യമില്ലായിരുന്നു. അവരും ആലിസ് കെറിസണും ലെ ടൗക്കെറ്റിലേക്ക് അവസാന യാത്ര പോയി അധികം താമസിയാതെ ഞാൻ ആ കയ്യെഴുത്ത് പ്രതി കണ്ടെത്തി. അതിഗംഭീരമായിരുന്നു അതിലെ ഗദ്യം. മൗറിസ് സെറ്റണിനെഴുതാനറിയില്ല എന്ന് പറഞ്ഞവർക്കൊന്നും അതൊരിക്കൽ പോലും വായിക്കാനുള്ള അവസരം ലഭിച്ചിട്ടുണ്ടാകില്ല.

അയാൾ ആത്മാർത്ഥതയോടെ എഴുതാനിരുന്നാൽ കടലാസിനു തീപിടിപ്പിക്കുന്ന വാക്കുകൾ വരും. ചിലപ്പോൾ അങ്ങനെ സംഭവിക്കാറുണ്ട്. ആ കടലാസിൽ എല്ലാമുണ്ടായിരുന്നു. വേദന. ലൈംഗിക മോഹഭംഗം. അസൂയ. വിരോധം. ശിക്ഷിക്കാനുള്ള ത്വര. എല്ലാം. അയാൾ അതൊക്കെ എത്രകണ്ട് അനുഭവിച്ചിരുന്നു എന്ന് എനിക്കല്ലാതെ ആർക്ക് മനസ്സിലാകും? അതൊക്കെ എഴുതുന്നതിൽ അയാൾക്ക് വലിയ സംതൃപ്തി തോന്നിയിട്ടുണ്ടാകും. ഈ വേദനയ്ക്കും അതിന്റെ പ്രകടനത്തിനും ഇടയിൽ, ടൈപ്പ്റൈറ്ററില്ല. യാന്ത്രികമായ ഒന്നുമില്ല. വാക്കുകൾ സ്വന്തം കയ്യുകൊണ്ട് രൂപപ്പെടുന്നത് അയാൾക്ക് കാണണമായിരുന്നു. അതുപയോഗിക്കാനുള്ള ഉദ്ദേശ്യം അയാൾക്കില്ലായിരുന്നു. അത് തീർച്ചയാണ്. ഞാനാണത് ഉപയോഗിച്ചത്. അവർക്ക് അയാളെഴുതാറുള്ള കത്തുകളൊന്നിനു പകരം വച്ച്.

തിരിഞ്ഞ് നോക്കുമ്പോൾ, എന്താണതുകൊണ്ട് ഞാൻ പ്രതീക്ഷിച്ചിരുന്നത് എന്നെനിക്ക് ഉറപ്പില്ലാതാകുന്നു. എന്നാലും ആ കളി നഷ്ടപ്പെടുത്താൻ എനിക്കാകില്ലായിരുന്നു. അവർ ആ കത്ത് നശിപ്പിക്കാതെ അയാളെ ചോദ്യം ചെയ്യാനൊരുങ്ങിയാലും അയാൾ അത് തെറ്റി തപാലിൽ അയച്ചതല്ല എന്ന് തെളിയിക്കാനാകില്ലായിരുന്നു. എനിക്കയാളെ അത്രയടുത്ത് അറിയാം. തന്റെ ഉപബോധ മനസ്സിനെ എന്നും ഭയന്നിരുന്നവനാണയാൾ. അത് തന്നെ ഒരു ദിവസം വഞ്ചിക്കും എന്നയാൾ പറയാറുണ്ട്. പിറ്റേന്ന് അവിടെ നടന്ന വെപ്രാളങ്ങൾ ഞാൻ ആസ്വദിച്ചു. അയാൾ ആകാംക്ഷയോടെ തിരയുന്നത് കണ്ടാസ്വദിച്ചു. എന്നെ ഉദ്വേഗത്തോടെ നോക്കുന്നതും എനിക്കെന്തെങ്കിലും

അറിയാമോ എന്ന് സംശയിക്കുന്നതും കണ്ട് ആസ്വദിച്ചു. ഞാനേതെങ്കിലും കടലാസെടുത്ത് കളഞ്ഞോ എന്നെന്നോട് ചോദിക്കുകയുണ്ടായി. ആവശ്യമില്ലാത്ത ചിലതെല്ലാം കത്തിച്ച് കളഞ്ഞു എന്നായിരുന്നു എന്റെ ഉത്തരം. അത് കേട്ടപ്പോൾ അയാളുടെ മുഖമൊന്ന് തിളങ്ങിയത് ഞാൻ കണ്ടു. ആ കത്ത് വായിക്കാതെ ഞാൻ കളഞ്ഞിട്ടുണ്ടാകും എന്നയാൾ കരുതി. മറ്റേതൊരു ചിന്തയും അസഹനീയമാകുമായിരുന്നു. അതിനാൽ ഞാനത് കത്തിച്ച് കളഞ്ഞു എന്ന് മരണം വരെ ചിന്തിക്കാൻ അയാൾ ഇഷ്ടപ്പെട്ടു. ആ കത്ത് പിന്നെ ആരും കണ്ടിട്ടില്ല. അതിനെന്ത് സംഭവിച്ചു എന്നതിനെക്കുറിച്ച് ചില ആശയങ്ങളുണ്ട്. എന്നാൽ അയാളുടെ ഭാര്യയുടെ ആത്മഹത്യയ്ക്ക് ഉത്തരവാദി മൗറിസ് സെറ്റൺ തന്നെയാണെന്ന് മോങ്ക്സ്മെയറിലുള്ളവരെല്ലാം കരുതുന്നു. അങ്ങനെയെങ്കിൽ, മൗറിസിന്റെ മരണം ഒരു പ്രതികാരമാണെന്ന ധാരണ പൊലീസിനുണ്ടായാൽ, അവരുടെ കാമുകനായ ഒലിവർ ലാഥമിനേക്കാൾ കൂടുതലായി ആരെ സംശയിക്കാനാണ്?

ബ്രൈസിന്റെ പൂച്ചയെ കൊന്നത് ഞാനാണെന്ന് വിശദീകരിക്കേണ്ടതില്ലല്ലോ. അത് ബ്രൈസിനുപോലും മനസ്സിലാകുമായിരുന്നു. പക്ഷേ അപ്പോൾ അയാൾ അതിന്റെ കഴുത്തിലെ കുടുക്ക് വെട്ടിമാറ്റാനുള്ള വെപ്രാളത്തിലായിരുന്നു. അല്ലാതെ ആ കുടുക്കെങ്ങനെയുള്ളതാണെന്ന് പരിശോധിക്കാൻ അയാൾ തയ്യാറായില്ല. ആ കയറും അതുപയോഗിച്ച രീതിയും പരിശോധിക്കാനുള്ള മാനസികാവസ്ഥയിലായിരുന്നു അയാളെങ്കിൽ, അരബെല്ലയെ കെട്ടിഞ്ഞാത്തിയത് ഞാനാണെന്ന് അയാൾ തിരിച്ചറിയുമായിരുന്നു. ഞാൻ എന്നെ എന്റെ കസേരയിൽ നിന്ന് രണ്ടിഞ്ചിലധികം ഉയർത്താതെ ചെയ്തതാണതെന്ന്. പക്ഷേ, ഞാൻ പ്രതീക്ഷിച്ചതുപോലെ തന്നെ അയാൾ യുക്തിപൂർവ്വം ചിന്തിച്ചില്ല. പ്രവർത്തിച്ചില്ല. മനസ്സ് ശാന്തമാക്കി വച്ചില്ല. മൗറിസ് സെറ്റൺ തന്നെയായിരിക്കണം കുറ്റവാളി എന്നില്ല, എന്നൊരു ചിന്ത ഒരു നിമിഷാർദ്ധത്തേക്കുപോലും അയാളിലെത്തിയില്ല.

ഒരു പൂച്ചയെ കൊന്നതൊക്കെ ചർച്ച ചെയ്ത് ഞാനെന്തിനിങ്ങനെ സമയം പാഴാക്കുന്നു എന്ന് നിങ്ങൾ കരുതിയേക്കാം. ഇത് വിചിത്രമാണല്ലോ എന്ന ചിന്ത വന്നേക്കാം. എന്നാൽ അരബെല്ലയുടെ മരണത്തിനെന്റെ പദ്ധതിയിൽ ഒരു ഭാഗമുണ്ട്. അതുവഴി മൗറിസും ബ്രൈസും തമ്മിൽ അതുവരെയുണ്ടായിരുന്ന നീരസം തികഞ്ഞ ശത്രുതയാകുന്നു എന്ന് ഞാൻ ഉറപ്പ് വരുത്തി. അങ്ങനെ ലാഥമിനെപ്പോലെ ബ്രൈസിനും പ്രതികാരേച്ഛയുണ്ടെന്ന് വരുത്താനായി. ഒരു പൂച്ചയെ കൊന്നതിനു പകരം ഒരു മനുഷ്യനെ കൊല്ലുക എന്നത് ചിന്തിക്കാനാകാത്തതാകാം.

പൊലീസ് ബ്രൈസിനു പുറകിൽ അധികം സമയം പാഴാക്കാൻ സാധ്യതയില്ല എന്ന് ഞാൻ കരുതി. പക്ഷേ ശവത്തിനെ അംഗഭംഗം വരുത്തിയത് മറ്റൊരു നടപടിയായിരുന്നു. തീർത്തും വ്യത്യസ്തം. മൗറിസ് സ്വാഭാവിക കാരണങ്ങളാലാണ് മരിച്ചതെന്ന് പോസ്റ്റ്മോർട്ടം റിപ്പോർട്ട് വന്നാൽ ആ കൈ വെട്ടി മാറ്റിയതിനു പുറകെയാകും പിന്നെ പൊലീസ്. ഇങ്ങനെയൊരു അംഗഭംഗം എന്തിനെന്ന് അവർ സംശയിക്കരുത് എന്നതിനു പ്രാധാന്യമുണ്ടായിരുന്നു. അതിനോടൊപ്പം മോങ്ക്സ്മെയറിൽ മൗറിസിനെപ്രതി ദ്വേഷമുള്ള, വിദ്വേഷമുള്ള രണ്ടു പേരെങ്കിലുമുണ്ടാകേണ്ടതും അത്യാവശ്യമായിരുന്നു. അങ്ങനെയെങ്കിൽ അവർക്ക് ഇതിന് ചില ലക്ഷ്യങ്ങളുണ്ടായിരുന്നു എന്ന് വരും. പകരം വീട്ടുക എന്ന ലക്ഷ്യം. അതിനാലാണ് ഞാൻ അരബെല്ലയെ കൊന്നത്.

എന്നാൽ അരബെല്ലയെ കൊന്നതിന് മറ്റ് കാരണങ്ങളുമുണ്ടായിരുന്നു. അതിലാദ്യത്തേത് എനിക്ക് അതിനെ കൊല്ലണം എന്ന ആഗ്രഹമുണ്ടായിരുന്നു എന്നത് തന്നെ. അതൊരു ഉപകാരവുമില്ലാത്ത ജീവിയായിരുന്നു. ഡൊറോത്തി സെറ്റണിനെപ്പോലെ ഒരു പുരുഷന്റെ ഇഷ്ടക്കാരി മാത്രം സൗന്ദര്യത്തിനു നിലനിൽക്കാൻ അർഹതയുണ്ടെന്ന് കരുതിയ ഒരു മനുഷ്യന്റെ. ആ സൗന്ദര്യം എത്ര വിഡ്ഢിവേഷം കെട്ടിയാലും അതിനർഹതയുണ്ട് എന്ന്. ഒട്ടും ഉപയോഗമില്ലാത്തതാണെങ്കിലും നിലനിൽക്കാൻ അവകാശമുണ്ട് എന്ന്. ഒരു ചരടിന്റെ അറ്റത്തൊരു കുരുക്ക്, അത്രയേ വേണ്ടി വന്നുള്ളൂ. ആ അസംബന്ധത്തെ ഒഴിവാക്കാൻ. മാത്രമല്ല ആ മരണം ഒരു അധിക റിഹേഴ്സൽ കൂടിയായിരുന്നു. അഭിനയിക്കാനുള്ള എന്റെ ശേഷിയൊന്ന് എനിക്ക് പരിശോധിക്കണമായിരുന്നു. വിഷമാവസ്ഥകളെ ഞാൻ എങ്ങനെ നേരിടും എന്നറിയണമായിരുന്നു. എന്നെക്കുറിച്ച് ഞാൻ എന്ത് കണ്ടെത്തി എന്നൊക്കെ വിശദീകരിച്ച് സമയം കളയുന്നില്ല. അത് പക്ഷേ ഞാൻ മറക്കില്ല. അതൊരു കരുത്തായിരുന്നു. ഒരു ഉഗ്രകോപം. ഭയം, വികാരവിക്ഷോഭം എന്നിവയുടെ മിശ്രിതം. അതിനു ശേഷവും പല തവണ ഞാൻ അത് അനുഭവിച്ചറിഞ്ഞിട്ടുണ്ട്. ഇപ്പോഴും അറിയുന്നു. എന്റെ വിഷമതകളെക്കുറിച്ച് ഒരു വിവരണം ബ്രൈസ് നൽകുകയുണ്ടായി. ആ പൂച്ചയുടെ ശവം താഴെയിറക്കിയതിനു ശേഷമുള്ള എന്റെ അനിയന്ത്രിത പെരുമാറ്റങ്ങൾ വിവരിക്കുകയുണ്ടായി. അത് പൂർണ്ണമായും അഭിനയമല്ലായിരുന്നു.

മൗറിസിലേക്ക് തിരിച്ചെത്താം. എന്റെ ആവശ്യത്തിനുതകുന്ന അയാളെക്കുറിച്ചുള്ള ഒരു നിർണ്ണായക വിവരം വെറും ഭാഗ്യം കൊണ്ടാണെനിക്ക് ലഭിച്ചത്. ഇടുങ്ങിയ സ്ഥലങ്ങളിലെത്തിയാൽ അയാൾക്ക് ഭീതി വർദ്ധിക്കുന്ന അസുഖമുണ്ടെന്ന കാര്യം. ഡൊറോത്തിക്ക് ഒരുപക്ഷേ അത് നേരത്തെ അറിയാമായിരുന്നിരിക്കാം. തന്റെ കിടപ്പു

മുറി പങ്കിടാൻ അവർ അയാളെ അനുവദിച്ച രാവുകളുണ്ടായിരുന്നല്ലോ. അയാൾ അന്നൊക്കെ പലതവണ അവരെ ഉണർത്തിയിരിക്കും. പേക്കിനാവുകൾ കണ്ട് ഉണർത്തിയിരിക്കും. എന്നെ ഉണർത്തിയതു പോലെത്തന്നെ. അതിനെക്കുറിച്ച് അവർക്ക് എന്തൊക്കെ അറിയാമായിരുന്നു അതിൽ എന്തൊക്കെ ഒലിവർ ലാഥമുമായി അവർ പങ്കുവച്ചിരുന്നു എന്ന് ഞാൻ പലപ്പോഴും അത്ഭുതപ്പെടാറുണ്ട്. ഞാൻ കൈകാര്യം ചെയ്യേണ്ടിയിരുന്ന ഒരു അപായാവസ്ഥയായിരുന്നു അത്. അവർ പറഞ്ഞിട്ടുണ്ടെങ്കിലോ? എനിക്കത് അറിയാമായിരുന്നു എന്ന് ആർക്കും തെളിയിക്കാനാകില്ല. മൗറിസ് സെറ്റൺ സ്വാഭാവിക കാരണങ്ങളാലാണ് മരിച്ചതെന്ന വസ്തുതയിൽ മാറ്റം വരുത്താൻ ആർക്കുമാകില്ല.

രണ്ട് വർഷം മുമ്പുള്ള ആ രാത്രി എനിക്കോർമ്മയുണ്ട്. വളരെ വ്യക്തമാണ് ആ ഓർമ്മ. സപ്തംബർ മദ്ധ്യത്തിലെ ഒരു നനഞ്ഞ പകൽ. സായാഹ്നമായപ്പോൾ അത് കൂടുതൽ രാക്ഷസീയമായി. കാലത്ത് പത്ത് മണി മുതൽ ഞങ്ങൾ ഒന്നിച്ച് ജോലി ചെയ്യുകയായിരുന്നു. കാര്യങ്ങളൊന്നും നേരെ ചൊവ്വെ പോകുന്നുണ്ടായിരുന്നില്ല. ഒരു പറ്റം ചെറുകഥകൾ തീർക്കാനുള്ള ശ്രമത്തിലായിരുന്നു മൗറിസ്. ഒരു സായാഹ്നപത്രത്തിനു കൊടുക്കാനുള്ളതായിരുന്നു അത്. അതവർക്കനുയോജ്യമോ അവർ ചെയ്യാറുള്ളതോ അല്ലായിരുന്നു. അദ്ദേഹത്തിനതറിയാം. വലിയ തിരക്കിലായിരുന്നു അദ്ദേഹം. സാധാരണ അങ്ങനെ ചെയ്യുന്നത് അദ്ദേഹത്തിനിഷ്ടമല്ല. രണ്ട് തവണ മാത്രമേ അതിനിടയിൽ നിന്ന് ഞാൻ എഴുന്നേറ്റുള്ളൂ. ഞങ്ങൾക്ക് ലഘുവായ ഉച്ചഭക്ഷണം പാകം ചെയ്യാൻ ഒന്നരയ്ക്കും പിന്നെ എട്ടുമണിക്ക് സാൻഡ്‌വിച്ചും സൂപ്പുമുണ്ടാക്കാനും. ഒമ്പത് മണിയോടെ അത്താഴം കഴിഞ്ഞു.

അതിനിടയിൽ ശക്തമായ കാറ്റ് തുടങ്ങി. വേലിയേറ്റത്തിന്റെ തിരകൾ ആഞ്ഞടിക്കുന്ന സ്വരം കേൾക്കാനുണ്ടായിരുന്നു. ഇരുട്ടായിക്കഴിഞ്ഞാൽ ചക്രക്കസേരയിൽ എനിക്ക് വീട്ടിലെത്താനാകില്ല എന്ന് മൗറിസിനുമറിയാം. അദ്ദേഹമാകട്ടെ എന്നെ വീട്ടിൽ കൊണ്ടുചെന്ന് വിടാം എന്നൊന്നും പറഞ്ഞതുമില്ല. അങ്ങനെ ചെയ്താൽ പിറ്റേന്ന് കാലത്ത് എന്നെ കൊണ്ടുവരേണ്ട ചുമതലയും ഏറ്റെടുക്കേണ്ടി വരും. അതിനാൽ ഞാൻ അന്ന് രാത്രി അവിടെ തങ്ങുന്നതാകും നല്ലതെന്ന് അദ്ദേഹം അഭിപ്രായപ്പെട്ടു. എനിക്കതിനു സമ്മതമാണോ എന്നൊന്നും ചോദിച്ചില്ല. ഞാൻ എതിർപ്പ് പ്രകടിപ്പിച്ചേക്കാം എന്നൊരു ചിന്തയേ അദ്ദേഹത്തിനില്ലായിരുന്നു. എനിക്ക് എന്റെ ശൗചാലയവും എന്റെ ടൂത്ത് ബ്രഷും എന്റെ മെത്തയുമാകും താത്പര്യമെന്നും

അദ്ദേഹം കരുതിയില്ല. ജീവിതത്തിന്റെ സാധാരണ ഔപചാരികതകളൊന്നും എനിക്ക് ബാധകമായിരുന്നില്ല. തന്റെ അന്തരിച്ച ഭാര്യയുടെ മെത്തയ്ക്ക് മുകളിൽ ഒരു പുതിയ വിരിപ്പിടാൻ അദ്ദേഹം നിർദ്ദേശിച്ചു. എനിക്കുതകുന്ന ഒരു വസ്ത്രം കണ്ടെത്താൻ അദ്ദേഹം തന്നെ വന്നു. അതെന്തിനെന്ന് എനിക്കറിയില്ല. അവരുടെ മരണശേഷം ഒരുപക്ഷേ ആദ്യമായിട്ടായിരിക്കാം ആ അലമാരകളും വലിപ്പുകളുമെല്ലാം അദ്ദേഹം തുറന്ന് നോക്കുന്നത്. എന്റെ സാന്നിദ്ധ്യം ആ വർജ്ജനം അവസാനിപ്പിക്കാനുള്ള ഒരു അവസരമായി. എനിക്കതൊരു പിന്തുണയുമായി. എനിക്ക് അപ്പോൾ അവരുടെ അടിവസ്ത്രങ്ങൾ ഏത് വേണമെങ്കിലും എടുത്ത് ധരിക്കുകയോ അതെല്ലാം വലിച്ചു കീറിക്കളയുകയോ ചെയ്യാം. എന്റെ മനസ്സ് എന്തു പറയുന്നോ അതുപോലെ ചെയ്യാം. ആ രാത്രിയുടെ ഓർമ്മ എന്നിൽ ഇപ്പോഴും പുഞ്ചിരി വരുത്തുന്നു. പാവം മൗറിസ്. ഷിഫോണിൽ തീർത്ത ഉടയാടകൾ, നൈലോണിന്റേയും സിൽക്കിന്റേയും തിളക്കമുള്ള സുതാര്യത, ഇത്ര സുന്ദരവും ലോലവും എന്റെ വളഞ്ഞ ശരീരത്തിനൊട്ടും അനുയോജ്യമല്ലാത്തതുമാകും എന്ന് അദ്ദേഹം കരുതിയിരിക്കുകയില്ല. അവയ്ക്ക് മുകളിലൂടെ വിരലോടിച്ചപ്പോൾ ആ മുഖത്ത് വന്ന ഭാവങ്ങൾ ഞാൻ ആസ്വദിച്ചു. അവരുടെ വസ്ത്രം എന്റെ ശരീരത്തിൽ കിടക്കുന്നത് അയാൾക്ക് ചിന്തിക്കാനാകാതായി. അപ്പോൾ തനിക്കെന്താണോ വേണ്ടത് അതദ്ദേഹം കണ്ടെത്തി. ഒരു വലിപ്പിന്റെ ഏറ്റവും അടിയിൽ പണ്ടെന്നോ ആലിസ് കെറിസണിനു വേണ്ടി വാങ്ങിയ ഒരു കമ്പിളി നിശാവസ്ത്രം കിടക്കുന്നു. ഒരിക്കൽ പകർച്ചപ്പനി ബാധിച്ച് കിടന്നപ്പോൾ ആലീസിന്റെ നിർബന്ധത്തിനു വഴങ്ങി ഡൊറോത്തി അത് ധരിച്ചിട്ടുണ്ട്. അന്ന് അത് ധരിച്ച് അവർ വല്ലാതെ വിയർത്തിട്ടുണ്ട്. ആ നിശാവസ്ത്രമാണ് മൗറിസ് എനിക്കെടുത്ത് തന്നത്. മറ്റൊരു വിധത്തിൽ പെരുമാറിയിരുന്നെങ്കിലും അയാളുടെ വിധി മറ്റൊന്നാകുമായിരുന്നോ എന്ന് ഞാൻ അത്ഭുതപ്പെടട്ടെ. ആകാൻ സാധ്യതയില്ല. പക്ഷേ ആഡംബരമായ അസംബന്ധതയ്ക്കു മേൽ അയാളുടെ കൈകൾ ശങ്കിച്ചപ്പോൾ അത് ജീവിതം, മരണം എന്നിവയിൽ ഏത് വേണം എന്ന് തിരഞ്ഞെടുക്കുകയായിരുന്നു എന്ന ചിന്ത എന്നെ സന്തുഷ്ടയാക്കുന്നു.

അയാൾ ഉച്ചത്തിൽ കരയുന്നത് കേട്ടാണ് ഞാൻ ഉണർന്നത്. അപ്പോൾ സമയം മൂന്ന് കഴിഞ്ഞിരിക്കുന്നു. ഞാനാദ്യം കരുതിയത് ഏതെങ്കിലും കടൽപ്പക്ഷിയുടെ സ്വരമാകും എന്നാണ്. ആ സ്വരം ആവർത്തിച്ചു. ഞാനൊരു വിധത്തിൽ എന്റെ ഊന്നുവടിയെടുത്തു. അയാൾക്കരികിലെത്തി. അയാൾ പാതിയുറക്കത്തിൽ കിടപ്പുമുറിയുടെ ജാലകത്തിൽ ചാരി നിൽക്കുകയായിരുന്നു. ഉറക്കത്തിൽ എഴുന്നേറ്റ് നടക്കുന്ന ഒരുവനെപ്പോലെയുണ്ടായിരുന്നു അപ്പോഴയാൾ.

ഞാൻ അയാളെ തിരികെ മെത്തയിലെത്തിച്ചു. അതിനത്ര ബുദ്ധി മുട്ടൊന്നുമുണ്ടായില്ല. ഒരു കുഞ്ഞിനെപ്പോലെ അയാൾ എന്റെ കൈ പിടിച്ചു. ഞാനയാളെ കിടത്തി, പുതപ്പിച്ചു. അപ്പോൾ അയാൾ പെട്ടെന്ന് എന്റെ കൈ മുറുകെ പിടിച്ചു. എന്നിട്ട് ‘‘എന്നെ തനിച്ചാക്കി പോക രുത്! ഇപ്പോ പോകരുത്. ഞാനാ പേക്കിനാവ് കണ്ടു. അതേ പേക്കി നാവ്. എന്നെ ജീവനോടെ കുഴിച്ചിടുന്നു എന്നാണത്. ഞാനൊന്ന് ഉറങ്ങുന്നത് വരെ ഇവിടെയുണ്ടാകണം.’’ അത് കേട്ട് ഞാനവിടെ ഇരുന്നു. അയാളുടെ കൈ പിടിച്ച് ഇരുന്നു. എന്റെ വിരലുകൾ മര വിക്കുന്നതുവരെ, ശരീരം മുഴുക്കെ വേദനിക്കുന്നതുവരെ ഇരുന്നു. ആ ഇരുട്ടിൽ അയാൾ അയാളെക്കുറിച്ച് പലതും എന്നോട് പറഞ്ഞു. അയാ ളിലുള്ള ഭയങ്ങളെക്കുറിച്ച്. ആ വിരലുകൾ ഒന്ന് അയയുകയും പിറു പിറുക്കൽ അവസാനിപ്പിച്ച് ഉറക്കത്തിലേക്ക് വഴുതുകയും ചെയ്യു ന്നതുവരെ ഞാനവിടെയുണ്ടായിരുന്നു. വായ തുറന്ന് വച്ചാണയാൾ ഉറങ്ങിയത്. ഒരു വിഡ്ഢിയെപ്പോലെയുണ്ടായിരുന്നു അപ്പോൾ ആ മുഖം. ഇതിനു മുമ്പൊരിക്കലും അയാൾ ഉറങ്ങുന്നത് ഞാൻ കണ്ടി ട്ടില്ല. അയാളിലെ ഈ വിരൂപത കണ്ടപ്പോൾ എനിക്ക് സന്തോഷം തോന്നി. അയാളിലെ നിസ്സഹായത. അപ്പോൾ എനിക്ക് ഞാനാണ് കൂടുതൽ കരുത്തുള്ളവൾ എന്ന ചിന്തയുണ്ടായി. അത് ആദ്യം ആനന്ദവും പിന്നെ ഭയവുമായി. അയാൾക്കരികിലിരുന്ന്, ശാന്തമായ ശ്വസനം കേൾക്കുന്നതിനിടയിൽ എനിക്ക് ലഭിച്ച പുതിയ അറിവുകൾ എങ്ങനെ ഉപകാരപ്രദമാക്കാം എന്ന ചിന്തയുണ്ടായി. അയാളെ എങ്ങനെ കൊല്ലാനാകും എന്ന്.

പിറ്റേന്ന് പ്രഭാതമായപ്പോൾ തലേ ദിവസം നടന്നതിനൊന്നിനെക്കുറി ച്ചൊന്നും അയാൾ സംസാരിച്ചില്ല. അയാൾ അതൊക്കെ മറന്നതാണോ എന്നെനിക്കറിയില്ല. ഞാൻ അയാളുടെ മുറിയിലെത്തിയതുവരെ എല്ലാം. അങ്ങനെയാകാൻ സാധ്യതയില്ല. അയാൾക്കതൊക്കെ ഓർമ്മയുണ്ട്, പക്ഷേ സംസാരിക്കാൻ താത്പര്യമില്ലാത്തതാണെന്ന് തോന്നി. അയാൾക്ക് എന്നോട് ക്ഷമ യാചിക്കുകയോ വിശദീകരിക്കുകയോ ചെയ്യേണ്ട കാര്യമില്ലല്ലോ. നമ്മുടെ ബലഹീനതകളെക്കുറിച്ച് ഒരു പരിചാരികയോടോ മൃഗത്തിനോടോ ന്യായീകരിക്കേണ്ടതില്ല. അതി നാലാണ് ഒരു വീട്ടിൽ ഒരു വളർത്തുമൃഗമുണ്ടാകുന്നത് സംതൃപ്ത മാകുന്നത്. സൗകര്യപ്രദമാകുന്നത്.

പദ്ധതികൾ മെനയാൻ തിരക്കൊന്നുമില്ലായിരുന്നു. അയാൾ എപ്പോൾ മരിക്കണം എന്നതിനൊരു സമയ ക്ലിപ്തതയൊന്നും നിശ്ച യിച്ചിട്ടില്ലായിരുന്നു. ഇതെന്റെ താത്പര്യം വർദ്ധിപ്പിച്ചു. എനിക്ക് കൂടുതൽ സങ്കീർണ്ണവും പുതിയ പരിഷ്കാരങ്ങളുള്ളതുമായ കൊല പാതകം വികസിപ്പിച്ചെടുക്കാൻ അവസരം നൽകി. സമയക്ലിപ്തത യോടെയാണതൊക്കെ ചെയ്തിരുന്നെങ്കിലാകാമായിരുന്നതിനേക്കാൾ

പരിഷ്കാരങ്ങളും സങ്കീർണ്ണവും. ഇക്കാര്യങ്ങളിൽ ഞാനും മൗറിസിന്റെ അതേ അഭിപ്രായക്കാരിയാണ്. തിരക്കിട്ട് ചെയ്താൽ ഒന്നും മികച്ചതാകില്ല. അവസാനമാകുമ്പോഴേക്കും എനിക്കും ചില തിരക്കുകളെ നേരിടേണ്ടി വന്നു എന്നത് സത്യം. അങ്ങനെയാണ് വിൽപ്പത്രം മാറ്റിയെഴുതാൻ താൻ ആഗ്രഹിക്കുന്നു എന്നയാൾ മാക്സ് ഗർനിക്കെഴുതിയ കത്തിന്റെ പകർപ്പ് നശിപ്പിച്ചത്. അത് കണ്ടെത്തിയപ്പോഴാണിങ്ങനെ തിരക്കും വർദ്ധിച്ചത്. എന്തായാലും എന്റെ അവസാന പദ്ധതികൾ തയ്യാറായിട്ട് ഒരു മാസത്തിലേറെയായിരിക്കുന്നു.

തുടക്കം മുതലേ എനിക്കൊരു സഹായി വേണ്ടി വരുമെന്ന് അറിയാമായിരുന്നു. അതാരായിരിക്കണം എന്ന കാര്യത്തിലും വ്യക്തതയുണ്ടായിരുന്നു. തന്റെ അർദ്ധസഹോദരനെ നശിപ്പിക്കാൻ ഡിഗ്ബി സെറ്റണെത്തന്നെ ഉപയോഗിക്കാനും അതിനുശേഷം അയാളെ തന്നെ നശിപ്പിക്കാനുമുള്ള തീരുമാനം, അതിന്റെ ധീരത ഒന്നുകൊണ്ട് മാത്രം അതിഗംഭീരമായിരുന്നു. ആ ധീരത ചിലപ്പോഴൊക്കെ എന്നെ ഭയപ്പെടുത്തിയിട്ടുണ്ട്. എന്നാൽ പ്രത്യക്ഷത്തിൽ കാണപ്പെട്ടതുപോലെ അത് അത്ര ബുദ്ധിശൂന്യതയായിരുന്നില്ല. ഡിഗ്ബിയെ എനിക്കറിയാം. അയാളുടെ കരുത്തെന്തെന്നും ബലഹീനതയെന്തെന്നും അറിയാം. അയാൾ ജനങ്ങൾ കരുതുന്നയത്ര വിഡ്ഢിയല്ല. അതേസമയം ജനങ്ങൾ കരുതുന്നതിനേക്കാൾ ആർത്തിയുള്ളവനാണ്. പ്രായോഗിക ബുദ്ധിയുണ്ടയാൾക്ക് പക്ഷേ ഭാവനയില്ല. അത്ര ധീരനൊന്നുമല്ല എന്നാൽ ധാർഷ്ട്യവും മർക്കടമുഷ്ടിയും വേണ്ടുവോളമുണ്ട്. അതിലെല്ലാമുപരി അടിസ്ഥാനപരമായി അയാൾ ബലഹീനനാണ്. പൊങ്ങച്ചമുള്ളവനുമാണ്. എന്റെ പദ്ധതി അയാളുടെ ഈ ബലഹീനതകളേയും കരുത്തിനേയും ഒരുപോലെ ഉപയോഗപ്പെടുത്തി. അയാളെ കൈകാര്യം ചെയ്യുന്നതിൽ എനിക്ക് അധികം തെറ്റൊന്നും പറ്റിയില്ല. ചില പ്രധാന വശങ്ങളിൽ അയാളെ താഴ്ത്തിക്കണ്ടെങ്കിലും അത് അത്ര അപകടകാരിയായില്ല. ഞാൻ കരുതിയ അത്ര അപകടകാരിയായില്ല. പിന്നെ അയാൾ ഒരു ബാധ്യതയും ഉപദ്രവവുമായി. എന്നാൽ അയാൾ ഇനി അധികകാലം എന്നെ ശല്യം ചെയ്യില്ല. എന്നെ ഇങ്ങനെ ശല്യം ചെയ്യാതിരിക്കുകയും കുറച്ചുകൂടി വിശ്വാസ്യത പുലർത്തുകയും ചെയ്യുകയായിരുന്നു എങ്കിൽ ഞാനയാൾക്ക് ഒരു വർഷം കൂടി ജീവിക്കാൻ അനുവദിച്ച് കൊടുക്കുമായിരുന്നു. മൗറിസ് എസ്റ്റേറ്റിൽ ഇങ്ങനെ തുടർമരണങ്ങൾ ഒഴിവാക്കാമായിരുന്നു. എന്നാൽ അത്യാർത്തി എന്നെ വിഡ്ഢിത്തങ്ങളിലേക്കെത്തിക്കാൻ ഞാനനുവദിക്കുന്ന പ്രശ്നമേയില്ല.

തുടക്കത്തിൽ മൗറിസിനെ കൊല്ലുക എന്ന പദ്ധതി ഡിഗ്ബിക്ക് മുന്നിൽ അവതരിപ്പിക്കുമ്പോൾ ഞാൻ അപകചമായി ഒന്നും ചെയ്തില്ല.

സങ്കീർണ്ണമായ, പ്രായോഗികമായ ഒരു തമാശ എന്ന രൂപത്തിലാണ് അവതരിപ്പിച്ചത്. അയാൾ അത് കുറേക്കാലത്തേക്ക് വിശ്വസിച്ചില്ല. അതിന്റെ ആവശ്യവുമില്ലായിരുന്നു. പദ്ധതിയുടെ പ്രാഥമിക ഘട്ടത്തി ലൊരിടത്തും ഞങ്ങൾ ഇരുവരും കൊലപാതകം എന്ന വാക്കേ ഉച്ചരിച്ചില്ല. ഇരുവർക്കും അതറിയാമായിരുന്നു എങ്കിലും ആ വാക്ക് ഉപയോഗിച്ചില്ല. ഞങ്ങൾ ഒരു പരീക്ഷണത്തിലാണെന്നതുപോലെ പ്രവർത്തിച്ചു, ഇടപഴകി, പെരുമാറി. അതിൽ ചില അപകടമുണ്ടെ ന്നറിയാമായിരുന്നു. അതിൽ വിദ്വേഷചിന്തകൾ ഇല്ലാതില്ല എന്നും അറിയാമായിരുന്നു. ഒരു മനുഷ്യനെ ലണ്ടനിൽ നിന്ന് മോങ്ക്സ് മെയറിലേക്ക് രഹസ്യമായി, അയാളുടെ പോലും അറിവോ സഹ കരണമോ ഇല്ലാതെ എത്തിക്കാനാകും എന്ന് മൗറിസിനു തെളിയിച്ച് കൊടുക്കുക എന്ന ദ്രോഹചിന്ത. അത് ഞങ്ങൾക്ക്, ഞങ്ങളുടെ ഒഴി വിനും സാധ്യതകൾ നൽകും. പദ്ധതി പരാജയപ്പെടുകയും ആ ശവവുമൊത്ത് ഞങ്ങൾ പിടിക്കപ്പെടുകയുമാണെങ്കിൽ ആർക്കും അല്ലെന്ന് പറയാനാകാത്ത, എതിർക്കാനോ മറിച്ച് തെളിയിക്കാനോ ആകാത്ത ഒരു കഥ ഞങ്ങളുടെ കൈവശമുണ്ടായിരുന്നു. സെറ്റൺ ഞങ്ങളോട് ഒരു വാത് വച്ചിരുന്നു എന്നും, അയാളെ അയാളറിയാതെ മോങ്ക്സ്മെയറിലേക്ക് തട്ടിക്കൊണ്ടുപോകണം എന്നായിരുന്നു ആ വാതെന്നും പറയാനാകുമായിരുന്നു. അങ്ങനെ ഒരു രംഗം അ യാൾക്ക് തന്റെ പുതിയ പുസ്തകത്തിൽ ഉൾപ്പെടുത്താനായിട്ടായിരുന്നു അതെന്നും പറയാം. മൗറിസിനിത്തരം പരീക്ഷണങ്ങൾ ഇഷ്ടമാ യിരുന്നു എന്ന് സാക്ഷ്യം പറയാൻ അനേകമാളുകളെ കിട്ടും. തന്റെ കഥയിലെ വിശദാംശങ്ങളെക്കുറിച്ച് വലിയ നിഷ്കർഷയുള്ളവനാ യിരുന്നു അയാൾ എന്നും ഈ സാക്ഷികൾ പറയും. ആ യാത്ര യ്ക്കിടയിൽ അവിചാരിതമായി അയാൾക്ക് ഹൃദയസ്തംഭനം വന്നാൽ അത് ഞങ്ങളുടെ കുറ്റമാകുമോ? അത് ഒരു പക്ഷേ മനപ്പൂർവ്വമല്ലാത്ത വധമാകാം. എന്നാൽ ഒരു കൊലപാതകം ഒരിക്കലുമാകില്ല.

കുറച്ച് കാലത്തേക്കെങ്കിലും ഡിഗ്ബിയും ഇതൊരു കഥയാ ണെന്ന് മാത്രമേ കരുതിയുള്ളൂ എന്ന് ഞാൻ കരുതുന്നു. അതങ്ങനെ മുന്നോട്ട് പോകാൻ ഞാനും അനുവദിച്ചു. കഠിനഹൃദയത്തോടെ ഒരു കൊലപാതകം ആസൂത്രണം ചെയ്യാനും അത് നടപ്പിൽ വരു ത്താനും ചങ്കുറപ്പുള്ളവർ കുറവാണ്. ഡിഗ്ബി എന്തായാലും അവ രുടെ കൂട്ടത്തിലല്ല. അത്ര സന്തോഷകരമല്ലാത്ത വസ്തുതകൾ ഒന്ന് നന്നായി, ഭംഗിയിൽ പൊതിഞ്ഞ് കെട്ടി കൊടുക്കണം അയാൾക്ക്. യാഥാർത്ഥ്യങ്ങൾക്ക് നേരെ കണ്ണടച്ചിരിക്കാനാണ് അയാൾക്ക് ഇഷ്ടം. എന്നെക്കുറിച്ചുള്ള സത്യത്തിനു നേരെ അയാൾ എന്നും കണ്ണടച്ചിട്ടേയുള്ളൂ.

വളരെ എളുപ്പമുള്ള നിയമങ്ങളും വ്യക്തിപരമായി യാതൊരു അപകടസാധ്യതയില്ല എന്നതും ലഭിക്കുന്ന സമ്മാനത്തിന് രണ്ട് ലക്ഷം പൗണ്ട് മൂല്യമുണ്ടെന്നും അറിവായപ്പോൾ പിന്നെ അയാൾ വിശദാംശങ്ങൾ തയ്യാറാക്കുന്നതിലും അതിനു വേണ്ട പദ്ധതികൾ മെനയുന്നതിലും ആനന്ദം കണ്ടെത്തി. അയാളുടെ പ്രത്യേകാൽ നിപുണതകൾക്കപ്പുറത്തുള്ള ഒരു ജോലിയും ഞാൻ അയാളെ ഏല്പിച്ചില്ല. അയാൾക്ക് സമയം അധികം ചെലവിടേണ്ടവയൊന്നും ഏല്പിച്ചില്ല. അയാളാദ്യം ചെയ്യേണ്ടിയിരുന്നത് ഒരു സെക്കന്റ് ഹാൻഡ് മോട്ടോർ സൈക്കിളും അതിൽ ഘടിപ്പിക്കാവുന്ന ഒരു നീളൻ സൈഡ് കാറും കണ്ടെത്തുക എന്നതായിരുന്നു. അവ രണ്ടും രണ്ടിടത്തു നിന്ന് വാങ്ങണം. റൊക്കം പണം കൊടുത്ത് വാങ്ങണം. ലണ്ടനിൽ അയാളെ അറിയാത്ത പ്രദേശങ്ങളിൽ നിന്ന് വാങ്ങണം. പിന്നെ സാമാന്യം നല്ല സ്വകാര്യതയുള്ള ഒരിടത്ത് ഒരു ഫ്ളാറ്റ് വിലയ്ക്കോ വാടകയ്ക്കോ സംഘടിപ്പിക്കണം. ആ ഫ്ളാറ്റിൽ നിന്ന് ഗരാഷിലേക്ക് പ്രവേശനമാർഗ്ഗമുണ്ടാകണം. ഈ പുതിയ വിലാസം മൗറിസിൽ നിന്ന് മറച്ച് വയ്ക്കണം. ഇതെല്ലാം താരതമ്യേന എളുപ്പമായിരുന്നു. അയാൾ എല്ലാം നല്ല നിപുണതയിൽ തന്നെ ചെയ്ത് തീർത്തു എന്നറിഞ്ഞതിൽ ഞാൻ സന്തോഷിക്കുകയും ചെയ്തു. എന്നെ സംബന്ധിച്ചിടത്തോളം സത്യത്തിൽ ഏറ്റവും പിരിമുറുക്കം നൽകിയത് ഈ ഘട്ടമായിരുന്നു. ഈ ഘട്ടത്തിലെ സംഭവങ്ങളെ എന്റെ നിയന്ത്രണത്തിലാക്കാൻ എനിക്കാകില്ലായിരുന്നു. ശവം മോങ്ക്സ് മെയറിലെത്തിയാൽ പിന്നെ കാര്യങ്ങൾക്ക് മേൽനോട്ടം വഹിക്കാൻ ഞാനുണ്ടാകും. അതുവരെ എന്റെ നിർദ്ദേശങ്ങൾ ഡിഗ്ബി അതേപടി നടപ്പിൽ വരുത്തുന്നു എന്ന് കരുതുകയേ നിവൃത്തിയുണ്ടായിരുന്നുള്ളൂ. കോർടെസ് ക്ലബ്ബിലെ ഇടപാടുകൾ ഡിഗ്ബി തന്നെ കൈകാര്യം ചെയ്യണം. മൗറിസിനെ മ്യൂസ് കോട്ടേജിലേക്കാകർഷിക്കാനുള്ള അയാളുടെ പദ്ധതി എനിക്കത്ര ഇഷ്ടമൊന്നുമായിരുന്നില്ല. അത് അനാവശ്യ സങ്കീർണ്ണതകളുള്ളതും അപകടകാരിയുമായി എനിക്ക് തോന്നി. അതിലും സുരക്ഷിതവും എളുപ്പവുമായ മാർഗ്ഗങ്ങൾ എനിക്ക് ആലോചിക്കാനാകുമായിരുന്നു. പക്ഷേ കോർടെസ് ക്ലബ്ബ് പദ്ധതിയുടെ ഭാഗമായിരിക്കണം എന്ന് ഡിഗ്ബി നിർബന്ധം പിടിച്ചു. ല്യൂക്കറിനെ ഇതിൽ ഉൾപ്പെടുത്താനും അയാൾക്ക് മതിപ്പ് തോന്നിപ്പിക്കാനും അത് ആവശ്യമാണെന്നായിരുന്നു ഡിഗ്ബിയുടെ നിർബന്ധം. അതുകൊണ്ട് മാത്രമാണയാൾക്ക് ഞാനത് വിട്ടുകൊടുത്തത്. ആ പദ്ധതി യാതൊരു വിധത്തിലും എന്നെ കുറ്റപ്പെടുത്തുന്നതാകില്ലല്ലോ. അതെന്തായാലും അതിഗംഭീരമായി എന്ന് സമ്മതിക്കാതിരിക്കാൻ വയ്യ.

ലില്ലി കൂംബ്സിനോട് ഡിഗ്ബി തന്റെ അർദ്ധസഹോദരനെ തട്ടിക്കൊണ്ടുപോകുക എന്നൊരു കഥയെക്കുറിച്ച് പറഞ്ഞു. അതൊരു

പരീക്ഷണമാണെന്നും മൗറിസിന്റെ കഥയ്ക്കാവശ്യമാണെന്നും പറഞ്ഞു. അതിനായി മൗറിസ് ഒന്നുരണ്ടായിരം ചിലവിടാൻ തയ്യാറാണെന്നും അറിയിച്ചു. സായാഹ്നത്തിനായി ലില്ലിക്ക് റൊക്കം പണം നൂറ് കൊടുത്തു. അവളാകെ ചെയ്യേണ്ടിയിരുന്നത് മൗറിസിനെ നിരീക്ഷിക്കുക, മയക്കുമരുന്ന് കച്ചവടത്തെക്കുറിച്ചയാളോട് കുറച്ച് കഥകൾ പറഞ്ഞ് വട്ടം കറക്കുക എന്നിട്ടയാളെ കാരിങ്ങ്ടൺ മ്യൂസിലേക്ക് കൂടുതൽ വിവരങ്ങൾ ലഭിക്കാനായി എത്തിക്കുക എന്നത് മാത്രമായിരുന്നു. ആ ചൂണ്ടയിൽ മൗറിസ് കൊളുത്തിയില്ലെങ്കിൽ അവൾക്ക് നഷ്ടപ്പെടാനൊന്നുമില്ല. എനിക്കും. എന്റെ കൈവശം മറ്റ് പദ്ധതികളുണ്ട്. അതുപയോഗിച്ച് അയാളെ കാരിങ്ങ്ടൺ മ്യൂസിലേക്കെത്തിക്കാനാകും. എന്റെ കൈവശമുള്ള ഏതെങ്കിലും ഒരു പദ്ധതി അതിനായി ഉപയോഗിക്കാനാകും. എന്തായാലും അയാൾ ആ ചൂണ്ടയിൽ കൊത്തി. അതയാളുടെ കലയുടെ ആവശ്യത്തിനായിരുന്നു. അതിനാൽ അയാൾക്ക് പോകുകയല്ലാതെ മറ്റ് മാർഗ്ഗമില്ലായിരുന്നു. മൗറിസിന്റെ സന്ദർശനങ്ങളെക്കുറിച്ച് ലില്ലി കൂംബ്സിനേയും കോർടെസ് ക്ലബ്ബിനേയും ഡിഗ്ബി അറിയിച്ചുകൊണ്ടിരുന്നു. തന്റെ ഭാവി ആവശ്യങ്ങൾക്കായി മൗറിസ് ഒരു പുതിയ വിസിറ്റിങ്ങ് കാർഡ് അടിച്ചെടുക്കുകയും ചെയ്തു. തന്റെ പതിവ് ശരത്കാല സന്ദർശനത്തിനായി മൗറിസ് ലണ്ടനിലെത്തിയപ്പോൾ ഒരു രാത്രി അയാൾ കോർടെസിലെത്തും എന്നുറപ്പായിരുന്നു. മാത്രമല്ല അയാൾ താമസിക്കുന്നത് കാദവെർ ക്ലബ്ബിലെ തന്റെ പതിവ് മുറിയിലാകും എന്നും. ഇടുങ്ങിയ ആ ലിഫ്റ്റ് ഉപയോഗിക്കാതെ അയാൾക്ക് എത്തിച്ചേരാനാകുന്ന ആ കൊച്ചു മുറി. അയാൾ പ്രത്യക്ഷപ്പെടുന്നതേത് രാത്രിയിലാകും എന്ന് ലില്ലി കൂംബ്സിനെ അറിയിക്കാൻ പോലും ഡിഗ്ബിക്കായി. മൗറിസ് ചൂണ്ടയിൽ കൊളുത്തി എന്നതു തന്നെയായിരുന്നു സത്യം. തന്റെ എഴുത്തിനെ സഹായിക്കാനാണെങ്കിൽ അയാൾ ഏത് നരകത്തിലേക്കും നടക്കുമായിരുന്നു. അത് തന്നെയാണയാൾ ചെയ്തതും.

കാരിങ്ങ്ടൺ മ്യൂസിന്റെ വാതിൽക്കൽ മൗറിസ് പ്രത്യക്ഷപ്പെട്ടു കഴിഞ്ഞപ്പോൾ ഡിഗ്ബിക്ക് കാര്യങ്ങൾ ലളിതമായി. ഒരു കാലത്ത് ബോക്സിങ്ങ് ചാമ്പ്യനായിരുന്ന ഒരു വ്യക്തിക്ക്, എതിരാളിയുടെ ശരീരത്തിൽ പരിക്കുകളുണ്ടാക്കാതെ, ഫലവത്തായ ഒരു പ്രഹരമേല്പിക്കുക എന്നത് അത്ര ബുദ്ധിമുട്ടുള്ള കാര്യമായിരുന്നില്ല. ഇരുചക്രവാഹനത്തിന്റെ വശത്ത് ഘടിപ്പിക്കാവുന്ന സംവിധാനത്തെ അപ്പോഴേക്കും ഒരു സഞ്ചരിക്കുന്ന ശവപ്പെട്ടിയാക്കി മാറ്റിയിരുന്നു. ഒരു കളിവള്ളം പരസഹായമില്ലാതെ നിർമ്മിച്ചിട്ടുള്ളവനെ സംബന്ധിച്ചിടത്തോളം ആ രൂപമാറ്റവും ഒട്ടും ബുദ്ധിമുട്ടുണ്ടാക്കുന്നതല്ല. ശവപ്പെട്ടിയായി മാറിയ ആ സൈഡ് കാർ ഗരാഷിലുണ്ടായിരുന്നു. അയാളുടെ വീട്ടിലെ ഗരാഷിൽ. അധികം ഭാരമില്ലാത്ത ആ ശരീരം

അപ്പോഴും ശ്വസിക്കുന്നുണ്ട്. അബോധാവസ്ഥയിലായിരുന്നു അയാൾ. ലില്ലി തന്റെ ഭാഗം കൃത്യമായി ചെയ്ത് തീർത്തിരുന്നു. മൗറിസ് തനിക്കാകാവുന്നതിലും അധികം വീഞ്ഞ് കുടിച്ചിരുന്നു. ഡിഗ്ബി അയാളെ ആ സൈഡ് കാറിലേക്കിട്ടു. അതിന്റെ മൂടി ആണിയടിച്ച് ഉറപ്പിച്ചു. അതിന്റെ വശങ്ങളിൽ വായുസഞ്ചാരത്തിനായി ദ്വാരങ്ങളിട്ടിരുന്നു. അയാൾ ശ്വാസംമുട്ടി മരിക്കണമെന്നത് എന്റെ പദ്ധതിയുടെ ഭാഗമായിരുന്നില്ലല്ലോ. അതിനുശേഷം ഡിഗ്ബി അരക്കുപ്പി വിസ്കി അകത്താക്കി. തന്റെ ഒഴികഴിവ് നിർമ്മിച്ചെടുക്കാനായി പുറത്തിറങ്ങി. അയാളുടെ ആവശ്യം ഇനിയെപ്പാഴാണുണ്ടാകുക എന്ന് അയാൾക്ക് കൃത്യമായി അറിയുമായിരുന്നില്ല. അതൊരു വിഷമമായിരുന്നു. മൗറിസ് പെട്ടെന്ന് മരിച്ചാൽ കാര്യങ്ങൾ ദയനീയമാകും. അയാൾ മരിക്കും, ഉഗ്രമായ പീഡയാൽ മരിക്കും, എന്നുറപ്പ്. അതിനെത്ര സമയമെടുക്കും എന്ന ചോദ്യം മാത്രമേ അവശേഷിച്ചിരുന്നുള്ളൂ. അയാളുടെ പിഡ എപ്പോൾ തുടങ്ങും എന്നും. എന്നാൽ വീട്ടിൽ നിന്ന് സുരക്ഷിത ദൂരത്തിലെത്തിയാൽ അറസ്റ്റ് ചെയ്യപ്പെടാൻ വേണ്ട കാര്യങ്ങൾ ചെയ്യണം എന്ന് ഞാൻ ഡിഗ്ബിയോട് ചട്ടം കെട്ടിയിരുന്നു.

പിറ്റേന്ന് കാലത്ത്, പൊലീസിൽ നിന്ന് വിടുതൽ നേടി ഡിഗ്ബി മോട്ടോർ സൈക്കിളും സൈഡ്കാറുമായി മോങ്ക്സ്മെയറിലേക്ക് നീങ്ങി. അയാൾ ശവത്തിലേക്കൊന്ന് നോക്കിയതുപോലുമില്ല. സൈഡ് കാർ തുറക്കരുതെന്ന് ഞാൻ നിർദ്ദേശിച്ചിരുന്നു. എന്നാലും അതൊന്ന് തുറക്കാനുള്ള ഒരു ഇച്ഛ അയാളിലുണ്ടായിരുന്നു. ഞാൻ അയാൾക്കായി നിർമ്മിച്ച കഥയുടെ ഭാവനാലോകത്തിൽ തന്നെയായിരുന്നു അയാളപ്പോഴും. അതൊന്ന് വിശ്വസിക്കാനാകാതാകുമ്പോൾ എങ്ങനെ സ്വയം പ്രതികരിക്കും എന്ന് അയാൾക്കറിയില്ലായിരുന്നു. പക്ഷേ അന്ന് പ്രഭാതത്തിൽ കാരിങ്ങ്ടൺ മ്യൂസിൽ നിന്ന് രഹസ്യമായി ഇറങ്ങിയപ്പോൾ അയാളിൽ നിഷ്കളങ്കമായ ഒരു ആവേശമുണ്ടായിരുന്നു. ഒരു തമാശ കാണിക്കുന്ന സ്കൂൾ വിദ്യാർത്ഥിയുടെ അതേ ആവേശം. യാത്രയ്ക്കിടയിൽ പ്രശ്നങ്ങളൊന്നുമുണ്ടായില്ല. പ്ലാസ്റ്റിക് കൊണ്ടുള്ള കറുത്ത സ്യൂട്ടും ഹെൽമറ്റും കണ്ണടയുമെല്ലാം ആളറിയാതിരിക്കാനുള്ള നല്ല ഉപകരണങ്ങളായി. അത് പ്രതീക്ഷിച്ചതുമായിരുന്നു. ലിവർപൂളിൽ നിന്ന് സാക്സ്മന്ധാമിലേക്കുള്ള ഒരു ടിക്കറ്റ് അയാളുടെ കീശയിലുണ്ടായിരുന്നു. വെസ്റ്റ് എൻഡിലേക്കെത്തുന്നതിനു മുമ്പ് അയാൾ കോർടെസ് ക്ലബ്ബിനെക്കുറിച്ച് ഞാനെഴുതിയത് തപാലിൽ കൊടുത്തു. ടൈപ്പിങ്ങിന്റെ ശൈലി പെട്ടെന്ന് മറയ്ക്കാനാകുമെങ്കിലും ഉപയോഗിച്ച ടൈപ്പ്റൈറ്റർ ഏതെന്ന് കണ്ടെത്തുക എളുപ്പമാണ്. ഈ ഖണ്ഡിക ഞാൻ മൗറിസിന്റെ ടൈപ്പ്റൈറ്ററിൽ ഏതാനും ആഴ്ചകൾക്ക് മുമ്പേ ടൈപ്പ് ചെയ്ത് വച്ചിരുന്നു. ഒരു

ഗ്ലൗസ് ധരിച്ചാണത് ചെയ്തത്. ഇടതുകയ്യിലെ വിരലുകളിൽ ബാൻഡേജുമിട്ടിരുന്നു. അംഗഭംഗം വരുത്തിയ ഒരു ശവം ഒഴുകി നടക്കുന്നതായുള്ള ഖണ്ഡിക മുമ്പ് മൗറിസ് സ്വയം ടൈപ്പ് ചെയ്തതായിരുന്നു. അത് അയാൾ എന്നിൽ നിന്ന് വാങ്ങി കൈവശം വച്ചിരുന്നു. അതു പയോഗിച്ച് ഞാൻ ഒരു പുതിയ ഖണ്ഡികയുണ്ടാക്കി. മിസ് കാൽത്രോപ്പിന്റെ ആശയം, മൗറിസിന്റെ പുസ്തകത്തിന്റെ തുടക്കത്തിനായി നല്ലൊരു ആശയം എന്ന ആശയം ഉപയോഗപ്പെടുത്തുകയായിരുന്നു ഞാൻ. ഒരു വിധത്തിൽ അത് തന്നെയായി കൊലപാതകത്തിന്റെ ബാഹ്യരൂപവും. ഞാനതിനെ അതിഗംഭീരമായി ഉപയോഗിച്ചു.

എന്റെ പദ്ധതിയുടെ ഒരു പ്രധാന ഭാഗത്തെക്കുറിച്ച് ഞാനിതുവരെ പറഞ്ഞില്ല. അതായിരിക്കും ഏറ്റവും ബുദ്ധിമുട്ടുള്ളത് എന്നാണ് ഞാൻ കരുതിയിരുന്നതെങ്കിലും വിചിത്രമെന്ന് പറയട്ടെ, ഏറ്റവും എളുപ്പമുള്ളതായി അത്. ഡിഗ്ബി സെറ്റണിനെക്കൊണ്ട് എന്നെ വിവാഹം കഴിപ്പിക്കണമായിരുന്നു. അതിനായി ഞാൻ ആഴ്ചകളോളം അയാളെ നിർബന്ധിപ്പിക്കേണ്ടി വരും എന്നാണ് കരുതിയിരുന്നത്. എന്റെ കൈവശം അത്രയും സമയമില്ലായിരുന്നു. അയാൾ മോങ്ക്സ് മെയറിലെത്തിയ ആഴ്ചാവസാനങ്ങളിൽ എനിക്ക് എല്ലാ പദ്ധതികൾക്കും അവസാന രൂപം നൽകേണ്ടതുണ്ടായിരുന്നു. അയാൾ എനിക്ക് കത്ത് എഴുതുന്നതിൽ പ്രശ്നമില്ലായിരുന്നു. കാരണം ആ കത്തുകളെല്ലാം ഞാൻ കത്തിച്ച് കളയും എന്ന് എനിക്ക് ഉറപ്പുണ്ടായിരുന്നു. എന്നാൽ ഞാൻ അയാൾക്ക് എഴുതിയില്ല. പരസ്പരം ടെലിഫോണിലൂടേയും സംസാരിച്ചില്ല. അയാൾക്ക് യോജിപ്പില്ലാത്ത എന്നാൽ അവശ്യം ചെയ്യേണ്ട ഈ ഭാഗത്തിനായി അയാളെ നിർബന്ധിക്കുക എനിക്ക് കത്തിലൂടെ ചെയ്യാവുന്ന ഒന്നായിരുന്നില്ല. ആ പാറയിൽ തട്ടി എന്റെ കപ്പൽ തകരുമോ എന്നു പോലും ഞാൻ അത്ഭുതപ്പെടാതിരുന്നില്ല. പക്ഷേ അയാളെക്കുറിച്ചുള്ള എന്റെ കണക്കുകൂട്ടലുകളിൽ പാകപ്പിഴയുണ്ടായിരുന്നു. അയാളങ്ങനെ വിഡ്ഢിയൊന്നുമല്ല. അയാളുടെ സ്ഥാനത്ത് ഞാനായിരുന്നു എങ്കിൽ അയാളുടെ സർവ്വനാശത്തിൽ കലാശിക്കുന്ന ഒരു പ്രവൃത്തിയിൽ ഞാൻ അയാളെ പങ്കാളിയാക്കില്ലായിരുന്നു. ഒഴിച്ചുകൂടാനാകാത്ത ചിലതെല്ലാം അയാൾക്ക് തിരിച്ചറിയാനായി. എന്തായാലും അതെല്ലാം അയാളുടെ തന്നെ താത്പര്യാർത്ഥമായിരുന്നല്ലോ. പണത്തിന്മേൽ കൈ വയ്ക്കണമെങ്കിലും അയാൾക്ക് വിവാഹം കഴിച്ചേ മതിയാകുമായിരുന്നുള്ളൂ. അവിടെ മറ്റൊരാളെ പ്രതിഷ്ഠിക്കുവാൻ അയാൾക്കാകില്ല. ഒരു ഭാര്യയുണ്ടാകാൻ അയാൾക്കത്ര താത്പര്യമൊന്നുമില്ല. തന്റെ ജീവിതത്തിൽ ഇടപെടുകയോ തന്നോട് കല്പിക്കുകയോ

ചെയ്യുന്ന ഒരു ഭാര്യയെ. എന്തിന്, തനിക്കൊപ്പം ഉറങ്ങാൻ താത്പര്യപ്പെടുന്ന ഒരു ഭാര്യയെപ്പോലും അയാൾക്ക് ആവശ്യമില്ലായിരുന്നു. പക്ഷേ ചില ലക്ഷ്യങ്ങൾ നേടാനായി വിവാഹം കഴിക്കേണ്ടി വരും എന്നും അയാൾക്കറിയാം. ഞങ്ങളിൽ ഒരാൾ തുറന്ന് പറഞ്ഞില്ലെങ്കിൽ ഞങ്ങളൊന്നിച്ചാണ് മൗറിസിനെ കൊന്നതെന്ന് ആരുമറിയില്ല. ഭാര്യയ്ക്ക് ഭർത്താവിനെതിരെ തെളിവുകൾ നിരത്താനാകില്ല. അതിനാൽ എല്ലാം തീരുമാനമായി. കുറച്ച് കാലം കഴിഞ്ഞാൽ ഞങ്ങൾ വിവാഹമോചിതരാകുമെന്നും അതിന്റെ ഭാഗമായി എനിക്ക് നല്ലൊരു തുക ലഭിക്കുമെന്നും തീരുമാനമായി. സംശയമുണർത്താൻ മാത്രം ദയാലുത്വം അതിലുണ്ടാകില്ല. എന്നാലും യുക്തമാകും. ഞാൻ നിശ്ശബ്ദയായിരിക്കാനും അയാളുടെ പണം ലഭിക്കാനും അയാൾക്കെന്നെ വിവാഹം കഴിക്കുകയല്ലാതെ മറ്റ് മാർഗ്ഗങ്ങളില്ലായിരുന്നു. എനിക്കാകട്ടെ അയാളുടെ നിധി മുഴുക്കെ എന്റേതാക്കാൻ അയാളെ വിവാഹം കഴിക്കണമായിരുന്നു. അയാളുടെ വിധവയെന്ന നിലയിൽ ആ സമ്പത്ത് മുഴുക്കെ എന്റേതാക്കാൻ.

മാർച്ച് പതിനഞ്ചാം തിയതി ലണ്ടനിലെ റജിസ്ട്രാർക്ക് മുന്നിൽ ഞങ്ങൾ വിവാഹിതരായി. അയാൾ ഒരു കാർ വിളിച്ച് എന്നെ നേരത്തെ തന്നെ അവിടെയെത്തിച്ചു. ഞങ്ങൾ കോട്ടേജിൽ നിന്നിറങ്ങിയത് ആരുമറിഞ്ഞില്ല. അവരെങ്ങനെ അറിയാനാണ്? സെലിയ കാൽത്രോപ് അവിടെയില്ലായിരുന്നു. അതിനാൽ അവർ വിളിക്കാനുള്ള സാധ്യതയും ഇല്ലായിരുന്നു. ഒലിവർ ലാഥമും ജസ്റ്റിൻ ബ്രൈസും ലണ്ടനിലായിരുന്നു. ജെയ്ൻ ഡൽഗ്ലീഷ് വീട്ടിലുണ്ടോ ഇല്ലയോ എന്നത് എനിക്കൊരു പ്രശ്നമല്ലായിരുന്നു. ഞാൻ മൗറിസിനെ വിളിച്ച് സുഖമില്ല എന്നും അതിനാൽ ജോലിക്കെത്തില്ല എന്നുമറിയിച്ചു. അയാൾക്കത് അത്ര രുചിച്ചില്ല. പക്ഷേ മറുത്തൊന്നും പറഞ്ഞില്ല. എനിക്കെങ്ങനെയുണ്ട് എന്നറിയാൻ അയാൾ കോട്ടേജിൽ വരില്ല എന്ന് എനിക്കുറപ്പുണ്ടായിരുന്നു. അസുഖങ്ങളെ മൗറിസ് എന്നും വെറുത്തിരുന്നു. തന്റെ നായയ്ക്ക് രോഗം വന്നാൽ അയാൾ അതിനെ ശുശ്രൂഷിക്കും. നായയെ അയാൾക്ക് ഇഷ്ടമായിരുന്നുവല്ലോ. അയാൾക്ക് ഇന്ന് ജീവനുണ്ടായിരുന്നെങ്കിൽ, അയാൾ ടാനേഴ്സ് കോട്ടേജ് വരെയൊന്ന് വന്ന് അന്ന് ഞാൻ എവിടേക്കാണ് പോയത് എന്നൊന്ന് അത്ഭുതപ്പെടുകയെങ്കിലും ചെയ്തിരുന്നു എങ്കിൽ, എന്തിനു ഞാൻ നുണ പറഞ്ഞു എന്നൊന്ന് ചോദിച്ചിരുന്നെങ്കിൽ എനിക്കെന്തൊരു സംതൃപ്തി ലഭിക്കുമായിരുന്നെന്നോ?

പക്ഷേ സമയവും ഈ ടെയ്പ്പിലെ സ്ഥലവും ഇല്ലാതാകുന്നു. മൗറിസ് സെറ്റണുമായുള്ള ഇടപാട് ഞാൻ തീർത്തിരിക്കുന്നു. ഇതെന്റെ വിജയമാണ്. അല്ലാതെ ന്യായീകരണമല്ല. പറയാൻ ഇനിയും പലതും ബാക്കിയുണ്ട്.

സൈഡ് കാറുള്ള മോട്ടോർ സൈക്കിളുമോടിച്ച് ബുധനാഴ്ച ആറുമണിക്ക് മുമ്പ് ഡിഗ്ബി ടാനേഴ്സ് കോട്ടേജിലെത്തി. അപ്പോഴേക്കും ഇരുട്ടായിട്ടുണ്ടായിരുന്നു. ചുറ്റിലും ആരുമില്ലായിരുന്നു. അതങ്ങനെയാണ്. സന്ധ്യ മയങ്ങിയാൽ പിന്നെ ഈ ഭാഗങ്ങളിലേക്ക് ആരും വരില്ല. മൗറിസ് മരിച്ചിരിക്കുന്നു എന്ന കാര്യത്തിൽ സംശയമില്ല. സൈഡ് കാറിന്റെ മൂടിയൊന്ന് തുറന്നപ്പോൾ ഡിഗ്ബി വിളറി. തന്റെ ഇരയുടെ മുഖത്ത് ഭീതി പടർന്നിരിക്കുന്നത് കാണാനാകും എന്നാണയാൾ കരുതിയതെന്ന് തോന്നുന്നു. കണ്ണുകൾ തുറിച്ചിട്ടുണ്ടാകും എന്ന്. എന്നെപ്പോലെ അയാൾ മൗറിസിന്റെ കഥകളൊന്നും വായിച്ചിട്ടില്ലല്ലോ. അതിനാൽ ഫോറൻസിക് ശാസ്ത്രത്തെക്കുറിച്ചും മരുന്നുകളെക്കുറിച്ചും അയാൾക്കൊന്നുമറിയില്ല. അയാളുടെ മുഖം ശാന്തമായിരുന്നു. തീർത്തും സാധാരണം. തീർത്തും ശൂന്യം. ആരെയും ഭയപ്പെടുത്താനോ ആരുടേയും ദയ പിടിച്ചുപറ്റാനോ കരുത്തില്ലാത്തത്. അത് ഡിഗ്ബിയിൽ ആത്മവിശ്വാസം വരുത്തി. പക്ഷേ മരിച്ചാൽ ശരീരം വിറങ്ങലിക്കും എന്നയാളോട് പറയാൻ ഞാൻ വിട്ടുപോയിരുന്നു. കാൽമുട്ട് വളച്ചൊടിച്ചാലേ ആ ശവത്തെ ഒരു ചക്രക്കസേരയിലിരുത്താനാകൂ എന്ന് അയാൾ പ്രതീക്ഷിച്ചിട്ടില്ലായിരുന്നു. ചക്രക്കസേരയിലിരുത്തി കടൽക്കരയിലെത്തിക്കുകയായിരുന്നു പദ്ധതി. അതയാൾ അത്ര ആസ്വദിച്ചു എന്നെനിക്ക് തോന്നുന്നില്ല. മൗറിസിന്റെ കാലുകളുടെ കനമില്ലായ്മ കണ്ട് അയാൾ ഇക്കിളിപ്പെട്ടു. ഒരു കുറ്റിച്ചൂലുപോലെയുണ്ടായിരുന്നു അത്. ട്രൗസറുകളിൽ പൊതിഞ്ഞ് വച്ച കുറ്റിച്ചൂൽ. ഡിഗ്ബി അവയിൽ ആഞ്ഞടിച്ചു. അത് വളഞ്ഞു. ചക്രക്കസേരയിൽ ഒരു കുഞ്ഞിന്റെ കാലുപോലെ ആടിക്കളിച്ചു. ആ ശവത്തിൽ വ്യക്തിപരമായി അയാൾ നടത്തിയ അത്തരത്തിലുള്ള ഒരു ആക്രമണം ഡിഗ്ബിയിൽ ചില മാറ്റങ്ങളുണ്ടാക്കി. മൗറിസിന്റെ കൈകൾ വെട്ടിയെടുക്കാൻ ഞാൻ തയ്യാറായിരുന്നു. അതിനായി ഞാൻ വാക്കത്തി തയ്യാറാക്കിവച്ചിരുന്നു. പക്ഷേ ഡിഗ്ബി അതെന്നിൽ നിന്ന് പിടിച്ച് വാങ്ങി. ഒരക്ഷരം പരയാതെ ഞാൻ കൈകൾ നിവർത്തി വയ്ക്കുന്നതിനായി കാത്ത് നിന്നു. അയാളേക്കാൾ വൃത്തിയിൽ ഞാനവ വെട്ടിയെടുക്കുമായിരുന്നു. എന്നാൽ അയാളേക്കാളധികം ഞാനത് ആസ്വദിക്കുമായിരുന്നോ എന്നെനിക്ക് അറിയില്ല. വെട്ടിയെടുത്ത കൈകൾ ഞാൻ ഒരു ടോയ്‌ലറ്റ് ബാഗിലിട്ടു. അവകൊണ്ട് ഡിഗ്ബിക്ക് ചില ആവശ്യങ്ങളുണ്ടായിരുന്നു. അത് ല്യൂക്കറിനയച്ചുകൊടുക്കാൻ ഡിഗ്ബി തീരുമാനിച്ചിരുന്നു. എന്നാൽ എന്റെ ഇരുട്ടുമുറിയുടെ സ്വകാര്യതയിൽ എനിക്ക് ചില കാര്യങ്ങൾ ചെയ്യാനുണ്ടായിരുന്നു. അതുവരെ ആ ബാഗ് ഞാൻ കഴുത്തിൽ ഞാത്തിയിട്ടു. ആ കൈകൾ എന്നിലുരസുന്നത് ആസ്വദിച്ചു. അതെന്റെ മാംസത്തിലേക്ക് അരിച്ചു കയറുന്നുണ്ടെന്ന് എനിക്ക് തോന്നി.

എല്ലാം അവസാനിച്ചപ്പോൾ ഡിഗ്ബി ആ കളിവള്ളം കടലിലേക്ക് തള്ളിവിട്ടു. വേലിയേറ്റമായിരുന്നു. രക്തക്കറയെക്കുറിച്ചൊന്നും ഞാൻ വേവലാതിപ്പെട്ടില്ല. മരിച്ചവരിൽ നിന്ന് രക്തം വരുന്നെങ്കിൽ തന്നെ വളരെ സാവധാനത്തിലേ അതുണ്ടാകൂ. എവിടെയെങ്കിലും രക്തം പറ്റിയിട്ടുണ്ടെങ്കിൽ അത് കടൽ കഴുകിക്കളയും. ഡിഗ്ബി കടലിൽ നിന്ന് എന്നെ നോക്കി കൈ വീശി. ഇരുട്ടിൽ ആചാരപരമായി ശുദ്ധീകരിക്കപ്പെട്ടവനെപ്പോലെ. തിരികെ കോട്ടേജിലേക്ക് പോകുന്ന വഴിയിൽ ഞങ്ങൾ ഇരുവരും സംസാരിച്ചില്ല. അയാളെ ചിലയിടങ്ങളിൽ ഞാൻ താഴ്ത്തിക്കണ്ടു എന്ന് പറയുകയുണ്ടായല്ലോ. ആ ഇടുങ്ങിയ വഴിയിലൂടെ തിരികെ നടക്കുമ്പോൾ മാത്രമാണ് ഈ വ്യക്തി അപകടകാരിയായേക്കാം എന്ന ചിന്ത എന്നിലുണ്ടായത്.

ആ രാത്രിയിലെ ശേഷിച്ച ജോലികൾ വളരെ ലളിതങ്ങളായിരുന്നു. ഡിഗ്ബിക്ക് എത്രയും പെട്ടെന്നാകുമോ അത്രയും പെട്ടെന്ന് ഇപ്സ്വിച്ചിലെത്തേണ്ടതുണ്ട്. അയാൾ വന്ന വണ്ടിയിൽ തന്നെയാണാ യാത്ര. പോകുന്ന വഴിയിൽ സൈസ്വെൽ സ്ല്യൂസിന്റെ കരയിൽ ഒറ്റപ്പെട്ട ഒരിടത്ത് അയാൾ വണ്ടി നിർത്തും. സൈഡ് കാർ വെള്ളത്തിലിടും. ആഴമുള്ളിടത്തിടും. ഇപ്സ്വിച്ചിലെത്തിയാൽ അയാൾ മോട്ടോർ സൈക്കിളിന്റെ നമ്പർ പ്ലേറ്റുകൾ അഴിച്ച് മാറ്റി അതെവിടെയെങ്കിലും ഉപേക്ഷിക്കും. അതൊരു പഴയ വണ്ടിയായിരുന്നു. അതിന്റെ ഉടമയെ ആരെങ്കിലും തിരഞ്ഞ് നടക്കാനൊന്നും സാധ്യതയില്ല. അതല്ല അതിന്റെ ഉടമ ഡിഗ്ബിയാണെന്ന് കണ്ടെത്തുകയും സൈഡ് കാർ വീണ്ടെടുക്കപ്പെടുകയും ചെയ്താലും പ്രതിരോധത്തിന്റെ രണ്ടാം നിര ഞങ്ങൾ തയ്യാറാക്കിയിരുന്നു. മൗറിസിനെ തട്ടിക്കൊണ്ടുപോകുന്ന നാടകത്തിന്റെ കഥ. നിഷ്കളങ്കമായ ആ നാടകം ദുരന്തത്തിൽ കലാശിച്ചത്. ആ കഥയ്ക്ക് സാക്ഷ്യം പറയാൻ ലില്ലി കൂംബ്സുണ്ട്.

ഡിഗ്ബിക്ക് ഞാൻ കൊടുത്ത നിർദ്ദേശങ്ങൾ വളരെ വ്യക്തമായിരുന്നു. മോട്ടോർ സൈക്കിൾ ഉപേക്ഷിച്ചതിനുശേഷം അയാൾ ആദ്യം കടലിൽ ഒഴുകി നടക്കുന്ന കയ്യില്ലാത്ത ശവത്തെക്കുറിച്ചുള്ള കഥാഭാഗം തപാലിൽ അയയ്ക്കും. അതിനുശേഷം സ്റ്റേഷനിലേക്ക് പോകും. വസ്ത്രമൊന്നും അപ്പോഴും മാറ്റിയിട്ടുണ്ടാകില്ല. ഒരു പ്ലാറ്റ് ഫോം ടിക്കറ്റ് വാങ്ങും. ലണ്ടനിൽ നിന്ന് വാങ്ങിയ ടിക്കറ്റുമായി ഇപ്സ്വിച്ചിൽ നിന്നൊരാൾ വണ്ടിയിൽ കയറുന്നത് അവിടെ നിൽക്കുന്ന ടിക്കറ്റ് പരിശോധകൻ ശ്രദ്ധിക്കരുത് എന്നായിരുന്നു ലക്ഷ്യം. സാമാന്യം തിരക്കുള്ളപ്പോൾ ഡിഗ്ബി അകത്ത് കടക്കും. സാക്സ് മന്ധാം തീവണ്ടിയിൽ കയറും. ശൗചാലയത്തിൽ ചെന്ന് വസ്ത്രം

മാറ്റും. പഴയതെല്ലാം ഒരു ചെറിയ സഞ്ചിയിൽ കെട്ടിപ്പൊതിയും. സാക്സ് മന്ഡാമിൽ എട്ടരയ്ക്കെത്തും. അവിടെ നിന്ന് സെറ്റൻ ഹൗസിലേക്ക് ഒരു ടാക്സി വിളിക്കും.

എല്ലാം കൃത്യമായി നടന്നോ എന്നറിയാൻ ഞാൻ അവിടെ ഇരുട്ടിൽ കാത്തു നിൽക്കും. അതിനോടൊപ്പം ഇനിയെന്ത് ചെയ്യണം എന്ന നിർദ്ദേശങ്ങളും നൽകും. രാത്രിയിലെ പദ്ധതികളിലെ ഏറ്റവും എളുപ്പമുള്ള ഭാഗം. ഞാനവിടെ വൈഷമ്യങ്ങളൊന്നും പ്രതീക്ഷിച്ചിരുന്നില്ല. എന്നാൽ ഡിഗ്ബി അപ്പോഴേക്കും തന്റെ കരുത്തെന്തെന്ന് മണത്തറിയാൻ തുടങ്ങിയിരുന്നു. രണ്ട് വിഡ്ഢിത്തങ്ങൾ അയാൾ ചെയ്തു. സൈഡ് കാർ അഴിച്ചിട്ട് ഗ്രാമത്തിലൂടെ അതിവേഗത്തിൽ വണ്ടിയൊന്നോടിക്കാനുള്ള ഇച്ഛയെ അയാൾക്ക് തടയാനായില്ല. അങ്ങനെ അയാൾ ബ്രൈബസിനു മുന്നിൽ പ്രത്യക്ഷനായി. സാക്സ് മന്ഡാമിൽ വന്ന് തന്നെ കൂട്ടിക്കൊണ്ടുപോകണം എന്ന് അയാൾ ലിസ് മാർലിക്ക് ഫോൺ ചെയ്തു. ഇത് ബാലിശമായിരുന്നു.

രണ്ടാമത്തേത് വിനാശകാരിയാകുമായിരുന്നു. അപ്പോഴേക്കും ഞാൻ ശാരീരികമായി തളർന്നിരുന്നു. ഈ അനുസരണയില്ലായ്മയെ കൈകാര്യം ചെയ്യാനാകുന്ന വൈകാരികതയിലായിരുന്നില്ല. മിസ് മാർലിയുടെ കാർ വരുന്നത് ഞാൻ കണ്ടു. പർദ്ദയുടെ മറവിൽ നിന്നും അവർ ഇരുവരുടേയും നിഴൽ കണ്ടു. അപ്പോഴാണ് ടെലിഫോൺ ശബ്ദിച്ചത്. പ്ലാന്റ് സെറ്റണെക്കുറിച്ച് അന്വേഷിക്കാൻ വിളിക്കുകയാണെന്ന് എനിക്ക് മനസ്സിലായി. അപ്രതീക്ഷിതമായ രണ്ട് കാര്യങ്ങൾ ഒന്നിച്ച് സംഭവിക്കുന്നു. അവ രണ്ടും നേരിടാൻ ഞാൻ തയ്യാറായിട്ടുമില്ല.

എനിക്കിത്തിരി സമയം ലഭിക്കുകയായിരുന്നെങ്കിൽ അതുമായി ഇതിലും മെച്ചപ്പെട്ട രീതിയിൽ ഞാൻ യോജിക്കുമായിരുന്നു. എന്നാൽ അപ്പോൾ ഞാൻ ഡിഗ്ബിയുമൊത്ത് വഴക്കിട്ടു. ഞങ്ങൾ പരസ്പരം എന്തൊക്കെ പറഞ്ഞു എന്ന് ഉദ്ധരിച്ച് സമയം കളയേണ്ടതില്ല. ആ വഴക്കിന്റെ അവസാനത്തിൽ ഡിഗ്ബി കോപാകുലനായി വണ്ടിയെടുത്തിറങ്ങി. ലണ്ടനിലേക്ക് തിരിച്ചുപോകുകയാണ് ലക്ഷ്യം എന്നറിയിച്ചു. എനിക്കയാൾ പറഞ്ഞത് വിശ്വസിക്കാനായില്ല. അയാൾക്കങ്ങനെ ഇപ്പോൾ എല്ലാം വലിച്ചെറിയാനാകില്ല. അത് അയാളിൽ നിന്നുള്ള മറ്റൊരു ബാലിശമായ പ്രകടനമായിരുന്നു. സ്വാതന്ത്ര്യപ്രഖ്യാപനമായിരുന്നു. എന്നെ ഭയപ്പെടുത്തുക എന്നതായിരുന്നു അതിന്റെ ലക്ഷ്യം. ആ വഴക്കായിരുന്നു അതിനു കാരണം. എന്നാൽ ഞാൻ കാത്തിരുന്നു. ഇരുട്ടിൽ. വിളക്കുകൾ തെളിയിക്കാതെ. ഒരു നിമിഷത്തെ കോപം എന്റെ എല്ലാ പദ്ധതികളും തകർക്കുമോ എന്ന് ഭയന്ന്. കാര്യങ്ങളെല്ലാം എങ്ങനെ തിരിച്ചുപിടിക്കാനാകും എന്ന്

ചിന്തിച്ച്. രണ്ട് മണിയോടെയാണ് ഞാൻ എന്റെ വീട്ടിലേക്ക് പോയത്. പിറ്റേന്ന് വളരെ നേരത്തെ ഞാൻ സെറ്റൺ ഹൗസിലെത്തി. അപ്പോഴും കാറിനെക്കുറിച്ചൊരു സൂചനയും ലഭിച്ചില്ല. വ്യാഴാഴ്ച രാത്രി പെന്റ് ലാൻഡ്സിലേക്ക് ടെലിഫോൺ വന്നപ്പോഴാണ് എന്ത് സംഭവിച്ചു എന്ന് എനിക്ക് മനസ്സിലായത്. അപ്പോഴേക്കും ഒന്ന് ഞെട്ടാനുള്ള മാനസികാവസ്ഥയിലല്ലാതായിട്ടുണ്ടായിരുന്നു ഞാൻ. ആ ഇരുപത്തി നാലു മണിക്കൂറിനുള്ളിൽ എന്നോട് ചെയ്തതിന്റെ ശിക്ഷ ഡിഗ്ബി സെറ്റണിനു ലഭിച്ചതിന്റെ സന്തോഷമായിരുന്നു എന്നിലപ്പോൾ. അയാൾക്കാകട്ടെ പലവിധത്തിൽ ഉപയോഗിക്കാവുന്ന സ്രോതസ്സുകളുണ്ടായിരുന്നു. ഒരു ടെലിഫോൺ വന്നു എന്നതൊക്കെ നല്ല കൗശലമായിരുന്നു. അത് അർദ്ധബോധാവസ്ഥയിൽ കിടന്നപ്പോൾ അയാൾ എന്തെങ്കിലും പുലമ്പിയെങ്കിൽ അതിനെ പൂരിപ്പിക്കുന്നവയാകുമായിരുന്നു. അതയാൾക്ക് ഇതിലൊന്നും പങ്കില്ലെന്ന ഒഴികഴിവിന് കരുത്ത് പകരുമായിരുന്നു. മോങ്ക്സ്മെയറിലുള്ളവരെ അത് കൂടുതൽ അസൗകര്യത്തിലാക്കി. അയാളുടെ ചാതുര്യത്തെ, പുതുമ കണ്ടെത്താനുള്ള വൈദഗ്ധ്യത്തെ അഭിനന്ദിക്കാതിരിക്കാനെനിക്കാകില്ല. ഇനി അയാൾ എന്നിലേക്കെപ്പോൾ ഇടിച്ചു കയറും എന്നായി പിന്നെ എന്റെ ചിന്ത.

ഇനിയെനിക്ക് പറയാൻ അധികമൊന്നുമില്ല. ആ വാക്കത്തി ജെയ്ൻ ഡൽഗ്ലീഷിന്റെ വീട്ടിൽ തിരികെയെത്തിക്കുക എന്നത് അതവിടെ നിന്ന് മോഷ്ടിക്കുന്നതിനേക്കാൾ ഒട്ടും പ്രയാസകരമായിരുന്നില്ല. മോട്ടോർ സൈക്കിളോടിക്കുമ്പോൾ ഉപയോഗിച്ച പ്ലാസ്റ്റിക് കൊണ്ടുള്ള സ്യൂട്ട് തുണ്ടുകളാക്കി വേലിയിറക്ക സമയത്ത് ഒഴുക്കിക്കളഞ്ഞു. അതിനോടൊപ്പം മൗറിസിന്റെ കൈകളുടെ മാംസത്തുണ്ടുകളും ഒലിച്ചുപോയി. ഇരുട്ടുമുറിയിലെ ആസിഡും അതിന്റെ കൂടെ ചേർന്നു. എല്ലാം ശാന്തമായും ലളിതമായും അവസാനിച്ചു. പദ്ധതിക്കനുസരിച്ച് തന്നെ. ഇനിയുള്ളത് അവസാനത്തെ അദ്ധ്യായമാണ്. അത് ഏതാനും ദിവസങ്ങൾക്കുള്ളിൽ എനിക്ക് കൂട്ടിച്ചേർക്കാനാകും. എനിക്ക് ഡിഗ്ബിയോട് അങ്ങനെ എതിർപ്പൊന്നുമില്ല. അയാൾ ചത്തു എന്നറിഞ്ഞാൽ ഞാൻ സന്തോഷിക്കും. അതിനായി അയാൾ കടന്ന് പോകുന്ന കൊടും പീഡ എനിക്കെന്റെ മനസ്സിൽ കാണാം. അത് നേരിൽ കാണാനൊന്നും എനിക്കാഗ്രഹമില്ല. എന്നാലും മൗറിസ് സെറ്റൺ മരിച്ചു കൊണ്ടിരുന്നപ്പോൾ ഞാൻ ഒപ്പമുണ്ടായിരുന്നെങ്കിൽ എന്ന് ആഗ്രഹിച്ചിട്ടുണ്ട്.

അതെന്നിൽ അവസാനത്തെ വിശദീകരണത്തെക്കുറിച്ചോർമ്മ വരുത്തുന്നു. അയാളുടെ ശവം ലണ്ടനിൽ ഉപേക്ഷിക്കുന്നതുകൊണ്ട് ഞാൻ സംതൃപ്തയാകാഞ്ഞതെന്തുകൊണ്ട്? പാഡിങ്ങ്ടണിലെ ഓടയിൽ കുറേ മാംസവും വസ്ത്രങ്ങളുമായി? അതിന്റെ കാരണവും

ലളിതമാണ്. ഞങ്ങൾക്ക് ആ കൈകൾ വെട്ടിമാറ്റിയെടുക്കണമായിരുന്നു. തന്റെ ശവപ്പെട്ടിയിൽ കയ്യിട്ടടിച്ച് അയാളുടെ വിരലിലെ സന്ധികളിലെ ചർമ്മം നീങ്ങിയിട്ടുണ്ടായിരുന്നു. അങ്ങനെ ചർമ്മമില്ലാത്ത വിരലുകൾ ചില കഥകൾ പറയും.

സ്വരം അവസാനിച്ചു. ടെയ്പ്പ് പിന്നെയും ഏതാനും സെക്കന്റുകൾ ചലിച്ചു. റക്ലസ് അതിന്റെ സ്റ്റോപ്പ് ബട്ടണിൽ വിരലമർത്തി. അത് പുറത്തേക്ക് വലിച്ചെടുത്തു. ജെയ്ൻ ഡൽഗ്ലീഷ് കസേരയിൽ നിന്നെഴുന്നേറ്റു. ലാഥമിനോടെന്തോ മന്ത്രിച്ചു. അടുക്കളയിലേക്ക് നീങ്ങി. ഒട്ടും വൈകാതെ കെറ്റിലിന്റെ മൂടി തുറക്കുന്ന സ്വരവും വെള്ളമൊഴുകുന്ന സ്വരവും കേട്ടു. അവരിപ്പോൾ എന്താണ് ചെയ്യുന്നതെന്ന് ഡൽഗ്ലീഷ് അമ്പരന്നു. ഉച്ചഭക്ഷണത്തിനുള്ള തയ്യാറെടുപ്പുകളിലാണോ? സന്ദർശകർക്ക് കാപ്പി തയ്യാറാക്കുകയാണോ? എന്താണിപ്പോൾ അവരുടെ മനസ്സിലുള്ളത്? ഇപ്പോൾ, എല്ലാം കേട്ട് കഴിഞ്ഞപ്പോൾ, അവരടക്കം ഒരുപാട് ജീവനുകളുടെ ജീവിതത്തെ അലങ്കോലപ്പെടുത്തിയ വെറുപ്പിന്റെ ആ ബഹളത്തിൽ അവർ ഒരു താത്പര്യവും കാണിക്കാതിരിക്കുന്നെന്നോ? ഒരു കാര്യം തീർച്ച. പിന്നീടെപ്പോഴെങ്കിലും അവർ സിൽവിയ കെഡ്ജിനെക്കുറിച്ച് സംസാരിച്ചാൽ അവർ വൈകാരിക പശ്ചാത്താപങ്ങളിലേക്ക് നീങ്ങുകയില്ലായിരുന്നു. നമുക്കവളെ അറിയാനായെങ്കിൽ! നമുക്കവളെ ഒന്ന് സഹായിക്കാനായെങ്കിൽ എന്നൊന്നും പറയില്ലായിരുന്നു. ജെയ്ൻ ഡൽഗ്ലീഷിനെ സംബന്ധിച്ചിടത്തോളം ജനങ്ങൾ എങ്ങനെയാണോ അങ്ങനെ തന്നെയാണ്. അവരെ മാറ്റിയെടുക്കാൻ ശ്രമിക്കുന്നതിലോ അവരോട് അസംഗതമായി, നിർമ്മര്യാദയോടെ, ദയ കാണിക്കുന്നതിലോ അവർക്ക് താത്പര്യമില്ലായിരുന്നു. അമ്മായിയുടെ നിസ്സംഗത അയാളെ ഇത്ര കരുത്തോടെ ചിന്തയിലേക്കിതുവരെ നയിച്ചിട്ടില്ല. അതിതുവരെ അയാളെ ഭീതിപ്പെടുത്തിയിട്ടില്ല.

ലാഥം തന്നെ അതുവരെയുണ്ടായിരുന്ന അർദ്ധബോധാവസ്ഥയിൽ നിന്ന് സ്വയം മുക്തനാക്കി. നെരിപ്പോടിനരികിൽ ഒഴിഞ്ഞ് കിടന്ന കസേരയിലേക്ക് നീങ്ങി. ഉറക്കെ ചിരിച്ചു. ''പാവം ചെകുത്താൻ. നിശാവസ്ത്രം തിരഞ്ഞെടുക്കാനറിയാത്തതിനാൽ കൊല്ലപ്പെട്ടു. അതോ കിടപ്പുമുറിയുടെ തിരഞ്ഞെടുപ്പാണോ കുഴപ്പമായത്?''

റക്ലസ് മറുപടിയൊന്നും പറഞ്ഞില്ല. അയാൾ ടെയ്പ്പ് സുരക്ഷിതമാക്കി. ടെയ്പ്പ് റെക്കോഡർ കയ്യിലെടുത്തു. വാതിൽക്കലേക്ക് നടന്നു. വാതിൽക്കലെത്തിയപ്പോൾ തിരിഞ്ഞ് നിന്നു. ഡൽഗ്ലീഷിനോട് സംസാരിക്കാൻ തുടങ്ങി.

''സൈഡ് കാർ കണ്ടെത്താനായി. നിങ്ങൾ അടയാളപ്പെടുത്തിയ സ്ഥലത്തുനിന്ന് ഇരുപതുവാര ദൂരത്തിൽ അതുണ്ടായിരുന്നു. അതും ഒരു നല്ല ഊഹമായി ഡൽഗ്ലീഷ്.''

ഡൽഗ്ലീഷിന് ആ രംഗം ഊഹിക്കാനായി. ഒറ്റപ്പെട്ട ഒരു നീർച്ചാൽ. പ്രഭാതം. ദൂരെ നിന്ന് വരുന്ന വാഹനങ്ങളുടെ സ്വരം മാത്രം നിശ്ശബ്ദതയ്ക്ക് വിരുദ്ധമായി പ്രവർത്തിക്കുന്നു. വെള്ളം സംഗീതമാലപിക്കുന്നു. വെള്ളത്തിൽ തിരയുന്നവരുടെ ആഴമേറിയ സ്വരം. നദീതടത്തിലാണവർ തിരയുന്നത്. അവസാനം അവർ ആ വസ്തുവെടുത്ത് ഉയർത്തുന്നു. ഭീമാകാരമായ മേദസ്സുപോലെ ഒന്ന്. കറുത്ത നിറം. അതിൽ പായൽ നിറഞ്ഞിരിക്കുന്നു. ചളിമണ്ണ് വഴുതിയിറങ്ങുന്നു. അവിടെയുള്ളവർക്ക് അത് ചെറുതെന്ന തോന്നലുണ്ടായി എന്ന കാര്യത്തിൽ അയാൾക്ക് സംശയമില്ല. പ്രത്യേകിച്ചും അവിടെയുണ്ടായിരുന്ന പൊലീസുകാർക്ക്. അത് സാരമില്ല. മൗറിസ് സെറ്റണും വളരെ കുറിയ ഒരു മനുഷ്യനായിരുന്നുവല്ലോ.

റക്ലസ് പോയതിനു ശേഷം ലാഥം യുദ്ധത്തിലായി. സംസാരിക്കാൻ തുടങ്ങി.

‘‘എന്റെ ജീവൻ രക്ഷിച്ചതിനു നന്ദി.’’

‘‘അത് വേണോ? ഞാൻ മറിച്ചാണ് പ്രതീക്ഷിച്ചത്. നിങ്ങളാണല്ലോ അവളെ ആ മേൽക്കൂരയിൽ നിന്ന് ചവുട്ടി താഴെയിട്ടത്.’’

മറുപടി പൊടുന്നനെ വന്നു. പ്രതിരോധത്തിന്റെ സ്വരം.

‘‘അതൊരു അപകടമായിരുന്നു. അവൾ വീഴണം എന്ന് ഞാൻ ആഗ്രഹിച്ചിരുന്നില്ല.’’

തീർച്ചയായുമില്ല. ഡൽഗ്ലീഷ് മനസിൽ പറഞ്ഞു. അതൊരു അപകടം തന്നെ. താനൊരു പെണ്ണിനെ കൊന്നു എന്ന ചിന്തയും മനസ്സിൽ പേറി ജീവിക്കാൻ സാധിക്കുന്ന അവസാന വ്യക്തിയാകും ലാഥം. ആ കൊല സ്വയം പ്രതിരോധത്തിനായിരുന്നാൽ പോലും. അങ്ങനെയാണയാൾ അതിനെ ഓർക്കാൻ ആഗ്രഹിക്കുന്നതെങ്കിൽ അതയാൾക്ക് ഇപ്പോൾ തന്നെ തുടങ്ങാം. എങ്ങനെയായാലും അതുകൊണ്ട് എന്ത് വ്യത്യാസമുണ്ടാകാനാണ്? ലാഥം അപ്പോൾ അവിടെ നിന്ന് ഇറങ്ങിപ്പോയിരുന്നെങ്കിൽ എന്ന് അയാൾ ആഗ്രഹിച്ചു. അവർക്കിടയിൽ പരസ്പരം നന്ദിപ്രകാശനം അസംബന്ധവും പരിഭ്രമങ്ങൾ ഉണർത്തുന്നതുമാകും. പ്രഭാതത്തിൽ അനാവശ്യ കൊച്ചുവർത്തമാനങ്ങളിലേർപ്പെടാനുള്ള മാനസികാവസ്ഥയിലല്ല അയാളപ്പോൾ. ശാരീരികാവസ്ഥയിലുമല്ല. എന്നാലും അറിയേണ്ട ചിലതുണ്ടായിരുന്നു.

‘‘നിങ്ങളെന്തിന് ഇന്നലെ രാത്രി ടാനേഴ്സ് കോട്ടേജിലേക്ക് പോയി എന്ന് അത്ഭുതപ്പെടുകയായിരുന്നു ഞാൻ. നിങ്ങൾ അവരെ കണ്ടിരുന്നു എന്ന് ഞാൻ ഊഹിക്കുന്നു. ഡിഗ്ബിയേയും കെഡ്ജിനേയും.’’

ചതുരാകൃതിയിലുള്ള രണ്ട് എൻവലപ്പുകൾക്ക് ചിമ്മിനിയുടെ ചാരക്കല്ലുകളുടെ പശ്ചാത്തലത്തിൽ നല്ല വെളുപ്പുള്ളവയാണെന്ന്

തോന്നി. ദെബോറയുടെ കത്ത് ഇനി അധികം വൈകും മുമ്പ് തുറക്കണം. അത് വായിക്കാതെ നെരിപ്പോടിലിടുന്നത് അസംബന്ധവും അപമാനിക്കലുമാകും. ഒരൊറ്റ പ്രവർത്തി തന്റെ ഭൂതകാലത്തെ മുഴുക്കെ എരിച്ചുകളയാൻ ഉപകാരപ്പെടും എന്ന പോലെയാണതിനുള്ള ത്വരയെത്തുന്നത്. അതേ ഭൂതകാലത്തിൽ നിന്നെന്നപോലെ ലാഥമിന്റെ സ്വരം വന്നു.

''തീർച്ചയായും. ഞാനെത്തിയ ആ ദിവസം സായാഹ്നത്തിൽ. സമയത്തെക്കുറിച്ച് ഞാൻ നുണ പറഞ്ഞതാണ്. ആറു മണികഴിഞ്ഞപ്പോൾ ഞാനിവിടെ എത്തി. കുറച്ച് കഴിഞ്ഞപ്പോൾ ഞാൻ കുന്നിൻ ചരിവിലൂടെ നടന്നു. അപ്പോൾ രണ്ട് രൂപങ്ങൾ കളിവള്ളത്തിനരികെ നിൽക്കുന്നത് കണ്ടു. അതിലൊന്ന് സിൽവിയയായിരുന്നു എന്ന് എനിക്ക് തിരിച്ചറിയാനായി. രണ്ടാമത്തേത് സെറ്റണായിരിക്കും എന്ന് ഞാൻ ഊഹിച്ചു. പക്ഷേ ഉറപ്പുണ്ടായിരുന്നില്ല. നല്ല ഇരുട്ടുണ്ടായിരുന്നു. അവരെന്താണ് ചെയ്തുകൊണ്ടിരുന്നതെന്ന് ഉറപ്പിക്കാനാകുമായിരുന്നില്ല. എന്നാലും അവർ ആ കളിവള്ളം കടലിലേക്ക് തള്ളിവിടുകയാണെന്ന് എനിക്ക് മനസ്സിലായി. അതിൽ എന്താണെന്ന് എനിക്കറിയില്ലായിരുന്നു. പക്ഷേ പിന്നീടത് ഊഹിക്കാനായി. അതെന്നെ വിഷമിപ്പിച്ചൊന്നുമില്ല. എന്റെ അഭിപ്രായത്തിൽ അത്തരമൊരു അവസാനം മൗറിസിനെ തേടി വരുന്നുണ്ടായിരുന്നു. നിങ്ങൾ ഊഹിച്ചതും ശരി തന്നെ. ഡൊറോത്തി സെറ്റൺ ആ അവസാന കത്ത് എനിക്ക് കൈമാറിയിരുന്നു. ഞാൻ പ്രതികാരം ചെയ്യും എന്നവർ പ്രതീക്ഷിച്ചിരുന്നു. പക്ഷേ അതിനുതകുന്ന വ്യക്തിയായി അവരെന്നെ തെറ്റിദ്ധരിച്ചതാണ്. ആ ഭാഗം അഭിനയിച്ച പല രണ്ടാംകിട അഭിനേതാക്കളേയും ഞാൻ കണ്ടിട്ടുണ്ട്. അതിനാൽ അങ്ങനെയൊരു നാടകത്തിനെന്നെ ലഭിക്കില്ല. മറ്റാരെങ്കിലും ആ പ്രവർത്തി ചെയ്യുന്നതുകൊണ്ട് എനിക്ക് വിരോധമൊന്നുമില്ല. ഡിഗ്ബിയും കൊല്ലപ്പെട്ടപ്പോൾ കെഡ്ജിന്റെ ലക്ഷ്യമെന്തെന്ന് അറിയണമെന്ന ചിന്തയുണ്ടായി. സിൽവിയ ഇന്ന് കാലത്ത് റക്ലസിനെ കാണാനാഗ്രഹിക്കുന്നു എന്ന് സെലിയ പറയുകയുണ്ടായി. അതിനു മുമ്പേ അതറിയണം എന്നൊരു ആഗ്രഹം എനിക്കുണ്ടായി.''

കുറച്ച് നേരത്തെ ഇതൊക്കെ തുറന്ന് പറയുകയായിരുന്നെങ്കിൽ ഡിഗ്ബിയുടെ ജീവൻ രക്ഷിക്കാനാകുമായിരുന്നു എന്ന് ഇനി പറയുന്നതിൽ അർത്ഥമില്ല. അതിലും സത്യമുണ്ടോ? കൊലപാതകികൾക്ക് അവരുടെ കഥ തയ്യാറായി കൈവശമുണ്ടായിരുന്നു. സെറ്റണുമൊത്തുള്ള പന്തയം. പരീക്ഷണം വിനാശകാരിയായി കലാശിച്ചത്. ആ പരിഭ്രമത്തിനിടയിൽ മൗറിസ് മരിച്ചെന്ന് അവർ കണ്ടെത്തിയത്. അതിനെ മറച്ച് പിടിക്കാനായി കൈകൾ വെട്ടിമാറ്റിയത്. അങ്ങനെയൊക്കെയുള്ള പശ്ചാത്തലത്തിൽ, മൗറിസ് സെറ്റണിന്റേത്

ഒരു സ്വാഭാവിക മരണമല്ല എന്ന് തെളിയിക്കാൻ ഒരു കുമ്പസാര മില്ലാതെ കഴിയുമായിരുന്നോ?

അയാൾ ദെബോറയുടെ കത്തെടുത്തു. അത് ഇടതു പെരുവിര ലിൽ അമർത്തിപ്പിടിച്ചു. വലതു കയ്യിന്റെ വിരലുകൾ കൊണ്ട് ആ എൻവലപ്പ് തുറക്കാൻ ശ്രമിച്ചു. കടലാസിനു നല്ല കട്ടിയുണ്ടായി രുന്നു. അതിന്റെ പ്രതിരോധം ശക്തമായിരുന്നു. ലാഥം അത് കണ്ടു. അയാളുടെ ക്ഷമ നശിച്ചു.

''ഞാൻ സഹായിക്കാം.''

അയാളുടെ നിക്കോട്ടിൻ കറയുള്ള നീളൻ വിരലുകൾ എൻവല പ്പിനെ കീറി. അതയാൾ ഡൽഗ്ലീഷിനെ ഏല്പിച്ചു.

''എന്നെ ശ്രദ്ധിക്കണ്ട.''

''അത് കുഴപ്പമില്ല.'' ഡൽഗ്ലീഷ് പറഞ്ഞു. ''ഇതിനകത്ത് എന്താ ണെന്ന് എനിക്കറിയാം. അതിനത്ര തിരക്കില്ല.'' അങ്ങനെ പറഞ്ഞു വെങ്കിലും അതിനിടയിൽ അയാൾ ആ കടലാസ് നിവർത്തി.

എട്ടുവരികളാണതിൽ ഉണ്ടായിരുന്നത്. പ്രണയ ലേഖനങ്ങളിൽ പോലും അവൾ ഒരിക്കലും വാചാലയായിട്ടില്ല. അവസാന വാക്യ ങ്ങളിൽ എന്നും അവൾ വാക്കുകൾക്ക് മിതത്വം പാലിച്ചിരുന്നു. അവ രുടേത് മനുഷ്യന്റെ അടിസ്ഥാനപരമായ ഒരു ധർമ്മസങ്കടമാണല്ലോ. ഒന്നുകിൽ അതന്വേഷിച്ച് ഒരായുസ്സ് മുഴുക്കെ ഒന്നിച്ച് ചെലവിടാം. അല്ലെങ്കിൽ എട്ട് വരികളിൽ അതവസാനിപ്പിക്കാം. അയാൾ പലയാ വർത്തി ആ വരികൾ എണ്ണി നോക്കി. എത്ര വാക്കുകളുണ്ടാകും എന്ന് കണക്ക് കൂട്ടി. വരികളുടെ വിന്യാസത്തിൽ അസ്വാഭാവികമായ ഒരു താത്പര്യം അയാൾക്ക് ജനിച്ചു. അതുപോലെ അവളുടെ കയ്യെഴു ത്തിലും. സ്ഥാപനം അമേരിക്കയിൽ അവൾക്ക് ജോലി നൽകാമെ ന്നേറ്റിരിക്കുന്നു. അതവൾ സ്വീകരിച്ചിരിക്കുന്നു. അയാൾക്ക് ഈ കത്ത് ലഭിക്കുമ്പോഴേക്കും അവൾ ന്യൂയോർക്കിലെത്തിയിരിക്കും. അയാളെ കാത്ത്, അയാൾ ഒരു തീരുമാനത്തിലെത്തുന്നത് കാത്ത്, അയാളുടെ ജീവിതത്തിന്റെ നാലതിരിൽ വട്ടമിട്ട് നടക്കാൻ ഇനിയും അവൾക്കാകില്ല. ഇനിയൊരിക്കൽ അവർ തമ്മിൽ കാണാനുള്ള സാധ്യതയില്ല എന്നവൾ കരുതുന്നു. അതായിരിക്കും അവർ ഇരു വർക്കും നല്ലത്. വാക്യങ്ങൾ സാമ്പ്രദായികമല്ലായിരുന്നു. മിക്കവാറും പഴഞ്ചനും വിരസവുമായിരുന്നു. ആഡംബരങ്ങളോ മൗലികതയോ ഇല്ലാത്ത ഒരു യാത്രാവന്ദനം. കുലീനത്വം പോലുമില്ലാത്തത്. അതെ ഴുതുമ്പോൾ മനസ്സ് വേദനിച്ചിരുന്നെങ്കിൽ അതാ കയ്യക്ഷരത്തിൽ വ്യക്തമാകുമായിരുന്നു. അതുമില്ല.

പശ്ചാത്തലത്തിൽ ലാഥമിന്റെ ധാർഷ്ട്യവും അഹങ്കാരവുമുള്ള സ്വരം. തന്റെ തല എക്സ്-റെ ചെയ്യാൻ ഇപ്സ്വിച്ചിലെ ഒരു ആശു പത്രിയിൽ അപ്പോയിന്റ്മെന്റ് എടുക്കേണ്ടതിനെക്കുറിച്ച്. തന്നോടൊപ്പം

ഡൽഗ്ലീഷും വരികയാണെങ്കിൽ അയാളുടെ കൈ പരിശോധിപ്പിക്കാമെന്ന വാഗ്ദാനം. സെറ്റണിന്റെ നിധി തന്റേതാക്കുന്നതിനു മുമ്പ് സെലിയയ്ക്ക് വക്കീലിനെ കാണേണ്ടി വരുമെന്നും അതിനുള്ള കാശ് ചിലവിടേണ്ടി വരുമെന്നുമുള്ള അയാളുടെ ഊഹം. പിന്നെ വീണ്ടും സിൽവിയ കെഡ്ജിന്റെ മരണത്തിൽ തനിക്ക് പങ്കൊന്നുമില്ലെന്ന് ഒരു സ്കൂൾ വിദ്യാർത്ഥിയെപ്പോലെയുള്ള ന്യായീകരണം. ഡൽഗ്ലീഷ് അയാൾക്ക് പുറം തിരിഞ്ഞ് നിന്നു. താനെഴുതിയ കത്തു കൂടി കയ്യിലെടുത്തു. രണ്ട് കത്തുകളും ഒന്നിച്ച് കീറി. ഒട്ടും ക്ഷമ കാണിക്കാതെ കീറി. അവ കീറാനുള്ള കരുത്ത് അപ്പോൾ ആ കൈകൾക്കില്ലായിരുന്നു. അതിനാൽ അയാൾ അതെടുത്ത് നെരിപ്പോടിലിട്ടു. കത്തിത്തീരാൻ സമയം കുറേയെടുത്തു. രണ്ടും വ്യത്യസ്തമായി ത്തന്നെ കത്തി. വളഞ്ഞ മഷിയക്ഷരങ്ങൾ മാഞ്ഞുപോയി. അവസാനം സ്വന്തം കവിത മാത്രം തെളിഞ്ഞ് നിന്നു. കറുപ്പിൽ വെള്ളിനിറത്തിൽ. അവ മരിക്കാൻ തയ്യാറായില്ല. അയാൾക്കാകട്ടെ അതിലൊന്നടിച്ച് അതിനെ ചാരമാക്കാൻ തീയിളക്കുന്ന കോലൊന്ന് പിടിക്കാനുമാകുന്നില്ലായിരുന്നു. ■

www.ingramcontent.com/pod-product-compliance
Lightning Source LLC
LaVergne TN
LVHW101409051026
849519LV00005BC/1706
* 9 7 8 9 3 9 1 0 7 2 5 9 9 *